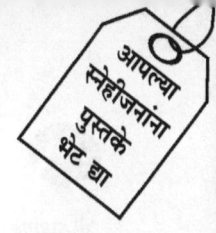

साऊथ बाय जावा हेड

लेखक
ॲलिस्टर मॅक्लीन

अनुवाद
अशोक पाध्ये

मेहता पब्लिशिंग हाऊस

SOUTH BY JAVA HEAD by By Alistair MacLean
Originally published by HarperCollins Publishers Ltd.,

© Devoran Trustees Ltd., 1958

Translated into Marathi Language by Ashok Padhye

साऊथ बाय जावा हेड / अनुवादित कादंबरी

TBC

अनुवाद : अशोक पाध्ये

मराठी अनुवादाचे व प्रकाशनाचे हक्क मेहता पब्लिशिंग हाऊस, पुणे.

प्रकाशक : सुनील अनिल मेहता, मेहता पब्लिशिंग हाऊस,
१९४१, सदाशिव पेठ, माडीवाले कॉलनी, पुणे - ३०.

अक्षरजुळणी : इफेक्ट्स, २१/६ब, आयडिअल कॉलनी, कोथरूड, पुणे ३८.

मुखपृष्ठ : मेहता पब्लिशिंग हाऊस

प्रथमावृत्ती : जानेवारी, २००६

P Book ISBN 9788177666106

अनुवादकाचे निवेदन

या आधी ॲलिस्टर मॅक्लीनच्या चार पुस्तकांचे अनुवाद प्रसिद्ध झाले. वाचकांनी त्याला उदंड प्रतिसाद दिला. कोणत्याही उत्कंठावर्धक थ्रिलरला जसा प्रतिसाद मिळतो तसाच हा होता. तरीही ॲलिस्टर मॅक्लीनच्या कादंबऱ्यांचे वैशिष्ट्य हे वेगळेच असते. त्यातील पात्रांची परिस्थितीकडून, शत्रूकडून कोंडी झाली असली तरी ते त्यातूनही मार्ग काढतात व परिस्थितीवरती मात करतात. संकटाला तोंड देण्यासाठी आपल्याजवळ पुरेसे मनुष्यबळ नाही, पुरेशी साधनसामुग्री नाही, पुरेसे अधिकार नाहीत अशा तक्रारी त्यांच्याकडून केल्या जात नाहीत. जे काही आपल्याजवळ उपलब्ध आहे त्याच्या सहाय्याने ते झुंज देऊ पहातात. त्याठी आपली बुद्धी चालवतात, युक्त्याप्रयुक्त्या करतात आणि आपल्या शरीरावर नको तितका ताण देऊन संकटावर मात करू पाहतात. परिणामी यश त्यांच्या हातात येते. 'माणसाची कितीही कोंडी झाली तरीही तो संकटावर मात करून परिस्थितीचा मालक बनतो, गुलाम रहात नाही.' हा संदेश आपल्या प्रत्येक कादंबरीतून ॲलिस्टर मॅक्लीन आपल्याला देतो. अन् हे आपल्याला सहज पटावे अशा रितीने तो सर्व प्रसंगांची गुंफण उभी करतो. त्याच्या कांदबऱ्यांतून त्याने 'नशीब' या घटकाची दखल घेतली आहे. कारण व्यवहारात पावलोपावली आपल्याला या घटकाचा प्रभाव दिसत असतो. परंतु तरीही ॲलिस्टर मॅक्लीनची पात्रे लढण्याची जिद्द सोडत नाहीत. प्रत्येक समस्येवरती, मग ती समस्या कितीही गुंतागुंतीची असली तरी, त्यावरती उपाय हा असतोच. फक्त आपल्याला तो उपाय न सुचल्याने आपण प्राप्त परिस्थितीत हतबुद्ध होऊन बसलेलो असतो. अशी हतबुद्ध पात्रे मॅक्लीनच्या कादंबरीत नाहीत. यामुळे त्याच्या कांदबऱ्यांच्या वाचनाने वाचकाला नेहमीच स्फूर्ती मिळत आली आहे. संकटावर मात करता येते, सैतानावर विजय मिळवता येतो, कोंडी फोडता येते असा संदेश मॅक्लीनकडून नेहमीच मिळत आलेला आहे. यामुळे वाचक नेहमीच सुखावतात.

ॲलिस्टर मॅक्लीनने दोन वर्षे आरमारात काढली; युद्ध अनुभवले, युद्धकैदी म्हणून छळ सहन केला. या साऱ्या अनुभवांवर आधारित त्याने लिखाण केले. आपल्याकडचे निवृत्त सैन्याधिकारी असे काही लिखाण करताना दिसत नाहीत. निवृत्त झाल्यावर ते फक्त कुठेतरी मोठ्या पगाराची नोकरी करत मुलकी लोकांवर छाप पाडत स्वत:ची बिरुदावले जपत जगत असतात. पण आपल्या अनुभवांवर आधारित लिखाण करीत नाहीत की कल्पनाशक्ती चालवीत नाहीत. त्यामुळे सकस व सरस वाङ्मयाची निर्मिती देशी भाषांत होत नाही.

दुसरे महायुद्ध म्हटले की सर्वसामान्य मराठी वाचकाला फक्त हिटलर व त्याचे युरोपात पसरत जाणारे साम्राज्य एवढेच दिसते. परंतु जर्मनीप्रमाणे रशियानेही आपले साम्राज्य याच महायुद्धाच्या धामधुमीत वाढवून घेतले होते. तसेच, चिमुकला जपान देशही तंत्रज्ञान व उद्योग यात प्रगत झाल्यावर आपले साम्राज्य वाढविण्याच्या ईर्षेने पूर्वेकडचे सर्व देश गिळंकृत करीत चालला होता. जपानी साम्राज्यलालसा व त्यांनी केलेले क्रूर अत्याचार सहसा आपल्या कोणाच्या ध्यानात येत नाहीत. या पार्श्वभूमीवरती लिहिलेली ही कादंबरी नक्कीच मराठी वाचकाला वेगळी व स्तिमित करणारी वाटेल.

ॲलिस्टर मॅक्लीन दुसऱ्या महायुद्धात जपानकडून पकडला गेला. दोन वर्षे त्याने त्यांच्यात काढली. जपानी क्रौर्याचा अनुभव घेतला. त्या अनुभवांची थोडीशी छाप या कादंबरीवरती पडली आहे. त्यावेळच्या ब्रिटीश व जपानी यांच्या संघर्षाच्या पार्श्वभूमीवरती 'साऊथ बाय जावा हेड' ही कादंबरी त्याने लिहिली आहे. नेहमीप्रमाणेच ती उत्कंठावर्धक आहे. वाचकांना ती आवडेल याची खात्री आहे.

अशोक पाध्ये

१

तो धूर गडद होता, काळा होता, दाट होता नि पार गुदमरवून टाकणारा होता. मृत्यूपंथाला लागलेल्या त्या शहरावरती आळसट हालचाली करीत तो धूर सावकाश पसरत होता. इमारती, घरे, दुकाने, ऑफिसे यांना तो गिळंकृत करीत होता. मग त्या वास्तू बॉम्बमुळे पडझड झालेल्या असो वा अभंग उभ्या असो. एखाद्या किड्याभोवती कोश विणला जावा तसा तो धूर सर्वांना वेढून टाकीत चालला होता. प्रत्येक रस्ता, प्रत्येक गल्लीबोळ आणि बंदराकडचा खोलगट भाग हे सारे त्या धुरात बुडून गेले होते. सर्वत्र व्यापणारा तो धूर तिखट होता, त्याला गंधकाचा तीव्र दर्प होता. ज्या भागात मंद वारा वहात होता त्या भागाकडे मात्र तो धूर क्वचितच वळत असे.

आदल्या दिवशी संध्याकाळी हाच धूर फक्त जळणाऱ्या इमारतींमधून बाहेर पडत होता. वरच्या आकाशातही तो पसरत होता. पण त्याने सारे आकाश न व्यापल्याने त्यातून आकाशाचे अनेक तुकडे दिसत होते. आकाशातील चांदण्याही चमकताना कळत होत्या. पण काही क्षणातच वाऱ्यामुळे धूर पसरून हे आकाशाचे तुकडे दिसेनासे व्हायचे. शहराच्या बाहेर पेट्रोलियम साठवलेल्या अनेक टाक्या होत्या. त्या फुटून त्यांना आगी लागल्या होत्या. त्या आगीतून मोठ्या प्रमाणात धूर बाहेर पडत होता. सर्व धूर गोळा होऊन वाटेल तसा पसरत असल्याने त्या धुराचा नक्की उगम कुठे आहे ते कळत नव्हते. आदल्या दिवसापासून निर्माण होत गेलेला धूर शहरात ठिकठिकाणी कोंदून राहिलेला होता. तो वाढत जातो आहे असा संशय येत होता. पण नक्की कुठून येत होता? कलांग विमानतळावरून येत होता? का विद्युत्‌निर्मिती केंद्रापासून येत होता? कदाचित्‌ बेटाच्या उत्तरेला असलेल्या नाविक तळाकडून येत असावा. पुलो सांब्रो व पुलो सेबारोक ही दोन बेटे चार पाच मैलांवरती होती. तिथे मोठ्या प्रमाणात तेलाचा साठा होता. कदाचित्‌ तिथूनही हा धूर शहराकडे येत असावा. पण त्याचा नक्की उगम समजत नव्हता. रात्रिभरात त्या धुराने

शहरावरती आपले आच्छादन संपूर्णपणे घातले. आता रात्र अधिकच गहिरी व दाट काळोखाची झाली. शहरात सर्वत्र अंधाराचे साम्राज्य पसरले. काही जळक्या इमारतीमधून प्रकाशाचे किरण क्वचितच बाहेर पडे. कारण बहुतेक जळणाऱ्या इमारतींमधील आगी या विझून गेल्या होत्या. विनाश पावलेल्या त्या इमारतीमधील उरलेसुरले भाग हे आपल्या छोट्या जिभांनी अग्नी चाटत होता. हळूहळू त्या छोट्या आगीही विझत गेल्या. सिंगापूर शहरातील एकूणएक जीवन जसे संपुष्टात आले तशाच या आगीही शेवटी संपल्या, विझून गेल्या. मागे उरले ते फक्त धुराचे साम्राज्य.

मरत चाललेल्या या शहरावरती मृत्यूची भयाण शांतता पसरली होती. त्या शांततेने सर्व वास्तू, रस्ते, गल्लीबोळ हे व्यापून टाकले होते. अधूनमधून या शांततेच्या कवचाला भेग पाडत आकाशातून एखादा बॉम्ब सुंईऽऽऽ आवाज करत जाई. तो एखाद्या भग्न इमारतीवर पडला की क्षणार्धात तिथे एक मोठा प्रकाश उजळे आणि त्या पाठोपाठ स्फोटाचा कानठळ्या बसवणारा आवाज येई. तर कधीतरी एखादा बॉम्ब हा किनाऱ्यापासच्या पाण्यात पडून पाणी उसळल्याचा मोठा आवाज येई. हळूहळू हा प्रकाश ध्वनिचा खेळही त्या धुराच्या समुद्रातून दिसेनासा व ऐकू येईनासा झाला. आपल्या पोटात उमटलेला प्रकाश व आवाज तो धूर झटकन पचवून टाकीत होता. त्यामुळे त्या धुराच्या महाकाय लोटात एक वीज चमकून गेल्याचा भास होई. असे वाटे की, त्या धुराचा हा चमत्कारिक गुणधर्म आणि कल्पनेतही खरी वाटणार नाही अशी ती रात्र यांच्या संयोगामुळे तिथली शांतता ही अधिक गूढ बनली आहे, तिचा ठाव लागणे शक्य नाही असे वाटत होते. इतकी ठार शांतता यापूर्वी कोणी कधीही अनुभवली नसेल.

फोर्ट कॅनिंग हे सैन्याचे ठाणे व पर्ल्स हिल ही टेकडी यांच्या पलीकडे वायव्येला शहर संपले होते. पण तिकडून सतत अधूनमधून रायफलींच्या गोळीबारांचे व मशीनगनचे आवाज ऐकू येत होते. पण ते इतक्या दूरवरून ऐकू येत होते की ते आवाज प्रत्यक्षातले नसून स्वप्नातले प्रतिध्वनी वाटत होते. त्या रात्री प्रत्येक गोष्टीला एका भयाण स्वप्नाचा स्पर्श झाला होता. सर्व काही गूढ, गंभीर, एखाद्या छायेसारखे व अर्धवट वाटत होते. रस्त्यावर दगडधोंड्यांचा, विटांच्या व काँक्रिटच्या तुकड्यांचा खच पडला होता. जे कोणी त्या संकटातून वाचून त्या दगडधोंड्यांमधून वाट काढीत रस्त्याने चालत होते तेही सावकाश व मंद गतीने हालचाली करीत होते. त्यांच्याखेरीज सर्व रस्ते ओस पडले होते. ही वाचलेली माणसे भरकटत चालली होती. कुठे जायचे ते त्यांनी ठरवले नव्हते. सिंगापूर शहर म्हणजे स्वतःच एक भयाण स्वप्न बनले होते. त्या स्वप्नातून सावकाश वाट तुडवीत, अडखळत, धुरांच्या लोटातून मार्ग काढीत काही माणसांच्या आकृत्या पुढे सरकत होत्या. त्या माणसांजवळ कसलीही आशा नव्हती, उमेद नव्हती की मानसिक बळ नव्हते. ते

चालत नव्हते तर केवळ कोणत्यातरी एका नैसर्गिक प्रेरणेखाली चाचपडत एका वास्तववादी स्वप्नातून सरकत होते.

त्या अंधाऱ्या रस्त्यांवरून सैनिकांचा एक छोटा जथा हळूहळू पुढे सरकत होता. ते सुमारे २०-२५ सैनिक असावेत. समुद्राच्या दिशेने ते जाऊ पहात होते. खूप थकलेल्या व जराजर्जर झालेल्या माणसांसारखी त्यांची चाल होती. त्यांचे चेहरे वयस्कर माणसांचे होते. पण ते वयस्कर नव्हते. त्यांची डोकी खाली झुकलेली होती, पावले अडखळत पडत होती, आणि खांदे खाली पडले होते. पण तरीही ती वृद्ध माणसे नव्हती. त्यांच्यातील जो सर्वात मोठा होता त्याचे वय अवघे तीस वर्षांचे होते. पण त्या सर्व तरुणांची गात्रे आता थकून गेली होती, पार थकून गेली होती. ते एवढे दमले होते की आता त्यांना होणाऱ्या श्रमांची दखल घेण्याच्या इतपतही त्यांच्या अंगात त्राण उरले नव्हते. त्यामुळे थांबण्यापेक्षा सरळ अडखळत अडखळत का होईना पण मंद गतीने पुढे जात रहाणेच त्यांनी पसंत केले होते. ते थकलेभागलेले, आजारी झालेले, जखमी झालेले होते. काहींना तर व्याधी जडलेल्या होत्या. त्यांची मानसिक स्थिती उद्ध्वस्त झाली होती, विचारशक्ती बधीर झाली होती, सारासार विवेकबुद्धी त्यांनी कधीच गमावलेली होती. थोडक्यात, त्यांची मने काम करेनाशी झाली होती. परंतु शारीरिक व मानसिक स्थिती अशी उद्ध्वस्त झाली हे त्यांच्या बाबतीत एक प्रकारचे वरदानच म्हणायला हवे होते. कारण त्यामुळेच त्यांना आता अधिक दुःखे जाणवेनाशी झाली होती. त्यांच्या डोळ्यातील चमक नाहीशी होऊन ते निस्तेज पडले होते. आपल्या लडखडत्या पायाखालील जमिनीकडे ते शून्यवत पहात पुढे चालले होते. त्यांनी येथवर येईपर्यंत ज्या अफाट यातना सहन केल्या त्याही आता त्यांना आठवेनाशा झाल्या होत्या.

गेले दोन महिने त्यांनी एक भयाण स्वप्न प्रत्यक्षात अनुभवले होते. पण निदान आत्ताच्या क्षणाला तरी त्यांना ते आठवत नव्हते. त्या दोन महिन्यात त्यांनी उपासमारी अनुभवली होती. तहानेने ते व्याकुळ झाले होते. अंगावर जागोजागी जखमा झाल्या होत्या. ते सारखे आजारी पडत होते. भीतीची टांगती तलवार तर सतत त्यांच्या मनावर होती. मलेशियाच्या द्वीपकल्पात ते अगदी उत्तरेला होते. जीव बचावण्यासाठी त्यांना दक्षिणेकडे माघार घ्यावी लागली होती. सतत दोन महिने ते माघार घेत होते. कारण जपानी सैन्य कायम खाली दक्षिणेकडे सरकत चालले होते. शेवटी त्या द्वीपकल्पाच्या पार टोकाला सिंगापूर शहराचे बेट होते तेथवर ते कसेबसे येऊन पोचले. मुख्यभूमीला जोडणारा एक छोटा पूल, कॉजवे होता. तो ओलांडून त्यांनी शहरात प्रवेश केला. पण आता तोही पूल जपानी विमानांनी बॉम्ब टाकून उद्ध्वस्त केला होता. त्यांना वाटले होते की सिंगापूरचे बेट सुरक्षित असेल म्हणून

ते येथवर आले होते. पण प्रत्यक्षात याही शहराचा विनाश केला गेला होता. लढाई करताना त्यांच्याबरोबरचे जे मित्र त्यांनी गमावले ते त्यांना आता आठवत नव्हते. त्या जंगलात रात्री पहाऱ्यावरच्या माणसाला कोणीतरी मागून भोसके. त्याची जोरदार किंकाळी वातावरणात उमटे. त्यानंतर जोरदार आरोळ्या देत चारही बाजूने सारे जपानी सैनिक त्यांच्या ठाण्यावर तुटून पडत. मग मोठ्या संख्येने आलेल्या जपान्यांपासून बचावण्यासाठी त्यांना पळ काढावा लागे. असे हल्ले त्यांच्यावर सतत होत गेले. कधी कधी तेही आपली ठाणी परत घेण्यासाठी जपान्यांवरती हल्ले चढवीत. शेवटी शेवटी त्यांना कळेना की काही चौरस फुटांच्या भूमीसाठी आपण का लढतो आहोत? या धुमश्चक्रीत त्यांना अनेकदा जपान्यांनी हालहाल करून ठार केलेल्या आपल्या मित्रांची प्रेते पहायला मिळत. अनेकदा त्यांना वाटेतील खेड्यांमध्ये मुलकी लोकांचीही अशीच प्रेते पहायला मिळत. बिचाऱ्यांनी सहकार्य दिले नाही किंवा मनापासून मदत केली नाही या नावाखाली त्यांनाही हालहाल करून ठार केले जाई. त्यांना आकाशातून जे हवाई संरक्षण पुरवले गेले होते ती ब्रूस्टर लढाऊ विमाने हळूहळू कमी होत गेली. तशीच ती हरिकेन जातीचीही विमाने नाहीशी होत गेली. आपल्या हवाईदलावर त्यांचा भरवसा होता. तीच विमाने त्यांची शेवटची आशा होती. पण आता त्यांच्या दिमतीला हवाईदलाचे एकही विमान आकाशात उगवेना तेव्हा त्यांना प्रथम राग आला, चीड आली. नंतर ते 'असे कसे झाले?' या विचाराने गोंधळून गेले. शेवटी त्यांना एकच सत्य उमगले. आपण जपानी विमानदलाच्या गिधाडांच्या मर्जीवरती आता आहोत. आपल्यावर केव्हाही आकाशातून घाला घातला जाऊ शकतो. पाच दिवसांपूर्वी त्यांनी जेव्हा जपानी रेडिओवरती बातमी ऐकली की अभेद्य सिंगापूरच्या बेटावरती जपानी सैन्य उतरले आहे, तेव्हा तर ते पार चक्रावून गेले. ती खोटी बातमी जपान्यांनी मुद्दाम जाहीर केली होती. पण त्यामुळे त्यांच्या मनात असलेल्या शेवटच्या आश्रयस्थानाबद्दलची आशा मात्र विरून गेली. सभोवती काय घडते आहे तेच त्यांना कळेना. त्यांची विचारशक्ती हळूहळू बधीर होत गेली. मग त्या पाठोपाठ मेंदूतील स्मृतींची केंद्रेही काम करेनाशी झाली. त्यांना काहीही आठवेना. एखाद्या प्रतिक्षिप्त क्रियेप्रमाणे ते दक्षिणेकडे माघार घेत चालले होते. शारीरिक वेदनांपुढे मागचा भूतकाळ आठवायलाही त्यांना वेळ नव्हता. जखमा, आजारपण, भूक, तहान यापासून त्यांना मुक्तता हवी होती. म्हणून ते सतत चालले होते. पण या गोष्टी तर त्यांच्या शरीरात होत्या. ते कितीही दूर पळाले तरी त्यांच्यापासून थोडेच दूर जाता येणे शक्य होते? पण जर यातून ते बचावले, वाचले, त्यांची प्रकृती सुधारली, तर मात्र एके दिवशी त्यांची स्मृती पुन्हा परत येणार होती. दरम्यान ते यातनांची ओझी वहात मुकाटपणे खाली मान घालीत चालले होते. आपण नक्की कोठे जातो आहोत हेही ते पहात नव्हते. आपल्याला शेवटी कुठे

पोचायचे आहे तेही ते विसरून गेले होते.

पण त्यांच्यातल्या एकाला मात्र सारे काही कळत होते. आपल्याला नक्की कुठे जायचे आहे हे त्याला ठाऊक होते. तो नीट समोर पहात चालला होता. दोन दोन सैनिकांच्या रांगांच्यापुढे तो होता. त्याच्या हातात एक टॉर्च होता. अधूनमधून त्याचा प्रकाश पाडीत रस्त्यावरच्या डबरामधून वाट काढीत तो पुढे सरके. आपण नक्की योग्य मार्गावरती आहोत का नाही याची तो खात्री करून घेई. लहान चणीचा पण कमावलेल्या शरीराचा तो होता. त्या सैनिकांच्या तुकडीत फक्त त्याच्याच अंगात स्कर्ट होता. स्कॉटलंडमधील डोंगराळ भागातील पुरुष तसला स्कर्ट किंवा झगा घालतात. याचा अर्थ तो ब्रिटीश सैन्यातील स्कॉटिश हायलँडर्स तुकडीमधील असावा. कारण त्याच्या डोक्यावर स्कॉटिश हायलँडर्स घालतात तसली टोपीही होती. तो झगा ऊर्फ स्कर्ट त्याने आपल्या अंगावर का चढवला होता हे त्यालाच ठाऊक होते. त्याचे नाव फ्रेझर होते. कार्पोरल फ्रेझर. तो आपल्या सैनिकांसह युद्धात माघार घेत घेत आला होता. पण मलायातील ती लांबलचक माघारीची वाटचाल करताना मात्र कॉर्पोरल फ्रेझरने तो स्कर्ट अंगात चढवला नव्हता. यावेळी चढवण्यामागे मात्र एक निश्चित कारण होते अन् ते फक्त त्यालाच ठाऊक होते.

कार्पोरल फ्रेझर हा इतरांप्रमाणेच थकला होता. झोप न घेतल्याने त्याचे डोळे लाल झाले होते. त्याचा चेहरा पांढरा पडला होता. मलेरिया व आमांश यांच्या विकारातून तो नुकताच बरा झाल्याने त्याचा चेहरा पांढरा पडला असावा. चालताना त्याचा डावा खांदा पार कानापर्यंत उंच होत असे. जणू काही त्याच्यात काहीतरी व्यंग आहे असे त्यामुळे वाटत होते. पण तसे व्यंगबिंग वगैरे काहीही नव्हते. त्याच्या खांद्यावर एक जखम झालेली होती. ती जखम बांधण्यासाठी एका मेडिकल ऑर्डर्लीने घाईघाईने त्याच्या शर्टाच्या आत जखमेत कापूस कोंबला व वरून एक जमेल तशी पट्टी बांधली. कोणत्या तरी बॉम्बचा स्फोट झाल्याने त्याचा एक तुकडा खांद्याला चाटून गेल्याने ती एक मोठी जखम झाली होती. त्याच्या उजव्या हातात एक ब्रेनगन होती. १२ किलो वजनाची ती ब्रेनगन त्याच्या अशक्त हाताला झेपत नव्हती. पण त्यामुळे त्याचा उजवा खांदा खाली खेचला जात होता. परिणामी डावा खांदा अधिकच उंच भासे.

एक खांदा उंचावलेला, डोक्यावरची टोपी वाकडी झालेली, सारखा वाऱ्याने मांडीवर फडफडत आपटणारा कमरेचा स्कर्ट यामुळे हा लहानखोर चणीचा माणूस विदूषक वाटत होता. परंतु हेच कार्पोरल फ्रेझरचे बेंगरुळ ध्यान उरलेल्यांना मार्गदर्शन करीत होते. रुक्ष, डोंगराळ भागातील धनगर जसा उपासमार व काबाडकष्ट यांचे ओझे वहात आपले अस्तित्व टिकवून धरण्यासाठी जशी धडपड करीत असतो तशीच त्याची धडपड चालली होती. त्याच्यामध्ये जबरदस्त इच्छाशक्ती होती आणि

अजून त्याने ती वापरलेली नव्हती. सहनशीलतेची परमावधी झाल्यावरतीच तो ती शक्ती वापरणार होता. आत्ताच्या परिस्थितीतही कार्पोरल फ्रेझर हा एक कार्यक्षम व उत्कृष्ट सैनिक होता. कर्तव्य व जबाबदारी यांचे त्याला पूर्ण भान होते. आपल्या स्वत:च्या वेदना व अशक्तपणा यांची तो पर्वा करीत नव्हता. त्याच्यामागून आंधळ्या निष्ठेने व अडखळत, फरफटत चालत येणाऱ्या सैनिकांबद्दल तो विचार करीत होता. दोन तासांपूर्वी ते सिंगापूर शहराच्या उत्तर सरहद्दीवर होते. त्यावेळी या गोंधळलेल्या व विस्कळीत झालेल्या सैन्याच्या तुकडीला एका वरिष्ठ अधिकाऱ्याने फ्रेझरला हुकूम दिला होता की त्याने आपले सर्व जखमी सैनिक व चालत येणारे शक्य तितके आणखी सैनिक घेऊन आघाडीच्या फायरिंग लाइनपासून माघार घ्यावी आणि जिथे कुठे त्यातल्या त्यात सुरक्षित व शांत जागा वाटेल तिथे जाऊन आश्रय घ्यावा. सिंगापूर शहराची शेवटची संरक्षणफळी कोसळत होती. जपान्यांनी बॉम्बफेक करून शहरातील एकूणएक इमारती व ९० टक्के लोकसंख्या नष्ट केली होती. उद्या जपानी सैनिक या भग्न शहरात अवतरले की ते वेचून सारी जिवंत माणसे ठार करणार होते. त्या वरिष्ठाला व कार्पोरल फ्रेझरला हे ठाऊक होते. तरीही केवळ कुठेतरी जाऊन आश्रय घ्यायचा म्हणून दक्षिणेकडे शहरात जाण्याचा त्याला हुकूम दिला गेला. आजचे मरण उद्यावर ढकलले गेले होते. उद्या सिंगापूर शहराच्या बेटावरील यच्चयावत मनुष्यप्राणी ठार केले जाणार होते. मग ती माणसे, पळून जाऊ न शकणारी वृद्ध माणसे, लहान मुले, आजारी व्यक्ती, जखमी सैनिक असे कोणीही दुर्बल असले तरी त्यांना गोळ्या घातल्या जाणार होत्या. अशा शहरात जाऊन आश्रय घेणे म्हणजे मृत्यूच्या खाईत आपण होऊन उडी टाकण्याजोगे होते. परंतु सैन्यात एकदा दिला गेलेला हुकूम म्हणजे हुकूम. तो चुकीचा असला तरीही पाळायलाच हवा. म्हणून कार्पोरल फ्रेझर आपले सैनिक गोळा करून खाली दक्षिणेकडे सिंगापूरजवळ असलेल्या कलांग खाडीकडे चालला होता.

चालताना तो जेव्हा एखाद्या उघड्या व रिकाम्या भागावर येई तेव्हा आपल्या साऱ्या सैनिकांना तो रस्त्याच्या एका बाजूला आडोशाला उभे करी. मग स्वत: पुढे होऊन कुठे काही धोका जाणवत नाही याची खात्री केल्यावर तो पुढे सरके. त्याच्या मागून काही अंतर ठेवून, त्याला पहात पहात त्याचे सैनिक एका रांगेने पुढे सरकत. त्या मागच्या सैनिकांना आता धोक्याचे भय वाटेनासे झाले होते. त्यांच्या बरोबरचे काही सैनिक हे स्ट्रेचरवरती वाहून नेले जात होते. कमी जखमी झालेले सैनिक ते स्ट्रेचर वाहून न्यायचे. शेवटचा माणूसही बरोबर आला आहे की नाही हे प्रत्येक वेळी कार्पोरल फ्रेझर पहात होता. तो शेवटचा सैनिक हा हटकून एक पोरगेलसा सैनिक असे. तो उंच, हडकुळा व अशक्त सैनिक नेहमीच मागे पडत असे. त्याला कशाचेही भान नव्हते. तो स्वत:शी सारखा काहीतरी पुटपुटत राही. त्याच्या

बडबडण्यातून कसलाही अर्थ निघत नसे. ते अर्थहीन व स्वत:शी पुटपुटत बडबडणे चालू असताना आपले डोके हलवून तो इकडेतिकडे पहात असे. त्याचे बडबडणे मात्र अविरत चालत असे. ते कधीच थांबत नसे. त्याला मलेरिया झाला नव्हता की अन्य कसल्याही विकाराने तो आजारी पडला नव्हता. तो जखमीही झाला नव्हता. पण तरीही सर्व सैनिकांमध्ये तो सर्वात जास्त रुग्णाईत होता. प्रत्येक वेळी फ्रेझर त्याचा खांदा धरून गदगदा हलवे नि इतरांबरोबर रहाण्यासाठी पुढे जायला सांगे. त्यावेळी तो पोरगेलासा सैनिक कसलीही तक्रार न करता मुकाट्याने पटापटा पाय उचले. पण जाता जाता तो आपल्या भावहीन नजरेने फ्रेझरला पाही. फ्रेझरची ओळख तो हरवून बसला होता. प्रत्येक वेळी फ्रेझर त्याला हलवे, त्याला हाताला धरून पळवत नेई व इतरांना गाठे. परंतु त्या सैनिकाला कशाचेही भान नव्हते. हे काय चालले आहे ते त्याला समजत नसे. बहुतेक तो जाणिवेच्या पलीकडे गेलेला असे.

ती एक अरुंद गल्ली होती. टोकाशी बंद झालेल्या त्या गल्लीत सर्वत्र धूर कोंडून राहिला होता. त्या गल्लीत कोठे तरी एक लहान मुलगा रडत असल्याचा आवाज येत होता. त्या संपूर्ण गल्लीत जिवंत असलेला तो एकमेव जीव होता. त्या मुलाचे वय दोन अडीच वर्षांचे असावे. त्याचे डोळे निळे होते. केस सोनेरी होते आणि वर्ण उजळ होता. पण त्याचे अंग पार मळून गेले होते. त्यावर मळकट ओरखाडे व अश्रूंच्या धारांच्या खुणा होत्या. एक पातळ शर्ट व खाकी चड्डी त्याच्या अंगात होती. त्याची पावले उघडी होती आणि तो सारखा थरथरत होता.

तो रड रड रडला. त्या भयाण रात्रीमधे त्याच्या रडण्यातून आपण हरवले गेल्याचा, दु:खाचा व व्याकुळतेचा उत्कट स्वर उमटत होता. पण त्याचे सांत्वन करायला किंवा रडणे ऐकायला तिथे कोणीही नव्हते. त्याच्यापासून जवळच्या अंतरावर जरी कोणी असते तरी त्याचे रडणे कुणाला ऐकू गेले नसते. कारण तो लहान आवाजात मुळुमुळू रडत होता, हुंदके देत रडत होता. अधूनमधून तो थरथरत जोरात श्वास आत घेई. तेव्हाच फक्त त्याचा रडण्याचा आवाज थांबे. आपल्या छोट्या मुठींनी तो डोळे चोळी. कारण तिथे कोंदलेला धूर त्याच्या डोळ्यात जाऊन ते चुरचुरू लागत. थोड्या वेळाने लहान मुलांच्या सवयीप्रमाणे तो आपल्या हाताच्या मागच्या बाजूने डोळे पुसे. जणू काही डोळ्यातील वेदना तो पुसण्याचा प्रयत्न करीत होता.

ते लहान मूल खूप थकले होते. त्याची झोपायची वेळ टळून खूप वेळ झाला होता. त्याला तहान व भूक लागल्यामुळे तो रडत होता. शिवाय त्याला थंडीही वाजू लागली होती. सिंगापूर जरी विषुववृत्ताजवळ असले तरी रात्री हवा बऱ्यापैकी थंड होते. तो रडत होता त्याला आणखी एक कारण होते. तो गोंधळून गेला होता, त्याला भीती वाटू लागली होती. आपले घर कुठे आहे हे त्याला समजत नव्हते.

आपली आई कुठे गायब झाली आहे हेही त्याला कळत नव्हते. तो त्याच्या अम्माबरोबर म्हणजे मलेशियन आयाबरोबर होता. ती अम्मा एक वृद्ध स्त्री होती. जवळच्या बाजारापाशी रहाणाऱ्या त्या अम्माजवळ तो गेले पंधरा दिवस रहात होता. पंधरा दिवसांपूर्वी, म्हणजे २९ जानेवारीला, सिंगापूरमधून शेवटचे मोठे *वेकफिल्ड* नावाचे जहाज रात्री प्रयाण करणार होते. त्या जहाजाने तो व त्याची आई सिंगापूर सोडणार होते. पण त्याच दिवशी सिंगापूरवरती बॉम्ब पडू लागले. ती अम्मा त्याला घेऊन घाईघाईने त्याच्या घरी परत आली. पण तिथे घर नव्हते. फक्त एक दगडविटांची रास होती. राखेचे ढिगारे होते. जे काय घडले त्याचा अर्थ लावण्याइतपत त्याचे वय नव्हते... पण तरीही त्याने आपण आता एकटे आहोत हे ओळखले. कसे ओळखले कोण जाणे. पण ओळखले खरे. म्हणून तो सारखा रडत होता.

ते नष्ट झालेले घर पाहून त्याची अम्मा त्याला घेऊन अंधाऱ्या रात्री गल्लीबोळात, रस्तोरस्ती भटकू लागली. कित्येक तास ती अशी भ्रमिष्टासारखी हिंडत होती. मग तिने एकदम त्याला जमिनीवर ठेवले, "थकले आता" असे म्हटले आणि एका दगडविटांच्या ढिगाऱ्याला टेकून तिने बसकण मारली. आपले दोन्ही हात तिने अचानक छातीवरती घट्ट आवळून धरले, चेहरा वेडावाकडा केला आणि ती स्तब्ध झाली. अर्धा तास ती तशीच बसली होती. तिची मान एका बाजूला लुडकली होती. डोळे सताड उघडे होते. पापण्यांची उघडझाप होत नव्हती. एक दोनदा त्या लहान मुलाने तिला ढोसून पाहिले. पण तिच्याकडून काहीच प्रतिसाद येत नाही पाहून त्याने नंतर तिला हात लावला नाही. त्याला कळेना की ही अम्मा कुठे बघत आहे? तिची विश्रांती अजून कशी संपत नाही? ती मला जवळ का घेत नाही? त्याला आता खरीखुरी भीती वाटू लागली.

तो तिच्यापासून दूर जायला घाबरू लागला. पण तिच्याजवळ थांबायलाही तो घाबरत होता. त्याने एकदा डोळ्यांवर धरलेल्या आपल्या हातांच्या बोटांमधून तिच्याकडे पाहिले अन् त्याची भीती एकदम वाढली. मग तो उठला व अडखळत पावले टाकीत त्या गल्लीतून चालू लागला. आपण कोठे जातो आहोत हे त्याला कळेना. वाटेत पडलेल्या दगड व विटांमधून धडपडत, अधूनमधून पडत, परत उठत तो चालत जाऊ लागला. चालतानाही तो रडत होता, हुंदके देत होता. रात्रीच्या गारव्यामुळे काकडल्याने थरथरत होता. त्या गल्लीच्या टोकाशी शेवटी एक व्यक्ती होती. गवताच्या काड्यांपासून बनवलेली एक फाटकी हॅट त्या व्यक्तीच्या डोक्यावरती होती. तो माणूस एका रिक्षामध्ये बसून राहिलेला होता. माणसांनी ओढावयाच्या त्या रिक्षाचा तो मालक असावा. रोज रिक्षा ओढून धावत जाण्याच्या कामामुळे अशा रिक्षावाल्यांचे आयुष्य कमी होते. रिक्षा ओढत चालवण्याचा धंदा सुरू केल्यापासून दहा वर्षांत त्यांना मृत्यू गाठतो. तो लहान मुलगा रडत रडत पुढे

येतो आहे पाहून त्याला थांबवण्यासाठी रिक्षावाला उठून त्याला सामोरा गेला. समोर माणूस आहे हे पाहून त्या मुलाला सुरुवातीला भीती वाटली नाही. माणूस म्हणजे सुरक्षितता, असे समीकरण त्याच्या चिमुकल्या मेंदूत बसले होते. पण तो रिक्षावाला एवढ्या अचानकपणे उठून त्याच्या समोर गेला की तो लहान मुलगा दचकलाच. धुरामुळे धूसर झालेल्या वातावरणातून अंगावर एक पांघरूण लपटलेली व्यक्ती हात आडवे करून समोर येत आहे हे पाहिल्यावर तो घाबरला. मग सरळ पाठ फिरवून जोराने रडतरडत तो मुलगा तिथून निघून गेला. त्या रिक्षावाल्याने मग त्या मुलाची फिकीर केली नाही. तो पुन्हा रिक्षात जाऊन बसला व डुलकी घेऊ लागला. तो लहान मुलगा दूरवरच्या रस्त्यावरच्या काळोखात बुडून गेला. त्याचे हुंदके व रडणे आता ऐकू येईनासे झाले.

त्या लहान मुलासारखेच त्या दोन नर्सेस हुंदके देत हळू आवाजात रडत होत्या. त्या एका पाचजणांच्या जथ्यामधून रस्त्याने चालल्या होत्या. जेव्हा त्या वाटेतल्या अडथळ्यांमुळे धडपडत तेव्हा त्या रडत पुढे जाऊ लागत. शहरातल्या व्यापारी विभागातील फक्त एकच एक इमारत उभी होती आणि आता ती जळत होती. त्या दोघी त्या इमारतीजवळून जात होत्या. ज्वालांच्या धगीपासून बचाव करण्यासाठी त्यांनी आपली तोंडे विरुद्ध दिशेला वळवून झाकून घेतली होती. पण तरीही त्यांचे रुंद व हाडस चेहरे कळून येत होते. त्यांच्या डोळ्यांच्या फटी वरच्या बाजूस वळलेल्या आहेत हेही समजून येत होते. चेहऱ्याची कातडी स्वच्छ नितळ व मऊ मुलायम होती हे सहज लक्षात येई. त्या दोघी चिनी बायका होत्या. चिनी माणसे ही सहसा भावनेच्या आहारी जात नाहीत. पण त्या तरुण चिनी बायकांची सहनशक्ती आता संपुष्टात आली असावी. जेव्हा त्या एका ट्रकमधून जात होत्या तेव्हा ट्रकच्या मागच्या बाजूवर एक तोफगोळा पडला. त्याच्या स्फोटाने त्यांचा रेडक्रॉसचा ट्रक हा एका खड्ड्यात भिरकावून दिला गेला होता. त्या दोघींना त्या स्फोटाचा तीव्र धक्का बसला होता. त्या धक्क्यातून अजूनही त्या सावरल्या गेल्या नव्हत्या.

आणखी दोन नर्सेस तिथे होत्या. त्या मलायी होत्या. त्यातली एक नर्स तरुण होती, तर दुसरी मध्यमवयीन होती. त्या तरुण मुलीचे काळे डोळे विस्फारलेले होते. ती घाबरली होती. ती सारखी आपल्या खांद्यावरून मागे पहात होती. त्या मध्यमवयीन नर्सचा चेहरा मात्र निर्विकार होता. त्या सर्व नर्सेसना तेथून लगबगीने कुठेतरी दुसरीकडे नेले जात होते. लवकर चलण्यासाठी त्या नर्सेसना घाई करताच त्यांच्यातून निषेधाचे स्वर उमटे. ती मध्यमवयीन नर्सही तिथल्या स्फोटाजवळच होती. तिच्या मनाला एवढा जबरदस्त धक्का बसला होता की तिच्या मेंदूतील वाचाकेंद्रच बंद पडले होते. तिला आता बोलता येत नव्हते. कदाचित् मेंदूवर झालेला हा परिणाम

तात्पुरता असावा. एक दोनदा तिने सर्वात पुढे असलेल्या नर्सला हाताने थांबवण्याचा प्रयत्न केला. पण तिचा हात दुसऱ्या एका नर्सने झिडकारून टाकला. मग नर्सेसचा तो जथा पुढे जात राहिला.

ती पाचवी नर्स सर्वात पुढे होती व तिच्या मागून साऱ्याजणी निघाल्या होत्या. ती एक उंच, सडपातळ व पंचविशीची नर्स होती. जेव्हा स्फोट झाला तेव्हा तिच्या डोक्यावरची ती खास पांढरी टोपी उडून गेली होती. अन् तिचे ते दाट काळे केस हे तिच्या डोळ्यासमोर खाली गळून पडू लागले. अधूनमधून ती आपल्या चेहेऱ्यावर गळून पडणारे केस हाताने बाजूस सारत राही. ती मलायी वंशाची नव्हती की चिनी वंशाची नव्हती. तिचे डोळे पहाताक्षणी दचकवून टाकले जाईल एवढे निळेभोर होते. युरोपीय व आशियाई अशा दोन्ही वंशांच्या संकरातून जो युरेशिया वंश झाला होता, त्या वंशाची ती असावी. पण ती पूर्णपणे युरोपीय नव्हती हे नक्की. अंधुक पिवळसर प्रकाशात तिचा चेहरा व तिचा वर्ण नीट दिसणे कठीण होते. शिवाय तिच्या अंगावर भरपूर चिखल व धूळ उडून बसली होती. परंतु तिच्या डाव्या गालावरती एक लांबलचक ओरखडा आहे हे गालावरच्या धुळीतूनही समजून येत होते.

ती त्या जथ्याचे नेतृत्व करीत होती आणि आपला रस्ता चुकली होती. तिला सिंगापूर शहर चांगले परिचयाचे होते. पण आत्ता हवेत उसळलेला धूर व पसरलेल्या अंधारात कोणालाही रस्ता सापडणे दुरापास्त होईल अशी ती परिस्थिती होती. कुठेतरी किनाऱ्यावरती सैनिकांची तुकडी असून त्यांना औषधोपचारांची गरज आहे असे तिला सांगण्यात आले होते. त्यातल्या काही सैनिकांना तर तात्काळ मदतीची गरज असून ती मदत वेळेत मिळाली नाही तर त्यांचे प्राण जाणार होते. मग त्यांना जपानच्या युद्धकैद्यांच्या तुरुंगातही प्रवेश मिळाला नसता. जसजसा वेळ एकेका मिनिटाने पुढे पुढे सरकत होता तसतशी जपानी सैन्य केव्हाही प्रगट होण्याची धास्ती वाटू लागली होती. त्या नर्सेस सैनिकांपाशी आधी पोचतात का जपानी सैनिक आधी पोचतात, अशी चुरस नकळत निर्माण झाल्यासारखी वाटत होती. त्या सर्वजणी निर्मनुष्य रस्त्यांवरून वळणे घेत घेत जसजशा जात होत्या तसतसा त्यांना रस्ता सापडणे कठीण होत जात होते. केलांग खाडीवरील *केप रु* या ठिकाणासमोर कुठेतरी सैनिक आहेत असे तिला सांगण्यात आले होते. तिला तो पत्ता सहज सापडेल असेही आश्वासन दिले गेलेले होते. पण प्रत्यक्षात तसे अजिबात घडत नव्हते. त्या गडद अंधारामध्ये ते *'केप रु'* कुठे दडलेले होते ते समजत नव्हते.

असाच अर्धा तास गेला, एक तास गेला. ती जागा आपणास नक्की सापडणार नाही असे वाटून ती निराश होऊ लागली. जशी ती निराश झाली तशी तिची चाल मंदावली, पावले अडखळू लागली. ह्या गोंधळात व अथांग अंधारात ते सैनिक कधीच सापडणार नाहीत याची तिला खात्री पटू लागली. मेजर ब्रॅक्ले हा सैन्यातला

डॉक्टर होता. त्यानेच तिला चारजणींना बरोबर घेऊन जायला सांगितले होते. तिला ती जागा सापडावी अशी त्याची अपेक्षा होती. पण तशी अपेक्षा करणे किती चुकीचे होते. अन् जरी ती जागा सापडली, तरी उद्याची सकाळ जेव्हा उजाडेल तेव्हा सर्वांना कळून येईल की आपण एवढा वेळ जिवंत रहाण्याची केलेली धडपड निरर्थक आहे. जपानी सैनिक आल्यानंतर त्यांच्या मर्जीवरती आपले जगणे किंवा मरणे अवलंबून रहाणार आहे. ती एकदाच कधीतरी पूर्वी जपानी सैनिकांना भेटली होती. ती आठवण अत्यंत कटू होती. त्या प्रसंगाची खूण म्हणून लांबलचक ओरखडा तिच्या गालावरती त्यावेळी उमटला होता. आता हा ओरखडा त्या प्रसंगाची तिला जन्मभर आठवण करून देणार होता. ह्या रक्तपिपासू जपान्यांपासून जितके दूर रहावे तितके बरे, असा तिचा विचार होता. शिवाय ते सैनिक त्या जागी किती काळ तग धरू शकतील याचा भरवसा देता येत असेही मेजर ब्रॅक्ले याने सांगितले होते. तिने आपले डोके नकळत हलवले आणि ती भराभर पावले टाकू लागली. ती आणखी एका अंधाऱ्या व ओसाड रस्त्याकडे वळली.

भटकत जाणारी सैनिकांची ती तुकडी, तो लहान मुलगा आणि नर्सेसचा तो जथा यांच्या अस्तित्वावर भीती, धाक, आजारीपण व निराशा यांचे दडपण पडलेले होते. असेच दडपण आज, १४ फेब्रुवारी १९४२ च्या मध्यरात्री हजारो माणसांवर पडले होते. कारण सर्वत्र विजय मिळविण्याच्या इर्षेने भारलेले व हर्षोन्माद झालेले जपानी सैन्य हे सिंगापूर शहराच्या बाहेर दबा धरून बसले होते. सकाळ होताच ते शहरावरती चाल करून जाणार होते. मग होणार होती ती कत्तल, भयानक रक्तपात, मुंडक्यांच्या राशी आणि शेवटी येणार होता तो विजय. जपानी साम्राज्याचा विजय! उद्या काय होईल या चिंतेने व भीतीने शहरातील नागरिक, प्रशासन व ब्रिटीश सैन्य दडपून गेले होते. पण शहरातील एका माणसाला मात्र भीती, निराशा व खेद यांचा स्पर्श झाला नव्हता.

तो माणूस उंच होता व पोक्त होता. फोर्ट कॅनिन्गच्या दक्षिणेला असलेल्या इमारतीमध्ये एका ऑफिसात तो बसला होता. तिथे मेणबत्त्यांचा प्रकाश पडलेला होता. त्याला परिस्थितीपेक्षाही काळाचे भान जास्त होते. अन् हा काळ तर भराभरा पळत होता. त्यामुळे तो सारखा अस्वस्थ होत होता. आपल्यावरची जबाबदारी वाढत चालली आहे या जाणिवेने तो आणखी गंभीर होत चालला होता. त्याच्यावरच्या जबाबदारीचे ओझे एवढे प्रचंड होते की ते कोणाही माणसाला पेलवणे केवळ अशक्य होते. पण त्याने आपला चेहरा हा प्रयत्नपूर्वक निर्विकार ठेवला होता. त्याचे केस पांढरे झाले होते व चेहरा लाल होता. त्या चेहऱ्यामागे एक मोठा ज्वालामुखी खदखदत होता. त्याने तोंडात एक लठ्ठ बर्मा चिरूट धरला होता. त्याच्या पांढऱ्या

रंगाच्या भरघोस मिशा आणि गरुडाच्या चोचीसारखे नाक यांच्यामधून त्या चिरुटाचे जळते टोक बाहेर उगवले आहे असे वाटत होते. त्याच्या नाकाचा शेंडा हा अधिक चमकदार वाटत होता. काही वेळ तो वेताच्या खुर्चीत आराम करीत बसला होता. पण थोडाच वेळ. तर अशा ह्या ब्रिगेडियर-जनरल फॉस्टर फार्नहोम या सेवानिवृत्त लष्करी अधिकाऱ्याकडे पाहिले तर बाहेरून तो खूपच शांत माणूस आहे असे कोणालाही वाटले असते. आत्ता तो इथे येऊन कोणाची तरी वाट पहात होता.

त्याच्या मागे असलेले दार उघडून एक तरुण व थकलेला सार्जंट खोलीत आला. फार्नहोमने आपला चिरूट तोंडातून काढला व त्याने आपली मान सावकाश वळवित व एक भुवई उंचावत प्रश्नार्थक चेहऱ्याने त्या सार्जंटकडे पाहिले.

तो सार्जंट त्याला सांगू लागला, "सर, मी आपला निरोप पोचवला. कॅप्टन ब्रेसलॅन्ड म्हणाले की ते लगेच निघत आहेत."

"ब्रेसलॅन्ड?" फार्नहोमच्या पांढऱ्या भुवया आता वक्र न रहाता सरळ झाल्या व एका रेषेत आल्या. त्याचे खोल असलेले डोळे बारीक झाले. तो म्हणत होता, "हा कोण लेकाचा कॅप्टन ब्रेसलॅन्ड आहे? असं पहा, मी तुला मुद्दाम फक्त कर्नललाच निरोप द्यायला सांगितले होते. तुझ्या या कर्नलला काय वाटेल ते करून मला ताबडतोब भेटायला सांग. ताबडतोब! लक्षात आले?"

"या बाबतीत कदाचित् मी आपल्याला काही मदत करू शकेन," दरवाजात सार्जंटच्या मागे उगवलेला एक माणूस म्हणत होता. तिथल्या त्या अंधुक अशा मेणबत्त्यांच्या उजेडातही त्या माणसाचे डोळे लाल झाले आहेत हे समजून येत होते. त्याच्या गालावरती तापामुळे पुरळ उठले होते. त्याचा आवाज इंग्लंडमधल्या वेल्श प्रांतातला होता. तो सभ्यपणे बोलत होता.

"ब्रेसलॅन्ड? आपणच ब्रेसलॅन्ड?" ब्रिगेडियर-जनरल फार्नहोमने त्याला विचारले.

त्या तरुण अधिकाऱ्याने आपली मान संमतीदर्शक हलवली. पण तो बोलला नाही.

मग फार्नहोम म्हणाला, "तुम्ही नक्कीच मला मदत करू शकाल. तेव्हा तुमच्या कर्नलला इकडे पाठवून द्या. ताबडतोब. मला आता एक सेकंदही गमवायचा नाही."

ब्रेसलॅन्ड आपली मान नकारार्थी हलवित म्हणाला, "ते मला शक्य नाही. गेले तीन दिवस तीन रात्र ते अजिबात झोपले नव्हते. आत्ता कुठे त्यांना झोप लागली आहे. कुणी सांगावे उद्या सकाळी आपल्याला त्यांची अत्यंत गरज पडणार असेल. तेव्हा आज त्यांना थोडी झोप घ्यायला हरकत नाही."

"मला ते ठाऊक आहे. तरीही मला त्यांना भेटलेच पाहिजे." फार्नहोम क्षणभर थांबला. बाहेर जवळच कुठेतरी अवजड मशीनगन चालवली जात होती. तिचा

आवाज बंद होईपर्यंत तो थांबला. नंतर शांतपणे बोलू लागला, "कॅप्टन ब्रेसलॅन्ड, मी तुमच्या कर्नलची भेट घेणे हे किती अत्यंत निकडीचे आहे याची तुम्हाला कणभरही कल्पना येणार नाही. लष्करीदृष्ट्या ते अत्यंत अतिमहत्त्वाचे आहे. यापुढे सिंगापूरची समस्या ही काहीच नाही– अगदी काही नाही." मग त्याने आपल्या शर्टात हात खुपसून एक पिस्तूल बाहेर काढले. ते एक काळ्या रंगाचे कोल्ट वर्गातले जड पिस्तूल होते. पॉईंट फॉर्टीफाईव्ह जातीचे होते. फार्नहोम पुढे बोलू लागला, "शेवटी मलाच तुमच्या कर्नलला शोधावा लागणार असे दिसते. मग भले त्यासाठी हे पिस्तूल वापरावे लागले तरी हरकत नाही. पण तशी वेळ येणार नाही, अशी मी आशा करतो. प्लीज तुमच्या कर्नलला सांगा की ब्रिगेडियर फार्नहोम आलेले आहेत. पहा ते लगेच इकडे येतील की नाही. नक्कीच ते येतील."

ब्रेसलॅन्डने फार्नहोमकडे बराच वेळ बघितले. तो क्षणभर कां कूं करू लागला. पण शेवटी मान हलवून तिथून निघून गेला. तीन मिनिटातच तो परत आला आणि दारात बाजूला उभा राहिला. त्याच्या मागून आलेला माणूस खोलीत आला.

हाच तो कर्नल असावा, असा फार्नहोमने तर्क केला. तो माणूस वयाने जास्तीत जास्त पंचेचाळीशीचा असावा असाही त्याने अंदाज केला. पण तो सत्तरीच्या माणसाएवढा दिसत होता. किंचित डुलत तो पुढे येऊ लागला.

त्याला त्याचे डोळे उघडणे हे फार कष्टाने जमवावे लागत होते. त्याने तरीही आपल्या चेहेऱ्यावरती हसू आणले. चालत चालत तो ब्रिगेडियर फार्नहोमच्या पुढे येऊन उभा राहिला व हस्तांदोलनासाठी त्याने आपला हात त्यांच्यापुढे केला.

"गुड ईव्हिनिंग, सर. तुम्ही कुणीकडून इकडे आलात?" कर्नलने विचारले.

"ईव्हिनिंग कर्नल." फार्नहोममधील वरिष्ठ अधिकारी जागृत झाला होता. त्याने पुढे म्हटले, "म्हणजे तुम्ही मला ओळखता तर?"

"होय. तुमच्याबद्दल प्रथमच मी तीन दिवसांपूर्वी ऐकले होते."

"छान, छान." फार्नहोम समाधानाने बोलू लागला, "त्याबद्दलचा खुलासा आत्ता सांगू नका. उगाच त्यात आपला वेळ जाईल. तेवढा माझ्याकडे वेळही नाही. सरळ मी मुद्याकडे वळतो." तो असे म्हणतो न म्हणतो तोच बाहेर जवळच कुठेतरी एक बॉम्बस्फोट झाला आणि सारी खोली हादरून निघाली. त्या स्फोटामुळे निघालेल्या हवेच्या जोरदार लाटेमुळे खोलीतील बहुतेक मेणबत्त्या विझून, एक दोन मेणबत्त्यांच्या ज्योती मात्र फडफडत पुन्हा मोठ्या झाल्या. बॉम्बस्फोटाच्या आवाजामुळे फार्नहोम क्षणभर विचलीत झाला होता. तो आता परत बोलू लागला, "कर्नल, मला सिंगापूरमधून बाहेर पडण्यासाठी एक विमान पाहिजे. मग ते कोणत्याही प्रकारचे असले तरी चालेल. त्या विमानात मला जागा मिळवून देण्यासाठी दुसऱ्या कोणालाही तुम्ही खाली उतरवा. तसेच, ते विमान बाहेर पडून कुठे जाईल याचीही मला फिकीर

नाही. मग भले ते ब्रह्मदेश, हिंदुस्थान, सिलोन, ऑस्ट्रेलिया यापैकी कुठेही जावो. माझ्या दृष्टीने मला त्यात काहीच फरक पडत नाही. पण कोणत्याही परिस्थितीत मला सिंगापूरमधून बाहेर काढणारे विमान हवे आहे, नि तेही ताबडतोब.''

''तुम्हाला सिंगापूरमधून बाहेर पडणारे एक विमान हवे आहे.'' कर्नलने हे वाक्य निर्विकारपणे व सावकाश उच्चारले. जणू काही फार्नहोमच्या वाक्याचा तो एक थंड स्वरातला प्रतिध्वनी होता. त्याचा चेहराही तसाच थंड व निर्विकार होता. पण एकदम तो मलूलपणे हसला व मोठ्या कष्टाने म्हणाला, ''ब्रिगेडियर, आपल्या सर्वांनाच तसे एखादे विमान हवे आहे, हो ना?''

''माझे म्हणणे तुमच्या नीट लक्षात आलेले दिसत नाही.'' फार्नहोम सावकाश पण अत्यंत संयम धारण करीत म्हणाला. त्याने आपल्या तोंडातील चिरूट काढून तो समोरच्या ॲश ट्रेमध्ये दाबून विझवून टाकला. तो पुढे म्हणाला, ''मला ठाऊक आहे की इथे शेकडो जखमी लोक आहेत, आजारी माणसे आहेत, त्यात बायका मुलेही आहेत.''

पण फार्नहोमचे बोलणे तोडून टाकीत कर्नल म्हणाला, ''इथे असलेले शेवटचे विमान निघून गेलेले आहे.'' असे म्हणून त्याने आपल्या चुरचुरणाऱ्या डोळ्यांवरून आपला हात फिरवला. ''ते विमान काल किंवा परवा निघून गेले. नक्की कोणत्या दिवशी गेले ते मला सांगता येणार नाही.''

''सर, ते ११ फेब्रुवारीला निघून गेले,'' कॅप्टन ब्रेसलॅन्डने माहिती पुरवली, ''ते एक हरिकेन विमान होते आणि ते पालेमबंग गावाला गेले.''

कर्नललाही ते आठवले. तो म्हणाला, ''बरोबर. ते एक हरिकेन जातीचे विमान होते व ते खूप घाईघाईने निघून गेले.''

फार्नहोम निर्विकारपणे म्हणाला, ''शेवटचे विमान! पण अजूनही बाकीची विमाने इथे असतीलच ना? ब्रूस्टर जातीची फायटर विमाने. वाईल्डबीस्टिज—''

''सर्व काही नष्ट झाली,'' कर्नल म्हणाला. तो आता फार्नहोमकडे कुतूहलाने पाहू लागला. तो म्हणत होता, ''अन् जरी ती विमाने नसली तरी सारे विमानतळ आता उद्ध्वस्त झाले आहेत. सेलेटार, सेम्बावांग, तेनाग— जपान्यांनी सर्व विमानतळांवरती बॉम्ब टाकून ते उद्ध्वस्त केले आहेत. केलांगच्या विमानतळाची मला माहिती नाही. पण तोही नक्कीच निरुपयोगी झाला असणार.''

''अस्स. असे झाले काय,'' असे म्हणून फार्नहोम आपल्या पायाशी खाली ठेवलेल्या बॅगेकडे पाहू लागला. मग एकदम मान वर करून म्हणाला, ''कर्नल, तुमच्याकडे फ्लाईंग बोटी असतील. असतील ना? कॅटलिना?''

पण यावर कर्नलने सावकाश आपली मान नकारार्थी हलवली. फार्नहोम त्याच्याकडे बरेच सेकंद टक लावून पापणीही न हलवता पहात राहिला. मग शेवटी

सारी परिस्थिती लक्षात आली अशा अर्थी मान हलवित आपल्या घड्याळात पहात म्हणाला, "कर्नल, मला जरा तुमच्याशी एकट्याशी बोलायचे आहे."

"जरूर." असे म्हणून कर्नलने ताबडतोब जवळ उभ्या असलेल्या कॅप्टन ब्रेसलॅन्डकडे सूचकरित्या पाहिले. ब्रेसलॅन्ड ताबडतोब तिथून बाहेर पडला आणि आपल्या मागे त्याने खोलीचे दार लावून टाकले. मग कर्नल एक मंद स्मित करीत म्हणाला, "सर, शेवटचे विमान खरोखरीच निघून गेले आहे."

"त्या बाबतीत माझी खात्री पटली आहे." असे म्हणून फार्नहोम आपल्या शर्टाची बटने काढू लागला. मधेच थांबून वरती पहात तो म्हणाला, "कर्नल, मी कोण आहे याची तुम्हाला कल्पना आहे? नुसत्या माझ्या नावाने तुम्ही मला कदाचित् ओळखत असाल. पण–"

"मला गेले तीन दिवस रोज तुमच्याबद्दल माहिती समजत आहे. अत्यंत गुप्त गोष्टींशी तुमचा सतत संबंध असतो. अर्थात तुमचे कामच त्या तसल्या विभागात आहे." कर्नल प्रथमच फार्नहोमबद्दल आपल्या मनातले प्रगट करीत होता. "तुम्ही आग्नेय आशियातील प्रति-घातपाती विभागाचे गेली १७ वर्षे प्रमुख आहात. तुम्हाला अनेक आशियाई भाषा बोलता येतात."

"माझ्याबद्दलची माहिती राहू द्या." फार्नहोमने आपल्या शर्टाची सर्व बटणे सोडवली होती. मग आतमध्ये कंबरेला बांधलेला एक पट्टा त्याने बाहेर काढला. त्या पट्ट्यावरती रबराचे आवरण चढवलेले होते. तो म्हणत होता, "कर्नल, तुम्हाला एखादी आशियाई भाषा येत नसेल असे मी धरून चालतो."

"तसे काही नाही. मला जपानी भाषा येते. म्हणून तर मी येथे आहे. या गोष्टीचा उपयोग मला आता जपान्यांच्या कैदेत होईल असे दिसते." कर्नल विषादपूर्ण स्वरात म्हणाला.

"जपानी भाषा येते ना? मग त्याचा आता उपयोग होईल." असे म्हणून फार्नहोमने आपल्या पट्ट्यांमधून दोन चपट्या व लांबट पिशव्या बाहेर काढल्या. त्याच्या चेन्स उघडून आतील सर्व गोष्टी टेबलावर ओतल्या. तो पुढे म्हणाला, "कर्नल, काय काय गोष्टी आहेत त्या नीट पाहून घ्या. त्यातून तुम्हाला काही अर्थ काढता आला तर सांगा."

कर्नलने फार्नहोमकडे एकदा तीक्ष्णपणे पाहिले व मग खाली टेबलावर पडलेल्या गोष्टींकडे पाहिले. त्यात फिल्म रोल्स होते, आणि कागदपत्रांच्या फोटोप्रती होत्या. ते पाहून कर्नल एकदम खोलीबाहेर गेला आणि लगेच परतला. येताना त्याने आपल्याबरोबर एक चष्मा, काचेचे एक मोठे भिंग आणि एक टॉर्च आणला. तीन मिनिटे तो प्रत्येक गोष्टीचे निरीक्षण करत होता, बारकाईने मजकूर वाचत होता. त्या तीन मिनिटात त्याने एकदाही मान वर करून पाहिले नाही की एक शब्दही तोंडून काढला नाही. बाहेर अधूनमधून स्फोट होत होते. दूरवरून एका मशिनगनचा

ट्रट्रट्रट्रट्र आवाज येत होता. कुठेतरी झाडल्या गेलेल्या गोळ्यांचे चुंईऽऽ असे आवाज क्षणभर येऊन जायचे. बाहेरच्या अंधारातला धूर मात्र अजून कमी झाला नव्हता. पण आत खोलीत कोणताही बारीकसुद्धा आवाज होत नव्हता. टेबलापाशी बसलेला कर्नल हा दगडात कोरलेला पुतळा वाटावा एवढा स्तब्ध बसला होता. फक्त त्याचे डोळे हलत होते. फार्नहोमने एक नवीन चिरूट पेटवून तोंडात धरला होता. आपल्या खुर्चीत तो पाय ताणून बसला होता आणि तो त्रयस्थपणे आपल्याच विचारात बुडून गेला होता.

शेवटी कर्नलची पहाणी संपली. त्याचे अंग शहारून गेले व त्याने फार्नहोमकडे पाहिले. त्याच्या हातात कागदपत्रांच्या छायाप्रती होत्या. त्याचा हात थरथरल्यामुळे त्या प्रतीही थरथरत होत्या. जेव्हा तो बोलू लागला तेव्हा त्याच्या आवाजातही कंप आला होता. तो म्हणत होता, "बापरे! सर, ही इतकी स्फोटक माहिती तुम्ही कुठून मिळवलीत?"

"बोर्निओमधून. तिथे आमची दोन उत्कृष्ट माणसे आहेत. शिवाय दोन डच माणसेही होती. ते चौघेही आपल्यासाठी हेरगिरी करत होते. मेले बिचारे. ही माहिती काढण्यासाठी त्यांना आपला जीव गमवावा लागला. पण आत्ता यावेळी ही गोष्ट महत्त्वाची नाही." असे म्हणून फार्नहोमने चिरूटचा एक झुरका घेऊन तोंडाने धूर सोडला. तो म्हणत होता, "महत्त्वाचे हे आहे की, मला ही गुप्त माहिती मिळाली असून, त्याची बातमी जपान्यांना अजिबात नाही."

फार्नहोमचे शब्द कर्नलला ऐकू गेले नसावेत. इतका तो त्या माहितीच्या प्रभावाखाली सुन्न होऊन बसला होता. आपल्या हातातील कागदांकडे तो पहात होता, आपली मान सावकाश हलवत होता. शेवटी त्याने हातातली कागदे टेबलावरती ठेवली, डोळ्यावरचा चष्मा काढून त्याची घडी करून तो डबीत ठेवला आणि एक सिगारेट त्याने शिलगावून तोंडात धरली. त्याचे हात मात्र अजून थरथरत होते.

तो पुटपुटत होता, "फंटॅस्टिक... अद्‌भुत... भयानक हे असले काही फारच थोडे अस्तित्वात असेल. सगळ्या उत्तर ऑस्ट्रेलियाच्या भागावर आक्रमण... त्याचा हा आराखडा..."

"होय. त्यात बहुतेक सारा तपशील आला आहे," फार्नहोम बोलू लागला. "कोणती बंदरे व विमानतळ ताब्यात घ्यायचे... त्यांच्यावर नक्की केव्हा हल्ले चढवायचे... कोणकोणत्या बटॅलिअन्स एकामागोमाग सोडायच्या... सारे काही त्यात आहे."

"होय," कर्नल टेबलावरील छायाप्रतींकडे पहात म्हणाला. त्याच्या भुवया सारख्या वेड्यावाकड्या हलत होत्या. तो म्हणत होता, "पण त्यामध्ये काहीतरी असे आहे की–"

"मला ठाऊक आहे ते," फार्नहोम त्याचे वाक्य तोडीत म्हणाला, "त्यातला महत्त्वाचा भाग अजून आपल्याला कळलेला नाही. कारण तो सांकेतिक भाषेत लिहिला आहे. तो कळीचा भाग अजून आपल्याला उलगडलेला नाही. पण कोणत्याही महत्त्वाच्या माहितीमध्ये असे गुपित मुद्दामच सांकेतिक भाषेत दडवून ठेवले जात असते. तारखा, प्राथमिक उद्दिष्टे, दुय्यम उद्दिष्टे हे जपान्यांनी गुंतागुंतीच्या सांकेतिक भाषेत लिहिलेले आहे. इतकी महत्त्वाची माहिती ते कधी साध्यासुध्या जपानी भाषेत थोडेच लिहितील? त्यांची ही सांकेतिक भाषा अद्याप उकलता आलेली नाही. त्यासाठी आम्ही खूप प्रयत्न केले. फक्त लंडनमधला तो एक आमचा बुटका म्हातारा माणूस मात्र हे काम चुटकीसरसे करून दाखवेल." परत एक झुरका घेऊन त्याचा धूर सोडून फार्नहोम पुढे म्हणाला, "पण कर्नल, माहिती तशी 'खास' व 'विशेष' आहे की नाही?'''

"पण ही माहिती तुमच्या हातात कशी काय पडली?"

"तो काही महत्त्वाचा मुद्दा नाही, हे मी तुम्हाला सांगितलेच आहे." फार्नहोमच्या उडवून लावण्याच्या या बोलण्यातून त्याच्यातला खंबीरपणा हळूहळू प्रगट होऊ लागला. त्याने आपली मान हलवली व तो सौम्य हसला. "सॉरी कर्नल. ह्या गुप्त माहितीबद्दल फार काही आपण चर्चा करायला नको. अन् ही माहिती माझ्या हातात पडली नसून ती मी मिळवली आहे. या एकाच गोष्टीसाठी मी पाच वर्षे त्यामागे होतो. योग्य वेळी व योग्य स्थळी ही रहस्यमय माहिती माझ्या हातात पडावी म्हणून सतत प्रयत्न करीत होतो. जपानी लोक फार प्रामाणिक आहेत असे समजू नका. तेही भ्रष्टाचार करतात. मी त्यांच्याशी योग्य वेळी संधान बांधले, पण योग्य स्थळी मात्र नव्हे. म्हणून तर मी आत्ता येथे आहे."

कर्नलच्या कानावर फार्नहोमचे बोलणे पडत नसावे. तो टेबलावरच्या कागदांकडे टक लावून पहात होता. मधूनच आपले डोके सावकाश दोन्ही बाजूंना हलवित होता. पण आता त्याने वर मान करून पाहिले. त्याचा चेहरा एकदम पडला, निस्तेज झाला व त्यावर पराभवाची छाया पसरली. तो आता वृद्ध वाटू लागला.

"सर, ही सर्व कागदे अति अति मौल्यवान आहेत." असे म्हणून त्या छायाप्रती त्याने उचलल्या. फार्नहोमकडे एकदा शून्यात नजर लावून पाहिले आणि म्हटले, "तो वरचा परमेश्वर व आजपर्यंतचे जगातले सारे खजिने ह्या रहस्यमय कागदांपुढे फिके पडतील. ह्या कागदांमुळे जीवन आणि मृत्यू यांच्यात भेद रहातो आहे. जय किंवा पराभव ह्यातील फरकही ह्याच कागदांमुळे आहे. हे– हे– कागद स्वर्गतुल्य आहेत. सर, ऑस्ट्रेलिया लक्षात घ्या! आपल्या लोकांकडे हे कागद असायलाच हवे– असायलाच हवेत." कर्नल भावनाविवश होऊन बोलत होता.

"बरोबर आहे. आपल्या लोकांकडे हे कागद असायलाच हवेत," फार्नहोमने

त्याला दुजोरा दिला.

कर्नल फार्नहोमकडे न बोलता थोडा वेळ पहात राहिला. त्याचे थकलेले डोळे आता फार मोठा धक्का बसल्याने विस्फारीत गेले. मग एकदम त्याने आपले अंग खुर्चीत धाडकन टाकून दिले. त्याची मान वाकली व हनुवटी छातीला जवळजवळ भिडली. त्याच्या हातातल्या सिगारेटमधला धूर हा वळणे घेत घेत हवेत वरती त्याच्या डोळ्यांसमोरून चालला. त्याचे डोळे त्या धुरामुळे चुरचुरु लागले. पण त्याने त्याची दखल घेतली नाही.

फार्नहोम उठला व टेबलापाशी जाऊन त्याने ती सारी कागदे व फिल्मरोल गोळा केले. त्या पिशव्यात घालून त्या आपल्या रबरी आवरणाच्या पट्ट्यात तो काळजीपूर्वक ठेवू लागला. तो बोलू लागला, "आल्या आल्या मी येथून बाहेर जाण्यासाठी का धडपड करत होतो ते आले ना लक्षात? मी का विमान मागत होतो ते समजले ना? अजूनही मला येथून झटपट बाहेर पडायला हवे. आले लक्षात?"

कर्नलने यावरती आपली मान थंडपणे हलवली. पण तो काहीही बोलला नाही.

फार्नहोम पुन्हा मघासारखाच आग्रह धरीत म्हणाला, "मग एकही विमान नाही ना? निदान एखादे तात्पुरते नादुरुस्त अवस्थेतले–" त्याने कर्नलच्या चेहेऱ्याकडे पाहून एकदम आपले बोलणे थांबवले. मग पुन्हा थोड्या वेळाने हळूच म्हटले, "निदान एखादी पाणबुडी तरी?"

"नाही."

फार्नहोमने आपला चेहरा ताणत म्हटले, "डिस्ट्रॉयर, फ्रिगेट, अशापैकी एखादी युद्धनौका?"

"नाही." कर्नल शेवटी न रहावून म्हणाला, "फार काय एखादे व्यापारी जहाज पण आता हाताशी उरले नाही. *ग्रासहॉपर, टिएन क्वांग, केटीडिड, कुआला, ड्रॅगनफ्लाय* आणि इतर छोट्या बोटींनी काल रात्रीच सिंगापूर सोडले. आता या बोटी इकडे परत कधीही येणार नाहीत. येणे शक्य नाहीत. त्या आपला प्रवास शंभर मैल तरी पुऱ्या करतील की नाही शंकाच आहे. जपानी विमाने इथल्या बेटांच्या साखळीभोवती घिरट्या घालत आहेत. त्यांना चुकवता येणार नाही. त्या सर्व जहाजात बायका, मुले, जखमी लोक व आजारी माणसे आहेत. यातल्या बहुतेक साऱ्या बोटींना जपानी विमाने जलसमाधी देतील. त्यांच्या तावडीतून कोणीही निसटू शकणार नाही. शेवटी सारेजण समुद्राच्या तळावरती पोचणार आहेत."

"पण जपानी तुरुंगात सडत यमयातना भोगत रहाण्यापेक्षा हा पर्याय चांगला आहे." फार्नहोम आपल्या कमरेला पट्टा बांधत म्हणत होता, "हे बघा कर्नल, ही सारी माहिती किती सुरक्षित व आटोपशीरपणे माझ्यापाशी रहाते पहा. तेव्हा आता कसे काय करायचे ते बोला."

"गॉड! तुम्ही नेमके याच वेळी व इथेच का आलात?" कर्नल आता चिडू लागला होता. त्याला फार्नहोमच्या समस्येची गंभीरता कळली होती नि त्यावर काहीच उपाय सापडत नाही म्हणून तो अस्वस्थ होत चालला होता. स्वत:वर चरडफडत होता. "जगातील सगळ्या जागा सोडून, सगळे दिवस सोडून तुम्ही नेमके इथे सिंगापूरमधेच का आलात? अन् इथे येण्याचे तुम्हाला जमले तरी कसे?"

फार्नहोम म्हणाला, "मी बंजरमसिन येथून एका बोटीतून आलो. *द केरी डान्सर* हे त्या बोटीचे नाव होते. ती बोट म्हणजे एक मोडलेली व मोडत चाललेली बोट होती. त्यावरून प्रवास करणे म्हणजे मृत्यूच्या तरंगत्या सापळ्यावरून प्रवास करण्याजोगे होते. त्या बोटीला कोणी परवाना दिला होता देव जाणे. सिरान नावाचा एकजण ती बोट फार कौशल्याने चालवित होता. हा माणूस मात्र फारच धोकेबाज व भयंकर आहे. या इंग्लिश माणसाचा कसलाही भरवसा देता येत नाही. तो कधीही विश्वासघात करतो. शिवाय त्याने जपान्यांशीही थोडेसे संधान जुळवले आहे. आपण *कोटाबारु* येथे चाललो आहोत, असे त्याने मला सांगितले. पण मधेच त्याने अचानक आपले मन बदलले आणि आपली बोट इकडे सिंगापूरकडे वळवली. त्याने असे का केले ते समजायला कसलाही मार्ग नाही की त्या बाबतीत तर्कही करता येत नाही."

"त्याने असे केले? मधेच आपला इरादा बदलला?"

"मी त्याला बऱ्यापैकी पैसे दिले. अर्थात ते पैसे माझे नव्हते. त्यामुळे मी ते देत गेलो. मला वाटले की सिंगापूर शहर सुरक्षित असेल. मी त्यावेळी उत्तर बोर्निओ येथे होतो. माझ्या वायरलेस सेटवर मी ऐकले की हाँगकाँग बेट, ग्वाम बेट आणि वेक एवढी स्थळं जपान्यांच्या हातात गेली आहेत. मला खूप घाई होती. काय वाटेल ते करून दूर निघून जायचे होते. बंजरमसिन येथे मी दहा दिवस थांबलो होतो. तिथे मी ही बोट मिळवली. नंतर बोटीवरती मला आणखी एक बातमी मिळाली. त्या बोटीवरती आदर वाटावा असा फक्त एकच माणूस होता. त्याच्या जवळचा वायरलेस सेटही मला तेवढाच आदरणीय वाटला. बोटीवरच्या वायरलेस रूममध्ये तो माणूस काम करीत होता. तो वायरलेस सेट चालवणारा आणि वायरलेस सेट ह्या दोन गोष्टी सिरानच्या नीच कृत्यांसाठी आवश्यक होत्या. त्या माणसाचे नाव 'लून' असे होते. मी बोटीवर चढल्यानंतर दुसऱ्या दिवशी, म्हणजे २९ जानेवारीला, वायरलेस रूममध्ये गेलो होतो. आम्हाला अचानक बीबीसी रेडिओचे प्रसारीत झालेले वार्तापत्र सेटवरती ऐकायला मिळाले. त्यात बातमी दिली होती की जपान्यांनी इपो बेटावरही बॉम्बिंग केले आहे. त्यामुळे माझी अशी समजूत झाली की जपानी आक्रमण सावकाश, मंद गतीने पुढे सरकत आहे. तेव्हा सिंगापूर अद्याप सुरक्षित असणारच. मग तिथे आपल्याला एखादे विमान मिळू शकेल."

'समजले' या अर्थी कर्नलने आपली मान हलवली व म्हटले, "मीही ती बातमी

ऐकली होती. ही असली भयानक अफवा पिकवण्यामागे कोण आहे ते देव जाणे. सर, जपान्यांनी इपो बेट हे महिन्यापूर्वीच ताब्यात घेतले होते. सिंगापूर बेट मुख्य भूमीला ज्या चिंचोळ्या मार्गाने किंवा कॉजवेने जोडले आहे त्यापासून अवघ्या काही मैलांवरती जपानी सैन्य त्याचवेळी येऊन ठेपले होते. त्यांनी फार फार वेगाने मुसंडी मारली. अन् आपण सारे 'जपानी यायला खूप अवकाश आहे' या भ्रमात होतो. पण त्यामुळे केवढा गोंधळ माजला आहे, किती अनर्थ घडला आहे!'' कर्नल हळहळत म्हणाला.

फार्नहोम म्हणाला, ''तुम्ही हे सारे फारच सौम्य शब्दांत सांगितलेत. आता जपानी इथे केव्हा येतील?''

''आम्ही उद्याच त्यांच्यापुढे शरणागती पत्करतो आहोत.'' कर्नल आपल्या तळहाताकडे पहात म्हणाला.

''उद्या!'' असे म्हणून फार्नहोमने एक निःश्वास सोडला.

''सर, आमच्याजवळचा सारा दारुगोळा संपून गेला आहे. आम्ही आता काहीही करू शकत नाही. आमचा अन्नधान्याचा साठाही संपुष्टात आला आहे. पाण्याचा साठाही संपला आहे. मुख्य भूमीपासून कॉजवेवरून एकच पाण्याची पाईपलाईन सिंगापूर शहराला पुरवठा करते. आम्ही उद्या ती उडवून देणार आणि नंतर शरणागती पत्करणार.'' कर्नल दुःखाने म्हणाला.

ब्रिगेडियर फार्नहोम म्हणाला, ''वा:ऽ! काय पण हे लष्करी ठाणे बांधले आहे. त्यावेळी सुरुवातीला याच ठाण्याचे किती जाहीर गोडवे गायले होते. काय गचाळ रचना केली आहे. लक्षावधी पौंड या ठाण्यावरती खर्च केले होते. सर्वात मोठे ठाणे, अति सुरक्षित वगैरे वगैरे शब्द उधळले होते. आत्ता ते आठवले की मला शरम वाटते.'' मग उठून एक दीर्घ सुस्कारा सोडून तो पुढे म्हणाला, ''म्हणजे आता मला परत त्या *केरी डान्सर* बोटीचा आश्रय घ्यायला हवा आणि निघायला हवे. काय पुढे होणार ते मला कळत नाही. परमेश्वरच आता ऑस्ट्रेलियाचे रक्षण करो!''

*केरी डान्सर*चे नाव ऐकताच कर्नल आश्चर्यचकित होत म्हणाला, ''सर, उजाडल्यावर एका तासात ही बोट निघून गेलेली असेल. अन् किनाऱ्यावरती जपानी विमाने त्यावेळी घिरट्या घालायला लागली असतील.''

फार्नहोम त्यावरती हताशपणे म्हणाला, ''पण याखेरीज दुसरा कोणता पर्याय तुम्ही सुचवता, कर्नल?''

''तेही खरे आहे म्हणा. अन् इतकेही करून सुदैवाने तुम्ही येथून सुखरुप निसटलात तर *केरी डान्सर* बोटीच्या कॅप्टनचा काय भरवसा आहे? कशावरून तो तुम्हाला हव्या त्या ठिकाणी नेऊन पोचवेल? तशी काय शक्यता आहे?''

''काहीही नाही. पण त्या बोटीवरती एक तरुण डच माणूस आहे. त्याचे नाव व्हॅन एफिन. आम्ही दोघे मिळून त्या बोटीच्या कॅप्टनचे मत वळवण्यात कदाचित्

यशस्वी होऊ. तो आमच्या कर्तव्याचाच एक भाग ठरणार आहे.''

''कदाचित्!'' कर्नलने फार्नहोमचा शब्द मोठ्याने उच्चारला. मग एक विचार त्याच्या मनात अचानक स्फुरला म्हणून तो घाईघाईने बोलू लागला, ''शिवाय तुम्ही किनाऱ्यावर जाल तेव्हा तो तुमची वाट पहात असेल याची काय खात्री आहे?''

''ती खात्री इथे माझ्याजवळ आहे,'' असे म्हणून फार्नहोमने आपल्या पायाजवळच्या प्रवासी बॅगेकडे बोट केले. ''ही बॅग माझी गॅरंटी आहे व इन्शुरन्स पॉलिसी आहे. निदान मी तरी तसे समजतो. सिरानला, त्या कॅप्टनला असे वाटते की ही बॅग हिऱ्यांनी खच्चून भरली आहे. त्यातले काही हिरे मी त्याला इकडे येण्यासाठी दिले होते. तेव्हा तो हिऱ्यांच्या लोभामुळे किनारा सोडून फार दूर जाणार नाही. जवळच कुठेतरी घुटमळत रहाणार. एखादा सख्खा भाऊ आपल्या लहान भावावर नजर ठेवून असतो तशी त्याची माझ्यावरती नजर असणार.''

''पण... पण त्याला काही संशय–''

''अजिबात नाही. त्याला असे वाटते आहे की, मी एक वाईट चालीचा, दारुडा असलेला बुढ्ढा आहे. आपली जवळची सारी चीजवस्तू विकून त्याचे हिऱ्यात रुपांतर करून हा म्हातारा पळून चालला आहे अशी त्याची समजूत झाली आहे. त्याची समजूत कायम करण्यासाठी मला अधूनमधून काही प्रयत्न करावे लागतात, याचे मला दु:ख होते. पण नाईलाज आहे.''

''तर असा हा सारा प्रकार आहे.'' असे म्हणून कर्नलने तिथली एक घंटा वाजवली. तो आता कोणत्या तरी निर्णयाप्रत आला असावा. जेव्हा आतमध्ये एक सार्जंट आला तेव्हा तो म्हणाला, ''कॅप्टन ब्रेसलॅन्ड यांना आत पाठवून द्या.''

फार्नहोमने यावरती आपल्या भुवया काहीही न बोलता नुसत्या उंचावल्या.

कर्नल त्याला सांगू लागला, ''सर, तुम्हाला विमान मिळवून देता येत नाही याचा मला खेद होतो. पण मी उद्या दुपारी बारा वाजेपर्यंत तुम्ही सुखरूप रहाल याची ग्वाही तुम्हाला देतो. त्या *केरी डान्सर* बोटीचा कॅप्टन तुमच्या सूचना तंतोतंत पाळेल याची मी हमी देतो. मी तुमच्याबरोबर सैन्यातील स्कॉटिश हायलॅन्ड रेजिमेंटमधील सैनिकांची एक तुकडी देतो. एक दोन डझन तरी ते सैनिक असतील,'' एवढे म्हणून तो हसला व पुढे म्हणाला, ''ती फार चिवट माणसे आहेत. पण आता त्यांची मन:स्थिती ही चिडखोर झाली आहे. तेव्हा तो कॅप्टन सिरान तुम्हाला त्रास देईल असे मला वाटत नाही.''

''मग ठीक आहे. कर्नल, मी याबद्दल आपला आभारी आहे. आपल्या मदतीने माझे एक मोठे कार्य पार पडेल अशी मी आशा करतो,'' एवढे म्हणून फार्नहोमने आपल्या शर्टाची बटणे लावून टाकली, आपले पिस्तूल खिशात टाकले आणि कर्नलशी हस्तांदोलनासाठी हात पुढे करीत तो म्हणाला, ''कर्नल, परत एकदा मी

तुमचे मनापासून आभार मानतो. जपानी तुरुंग तुमची वाट पहातो आहे, हे ठाऊक असूनही मी तुम्हाला शुभेच्छा देतो.''

''थँक यू, सर. आपल्या कार्यात आपल्याला नशीब साथ देवो. तुम्हाला त्याची गरज भासणार आहे.'' मग फार्नहोमच्या कमरेला आत बांधलेल्या पट्ट्याच्या दिशेने पहात तो पुढे म्हणाला, ''निदान आपल्यापुढे अजून एक संधी आहे.''

ब्रिगेडियर फार्नहोमने जेव्हा बाहेरच्या अंधारात पाऊल टाकले तेव्हा तिथल्या हवेतला धूर निवळू लागला होता पण हवेमध्ये स्फोटाच्या दारुचा, कॉर्डाइटचा वास भरून राहिला होता. त्या वासाने मृत्यूची ओळख होत होती. अनुभवी सैनिकाला ते चटकन जाणवत असते. बाहेर कर्नलने दिलेल्या सूचनांप्रमाणे स्कॉटिश हायलॅन्डर सैनिकांची तुकडी ओळीत उभी रहात होती.

बंदुका व मशिनगनचे आवाज आता वाढत चालले होते. पण पूर्वीपेक्षा अधिक दूरवर नीट पहाता येत होते. तोफगोळ्यांचा भडिमार मात्र पूर्णपणे थांबला होता. 'नाहीतरी उद्या हे शहर आपलेच होणार आहे. तेव्हा कशाला त्याचा अधिक नाश करायचा आणि आपला दारुगोळा वाया घालवायचा?' असा विचार कदाचित् जपान्यांनी केला असावा. फार्नहोम आणि त्याच्या संरक्षणासाठी दिलेली ती सैनिकांची तुकडी तिथून लगेच निघाली. निर्मनुष्य रस्त्यातून ते चालले होते. पावसाची भुरभुर चालू झाली होती. बंदुकांचे आवाज मात्र थांबले नव्हते. काही मिनिटातच ते सारेजण किनाऱ्यापाशी जाऊन पोचले. तेवढ्यात समुद्रावरून पूर्वेकडून वाऱ्याची एक झुळूक आल्याने इथला धूर पूर्णपणे निघून गेला.

तो धूर निवळला मात्र आणि फार्नहोमच्या हाताची आपल्या पिस्तुलावरची पकड एकदम घट्ट झाली. त्याने आपले पिस्तूल एवढे घट्ट पकडले की त्याच्या हाताचा पंजा पांढरा पडला. त्याचे मनगट व कोपरा दुखू लागले. एवढा त्या पकडीचा घट्टपणा होता. *केरी डान्सर* ही बोट धक्क्याला न लागता कॅप्टनने लांबवर उभी केली होती. मग एका छोट्या लाईफबोटीमधून फार्नहोम किनाऱ्यावरती आला होता. जिथे त्याने ती लाईफबोट बांधून ठेवली होती तिथे ती आता नव्हती. तिथून ती गायब झाली होती. फार्नहोमला धक्का बसणे साहजिक होते. त्याने रस्त्यावर व आसपास लांबवर पाहिले. पण कुठेही चिटपाखरू दिसत नव्हते. ती *केरी डान्सर* बोट जिथे उभी होती तिथे आता काहीही नव्हते. जणू काही ती कधीही अस्तित्वात नव्हती. फक्त पावसाची रिपरिप चालू होती. त्याच्या तोंडाला वारा चाटून जात होता. त्याच्या डाव्या बाजूला, त्या शांततेत व अंधारात एका लहान मुलाचे हुंदके व रडणे ऐकू येत होते.

■

२

सैनिकांच्या तुकडीच्या प्रमुखाने फार्नहोमच्या दंडाला स्पर्श करून समुद्राकडे मान हलवून म्हटले, ''सर, ती बोट गेली आहे. निघून गेली आहे.''

फार्नहोमला यावर बोलायचे होते. पण तो मोठ्या कष्टाने स्वतःच्या मनावरती ताबा मिळवू पहात होता. थोड्या वेळाने जेव्हा तो बोलू लागला तेव्हा तो शांत स्वरात बोलू लागला होता. तो म्हणत होता, ''त्या एका कवितेत म्हटल्याप्रमाणे 'त्यांनी आम्हाला किनाऱ्यावरती टाकून दिले,' अशी एक चमत्कारिक परिस्थिती निर्माण झाली आहे.''

फार्नहोम जरी या आणीबाणीच्या क्षणी शांतपणे बोलला तरी त्याचा फारसा प्रभाव त्या लेफ्टनंटवरती पडला नाही. तो म्हणाला, ''सर, आता काय करायचे?''

फार्नहोम स्तब्ध उभा होता. एका हाताने आपली हनुवटी कुरवाळत होता. त्याच्या चेहऱ्यावरचे भाव काय आहेत ते नीट कळत नव्हते. काही क्षण असे स्तब्धतेत गेल्यावर तो एकदम म्हणाला, ''तुम्हाला किनाऱ्यावरती कोणी लहान मूल रडल्याचा आवाज ऐकू येतो आहे का?''

''होय, सर.''

''मग तुमच्या एखाद्या माणसाला पाठवून ते मूल इकडे घेऊन या. त्याला जरा आपण सहानुभूती दाखवली तर ते रडायचे थांबेल. कदाचित् ते खूप घाबरलेले असेल. ते मूल एकटे आहे. वाट चुकलेले आहे, एक गोरे मूल आहे.''

''त्या मुलाला इकडे घेऊन यायचे, सर?'' तो सैनिकांचा प्रमुख आश्चर्याने म्हणाला, ''रस्त्यावरती अशी शेकडो बेवारशी मुले पसरलेली आहेत–'' पण त्याचा आवाज एकदम थांबला कारण त्याने फार्नहोमच्या डोळ्यातील गंभीर भाव पाहिले.

''मला वाटते की, मी जे काही बोललो ते तुम्हाला नक्की ऐकू आले असावे. तुम्ही बहिरे नाहीत याची मला खात्री आहे.'' फार्नहोमच्या त्या शांतपणे म्हणण्यात

सुद्धा एक मोठी जरब होती. अत्यंत खालच्या स्वरातल्या त्या आवाजातल्या आज्ञेला विरोध करण्याची हिंमत कोणालाच झाली नसती.

"येस, सर! आय मीन, नो सर!" तो लेफ्टनंट बावचळून म्हणाला. त्याने चटकन् आपला एक माणूस त्या लहान मुलाला शोधून आणण्यासाठी पाठवला.

मग फार्नहोम त्याला म्हणाला, "आता तुमची दुसरी काही माणसे विरुद्ध दिशेने किनाऱ्यालगत पाठवा. जे कोणी वाटेत सापडेल त्यांना इकडे घेऊन यायला सांगा. त्या माणसांकडून कदाचित गायब झालेल्या बोटीवर काही प्रकाश पडू शकेल. जरूर पडली तर त्या माणसांचे मन वळवायचा प्रयत्न करा."

"मन वळवायचा प्रयत्न?"

"कोणत्याही मार्गाने! लेफ्टनंट आपण आज काही इथे गोट्या खेळायला आलो नाहीत. जेव्हा तुम्ही तुमच्या माणसांना पाठवाल, त्यानंतर मला तुमच्याशी काही खाजगी गोष्टी बोलायच्या आहेत. समजले?"

"येस, सर." असे म्हणून लेफ्टनंट आपल्या सैनिकांकडे गेला व त्याने काहीजणांना किनाऱ्या किनाऱ्याने पुढे जाऊन सापडतील त्यांना पकडून आणायचे हुकूम दिले.

फार्नहोम त्या धूसर अंधारात चालत चालत थोडा पुढे गेला होता. लेफ्टनंटने धावत पळत जाऊन त्याला गाठले. फार्नहोमने एक नवीन चिरूट पेटवला होता व तो आपल्या समोर उभ्या असलेल्या त्या तरुण लेफ्टनंटचा अंदाज घेत होता. थोड्या वेळाने त्याने विचारले, "यंग मॅन, मी कोण आहे ते तुम्हाला ठाऊक आहे?"

फार्नहोमने तो प्रश्न अचानक विचारल्याने लेफ्टनंट परत गांगरून गेला. तो चाचरत म्हणाला, "नाही, सर."

"मी ब्रिगेडियर फार्नहोम." ते शब्द ऐकताच लेफ्टनंटचे खांदे एकदम कडक झाले. फार्नहोम पुढे म्हणाला, "आता तुम्ही हे जे ऐकले ते विसरून जा. कधी ऐकवलेच नाही असे समजा. आले लक्षात?"

"नो, सर," लेफ्टनंट अदबीने म्हणाला, "पण मला कर्नल साहेबांनी दिलेला हुकूम मात्र मी नीट लक्षात ठेवला आहे."

"तो तर तुम्हाला लक्षात ठेवायलाच हवा. अन् इथून पुढे मला 'सर' या शब्दाने संबोधत जाऊ नका. तुम्हाला माझा व्यवसाय ठाऊक आहे?"

"नो, सर, आय मीन–"

"नाही. 'सर' अजिबात म्हणायचे नाही. जर तुम्ही खाजगीतही माझ्याशी बोलताना ही सवय लावून घेतली तरच तुम्ही सर्वांसमोर मला 'सर' म्हणणार नाही."

"आय ॲम सॉरी, स... मला आपला व्यवसाय ठाऊक नाही. पण कर्नलसाहेब मला म्हणाले, की तुमचे काम हे अत्यंत गंभीर स्वरुपाचे व जोखमीचे आहे."

"त्यांनी अगदी बरोबर तेच सांगितले. तुम्हाला माझा खरा व्यवसाय काय आहे हे ठाऊक नाही तेच बरे आहे. जेव्हा आपण सुरक्षित स्थळी पोचू तेव्हा मी तुम्हाला याचा खुलासा करेन. पण दरम्यान, तुम्हाला व तुमच्या माणसांना माझ्याबद्दल जितके कमी कळेल तितके आपण सारे सुरक्षित राहू." एवढे म्हणून फार्नहोमने आपल्या चिरुटाचा एक जोरदार दम भरला. रात्रीच्या अंधारात चिरुटाचे जळते प्रखर टोक त्याने पाहिले. तो पुढे म्हणाला, "तुम्हाला किनाऱ्यावरील पडलेला कचरा चिवडणारे लोक ठाऊक आहेत ना? मी त्यापैकी एक आहे असे इथून पुढे समजायचे. लक्षात आले?"

ब्रिगेडियरचा एकदम कचरा चिवडणारा झाल्याचे पाहून लेफ्टनंट क्षणभर हादरला. पण क्षणभरात त्याने स्वत:ला सावरले व तो म्हणाला, "ठीक आहे."

"गुड. येथून पुढे माझा तोच व्यवसाय रहाणार आहे. अन् तुम्हीही तसेच मला समजत जा. मी एक पोक्त वयाचा माणूस असून दारूच्या आहारी वारंवार जातो. नाईलाज होतो म्हणून मी जीव वाचवण्यासाठी किनाऱ्यावरील कचरापेट्या, रेती यामध्ये काही मिळते का ते पहात असतो. बाकी मी तसा चांगल्या स्वभावाचा असून कोणी अपमान केला तरी फारसा मनावर घेणारा नाही. तुम्ही नेहमी माझ्याबद्दल अशीच समजूत बाळगली पाहिजे आणि त्यावरतीच ठाम राहिले पाहिजे. मी रस्त्यावर भटकत भटकत सिंगापूरमधून बाहेर पडण्यासाठी एखादे वाहन मिळते की नाही हे पहात असताना तुम्ही मला पाहिले व हटकले. मग माझ्याकडून तुम्हाला कळले की, बेटांच्या दरम्यान जी छोट्या नावांची वाहतूक चालते त्यातील एका नावेतून मी येथे आलो. मग तुम्ही असे ठरवलेत की एखादी बोट पकडून ती आपल्या हेतूसाठी वापरायची."

"पण बोट तर निघून गेलेली आहे," लेफ्टनंट म्हणाला.

"बरोबर आहे. अजूनही आपल्याला कदाचित ते सापडेल. अन् आणखीही काही बोटी, नौका असू शकतील. बाकी तशा त्या नसण्याचीच जास्त शक्यता आहे म्हणा. पण तुमच्याकडे सांगण्यासाठी आधीपासून हा एक बहाणा आपण ठरवला आहे आणि त्याच दृष्टिकोनातून तुम्ही बोलले पाहिजे. मग भले काहीही होवो. आत्ता आपले ध्येय ऑस्ट्रेलियाला जाण्याचे आहे हे लक्षात असू द्या."

"ऑस्ट्रेलिया?" लेफ्टनंट एकदम दचकून म्हणाला, "बापरे! सर, पण इथून ते सहा हजार मैल दूर आहे."

"असेना का. पण आपल्या सर्वांना सामावून घेणारी कोणतीही नौका मिळाली तरी हेच आपले उद्दिष्ट आहे असे लक्षात ठेवा." फार्नहोम एकदम बोलायचे थांबला व गर्रकन मागे वळून पहात म्हणाला, "लेफ्टनंट, तुमचा एक माणूस परत येतो आहे, असे वाटते."

त्या अंधारातून एक सैनिक प्रगट झाला. त्याच्या बाहीवरती उलटय़ा व्ही अक्षरांच्या तीन रेघा असल्याने तो सार्जंट आहे हे कळत होते. खांद्यावरती एक मूल होते. तो सार्जंट चांगला उंचापुरा व जाडजूड होता. त्याची उंची व रुंदी इतरांपेक्षा जास्त असल्याने तो कोणाच्याही नजरेत भरण्याजोगा होता. त्यामुळे त्याच्या खांद्यावर मान टाकून विसावलेले ते मूल म्हणजे एक छोटी बाहुली वाटत होते. त्या मुलाने आपले तोंड त्या सैनिकाच्या रापलेल्या मानेत खुपसले होते व तो अजूनही हुंदके देत होता. पण आता ते हुंदके हळू स्वरात येत होते.

त्या आडदांड सैनिकाने अंगावर घेतलेल्या मुलाला थोपटीत म्हटले, ''सर, हा पहा तो मुलगा. खूप घाबरलेला होता. पण थोड्या वेळात ठीक होईल तो.''

''होय, नक्कीच.'' असे म्हणून फार्नहोमने त्या मुलाच्या पाठीवर थोपटीत म्हटले, ''बाळ, काय नाव तुझे?''

त्या बाळाने एकदा फार्नहोमकडे पाहिले नि परत मान वळवून त्या सार्जंटला हाताने घट्ट मिठी मारली व तो पुन्हा जोरजोरात हुंदके देऊ लागला.

फार्नहोम चटकन थोडा मागे सरकला. आपले डोके एखाद्या तत्त्ववेत्त्याप्रमाणे हलवित म्हणाला, ''आधीच मी ब्रह्मचारी, त्यातून म्हातारा. मला मुलांना हाताळण्याचा थोडाच अनुभव असणार? या पोराचे नाव कळायला वाट पाहिली पाहिजे.''

''त्याचे नाव पीटर आहे, सर.'' तो सार्जंट घाईघाईने म्हणाला, ''पीटर टॅलन. तो दोन वर्षे तीन महिने वयाचा आहे. उत्तर सिंगापूरमध्ये म्हैसूर रोडवरती तो रहातो. चर्च ऑफ इंग्लंडचा तो सभासद आहे.''

''हे सगळे त्याने तुम्हाला सांगितले काय?'' फार्नहोमने अविश्वासाने विचारले.

''सर, तो एक शब्दही बोलत नाही. त्याच्या गळ्यात एक बिल्ला अडकवला आहे. त्यावर हे सारे लिहिले आहे.''

''बरोबर आहे. असेच ते असणार याची मला कल्पना होती,'' फार्नहोम पुटपुटत म्हणाला.

त्या मुलाला घेऊन तो सार्जंट बाजूला गेल्यावर फार्नहोमने लेफ्टनंटकडे पाहिले. त्याच्या चेहऱ्यावरती आश्चर्याचे भाव होते. लांब अंतरावर रडत असलेले ते मूल बेवारशी असून ते पाश्चात्त्य वंशाचे असावे हे या ब्रिगेडियरला कसे काय आधीच समजू शकले? तो सार्जंट म्हणाला, ''पण आपल्याला कसे हे आधीच कळले?''

फार्नहोम म्हणाला, ''गेली तेवीस वर्षे मी पूर्वेकडच्या देशात काढली आहेत. तेव्हा मला हे समजले नाही तर नवल नाही. मलायी व चिनी अनाथ मुले तुम्हाला कुठेही दिसतील. त्यांना आईबाप नसले तरी ती रडत नसतात. कारण हे मलायी व चिनी लोक अशा मुलांची गाठ पडताक्षणी काळजी घेत असतात. म्हणून ती मुले रडताना दिसत नाहीत. किंवा रडली तर फार वेळ रडत नाहीत. मात्र हीच माणसे

अन्य वंशाच्या अनाथ मुलांकडे फार लक्ष देत नाहीत. ज्याअर्थी हे मूल रडत होते त्याअर्थी ते चिनी किंवा मलायी नाही हे माझ्या लक्षात आले.'' मग या लेफ्टनंटकडे डोळे बारीक करून फार्नहोम पुढे म्हणाला, ''जर जपान्यांना हे मूल सापडले असते तर त्यांनी त्याचे काय केले असते, लेफ्टनंट?''

लेफ्टनंट विषण्णपणे म्हणाला, ''मी त्याचा तर्क करू शकतो, सर. कारण जपान्यांच्या क्रूरतेबद्दल मी थोडेसे पाहिलेले आहे आणि ऐकलेले आहे.''

''त्यावर विश्वास ठेवा आणि त्याच्या दुप्पट वस्तुस्थिती आहे हे लक्षात घ्या. ही जपानी माणसे अत्यंत अमानुष व निर्दय असतात.'' नंतर झटकन विषय बदलीत तो पुढे म्हणाला, ''चला, तुमची माणसे काय करत आहेत ते पाहू.''

ते सैनिक आता हळूहळू निघण्याची तयारी करीत होते. काही सैनिक आपल्या पाठीवरच्या सामानावरती टेकून बसले होते. तर काहीजण सिगारेटी फुंकीत होते. पण कोणीही बोलत नव्हते. ते मूलही रडण्याचे थांबले होते. अधूनमधून होणारे गोळीबारांचे आवाजही आता पूर्ण थांबले होते. वाऱ्याने आपली दिशा बदलली होती आणि वातावरणातला धूर निवळत नाहीसा होण्याच्या बेतात होता. पावसाची रिपरिप मात्र चालूच होती. हळूहळू पावसाचा जोर वाढत जाऊ लागला. वातावरणातला गारवाही वाढू लागला.

एवढ्यात ईशान्येकडून केलागच्या खाडीच्या दिशेने पावलांचे आवाज ऐकू येऊ लागले. ते आवाज हळूहळू जवळ येत होते. एका तालात पावले टाकीत तीन सैनिक येत होते. पण त्यांच्या बुटांच्या आवाजात बायकांच्या बुटांचे टॉक् टॉक् आवाजही येत होते. ते आवाज भरभर होत होते व त्यात कसलाही ताळमेळ नव्हता. लेफ्टनंट अंधारामध्ये त्या दिशेने डोळे ताणून पाहू लागला. थोड्याच वेळात अंधारातून त्याचे तीन सैनिक प्रगट झाले. त्यांच्या मागे काही माणसे होती.

लेफ्टनंटने आपल्या सैनिकांना विचारले, ''हा काय प्रकार आहे? कोण आहेत ही माणसे?''

''सर, या नर्सेस आहेत. त्या किनाऱ्याकडे जाताना रस्ता चुकून भरकटल्या होत्या.'' त्या सैनिकाच्या आवाजात नर्सेसबद्दलची सहानुभूती उमटली होती.

''रस्ता चुकला?'' असे म्हणून लेफ्टनंट सर्वात पुढच्या उंच नर्सकडे वळला व पुढे म्हणाला, ''या अशा मध्यरात्री तुम्ही कुठे भटकत आहात?''

''सर, आम्ही काही जखमी सैनिकांचा शोध घेत आहोत.'' त्या नर्सचा आवाज थोडासा पुरुषी होता पण स्वरात मार्दव होते. ''ते सैनिक जखमी आणि आजारी आहेत. पण आता असे दिसतेय की ते आम्हाला सापडणे कठीण आहे.'

लेफ्टनंट म्हणाला, ''आले लक्षात. तुम्ही या नर्सेसच्या प्रमुख आहात का?''

''येस, सर.''

"आपले नाव काय?" लेफ्टनंटच्या आवाजातला करडेपणा थोडासा कमी झाला होता. शिवाय त्या नर्सचा आवाज मोहक होता. शिवाय ती दमून गेली असून पावसात भिजल्याने काकडत आहे, असे त्याच्या लक्षात आले.

"माझे नाव ड्राखमन आहे, सर."

"असे पहा मिस् ड्राखमन, तुम्ही जेव्हा या बाजूने येत होतात तेव्हा तुम्हाला एखाद्या छोट्या मोटरबोटीचा आवाज ऐकू आला का? किंवा तशी एखादी मोटारबोट नजरेस पडली का?"

ती आश्चर्याने म्हणाली, "नाही, सर. सर्व बोटी सिंगापूर सोडून निघून गेल्या आहेत ना."

"तुमची तशी चुकीची समजूत आहे," असे लेफ्टनंट पुटपुटला. मग मोठ्या आवाजात म्हणाला, "काही लहान मुलांबद्दल तुम्हाला कळले का?"

"काय?" ती नर्स दचकून म्हणाली.

"आमच्या सार्जंटला एक लहान मूल सापडले आहे." लेफ्टनंट त्या मुलाच्या दिशेने पहात म्हणाला. पण खांद्यावरच्या त्या काकडणाऱ्या मुलावरती आपला रेनकोट त्या सैनिकाने झाकल्याने तिला ते मूल दिसले नाही. तो पुढे म्हणाला, "एक हरवलेले मूल आम्हाला सापडले आहे. ते एकटेच रडत होते, खूप दमलेले होते. त्याचे नाव पीटर आहे. तुम्ही आत्तापुरते तरी त्याच्याकडे लक्ष द्याल का?"

"का नाही? कुठे आहे ते मूल?"

खांद्यावर घेतलेले ते मूल घेऊन तो सैनिक पुढे आला. त्या मुलाला घेण्यासाठी तिने आपले हात पुढे पसरले. त्याच वेळी डाव्या बाजूने कोणीतरी जवळ येत असल्याचे पावलांच्या आवाजावरून कळले. ती पावले सैनिकांच्या पावलांसारखी शिस्तीत व तालात पडत नव्हती. किंवा बायकांच्या सॅन्डल्ससारखी टिक् टॉक् आवाज करत नव्हती. पण कोणीतरी अडखळत धडपडत येत आहे असे वाटत होते. कदाचित् वृद्ध माणसेही असू शकतील. किंवा कुणीतरी खूप आजारी असलेली माणसे असतील. त्या पावसातून आणि अंधारातून हळूहळू काही माणसे प्रगट होऊ लागली. ती दोन दोनांच्या रांगेने येत होती. त्या माणसांची रांग सरळ नव्हती, विस्कळीत झाली होती. त्यांचे नेतृत्व एक बुटका माणूस करत होता. त्याचा डावा खांदा खूप उंच होता आणि त्याच्या उजव्या हातात एक जड ब्रेनगन लोंबकळत होती. कमरेला एक स्कॉटिश हायलॅन्डरचा आखूड झगा होता. डोक्यावर एक चपटी टोपी ऐटीत ठेवल्यासारखी वाटत होती. लेफ्टनंटपासून पाचसहा फुटांवर आल्यावर तो थांबला. आपल्यामागच्या माणसांना त्याने ओरडून थांबण्याचा हुकूम दिला. नंतर मागे वळून तो आपली सारी माणसे बरोबर आली आहेत ना हे पाहू लागला. शेवटी असलेले चार सैनिक आपल्या हातातील दोन स्ट्रेचर्स खाली जमिनीवरती ठेवीत

होते. लेफ्टनंटच्या लक्षात आले की त्यातले तीन सैनिक त्याच्याच तुकडीतले आहेत. मग त्या सैनिकांचा तो झगेवाला पुढारी धावत धावत रांगेच्या मागे गेला. एक दोघेजण खूप मागे पडले होते. ते रात्रीच्या अंधारात कसेबसे पुढे सरकत होते. त्यांना घेऊन तो पुढे आला. नाहीतर ते दोघेजण भरकटत गेले असते. फार्नहोमने त्या सैनिकांच्या नेत्याकडे एकदा पाहिले आणि नंतर त्या सैनिकांकडे पाहिले. ते अत्यंत थकलेले दिसत होते, कृश होत चाललेले होते. त्यांच्यात एक पाऊल पुढे टाकण्याचेही त्राण उरलेले नव्हते. तरी ते कसे काय येथवर चालत आले याचे त्याला नवल वाटले. त्या पावसात ते हताशपणे व भकास नजरेने उभे राहिले होते. प्रत्येक सैनिक हा आपापल्या शारीरिक दु:खात चूर होऊन गेला होता. त्यांच्यात बोलण्याचेही त्राण नसल्याने ते मूकपणे भिजत उभे होते.

"माय गॉड!" फार्नहोम डोळे विस्फारीत म्हणाला. 'जादूची बासरी वाजवित जाणारा जादूगार व त्याच्या मागून आंधळेपणे जाणारी गावातली मुले' या गोष्टीची त्याला आठवण झाली.

तो बुटका झगेवाला सैनिक आता त्या ओळीच्या पुढे येऊन लेफ्टनंटपुढे उभा राहिला. अत्यंत अवघडलेल्या व वेदना होत असलेल्या हाताने त्याने आपल्या उजव्या हातातील ब्रेनगन सावकाश खाली सोडली. मग कसाबसा तो ताठ उभा राहिला. आपला उजवा हात त्याने टोपीपर्यंत नेऊन एक कडक सलाम ठोकण्याच्या स्थितीत ठेवला आणि तो म्हणाला, "कार्पोरल फ्रेझर रिपोर्टिंग, सर." त्याच्या खरबरीत आवाजामुळे तो इंग्लंडमधील ईशान्येकडच्या डोंगराळ भागातील आहे हे फार्नहोमला समजून आले.

"ॲट ईझ्, कार्पोरल," लेफ्टनंट म्हणाला, "ती तुमची ब्रेनगन डाव्या हातात ठेवली असती तर तुम्हाला ते अधिक सोपे गेले नसते का?" लेफ्टनंटचा हा प्रश्न इथे यावेळी अगदी अप्रस्तुत होता, मूर्खासारखा विचारलेला होता. परंतु त्या अर्धजिवंत असलेल्या, निस्तेज झालेल्या व भिकाऱ्यांसारखे वाटणाऱ्या माणसांचे अचानक अंधारातून एकदम प्रगट होण्यामुळे तो जरासा बावचळून गेला होता.

"येस, सर. सॉरी, सर. माझा डावा खांदा पार कामातून गेला आहे. तो मोडला आहे अशी मला शंका आहे."

"मोडल्याची शंका?" लेफ्टनंट म्हणाला. आपल्याला काहीतरी विपरीत व अवास्तव दिसते आहे असे त्याला वाटू लागले. त्याने जोरजोरात आपले डोके हलवले. "कार्पोरल, तुमची कोणती रेजिमेंट?"

"आर्गिल ॲन्ड सदरलॅन्डस, सर."

"बरोबर आहे. मला वाटते की मी तुम्हाला ओळखले आहे," लेफ्टनंट म्हणाला.

"येस सर. आपण लेफ्टनंट पार्कर आहात ना?"

"अगदी बरोबर." मग लेफ्टनंटने पावसात शांतपणे भिजत उभ्या असलेल्या फ्रेझरच्या सैनिकांकडे पाहून पुढे म्हटले, "तुम्ही या तुकडीचे प्रमुख आहात?"

"येस, सर."

"का?"

"का?" कार्पोरल फ्रेझरच्या फिक्या पडलेल्या चेहेऱ्यावर गोंधळल्याच्या रेषा उमटल्या. "ते मला ठाऊक नाही, सर. मला यांना सांभाळून न्यावे लागत असते."

"फक्त कमी आजारी..." असे म्हणून लेफ्टनंटने आपले वाक्य मधेच सोडून दिले. मग एक श्वास घेत तो पुढे म्हणाला, "मला तशा अर्थाने म्हणायचे नव्हते, कार्पोरल. या माणसांना घेऊन तुम्ही कुठे चालला आहात? त्यांच्याकडून काही काम करवून घ्यायचे आहे का?"

"मला तेही नीट कळत नाही," फ्रेझर प्रामाणिकपणे म्हणत होता, "मला आघाडीवरती असे सांगण्यात आले की या सर्वांना घेऊन मी कुठेतरी जमेल तिथे सुरक्षित ठिकाणी आसरा घ्यावा. या सर्वांना शक्य असेल तर औषधपाणी करावे." मग अधूनमधून गोळीबार होत होता त्या दिशेने आपले बोट दाखवित म्हटले, "त्या तिकडे थोडासा गोंधळ उडालेला आहे, सर."

"सगळीकडेच तसे झाले आहे. पण तुम्ही इकडे किनाऱ्याकडे का आलात?"

"आम्हाला एखादी बोट किंवा नाव असे काहीही हवे आहे. काहीही चालेल." त्याच्या आवाजात लाचारी होती. तो सांगत होता, "कारण मला दिलेल्या हुकूमामध्ये 'प्लेस ऑफ सेफ्टी' सुरक्षित जागा हे शब्द होते. म्हणून मी एखाद्या नौकेचा शोध घेत होतो."

लेफ्टनंट ते ऐकून हादरला. पुन्हा त्याला वाटले की हे काहीतरी चमत्कारिक चालले आहे. वास्तव नाही, खरे नाही. आपल्याला भास तर होत नाही ना? तो म्हणाला, "कार्पोरल, युद्ध आता असे येथे पसरले आहे की जवळची सुरक्षित जागा ही फक्त ऑस्ट्रेलिया किंवा हिंदुस्थान एवढीच उरली आहे. तुमच्या हे लक्षात आले नाही?"

"येस, सर." त्या बुटक्या कार्पोरलच्या चेहेऱ्यावर कोणतेही भाव पसरले नाही. त्याचा चेहरा पहिल्यापासून आहे तसाच होता.

"परमेश्वरा, मला ताकद दे!" आता फार्नहोम प्रथमच बोलू लागला. तोही थोडासा चक्रावून गेला होता. तो म्हणत होता, "म्हणजे तुम्ही एखादी नाव घेऊन ती वल्हवत वल्हवत ऑस्ट्रेलियाला जाणार होतात?"

पण त्या आजारी व दमलेल्या कार्पोरलवर त्याही शब्दांचा फारसा परिणाम झाला नाही. तो पहिल्यासारखाच निर्विकारपणे म्हणाला, "होय सर. मला तसेही करणे भाग पडेल."

“माय गॉड! तुम्ही शेवटपर्यंत प्रयत्न चालू ठेवत आहात. हुकूमाप्रमाणे वागू पहात आहात. माघार घ्यायला तयार नाही.” मग फ्रेझरकडे रोखून पहात तो म्हणाला, “या प्रयत्नात तुम्ही शेवटी जपान्यांच्या तुरुंगात जाऊन पडला असता. अगदी शंभर टक्के! येथून बाहेर पडणारी प्रत्येक बोट जपानी विमाने बुडवणार आहेत. तुमचे नशीब जोरावर आहे म्हणून तुम्हाला सिंगापूरमधून बाहेर नेणारी बोट मिळाली नाही.”

“बाहेर जाणारी बोट असेल किंवा नसेल,” तो कार्पोरल शांतपणे म्हणत होता, “पण तिकडे रोडमध्ये एक जहाज उभे आहे खरे. मी तिथे जाण्याचा प्रयत्न करीत होतो. पण तेवढ्यात तुमच्या माणसांनी मला हटकून इकडे आणले.” रोड म्हणजे जिथे किनाऱ्यालगत बोटी नांगर टाकून उभ्या राहू शकतात ती जागा.

“काय?” फार्नहोम जवळजवळ किंचाळत म्हणाला. त्याने पुढे येऊन कार्पोरलच्या उजव्या खांद्यावर हात ठेवीत पुढे म्हटले, “त्या तिकडे एक बोट आहे? तुमची पक्की खात्री आहे?”

“होय, सर. मी ते पाहिले नाही. कारण मी तेथवर पोचलो नव्हतो.” असे म्हणून कार्पोरल फ्रेझरने फार्नहोमचा आपल्या खांद्यावरचा हात सौजन्यपूर्वक, सावकाश बाजूस सारला. “दहा मिनिटांपूर्वीच मला त्या बोटीचा नांगर खाली सोडल्याचा आवाज ऐकू आला.”

“पण तो नांगर खालीच कशावरून सोडला जात होता? कशावरून वरती घेतला नसेल?” फार्नहोमने विचारले.

“हे बघा, मी कदाचित एक मूर्ख माणूस दिसत असेन. किंवा कदाचित् तसा असेनही. परंतु मला खाली सोडण्याच्या व वर घेण्याच्या आवाजातला फरक–”

“ठीक आहे, ठीक आहे कार्पोरल. ती बोट कुठे आहे?” लेफ्टनंटने कार्पोरलचे वाक्य तोडीत त्याला विचारले.

“त्या गोदीच्या मागे, सर. इथून मैलभर अंतरावर तरी असेल. तसे नक्की सांगता येत नाही. कारण तिकडे अजून थोडा धूर कोंदला आहे.”

“गोदी? डॉक्स? केपेल बंदरातली गोदी?”

“नाही, सर. आम्ही तेवढे जवळ पोचलो नव्हतो. एक मैलभर अंतरावर, मलाय पॉईंटच्या पलीकडे ती बोट आहे. नक्की आहे.”

त्या बातमीमुळे उत्साहित झाल्याने सारेजण गोदीच्या दिशेने जाऊ लागले. तिथे पोचायला त्यांना अवघी पंधरा मिनिटे लागली. लेफ्टनंटच्या सैनिकांनी जाताना ती दोन स्ट्रेचर्स वाहून नेली. फ्रेझरच्या बाकी जखमी सैनिकांना इतरांनी चालण्यास मदत केली. सैनिक व नर्सेस असे सर्वजण जणू काही एखाद्या चमत्काराची अपेक्षा करीत

आणि तातडीची बाब समजून शक्य तितक्या वेगाने चालण्याचा प्रयत्न करीत होते. केवळ त्या नांगराची साखळी खाली सोडल्याचा आवाज ऐकला म्हणून तिकडे बोट असेल, असे एरवी कोणीही मानले नसते. पण त्या सर्वांच्या मनावर सतत होत असलेल्या पराभवामुळे आणि एकेक करीत सारी गावे जपानी काबीत करीत पुढे सरकत असल्यामुळे फार ताण पडला होता. त्यामुळे कुठेही आशेचा बारीकसा जरी धागा सापडला तरी त्या आधारे कृती करण्याची प्रेरणा मनाला होई. उद्या आपली शेवटची शरणागती. त्यानंतर पुढची कित्येक वर्षे कशी जातील ते सांगता येत नाही. ते सारेजण निराशेच्या गर्तेत कोसळत होते, खोल खोल जात होते. पण थोडी जरी आशा वाटली तर आजारी माणसेही उसने बळ आणून उठून कामे करू लागत. कार्पोरल फ्रेझरच्या तुकडीतील सैनिक असेच वागत होते. कुठेतरी बोट आहे. ती मिळेल. त्यात एकदा गेलो की आपण सुरक्षित झालो. मग इथून बाहेर पडायचे, या युद्धापासून दूर जायचे. त्यामुळे आपला जीव बचावेल. आपण बरे होऊ. पुन्हा धडधाकट होऊन जगू लागू. अशा आशेने ते सैनिक रखडत, फरफटत, लंगडत, ओढत चालले होते. आपल्या बरोबरीच्या सैनिकाला घट्ट पकडून त्याचा आधार घेत पुढे सरकत होते. धापा टाकत चालत होते. शेवटी कार्पोरल फ्रेझरने त्यांना थांबायला हुकूम दिला.

तो सांगू लागला, "सर, ती बोट नांगर सोडत असल्याचा आवाज मी इथेच ऐकला."

फार्नहोमने विचारले, "कोणत्या दिशेने?"

त्यावर कार्पोरलने आपल्या ब्रेनगनच्या नळीचे तोंड एका दिशेने वळवले. त्या दिशेने फार्नहोमने पाहिले, पण त्याला अंधारात काहीही दिसेना. कारण कार्पोरल फ्रेझरने त्याला आधीच सांगितले होते की तिथे धूर पसरला होता. काळ्या पाण्यावर काळा धूर असल्यावर रात्रीच्या अंधारात दिसणे केवळ अशक्य होते. लेफ्टनंट त्याच्या मागेच उभा होता. तो इतका चिकटून उभा होता की त्याचे तोंड फार्नहोमच्या कानाजवळ आले होते.

"टॉर्च लावू? सिग्नल देऊ?" लेफ्टनंट हळू आवाजात विचारीत होता. ते ऐकून क्षणभर फार्नहोम विचारात पडला. तसे केल्याने काहीच नुकसान होणार नव्हते. म्हणून त्याने आपली मान हलवली. ती संमती समजून लेफ्टनंट आपल्या एका सैनिकाकडे वळला.

लेफ्टनंटने त्याला म्हटले, "सार्जंट, तुमचा टॉर्च लावा. त्या दिशेने त्याचा झोत मारा. टॉर्चची सारखी उघडझाप करीत रहा. आपल्याला प्रतिसाद मिळेपर्यंत करीत रहा. समोरून आपल्याला काही ना काही दिसले पाहिजे किंवा ऐकू आले पाहिजे. तोपर्यंत टॉर्चची उघडझाप करीत रहा. दोघा तिघांनी इथे कुठे जवळपास गोदी आहे का त्याचा शोध घ्या. कुठेही एखादी बोट सापडली तर पहा."

अशीच पाच मिनिटे गेली, दहा मिनिटे गेली. त्या सैनिकाच्या टॉर्चची उघडझाप चालूच होती. त्याच्या उघडझापीच्या लयीत काहीही फरक होत नव्हता. पण समोरच्या त्या काळ्या समुद्रामध्ये कसलीही हालचाल होताना दिसेना. अशीच पाच मिनिटे गेली. आणखी पाच मिनिटे गेली. दरम्यान रिपरिप पडणारा पाऊस आता मुसळधार पडू लागला होता. रस्त्याच्या पृष्ठभागावरून पावसाचे थेंब आपटून वर उडू लागले.

मग कार्पोरल फ्रेझरने आपला घसा साफ करीत म्हटले, ''काहीतरी येण्याचा आवाज मला ऐकू येतो आहे.''

''कुठून? काय येते आहे?'' फार्नहोम एकदम मोठ्या आवाजात म्हणाला.

''एक नाव किंवा तसलेच काहीतरी, वल्हवत आपल्याकडे येते आहे. मला त्या वल्ह्यांच्या कड्यांचा आवाज ऐकू येतो आहे. ते सरळ आपल्याच दिशेने येत आहे, असे मला वाटते.''

''तुमची तशी खात्री आहे?'' फार्नहोमने विचारले. त्यानेही आवाज ऐकण्याचा प्रयत्न केला होता. पण पावसाच्या आवाजापुढे त्याला काहीही ऐकू आले नाही. समुद्रावर पाऊस पडत असल्याने तिथूनही वेगळा आवाज येत होता. या दोन्ही आवाजांपेक्षा वेगळा आवाज ऐकण्याचा त्याने परत एकदा जीव तोडून प्रयत्न केला. शेवटी तो म्हणाला, ''तुमची नक्की खात्री आहे? मला तर वेगळे काहीही ऐकू येत नाही.''

''होय, खात्री आहे. अगदी स्वच्छ ऐकू येते आहे.''

एवढ्यात तो उंचापुरा व जाडजूड सैनिक उत्तेजित आवाजात म्हणाला, ''त्याचे बरोबर आहे सर. मला पण ऐकू येत आहे.''

लवकरच प्रत्येकाला तो आवाज ऐकू येऊ लागला. वल्ही ज्या लोखंडी कड्यातून अडकवलेली असतात ती कडी वल्ही हलवत असताना स्वत:भोवती उलटसुलट फिरत कुंई कुंई आवाज करीत असतात. तो आवाज आता सगळ्यांना स्पष्ट ऐकू येऊ लागला. फ्रेझरच्या बोलण्याने सर्वांच्या अपेक्षा उंचावल्या होत्या. आता सर्वांनीच हुश्श केले. त्यांच्या मनावरचा ताण एकदम ओसरला. सगळेजण कुजबुजत्या आवाजात आनंदाने एकमेकांशी बोलू लागले.

याचा फायदा घेऊन लेफ्टनंट फार्नहोमच्या जवळ जाऊन हळू आवाजात विचारू लागला, ''आता इतरांबद्दल काय ठरवायचे? म्हणजे ते जखमी व आजारी सैनिक, आणि नर्सेस?''

''लेफ्टनंट, त्यांना आपल्याबरोबर यायचे तर येऊ द्यात. आपल्याविरुद्ध फार अडचणीची परिस्थिती आहे. पण त्यांना स्पष्ट कल्पना आधी द्या. मगच त्यांची इच्छा असेल तर त्यांना आपल्याबरोबर बोटीत घ्या. त्यांचा निर्णय त्यांनाच घेऊ द्या. नंतर त्यांना गप्प बसायला सांगा आणि अंधारात जरा मागे नेऊन थांबवा. समोरून जे कोणी नावेतून येत आहे त्यांनी ही सगळी अनोळखी माणसे पाहिली तर बिचकून

माघार घ्यायला नको. नावेतली माणसे नक्की *केरी डान्सर* बोटीकडून आली असणार. जेव्हा ती नाव धक्क्याला आडवी लागून घासल्याचा आवाज येईल, तेव्हा तुम्ही ताबडतोब पुढे होऊन तिचा ताबा घ्या.''

लेफ्टनंटने मानेनेच होकार दिला व तो ताबडतोब वळून निघाला. त्याने हळू व गंभीर आवाजात सर्वांना सांगण्यास सुरुवात केली.

तो आता म्हणत होता, ''ठीक आहे. ती स्ट्रेचर्स उचला. सारेजण मागे सरका. रस्त्याच्या पलीकडच्या बाजूला जा. शांत रहा. अजिबात आवाज करू नका. तुम्ही थोडासा जरी आवाज केलात तरी तुम्हाला तुमच्या घरी परत कधीही जाता येणार नाही, हे लक्षात ठेवा. कार्पोरल फ्रेझर?''

''सर?''

''तुम्हाला आणि तुमच्या माणसांना आमच्याबरोबर बोटीत यायचे आहे? आम्ही बोटीतून निघाल्यावर बारा तासात बोट बुडवली जाण्याची दाट शक्यता आहे. मी तुम्हाला ह्या धोक्याची स्पष्टपणे जाणीव करून देतो. यावर नीट विचार करा, अन् मगच तुमचा निर्णय घ्या.''

''होय, सर.''

''तेव्हा बोला, यायचे तुम्हाला आमच्या बरोबर?''

''होय, सर.''

''तुम्ही तुमच्या बाकीच्या माणसांना विचारलेत?''

''नाही सर.'' कार्पोरल फ्रेझर म्हणाला. त्याला या अशा भलत्या वेळी चमत्कारिक लोकशाही पद्धत राबवण्याचा राग आला होता. तो त्यामुळे थोडासा दुखावला गेला होता. शेवटी हे एक आधुनिक काळातले सैन्य आहे. तिथे वैयक्तिक आवडीनिवडींना कुठे वाव द्यायचा असतो का? त्या अंधारात फार्नहोम हसत होता.

कार्पोरल फ्रेझर म्हणाला, ''सारेजण यायला तयार आहेत.''

''ठीक आहे! मिस् ड्राखमन, तुमची काय इच्छा आहे? तुमचा निर्णय सांगा.'' लेफ्टनंट तिला म्हणाला.

तिने आपला डावा हात चेहेऱ्यापाशी आणून शांतपणे म्हटले, ''मी येईन.''

''अन् बाकीच्यांचे काय?''

''त्याही येणार आहेत. मी त्यांच्याशी बोलले आहे. इथे राहूनही आमच्यावरची संकटे टळणार नाहीत. इकडे नाही तर दुसरीकडे. आम्हाला फारसा पर्यायच नाही. रात्रीच आमच्या ट्रकवरती एक तोफगोळा येऊन पडला होता. तेव्हा येथे रहाण्यात काही अर्थ नाही.''

लेफ्टनंट यावरती काही बोलला नाही. कारण फार्नहोमने त्याला गप्प बसण्याबद्दल खूण केली होती. त्या सैनिकाजवळचा टॉर्च घेऊन मग तो पुढे गेला. पार भिंतीच्या

काठापाशी गेला. इथेच या धक्क्यापाशी ती नाव आता येऊन थांबणार होती. एव्हाना ती तीन एकशे फुटावर जवळ आली. टॉर्चच्या प्रकाशात तिच्या कडा चमकून जाणवू लागल्या. पावसाच्या धुंद वातावरणात त्या नावेतील काही दिसणे अशक्य होते. पण तरी देखील फार्नहोमला जाणवले की नावेच्या टोकाला कुणीतरी दुसऱ्याला हुकूम देते आहे. आणि त्यानुसार वल्ही मारली जात आहेत. म्हणजे फक्त दोनच माणसे त्यात आहेत. शेवटी वल्ही मारण्याचे थांबले आणि ती पाण्यात उभी धरून ठेवली गेली. पुढे सरकणारी नाव हळूहळू थांबली व शेवटी पाण्यात स्तब्ध उभी राहिली. अंधारात त्या नावेची धूसर प्रतिमा दिसू लागली.

"आहॉय देअर," फार्नहोम ओरडू लागला, "*केरी डान्सर?*"

"होय," एक खोल आवाज अंधारातून आला. अगदी स्पष्टपणे ऐकू आला. थोड्या वेळाने विचारले गेले, "कोण आहे?"

"अर्थातच फार्नहोम," फार्नहोम म्हणाला.

मग नावेच्या टोकाला असलेल्या माणसाने काहीतरी हुकूम दिला आणि पुन्हा वल्ही मारली जाऊ लागली. यावेळी मात्र ती भराभरा मारली जाऊ लागली.

ती नाव खूप जवळ आल्यावर फार्नहोमने ओरडून विचारले, "व्हॅन एफिन?"

"होय. मीच व्हॅन एफिन."

"शाब्बास बेटा!" फार्नहोम कौतुकाने म्हणाला, "तुला पाहून मला फार मोठा आनंद झाला. तुम्ही जागा व वेळ का बदलली?"

आता ती नाव वीस फुटांवरती आली. ओरडून बोलण्याची गरज उरली नाही. तो डच माणूस, व्हॅन एफिन, म्हणत होता, "आमच्या कॅप्टनसाहेबांनी आपले मन बदलले. तुमची वाट पहात थांबायला ते तयार नव्हते. मग त्यांचे मन मी जबरदस्तीने बदलायला लावले."

"पण तुम्ही नावेत असताना *केरी डान्सर* निघून गेली तर? त्या कॅप्टनवर एवढा भरवसा कसा ठेवता? तो बदमाष केव्हाही दगा देईल."

ती नाव आता मंद गतीने धक्क्याकडे येऊन आडवी होऊ लागली होती. व्हॅन एफिन म्हणाला, "जर *केरी डान्सर* गेली तर ती कॅप्टनवाचून निघून जाईल. कारण कॅप्टनला मी नावेत बरोबर घेतले आहे. तो इथेच खाली तळावर बसला आहे. आणि त्याच्या पाठीला मी पिस्तूल लावले आहे. त्याला याचा त्रास होतो आहे. पण मी तरी काय करू? माझा नाईलाज झाला."

फार्नहोमने टॉर्चच्या झोतात खाली वाकून पाहिले. कॅप्टनला खरेच त्रास होतो आहे की नाही हे त्याला नीट पहाता येईना. पण तो कॅप्टन होता हे नक्की. त्याच्या गुळगुळीत व तपकिरी चेहेऱ्यावरती नेहमीप्रमाणेच कसलेही भाव नव्हते.

व्हॅन एफिन सांगत होता, "आणि मागे बोटीवर काही गडबड होऊ नये म्हणून

तिथल्या दोन इंजिनियर्सना हातपाय बांधून प्लॅन्डरलीथबाईंच्या खोलीत टाकून दिले आहे. ते तिथून पळून जाऊ शकणार नाहीत. खोलीच्या दाराला बाहेरून कुलूप घातलेले आहे. प्लॅन्डरलीथबाई तर हातात पिस्तूल घेऊन बाहेर पहारा देत आहे. यापूर्वी तिने कधीही पिस्तूल वापरले नव्हते. पण तशीच वेळ आली तर ती बेधडक गोळी झाडेल. ती म्हातारी भलतीच उत्साही निघाली.''

''शाबास! तुम्ही सगळ्या गोष्टींचा विचार केलेला दिसतो आहे. फक्त जर–'' फार्नहोमचे हे कौतुकाचे बोलणे मधेच तोडले गेले.

कारण त्याच्या मागून लेफ्टनंट उगवला व तो म्हणाला, ''बास. पुरे आता ही बडबड.'' त्याच्या हातात एक प्रखर झोताचा टॉर्च होता. त्याने त्याचा प्रकाश खाली नावेमध्ये पाडला होता. त्या प्रकाशात नावेतील ती दोन्ही माणसे वर पाहू लागली. व्हॅन एफिन आपले पिस्तूल बाहेर काढू लागला. ते पहाताच लेफ्टनंट ओरडून म्हणाला, ''ते पिस्तूल मुकाट्याने बाजूला करा. इथे डझनभर रायफली व मशिनगन तुमच्यावरती रोखलेल्या आहेत हे लक्षात ठेवा.''

व्हॅन एफिनने सावकाश आपले पिस्तूल खाली घेतले व तो वरती फार्नहोमकडे निराश होऊन पाहू लागला. मग तो हळू आवाजात म्हणाला, ''वा:! माझ्याविरुद्ध काय झकास चाल केलीत मिस्टर फार्नहोम. तुमच्या ह्या दगाबाजीने आमचे कॅप्टनसाहेब अगदी खूष होतील.''

फार्नहोम त्यावरती निषेधाच्या सुरात म्हणाला, ''ही दगाबाजी नाही. ही माणसे ब्रिटीश सैन्यातील आहेत. ते आपले मित्र आहेत. पण मी तरी काय करू? त्यांनी माझ्यापुढे दुसरा पर्यायच ठेवला नाही. याचा खुलासा मी–''

''शट अप!'' लेफ्टनंट खेकसून म्हणाला, ''तुमचे ते खुलासे नंतर करत बसा.'' मग व्हॅन एफिनला उद्देशून तो पुढे म्हणाला, ''तुम्हाला आवडो वा न आवडो, आम्ही तुमच्याबरोबर येणार आहोत. ही नाव मोटरबोट आहे. तरी तुम्ही नुसती वल्ही मारत ती इकडे का आणली? तिचे इंजिन का नाही चालू केलेत?''

''उघड आहे. आवाज होऊन कळू नये म्हणून. त्यामुळेच आम्ही येथे पोचलो,'' एफिन कडवटपणे म्हणाला.

''इंजिन चालू करा.'' लेफ्टनंटने त्याला हुकूम दिला.

''तसे केले तर मोठीच आफत ओढवेल.''

''कदाचित् ओढवेल. पण जर तुम्ही इंजिन सुरू केले नाही तर आता तुम्ही मरणार हे नक्की.'' लेफ्टनंट थंडपणे म्हणत होता, ''एफिन, तुम्ही एक हुषार माणूस दिसता आहात. तुम्हाला कान आणि डोळे आहेत. नीट पाहिले तर कळेल की आम्ही सैन्यातली जिवावर उदार झालेली माणसे आहोत. फार वेळ न घालवता फटकन ॲक्शन करतो. उगाच अशावेळी हट्टी मुलासारखे वागून तुम्ही काय

साधणार आहात?''

व्हॅन एफिन वर तोंड करून थोडा वेळ लेफ्टनंटकडे पहात राहिला. मग त्याने काहीही न बोलता कॅप्टन सिरानच्या पाठीत हातातले पिस्तूल खुपसून इशारा केला. कॅप्टनने एका मिनिटातच नावेचे इंजिन चालू केले. *त्याचा पट् पट् पट् आवाज एका लयीत होऊ लागला.* मग धक्क्यावरून एका जखमी सैनिकाला स्ट्रेचरसह नावेत उतरवले गेले. नंतरच्या अर्ध्या तासात धक्क्यावरील एकूण एक माणसे ही *केरी डान्सर* बोटीवर सुखरूप चढली. त्यासाठी त्या मोटरबोटीला दोन फेऱ्या कराव्या लागल्या. म्हणजे कार्पोरल फ्रेझरने बोटीचे नांगर खाली सोडणे, तिचे आपल्यापासूनचे अंतर ओळखणे ते अचूक ठरले होते.

शेवटी *केरी डान्सर* बोटीने पहाटे अडीच वाजता आपला नांगर उचलला व ते प्रवासाला निघाले. त्याच दिवशी म्हणजे १५ फेब्रुवारी १९४२ रोजी सिंगापूर पूर्णपणे जपान्यांच्या हाती पडल्याने त्या शहरातून बाहेर पडणारी ती एक शेवटची बोट ठरली. आता वारा नव्हता. पावसालाही उतार पडून तो भुरुभुरु पडत होता. अंधाऱ्या सिंगापूरवरती एक भयाण शांतता साकळून आली होती. हळूहळू रात्रीचा प्रभाव शहरावरती वाढत गेला. प्रकाशाचा कणही कुठे दिसत नव्हता. कुठेही गोळ्या झाडल्या जात नव्हत्या की तोफगोळे सोडले जात नव्हते. लांबून येणारे मशिनगनचे आवाजही थांबले होते. सर्वत्र शांतता पसरली होती खरी. पण ती शांतता धडकी भरवणारी होती, अनैसर्गिक होती. ती एक स्मशान शांतता होती. मृत्यूचे आगमन सुचवणारी होती. परंतु जेव्हा सिंगापूरमधील घरांच्या छपरांवरती सूर्याचे पहिले किरण पडतील तेव्हा एक मोठे वादळ त्या शहरावर कोसळणार होते.

केरी डान्सर बोटीच्या मागच्या टोकाला असलेल्या मोठ्या खोलीत फार्नहोम होता. ती खोली अत्यंत उदास वाटत होती. सर्व जखमी सैनिकांना तिथे ठेवून त्यांच्यावरती उपचार चालू होते. त्या दोन नर्सेसच्या शुश्रूषेच्या कामात वृद्ध प्लॅन्डरलीथबाई मदत करीत होती. अचानक दरवाजावरती कोणीतरी टकटक केले. त्या खोलीचा तो एकमेव दरवाजा होता. फार्नहोमने ताबडतोब खोलीतील दिवे विझवले व दार उघडून तो बाहेर आला. आपल्या मागे त्याने दार लावून टाकले. बाहेर एक व्यक्ती उभी होती.

''लेफ्टनंट?''

''होय, मीच. आपण वरती पूप-डेकवर जाऊ या. तिथेच आपण बोलू. तिथे आपले बोलणे कोणीही ऐकणार नाही.''

''ठीक आहे,'' फार्नहोम म्हणाला.

मग ते दोघे एका लोखंडी शिडीवरून वरती चढून गेले. बोटीच्या मागच्या

बाजूच्या कठड्यापाशी, टॅफरेलपाशी ते गेले. पाऊस आता पूर्णपणे थांबला होता आणि समुद्रही शांत झाला होता. जहाजाच्या मागच्या बाजूला पाण्यात फेस उसळत होता. कारण येथे जहाजाच्या पंख्याची पाती पाण्याला मागे ढकलत होती. त्या पाण्यात असंख्य बुडबुडे उसळून फुटत होते. अंधारात क्षीणपणे चमकून जाण्याच्या त्यांच्या गुणधर्मामुळे तिथला फेस थोडा ठळकपणे दिसे. फार्नहोम कठड्यावर वाकून खालच्या फेसाकडे पाहू लागला. त्याला धूम्रपान करण्याची तल्लफ आली. शेवटी तिथली शांतता लेफ्टनंटकडूनच भंग पावली.

तो म्हणाला, "सर, सॉरी नो 'सर'. आपल्याला थोडेसे कुतूहल वाटेल अशी एक बातमी सांगायची आहे. कार्पोरलने ती बातमी या आधी आपल्याला दिली का?"

"त्याने मला काहीही सांगितले नाही. तो फक्त खालच्या खोलीत येऊन मला नुसताच भेटून गेला. काही मिनिटांपूर्वी तो येऊन गेला. बोला, काय बातमी आहे?"

"आज रात्री फक्त आपली ही बोट सिंगापूरमधे नव्हती. आणखीही एक होती. जेव्हा आपण त्या मोटरबोटीत बसून या *केरी डान्सर* बोटीकडे जात होतो, पहिली फेरी करीत होतो, तेव्हा आणखी एक मोटरबोट आली नि आपल्यापासून पाव मैल अंतरावरती धक्क्याला लागली. ती मोटरबोट ब्रिटीश माणसे चालवित होती. अन् ती मोटरबोट त्यांच्या बोटीकडून आली असणार."

फार्नहोमने ते ऐकताच हळूच एक शीळ घातली. तो विचारू लागला, "ते कोण लोक होते? काय करत होते? अन् त्यांना कोणी पाहिले?"

"कार्पोरल फ्रेझर आणि माझ्या दोन माणसांनी त्यांना पाहिले. त्यांनी त्या मोटरबोटीच्या इंजिनाचा आवाज ऐकला. आपल्याला तो ऐकू आला नाही. कारण आपण आपल्या मोटरबोटीत त्यावेळी होतो व आपल्या इंजिनाच्या आवाजात तो आवाज बुडून गेला होता. फ्रेझर व आपल्या माणसांनी पुढे जाऊन ती माणसे काय करत आहेत याचा शोध घ्यायचा प्रयत्न केला. त्यांना दिसले की त्या मोटरबोटीत फक्त दोघेचजण असून त्यांच्याकडे बंदुका होत्या. त्यातला जो बोलणारा माणूस होता तो एक स्कॉटिश हायलॅन्डर होता, वेस्टर्न आयलॅन्डवरचा होता, असे फ्रेझर म्हणतो. तसेच त्याच्या मते त्या प्रकारची माणसे ही बोलण्यास नेहमी नाखूष असतात. फ्रेझरला अशा लोकांबद्दल खूप माहिती आहे असे दिसते. नंतर *केरी डान्सर* बोटीकडून आपली मोटरबोट परत दुसरी फेरी करण्यासाठी धक्क्याकडे येत होती. म्हणून ते सारे तिथून परतले. फ्रेझरच्या मते त्यांच्यापैकी एकाने आपल्या माणसांचा पाठलाग केला असावा. परंतु त्याची तशी पक्की खात्री नाही."

"रहस्यमय!" हा एवढा एकच योग्य शब्द फार्नहोम म्हणाला. मग त्याने आपला खालचा ओठ दाताखाली दाबला आणि तो समुद्राकडे नजर लावून शून्यात बघत राहिला. थोड्या वेळाने त्याने लेफ्टनंटला विचारले, "ती मोटरबोट कुठून

आली याची फ्रेझरला अजिबात कल्पना नाही? एखाद्या बोटीकडून जर ती आली असेल तर ती बोट समजली का? नंतर ती दोन माणसे मोटरबोट घेऊन कुठे गेली?''

''फ्रेझरला त्याचा अजिबात अंदाज करता येत नाही. जणू काही ती मोटरबोट चंद्रावरून आली असेच फार तर म्हणता येईल.''

नंतर काही वेळ ते दोघे चर्चा करीत बसले. थोड्या वेळाने फार्नहोमने ती चर्चा बंद केली. तो म्हणाला, ''लेफ्टनंट, त्याबद्दल आता अधिक काहीही तर्क करता येत नसल्याने ती घटना आपण तात्पुरती विसरून जाऊ या. आता त्यामुळे आपल्याला काही त्रास होणार नाही. आपण त्या स्थळापासून खूप दूर आलो आहोत. आत्ता तरी माझ्या दृष्टीने हेच महत्त्वाचे आहे.'' मग जाणीवपूर्वक हा विषय बदलत तो म्हणाला, ''ठरविल्याप्रमाणे सर्व काही जमवले ना?''

''होय जवळजवळ सारे काही. या बोटीचा कॅप्टन आपल्याशी सहकार्य करायला तयार झाला आहे. अन् तसे त्याला करणे भागच आहे. कारण आपल्याला जेवढा त्रास होईल तेवढाच त्यालाही आपल्याबरोबर होणार आहे. अन् हे त्याला पटलेले आहे. वरून पडणारे बॉम्ब आणि खालून येणारे टॉरपेडो कोणालाच चुकवता येणार नाहीत. कॅप्टनवर, क्वार्टरमास्टरवर आणि ड्यूटी इंजिनियरवर आपली एकेक माणसे कायम नजर ठेवून आहेत. बाकीची आपली माणसे ही झोपी गेली आहेत. किती दिवसांचे जागरण त्यांना झाले आहे ते देव जाणे. पण त्यातल्या चार जणांना मी मधल्या केबिनमध्ये झोपवले आहे. बाकीची माणसे सर्वात पुढच्या केबिनमध्ये झोपली आहेत. वेळ आली तर झटकन कुठूनही आपल्या माणसांची मदत आपण घेऊ शकतो.''

''छान छान! अन् त्या चिनी नर्सेस व ती मोठी मलायी नर्स? त्या कुठे झोपल्या आहेत?''

''मधल्या केबिनमध्ये. त्यांना खूप मोठा धक्का बसला आहे आणि त्या आजारी पडल्या आहेत.''

''अन् व्हॅन एफिन कुठे आहे?''

''तो डेकवरती एका लाईफबोटीखाली झोपला आहे. सुकाणूच्या खोलीपासून दहा फुटांवर. कॅप्टन सुकाणू धरून बोट चालवतो आहे,'' असे म्हणून लेफ्टनंट हसत पुढे म्हणाला, ''एफिन जरी झोपला असला तरी तो सावध आहे. कॅप्टनवर त्याचे अधूनमधून लक्ष असतेच. वेळ आली तर कॅप्टनला ठार मारायला तो कमी करणार नाही. एफिनवर आपण भरवसा ठेवायला हरकत नाही.''

''खरे आहे. अन् अन्नधान्याचा साठा कितपत आहे?''

''बऱ्यापैकी आहे. आपणा सर्वांना तो आठ दहा दिवस पुरेल.''

''तो सर्व साठा संपवण्याची आपल्यावर पाळी येवो,'' फार्नहोम गंभीरपणे

म्हणाला. काही क्षण तो विचार करीत राहिला. व मग हलक्या आवाजात म्हणाला, "आणखी एक गोष्ट. मी एक तसा छोटा माणूस आहे हे तुम्ही सर्वांना भासवले ना? विशेषत: जहाजाच्या कॅप्टनच्या मनावर ते बिंबले पाहिजे. या जहाजावरचा सर्वात महत्त्वाचा माणूस म्हणजे तुम्ही आहात, असेही सर्वांना वाटले पाहिजे."

"त्याची तुम्ही काळजी करू नका. सर्वांना मी तसे पटवत आहे," लेफ्टनंट अदबीने म्हणाला.

"उत्तम!" असे म्हणून फार्नहोमने नकळत आपला हात कमरेला बांधलेल्या पट्ट्यावरून फिरवला. तो पुढे म्हणाला, "परंतु संशय येईल इतपत जादा प्रयत्न करू नका. जेव्हा जेव्हा जमेल तेव्हा 'तुम्ही माझ्याकडे दुर्लक्ष करीत आहात' असे भासवीत जा. अन् हो, आणखीही एक गोष्ट करा. त्या रेडिओ शॅकमध्ये जा. रेडिओ शॅक म्हणजे वायरलेस रूम. ती खोली कुठे आहे ते ठाऊक आहे ना?"

"सुकाणूच्या खोलीच्या मागेच ती आहे. मी पाहिली आहे ती."

"तिथे वायरलेस सेट ऑपरेटर म्हणून 'विली लून' हा एक तरुण पोरगा काम करतो आहे. तो एक खरोखर चांगला पोरगा आहे. तो या तरंगत्या शवपेटीवर कशाला आला देव जाणे. मी त्याची गाठ घेणार नसल्याने तुम्ही त्याची गाठ घ्या. बोटीवरच्या वायरलेस सेटची प्रसारणक्षमता किती मैलांपर्यंत पोचते, याची माहिती तुम्ही त्याच्याकडून काढून घ्या. बहुधा पहाटेच्या आत मला एक संदेश वायरलेसने पाठवावा लागेल."

"येस, सर." लेफ्टनंटला पुढे काही बोलायचे होते. पण तो थोडासा कचरत होता. त्याला जो प्रश्न विचारायचा होता तो विचारावा की न विचारावा, असे त्याला वाटू लागले. शेवटी त्याने आपले मन बदलून तो प्रश्न विचारायचे टाळून तो म्हणाला, "त्यासाठी आत्तासारखी दुसरी योग्य वेळ नाही. मी आत्ताच तिथे जातो. गुडनाईट!"

"गुडनाईट, लेफ्टनंट!" फार्नहोम म्हणाला. लेफ्टनंट गेल्यावर तो कठड्यावरून खाली पहात राहिला. एखाद्या दमेकऱ्यासारखा *केरी डान्सर* बोटीच्या इंजिनाचा आवाज होत होता. ते इंजिन जुनाट झाले होते, पेन्शनीत जायला हवे होते. बोटीने पूर्व व आग्नेय यांच्या मधली दिशा धरली होती. ती ऑस्ट्रेलियाच्या रोखाने जात होती. समुद्र शांत होता. पाण्याच्या हालचाली या एखाद्या आळसावलेल्या माणसाप्रमाणे होत असल्याने तो जणू काही तेलाचा समुद्र आहे असे वाटत होते. थोडा वेळ तिथे थांबून फार्नहोम सरळ उभा राहिला व पाठ वळवून तिथून निघून गेला. त्याने आणलेल्या बॅगेत व्हिस्कीच्या बाटल्या होत्या. अन् कितीही व्हिस्की प्यायली तरी त्याला नशा येत नसे, अशी त्याची ख्याती होती. त्याची ती बॅग जखमी सैनिक ठेवलेल्या मोठ्या खोलीत होती.

पहाटे ३॥ वाजता झोपेतून उठवून जर कोणाला त्याच्या कामातील शुद्ध तांत्रिक प्रश्न विचारले तर ती व्यक्ती नक्कीच चिडेल. पण विली लून अशा माणसात मोडत नव्हता. त्याला लेफ्टनंटने उठवल्यावर तो उठून शांतपणे बसला आणि हसला. लेफ्टनंटला त्याने माहिती दिली की त्याच्या वायरलेसच्या प्रसारणाचा पल्ला हा कसाबसा ५०० मैलांचा आहे. ती माहिती दिल्यावर पुन्हा त्याने आपला चेहरा हसरा ठेवला. त्याच्या गोल चेहऱ्यावरील हास्य हे त्याचा प्रामाणिकपणा आणि उत्साह सांगून जात होते. लेफ्टनंटला त्यावरून हे कळून चुकले की फार्नहोमची माणसाची पारख अचूक असते. विली लून ही व्यक्ती किती चांगली आहे याचा त्याला अनुभव येत होता. अशा व्यक्तीने इथे काम करायला नको असे त्याला वाटले.

लेफ्टनंट त्याचे आभार मानून जाण्यासाठी वळला. पण त्याच वेळी त्याला तिथल्या वायरलेस सेटच्या टेबलावरती एक अशी वस्तू दिसली की *केरी डान्सर* बोटीवर ती असण्याची कोणी कधी जन्मात अपेक्षा केली नसती. तो एक फ्रिझमधून बाहेर काढलेला गोल केक होता. त्यावरती असंख्य छोट्या छोट्या मेणबत्त्या ठेवल्या होत्या. ते पाहून लेफ्टनंटने विली लूनला विचारले, "हा काय प्रकार आहे? तुम्हाला कुठे हे मिळाले?"

मग विली लून अधिक उत्साहाने सांगू लागला, "तो एक वाढदिवसाचा केक आहे. माझ्या बायकोने बनवला. तो तिकडे जो फोटो दिसतो आहे, तो तिचाच आहे. दोन महिन्यांपूर्वी तिने तो बनवला होता. तो घेऊनच मी बोटीवर आलो. इतके दिवस फ्रिझमध्ये ठेवला होता. काय, झकास दिसतो आहे ना केक?"

लेफ्टनंट सावधपणे म्हणाला, "सुंदरच आहे." मग विली लूनच्या बायकोच्या छायाचित्राकडे पहात तो पुढे म्हणाला, "तुमच्या सुंदर बायकोप्रमाणे केकही सुंदर आहे. नशीबवान आहात बुवा."

तो समाधानाने स्मित करीत म्हणाला, "आहेच मी नशीबवान, सर."

"मग वाढदिवस कधी आहे?"

"आज. म्हणून तर हा केक फ्रिझमधून बाहेर काढला."

"मी आज चोवीस वर्षांचा झालो."

"आज!" लेफ्टनंट आपली मान हलवित म्हणाला, "आजच्या या दिवशी तुमचा वाढदिवस यावा. वा, काय योग आहे. ठीक आहे. वाढदिवसाच्या तुम्हाला माझ्या मनापासून शुभेच्छा. मेनी हॅपी रिटर्न्स ऑफ द डे! गुड लक!"

लेफ्टनंट तिथून बाहेर पडला. आपल्या मागे त्याने त्या खोलीचे दार हळुवारपणे लावले. त्या खोलीत लवकरच एक वादळी घटना घडणार होती.

३

विली लूनचे वय चोवीस वर्षांचे झाल्यावर तो मरण पावला. त्याच्या वाढदिवसाच्या
दिवशी भर दुपारी मृत्यूने त्याच्यावरती घाला घातला. त्यावेळी तो त्याच्या वायरलेस
रूममध्ये होता. छताला एक आकाशाकडे तोंड केलेली खिडकी होती. त्या
खिडकीला पट्ट्यापट्ट्यांच्या झडपा लावून उन्हाचा बंदोबस्त केला होता. परंतु
विषुववृत्तापासचे ऊन हे एवढे प्रखर असते की आत येणारा प्रकाश हा तरीसुद्धा
झगझगीत वाटतो. वायरलेस ट्रान्समीटरच्या टेबलावर केक ठेवला होता. त्यावरच्या
मेणबत्त्या विली लूनने पेटवून ठेवल्या होत्या. पण आत आलेला प्रकाश त्या
मेणबत्तीच्या मंद प्रकाशाला जणू काही वेडावून दाखवीत होता. त्यातून बोट पुढे
जाताना सारखी आपल्या अंगावरती डोलत होती. त्यामुळे त्या मेणबत्त्यांच्या ज्योती
बारीक होत जात किंवा एकदम मोठ्या होत जात. काही काही तर विझून जात
होत्या. वरून येणाऱ्या प्रकाशाचे कवडसे हे त्यामुळे तो केक आणि जिने केक
बनवला त्या विली लूनच्या पत्नीच्या छायाचित्रावरून सारखे जात येत होते.

पण विली लूनला तो केक, त्यावरच्या मेणबत्त्या आणि त्याच्या पत्नीचे
छायाचित्र या गोष्टी अजिबात दिसत नव्हत्या. याचे कारण तो आंधळा झाला होता.
असे का झाले याचे कारण तो सांगू शकत नव्हता. दहा सेकंदापूर्वी त्याच्या
डोक्याला मागे जोराचा मार लागल्याचे कळले. पण त्यामुळे आपल्याला दिसेनासे
कसे झाले हे त्याला समजेना. वायरलेस यंत्राची कळही त्याला दिसेना. ही कळ
दाबून तो मोर्सच्या संकेत ध्वनीनुसार जवळचे निरोप बाहेर प्रसारीत करायचा.
वायरलेस तारायंत्राचे ज्ञान तो ज्या मार्कोनी स्कूलमध्ये शिकला तिथला त्याचा
शिक्षक म्हणायचा की, खऱ्या वायरलेस ऑपरेटरला मिट्ट अंधारातसुद्धा आपले यंत्र
चालवता आले पाहिजे. तसेच, आदर्श ऑपरेटर हा आणीबाणीतील शेवटच्या
क्षणापर्यंत आपले काम पूर्ण होईपर्यंत आपली जागा सोडीत नसतो, तो आपल्या

जहाजाच्या कॅप्टनबरोबरच जहाज सोडतो, असेही त्याचा शिक्षक म्हणत असे. म्हणून आत्ता त्याने चाचपडत आपल्या यंत्राची कळ शोधून काढली व तो आणीबाणीचा, संकटात सापडल्याचा निरोप बाहेरच्या जगात पाठवू लागला. आपल्याला कसे दिसेनासे झाले याचे जीवशास्त्रीय कारण जरी त्याला समजले नाही, तरी त्याला एवढे कळून चुकले की विमानातून आपल्या जहाजावर गोळ्या झाडण्यात आल्या आहेत. आता हे जहाज काही वेळातच बुडणार. त्याच्या आत आपले निरोप बाहेर पाठवित राहिले पाहिजे. मदत मिळेपर्यंत आपल्याला हे प्रसारणाचे काम करीत रहाणे भाग आहे. मग भले आपल्याला दिसत नसले तरी. त्याचा हात सारखा सारखा बिनतारी तारायंत्राची कळ दाबत होता. *एसओएस, शत्रूचा हवाई हल्ला, अक्षांश ०.४५ उत्तर, रेखांश १०४.२४ पूर्व, आग लागली.... एसओएस, शत्रूचा हवाई हल्ला, अक्षांश ०.४५ उत्तर, रेखांश १०४. २४ पूर्व, आग लागली... एसओएस....*

त्याच्या पाठीतून वेदनांचा आगडोंब उसळत होता. आपल्याला मशिनगनच्या गोळ्या लागल्या आहेत हे त्याला कळून चुकले. किती गोळ्या लागल्या असतील याचा अंदाज त्याला करता येईना. पण वायरलेस यंत्राला त्या गोळ्या लागण्यापेक्षा आपल्याला लागल्या हे बरे झाले. हवेतून खाली घुसणाऱ्या गोळ्या आणि त्याचे वायरलेस यंत्र यांच्यामध्ये आपण होतो म्हणून हे यंत्र बचावले. नाहीतर ते उद्ध्वस्त झाले असते. मग आपले जहाज संकटात सापडल्याचा संदेश आपण कसा धाडू शकलो असतो? मग तर जहाजावरील सर्वांची आशा नष्ट झाली असती. वायरलेस ऑपरेटरच्या आयुष्यात असा आणीबाणीचा प्रसंग रोज रोज थोडाच येत असतो? अन् शेवटी आपण एवढ्यासाठीच प्रशिक्षण घेतले ना? मग आता न थांबता सतत सतत ह्या संदेशाचे प्रसारण आपण करीत राहिले पाहिजे. अगदी आपल्या शेवटच्या श्वासापर्यंत... तो सारखा ती कळ दाबत राहिला. न थकता बाहेरच्या जगाला संदेश देत राहिला. हा संदेश त्याच्या आयुष्यातील सर्वात महत्त्वाचा होता. आपला हात जड होत चालला आहे हे त्याला जाणवू लागले. जहाजाच्या हेलकाव्यामुळे त्या यंत्राची कळ सारखी इकडे तिकडे हलत होती, सरकत होती, त्याच्या आंधळ्या नजरेला व बोटांना चुकवित होती.

त्याच्या कानात एक दबका व गंभीर ध्वनी सारखा होऊ लागला. हा आवाज वरच्या विमानाच्या इंजिनाचा तर नाही ना? का आपल्या समोर जो डेकचा भाग आहे तिथल्या आगीचा तर हा आवाज असेल काय? का आपल्या डोक्यातील रक्ताच्या लाटांचा तर हा आवाज आहे काय? कदाचित तेच कारण असेल. कारण शत्रूची बॉम्बर विमाने एव्हाना निघून गेली असणार. त्यांनी त्यांचे काम उरकले. अन् आग लागली असेल तर ती भडकण्यासाठी समुद्रावरती वारा आत्ता नाही. तेव्हा काही का

असेना, आपला हात अजून चालतो आहे आणि आपले यंत्रही अजून व्यवस्थित काम करते आहे, तेव्हा आपण आपल्याकडून कुचराई करायची नाही. तो असा विचार करून सारखा निरोप देत राहिला. ५०० मैलांच्या त्रिज्येत कुठेतरी एखादे जहाज असेल, ते आपला हा संकटग्रस्त झाल्याचा निरोप पकडेल आणि मदतीसाठी धावून येईल, या आशेपोटी तो आपला हात चालवीत राहिला. पण काही वेळाने त्याचा हात नुसताच चालत होता. वायरलेस यंत्राची कळही दाबली जात होती. परंतु हळूहळू त्यातून मोर्स संकेतानुसार शब्द बाहेर पडेनात. नुसतेच अर्थहीन कट्ट कट्ट कड कट्ट होत होते.

परंतु आपल्या हातून आता निरर्थकपणे कळ दाबली जात आहे हे विली लूनला समजत नव्हते. हळूहळू त्याला कळेनासे होत गेले. तो एका अंधाराच्या समुद्रात बुडाला होता, गोंधळला होता आणि त्याचा एकेक अवयव काम करेनासा होत होता. त्याच्या मांडीला खुर्चीची कड रुतत असल्याने आपण खुर्चीवरती बसलो आहोत ही जाणीव मात्र अजून होत होती. याचा अर्थ आपण अजूनही आपला वायरलेस सेट चालवण्याचे काम करत आहोत, असे तो समजला. काय वाटेल ते करून संकटकाळात वायरलेस सेट समोरची खुर्ची सोडायची नाही, आणीबाणीचा संदेश प्रसारित करत रहायचे ही शिकवण त्याच्या शिक्षकाने दिली होती. त्यानुसार आपण आपले काम करतो आहोत असे वाटून त्याला समाधान वाटत होते. आत्ता आपल्या शिक्षकाने आपल्याला अशा अवस्थेत काम करताना पाहिले तर त्यांना आपला नक्की अभिमान वाटेल, असा विचार त्याच्या मनात चमकून गेला. नंतर त्याला आपल्या तरुण पत्नीची आठवण झाली. तिचा चेहरा त्याच्या मन:चक्षूसमोर येताच त्याला बरे वाटले. तिने आपल्यासाठी किती छान केक बनवला. ती स्वयंपाकही किती चवदार करते. तिने बनवलेल्या केकची चवही त्याला अजून घेता आली नव्हती. त्याने आपले डोळे खेदाने हलवले मात्र, तोच त्याच्या डोक्यात एक तीव्र कळ उमटली व ती त्याचा मेंदू कापत कापत त्याच्या आंधळ्या डोळ्यापर्यंत आली.

मग सेकंदभर, फक्त एकच सेकंद त्याचे हरपलेले भान परत ताळ्यावर आले. त्याचा उजवा हात वायरलेस यंत्राच्या कळीवरून घसरला होता. आपण परत त्या हाताने कळ दाबून प्रसारणाला सुरुवात केली पाहिजे हे त्याला समजले. त्याने तसा प्रयत्न करताच त्याला कळून चुकले की आपल्याला हात हलवता येत नाही. त्यातली ताकद निघून गेली आहे. मग त्याने आपल्या डाव्या हाताने उजव्या हाताचे मनगट पकडले आणि तो हात उचलायचा प्रयत्न केला. पण तो हात खूप जड झाला होता. जणू काही त्याला मणामणाचे वजन बांधले होते. पुन्हा त्याला त्याच्या शिक्षकाची आठवण झाली. आपल्या शिक्षकाने आत्ता आपल्याला असे कर्तव्य करताना पाहिले तर नक्कीच तो पाठ थोपटेल. त्याच्या मनात आलेला तो विचार

शेवटचाच ठरला. त्यानंतर त्याचे डोके पुढे झुकून टेबलावर ठेवलेल्या त्याच्या हातावरती पडले. त्याचे डावे कोपर त्या केकवर पडून तो केक टेबलावरती आडवा झाला. ज्या एक दोन मेणबत्त्या केकवर पेटवलेल्या होत्या, त्या एकदम आडव्या झाल्याने मोठ्या होऊन जळू लागल्या. त्यामुळे बाकीच्या अर्धवट विझलेल्या मेणबत्त्याही पेटल्या. त्या जाळामुळे त्यांचे वितळलेले मेण टेबलाच्या चकचकीत पृष्ठभागावर गळू लागले. त्या जाळातून निघणारा धूर वर जाऊन छताला भिडला व तिथे सावकाश पसरू लागला. थोड्या वेळोन छतापाशी एक धुराचा थर तयार झाला. पण तरीही त्या धुरामुळे त्या छोट्या खोलीतील प्रकाश मंद झाला नाही. आत घुसलेले उन्हाचे कवडसे आता अधिकच स्पष्ट जाणवू लागले. विली लूनच्या पाठीवर लाल रंगाची कडे असलेली तीन वर्तुळाकार भोके त्या प्रकाशात उजळून निघाली. विली आता पार जाणिवेच्या पलीकडे पोचला होता. त्या जळणाऱ्या मेणबत्त्या मंद मंद होत लहान झाल्या आणि एकदम मोठ्या होऊन कर्तव्यनिष्ठ विली लूनप्रमाणे विझून गेल्या.

विरोमा ही एक बारा हजार टनी बोट होती. त्याचा कॅप्टन होता फ्रॅन्सिस फाईंडहॉर्न. ब्रिटीश अरेबियन टॅन्कर कंपनीमध्ये तो कमोडोर होता. त्याला 'ऑर्डर ऑफ द ब्रिटीश एम्पायर' हा किताब त्याला मिळाला होता. बोटीच्या सुकाणूचक्रापाशी तो उभा होता. तिथून तो हवेचा दाब मोजणाऱ्या बॅरोमीटरपाशी गेला. त्यावर त्याने आपल्या बोटाने हलकेच दोन टिचक्या मारल्या. बॅरोमीटरमधला निदर्शक काटा अधूनमधून आहे त्याच जागी अडकून रहातो. बॅरोमीटरला किंचित बोटाने थोपटले की तेवढ्या धक्क्याने तो हलून हवेच्या दाबाचा योग्य तो आकडा दाखवतो. त्याने हवेचा दाब पाहिला आणि निर्विकार चेहेऱ्याने तो त्या व्हीलहाऊसमधील डाव्या बाजूच्या आपल्या उंच खुर्चीत जाऊन बसला. ती खुर्ची मुद्दाम इतकी उंचावर ठेवली होती की त्या खुर्चीतून पार क्षितिजापर्यंतचा सारा समुद्र कॅप्टनच्या सहज नजरेत यावा. त्याने हात वर करून माथ्यावरील छपराला असलेल्या खिडक्यांच्या पट्ट्या, लूव्हर्स थोड्या हलवून आपल्यावर बाहेरचा वारा येईल असे केले. पण विषुववृत्तापासच्या भर दुपारच्या वेळी उन्हाने वातावरण चांगलेच तापलेले असल्याने जो वाऱ्याचा झोत त्याच्या चेहऱ्यावर आला तो गरम व दमट हवेचा होता. मग त्याने चटकन पुन्हा त्या खिडकीच्या पट्ट्या फिरवून पहिल्यासारख्या केल्या. त्याने जरी ती कृती चटकन केली असली तरी घाईघाईने केली नव्हती. तो कुठलीही गोष्ट कधीही घाईघाईने करीत नसे. आत्तासुद्धा त्याने आपल्या डोक्यावरची जाड सोनेरी धाग्यांचे विणकाम केलेली पांढरी टोपी सावकाश काढून हातात घेतली. नंतर त्याने खिशातला रुमाल बाहेर काढून आपल्या विरळ होत चाललेल्या डोक्यावरून फिरवला व परत घडी

करून तो खिशात ठेवला. त्याने ही कृती एवढ्या संथपणे केली होती की ते पाहून कोणीही 'हा कॅप्टन खूपच शांत स्वभावाचा आहे' असा अर्थ काढला असता. उगाच जादा हालचाली न करणे हा एक माणसाचा गुणधर्म नैसर्गिक असावा.

त्याच्या खुर्चीकडे मागून कोणी तरी चालत येत होते. सागवानी लाकडाच्या टणक जमिनीवर ती व्यक्ती आपली अल्लाद पावले टाकीत होती. कॅप्टन फाईंडहॉर्नने सावकाश आपली टोपी डोक्यावरती ठेवली, आपली खुर्ची थोडी फिरवली आणि मागे वळून त्या व्यक्तिकडे पाहिले. तो त्याच्या हाताखालचा चीफ ऑफिसर होता. तो बॅरोमीटरकडे डोळे बारीक करून पहात होता. कॅप्टन फाईंडहॉर्नने त्याला काही सेकंद न्याहाळून पाहिले. ज्या माणसांचे केस व कातडी ही फिक्या रंगाची असते त्या माणसांनी कितीही वेळ उन्हात पडून राहिले तरी त्यांचा वर्ण रापत नाही, अशी एक मोठ्या प्रमाणात समजूत आहे. परंतु या चीफ ऑफिसरकडे पाहिल्यावर या समजुतीचे आपोआप खंडन होईल. त्याचा शर्ट आणि डोक्यावरचे केस यामधील चेहऱ्याची संपूर्ण कातडी ही एवढी उन्हाने रापली होती की त्याचा चेहेरा प्लॅटिनम तांबूस रंगाचा झाला होता. त्याची मान जर मागून पाहिली तर ती जणू काही गडद रंगाच्या ओक लाकडाची आहे असेच वाटेल. त्या चीफ ऑफिसरने आपली बॅरोमीटरवरची दृष्टी काढून वळून कॅप्टनकडे पाहिले आणि स्मित केले.

"वेल, मिस्टर निकोल्सन, तुम्ही यातून काय अर्थ काढाल?" कॅप्टनने त्याला विचारले. जर वादळ, पाऊस वगैरे येणार असेल तर वातावरणाच्या दाबात आधी फरक पडलेला दिसतो. म्हणून नेहमी बॅरोमीटरकडे आधी पाहून येणाऱ्या हवेचा व हवामानाचा अंदाज घेतला जातो. निकोल्सन कॅप्टनपासून काही फूट अंतरावरती होता. तिथे आजूबाजूला आणखीही कर्मचारी जवळच काम करीत होते. त्या दोघांचे संभाषण त्यांना सहज ऐकू जाऊ शकत होते. कॅप्टन हा आपल्या वरिष्ठ अधिकाऱ्याबरोबर कसोशीने शिष्टाचार पाळणारा होता.

निकोल्सनने आपले खांदे उडवले आणि तो जाळीच्या दरवाजापाशी हळू चालत गेला. त्याची चाल ही मांजरासारखी अत्यंत नरम व मऊ पायांची होती. एखाद्या वाळलेल्या काटकीवर पाय पडला तर ती मोडून आवाज होईल अशा सावधगिरीने मांजर जशी पावले टाकते तशी पावले टाकीत तो चाले. त्याने त्या दारातून वरती आकाशाकडे पाहिले. आकाशाला किंचित पिवळी झाक आल्याने आत्ता दुपारी ते एखादी भट्टी पेटल्यासारखे वाटत होते. मग त्याने समुद्राच्या संथपणे खालीवर होणाऱ्या पाण्याकडे पाहिले. आकाशाच्या प्रतिबिंबामुळे पाण्याच्या पृष्ठभागाला एक किंचित तांबूस चकाकी आली होती. दूरवर ईशान्येला क्षितीजावरती पाण्याला एक फुगवटा येत होता, तो त्याने डोळे बारीक करून नीट निरखून पाहिला. तो फुगवटा हळूहळू त्यांच्या बोटीच्या डाव्या बाजूकडे सरकत होता. त्याने पुन्हा आपले

खांदे उडवले, मागे वळला आणि कॅप्टनकडे पाहिले. कॅप्टनने निकोल्सनचे निळसर झाक असलेल्या बर्फासारखे पारदर्शक डोळे पाहिले. आत्तापर्यंत त्याने ते शेकडो वेळा तरी पाहिले असतील. पण प्रत्येक वेळी त्याला त्या डोळ्यांच्या रंगाचा हेवा वाटत आलेला होता. असे डोळे त्याने आत्तापर्यंत कुठेही पाहिले नव्हते. त्या डोळ्यांकडे पाहिजे की कॅप्टनला युरोपातील आल्प्स पर्वतराजीमधील निळ्याशार तलावांची आठवण येई. पण त्यामुळेच तो अस्वस्थ होई. कारण त्याने ते तलाव नेहमी छायाचित्रे व चित्रपट यातच पाहिले. तो कधीही आत्तापर्यंत आल्प्समधे गेला नव्हता. त्याची ती मनीषा अजून अपुरी राहिली होती. ही सारी आठवण झाल्याने निकोल्सनचे निळे डोळे पहाताच तो अस्वस्थ होई.

"यात काही शंकाच नाही. मला ही वादळाची पूर्वलक्षणे वाटतात," निकोल्सन हळूवारपणे म्हणाला. आपल्या आवाजावरती त्याचे व्यवस्थित नियंत्रण असे. त्यासाठी त्याला प्रयत्न करावे लागत नसत. त्याची चालण्याची ढब आणि बोलण्याचा आवाज हे दोन्ही एकमेकांना अगदी पूरक होते. त्याच्या आवाजातून एक नाद बारीकपणे घुमत असे. त्यामुळे खोलीमध्ये कितीही माणसे बोलत असली तरी त्याचा आवाज सर्वांना स्पष्टपणे ऐकू येई. अगदी सोसाट्याच्या वाऱ्यात जरी तो बोलला तरीही त्याचे बोलणे स्वच्छपणे व सहज ऐकू येई. त्याने जाळीच्या दरवाजाकडे बोट करीत म्हटले, "सगळीच लक्षणे मला तशी दिसत आहेत. हवेचा दाब आत्ता २८.५ आहे. तासापूर्वी तो २८.७५ होता. म्हणजे झपाट्याने दाब घसरतो आहे. परंतु अशा वादळासाठी वर्षातले आत्ताचे दिवस सहसा अनुकूल नसतात. त्यातून या अक्षांशावरती वादळे होतात असे मी कधी ऐकले नव्हते. म्हणजे आता आपल्याला अनपेक्षित वादळाचा थोडासा तडाखा बसणार आहे तर."

"मिस्टर निकोल्सन, वादळाबद्दल तुम्ही फारसे गंभीरतेने घेतलेले नाही आणि म्हणूनच 'थोडासा तडाखा' या शब्दात तुम्ही त्याची बोळवण करता आहात." मग कॅप्टन कोरडेपणे म्हणाला, "त्या वादळाबद्दल, झंझावाताबद्दल अशा क्षुद्र शब्दात बोलू नका. त्या येत असलेल्या वादळाने तुमचे हे शब्द ऐकले तर तुमची पंचाईत होईल." मग क्षणभर थांबून तो हळूवार आवाजात म्हणाला, "मिस्टर निकोल्सन, वादळे ही परमेश्वराने जन्माला घालून पाठवलेली असतात."

"तेच ते." निकोल्सन पुटपुटत म्हणाला, "शिवाय त्याच्याबरोबर पाऊसही येणार आहे. भरपूर पाऊस येईल."

"होय." कॅप्टन फाईंडहॉर्न थोडेसे समाधानाने म्हणाला. "पाऊस, खवळलेला समुद्र आणि दहा किंवा अकरा नॉटसचा वारा यामुळे आज रात्री जपानी सैन्य किंवा आरमार यातील कोणीही आपल्याला पाहू शकणार नाही. आत्ता आपण कोणती दिशा धरली आहे?"

"एकशे तीस अंश, सर." निकोल्सन उत्तरला. दिशेचा रोख सांगायचा असेल तर आठ दिशांच्या नावाने सांगता येईल. पण ते ढोबळ मानाने झाले. अचूक दिशा सांगायची असेल तर मात्र वर्तुळाच्या अंशात सांगावे लागते. शून्य अंश म्हणजे उत्तर दिशा, ९० अंश म्हणजे पूर्व दिशा, १८० अंश म्हणजे दक्षिण दिशा व २७० अंश म्हणजे पश्चिम दिशा. या दरम्यान धरलेला कोणत्याही दिशेचा रोख हा अंशात सांगितला गेल्यास अधिक अचूक असतो. निकोल्सन १३० अंश म्हणाला म्हणजे पूर्व आणि दक्षिण यांच्या मधला रोख आहे.

"म्हणजे आपण उद्या कॅरीमाता सामुद्रधुनीपाशी दुपारी बारा वाजेपर्यंत पोचू. नंतर आपल्याला नेहमीच संधी उपलब्ध असेल. त्यांचे ते 'ग्रॅन्ड फ्लीट' आरमार समोरून येईल म्हणून आपण बाजूला वळू आणि त्यानंतर मात्र कसलाही अडथळा नसेल. आपण सरळ आपल्या मार्गाने मागे न वळून बघता जायचे." कॅप्टन फाईंडहॉर्नचे डोळे शांत होते, अविचल होते. "कुणी उद्या आपल्याला बघू शकेल का यावरही विचार करा, मिस्टर निकोल्सन."

"इथल्या समुद्रावर घिरट्या घालणाऱ्या विमानातील शंभर वैमानिक आणि समुद्रावर असणारे प्रत्येक जहाज, याखेरीज आपल्याला कोणीही पहाणार नाही, सर." निकोल्सन स्मित हास्य करीत म्हणाला. त्याच्या या हास्यामुळे त्याच्या दोन्ही डोळ्यांपाशी बारीक पांढऱ्या सुरकुत्या क्षणभर पडल्या आणि नाहीशा झाल्या. "आपण काल रात्री सिंगापूरमधून निसटलो हे आसपासच्या ५०० मैलातील एकाही पिवळ्या जपान्याला ठाऊक नसेल. *प्रिन्स ऑफ वेल्स* ही बोट बुडाल्यानंतर तेवढ्याच आकाराची आपली ही मोठी व एकमेव बोट जपान्यांच्या तावडीतून निसटलेली आहे. आपल्याला शोधायचे असेल तर त्यांना मकासार, सिंगापूर, ड्युरीयन आणि व्हिओ ही बंदरे शोधत बसावे लागेल. त्यांचा आरमारातील वरिष्ठ वर्ग दातओठ खात चरफडत असेल."

"पण तिओम्बोलची सामुद्रधुनी आणि टेमियांग इथे आपल्याला शोधावे असे त्यांच्या मनात चुकूनही आले नसेल."

"मला वाटते की ते जर बऱ्यापैकी हुषार असतील तर आपल्या यशस्वी पलायनाबद्दल ते आपले मनात कौतुकच करतील. कारण कोणताही हुषार माणूस हा एक अवाढव्य तेलवाहू जहाज घेऊन रात्री इथल्या समुद्रातून जाण्याचा धोका पत्करणार नाही. निदान आपल्याला भेटलेल्या वाटेतल्या वादळातून आणि आसपास कोणीही नसताना असले धाडस कोणीच करणार नाही."

कॅप्टन फाईंडहॉर्न याने आपली मान यावरती खाली पहात संमतीदर्शक हलवली. तो म्हणाला, "मिस्टर निकोल्सन, तुम्ही या निमित्ताने आपलीच पाठ थोपटून घेत आहात."

निकोल्सन यावरती काहीही बोलला नाही. तो वळून ब्रिजच्या, म्हणजे कॅप्टनच्या खोलीच्या दुसऱ्या बाजूला गेला. एक क्वार्टरमास्टर, व्हॅनिअर नावाचा अधिकारी आणि फोर्थ ऑफिसर एवढे तिघेजण त्या खोलीत कामे करीत होते. ते न बोलता आपापली कामे पार पाडीत होते. निकोल्सनच्या पावलांनी अजिबात आवाज केला नाही. झाडाचे वाळलेले पान गळून पडताना जमिनीवरती किंचित आवाज करेल, पण त्याने तेवढाही आवाज केला नाही. त्याने बोटीच्या उजव्या बाजूला असलेल्या दारातून बाहेर दूरवरती नजर फेकली. तिकडे लांबवरती लिंगा नावाचे एक बेट होते. त्या बेटाच्या आकृतीच्या धूसर कडा नजरेला कळत होत्या. क्षितीजावरच्या जांभळट रंगात त्या कडा मधेच विरून जायच्या व मधेच प्रगट व्हायच्या. मग त्याने तिकडे पाठ वळवली. व्हॅनिअर व क्वार्टरमास्टर शांतपणे त्याच्या हालचाली न्याहाळत होते. फर्स्ट ऑफिसर निकोल्सनच्या मनात काय असेल याचा अंदाज घेता घेता ते कंटाळून गेले.

ब्रिजच्या वरतून अधूनमधून पावलांचे आवाज येत होते, बोलण्याचेही आवाज येत होते. तिथे ज्या दोन तोफा बसवल्या होत्या त्या चालवणाऱ्या गनर लोकांचे ते आवाज होते. त्या तोफा आता जुन्या झाल्या होत्या. त्यांचा नेम बरोबर बसत नव्हता. त्यांचा उपयोग असलाच तर ज्यांनी आत्तापर्यंत तोफा वापरल्या नाहीत त्यांना भीती दाखवण्यासाठी त्या तोफा होत्या. आपल्या या तोफा आता खेळण्यातल्या झाल्या आहेत. प्रत्यक्ष युद्धात त्यांचा फारसा उपयोग होणार नाही हे त्या तोफा चालवणाऱ्या तोफचींनासुद्धा ठाऊक होते. त्या तोफा या स्वत:भोवती गोल फिरू शकून कोणत्याही दिशेला नेम धरू शकायच्या. तोफचीसाठी जे आसन होते त्या आसनासकट त्या फिरायच्या. अन् म्हणूनच ते तोफची त्या आसनांना 'स्युसाईड सीट' आत्महत्त्येचे आसन असे संबोधायचे. जहाजाच्या सर्वात उंच भागी त्या तोफांचे स्थान असल्याने साहजिकच त्या भागावर पहिला हल्ला होण्याची शक्यता होती. त्या तोफचींना हे सारे ठाऊक हाते. तीही माणसेच होती. त्यांना तिथे काम करण्यात थोडी भीती वाटत होती व म्हणून ते सारखे अस्वस्थ होत होते. निदान सध्या तरी अशीच परिस्थिती काही दिवस होती व काही दिवस रहाणार होती.

त्या तोफची कर्मचाऱ्यांची अस्वस्थ चुळबूळ आणि क्वार्टरमास्टरकडून सुकाणूचे चक्र चालवताना होणारे थोडे आवाज एवढे सोडले तर सर्वत्र एक गूढ शांतता भरून राहिली होती. *विरोमा* बोटीला त्या चमत्कारिक शांततेने एखाद्या कोशासारखे वेढून टाकले होते. तो कोश कधीही भंग पावू शकत होता. काही बारीकसारीक आवाज त्या शांततेला पंक्चर करीत होते. अन् अशा बारीक आवाजांमुळे ती भीषण शांतता अधिक दाट व गहन वाटत होती.

त्या शांततेमुळे गरम वातावरणातील उष्णता व वाढता दमटपणा अधिकच

जाणवून असह्य त्रास होई. सर्वांच्या अंगातून घामाच्या धारा वहात होत्या. त्यामुळे प्रत्येकजण सारखे पाणी पीत होता. पण कितीही पाणी प्यायले तरी तेवढाच घाम ताबडतोब येऊन पुन्हा तहान लागे.

जहाज विषुववृत्तापासच्या 'चिनी समुद्र'या नावाने ओळखल्या जाणाऱ्या समुद्रातून चालले होते. आता समुद्राचा पृष्ठभाग सपाट व शांत दिसत होता. जे काही वादळ होते ते पार क्षितीजाच्या पलीकडे होते. या असल्या शांततेत जहाजावरील कर्मचाऱ्यांना आता झोपायची तीव्र इच्छा होऊ लागली. कारण ते थकले होते व गेल्या बरेच दिवसांत त्यांना भरपूर जागरणे झाली होती. पण तरीही झोप घेण्यास कोणी फारसे धजावत नव्हते. कारण ही शांतता वादळाचे आगमन सुचवणारी असल्याने त्याची वाट पहायला लावणारी होती. अन् अशा वेळी जेवढा अधिकाधिक वेळ जाईल तेवढा माणूस अधिकाधिक अस्वस्थ होत जातो. त्याच्या मनावर ताण वाढत जातो. हा वाट पहायला लावणारा काळ जर लवकर संपला नाही तर मात्र अक्षरश: वेड लागायची पाळी येते. पण जर हा प्रतीक्षेचा काळ संपला तर... तर मग वादळाचे मोठे संकट पुढे उभे रहाणार होते.

विरोमा बोटीवरील सारेजण फार काळ वाट पहात होते. ते एक आठवडाभर संकटाच्या प्रतीक्षेत होते. युद्धक्षेत्रातून त्यांना जहाज हाकारायचे असल्याने त्यांनी जहाजाचे खोटे नाव *रेझिस्टेन्सिया* असे बोटीवर रंगवले. एक खोटे जादा धुराडे जहाजाला लावले आणि आर्जेन्टाईन रिपब्लिक या देशाचा ध्वज जहाजावर फडकावला. हे जहाज जपानच्या शत्रूदेशांपैकी नाही, तटस्थ देशाचे आहे, असे भासवायचा तो प्रयत्न होता. मग जहाजाने सुमात्रा बेटाच्या उत्तर टोकाला वळसा घालून मलाक्काच्या सामुद्रधुनीत भर दिवसा उघड उघड प्रवेश केला. त्यांना तिथून जाण्याच्या प्रवासाला एक आठवडा लागला. जपान विरुद्ध अमेरिका व ब्रिटन असे युद्ध पेटलेले होते. ब्रिटीश कंपनीची ही *विरोमा* बोट दिसताच नक्कीच ती बुडवली जाणार होती. म्हणून बोटीचे रूप पालटून आठवडाभर या भागातून प्रवास चालू होता. पण एका आठवड्यात सात दिवस असतात. एका दिवसाचे चोवीस तास असतात. अन् एका तासाची साठ मिनिटे असतात. आठवडाभर दर मिनिटाला बॉम्बहल्ल्याच्या भितीने जीव मुठीत धरून बोटीवरील लोक तणावाखाली वावरत होते. याचा शेवट एका बॉम्बहल्ल्याच्या संकटात होणार आहे, अशी सर्वांची खात्री पटली होती. फक्त तो अपरिहार्य बॉम्बहल्ला कधी होणार याची सर्वजण वाट पहात होते. जरी अद्यापपर्यंत बॉम्बहल्ला झाला नाही तरी तो होणारच नाही असे अजिबात घडणार नव्हते. शेवटी सरासरीचा नियम कोणत्याही घटनेला लागू पडतो. *विरोमा* बोटीवरील प्रत्येकाला हे सारे ठाऊक होते. काही सेकंदापूर्वी हवेतून सुटलेला बॉम्ब किंवा पाण्यातून सुटलेले टोर्पेडो हे जसे काही क्षण प्रचंड तणावपूर्ण वाट पहायला लावते, तसेच प्रत्येक

मिनीट हे वाट पहायला लावत होते, दडपण टाकणारे होते, भीतीचा ताण वाढायला लावत होते. त्यातून या जहाजामध्ये १०,४०० टन अत्यंत ज्वालाग्राही असे हाय ऑक्टेन पेट्रोल होते. त्यामुळे संपूर्ण बोट हाच एक मोठा बॉम्ब ठरत होता. या बॉम्बवरती ते कर्मचारी जीव मुठीत धरून भीतीच्या दडपणाखाली वावरत होते.

कॅप्टनच्या ब्रिजमधील फ्लॅग लॉकरपासचा टेलिफोन खणखणला. तो न थांबता कर्कशपणे वाजत राहिला. तिथल्या शांततेच्या दडपणाला सुरीने कापावे तसा त्या फोनचा आवाज कापत गेला. भुऱ्या केसांचा व्हॅनिअर तो फोन घेण्यासाठी पुढे सरसावला. अडीच महिन्यांपूर्वी तो अधिकारी म्हणून नियुक्त झाला होता. त्यामुळे त्याचा पुर्वानुभव हा कमी पडत होता. आत्ता फोनजवळ तोच असल्याने तो झटकन पुढे झाला व फोन उचलण्यासाठी त्याने गडबडीने आपला हात पुढे केला. पण त्यामुळे त्याच्या हाताचा धक्का लागून तिथे जवळ ठेवलेली दुर्बिण खाली पडली, अन् त्यामुळे त्याला रिसिव्हर नीट उचलता आला नाही. तो आपल्या हुकावरून निसटून बाजूला पडला. तेवढ्या छोट्याशा अपघाताने त्याच्या मानेवर घाम फुटला.

त्याने फोन उचलून म्हटले, "ब्रिज हिअर. काय प्रकार आहे?" व्हॅनिअरने मोठ्या अधिकारवाणीच्या स्वरात विचारले. मग काही क्षण तो पलीकडचे बोलणे ऐकत राहिला. शेवटी 'थँक यू' म्हणून त्याने फोन खाली ठेवला. निकोल्सनला सांगण्यासाठी तो वळला तर त्याला निकोल्सन आपल्या जवळ केव्हाच येऊन उभा राहिल्याचे समजले.

तो चटकन म्हणाला, "आणखी एक आणीबाणीचा संदेश आला आहे." निकोल्सनच्या निळ्या डोळ्यांकडे पहाताच तो गांगरुन गेला. त्याचे असे नेहमीच व्हायचे. मग त्याने पुढे घाईघाईने म्हटले, "वरती उत्तरेकडे कुठेतरी."

"वरती उत्तरेकडे कुठेतरी," निकोल्सनने व्हॅनिअरचे शब्द परत उच्चारले. त्याचा स्वर अगदी सहजगत्या केलेल्या संभाषणासारखा होता. परंतु त्यात जो उपरोध लपला होता त्यामुळे व्हॅनिअर चुळबूळ करू लागला. "कोणते ठिकाण? कोणते जहाज?" निकोल्सनच्या आवाजात आता धार होती.

"ते... ते मला ठाऊक नाही. म्हणजे मी ते विचारले नाही."

निकोल्सन त्याच्याकडे काही क्षण बघत राहिला व तिथून वळून फोनपाशी गेला. त्याने फोनच्या जनरेटरचे हॅन्डल गरागरा फिरवले.

कॅप्टन फाईंडहॉर्न ते सारे पहात होता. त्याने व्हॅनिअरला बोटाने खूण करून जवळ बोलावले. व्हॅनिअर लगबगीने चालत कॅप्टनपाशी गेला.

कॅप्टन त्याला विचारू लागला, "तुम्ही ती माहिती विचारायला हवी होती. का नाही विचारलीत?"

"मला त्या माहितीची गरज वाटली नाही, सर." व्हॅनिअर आता अस्वस्थ

झाला होता व आपल्या बचावाच्या हेतूने पुढे म्हणाला, ''आज आपल्याला असा संदेश चौथ्यांदा मिळाला आहे. अन् या आधीच्या असल्या संदेशाकडे तुम्ही दुर्लक्ष केले होते. म्हणून मी–''

''बरोबर आहे,'' फाईंडहॉर्न त्याचे वाक्य तोडीत म्हणू लागला, ''हा अग्रक्रमाचा प्रश्न आहे, बेटा. ही एवढी मोठी किंमती बोट, त्यावरचा अमूल्य माल, आणि पंचावन्नजणांचे प्राण मी धोक्यात घालू शकत नाही. केवळ दोन बेटांच्या दरम्यान वाहतूक करणाऱ्या बोटीवरील थोड्याशा लोकांना वाचवायला हे सारे मी पणाला लावू शकत नाही. पण असा संदेश ज्या बोटीने पाठवला ती बोट एखादी आरमारी बोट असेल. त्यावरून सैनिक वाहून नेले जात असतील, किंवा ती एखादी क्रूझर बोट असेल. तसे ते नाही, हे मला ठाऊक आहे. पण कुणी सांगावे, असूही शकेल. अन् कदाचित ती अशा ठिकाणी असेल की आपल्याला सहज जाता जाता वाटेत त्यांना मदत करता येईल. त्यासाठी आपल्याला बॉम्बहल्ल्याचा धोका पत्करायची गरजही नसेल. पण हे सारे 'जर' व 'तर' यावरती अवलंबून आहे. तरीही ते संकटग्रस्त जहाज कुठे आहे आणि कोणते आहे याची माहिती घेतल्यावरती नंतर आपल्याला निर्णय घ्यायचा आहे.'' एवढे म्हणून फाईंडहॉर्नने आपल्या सोनेरी विणकाम केलेल्या खांद्यावरच्या पट्टीला हलकेच स्पर्श करीत पुढे म्हटले, ''ही पट्टी माझ्या खांद्यावरती कशासाठी आहे?''

''सर, तुमच्यावरती निर्णय घेण्याची जबाबदारी आहे, म्हणून सर. अन् आय ॲम व्हेरी सॉरी, सर.''

''ते जाऊ दे. पण एक गोष्ट लक्षात ठेवा. मिस्टर निकोल्सन यांना अधूनमधून तरी 'सर' म्हणत जा. तुमच्याकडून तशी अपेक्षा आहे.''

व्हॅनिअर शरमून म्हणाला, ''सॉरी, सर. सहसा माझ्या लक्षात असते ते. अं– पण मला वाटते की मी थोडा दमलो आहे व त्यामुळे मला बोलताना थोडेसे सुधारत नाही.''

यावर फाईंडहॉर्न शांतपणे म्हणाला, ''तसे आपण सगळेच झालो आहोत व तेही थोडेसे नव्हे. परंतु मिस्टर निकोल्सन मात्र तसे झाले नाहीत. अन् कधीही होणार नाहीत.'' मग आपला आवाज उंचावून त्याने निकोल्सनकडे पहात म्हटले, ''वेल, मिस्टर निकोल्सन?''

निकोल्सनने रिसीव्हर खाली ठेवला व तो वळून म्हणाला, ''त्या बोटीवरती बॉम्ब टाकण्यात आले व ती आत्ता जळत आहे. कदाचित बुडतही असेल. ०.४५ उत्तर व १०४.२४ पूर्व ही त्या बोटीची अक्षांश रेखांश आहेत. म्हणजे तिकडे जायचे असेल तर व्हिओ चॅनेलमधून दक्षिणेकडे जावे लागेल. त्या बोटीचे नाव नक्की कळत नाही. वायरलेस ऑपरेटर म्हणतो आहे की तो संदेश फार भरभर दिला

गेला. सुरुवातीला तो स्पष्टपणे समजण्याजोगा असा येत होता. पण नंतर मात्र अर्धवट आणि दुर्बोध असा होत गेला. याचा अर्थ तो पलीकडचा वायरलेस ऑपरेटर जखमी झाला असावा आणि शेवटी त्या वायरलेसच्या यंत्रावरतीच पडला असावा. कारण त्यानंतर तो संदेश ऑटोमॅटिक मोडवर टाकल्याने सतत तोच येतो आहे. अजूनही येतो आहे. त्या बोटीचे नाव *केनी डान्के* असे काहीतरी आहे.''

''हे नाव कधी मी ऐकले नाही. अन् आपला स्वत:चा आंतरराष्ट्रीय संकेत शब्द प्रसारित केला गेला नाही. याचा काय अर्थ लावणार?''

निकोल्सन आपली मान हलवित म्हणाला, ''काही सांगता येत नाही, सर.'' मग व्हॅनिअरकडे वळून तो त्याला म्हणाला, ''प्लीज, रजिस्टरमध्ये शोधा बरं हे नाव. कदाचित् हे चुकीचे नाव आहे असे मला वाटते. खरे नाव *केरी डान्सर* हे असावे. माझी तशी खात्रीच आहे.''

व्हॅनिअरने जगातील सर्व जहाजांच्या नोंदी असलेले रजिस्टर काढले व तो पाने उलटू लागला. फाईंडहॉर्नने आपल्या चीफ ऑफिसरकडे पाहून भुवया उंचावल्या. निकोल्सनने त्यावर फक्त आपले खांदे उडवित म्हटले. ''N आणि R यांच्यात मोर्सच्या संकेत भाषेत खूपच साम्य आहे. तसेच ते C आणि K यामध्येही आहे. त्यामुळे एखाद्या आजारी माणसाकडून संदेश पाठवताना चूक होण्याची शक्यता आहे.''

''सर, आपण म्हणालात ते बरोबर आहे. या रजिस्टरमध्ये Kerry Dancer असे नाव दिले आहे. ही एक ५४० टनी बोट आहे. त्यात पुढे म्हटले आहे, Clyde, 1022, Suilaimiya Trading Company–''

फाईंडहॉर्न त्याचे बोलणे तोडून टाकीत म्हणाला, ''मला बाकीचे सारे ठाऊक आहे. ती एक अरब कंपनी असून त्यांना चिनी व्यापाऱ्यांचा आर्थिक पाठिंबा आहे. मकासर हे त्यांचे मुख्य बंदर असून तिथून ते बाहेर पडले आहे. त्यांच्याकडे अशी सात आठ जहाजे आहेत. वीस वर्षांपूर्वी त्याच्याजवळ अवघ्या दोन 'ढो' म्हणजे छोट्या अरबी नौका होत्या. त्यावेळी ते त्यातून बंदुका, अफू, हिरे, मोती अशा गोष्टींची बेकायदा वाहतूक करायचे. शिवाय जोडीला थोडाफार चाचेगिरीचा धंदाही करीत असत.''

''म्हणजे मग या केरी डान्सर बोटीला आपण वाचवायचे नाही? त्यांच्या बाबतीत दया दाखवायची नाही?''

''नाही, अजिबात नाही, मिस्टर निकोल्सन. आपली दिशा १३० अंशाचीच राहू दे,'' असे म्हणून कॅप्टन फाईंडहॉर्न तिथून उठला व डावीकडच्या जाळीच्या दरवाजाकडून बाहेर पडला. ही घटना तिथेच संपली.

''कॅप्टन!''

फाईंडहॉर्न पुढे जात असताना एकदम हाक ऐकू आली म्हणून थबकला. मग सावकाश मागे वळला आणि आपल्या सुकाणूचे चाक चालविणाऱ्या क्वार्टरमास्टरकडे पाहू लागला. कारण त्यानेच कॅप्टनला हाक मारली होती. तो काळ्या रंगाचा होता. त्याचे केस कुरळे व गुंता झालेले होते. दात तंबाखूमुळे पिवळे पडलेले होते. चेहऱ्याची हाडे थोडीशी वर आलेली होती. त्याचे हात त्या सुकाणूचक्रावर हलकेच ठेवलेले होते व तो सरळ समोर पहात होता.

"तुम्हाला काही सांगायचे आहे का?" कॅप्टनने त्याला विचारले.

"होय, सर. काल रात्री *केरी डान्सर* ही बोट सिंगापूरला थांबली होती," एवढे म्हणून त्याने कॅप्टनकडे एक दृष्टिक्षेप केला व तो परत समोर पाहून बोलू लागला, "ती एक अधिकृत सरकारी बोट आहे, सर."

"काय?" कॅप्टन एकदम चमकून म्हणाला.

"सरकारी बोट? तुम्ही स्वत: पाहिले ते?"

"सर, मी स्वत: नाही पाहिले. पण आपल्या बोट्समनने पाहिले. त्याबद्दल तो काल रात्री बोलत होता. मी ते ऐकले सारे. त्यावेळी तुम्ही नुकतेच किनाऱ्यावरून परतला होतात."

"तुमची खात्री आहे तशी?"

"अर्थातच, सर."

"त्या बोटस्मनला ताबडतोब इकडे वर बोलावून घ्या." फाईंडहॉर्नने हुकूम सोडला. मग तो आपल्या खुर्चीपाशी बसला. आता तो निवांतपणे कालच्या रात्रीचे प्रसंग आठवीत तो बोटस्मनची वाट पाहू लागला.

त्यावेळी रात्री त्याचा बोट्समन आणि बोटीवरचे सुतारकाम करणारा माणूस हे दोघे छोट्या मोटरबोटीत उतरले होते. कॅप्टन त्यांच्या मागेच अंगावरती रेनकोट घालून बसला होता. त्या दोघांच्या अंगावरती एक ताडपत्रीचे कापड पावसापासून बचाव करण्यासाठी निष्काळजीपणे टाकले होते. त्या आच्छादनातून त्या दोघांनी घेतलेल्या ली एन्फील्ड या रायफलींचे दस्ते मागच्या बाजूने बाहेर डोकावत होते. ते पाहून कॅप्टनला बरे वाटले. आपण किनाऱ्यावरती अगदीच असुरक्षितपणे जात नाही म्हणून हायसे वाटले. दूरवर किनाऱ्यावर कुठेतरी गोळीबार चालू होता त्याचे आवाज ऐकू येत होते. अधूनमधून शहरावरती तोफा डागल्या जायच्या. त्याचेही आवाज ऐकू येत. शेवटच्या बॉम्बहल्ल्यानंतर सिंगापूरवरती धूरच धूर पसरला होता. त्यावेळी जपानी विमाने अगदी नियमितपणे रोज सकाळी शहरावरती बॉम्ब टाकून जात होती. त्यांचा तो नियमितपणा एवढा अचूक वेळेवरती असे की विमाने आल्यावर खुशाल त्यावरून आपापली घड्याळे लावून घ्यावीत. ती वेळ जवळ आली की रस्त्यावरती व शहरात सर्वत्र एक चमत्कारिक शांतता आपोआप पसरे.

सर्व रस्ते रिकामे होऊन जात. जणू काही ते रस्ते तिथे आहेत हेच सर्वजण पार विसरून गेलेले असत. त्या रात्रीच्या अंधारात कॅप्टनला कुठेही *केरी डान्सर* बोट पाण्यात दिसली नाही. किंवा निळा ध्वज फडकवणारी कोणतीही सरकारी ब्रिटीश बोट दिसली नाही. त्यावेळी खूप दाट अंधार होता आणि कॅप्टनच्या डोक्यात एका वेळी अनेक विचार चालू होते. शिवाय त्यावेळी त्याच्यासमोर असलेल्या अडचणींमधून कसा मार्ग काढून निसटून जायचे यावरती त्याचे लक्ष जास्त केंद्रित झाले होते. त्याला बातमी मिळाली होती की पोको बुकूम, पुलो साम्बो आणि पुलो सेबारोक या बेटांवरती तुफान बॉम्बफेक नुकतीच झाली होती. या तिन्ही बेटांवरती ब्रिटीशांनी तेलाचा मोठा साठा करून ठेवला होता. ती बातमी खरी होती का नव्हती हे समजायला काही मार्ग नव्हता. अन् जरी आत्तापर्यंत तिथे बॉम्बफेक झाली नसली तरी ती कोणत्याही क्षणी होऊ शकते. त्यामुळे तिथे जाऊन त्या बेटांवरती बोटीतील तेलाचा साठा त्याला रिकामा करता येत नव्हता. पण बोटीच्या पोटात भरपूर तेल घेऊन ती समुद्रावर फिरवित ठेवणे हेही धोक्याचे होते. यातून कसा मार्ग काढायचा हे त्याला सुचेना. त्या धक्क्यापाशी तर धुराचे साम्राज्य असल्याने त्याला जवळचे पाच फुटांपर्यंतचेही दिसत नव्हते. मग आजूबाजूला अन्य बोटी असल्या तरी दिसणे शक्य नव्हते. शिवाय सिंगापूरमधील सर्व नौदल केव्हाच सिंगापूर सोडून निघून गेले होते. त्यामुळे त्याच्या बोटीतील तेल काढून घेण्याचा धोका अजिबात नव्हता. तिथली कॅटॅलिना जातीची सारी विमानेही निघून गेली होती. जी उरली होती ती ब्रूस्टर बफेलो जातीची विमाने आणि टोर्पेडो बॉम्बर असलेली वाईल्डबीज जातीची विमाने पूर्णपणे जपान्यांच्या बॉम्बहल्ल्यात पूर्णपणे जळून गेली होती. सेलेनगार विमानतळावरती त्यांचे फक्त सांगाडे उरले होते. त्यामुळे त्याच्या जवळचे एकूण १०,४०० टन ज्वालाग्राही तेल हे सिंगापूरच्या सापळ्यात अडकले होते. आणि–

त्याच्या मनात अशी मागच्या विचारांची उजळणी चालू असताना त्याला कोणीतरी म्हटले, "सर, आपण मला बोलावलेत?" त्याच्यासमोर बोट्‌समन उभा राहून त्याला विचारत होता. नोकरीला लागताना हाच बोट्‌समन लाजरा बुजरा असा तरुण पोऱ्या होता. पण नंतर वीस वर्षात त्याने जगातली एकूण एक बंदरे पालथी घातली होती. ब्रिटीश अरेबियन कंपनीच्या निरनिराळ्या साठ बोटींवरती त्याने काम केले होते. त्यामुळे त्याच्यातून एक टणक व कणखर व्यक्तिमत्त्वाचा, बिनधास्त स्वभावाचा व वाटेल ते काम करण्याची क्षमता असलेला माणूस निर्माण झाला होता. तो कॅप्टनला आता विचारीत होता. "आपल्याला *केरी डान्सर* बोटीबद्दल काही विचारायचे आहे का?" त्याने हळू आवाजात व मृदूपणे म्हटले.

फाईंडहॉर्नने मान हलवून होकार दिला. पण तो काही बोलला नाही. तो समोरच्या त्या रापलेल्या वर्णाच्या व बुटक्या व्यक्तीकडे पहात राहिला. मग

कॅप्टनची परवानगी आहे असे पाहून तो बोट्समन बोलू लागला, "सर, मी *केरी डान्सर* बोटीची लाईफबोट काल रात्री पाहिली. आपल्या आधी ती बोट निघाली होती. त्यावरती बरेच लोक प्रवासी म्हणून चढले होते." मग कॅप्टनच्या प्रतिक्रियेचा काही वेळ अंदाज घेऊन तो पुढे म्हणाला, "सर, ते एक हॉस्पिटल शिप होते."

फाईंडहॉर्न आपल्या खुर्चीतून खाली उतरला आणि बोट्समनच्या समोर जाऊन स्तब्ध उभा राहिला. त्या दोघांची उंची सारखी असल्याने त्यांचे एकमेकांच्या डोळ्याला डोळे भिडले होते. ब्रिजमध्ये एकदम शांतता पसरली. त्या दोघांपैकी कोणीही त्या शांततेचा भंग करायला तयार नाही असे त्यांच्या नुसत्या उभे रहाण्यावरून वाटत होते. *विरोमा* बोट आपल्या मार्गावरून एक अंशात फिरली. मग दोन अंशात व मग तीन अंशात. परंतु सुकाणूचे चाक हातात धरलेल्या माणसाने ते चाक फिरवून बोटीची पूर्वीची दिशा आणली नाही.

फाईंडहॉर्न बोलू लागला, "एक हॉस्पिटल शिप. हो ना? पण ती बोट तर दोन बेटांच्या दरम्यान फेऱ्या मारणारी एक ५०० टनी ट्रॅम्प बोट आहे." ट्रॅम्प बोट म्हणजे कसलेही वेळापत्रक न पाळता फेऱ्या करणारे जहाज–

"अगदी बरोबर सर. पण त्या बोटीचा ताबा घेतला गेला होता. त्यावर चढणाऱ्या काही जखमी सैनिकांशी मी स्वत: बोललो. त्यावेळी माझ्याबरोबरचा माणूस आणि मी तुमची वाट पहात धक्क्यावरती उभे होतो. त्या बोटीच्या कॅप्टनला 'बोट ऑस्ट्रेलियाकडे न्यावे किंवा त्याचा ताबा सोडावा,' अशी धमकी दिली होती. कॅप्टनच्यावरती नजर ठेवायला सैनिकांची एक कम्पनी ठेवली होती."

"ठीक आहे. पुढे सांगा."

"बास, एवढेच सर. त्यांच्या मोटारबोटीने दुसरी खेप करून उरलेली सर्व माणसे जहाजावर नेली. त्यानंतर तुम्ही तुमचे काम करून परत आलात. त्या सैनिकातील बहुतेकजण हे जखमी होते व कसेबसे लंगडत चालत होते. काहीजणांना तर स्ट्रेचरवरून नेले जात होते. शिवाय त्यांच्याबरोबर पाच किंवा सहा नर्सेस होत्या. त्या ब्रिटीश नर्सेस नव्हत्या. अन् एक लहान मुलगाही होता."

"स्त्रिया, मुले, आजारी माणसे आणि नर्सेस एवढे त्या सुलैमिया कंपनीच्या बोटीवर होते काय! ती बोट नसून एक तरंगता मृत्यूचा सापळा आहे, हे त्यांना कळलेले नव्हते असे दिसते. तिथल्या एकूण एक बेटांच्या साखळीवर जपानी विमाने घिरट्या घालीत आहेत." मग फाईंडहॉर्न हळू आवाजात पण हिंस्त्रपणे म्हणाला, "त्या सिंगापूरमधील अधिकाऱ्यांच्या मठ्ठ डोक्यात ही बाब कशी शिरली नाही?"

"ते मला ठाऊक नाही, सर," बोट्समन थंडपणे म्हणाला.

त्याच्याकडे कॅप्टनने एकदा रोखून पाहिले आणि नंतर दुसरीकडे आपली नजर वळवली. मग आपला आवाज खाली आणत कॅप्टन म्हणाला, "मी ते केवळ

उपरोधाने म्हणालो.''

त्यानंतर कॅप्टन फाईंडहॉर्न शांतपणे व किंचित विनोदी छटा असलेल्या शब्दात बोलू लागला. त्याचे बोलणे ब्रिजमध्ये असलेल्या कोणालाही उद्देशून नव्हते. ते तो केवळ आपल्या मनातले अप्रिय विचार मोठ्याने बोलून दाखवित होता. तो म्हणत होता, ''आपण जर उत्तरेकडे गेलो तर व्हिओ बंदरापर्यंत पोचून परत सुखरूप येण्याच्या शक्यता खूप कमी आहेत. म्हणून त्या मार्गाचा विचार करण्यात अर्थ नाही. तसे काही करणे म्हणजे आपणच आपली फसवणूक करून घेण्याजोगे आहे. जर *केरी डान्सर* आपल्या आधी निघाली असेल तर सहा तासापूर्वीच त्या बोटीने व्हिओ बंदर पार केले असेल. म्हणजे एव्हाना ती जपान्यांच्या तावडीत सापडून नक्की बुडत असणार, किंवा बुडलीही असेल. अन् जर ती अजून समुद्रावरती तरंगत असेल तर त्यावर आग लागली असेल. त्यामुळे बोटीवरील सर्वांना ती बोट सोडून देणे भाग पडले असेल. ते आत्ता समुद्रात पोहत असतील. त्यातील बहुतेकजण जखमी सैनिक आहेत. तेव्हा फारच थोडेजण तरंगत असतील. त्यांना वाचवायला आपण जर तिकडे गेलो तर आपण पोचेपर्यंत त्यांना समुद्रात बरेच तास काढावे लागणार.''

मग काही क्षण फाईंडहॉर्न बोलायचे थांबला. त्याने एक सिगारेट पेटवली. त्याला आपल्या कंपनीचे हित पहायचे होते आणि स्वत:चे नियम पाळायचे होते. मग त्याच सुरात तो पुढे बोलत गेला, ''त्यांच्याकडे लाईफबोटी असतील. अर्थात जर त्या लाईफबोटी बॉम्बहल्ल्यातून वाचल्या असतील तर. बोटीवरती बॉम्ब सोडले गेले असणार. मशीनगनचा मारा केला गेला असणार. म्हणजे आग लागून ती भडकलेली असणार. अशा परिस्थितीत वाचलेले लोक कुठेतरी जवळच्या अनेक बेटांपैकी कशावर तरी जाऊन आश्रय घेणार. अन् ते नेमके बेट कोणते आहे हे तिथे आपण अंधारात पोचल्यावर आपल्याला कसे शोधता येणार? शिवाय हा सारा प्रकार जिथे घडला आहे तिथे तर आत्ता वादळ चालू आहे. तिथे जाणे म्हणजे आत्महत्त्या करण्यासारखेच आहे.'' एवढे बोलून तो खाली पाहू लागला. त्याच्या बोटातली सिगारेट जळत संपत आली होती. ती त्याने खाली टाकली आणि आपल्या पांढऱ्या कॅनव्हासच्या बुटाने विझवली. गेली रात्रभर तो या ब्रिजमध्ये थांबला होता. त्या विझलेल्या थोटकाकडे तो बराच वेळ पहात होता. जणू काही त्याला ते थोटूक तिथे प्रथमच दिसत होते. मग त्याने आपली मान वर करून आपली नजर ब्रिजमधील चारही कर्मचाऱ्यांवरून सावकाश फिरवली. तो म्हणाला, ''मला त्या बेभरवशाच्या व बुडत असलेल्या बोटीमागे लागून आपली बोट व यावरचा महत्त्वाचा माल आणि यावरचे कर्मचारी यांना धोक्यात टाकायचे नाही.''

कॅप्टनने आपला निर्णय अशा शब्दात दिला. यावर कोणीही काही बोलले नाही

की कोणी जागचे हलले नाही. पुन्हा तिथे एक अवघडलेली शांतता पसरली. तिचा भंग करण्यास कोणी धजावेना. आता वारा पडलेला होता. याचा अर्थ कदाचित् जहाज वादळाच्या जवळ आले असणार. निकोल्सन हा फ्लॅग लॉकरला टेकून उभा होता. त्याने आपले दोन्ही हात एकमेकांत गुंफले होते व तो त्याकडे खाली नजर लावून होता. बाकीचे तिघे कॅप्टनकडे पापणी न हलवता बघत राहिले. *विरोमा* बोट अजून काही अंशांनी आपल्या मार्गापासून ढळली आणि ती सावकाश भरकटू लागली.

शेवटी कॅप्टन फाईंडहॉर्नची नजर निकोल्सनवरती पडली. त्याच्या नजरेतला अलिप्त भाव आता निघून गेला. त्याने विचारले, "वेल, मिस्टर निकोल्सन?"

निकोल्सन वर बघून कॅप्टनच्या नजरेला नजर भिडवीत म्हणाला, "आपण अगदी बरोबर आहात, सर. त्या जागी खरोखरीच एक मृत्यूचा सापळा निर्माण झाला आहे. तसा तो नसण्याची शक्यता केवळ हजारात एक आहे. अन् तिथे तरंगण्यासाठी बोटीचा आधार नसेल तर तिथली सारी माणसे एव्हाना समुद्राच्या तळाशी गेली असणार." असे म्हणून त्याने क्वार्टरमास्टरकडे आणि तिथल्या होकायंत्राकडे गंभीरपणे पाहिले. मग परत कॅप्टनकडे पहात तो म्हणाला, "आपण आत्ताच आपल्या ठरवलेल्या दिशेपासून दहा अंशांनी फिरलो आहोत आणि अजूनही आपले जहाज उजव्या बाजूला वळतेच आहे. म्हणून आपण असेच वळत राहून ३२० अंशाची दिशा धरावी, असे मला वाटते. त्यासाठी मुद्दाम प्रयत्नही करण्याची गरज नाही."

निकोल्सनने आपले मत दिले. कॅप्टन नेहेमीच त्याच्या मताला मान देत आला होता. शिवाय आत्ता त्याला मनातून 'आपले काहीतरी चुकते आहे' अशी अपराधीपणाची जाणीव होत होती. निकोल्सनने आडवळणाने दिलेले आपले मत कॅप्टनने चटकन उचलून धरले. कारण त्याची एका मानसिक द्वंद्वातून त्यामुळे सुटका होणार होती. तो निकोल्सनला म्हणाला, "थॅन्क यू, मिस्टर निकोल्सन." एवढे म्हणून त्याने एक दीर्घ सुस्कारा सोडला. मग निकोल्सनकडे जाऊन त्याने आपली सिगारेट केस त्याच्यापुढे उघडली व म्हटले, "या निर्णयासाठी सारे नियम गेले उडत. घ्या, सिगारेट घ्या." नंतर क्वार्टरमास्टरकडे वळून त्याला कॅप्टनने म्हटले, "*केरी डान्सर* बोटीच्या ठिकाणी आपली बोट न्यायला लागा."

मग ते टॅन्कर बोटीचे धूड सावकाश वळू लागले व शेवटी तिने वायव्येची दिशा धरली. ती दिशा सिंगापूरची होती. एका वादळाच्या केंद्रस्थानाची होती.

केरी डान्सर बोट ज्या ठिकाणी बुडत आहे ती जागा धोक्याची, जपान्यांची हल्ल्याची किंवा वादळाची असण्याची दाट शक्यता होती. सुरक्षिततेची शक्यता केवळ हजारात एक होती. कॅप्टनला जसे हे वाटत होते तसेच निकोल्सनलाही वाटत होते. पण ते दोघेही चूक होते. *केरी डान्सर* अजूनही समुद्राच्या पाण्यावरती

तरंगत होती. आणि ती बोट संपूर्णपणे सोडून दिलेली नव्हती.

१९४२ सालच्या फेब्रुवारीच्या मध्यास तिथल्या गरम व खाऱ्या हवेत *केरी डान्सर* डुचमळत होती. दुपारचे दोन वाजले होते. पण त्या बोटीचा पुढचा भाग खाली मान घालून बुडाला होता. आपल्या उजव्या अंगावर ती अधिक कललेली होती. त्या बाजूच्या डेकचे कठडे पाण्याला स्पर्श करू लागले होते. बोटीच्या पुढील बाजूची डोलकाठी खालून सहा फुटांवर मोडून पडली होती. *केरी डान्सर* बोट ही वाफेवर चालणारी होती. तिचे धुराडे गायब होऊन तिथे एक मोठे भगदाड पडलेले दिसत होते. सर्वात वरची खोली, म्हणजे कॅप्टनची खोली उर्फ ब्रिज ओळखू येणार नाही एवढी तिची नासधूस झाली होती. तिथले सर्व पोलादी पत्रे पार चुरमडले जाऊन त्यांचे द्रोण झाले होते. लोखंडी ॲन्गल्स तुटून इतस्ततः पडले होते. त्या धातूंच्या भंगाराचा एक खच पडून आकाशाच्या पार्श्वभूमीवरती एक चमत्कारिक वेडीवाकडी, तुटक अशी बाह्यकड दिसत होती. नांगर, त्याची साखळी, ती गुंडाळून घेणारे चाक यांचा पत्ताच नव्हता. सर्वात पुढची केबिन, म्हणजे फॉर्वर्ड कॅसल, जी कर्मचाऱ्यांना रहाण्यासाठी होती तीही पार उद्ध्वस्त होऊन गेली होती. तिथेच बॉम्ब पडला असल्याचे सहज कळून येत होते. तो बॉम्ब डेकचा पातळ पत्रा भेदून त्या खोलीतून आरपार जाऊन मग खाली स्फोट पावला होता. तिथे असलेल्यांना नक्की काय होते आहे हे कळायच्या आत तो बॉम्बस्फोट झाला होता. ज्या केबिन्स ह्या लाकडी तक्त्यांनी मढवलेल्या होत्या, त्यांना आग लागून त्या जळून गेल्या होत्या. तिथे आता धातूंचे वेडेवाकडे सांगाडे उभे होते. त्यातून समुद्र व आकाश दोन्ही दिसू शकत होते.

बॉम्बच्या त्या प्रखर उष्णतेपुढे जिथे धातू वितळलेले गेले होते, बोटीचे एका जळालेल्या भंगारात रुपांतर झाले होते. तिथे मानवी जीव वाचले असण्याची सुतराम शक्यता नव्हती. धातूची ती गुंतागुंत पाण्यावर कशीबशी तरंगत होती व नैऋत्येकडे दूरवर असलेल्या सुमात्रा बेटाकडे सावकाश भरकटत चालली होती. अशा या धुमसत्या भंगारात कुठेही जिवंत माणसे दिसत नव्हती. एका बोटीचा धातूचा चुरमडलेला सांगाडा त्या समुद्रात पहाण्यासाठी आजूबाजूला कोणीही नव्हते. तो सारा परिसर निर्मनुष्य होता... पण तरीही त्यावरती मागच्या बाजूला तेवीस मानवी जीव कसेबसे जिवंत राहिले होते.

त्या तेवीसजणातील जे मृत्यूपंथाला लागले होते, ते जखमी सैनिक होते. त्यातले काहीजण जणू काही या यातना भोगण्यासाठी स्ट्रेचरवरून इकडे जहाजावरती आले होते. घुसमटवून टाकणारा तो बॉम्बस्फोट आणि ती जाळून टाकणारी आग ही बोटीच्या पुढच्या भागात होती. परंतु ती आग मागच्या भागापर्यंत पोचली नव्हती, मधेच थांबली होती. त्यामुळे अगदी मागच्या बाजूला असलेले बरेचजण वाचू

शकले. जो काही उत्पात झाला तो जहाजाच्या पुढच्या भागात जास्त झाला. वाचलेल्या लोकांना अजूनही आपण जिवंत राहू, यातून सुखरूप निसटू अशी अशा वाटत होती. धुरामुळे घुसमटून निघाल्यामुळे ते धापा टाकीत होते. जर अजून पुरेसा अवधी मिळाला असता तर त्यांनी बोटीवरच्या लाईफबोटी खाली सोडून त्यामध्ये आसरा घेतला असता. पण जे झाले ते किती झटपट झाले. पहिला बॉम्ब पडण्याआधी काही सेकंद कुणीतरी बाहेर डेकवर असणाऱ्याने वरच्या डेककडे जाणारा एकमेव पोलादी दरवाजा बंद करून टाकला होता. त्या दरवाजाच्या आठही खिट्ट्या लावून टाकल्याने तो पुरा पाणबंद झाला होता.

त्या काळ्या पडलेल्या दरवाजातून कुणाच्या तरी अधूनमधून किंकाळ्या ऐकू येत होत्या. त्या किंकाळ्या वेदनेमुळे मारल्या जात नव्हत्या, तर कसल्या तरी भयानक यातनामय आठवणींमुळे थरकाप होऊन मारल्या जात होत्या. तसेच गंभीर जखमी झालेले काही सैनिक लहान मुलांसारखे मुळुमुळू रडत होते. तेही वेदनांमुळे रडत नव्हते. एका नर्सकडे सर्व औषधे आणि गुंगी आणणाऱ्या गोळ्या होत्या. तिने ती सर्व औषधे वापरून टाकली होती. गुंगीतली जखमी माणसे मृत्यूपंथाला लागली होती. त्यांच्या तोंडून न कळत विव्हळणे चालू होते. तिथे कोण्या तरी बाईचा एक आश्वासक, दया दाखवणारा व धीर देणारा आवाज अधूनमधून उमटत होता. मग मधेच त्या मृदू आवाजाला दडपून टाकणारा कुणा माणसाचा चिडका स्वर उमटे. त्या खेकसणाऱ्या स्वरात राग होता व असहाय्यता व्यक्त होत होती. मधूनच एकदम श्वास आत घेऊन थरथरत रडणारा असा लहान मुलाचा आवाज येई. त्या सर्व आवाजात तोच एकमेव असा वेगळा आवाज होता.

त्या विषुववृत्तीय समुद्रावरती आता संध्याकाळचा संधीप्रकाश पसरला होता. त्यामुळे क्षितीजापर्यंत समुद्राचे पाणी दुधाळ रंगाचे दिसू लागले. त्या क्षीरसागरातून *विरोमा* बोट वेगाने पाणी कापत पुढे सरकत होती. तिच्या हिरव्या रंगाच्या उभ्या भिंती व वरचा पांढरा भाग हा लांबून विलोभनीय वाटत होता. समुद्राच्या पृष्ठभागावरती वाऱ्यामुळे निर्माण झालेल्या दुधाळ रंगाच्या लहरींना *विरोमा* बोटीचा समांतर प्रवास होता. त्या बोटीला एकच एक अवाढव्य पंखा होता. पाण्यात फिरणारा तो पंखा बोटीला पुढे रेटीत नेत होता. वादळी हवेमुळे त्या ठिकाणी पाण्यात खूप खळबळाट माजून पांढऱ्या फेसांची निर्मिती होत होती. तो फेस प्रकाशामुळे चमकून उठे. बोटीच्या दोन्ही अंगावरती समुद्राच्या लाटा उसळून उंच उडत. त्यामुळे तिथली झडपांची झाकणे, पाईपलाईन्स झाकले जायची. तर अनेकदा उसळणाऱ्या लाटांचे पाणी एवढे उंच उडायचे की ते डेकपासून आठ फूट उंचीवर असलेले कॅटवॉक आणि गॅन्गवे यांच्यावरती जाऊन पडायचे. आता हळूहळू रात्र पसरू लागली होती.

बोटीपासून दूरवर जेवढी नजर खोलवर जाईल तिथे अद्यापही नवीन बोट दृष्टीस पडत नव्हती. दूरवर फक्त चमचमणारा पाण्याचा दुधाळ पृष्ठभाग, त्यात उसळणाऱ्या लाटा व वाऱ्यामुळे त्यांचे सपाट झालेले माथे आणि मधूनच उडणारे तुषारकणांचे फवारे एवढेच दिसत होते.

विरोमा बोट वादळी हवेमुळे डुचमळत आणि अडखळत पण तरीही अधिकाधिक वेगाने पुढे जाण्याची शिकस्त करीत होती, उत्तरेकडे सरकत होती. ताशी पन्नास नॉटस्‌चे वारे बोटीची प्रगती रोखू पहात होते. बोटीला वायव्य दिशेला जायचे होते. पण वारा आणि उसळणाऱ्या लाटा हे बोटीला नैर्ऋत्य दिशेला ढकलू पहात होते. हळूहळू का होईना सेबांगा सामुद्रधुनीकडे बोट लोटली जात होती. वाऱ्यामुळे उसळणाऱ्या पर्वतमय लाटांचा वेग हा वाऱ्यापेक्षा जास्त का कमी हे सांगणे कठीण होते. त्या खवळलेल्या दर्यात जहाजाला वक्राकार मार्ग घ्यावा लागला होता व शर्थीने पुढे जात रहावे लागले होते. जेव्हा जेव्हा बोटीच्या उजव्या बाजूवर एखादी उंच लाट आदळे तेव्हा ४६० फूट लांबीची ती बोट त्या दणक्याने हादरून निघे. तिचा प्रत्येक इंचन् इंच हा खिळखिळा होऊ पहात होता. समोरून येणाऱ्या प्रत्येक लाटेवर आरूढ होण्यासाठी बोटीचा पुढचा भाग उचलला जाई. जणू काही *विरोमा* बोटीला समुद्राने दयामाया न दाखवताना शिक्षा करायची ठरवली होती. पण ती बोट अशा शिक्षेला तोंड देण्याच्या दृष्टीने घडवलेली होती.

ब्रिजच्या, म्हणजे कॅप्टनच्या खोलीच्या उजव्या बाजूला वरती उघड्यावरती पावसापासून आडोसा घेण्यासाठी फारच थोडी जागा होती. त्या तेवढ्या जागेत अंगावर रेनकोट घालून कॅप्टन फाईंडहॉर्न अंग दुमडून वाकून बसला होता. त्याची नजर समोर खिळलेली होती. परंतु जेव्हा जेव्हा पावसाच्या धारांचा फटका त्याच्या चेहऱ्यावरती बसे तेव्हा त्याला डोळे मिटून घ्यावे लागत. त्याचा गुबगुबीत चेहरा नेहमीप्रमाणेच थंड व निर्विकार होता. त्यावर चिंतेची छटा चुकूनही उमटत नव्हती. पण मनातून त्याला खरोखरीच चिंता वाटू लागली होती. ती चिंता वादळामुळे नव्हती. *विरोमा* बोटीचे अडखळत सरकणे, बोटीची पुढील बाजू उचलली जाऊन ती परत पाण्यावरती एवढ्या जोरात आपटे की तो भाग पाण्यात निम्मा बुडून मग वरती येई. ते सारेच दृश्य कोण्याही नवख्या माणसाला अत्यंत भीतीदायक व थरकाप उडवणारे वाटले असते. परंतु कॅप्टन फाईंडहॉर्न तिकडे अजिबात लक्ष देत नव्हता. त्याला बोट उलटायची भीती वाटत नव्हती. कारण बोटीचा गुरुत्वमध्य हा मुळातच खूप खाली होता. त्यातून त्याच्या पोटात भरपूर प्रमाणात तेल साठवलेले असल्याने ते जड झाले होते. त्यामुळे तिचा गुरुत्वमध्य आणखी खाली गेला होता. म्हणून एवढ्या मोठ्या वादळातही ती उलटण्याची शक्यता सुतराम नव्हती. कॅप्टनला त्याची खात्री होती. तसेच बोट जरी आपल्या अंगावरती मोठ्या प्रमाणात

डोलू लागली तरी त्या डोलण्यानंतर ती पुन्हा स्थिर होत असे. कोणत्याही तेलवाहू बोटीची रचना अशीच केलेली असते. बोटीच्या पोटात तेल साठवण्यासाठी एकच एक भली मोठी टाकी नसते. अनेक कप्पे पाडून त्यात तेल भरून ठेवलेले असते. हे कप्पे एकमेकांपासून पूर्णपणे स्वतंत्र असतात. एका कप्प्यातले तेल दुसऱ्या कप्प्यात कधीही जात नाही, गळत नाही की झिरपत नाही, इतके ते पाणबंद असतात. थोडक्यात अशा अनेक कप्प्यांमुळे किंवा कोठ्यांमुळे जहाजाची एकूण मजबुती अफाट वाढते. बोटीचा डेक हा जाड पत्र्याचा होता. त्या पत्र्यामधून प्रत्येक कोठीचे तोंड डेकवर उघडलेले होते. प्रत्येक तोंडावरती एकेक झडपेचे झाकण होते. ह्या झडपा डेकच्या पत्र्याला बॅटनने पक्क्या जखडलेल्या होत्या. तेल हे पाण्यापेक्षा हलके असल्याने तेलाने भरलेले कोणतेही तेलवाहू जहाज पाण्यात तरंगण्यास मदत होते. ते बुडण्याची शक्यता जवळजवळ नसते. अगदी वादळाने आपल्या राक्षसी हाताने जरी एखादे तेलवाहू जहाज पाण्यात दाबून धरले तरी वादळाचा जोर ओसरताच ते जहाज सहज उसळी मारून पाण्यातून वर येऊन तरंगू लागेल. कॅप्टनला हे सारे ठाऊक असल्याने तो वादळाची फिकीर करीत नव्हता. आत्ता तर त्याची बोट ही वादळाच्या फक्त कडेला होती. यापेक्षाही अधिक भयंकर वादळाच्या मध्यभागातून आरपार त्याने आपली बोट यापूर्वी सुखरुप हाकारली होती. त्याला *विरोमा* बोटीची बिलकुल काळजी नव्हती.

त्याला जशी बोटीची काळजी नव्हती तशी त्याला स्वत:चीही काळजी नव्हती. त्याची आत्तापर्यंतची कारकीर्द ही खूप चांगली होती. भूतकाळात त्याने केलेल्या अवघड कामगिरीमुळे त्याचा अनेकवार गौरव झाला होता. परंतु इथून पुढे काय? भविष्यकाळात त्याला काही दिसत नव्हते. ब्रिटीश-अरेबियन टॅन्कर कंपनीच्या व्यवस्थापनाकडे या ज्येष्ठ कॅप्टनला देऊ करण्याजोगे खास असे काहीही नव्हते. फार तर ते त्याच्या नोकरीचा कालावधी अजून दोन वर्षांनी वाढवून देऊ शकत होते आणि नंतर बऱ्यापैकी पेन्शन देऊ शकत होते. पण सेवानिवृत्त झाल्यानंतर त्याने कुठे जायचे? त्याच्या मालकीचा एक बंगला सिंगापूर शहराच्या बाहेर बकिट टिमोर रोड येथे होता. जानेवारी महिन्यात झालेल्या बॉम्बहल्ल्यात तो बंगला पार उद्ध्वस्त झाला होता. त्याला दोन मुलगे होते. ते दोघे जुळे होते. अन् त्या दोघांचे एक जुळे मत असे होते की, शहाण्या माणसाने समुद्रावरती नोकरी करू नये. जे कोणी तसे करायला जातील त्यांचे आधी डोके तपासले पाहिजे. दोन्ही मुलांनी इंग्लंडच्या रॉयल एअर फोर्समध्ये वैमानिक म्हणून प्रवेश केला होता. अन् तोही युद्ध सुरू झाल्यानंतर लगेच. एक मुलगा हरिकेन विमानाचा वैमानिक होता. युद्धात त्याचे विमान फ्लॅन्डर भागात पाडले गेले होते. त्यातच त्याला वीरमरण आले. त्याच्या मृत्यूचा धक्का बसून त्याची पत्नी ही हृदयविकाराच्या झटक्याने मरण पावली. त्यांनतर काही

आठवड्यातच त्याच्या दुसऱ्या मुलाचे विमान इंग्लिश चॅनेलवरती पाडण्यात आले. त्यालाही वीरगती प्राप्त झाली. कॅप्टन फाईंडहॉर्नने आता कोणासाठी म्हणून जगायचे? त्याचे जगात काहीच उरले नाही. त्याची काळजी करणारे कोणी नव्हते. स्वत:ची काळजी स्वत:च घेणे त्याला आता भाग होते.

पण स्वार्थ हा त्याच्या स्वभावात मुळातच नव्हता. त्याच्यासमोर जे आयुष्य पडले होते ते सारे त्याला रिकामे वाटत होते, सुनेसुने वाटत होते. ज्यांच्याजवळ आयुष्यातील बऱ्याच गोष्टी गमावण्याजोग्या असतात त्यांनाच पुढची काळजी वाटू शकते. आता तो काय गमावणार होता? त्याला आपल्या हाताखालची माणसे आठवली. ती त्याच्यासारखी एकटी नव्हती. प्रत्येकाला आईबाप होते, बायका होत्या, मुलेबाळे होती, प्रिय मैत्रिणी होत्या. यांच्यासाठी त्यांनी शत्रूला पाठ दाखवून पळ काढला तर त्याचे नैतिक समर्थन करता येईल का? त्याच्या देशाला या युद्धकाळात तेल हवे होते. तेलाची गरज निकडीची होती. त्या तेलाचा एक प्रचंड साठा या बोटीच्या पोटात होता. ते तेल आता अनमोल ठरले होते. त्याची किंमत पैशात करता येत नव्हती. ज्याच्याकडे जास्त तेलाचा साठा तो पक्ष युद्धात जिंकणार, हे उघड होते. जर हा तेलाचा साठा गमवावा लागला तर त्याच्या देशाचे आणि तो ज्या कंपनीत नोकर होता त्या कंपनीचे नुकसान होणार होते. त्याच्या मनात असे हरतऱ्हेचे विचार येऊन जात होते. प्रत्येक विचाराचा शेवट हा त्याच्या खांदे उडवण्याने होत होता. शेवटचा विचार त्याच्या हाताखालचा प्रमुख अधिकारी निकोल्सन याच्याबद्दलचा होता. हा विचार मात्र तो खूप गंभीरतेने करत होता. गेले तीन वर्षे निकोल्सन त्याच्या हाताखाली काम करीत होता.

त्याला अजूनही निकोल्सन नीट समजला नव्हता की नीट कळला नव्हता. त्याला जाणून घेणारी एखादी स्त्री भविष्यकाळात येईलही, पण कोणत्याही पुरुषाच्या आकलन शक्तीबाहेर निकोल्सन आहे असे त्याचे मत होते. निकोल्सनमध्ये दोन व्यक्तिमत्त्वे दडली होती. या दोन्ही व्यक्तिमत्त्वांचा त्याच्या व्यावसायिक कर्तृत्वाशी संबंध नव्हता, किंवा तो ज्या तऱ्हेने आपले कर्तव्य पार पाडत होता त्याच्याशीही नव्हता. अन् ही गोष्ट कॅप्टनला अनपेक्षित आणि अपवादात्मक वाटत होती. निकोल्सनची नोकरीतील पुढची पायरी ही कॅप्टनच्या पदावरची होती. आपल्या गेल्या तेहेतीस वर्षांच्या कार्यकालात निकोल्सनसारखा सर्वदृष्टीने चांगला व हुषार असलेला अधिकारी आपण पाहिला नाही, असे कॅप्टनचे मत होते. निकोल्सनच्या कामात कधीही चूक होत नसे. त्याच्याएवढी कार्यक्षमता अन्य कोणातही नव्हती. जणू काही ती अमानवी किंवा दैवी कार्यक्षमता आहे असे वाटावे. अन् जेव्हा कार्यक्षमतेपलीकडेही जाणारी एखादी समस्या असे त्यावेळी तर त्याची तल्लख बुद्धी असे काही काम करून दाखवे की कॅप्टन थक्क होऊन जाई. एरवी निकोल्सन

हा सौम्यपणे व नम्रपणे वागे. कधीकधी तर तो विनोदाचाही आश्रय घेई. पण मग कधीतरी समुद्रावरचा चमत्कारिक एकांत त्याला बदलून टाके. तो एकलकोंडा बने. कोणाशी बोलणे तो टाळू लागे. त्याची वृत्ती थंड व निर्विकार होई. अन् त्यावेळी निर्णय घेताना तो कठोर बने.

निकोल्सनमधे दडलेल्या दोन व्यक्तिमत्त्वांना जोडणारा एक सांधा होता. काहीतरी होऊन त्या सांध्याला चेतना मिळाली की एका निकोल्सनचे रुपांतर दुसऱ्या व्यक्तिमत्त्वाच्या निकोल्सनमध्ये होई. नेमके ते कसे होई व काय घडे हे कॅप्टन फाईंडहॉर्नला कळत नव्हते. आपल्याला निकोल्सनशी जोडणारा जो एक नाजूक बंध आहे तोही काय आहे हे त्याला कळत नव्हते. तो निकोल्सनच्या जवळ नव्हता पण इतर कोणाहीपेक्षा आपणच फक्त त्याच्याजवळ पोचलो आहोत, असे त्याला वाटे. त्या दोघात एकच समान गोष्ट होती. ती म्हणजे ते दोघेही विधुर होते. पण दोघांना जवळ आणणारे हे काही खरे कारण नव्हते. त्या दोघांच्या बायका सिंगापूरमध्ये रहात होत्या. दोघांनी आपल्या बायकांना मध्यपूर्वेच्या प्रवासासाठी बरोबर घेतले होते. त्यांची त्या भागातली दुसरी फेरी होती. तर त्या दोघींची पहिली फेरी होती. त्या दोघीही केवळ एकाच आठवड्याच्या अंतराने मृत्यू पावल्या. अन् त्याही एकमेकांपासून शंभरएक फुटांच्या अंतरावरती. फाईंडहॉर्नची बायको आपल्या मुलाच्या मृत्यूचे दु:ख करीत घरीच वारली, तर निकोल्सनची पत्नी आपली मोटारगाडी भरधाव चालवित असताना कशावर तरी धडकून त्या अपघातात वारली. अन् तो अपघात निकोल्सनच्या बंगल्याच्या फाटकाजवळ घडला. त्यावेळी तिच्या गाडीसमोर मधेच एक दारुडा आडवा आला होता. त्याला वाचवण्याच्या नादात तो अपघात झाला होता. त्या दारुड्याला मात्र एवढेसेही खरचटले नाही. तो सहीसलामत सुटला. कॅप्टन फाईंडहॉर्न आणि निकोल्सन यांच्या जीवनात हे असले विलक्षण साम्य अवतरले होते. पण फक्त या साम्यामुळे त्यांच्यात जवळीक झाली नव्हती.

कॅप्टन फाईंडहॉर्न आता उठून उभा राहिला. आपल्या मानेवरून एक टॉवेल त्याने ओढून घेतला होता. त्याने तो जरा घट्ट केला. डोळ्यात व ओठांवरती उडालेले खारे पाणी बोटांनी निपटून टाकले आणि निकोल्सनच्या दिशेने एक नजर टाकली. निकोल्सन थोडा दूर उभा होता. व्हेन्चुरी डॉजरच्या मागे जाऊन त्याला पावसापासून आडोसा घेता आला असता. पण तो त्याने घेतला नव्हता. तो ताठ उभा राहून दूर क्षितीजाकडे नजर लावून पहात होता. त्याचे गर्द निळे डोळे धूसर क्षितिजाचा चौफेर वेध घेत सावकाश व सावधगिरीने फिरत होती. त्याचा चेहरा निर्विकार होता. इथला वादळवारा व मुसळधार पाऊस, पर्शियन आखातामधील गरम हवा आणि शेल्ट येथील गारांचा मारा हे सारे त्याने अनुभवले होते व त्याच्या लेखी सारखेच होते. अशा निसर्गप्रकोपांचा त्याच्यावरती काहीही परिणाम होत

नव्हता. त्यातून जात असताना तो नेहमीप्रमाणे थंड व निर्विकार राही. त्याच्या मनात आत्ता काय विचार चालले असतील हे ओळखणे खूपच कठीण होते.

बोटीला आता मागून वारा लागला होता. त्या वाऱ्याचा जोरही वाढत चालला. संधीप्रकाश हळूहळू कमी होत पूर्ण नाहीसा झाला. परंतु तरीही समुद्राला आलेला तो दुधाळ रंग डोळ्याला जाणवत होता. बोटीच्या डाव्या व उजव्या बाजूंवर आपटणाऱ्या पाण्यात जी अंधुक चमक निर्माण होत होती ती दिसू लागली. तो चमकदार फेसाळपणा बोटीच्या मागच्या बाजूलाही असल्याने त्याचा एक वेढा बोटीला बसला आहे असे वाटत होते. *विरोमा* बोट उत्तरेकडे चालली होती. सरळ वादळाच्या रोखाने ती बेधडक जात होती. आता मुसळधार पाऊस कोसळू लागला. दिवसभराच्या उष्णतेनंतर पडणारे पावसाचे पाणी हे थंडगार होते. कोसळणाऱ्या पावसाच्या सरी बोटीला पुढून मागच्या बाजूपर्यंत सचैल स्नान घालीत धुवून आडव्या जाऊ लागल्या. कॅप्टनला पुढच्या दिशेने काहीही दिसेना. त्याच्या तोंडावर पावसाचा बारीक थेंबांचा मारा असा काही जोरात होत होता की त्याला आपले गाल, डोळे व ओठ यांच्यावरती असंख्य सुयांचा मारा होत आहे असे वाटले. पण तरीही समोरून आडव्या येणाऱ्या पावसात कुठे फट दिसते आहे का हे तो डोळे ताणून पहात होता. त्या पावसामुळे सगळेजण आंधळे झाले होते. अन् त्या अंधारात चाचपडत जाणाऱ्या या आंधळ्यांचे जहाज कुठे तरी आपल्या शेवटाकडे चालले होते.

कॅप्टन फाईंडहॉर्नने आपले डोके अस्वस्थ होऊन हलवले. त्या अस्वस्थतेमागे उत्सुकता होती व दमणूकही होती. त्याने निकोल्सनला हाक मारली. त्याला ती हाक ऐकू गेल्याचे लक्षण दिसेना. मग त्याने दोन्ही हात तोंडाभोवती धरून परत एकदा ओरडून त्याला हाक मारली. पण त्याचा आवाज वाऱ्याचे घोंगावणे व बोटीची पुढची बाजू समुद्रावर धडम् धडम् आवाज करीत आपटत जाणे यामध्ये बुडून जात होता. शेवटी कॅप्टन निकोल्सनपाशी गेला व त्याच्या खांद्यावरती त्याने आपल्या हाताने हलकेच थोपटले. निकोल्सन मागे वळून बघताच कॅप्टनने त्याला हाताने खूण करीत ब्रिजकडे चलण्यास सुचवले. कॅप्टनच्या मागोमाग निकोल्सन गेला. ते दोघे आत शिरल्यावर कॅप्टनने खालीवर होणारी बोट थोडी खाली येण्याची वाट पाहिली व तशी ती येताच चटकन सरकते दार लावून त्याची खिट्टी घातली. आतमधली शांतता एकदम धक्कादायक वाटू लागली. इतका वेळ बोटीचे आपटत जाणे, पावसाचा आवाज व वाऱ्याचे घोंगावणे कानाला एवढे सवयीचे झाले असल्याने आतली शांतता कानाला नीट जाणवून घेण्यासाठीसुद्धा त्यांना काही सेकंद लागले. इतका तो बदल प्रभावी होता.

फाईंडहॉर्नने आपला रेनकोट उतरवून टॉवेलने आपले डोके खसाखसा पुसले. मग तो डाव्या बाजूच्या पुढच्या खिडकीपाशी गेला. त्या खिडकीला 'क्लिअर व्ह्यू

स्क्रीन' म्हटले जाई. ती एक गोल खिडकी होती व तिची काच एका विद्युत मोटरने सतत वेगाने फिरती ठेवली जाई. त्यामुळे या फिरणाऱ्या काचेवरील पावसाचे पाणी केंद्रात्सारी प्रेरणेमुळे पटकन निघून जाई. मोटारगाड्यांवरील काचेवर असलेल्या वायपर्सचा उपयोग इथे कधीही होत नाही. कारण पाऊस एवढा वेगाने मुसळधार कोसळत असतो की वायपर काच पुसून पुढे सरकला तरी तो मागे यायच्या आत काचेवर पाणी पडते. म्हणून कोण्या एका हुषार इंजिनियरने अशा फिरणाऱ्या काचेच्या खिडकीचा शोध लावून भर पावसातही बाहेरचे दृश्य दाखविण्याची सोय केली होती. परंतु त्या काचेला फिरवणारा रबरी पट्टा हा जुना झाला होता. त्यामुळे विजेच्या मोटरकडून काचेला फिरवण्याच्या कामात अधूनमधून पट्ट्याकडून खंड पडत होता. अशावेळी काच एकदम पावसाच्या पाण्यामुळे धूसर बने. जर हा पट्टा तुटला तर त्या जागी घालण्यासाठी नवीन पट्टा नव्हता. कॅप्टनला हे ठाऊक असल्याने त्याने नुसताच एक निषेधाचा हुंकार घशातून काढला व तो वळून खिडकीपासून दूर झाला.

कॅप्टनने विचारले, "मग काय अंदाज आहे तुमचा?"

"तुमच्यासारखाच माझा अंदाज आहे," निकोल्सन म्हणाला. त्याने आता डोक्यावर टोपी चढवली नव्हती. त्याचे ओले केस डोक्यावर व कपाळावरती चिकटून राहिले होते. तो पुढे म्हणाला, "पुढे काय आहे ते अजिबात दिसत नाही."

"मी त्या दिसण्याबद्दल बोलत नाही."

"मला ठाऊक आहे ते," असे म्हणून निकोल्सनने एक स्मित केले. खालीवर डुचमळणाऱ्या बोटीच्या हालचालीमुळे तोल जाऊ नये म्हणून आपले शरीर ताठ केले. बोटीच्या त्या खालीवर होण्याच्या हालचालीमुळे खिडक्यांची दारे खूप आवाज करीत हादरून निघत. तो पुढे म्हणाला, "गेल्या आठवड्यापासून प्रथमच आपण आत्ता सुरक्षित आहोत."

फाईंडहॉर्न मान हलवित म्हणाला, "बरोबर आहे. अशा भयानक वादळी हवेत आपल्यावर हल्ला करायला वेडा माणूसही धजावणार नाही. आत्ता आपण खरेखुरे सुरक्षित आहोत." मग तो पुढे शांतपणे पुटपुटत म्हणाला, "यामुळे आपल्याला त्या जपान्यांपासून दूर जाण्यासाठी फार मोलाचा वेळ मिळाला आहे. त्याचा आपण फायदा उठवायला हवा."

निकोल्सनने एकदा कॅप्टनकडे पाहिले आणि मग परत दुसरीकडे तो पाहू लागला. त्याच्या डोक्यात कसले विचार चालले आहेत ते समजणे शक्य नव्हते. पण फाईंडहॉर्नला त्याबाबत थोडासा अंदाज आला होता. म्हणून तो जरा नरमाईने बोलत होता. त्याच्या बोलण्याला निकोल्सन सहमत झाल्याचे दाखवित होता.

"या अशा खवळलेल्या समुद्रात कोणी वाचण्याची शक्यता फारच दूरची

आहे,'' फाईंडहॉर्न बोलू लागला, ''आजची रात्र पहा. कोणी वाचले असले तरी ते सापडण्याची व त्यांना उचलून घेण्याची शक्यताही या रात्रीच्या अंधारात नाही. या मिट्ट काळोखात काहीही दिसत नाही. उलट आपण शेवटी एखाद्या प्रवाळ खडकाच्या भिंतीला किंवा एखाद्या छोट्या बेटाला जाऊन धडकण्याचीच अधिक शक्यता.'' त्याने जवळच्या खिडकीबाहेर डोकावून मुसळधार पावसाकडे आणि खूप खाली येऊन लोंबणाऱ्या ढगांकडे पाहून पुढे म्हटले, ''हे असेच रात्रभर चालले तर आपल्याला स्टार-साईट वापरायची संधीही मिळणार नाही.'' आकाशातील ठराविक ताऱ्यांकडे स्टार-साईट रोखून जहाजाचे पृथ्वीवरील स्थान निश्चित करता येते. कॅप्टनचे वाक्य त्या संदर्भातले होते.

निकोल्सन म्हणाला, ''तुम्ही म्हणता ते बरोबर आहे. ती बुडणारी बोट सापडण्याची शक्यता खूपच कमी आहे.'' असे म्हणून त्याने एक सिगारेट बाहेर काढून शिलगावली आणि होकायंत्राच्या दिव्यांच्या मंद प्रकाशात सिगारेटच्या धुराची वलये तो निरखू लागला. मग वर मान करून फाईंडहॉर्नकडे पहात तो पुढे म्हणाला, ''*केरी डान्सर* बोटीवरील लोक वाचले असण्याची शक्यता तुम्हाला कितपत वाटते, सर?''

फाईंडहॉर्नने निकोल्सनच्या थंड निळ्या डोळ्यात एकदा पाहिले व मग दुसरीकडे आपली नजर वळवली. तो यावर काहीच बोलला नाही.

निकोल्सन शांतपणे बोलू लागला, ''जर हे वादळ येण्यापूर्वी त्यांनी लाईफबोटी खाली सोडून त्यात आसरा घेतला असेल तर एव्हाना ते एखाद्या बेटावर पोचले असतील. त्या ठिकाणी डझनभर तरी लहान लहान बेटे आहेत. अन् जर त्यांच्याकडे एकच लाईफबोट असेल तर बरेचजण बोटीवरतीच रहाणार. या अशा अंधाऱ्या रात्री त्यांना शोधणे म्हणजे गवताच्या गंजीमधील सुई शोधून काढण्यासारखे आहे हे मलाही कळते. पण ती बोट सुईपेक्षा खूपच मोठी आहे. त्यामुळे एखादी लाईफबोट किंवा तराफा शोधण्यापेक्षा ती बोट शोधणे थोडेसे सोपेच आहे.''

कॅप्टन फाईंडहॉर्न आपला घसा साफ करीत म्हणाला, ''मिस्टर निकोल्सन, मी आपल्या तर्काचे कौतुक करतो–''

निकोल्सन कॅप्टनचे बोलणे एकदम तोडीत म्हणाला, ''ती बोट आता हळूहळू दक्षिणेकडे भरकटत चालली असेल.'' तिथे टेबलावरती एक नकाशा होता. त्याकडे पहात तो पुढे म्हणाला, ''ताशी दोन किंवा तीन नॉटस् या वेगाने ती सरकत असेल. मेरोडॉन्गाच्या सामुद्रधुनीकडे त्याचा रोख असेल. कदाचित पहाटेपर्यंत तिथे ती पोचेल. आपण अजून थोडे डावीकडे सरकून मेत्साना बेटाजवळच्या समुद्रात पोचून तिथे एक झटपट पहाणी करू.''

त्याचे बोलणे संपल्यावरती कॅप्टन फाईंडहॉर्न सावकाश म्हणाला, ''तुम्ही बऱ्याच गोष्टी गृहीत धरून चालला आहात.''

"होय, खरे आहे ते. मी असेही धरून चाललो आहे की ती बोट काही तासांपूर्वी नक्की बुडालेली नाही. अजूनही ती पाण्यावर कशीबशी तग धरून आहे." एवढे म्हणून निकोल्सनने एक स्मितहास्य केले. ते स्मित करणे म्हणजे वाकुल्या दाखवण्यासारखे होते काय? कॅप्टनच्या खोलीत आता चांगलाच अंधार झाला. तो पुढे म्हणत होता, "कदाचित् मला आज रात्री मृत्यू जवळ आल्याचा भास होत असेल... कदाचित् माझे नाविक पूर्वज माझ्यात शिरले असतील... पण माझे अंतर्ज्ञान मला सारखे तेच तेच सांगत आहे. त्या जागी पोचायला आपल्याला फार तर दीड तास लागेल. दोन तासांपेक्षा जास्त तर नक्कीच नाही."

"डॅम यू! ठीक आहे." कॅप्टन थोडासा चिडून म्हणाला, "मी तुम्हाला दोन तास देतो. पण त्यानंतर मात्र एकही मिनिट वाया न घालवता सरळ पाठ फिरवून आपला पूर्वीचा मार्ग धरायचा, समजले?" मग त्याने आपल्या घड्याळातील चमकणारे आकडे पहात पुढे म्हटले, "आत्ता ६:२५ झाले आहेत. रात्री ८:३० पर्यंतच आपले हे शोधकार्य चालेल. तीच अंतिम मुदत समजा." मग त्याने पुढे होऊन सुकाणूचे चाक धरणाऱ्या माणसाला आवश्यक त्या सूचना दिल्या आणि पाठ वळवून तो त्या खोलीतून निघाला. निकोल्सनने बाहेर पडण्याचा तो सरकता जाळीचा दरवाजा सरकवून हाताने धरून ठेवला होता. नाहीतर बोटीच्या मागेपुढे डोलण्यामुळे तो परत फटकन सरकून बंद झाला असता.

कॅप्टनच्या मागोमाग निकोल्सनही बाहेर पडला. पण बाहेर घोंगावणाऱ्या वाऱ्याचा एवढा जोर होता की त्यांना क्षणभर पुढे जाता येईना. वाऱ्याने त्यांना जागच्या जागी खिळवून ठेवले होते. पाऊस आता वाढला होता. आकाशातून पाणी जणू काही बदाबदा ओतले जात होते. क्षणभर त्या दोघांना श्वासोच्छ्वास घेणे मुश्किल झाले. अन् पाऊस उभा पडत नव्हता तर वाऱ्यामुळे आडवा येत होता. त्याचे थंडगार पाणी अंगावरती चाबकाचे फटके मारावे तसे झोडपत होते. पाण्याच्या थेंबांना व धारांना जणू काही धारदार कडा प्राप्त झाल्या होत्या. त्यामुळे कपाळ व गाल हे चांगलेच सडकून निघत होते. असे वाटत होते की हे पाणी आपल्या कातडीत घुसून आत कवटीपर्यंत पोचणार. डेकवरच्या विविध भागांमधून वारा गेल्याने घूं घूं आवाज इतका वेळ येत होता. पण तो आवाज बंद होऊन भेसूर किंकाळ्या फोडल्यासारखा आवाज वाऱ्यामुळे त्यातून येऊ लागला. त्या आवाजामुळे कान बधीर होऊन जात होते. ही सर्व लक्षणे शुभसूचक नक्कीच नव्हती. पुढे काय वाढून ठेवले असेल?

विरोमा बोटीने आता एका महाभयंकर वादळाच्या मध्यभागाकडे आपला रोख धरला होता.

■

४

दोन तास! फक्त दोन तास कॅप्टनने दिले होते. पण ते दोन तास म्हणजे दोन मिनिटे ठरतील किंवा दोन दिवस ठरतील. माणसाची आशा चिवट असते हेच खरे. ते दोन तास कॅप्टनने देणे म्हणजे केवळ आपल्याला सद्‌सद्‌विवेकबुद्धीची टोचणी लागू नये म्हणून दिले होते, असेच बोटीवरील प्रत्येकाला वाटत होते. कारण त्या बुडणाऱ्या बोटीवर नर्सेस होत्या, एक लहान मुलगा होता आणि जखमी सैनिक होते. त्यांच्याबद्दलची कणव, दया, सहानुभूती व कृतज्ञता व्यक्त करण्यासाठी कॅप्टनने दोन तास दिले असणार. मग तेवढ्या वेळात भले ती बोट सापडो वा न सापडो. *विरोमा* बोटीवरील प्रत्येक व्यक्तिला कॅप्टनच्या या निर्णयाबद्दल असेच वाटत होते. प्रत्यक्षात ती बोट सापडेल का?

पण खरोखरीच *केरी डान्सर* बोट सापडली. आठ वाजून सत्तावीस मिनिटांनी सापडली. म्हणजे कॅप्टनने दिलेल्या मुदतीच्या आत तीन मिनिटेच आधी सापडली. निकोल्सनचा अंदाज अत्यंत अचूक ठरला. त्याला ती बोट जिथे असेल असे वाटत होते तिथेच ती बरोबर सापडली. त्यावेळी आकाशात वीज चमकली होती. दोन फाटे फुटलेली ती विद्युल्लेखेची रेष अत्यंत प्रखर होती. पण तेवढ्या त्या अल्पकाळात भर दुपारएवढा प्रकाश पडला होता. त्या प्रकाशात भग्न झालेले, जळालेले, एका अंगावर कललेले व बुडत चाललेले जहाज दिसून आले. सुदैवाने त्यावेळी वारा पडला होता आणि मुसळधार पाऊस अचानक पूर्णपणे थांबला होता. जणू काही कोणीतरी आकाशातील तो पावसाचा राक्षसी नळ फिरवून बंद केला होता. मात्र पाऊस व वादळ थांबले नसते व वीज चमकली नसती तर *केरी डान्सर* सापडणे अशक्य होते.

वादळी गोंगाट थांबून तिथे एकदम शांतता पसरली होती. पण हा काही चमत्कार नव्हता. कॅप्टन फाईंडहॉर्नने असे प्रकार अनेकवार अनुभवले होते. त्याला

वादळाची खडान्‌खडा माहिती होती. वादळी वातचक्राच्या मध्यभागी, हवा शांत असते. जणू काही सभोवतालच्या खळबळाटी हवेत ते एक शांततेचे बेट तयार झालेले असते. फाईंडहॉर्नला ते ठाऊक होते. त्यामुळे त्यांच्या बोटीने जेव्हा त्या राक्षसी वातचक्राच्या मध्यभागात, गाभ्यात प्रवेश केला तेव्हा एकदम सारे वादळी व कर्णकटू आवाज बटन दाबून बंद करावेत तसे बंद झाले. अचानक वादळ बंद झाल्याने कोणालाही एवढे दचकायला होईल की तो क्षणभर श्वासोच्छवास करणेच विसरून जाईल. वादळात प्रवेश करण्यासाठी वाटेल त्या दिशेकडून बोट घुसवता येत होती. कॅप्टनने आजवर तीनचारदा तसे केले होते. पण यावेळी अशा ठिकाणी वादळ होते की उत्तर, पश्चिम आणि नैऋत्य दिशांकडून तो प्रवेश करू शकत नव्हता. कारण त्या दिशांच्या मार्गात सर्वत्र लहानमोठ्या बेटांच्या साखळ्या होत्या. तसेच या वादळी वातचक्रात प्रवेश करण्याची आत्ताची वेळही खूपच चांगली होती. बाकीच्या कोणत्याही वेळी ते प्रवेश करू शकले नसते.

परंतु त्या *केरी डान्सर* बोटीवरच्या अभागी जीवांना काय वाटत असेल? आपल्याला वाचवायला एक बोट आलेली आहे पाहून ते आनंदाने नाचायला हवेत. पण तसे काहीही घडताना दिसेना. *विरोमा* बोट ही सुमारे १००० फूट अंतरावर होती. बोटीवरून *केरी डान्सर*वरती प्रखर सर्चलाईट मारले जाऊन ते सारखे फिरवून बोटीचा प्रत्येक भाग तपासला जात होता. एक जरी माणूस जिवंत असेल तर त्याला वाचवायला पाण्यात लाईफबोट सोडली गेली असती. पण समोर जिवंतपणाचे कसलेही चिन्ह दिसेना. *विरोमा* बोटीवरून प्रकाशाची सांकेतिक उघडझाप करून संदेश दिले गेले. पण पलिकडून कसलाही प्रतिसाद येईना. सर्वत्र स्तब्धता होती. *केरी डान्सर*वरती कुठेही किंचितही हालचाल होत नव्हती. याचा अर्थ सर्वच्या सर्वजण मृत्यूमुखी पडले असणार. बोटीच्या डेकवरती नेहमी माणसांची वर्दळ असते. नेहमी कोणीना कोणी तरी डेकवरती असतोच. पण आता त्या बोटीचा डेक निर्मनुष्य झाला होता, ओसाड पडला होता. बोटीचा पुढचा भाग तर पाण्यात बुडाल्याने अदृश्य झाला होता. आता पाऊस नव्हता की वारा नव्हता. परंतु समुद्राच्या पृष्ठभागावर थोडा खळबळाट होता. त्यामुळे *केरी डान्सर* बोटीचे तरंगणारे भग्नावशेष पाण्यावरती डुचमळत हलत होते. ते एक भयाण दृश्य होते. जणू काही त्या बोटीला भुताटकीने झपाटल्याने ती बोट माणसांनी सोडून दिली होती. अन्‌ आता ती पाण्याच्या प्रवाहानुसार वाटेल तशी भरकटत चालली होती.

कॅप्टन फाईंडहॉर्नने आपले डोळे बारीक करून बराच वेळ *केरी डान्सर*चे निरिक्षण केले. पाण्यात तोंड खुपसून ती बोट हलत होती. एखादे निर्जीव कलेवर पाण्याबरोबर हलावे तशी ती हलत होती. ही बोट पार मृत झाली आहे असे कॅप्टनला वाटले. यातील एकही व्यक्ती जिवंत राहिली नाही. आता समोर जे दृश्य

दिसते आहे ते एका मृत बोटीचे केवळ भूत आहे. त्या बोटीच्या डेकवरील वेड्यावाकड्या झालेल्या धातूच्या भंगारावरून, जळून गेलेल्या लाकडी भागांवरून *विरोमा* बोटीचे सर्चलाईट घिरट्या घालीत होते. मग एकदम त्याला एका ऐतिहासिक नाविकाची आठवण झाली. तो गोष्टीतला नाविक मेला तरी त्याचे भूत त्याच्या बुडालेल्या जहाजासकट दिसे. तसे तर इथे नाही ना? जर समोरच्या भग्न बोटीवर कोणी दिसले तर ती जिवंत व्यक्ती नसून ती केवळ भ्रामक प्रतिमा असणार, ते एक भूत असणार... आपल्या मागे चीफ ऑफिसर निकोल्सन उभा आहे याची आता कॅप्टनला आठवण झाली.

मग तो मागे वळून न बघता पुटपुटत म्हणाला, "जॉनी, ती बघ बोट. शेवटी आपल्याला ती सापडली. माणसांनी सोडून दिलेली ही बोट भरकटत चालली आहे. आता ती सारागासोकडे जाईल असेच वाटते." अटलांटिक महासागरात मध्यभागी उत्तरेकडून व दक्षिणेकडून मोठे समुद्रप्रवाह आल्याने तिथे एक शेकडो चौरस मैलांचा भोवरा तयार होतो. मात्र हा भोवरा खूप उथळ असतो. पण तिथले पाणी त्या भोवऱ्याभोवती सतत फिरत असते. अटलांटिक महासागरात उत्पन्न होणारी व पाण्यावर तरंगणारी सारागासो नावाची वनस्पती शेवटी तिथे गोळा झाल्याने त्या भागाला 'सारागासो समुद्र' असे नाव पडले आहे. कोणतेही जहाज अटलांटिक महासागरात अपघातामुळे सोडून दिले, किंवा काही कारणामुळे त्यावरील एकूणएकजण मृत्यूमुखी पडले किंवा त्यांना चाच्यांनी पळवले अथवा ठार मारले, तरी अशी सर्व बेवारशी व मोडकी जहाजे शेवटी त्या प्रवाहचक्रात सापडून सारागासोच्या समुद्रात जाऊन लुप्त होतात. एखादे निर्मनुष्य जहाज अटलांटिक महासागरात दिसले की "ते सारागासोकडे निघाले आहे" असे नाविक मंडळी म्हणतात. कॅप्टनला आत्ता त्याचीच आठवण होऊन तो तसे म्हणाला. शेवटी तो म्हणाला, "ठीक आहे, चला एक दोन तासांची बरी सहल झाली. आता मागे फिरू या."

पण त्याच्या मागे उभ्या असलेल्या निकोल्सनला कॅप्टनचे शब्द नीट ऐकू गेले नाहीत. तो म्हणाला, "येस सर. आता आम्हाला तिकडे लाईफबोटी पाठवायची परवानगी द्या."

"नाही! अजिबात नाही!" कॅप्टन फाईंडहॉर्न म्हणाला, अगदी ठासून म्हणाला, "जे काही पहायचे होते ते आपण पाहिले आहे. आता परत फिरा."

"आपण या बोटीवरील माणसांना वाचवायला इकडे लांबून वळसा घेऊन धडपडत आलो आहोत." निकोल्सनच्या स्वरात, अजिजी नव्हती की विनवणी नव्हती. तो पुढे म्हणाला, "व्हॅनिअर, बोट्‌समन, फेरी आणि मी आणखी काहीजणांना घेऊन जातो. आम्हाला तिथपर्यंत जाणे सहज जमेल."

"जमेल किंवा न जमेल," कॅप्टन ताठ उभा रहात बोलू लागला, त्या

डुचमळणाऱ्या *विरोमा* बोटीवर उभे रहाण्यासाठी भिंतीचा आधार घ्यावा लागत होता. तसा त्याने घेतला व तो डाव्या बाजूच्या खिडकीमधून बाहेर बघत होता. *केरी डान्सर* बोटीजवळ एक आडोसा तयार झाला होता. पण तरीही समुद्राचा पृष्ठभाग एवढा खळबळाटी होता की तिथल्याही पाण्यात लाटांची उंची व खळग्यांची खोली यात चांगला दहा फुटांचा फरक होता. तिथले सारे पाणी वाटेल तसे ढवळले जात आहे असे वाटत होते. कॅप्टन ते पाहून पुढे म्हणाला, ''त्या समोरच्या बुडणाऱ्या बोटीकडे जाण्यातही धोका आहे. मी आपल्या कोणाही माणसाचा जीव तेवढ्यासाठी धोक्यात घालायला तयार होणार नाही.''

निकोल्सन कॅप्टनचे हे बोलणे ऐकून हादरला. त्याला त्यावरती प्रतिवाद करायचा असला तरी नेहमीप्रमाणे त्याने तो केला नाही. तो गप्प बसला. काय करावे याचा त्याला निर्णय घेता येईना. अशी काही सेकंद गेली. सेकंदामागून सेकंद एका विचित्र शांततेत चालली.

फाईंडहॉर्नने पाठ वळवून निकोल्सनकडे पाहिले. तो बोलू लागला. पण त्याच्या बोलण्यात किंचित चिडखोरपणा होता. तो म्हणत होता, ''तर ते असे आहे. यामुळे तुमचे ते पूर्वजांचे... काय म्हणतात त्याला?... अंतर्ज्ञान! ते अंतर्ज्ञान आता कुठे उपयोगी पडले?'' असे म्हणून त्याने आपले हात *केरी डान्सर*च्या दिशेने फेकले व तो पुढे म्हणाला, ''डॅम इट ऑल, मॅन! ती बोट सोडून दिलेली आहे. त्यावर आता कोणीही नाही हे उघड उघड कळते आहे. पार जळून गेलेली आणि सगळीकडून मार खाल्लेली ती बोट म्हणजे आता एक तरंगती चाळणी झाली आहे. अशा या बोटीवर कोणी जिवंत माणूस असेल असे तुम्हाला प्रामाणिकपणे वाटते का? जर बोट एवढ्या मोठ्या हल्ल्यातून, आघातातून गेली असेल, अन तिची त्यामुळे अशी दशा झालेली असेल तर त्यावरच्या माणसांचे काय झाले असेल? ते त्यात टिकणार नाहीत. अन् इतकेही करून कोणी जिवंत असेल तर त्यांनी आपला प्रकाश पहायला हवा होता. त्यांनी त्या मोडक्या डेकवर येऊन उड्या मारून आपले लक्ष वेधून घ्यायला हवे होते. आपल्या हातात शर्ट घेऊन तो फडफडवायला पाहिजे होता. मग, तसे का ते करत नाहीत? तुम्ही सांगू शकता याचे कारण?'' कॅप्टन फाईंडहॉर्न खूपच मर्मभेदी व झोंबणारे बोलत होता.

निकोल्सन यावरती शांतपणे म्हणाला, ''तुमचे प्रश्न योग्य आहेत पण त्याला एकदम उत्तर देणे कठीण आहे. पण यावरून असा तर्क करू शकतो की तिथे असलेली माणसे खूप जखमी होऊन पडली आहेत. मुळातच काही सैनिकांना त्या बोटीवरती स्ट्रेचरवरून चढवले गेले होते. अशा माणसांना उठून आपला शर्ट हलवण्याची कशी ताकद असेल? उठले तरी ते वरच्या डेकवर जाण्याइतके बळही त्यांच्याजवळ नसेल. म्हणून मी एक आपणाला विनंती करतो, सर. आपला

सर्चलाईट हा बंद करा, परत लावा. परत चालू करा, बंद करा. अशी उघडझाप करीत राहिल्याने आपण विचारणा करतो आहोत हे त्यांच्या ध्यानात येईल. तसेच ॲन्टीएअरक्राफ्ट तोफातून वरती आकाशात काही बार करा. दहा बारा प्रकाशाचे बाण वरती सोडा. त्यामुळे त्यांचे आपल्याकडे लक्ष वेधेल. कदाचित त्यांना आपली बोट जवळ आल्याचे समजलेही नसेल. ते डोळे मिटून ग्लानीत असतील. पण एखादा जरी जिवंत असेल तरी त्याचे लक्ष वेधल्यावर तो काहीतरी हालचाल करेल.''

यावरती काही क्षण फाईंडहॉर्नने विचार केला. मग मान हलवून त्याला तसे करण्याबद्दल संमती देत तो पुढे म्हणाला, ''मी फक्त तेवढेच कमीतकमी करू शकतो. जवळच्या पन्नास मैलांच्या परिसरात कुठेही जपानी नाहीत असेही धरून चालतो. तेव्हा, करा तुम्ही तसे.''

पण सर्चलाईट्सची उघडझाप, बारा पौंडी तोफगोळ्यांचा कर्णकटू आवाज यांनी समोर काहीही घडले नाही. कसलाही परिणाम झाला नाही. सादाला प्रतिसाद आला नाही. उलट त्यामुळे *केरी डान्सर* ही बोट पूर्वीपेक्षा अधिक ओसाड वाटू लागली. ती एक तरती स्मशानभूमी आहे असे जाणवू लागले.

केरी डान्सर बोटीचा तो जळून गेलेला तरंगता सांगाडा आता अधिकच बुडालेला होता. पुढची बाजू तर पाण्यात पूर्णपणे बुडून अदृश्य झाली होती. मधला व मागचा भाग हा खूप तिरपा झालेला दिसू लागला. परत एकदा प्रखर प्रकाश टाकणारे सात आठ बाण आकाशात उडवले गेले. उंच जाऊन ते हवेत एका वक्राकार मार्गाने पश्चिम दिशेला खाली येत गेले. ''अरे कुणी आहे का तिथे? द्या, उत्तर द्या.'' असा एक मूक संदेश त्यातून प्रसारीत झाला. एक बाण तर *केरी डान्सर* बोटीच्या माथ्यावरती पडला. तिथे तो काही सेकंद जळत राहून सारा डेक उजळवून टाकला. मग तडतडत तो विझून संपून गेला. पण तरीही समोर कसलीच हालचाल झालेली दिसेना. जिवंतपणाचा भाससुद्धा नंतर झाला नाही.

''वेल, दॅट्स इट,'' कॅप्टन फाईंडहॉर्न कंटाळून म्हणू लागला. त्याच्याही आवाजात आता पूर्णपणे निराशा भरली होती. तो म्हणत होता, ''मिस्टर निकोल्सन, झाले तुमचे समाधान?''

निकोल्सन यावरती काही बोलणार होता. पण त्याऐवजी व्हॅनिअरच एकदम बोलू लागला. उच्च स्वरात आणि उत्तेजित आवाजात तो म्हणाला, ''देअर, देअर इट इज, सर. पहा, तिकडे पहा.''

कॅप्टन कठड्याला धरून उभा होता. त्याने आपल्या डोळ्यावरती रात्रीचा चष्मा चढवलेला होता. त्यानेही समोर पाहिले. त्याचे हात एकदम कठड्याला घट्ट आवळले गेले. काही सेकंद तो निश्चल राहिला.मग तो नीट सरळ उभा राहिला,

आपला चष्मा त्याने नाकावरती आणला व मागे वळला. निकोल्सन त्याच्या मागे इतका जवळ उभा होता की कॅप्टन वळल्यावरती त्याची त्याला धडक बसली.

निकोल्सन म्हणाला, ''मीही ते पाहिले. त्या ब्रेकर्स आहे. खडकावरती आपटून फुटणाऱ्या लाटा आहेत. त्या बाजूला पुढे मेत्साना बेट आहे. *केरी डान्सर* त्या दिशेने वहात जात आहे. ते प्रवाळ खडक नाहीत. बेट आहे. शेवटी ती बोट त्यावरती धडकणार असे दिसते.''

कॅप्टन यावर खर्जातल्या आवाजात म्हणाला, ''मेत्साना. मला कल्पना नव्हती की आपण इतक्या जवळ आलो असू. म्हणजे येथून आपणही आता निघून गेले पाहिजे. नाहीतर इथल्या उथळ समुद्रात आपणच कुठेतरी खडकाला धडकू.'' एवढे म्हणून त्याने तार स्वरात हुकूम देण्यास सुरुवात केली. ''कट द लाईटस्. सर्चलाईट बंद करा. फुल अहेड. वेगाने बोट जाऊ द्या. स्टारबोर्ड ॲन्ड कीप हर झिरो नाईन झिरो. उजवीकडे काटकोनात वळा. आपल्याला कमीतकमी वेळात इथून दूर गेले पाहिजे.'' त्या वातचक्राच्या केंद्रस्थानापासून आणि तिथल्या उथळ समुद्रापासून दूर जाण्याची त्याची धडपड सुरू झाली. *केरी डान्सर* बोटीवरील जीव वाचवण्यापेक्षा स्वत:ची बोट व आपली माणसे वाचवण्याकडे त्याची अधिक धडपड होती. ''आपल्याला इथून बाहेर पडायचे आहे आणि पुढे तो ××× वारा कसा भेटणार आहे देव जाणे!''

निकोल्सनने हाताची घडी घातली होती. त्याच्या हाताची बोटे त्याच्याच दंडात घट्ट रुतायला लागली. त्याची फारच द्विधा मन:स्थिती झाली. त्याने एकदम एक हात सोडून *केरी डान्सर*च्या मागच्या भागाकडे बोट करीत म्हटले, ''ते बघा. मी तिथे आत्ता प्रकाश पाहिला. आपला सर्चलाईट बंद झाल्यानंतर लगेच पाहिला.'' त्याने अत्यंत शांतपणे व हळू आवाजात पुढे म्हटले, ''तो एक मंद प्रकाश होता. तो मेणबत्तीचा प्रकाश असेल किंवा आगपेटीच्या काडीचाही असेल. त्या पोर्टहोलच्या डेकपाशी प्रकाश होता.''

फाईंडहॉर्नने त्याच्याकडे एकदा पाहिले व नंतर अंधारात समोरच्या बोटीच्या बाह्याकृतीकडे रोखून रोखून पाहिले. पण त्याला तसला प्रकाश दिसला नाही. त्याने आपली मान हलवली. तो म्हणाला, ''मिस्टर निकोल्सन, तुमच्यासारखे मला तिथे काहीही दिसले नाही. तुमच्या डोळ्याला केवळ भास झाला असेल. एखाद्या गोष्टीकडे बराच वेळ पाहिले की बरोबर त्याच्या विरुद्ध प्रतिमा आपल्या डोळ्याच्या मज्जापटलावर आपोआप उमटते. किंवा आपण तिथे सोडलेला एखादा प्रकाशाचा बाण विझता विझता ठिणगी टाकून–''

''मला तसले काहीही भास झाले नाही. मी जे पाहिले ते खरोखरीच तिथे होते.'' निकोल्सन कॅप्टनचे बोलणे तोडून निक्षून म्हणाला.

यावर कॅप्टन काही बोलला नाही. काही सेकंद शांततेत गेले, पूर्ण शांततेत गेले. मग फाईंडहॉर्न इतरांना म्हणाला, "कुणी तिकडे प्रकाश पाहिला?" फाईंडहॉर्नच्या आवाजात तटस्थता होती, निर्विकारपणा होता. पण तरीही त्याला राग येत चालला आहे हे त्यावरून कळत होते.

परत तिथे शांतता पसरली. पण आताची शांतता पूर्वीपेक्षा जास्त वेळ होती. मग एकदम फाईंडहॉर्न गर्रकन वळून म्हणाला, "क्वार्टरमास्टर, फुल अहेड. आणि मिस्टर निकोल्सन, तुम्ही काय करत आहात?"

निकोल्सनने आपल्या हातातील फोन खाली ठेवला आणि घाईघाईने म्हटले, "काही नाही, मी त्या समोरच्या बोटीवरती थोडा प्रकाश सोडायला सांगितले." त्याच्या आवाजात अर्थपूर्ण तुटकपणा होता. त्याने मग कॅप्टनकडे पाठ फिरवून पुन्हा आपली नजर समोर खिळवली.

फाईंडहॉर्नने आपले ओठ घट्ट दाबून धरले व तो एकदोन पावले चटकन् टाकून निकोल्सनकडे गेला. पण वाटेतच थबकला. पोर्ट साईडच्या, म्हणजे बोटीच्या डाव्या बाजूकडून एक प्रकाशाचा झोत *केरी डान्सर*वरती सोडण्यात आला. तो जरासा थरथरला व शेवटी त्या बुडत चाललेल्या बोटीच्या मागच्या भागावरती स्थिरावला. आता कॅप्टन सावकाश चालत पुढे गेला व निकोल्सनच्या शेजारी जाऊन उभा राहिला. त्या दोघांचे खांदे एकमेकांना भिडले होते. दोघांनी खिडकीच्या पडद्याच्या बारवरती आपले हात उंचावून ठेवले होते. ते दोघेही आता समोर पहाण्याची शिकस्त करीत होते. नकळत त्यांच्या बारवरील मुठी आवळत आवळत गेल्या.

केरी डान्सर त्यांच्यापासून सुमारे हजार फुटांवरती असेल. अन् आत्ता जे काही दिसले ते सर्वांनाच दिसले. ते दृश्य वादातीत होते. त्या बोटीला कुठेतरी मागच्या बाजूला एक अरुंद भोक होते. ते भोक डोलत होते. पण त्यातून एक हात बाहेर आला आणि तो बेभानपणे हलू लागला. त्या हातात कसलेतरी पांढरे कापड होते. ते कापड म्हणजे कदाचित एखादा शर्ट असेल, किंवा टॉवेल असेल किंवा चादरही असेल. मग तो हात एकदम आत गेला आणि आतून एक पेटलेली ज्योत त्या हाताने बाहेर काढली. कागद किंवा कापड हातात धरून ते पेटवलेले वाटत होते. शेवटी तो जाळ खाली खाली येत त्या हाताच्या मुठीपर्यंत आला. मग ती ज्योत त्या हाताकडून सोडून दिली गेली. खालच्या पाण्यात हिस्स आवाज करत ती विझून गेली.

कॅप्टन फाईंडहॉर्नने ते पाहून एक खोल उच्छ्वास सोडला आणि पडद्याच्या वरच्या बारवरील आपले हात खाली काढून घेतले. त्याचे खांदे पडले होते. त्याला एकदम थकवा वाटू लागला. बराच वेळ एखादे अवघड ओझे बाळगले व ते

एकदम टाकून दिल्यावर जसे वाटेल तसे त्याला वाटू लागले. त्याचा रापलेला चेहरा थोडासा पांढरा पडला होता. तो अगदी कुजबुजत्या आवाजात म्हणाला, "आय ॲम सॉरी माय बॉय." मग आपले डोके दोन्ही बाजूंना हलवित तो पुढे म्हणाला, "थँक गॉड. तुम्ही ते अगदी वेळेत पाहिलेत."

कॅप्टनचे हे शब्द कोणी ऐकले नाहीत. कारण तो स्वत:शीच बोलत होता. निकोल्सन आता तिथे नव्हता. तो केव्हाच तिथून वेगाने निघाला. ब्रिजच्या बाहेर पडून तो जिन्यावरून खाली गेला. पण उतरताना त्याने आपले दोन्ही हात दोन्ही कठड्यांना धरले होते, पाय हवेत उंचावले होते आणि तो घसरत खाली गेला होता. कॅप्टन त्याला काही बोलायच्या आत त्याने डेकवरती जाऊन तिथे लोंबकळत ठेवलेल्या लाईफबोटींच्या साखळ्यांच्या खिट्ट्या काढायला सुरुवातही केली होती. तिथले हॅन्डब्रेक्सही तो सैल करू लागला. बोट्समन आणि इतरांच्या नावाने तो हाका मारू लागला. आणीबाणीत किंवा संकटकाळात कामे करणाऱ्यांच्या तुकडीतील एकेकजण येऊ लागले.

निकोल्सनच्या एका हातात फायरमनची कुऱ्हाड होती, तर दुसऱ्या हातात एक टॉर्च होता. त्या टॉर्चला जाड रबराचे आवरण होते. तो *केरी डान्सर* बोटीवर चढला होता. तिरप्या डेकवर तो कसाबसा तोल सावरीत उभा होता. मधल्या केबिन्सपासून मागच्या केबिन्सकडे जाणाऱ्या मार्गातील अडथळे पार करीत तो चालला होता. बॉम्बच्या तीव्र उष्णतेने पायाखालच्या डेकचा पत्रा जागोजागी फाटला होता, वाकला होता, मधेच तुटून पिळला गेला होता. त्याचे वाटेल तसे आकार झाले होते. काही काही ठिकाणच्या कोपऱ्यातील केबिनचे लाकूड जळून काळे ठिक्कर पडले होते. तर काही लाकडातून अजूनही मधूनच धूर येत होता, ती धुमसत होती. कशालाही स्पर्श न करता पायाखालच्या डेकचे भान ठेवीत तो पुढे जात होता. ती बोट पाण्यात डुचमळत होती व मधेच एकदम दचकल्यासारखी हलत होती. एकदा अशा हलण्यामुळे तो फेकला गेला आणि पॅसेजच्या एका भिंतीवर जाऊन आदळला. ती भिंत चांगलीच तापलेली होती. त्याच्या हातात कॅनव्हासचे हातमोजे होते तरीही त्यातून उष्णता शिरून त्याच्या हाताला चटका बसला. त्या तापलेल्या धातूवर बराच काळ वादळी वाऱ्याचा मारा झालेला होता, व पाऊस पडला होता. तरीही त्याला चटका बसण्याइतपत तो धातूचा पत्रा तापला होता. जेव्हा बॉम्ब पडला असेल त्यावेळी तो किती तापला असेल याची त्याला कल्पना आली. का या बोटीतून एखादा आक्षेपार्ह माल तर नेला जात होता का? मग तो माल, किंवा ते रसायन बराच वेळ जळत राहिले असले पाहिजे.

त्याने त्या पॅसेजचा दोन तृतीयांश मार्ग पार केला. वाटेत उजवीकडे त्याला

एक दार दिसले. पण ते बंद होते व त्याला कुलूप होते. त्याने कुऱ्हाडीचे घाव घालून ते तोडले आणि आपल्या लाथेने दार उघडायचा प्रयत्न केला. पण त्याच्या लाथांमुळे ते दार फक्त अर्धा इंचच आत गेले. मग परत परत लाथा घालीत ते दार पूर्ण उघडण्यात त्याला यश आले. आपल्या टॉर्चचा झोत सोडत तो आत घुसला. केबिनच्या मध्यभागी दोन काळ्या ठिक्कर पडलेल्या आकारहीन गोष्टी पडल्या होत्या. कदाचित् ती जळलेली माणसे असावीत असा त्याने अंदाज केला. तिथे एक अत्यंत तीव्र दुर्गंधी भरून राहिली होती. त्या वासामुळे आपल्या नाकावर आतून कोणीतरी ठोसा मारला आहे असे चमत्कारिक त्याला वाटू लागले. तो झटकन परत पॅसेजमधे आला. आपल्यामागे त्याने ते दार कुऱ्हाडीच्या पात्याने ओढून घेतले. त्याच्या मागे व्हॅनिअर उभा होता. त्याच्या काखोटीत आग विझवण्याचे एक फायर एस्टिन्विशरचे तांबडे नळकांडे होते. त्यानेही त्या दोन तीन सेकंदात आत केबिनमध्ये डोकावले असणार असे निकोल्सनला वाटले. कारण त्याचे डोळे विस्फारले होते व चेहरा पडला होता.

निकोल्सन एकदम वळून पॅसेजमधून जाऊ लागला. त्याच्यामागून व्हॅनिअरही जाऊ लागला. त्यांच्या मागून एक बोट्समन आणि फेरीस हे चालले होते. त्या बोट्समनच्या हातात एक घण होता व फेरीसच्या हातात एक कटावणी होती. निकोल्सनने वाटेतील आणखी दोन बंद दारे लाथेने उघडून आत प्रकाशाचा झोत सोडला. पण त्या केबिन्समध्ये कोणीही नव्हते. त्या पूर्णपणे रिकाम्या होत्या. तो आता शेवटच्या बाजूला येत चालला. बोटीच्या त्या मागच्या बाजूला स्वच्छ दिसत होते. कारण त्या भागावरती *विरोमा* बोटीवरील सर्व सर्चलाईटचे झोत केंद्रित झाले होते. वरच्या केबिन्स बोटीच्या दोन्ही अंगाने होत्या. त्यांच्यामध्ये तो पोलादी पत्र्याच्या डेक होता. सर्व बाजूंनी बंदिस्त असलेल्या ह्या खोलातल्या डेकला 'वेल-डेक' म्हटले जाई. जणू काही तो एका विहिरीचा तळ होता. तो पार उद्ध्वस्त झाला होता. बोटीच्या शेवटी तर तो पूर्णपणे नामशेष झाला होता. त्याच्या खालीही काही केबिन्स असल्याने खाली जाण्यासाठी कुठे एखादी लोखंडी शिडी किंवा कंपॅनियन वे दिसतो का ते शोधण्यासाठी त्याची नजर भिरभिरू लागली. लवकरच त्याला एक तसा जळून गेलेला कंपॅनियन वे सापडला. पण तो लाकडी जिना पूर्णपणे जळून गेला होता. त्याच्या तळाशी अर्धवट जळालेल्या काळ्या लाकडांचा खच पडला होता.

निकोल्सनने लगेच मागे वळून फेरिसकडे पाहिले. तो बोटीवरती सुतारकाम करणारा होता. निकोल्सन त्याला म्हणाला, "फेरिस, मागे जाऊन अजून दोघांना बोलावून इथे आण. इथून जखमी लोकांना वरती आणावे लागले तर ते जमणार नाही. त्यासाठी इथे काहीतरी सोय करा. काय करायचे ते त्यांनाच ठरवू द्या. पण

झटपट करायला लागा. चला, पळा. अन् तुझी ती कटावणी इथेच राहू दे.''

शेवटचे वाक्य बोलत असताना निकोल्सनने आपले दोन्ही हात टेकले नि त्यावर सारा शरीराचा भार देऊन खाली उडी मारली. तो दहा पावले धावत गेला आणि शेवटी असलेल्या एका केबिनच्या पोलादी दारावरती आपल्या कुऱ्हाडीचा घाव घातला.

तो ओरडून म्हणाला, ''आतमधे कोणी आहे का?''

आतून काहीच उत्तर आले नाही. पाच सात सेकंद तिथे शांतता होती. पण त्यानंतर मात्र एकदम अनेक आवाज आतून उमटले. अनेकजण एकावेळी गडबडीने बोलू पहात होते. मदतीसाठी हाका मारत होते. पण त्यांना नीट बोलता येत नव्हते. त्यांचा गोंधळ झाला होता. निकोल्सनने आपल्या मागे येऊन उभ्या राहिलेल्या बोट्समनकडे पाहिले. निकोल्सनच्या चेहऱ्यावरच्या आनंदाचे प्रतिबिंब जणू काही त्याच्या चेहऱ्यावर उमटले होते. मग एक पाऊल मागे सरकून निकोल्सनने त्या पोलादी दारावरती टॉर्चचा प्रकाश टाकला. दार बाहेरून बंद केले होते. त्या दाराची एक खिट्टी बोटीच्या डोलण्याबरोबर हिंदकळत होती तर बाकीच्या सात खिट्ट्या लावलेल्या होत्या. त्या आपापल्या जागी घट्ट बसल्या होत्या. एक दार बंद करण्यासाठी इतक्या खिट्ट्या असाव्यात?

बोट्समनने आपला साडेतीन किलो वजनाचा घण उगारला. त्याच्या पेहेलवानी देहाला तो अवजड घण म्हणजे एक खेळणे वाटत होते. त्याने प्रत्येक खिट्टीवरती दणादण घाव घालायला सुरुवात केली. सात घावात सातही खिट्ट्या फटाफट तुटून खाली पडल्या. रात्रीच्या अंधारात त्याच्या घावांचे आवाज बोटीमध्ये घुमले. नंतर ते दार एकदम फटकन सताड उघडले. आतमध्ये ती माणसे होती!

निकोल्सनने आपल्या टॉर्चचा प्रकाश आत फेकला आणि त्याने आपले ओठ एकदम घट्ट मिटून घेतले. ती एक कुबट, कोंदट व ओलसर अशी अंधारकोठडी होती. तिथे कुठूनतरी सारखे पाणी ठिबकत होते. पोलादी डेकची जमीन आत होती. त्याच्यावरती काहीही घातले नव्हते. पाण्याने ती निसरडी झाली होती. त्या खोलीची उंची कमी होती. उंच माणसाला तिथे वाकून उभे रहावे लागत होते. आतमध्ये झोपण्यासाठी एकावर एक अशा तीन तीन बर्थच्या दोन रांगा भिंतींना होत्या. ते बर्थ लाकडाचे नव्हते, लोखंडाचे होते. त्यावरती ना गादी होती, ना पांघरूण होते. प्रत्येक बर्थच्या वरती एकेक मोठे पोलादी कडे साखळीने लोंबकळत होते. सर्व साखळ्या झाळकाम करून भिंतीला पक्क्या केल्या होत्या. दोन्ही बर्थच्या रांगांमध्ये एक अरुंद लोखंडी टेबल होते. त्याच्या दोन्ही बाजूला सहा लाकडी स्टुले होती. आतमध्ये असलेला ओलसरपणा व दमट हवा बाहेरूनही निकोल्सनला जाणवली.

त्या खोलीत वीसजण तरी असावेत असा निकोल्सनने अंदाज केला. काहीजण

सर्वात खालच्या बर्थवरती बसले होते, एक दोघेजण बर्थला आधारासाठी धरून उभे होते, अन् सर्व सैनिक बर्थवरती आडवे झाले होते. पण त्यांच्याकडे पाहिल्यावर ते उठून उभे रहातील हे अशक्य वाटत होते. निकोल्सनने आजवर अनेक मृत माणसे पाहिली होती. त्यांचे मेणासारखे झालेले गाल, चमक नसलेली व भकास झालेली बुबुळे, जणू काही अंगात हाडे नाहीत असे वाटण्याइतपत देहांचे झालेले अस्ताव्यस्त आकार, अशी ती मृत माणसे म्हणजे केवळ कपड्यांची गाठोडी झालेली होती. त्या माणसांची दृश्ये त्याच्या नजरेसमोर तरळून गेली. तिथे खाकी कपड्यातील, स्कर्ट घातलेल्या नर्सेस होत्या. त्यांच्या कमरेला रुंद पट्टे होते. याखेरीज तीन बिनलष्करी माणसेही तिथे होती. त्या मलायी नर्सेससकट प्रत्येक माणसाचा चेहरा हा पांढराफटक पडला होता, ओढलेला दिसत होता आणि आजारी झालेला वाटत होता. *केरी डान्सर* बोट दुपारपासून सतत उसळणाऱ्या दर्यात गदागदा हलविली गेली असली पाहिजे.

"इथे कोण प्रमुख आहे?" निकोल्सनने विचारले. त्याचा आवाज त्या लोखंडी खोलीत घुमल्यासारखा वाटला.

"मला वाटते की तो माणूस आहे. म्हणजे, त्याला तसे वाटते असा माझा अंदाज आहे." एक कृश, बुटकी पण ताठ उभी राहिलेली बाई म्हणाली. ती एक म्हातारी व्यक्ती होती. तिचे केस चकचकीत पांढरे झाले होते. आपल्या केसांचा तिने मागे एक घट्ट बुचडा बांधला होता. डोक्यावरती एक गवती हॅट होती. निकोल्सनच्या जवळच ती होती. पण तिच्या फिक्या निळ्या डोळ्यात अजूनही अधिकाराचे तेज होते. तिने वाईट चेहरा करून एका माणसाकडे बोट केले होते. तिथे एक माणूस हातपाय चोरून स्टुलावर बसला होता. त्याच्या पुढ्यातील टेबलावरती एक व्हिस्कीची बाटली होती. ती अर्धी रिकामी झाली होती. ती म्हातारी पुढे म्हणाली, "पण त्याला दारू चढलेली आहे, खूप चढली आहे."

"मॅऽऽम, तुम्हीऽऽ मला, मला दारूऽऽ चढली आहे... असे म्हणता! असे म्हणालाऽऽ तुम्ही?" तो माणूस बोलला. निकोल्सनच्या लक्षात आले की केवळ हाच एक माणूस इथे असा आहे की जो आजारी नाही आणि त्याचा चेहरा इतरांसारखा पांढरा पडलेला नाही. त्याचा चेहरा, मान, कान हे सारे उन्हात रापल्याने गडद विटकरी रंगाचे झाले होते. त्याचे डोक्यावरचे केस जसे पांढरे झाले होते तशाच त्याच्या दाट भुवयाही पांढऱ्या झाल्या होत्या. "तुम्ही एवढ्या उद्धटपणे कशा काय–" असे बोलत तो धडपडत उठला. आपल्या बाह्या सरसावत तो पुढे म्हणाला, "मॅडम, तुम्ही जर पुरुष असता ना तर मी–"

"तुम्ही काय केलं असते ते मला ठाऊक आहे," निकोल्सन त्याचे बोलणे तोडत एकदम म्हणाला, "तुम्ही मग चाबकाने फोडून काढले असते. आता गप्प

रहा आणि खाली बसा.'' मग त्या बाईकडे वळून तो म्हणाला, ''मॅडम, आपले नाव काय?''

''मिस् प्लॅन्डरलीथ. कॉन्स्टन्स प्लॅन्डरलीथ.''

''असं पहा मॅडम, ही बोट बुडायला लागली आहे. दर मिनिटाला ती खाली खाली चालली आहे. अर्ध्या तासात ती पूर्ण बुडून जाईल. अन् ते वादळ कोणत्याही क्षणी परत सुरू होऊ शकेल.'' निकोल्सनच्या मागे आलेल्या त्याच्या दोन माणसांनीही आपापल्या टॉर्चचे प्रकाशझोत आत सोडले होते. तो पुढे म्हणाला, ''आपण घाई केली पाहिजे. तुम्ही बहुतेकजण पार मरगळून गेलेले दिसता आहात. पण तरीही आपल्याला घाई केली पाहिजे. तुम्हाला नेण्यासाठी आम्ही एक लाईफबोट आणली आहे. ती इथून तीस चाळीस फुटांवरती बोटीच्या डाव्या अंगाला आहे. मिस् प्लॅन्डरलीथ, तुमच्यापैकी कितीजण चालू शकतील?''

''ते तुम्ही मिस् ड्राखमनला विचारा. ती नर्स आहे.'' त्या वृद्ध प्लॅन्डरलीथ बाईच्या आवाजातला फरक हा मिस् ड्राखमनवरती पूर्ण विश्वास दर्शवणारा होता.

''मिस् ड्राखमन, प्लीज सांगा बरं.''

दूर कोपऱ्यात बसलेल्या एका तरुण मुलीने त्याच्याकडे पाहिले. तिचा चेहरा अंधारात होता. ती म्हणाली, ''फक्त दोनच माणसे चालू शकतील.'' तिच्या आवाजातून खूप ताण दिसून येत होता. पण तरीही तो आवाज मृदू मुलायम व किनरा होता.

''एवढीच माणसे?''

''ज्यांना स्ट्रेचरवरून इकडे आणले ती पाच माणसे संध्याकाळपर्यंत मरून गेली. ती फार फार आजारी होती आणि हवा खूपच खराब होती.'' तिने अडखळत, थांबत थांबत म्हटले.

''शेवटी ते पाचहीजण मरण पावले,'' निकोल्सन म्हणाला. त्याने आपली मान खेदाने हलवली.

''येस सर.'' असे म्हणून तिने आपला एक हात तिच्या स्टुलाजवळ उभ्या असलेल्या मुलाभोवती आणखी आवळला. तर दुसऱ्या हाताने तिने त्याच्या अंगावरील पांघरुण आणखी घट्ट केले. ती सांगत होती, ''हा पोरगा फार थकला आहे आणि त्याला खूप भूक लागली आहे.'' त्या मुलाने आपला घाणेरडा झालेला अंगठा तोंडात घालून ठेवला होता. तिने तो बाहेर काढायचा प्रयत्न केला. पण त्याने तो काढू दिला नाही आणि तो निकोल्सनकडे अगदी त्रयस्थपणे बघत राहिला.

निकोल्सन म्हणाला, ''त्याला आम्ही खायला देऊ. मग तो झोपून जाईल.'' मग आपला आवाज थोडा उंचावत तो म्हणाला, ''तेव्हा चला आता इथून सगळे. ज्यांना चालता येते ते स्वत: लाईफबोटीत जाऊन बसतील. चालू शकणाऱ्यांनी

जखमी लोकांना आधार देत न्यावे. बोटीच्या हिंदकळण्यामुळे नीट आधार देत न्यावे. नर्स, स्ट्रेचर केसेस व्यतिरिक्त किती लोकांचे हात पाय जखमी झाले आहेत?''

''पाच, सर.''

''मला 'सर' म्हणायची जरूरी नाही. आमच्याकडून आणखी कोणी येईपर्यंत या पाचजणांनी इथेच थांबावे.'' मग त्या व्हिस्की पिणाऱ्याच्या खांद्यावर थोपटत तो पुढे म्हणाला, ''चला, तुम्ही आधी पुढे व्हा.''

''मी? मी आधी पुढे व्हायचे?'' तो माणूस चिडून म्हणाला, ''सर, मी इथला प्रमुख आहे. म्हणजे कॅप्टनच की. अन् कॅप्टन हा शेवटी बोट सोडतो.''

''चला, पुढे व्हा,'' निकोल्सन संयम करीत म्हणाला.

''फॉस्टर, तुम्ही कोण आहात ते सांगता का जरा त्यांना?'' मिस् प्लॅन्डरलीथने त्याला म्हटले.

''जरूर, जरूर. का नाही नाही सांगणार,'' असे म्हणून तो उठून उभा रहात व आपली एक काळी बॅग हातात घेत पुढे म्हणाला, ''माझे नाव फार्नहोम आहे, सर. मी ब्रिगेडियर फॉस्टर फार्नहोम.'' मग नाटकीपणे पुढे वाकून तो उपरोधिक स्वरात म्हणाला, ''आपल्या सेवेस बंदा हाजिर है.''

निकोल्सन हसून थंडपणे म्हणाला, ''ऐकून बरे वाटले.'' मग एकदम गर्जत म्हणाला, ''चला, निघा. उगाच बोलण्यात वेळ घालवत बसू नका.''

तिथे एकदम शांतता पसरली. प्लॅन्डरलीथ बाईने तोंडाने चुकचुक आवाज काढला. तो आवाज फार्नहोमच्या उपहासासाठी होता. परंतु त्या शांततेत तो खूपच मोठा वाटला.

''उद्धट पोरा, तुला याबद्दल मी धडा शिकवेन,'' फार्नहोम म्हणाला. पण निकोल्सन एक पाऊल पुढे येताच तो मागे सरकला. मग तक्रारीच्या स्वरात तो बोलू लागला, ''हे काही खरं नाही. समुद्रावरच्या रितीभाती पाळल्या पाहिजेत. प्रथम बायका मुलांनी पुढे व्हावे.''

''मला ते सारे ठाऊक आहे. तसे असेल तर तुम्ही सर्व पुरुषांनी डेकवर एका ओळीत उभे रहा आणि बुडणाऱ्या बोटीबरोबर जलसमाधी घ्या. रितीरिवाजानुसार मी लाईफबोटीतून आपल्यासाठी त्यावेळी बँड वाजवेन. फार्नहोम, मला परत परत बोलायला लावू नका. चला, मुकाट्याने बाहेर व्हा.''

''नुसते फार्नहोम म्हणून नका. 'ब्रिगेडियर फार्नहोम' म्हणा.''

''तुम्ही आमच्या बोटीवर आलात ना की तेव्हा आम्ही तुम्हाला सतरा तोफा उडवून मानवंदना देऊ.'' एवढे म्हणून निकोल्सनने फार्नहोमच्या दंडाला धरून त्याला आपल्या मागे उभे असलेल्या बोट्समनकडे ढकलले. फार्नहोमच्या हातात एक काळी बॅग होती. ती त्याने घट्ट पकडली होती. एवढ्या धसमुसळीत ती त्याने

अजिबात सोडली नाही. बोट्समनने फार्नहोमला तिथून पटकन लाईफबोटीपाशी पळवत नेले.

निकोल्सनने आपला टॉर्च सर्वत्र फिरवला व तो शेवटी एका खालच्या बर्थवर मुटकुळे करून बसलेल्या व्यक्तीवर पडला. त्याने आपल्या अंगावरती एक पांघरुण लपेटून घेतले होते.

निकोल्सनने त्याला विचारले, "महाशय, आपण कसे आहात? जखमी झाला आहात का?"

"जे कोणी अल्लावर प्रेम करतात त्यांना अल्ला सांभाळतो," ती व्यक्ती गंभीरपणे व खोल आवाजात म्हणाली. त्या व्यक्तिचे नाक गरुडाच्या चोचीसारखे बाकदार होते. डोळे काळेभोर होते. ती व्यक्ती हळूहळू उठून उभी राहिली. तो एक चांगला उंच माणूस होता. आपली काळी टोपी डोक्यावरती घट्ट दाबून बसवित तो पुढे म्हणाला, "मला कसलीही दुखापत झाली नाही."

"छान. अन् आता तुम्ही. तुम्हाला काही झाले आहे का?" असे म्हणून निकोल्सनने आपला टॉर्च जवळच्या तीन सैनिकांवरती फिरवला. त्यातला एक कॉर्पोरल होता.

"अं? आम्ही ठीक आहोत." तो कृश कार्पोरल आपली टक लावणारी नजर दारावरून काढून घेत म्हणाला. नुकताच फार्नहोम त्या दारातून बाहेर पडला होता. तो निकोल्सनकडे पहात क्षीण हसत म्हणाला, "आम्ही ब्रिटनचे टणक सैनिक आहोत. आम्ही अगदी ठणठणीत आहोत." त्याचे जागरणामुळे लालबुंद झालेले डोळे व तापामुळे ओढग्रस्त झालेला चेहरा त्याचे विधान खोडून काढत होते.

"तुम्हाला वाटते तशी तुमची अवस्था नाही," निकोल्सन त्याच्यावर खूष होत म्हणत होता, "चला, तुम्हीही बाहेर पडा. मिस्टर व्हॅनिअर, या तिघांना बाहेर लाईफबोटीत नेऊन बसवा. एका वेळी एकालाच लाईफबोटीत उडी टाकू द्या. खबरदारी म्हणून प्रत्येकाला आधी एक दोरी बांधा. बोट्समनची मदत घ्या."

ती लाईफबोट बोटीजवळ असली तरी खवळलेल्या दर्यामुळे सारखी मागेपुढे होऊन मधेच बोटीवरती आपटे. बोटीच्या शिडीवर उभे राहून एकदोन फुटांवर लाईफबोट हिंदकळत आली की पटकन त्यावरती उडी मारावी लागत होती.

ते तीन सैनिक व आपले अंग पांघरुणात लपेटून घेतलेला सैनिक हे सगळे बाहेर जाईपर्यंत निकोल्सन काही बोलला नाही. मग त्याने मिस् प्लॅन्डरलीथला विचारले, "हा माणूस कोण आहे?"

ती म्हणाली, "तो बोर्निओ बेटामधला एक मुसलमान धर्मगुरू आहे. मी बोर्निओत एकदा चार वर्षे काढली होती. तिथल्या नद्यांपासच्या प्रदेशात वाटमाऱ्या करणारा प्रत्येकजण हा हटकून मुस्लीम असतो."

निकोल्सन पुटपुटत म्हणाला, ''या माणसाने बरीच माया जमवलेली असावी.'' मग तो मोठ्याने तिला म्हणाला, ''बरोबर आहे तुम्ही म्हणता ते. आता तुम्हीही चला. तुमच्या पाठोपाठ साऱ्या नर्सेसनीही बाहेर पडावे. मिस ड्राखमन, तुम्ही शेवटी जा. चालेल ना? कारण नंतर जखमी लोकांना आम्ही जेव्हा उचलून नेऊ त्यावेळी तुमची जरा मदत लागेल.''

तिच्या उत्तराची वाट न पहाता तो वळून बाहेर पडला. बाहेरच्या वेल-डेकवरती आल्यावर तो काही सेकंद डोळ्यांची उघडझाप करीत थांबला. कारण या इथे *विरोमा* बोटीवरचे सर्व सर्चलाईट केंद्रित झाले असल्याने सर्वत्र झगझगीत प्रकाश पडला होता. सर्वत्र एकच एक निर्दय पांढरा प्रकाश पसरला होता. फक्त त्याला काळ्या रंगाच्या छायांनी अधूनमधून छेद दिला होता. त्यामुळे साऱ्या वस्तुमात्रांना एक जादा उठाव आला होता. *विरोमा* आता ५०० फुटांवर आली होती. ती पाण्यामुळे आपोआप सरकत होती. या असल्या बेभरवशाच्या पाण्यात इतका वेळ थांबण्याच्या धाडसाला 'एक अति जोखमीचा जुगार' असेच म्हटले पाहिजे. पण *विरोमा* बोटीचा कॅप्टन तो जुगार खेळत होता.

विरोमा थांबल्यापासून आत्तापर्यंत सुमारे दहा मिनिटे झाली होती. पण तेवढ्या वेळात ती खूपच उथळ पाण्यात सरकली होती. आता आणखी जर अशीच ती सरकत राहिली तर तळाशी कुठेतरी खडकावर घासली जाऊन खालून तिचा पत्रा फाटेल. मग सारे तेल समुद्रात तर गळून जाईलच, परंतु येथून निघून जाणे तिला दुरापास्त होईल. थोडक्यात *विरोमा* संकटात सापडत चालली होती. *केरी डान्सर* बोटीच्या उजव्या अंगापाशी समुद्राचा पृष्ठभाग खळबळाटी झाला होता. तिथे जवळच खडकांवरती लाटा फुटून पांढरा फेस साठला होता. तेथून पुढे मेत्साना बेटापर्यंतचा सारा समुद्र हा उथळ होता. *केरी डान्सर*च्या डाव्या अंगाला लाईफबोट होती. म्हणजे खोल पाण्यात होती. उसळत्या दर्यामुळे मधेच ती पाण्याच्या फुगवट्यावर उंच चढे तर दुसऱ्या क्षणाला कित्येक फूट खोल गेलेल्या पाण्याच्या खळग्यात जाई. ज्यावेळी ती लाटेवर आरूढ होऊन वर येई त्यावेळी पार *केरी डान्सर* बोटीच्या कठड्याला पोचे. अशा वेळी लाईफबोट सर्चलाईटच्या झोतात येई. मग लाईफबोटीत बसलेली माणसे चटकन आपल्या माना खाली करून डोळे घट्ट मिटून घेत. एवढा तो प्रकाश प्रखर होता. कठड्यापर्यंत लाईफबोट उंचावताच त्या कार्पोरलने एकदम त्यात उडी टाकली. तो दगडासारखा आत कोसळला. बोट्समनने एका नर्सला कठड्याच्या बाहेर काढून तिथल्या अरुंद जागेत तिला पकडून ठेवले होते. खालून लाटेवर आरूढ होऊन लाईफबोट वर येण्याची तो वाट पहात होता.

निकोल्सन त्यावेळी तिथे पोचला. त्याने कठड्यावर वाकून आपल्या टॉर्चचा झोत खाली लाईफबोटीत सोडला. ती आता पाण्याच्या खळग्यात होती. *केरी डान्सर*

बोटीच्या भिंतीला अधूनमधून धडका देत होती. लाईफबोटीतील माणसे ह्या धडका टळाव्यात म्हणून आटोकाट धडपडत होती. पण समुद्राचे पाणी लाईफबोट आणि *केरी डान्सर* या दोघांनाही हादरवून सोडत होते. त्या लाईफबोटीच्या बाजूच्या अंगाच्या वरच्या दोन फळ्या धडकांमुळे फुटून मोडल्या होत्या. पण त्याच्या वरचा 'बहाण' म्हणजे सर्वांत वरची जाड कड मात्र अमेरिकन एल्म लाकडाची असल्याने टिकून होती. बोटीवरून खाली दोन दोर सोडलेले होते. लाईफबोटीत उतरलेला फार्नहोम आणि तो मुस्लीम धर्मगुरू हे दोघेजण त्या दोरांना घट्ट पकडून लाईफबोटची *केरी डान्सर*च्या भिंतीशी होणारी संभाव्य टक्कर शर्थीने टाळू पहात होते. त्यांची धडपड खरोखरच वाखाणण्याजोगी होती. निकोल्सनला लाईफबोटीतील सर्व धडपडीची कल्पना येऊन चुकली.

व्हॅनिअर त्याच्या बाजूला येऊन उभा राहिला. अंधारात दूरवर बोट करून तो घाबरलेल्या स्वरात म्हणाला, ''सर, आपण सगळेच खडकांजवळ जात चाललो आहोत. खडक जवळ येत आहेत.''

ते ऐकताच निकोल्सन एकदम ताठ उभा राहिला आणि त्या दिशेने पाहू लागला. क्षितीजापाशी काही अंधुक प्रकाशाचे थर असल्यासारखे वाटत होते. तेथवर सारा काळोखाचा पट्टा होता. पण त्या पट्ट्यातही एक अस्पष्ट व पांढुरकी अशी रेषा मधेच दिसत होती. ती रेषा वेडीवाकडी होती, तुटक व अर्धवट होती. मधेच काही ठिकाणी ती अदृश्य व्हायची व परत प्रगट व्हायची. याचा अर्थ किनारा जवळ आला होता. किनाऱ्यावरचे खडक जिथे लाटांना प्रतिबंध करीत होते तिथे पांढरा फेस निर्माण होत होता. ते पाहून निकोल्सन हादरुन गेला. ती रेषा येथून सुमारे ६०० फुटांवर असावी असा त्याने अंदाज केला. याचा अर्थ *केरी डान्सर* ही बोट दक्षिण दिशेला दुपारपासून भरकटत चालली असून तिचा भरकटण्याचा वेग आपल्या कल्पनेपेक्षा दुप्पट आहे. क्षणभर निकोल्सन भीतीने गोठून उभा राहिला. इथल्या समुद्राच्या पाण्यात प्रवाह आहेत. या पाण्याला ओढ आहे व ती ओढ किनाऱ्याकडे नेणारी आहे. थांबलेली *विरोमा,* जायबंदी झालेली *केरी डान्सर* या दोन्ही बोटी किनाऱ्याकडे सरकत आहेत. रात्रीच्या अंधारात ते लक्षात आले नाही. अन् आता किनाऱ्याच्या अलिकडचे खडक जवळजवळ येत चालले आहेत. त्या खडकावर दोन्ही बोटी आपटून फुटणार, बापरे! तेवढ्यात *केरी डान्सर* बोट समुद्रात लपलेल्या प्रवाळ खडकांच्या एका रांगेला धडकून घासत जाऊ लागली. त्या धडकीच्या पहिल्याच दणक्याने निकोल्सन हादरून डेकवर पडला. बोटीच्या तळाचा पत्रा खाली खडकांना घासून जात होता. त्यामुळे बोटीमधे कर्णकटू कर्कश्श ध्वनी निर्माण होत होता. *केरी डान्सर*चा तळाचा पत्रा फाटत होता. तिच्या डाव्या अंगाची डेकची बाजू डळमळीत झाल्यासारखी वाटू लागली. म्हणजे बोटीचे उजवे अंग

पाण्यातील खडकात गुंतून बसले काय? तसे असेल तर ही बोट आता लवकरच तळ गाठणार. निकोल्सनने बोट्समनकडे पाहिले. आपले दोन्ही पाय रुंदावून तो उभा होता. एका नर्सला कठड्याच्या बाहेर उभी करून तिला हाताने त्याने धरून ठेवले होते. समोरून येणाऱ्या प्रखर झोताला तोंड देण्यासाठी त्याने आपले डोळे अर्धवट मिटून घेतले होते. त्याचे तोंड वासलेले असल्याने त्या प्रकाशात त्याचे दात चमकत होते.

"व्हॅनिअर," निकोल्सनने त्याला हाक मारली. त्याच्या आवाजात आणीबाणीची स्थिती उमटली होती. तो व्हॅनिअरला सांगू लागला, "ताबडतोब आपल्या कॅप्टनला टॉर्च वापरून आल्डिस मेसेज दे. या बोटीपासून दूर रहायला कळव. इथला समुद्र उथळ आहे आणि खाली खूप खडक लपलेले आहेत. आम्ही भराभर कामे उरकून येत आहोत. *केरी डान्सर* आता खडकाला एका अंगाने दाबली गेली आहे. ती लवकरच बुडणार आहे." आल्डिस मेसेज म्हणजे दिव्याच्या प्रकाशाची उघडझाप करून सांकेतिक भाषेत दिला जाणारा निरोप. मग बोट्समनला तो म्हणाला, "चला तुम्ही माझ्याबरोबर."

पाच सेकंदात ते मधाच्या केबिन्सजवळ आले. त्या दोघांनी आपल्या हातातले टॉर्चचे झोत भराभरा सर्वत्र फिरवले. अजून नऊ माणसे इथून पाठवायची होती. ती नर्स, तो लहान मुलगा, ते चालता येऊ शकणारे जखमी सैनिक व गलितगात्र झालेले व बर्थवर पडून राहिलेले दोन सैनिक. त्या दोघातला एकजण तोंड उघडून धापा टाकीत होता. त्याला श्वास घ्यायला अडचण येत होती. तो सारखा या कुशीवरून त्या कुशीवरती झोपेत वळत होता. नर्सने त्याला गुंगीचे औषध देऊन झोपवले होते. बर्थवर झोपलेला तो दुसरा सैनिक स्तब्ध निजला होता. त्याचा श्वासोच्छ्‌वास उथळपणे व मंदपणे होऊ लागला होता. त्याच्या चेहऱ्यावरती प्रेतकळा पसरली होती. अधूनमधून तो डोळे उघडून वेदनेमुळे आपली बुबुळे इकडे तिकडे फिरवी. त्यावरूनच तो अद्याप जिवंत आहे हे कळत होते.

निकोल्सन त्या मधाच्या केबिनपाशी गेला आणि त्या सैनिकांना म्हणाला, "तुम्ही पाचजण चला बाहेर झटपट. इतका वेळ नुसते इथेच काय बसून राहिला आहात." एक सैनिक आपली सामानाची पिशवी पाठीवर चढवण्यासाठी त्यात दोन्ही हात घालून धडपडत होता. निकोल्सनने त्याच्या हातून ती पिशवी खसकन् हिसकावून घेतली आणि कोपऱ्यात भिरकावून दिली. तो त्या सैनिकाला म्हणाला, "तुमच्या सामानाची कशाला काळजी करता. इथून तुम्ही जिवंत बाहेर पडू शकलात तरी नशीबवान समजा. चला झटपट बाहेर."

बोट्समननेही असाच लकडा लावून चार सैनिकांना बाहेर काढले. पाचवा सैनिक हा एक वीस वर्षांचा कोवळा तरुण होता. त्याचा चेहरा उतरला होता. तो

बाहेर पडण्यासाठी कसलीच हालचाल करीत नव्हता. आपल्या जागेवरूनही तो उठला नाही. त्याचे डोळे विस्फारलेले होते. त्याने आपल्या दोन्ही हातांचे पंजे एकमेकात गुंतवून घट्ट धरले होते. त्याचे तोंड सारखे खालीवर होत होते.

निकोल्सन त्याच्यावर वाकून हळू आवाजात म्हणाला, ''तुम्हाला ऐकू नाही का आले?''

त्याने शेजारच्या बर्थवरील झोपलेल्या सैनिकाकडे बोट दाखवून म्हटले, ''तो... तो माझा मित्र आहे. जवळचा मित्र आहे. त्याला सोडून मी कसा जाऊ?'' हे म्हणत असताना त्याने निकोल्सनकडे पाहिलेसुद्धा नाही.

''माय गॉड!'' निकोल्सन पुटपुटला. मग आपला आवाज चढवून तो त्याच्यावर खेकसत म्हणाला, ''ही काय हिरोगिरी करण्याची वेळ आहे? चला उठा, बाहेर पळा आधी.''

तो तरुण सैनिक निकोल्सनकडे चमत्कारिक नजरेने बघत राहिला. पण तेवढ्यात एक मोठ्ठा बद्द आवाज सर्व बोटीत घुमला. कुठेतरी बोटीची धडक परत खडकाला बसली असावी. त्या धडकेचा थरथराट सर्व बोटभर पसरला. या केबिनमध्येही त्याची कंपने जाणवली. त्या आवाजाबरोबर बोट जबरदस्त हिंदकळली.

''मागच्या बाजूला इंजिनरूमची भिंत फुटली.'' बोट्समनने निकोल्सनला म्हटले.

''म्हणजे आता मागच्या बाजूनेही बोटीत पाणी भरायला सुरुवात झाली.'' निकोल्सन म्हणाला. मग त्याने वेळ न गमावता त्या बसलेल्या सैनिकाची शर्टाची बाही धरून त्याला जोरात उठवले. मागे राहिलेली शेवटची नर्स समोर बसलेली होती. तिने चटकन उठून आपल्या दोन्ही हाताने त्या धडपडणाऱ्या तरुणाचा एक हात पकडला व त्याला सावरून धरले. ती नर्स चांगलीच उंच होती. तिचे केस भुऱ्या रंगाचे होते. ते मोकळे केस त्याच्या जवळून जाता जाता त्याच्या डोळ्याला लागून गेले. तिच्या केसांना एक चंदनासारखा मंद सुगंध येतो आहे असेही त्याला जाणवले. त्याच्या शेजारून जाताना टॉर्चच्या प्रकाशात त्याला तिचे डोळे ओझरतेच दिसले. ते डोळे स्वच्छ, नितळ व निळी छटा असलेले होते. पण त्या डोळ्यात रागाची छटा होती.

ती म्हणत होती, ''थांबा, त्याला मारू नका. पटवून द्यायचे इतरही चांगले उपाय आहेत.'' तिच्या आवाजात राग नव्हता. तो शांत, मृदू व संयत असा होता. ती पुढे म्हणाली, ''तो आजारी आहे.'' मग तिने त्या पोरगेलेशा सैनिकाच्या खांद्यावर थोपटत म्हटले, ''ॲलेक्स, कमॉन. तुला इथून निघायला पाहिजे. नीघ बरं. मी तुझ्या दोस्ताकडे लक्ष देईन, हं. अगदी प्रॉमिस. प्लीज, ॲलेक्स, चल पाहू आता.''

तो विशीतला सैनिक जरासा गलबलला. त्याने मान वळवून आपल्या झोपलेल्या मित्राकडे पाहिलं. त्याला सोडून जाताना त्याला दुःखं होत होते. त्या नर्सने त्याचा

हात पकडला व त्याच्याकडे पाहून तिने स्मित केले. तो काहीतरी बोलायचा प्रयत्न करू लागला, पण त्याची द्विधा मन:स्थिती झाली होती. मग अडखळत तो हळूहळू बाहेर पडला.

"कॉन्ग्रॅच्युलेशन्स, मिस ड्राखमन! आपल्याला धन्यवाद! आता तुम्हीही बाहेर पडा." निकोल्सन तिला म्हणाला.

"नाही." तिने मान हलवित म्हटले. "मी त्याला आत्ता काय वचन दिले ते ऐकले ना तुम्ही? शिवाय तुम्हीच मला म्हणाला होता की मी इथून शेवटी बाहेर पडावे."

"ते त्यावेळचे सांगणे त्यावेळेसाठी. आत्तासाठी नाही," निकोल्सन अस्वस्थ होत म्हणाला, "शिवाय आता स्ट्रेचर्सवरून आजारी माणसांना नेता येणार नाही. डेक निसरडा झाला आहे आणि तो वीस अंशातून तिरपा झाला आहे. वाटल्यास तुम्ही स्वत: खात्री करून घ्या."

यावर काही क्षण ती संभ्रमात पडली. मग तिने काही न बोलता मान हलवून त्याच्या म्हणण्याला संमती दिली. मागे वळून ती बर्थवरून काहीतरी घेऊ लागली.

निकोल्सन पुन्हा तिला घाई करीत म्हणाला, "हरी अप. चला, घाई करा. सामानसुमान घेत बसू नका. ते कितीही महत्त्वाचे असले तरी सोडून द्या. मी काय म्हटले ते कळले ना?"

यावर ती शांतपणे म्हणाली, "मी माझे सामान घेत नाही." मी ती त्याच्याकडे वळली. तिच्या हातात ते दोन वर्षांचे मूल होते. ते झोपलेले होते. त्याच्या अंगाभोवती एक पांघरुण घट्ट लपेटलेले होते. ती म्हणाली, "हे सामान दुसऱ्या कुणाला तरी नक्कीच महत्त्वाचे आहे."

निकोल्सनने त्या लहान मुलाकडे क्षणभर टक लावून पाहिले व नंतर त्याने आपली मान हलवत म्हटले, "मिस ड्राखमन, मला तुम्ही काहीही म्हणा. पण मी या मुलाला पार विसरून गेलो होतो. मला माफ करा."

"असे पहा, आम्हा सर्वांचे प्राण तुमच्या हातात आहेत," ती बोलू लागली. तिच्या आवाजात आता शत्रुत्वाची भावना अजिबात नव्हती. ती पुढे म्हणाली, "तुम्ही खूप घाईमध्ये आहात. म्हणून तुम्हाला प्रत्येक गोष्टीचा विचार करता येणे कठीण आहे. मी ते समजू शकते." एवढे म्हणून ती त्याच्या अंगावरून निघाली. सारी बोटच तिरपी झाली असल्याने तोल संभाळण्यासाठी जाता जाता ती बर्थचा आधार घेऊन पुढे जात होती. पुन्हा त्याला तिचा चंदनी वास आला. तो सुगंध इतका मंद व सौम्य होता की त्या कोंदट अंधारकोठडीच्या वातावरणात परत आठवू म्हटले तरी आठवता येणे अशक्य होते. दरवाज्यापाशी ती घसरली व जवळजवळ पडली. पण तिथे उभ्या असलेल्या बोट्समनने तिला सावरून धरले व ते दोघे बाहेर

डेकवरती गेले.

काही क्षणातच त्या केबिनमधील गंभीर जखमी असलेल्या दोन्ही सैनिकांना बाहेर काढले गेले. एकाला निकोल्सनने काढले तर दुसऱ्याला बोट्समनने बाहेर काढले. *केरी डान्सर* आता मागच्या बाजूनही पाण्यात बुडू लागली होती. पण तरीही ती भरकटत होती. तळाशी असलेल्या खडकांना धडका मारत होती. प्रत्येक धडकेच्या वेळी मोठा धम्प आवाज होई. प्रत्येक लाट त्या बुडत्या बोटीला गदगदून हलवून जाई. आता लाटा बोटीच्या उजव्या अंगावर धडका मारू लागल्या होत्या. बोटीच्या नाळेचा सर्वात वरचा भाग पाण्याला स्पर्श करू लागला. ही अवस्था मिनिटभरच टिकेल व नंतर संपूर्ण बोट पाण्यात एकदम बुडणार असा निकोल्सनने अंदाज केला. बोटीवरच्या उरलेल्या माणसांना घेता येणे लाईफबोटीला कदाचित जमणार नाही किंवा बुडणाऱ्या बोटीमुळे तिथे पाण्यात एवढा मोठा खळगा निर्माण होईल की त्यात ती लाईफबोट जाता जाता ओढून घेतली जाईल. आत्ताच ती लाईफबोट मागेपुढे हिंदकळत होती, डुचमळत होती, लाटेबरोबर वरखाली होत होती. तिचे ते जबरदस्त हलणे कोणालाही थांबवता येणे शक्य नव्हते. येणाऱ्या लाटेवर ती जेव्हा आरुढ होई तेव्हा शेकडो लिटर पाणी तिच्यामध्ये ओतले जाई. आता *केरी डान्सर* बोटीचा अंत नक्की जवळ आला, असे समजून निकोल्सनने डेकचा कठडा ओलांडला व तिथल्या अरुंद भागावर तो उभा राहिला. मागून बोट्समनकडून ते दोन जखमी सैनिक दिले जातील म्हणून तो वाट पाहू लागला. असे काही सेकंद गेले. आता मात्र लाईफबोटीत कोणाला उतरवता येईल असे त्याला वाटेना. जर लाईफबोट वाचवायची असेल तर तिने या बोटीपासून ताबडतोब दूर गेले पाहिजे. अन् नेमके याच वेळेला त्या जखमी, आजारी व गलितगात्र सैनिकांना लाईफबोटीत उतरवावे लागत आहे. त्यातून हा अंधार इतका दाट आहे की आजूबाजूला काय चालले आहे तेच कळत नाही. कारण हिंदकळणारी *केरी डान्सर* बोट ही पाण्यात हळूहळू स्वत:भोवती फिरत गेली होती. डेकवरील तिचे उंच भाग हे *विरोमा* बोटीकडून येणारे प्रकाशाचे झोत पूर्णपणे अडवत होते.

निकोल्सनने बोट्समनच्या हातून कठड्यावरून दिलेल्या आजारी सैनिकाला घेतले. त्याच्या कमरेच्या पट्ट्यात आपली बोटे अडकवून पक्की केल्यावरतीच बोट्समनने आपला हात काढून घेतला. बोट्समनने आता निकोल्सनला घट्ट पकडून ठेवले. मग निकोल्सन खूप पुढे वाकून खाली पाहू लागला. डुचमळणारी लाईफबोट लाटेवर आरुढ होऊन कधी उचलली जाते आहे याची वाट पाहू लागला. व्हॅनिअरने एका हाताने आपल्या जवळच्या टॉर्चचा झोत खाली टाकलेला होता. लाईफबोटीत दोघेजण उभे राहून वरून येणाऱ्या माणसाला पकडण्याच्या तयारीत होते. त्यांना काही सैनिकांनी घट्ट पकडून ठेवले होते. मग हळूहळू लाटेच्या फुगवट्यावर ती

लाईफबोट उचलली जाऊन निकोल्सनच्या पातळीपर्यंत सहज आली. कारण *केरी डान्सर* बोटीचा मागचाही भाग पाण्यात बुडत असल्याने तिची पाण्याबाहेरची एकूण उंची खूप कमी झाली होती. निकोल्सनने धरून ठेवलेल्या त्या जखमी सैनिकाला पटकन दोघांनी ओढून लाईफबोटीत घेतले. पुढच्या क्षणाला लाटेमागून आलेल्या पाण्याच्या खळग्यात लाईफबोट घसरत खाली खाली गेली आणि खळग्याच्या पृष्ठभागावर दाणकन आपटली. मग तिथे चौफेर पाण्याचे तुषार उडाले, आणि एक चमकदार फेस पाण्यावर जमला. त्या दुसऱ्या जखमी सैनिकालाही अशाच रितीने लाईफबोटीत यशस्वीरित्या सोडता आले. हे सारे हस्तांतर अर्थातच धसमुसळेपणाने करावे लागले होते. त्याला नाईलाज होता. त्यामुळे त्या दोन्ही आजारी व जखमी सैनिकांना खूप यातना झाल्या. पण बिचाऱ्यांनी आपल्या तोंडून कसलाही आवाज काढला नाही. ते आपले ओठ घट्ट मिटून होते.

निकोल्सनने मिस् ड्राखमनला हाक मारली. पण अजून दोन जखमी सैनिक लाईफबोटीत उतरायचे होते. मात्र सुदैवाने त्यांना चालता येत होते. तिने स्वत: पुढे न होता त्या सैनिकांना पुढे ढकलले. त्या दोघांनी योग्य वेळी त्या लाईफबोटीत उड्या मारल्या. ते सुखरूप उतरले. अजून एक सैनिक उतरावयाचा बाकी होता. *केरी डान्सर* आता मात्र कोणत्याही क्षणी बुडेल अशी दाट शक्यता दिसू लागली.

पण तो शेवटचा सैनिक आला नाही. अंधारात तो कुठेच दिसेना. पण त्याचा आवाज मात्र ऐकू येत होता. तो मोठमोठ्याने, अगदी तार स्वरात भीतीने किंचाळत होता. सुमारे पंधरा फूट तरी कठड्यापासून तो दूर असावा. त्याला शांतपणे मिस् ड्राखमन काहीतरी समजावित असावी. कारण तिचा आवाजही अधूमधून निकोल्सनला ऐकू येत होता. तिच्या आवाजात अजीजी होती. पण तिचे बोलणे त्या सैनिकाच्या डोक्यात शिरत नसावे.

शेवटी निकोल्सन चिडून ओरडत म्हणाला, ''काय चालले आहे तरी काय?''

अंधारातून कोणीतरी गोंधळलेल्या आवाजात संवाद करीत होते. निकोल्सनला ते नीट ऐकू आले. शेवटी त्या नर्सचा आवाज आला, ''जस्ट ए मिनिट, प्लीज.''

निकोल्सन वळून मागे अंधारात डोळे ताणून पाहू लागला. तेवढ्यात *केरी डान्सर* बोट दुसऱ्या अंगावर कलत गेली. त्यामुळे इतका वेळ तिच्या डेकवरील उंच भाग *विरोमा* बोटीच्या सर्चलाईटचे झोत अडवत होता, ते झोत एकदम निकोल्सनवरती आले. एवढा वेळ त्याने आपली दृष्टी अंधारातील दृश्य पहाण्यासाठी ताणली होती. त्या नजरेवर प्रखर झोत पडल्यावर त्याने एकदम आपला हात बचाव करण्यासाठी डोळ्यांवरती धरला. *केरी डान्सर* आता सरळ समुद्राच्या दिशेने जाऊ लागली होती. उथळ समुद्र व लाईफबोट यामध्ये ती बोट असल्याने जो आडोसा लाईफबोटीला मिळत होता तो त्यामुळे निघून जात होता. आता मात्र घाई केली पाहिजे.

दूरवरून उथळ समुद्रातील एक लाट येताना त्याने पाहिली. त्या लाटेची भिंत किंवा आघाडीचा सरकणारा भाग हा जणू काही काटकोनात सरळ उभा असल्यासारखा दिसत होता. त्या लाटेच्या अंगावरती फेसांच्या अनेक रेषांचे जाळे उमटलेले होते. ती लाट बोटीच्या कलत्या अंगाच्या दिशेने शांतपणे व अगदी सुरळीतपणे येत होती. तिचा फुगवटा किंवा लाटेचा माथा एवढा उंच झाला होता की तो प्रकाशाच्या झोताच्या खालच्या भागात आता दिसू लागला. त्यामुळे लाटेचा माथा पांढरा दिसत होता तर मागच्या खळग्यात प्रकाश न पडल्याने तिथे पूर्ण अंधार होता. ही लाट जर लाईफबोटीवर चालून गेली तर तिची आघाडीची भिंत ही लाईफबोटीला तिच्या मागच्या टोकावर उभी करेल अन् तसे झाले नाही तर लाईफबोटीवरून ती लाट निघून जाईल. त्यावेळी लाईफबोटीत पाणी पडून ती पाण्याने ओसंडून जाईल. आत्ताच लाईफबोटीत जमलेले पाणी त्याला वरून दिसले. त्या लाटेपुढे लाईफबोट व त्यातील माणसे टिकाव धरणे केवळ अशक्य आहे असे त्याला वाटले. समजा, जरी त्यातून लाईफबोट टिकली, वाचली तरी आता तिच्यात फार तर दोनच माणसे उतरू शकतील. *विरोमा*वरची तीन माणसे, तो स्वत:, मिस् ड्राखमन आणि भ्रमिष्टावस्थेतील तो पोरगेलासा सैनिक एवढेच *केरी डान्सर*वरती उरले होते. ते सगळे जर लाईफबोटीत उतरले तर ती पाण्यात इतकी खाली जाईल की तिच्या डिझेल इंजिनाच्या हवा आत घेण्याच्या नळीत पाणी शिरेल. मग इंजिन बंद पडल्यावर *विरोमा* बोटीकडे कसे जाता येईल? थोडक्यात त्या लाईफबोटीतील अभागी जीवांचे भवितव्य आता अनिश्चित झाले होते.

व्हॅनिअर आणि फेरीस हे दोघे कठड्याच्या बाहेर असलेल्या छोट्याशा जागेत उभे होते. निकोल्सनने एखाद्या व्यक्तीला उचलून कठड्याच्या बाहेर उभे केले की ते त्या व्यक्तीच्या कमरेला एक लांबलचक दोर बांधून दुसरे टोक हातात धरीत. जर त्या व्यक्तीची उडी चुकून लाईफबोटीत पडली नाही तर दोर ओढून तिला परत वर घेता येत होते. पण आता कोणाला दोर बांधण्यासही वेळ उरला नव्हता. निकोल्सनने व्हॅनिअर आणि फेरीसला ताबडतोब लाईफबोटीत उड्या घेऊन ती लाईफबोट घेऊन जाण्याचा हुकूम केला. बोट्समन मॅकिनॉन बोटीच्या मागच्या बाजूकडे उभा होता. त्याला त्याने ओरडून उडी मारून *केरी डान्सर* बोट सोडायचा हुकूम केला. "मी स्वत: उडी मारून पोहत येईन," असेही शेवटी सांगितले. मग तो तिथून अर्धवट पळत, त्या निसरड्या डेकवरून धडपडत मिस् ड्राखमन व त्या कोवळ्या सैनिकापाशी गेला.

तो तिची अजीजी, विनवणी वगैरे करण्याच्या फंदात पडला नाही. त्याने सरळ तिचा दंड धरला. त्याच वेळी त्याने त्या सैनिकाचाही दंड पकडला आणि त्या दोघांनाही ओढत ओढत नेण्यास सुरुवात केली. पण तो सैनिक त्याला विरोध करू

लागला. त्याच्यावरची आपली पकड घट्ट करायच्या आत त्याने निकोल्सनच्या हाताला एक तडाखा हाणला आणि तो सुटला. निकोल्सन त्या निसरड्या डेकवरती आपटला. पण तो लगेच मांजराच्या पावलाने उठला व त्या सैनिकावर त्याने झडप घातली. पण त्या सैनिकाच्या अंगात आता एक प्रकारचा उन्माद चढला होता. त्याने स्वत:ला एकदम तिथल्या एका शिडीवर झोकून दिले. ती शिडी सर्वात वरच्या बारक्या पूप-डेककडे जात होती. निकोल्सनने त्याच्या पायाला पकडण्याचा प्रयत्न केला. पण तो आपल्या जाडजूड बुटांच्या लाथा मारू लागला.

"मूर्खा, अरे तू हे काय करतो आहेस?" निकोल्सन त्याला हळू आवाजात म्हणाला. तेवढ्यात त्याला सर्चलाईटच्या झोताच्या पार्श्वभूमीवरती कठड्याच्या बाहेर उभ्या असलेल्या बोट्समनची बाह्याकृती दिसली. त्याला आपण उडी टाकून ही बोट सोडावयास सांगितले होते. पण तरीही तो थांबला होता व ओरडून विचारत होता, "सर, काही मदत करू का तुम्हाला?" शिवाय तो लवकर चलण्यासाठी हाताने घाई करीत होता. आता मात्र निकोल्सनने अजिबात वेळ न गमावता मिस् ड्राखमनला धरून तिला ओढत ओढत कठड्यापाशी आणले आणि दोन हातांनी उचलून कठड्यावरून पलीकडे ठेवले. तिच्या जवळच्या त्या दोन वर्षाच्या मुलाला बोट्समनने या आधीच लाईफबोटीत टाकले होते. आतल्या लोकांनी त्याला अल्लाद झेलून घेतले होते. बोट्समनने खाली पाहिले. लाईफबोट लाटेच्या खळग्यात गेल्याने अंधारात गेली होती. वातावरणात आता धूसरपणा येऊ लागला होता. त्याने निकोल्सनकडे पाहिले. निकोल्सनच्या चेहऱ्यावरील चिंता व थकवा एवढा होता की बोट्समनने न रहावून त्याला परत विचारले, "सर, मी थांबू का तुमच्याबरोबर?"

"नको!" निकोल्सन ठामपणे मान हलवित म्हणाला, "माझ्यापेक्षा लाईफबोट अधिक महत्त्वाची आहे. ती सुखरूप घेऊन जा." त्याने खाली पाहिले. एका लाटेवर आरूढ होऊन लाईफबोट वर वर येत होती. पण त्याचवेळी लाटेचे बरेचसे पाणी तिच्यात पडत होते. ते पाहून तो बोट्समनला म्हणाला, "बापरे! ती जवळजवळ पाण्याने भरून गेली आहे. जा, बोटीत उडी टाका आणि तिला येथून ताबडतोब जितक्या वेगाने घेऊन जाता येईल तितक्या वेगाने दूर न्या. मी पुढच्या बाजूने उडी टाकून पोहत येईन."

"आय, आय सर!" बोट्समनने प्रसंगाचे गांभीर्य ओळखून म्हटले. ती लाईफबोट वर येताना एका अचूक क्षणी त्याने त्या नर्सला उचलून तिच्यासह त्यात उडी मारली. आतल्या लोकांनी त्या दोघांना एकदम पकडून धरले. पुढच्या क्षणाला ती लाईफबोट आतल्या लोकांसह लाटेच्या खळग्यात गेली. पार अंधारात दिसेनाशी झाली. बोट्समनने दोराचे एक टोक स्वत:च्या कमरेला बांधले होते. दुसरे टोक तसेच कठड्यावरती नुसते ठेवून दिले होते. त्या लाईफबोटीच्या मागोमाग ते दोरही

खाली गेले. त्याचे सुटे टोक खाली जाताना एक मोठा साप वळवळत खाली जातो आहे असे भासले.

"सर्व काही ठीक आहे, बॉसन्?" निकोल्सनने खाली वाकून तोंडावर हाताचा कप करून ओरडून बोट्समनला विचारले.

"सर्व ठीक. मी मागच्या बाजूला लाईफबोट नेतो." खालून अंधारातून त्याचे उत्तर आले.

निकोल्सन मग तेथून त्वरेने निघाला. ती लाईफबोट *केरी डान्सर*च्या मागच्या बाजूला नेणे प्रथम आवश्यक होते. कारण तिचा पुढचा भाग पाण्यात बुडला होता. संपूर्ण बुडताना तिथे पाण्याचा एक मोठा खळगा होऊन त्यात लाईफबोट खेचली जाण्याची शक्यता होती. शिवाय बोट आता दोन्ही अंगावर पूर्वीपेक्षा जास्त डोलू लागली होती. लाईफबोटीत भरपूर पाणी भरले गेले असल्याने ती जड झाली होती. त्या अस्थिर पाण्यात कोणत्या क्षणी काय घडेल याचा नेम नव्हता. परंतु ज्याअर्थी तो बोट्समन 'सर्व ठीक' म्हणतो त्याअर्थी नक्कीच त्याचे पूर्ण नियंत्रण लाईफबोटीवरती असणार. कारण तो एक अत्यंत निष्णात असा खलाशी होता. याच्यापेक्षाही भयंकर खवळलेल्या समुद्रात त्याने आतापर्यंत यशस्वीरित्या काम केले होते. *केरी डान्सर* बोटीच्या मागच्या बाजूला लाईफबोट नेत असल्याचे त्याने ओरडून निकोल्सनला सांगितले. त्या ठिकाणाहून जर निकोल्सनने पाण्यात उडी मारली तर आपली कदाचित मदत होऊ शकेल, असा त्याचा त्यामागे हेतू होता.

शिडीच्या पायऱ्या भराभरा चढून निकोल्सन मागच्या बाजूला असलेल्या पूप-डेकवरती गेला. तिथल्या कठड्यावर हात ठेवून तो आपली नजर चौफेर फिरवू लागला. त्याच्या समोर *विरोमा* बोटीचे अवाढव्य धूड उभे होते. पलीकडे त्या बोटीची एक लांबलचक सावली समुद्रावर पडली होती. त्या सावलीतले समुद्राचे पाणी काळेशार झाले होते. सर्चलाईटच्या प्रखर प्रकाशापुढे ती सावली अधिकच काळी वाटत होती. पण... पण कुठेतरी काहीतरी चुकले आहे असे निकोल्सनला वाटू लागले. त्या प्रकाशझोताचा प्रखरपणा त्याला पूर्वीसारखा तीव्र वाटेना. *विरोमा* बोट जागची हलून दूर तर गेली नव्हती ना? त्याने बोटीचा आकार पाहिला. दहा मिनिटांपूर्वी तो जेवढा होता तेवढाच होता. म्हणजे बोट दूर सरकली नव्हती. बोटीची पुढची व मागची बाजू पाहिली. प्रकाशझोतापुढे तो केवळ तिथली बाह्याकृती अजमावू शकला. तीही तशीची पूर्वीसारखीच होती. म्हणजे बोटीची स्थिति तीच होती. किंवा ती स्वत:भोवती फिरली नव्हती. तोच समुद्र, तेच पाणी व तीच बोट. सारे काही दहा मिनिटांपूर्वीचेच होते. पण तरीही मघाच्या दृश्यात व आत्ताच्या दृश्यात नक्कीच फरक होता. मग त्याला एकदम तो फरक कळला. बोटीचे प्रकाशझोत थोडे मंद झाले होते. ते सर्चलाईट किंचित उतरल्यासारखे वाटत होते.

त्यांच्यातली ताकद समुद्राच्या पाण्याच्या काळेपणाने जणू शोषून घेतली जात होती. *केरी डान्सर* व *विरोमा* बोटींच्या दरम्यानचे पाणी तेच होते. पण त्यावरती पूर्वी जो फेसाळपणा दिसायचा तो दिसत नव्हता. केवळ अधूनमधून कुठेतरी पांढऱ्या फेसाचे छोटे तुकडे तुरळकपणे दिसत होते. पण तिथे आणखीही काहीतरी होते, की जे दहा मिनिटांपूर्वी नक्की नव्हते. त्या दोन बोटींच्या मधल्या पाण्याला आता पूर्वीपेक्षा जास्त गडद काळा रंग आला होता. मग निकोल्सनला एकदम त्या रहस्याचा उलगडा झाला. त्या रहस्याचे उत्तर होते– तेल!

त्या मधल्या पाण्यावर खनिज तेलाचा एक तवंग पसरला होता, यात शंकाच नव्हती. तो तवंग बऱ्यापैकी विस्तृत व जाड होता. याचा अर्थ विरोमा बोटीने पाच मिनिटापूर्वी आपल्या जवळचे खनिज तेल समुद्रावर पंपाने टाकण्यास सुरुवात केली होती. त्या हजारो गॅलन तेलाचा एक बऱ्यापैकी जाड थर मधल्या पाण्यावर पसरला होता. अन् याचे कारणही उघड होते. त्या लाईफबोटीत बरीच माणसे होती आणि ती पाण्याने भरून चालली होती. त्या खळबळत्या समुद्रातून *विरोमा* बोटीकडे येताना प्रत्येक वेळी लाटांचे पाणी लाईफबोटीत शिरणार होते आणि ती बुडण्याचा धोका वाढला होता. त्या हुषार कॅप्टनने हे ओळखून आपल्याजवळील तेल समुद्राच्या पाण्यावर सोडावयास सुरुवात केली होती. त्यामुळे पाण्याचा तिथला खळबळाट नाहीसा झाला. वादळी वाऱ्यामुळे पाण्यावर लाटाही उठेनाशा झाल्या. तेलाच्या एका जाड थरामुळे खालच्या अस्थिरपणावर एक पांघरुण घालून त्याला काबूत धरून ठेवले होते. लाईफबोटीला त्यातून *विरोमा* बोटीकडे येणे पूर्वीपेक्षा अधिक सुकर झाले होते. निकोल्सनच्या ते लक्षात आल्यावर त्याच्या चेहऱ्यावरती एक स्मित हास्य तरळले. त्या तेलाचा दर्प वातावरणात पसरला होता. त्यामुळे त्याचे डोळे चुरचुरू लागले होते. त्याच्या नाकात व घशात आग होऊ लागली. पण ते सारे सहज सहन करता येण्याजोगे होते. वातावरणातील तेलाच्या वाफेमुळे त्यातून भेदून जाताना त्या प्रकाशझोतांची प्रखरता थोडीशी शोषली जात होती. म्हणून ते झोत पूर्वीपेक्षा किंचित मंद झाल्यासारखे निकोल्सनला वाटले.

पूप-डेकवरून मागच्या टोकाला निकोल्सन चालत गेला. अन् तिथेच तो भ्रमिष्ट झालेला कोवळा सैनिक ॲलेक्स हा थरथरत उभा होता. कठड्यावर वाकून तो कसाबसा उभा होता. निकोल्सनकडे त्याची पाठ होती. त्याने हाताने कठड्याचे दोन खांब घट्ट पकडले होते. निकोल्सन त्याच्या जवळ गेला. त्या सैनिकाचे दोन्ही डोळे विस्फारलेले होते. कुठेतरी शून्यात त्याची दृष्टी खिळली होती. फार काळ त्याचे शरीर ताणले गेल्याने आता ते थरथरत असावे. जर त्याला घेऊन आपण पाण्यात उडी मारली तर काय होईल, यावर निकोल्सन विचार करू लागला. कदाचित् त्या सैनिकाच्या अशक्त देहाला नंतर पोहता आले नाही तर? पण कुणी सांगावे भीतीचा

कळस झाला, मृत्यू समोर आला, तर दुर्बल माणसाच्या अंगातही हत्तीचे बळ संचारते. त्याने खाली वाकून पाहिले. बोट्समनने लाईफबोट बरोबर खालती आणली होती. ती *केरी डान्सर* बोटीपासून पंधरा फुटांवरती होती.

निकोल्सनने एकदा हातातल्या टॉर्चची उघडझाप खालच्या दिशेने केली. टॉर्चचा प्रकाश ॲलेक्सच्या चेहऱ्यावरती टाकला. त्याचा श्वास जोरजोरात होत होता. एकदम डोळ्यावर प्रखर प्रकाश पडल्याने त्याने आपले डोळे गपकन् घट्ट मिटले. आपले ओठ दाताखाली चावले. क्षणभर तो हतबुद्ध झाला. ते पाहून निकोल्सनने टॉर्च खिशात घातला व बेसावध ॲलेक्सला एक जोरदार ठोसा मारला. तो ठोसा त्याने त्याच्या जबड्याच्या एका कोपऱ्यावरती मारला होता. त्या ठोशाने ॲलेक्स गडबडून खाली पडू लागला. पण त्याच्या आत निकोल्सनने त्याला कठड्यापलीकडे ठेवून दिले. मग तोही त्या पलीकडे जाऊन त्याच्याजवळ सेकंदभर उभा राहिला. खालून लाईफबोटीतून कोणीतरी आपल्या टॉर्चचा प्रकाश त्यांच्यावर सोडला. त्या बोट्समनने किती अचूक क्षणी तिथे लाईफबोट आणली होती. जणू काही निकोल्सन पुढे केव्हा काय करणार याचा त्याला अंदाज आला होता. मग वेळ न गमावता निकोल्सनने ॲलेक्सच्या कमरेला मिठी घालून उचलले व त्याला घेऊन खालच्या समुद्रात उडी ठोकली. लाईफबोटीपासून पाच फुटांवरती त्यांची उडी पडली. मग दोघेजण एकदम समुद्राच्या पाण्यात अदृश्य झाले. वरती यायला त्यांना काही सेकंद लागले असतील. पण तेवढ्या अवधीत आणखी तीन फूट लाईफबोट त्यांच्याजवळ सरकली. त्या काळ्या तेलाच्या तवंगामधून त्या दोघांची काळी डोकी बाहेर पडताच बोटीतील अनेक हात पुढे झाले व त्यांनी त्या दोघांना आत खेचून घेतले. निकोल्सन सारखा खोकत होता. त्याचे कान, नाक, तोंड यामध्ये तेल शिरले होते. घशात शिरलेले तेल तो खोकून खोकून बाहेर काढू पहात होता. ॲलेक्स पार निश्चेष्ट पडला होता. त्याच्या चेहऱ्यावरील तेल पुसण्यासाठी व्हॅनिअरने आपल्या अंगातील शर्ट बाहेर काढला. मिस् ड्राखमनने तो फाडून त्याचे अनेक तुकडे केले व त्याच्या सहाय्याने ती त्याचा चेहरा साफ करू लागली.

विरोमा बोटीकडे जाण्याचा प्रवास आता फारसा धोकादायक नव्हता. तरीही ती लाईफबोट खूप डुचमळत डुचमळत बोटीपर्यंत पोचली. तेवढ्यामुळे साऱ्या प्रवाशांना उलट्या होऊ लागल्या. काही जणांना मळमळू लागले. काही वेळ हे चालणार होते. पण त्यामुळे बोटीपर्यंत जाईपर्यंत सारेजण एवढे अशक्त होऊन गेले की त्यांच्यात *विरोमा* बोटीची लोखंडी शिडी चढण्याचेही त्राण उरले नाही. मग वरून दोन हूक असलेले दोर खाली सोडण्यात आले आणि ते लाईफबोटीच्या दोन्ही टोकांना असलेल्या कड्यांमध्ये अडकविण्यात आले. ते दोर डेकवरील दोन कप्प्यांवरून मागे गेले होते. अशा रितीने सारी लाईफबोट आतील उतारूंसकट बोटीवरती

उचलून घेण्यात आली. निकोल्सनने पाण्यात उडी टाकल्यापासून अवघ्या पंधरा मिनिटात हे रोमहर्षक नाट्य संपले. लाईफबोटीत आलेल्या सर्व अभागी जीवांना वाचविण्यात यश आले. एक शर्थीची झुंज संपली. ज्या *केरी डान्सर* बोटीवर जपान्यांनी तो जीवघेणा हल्ला केला त्या बोटीने बारा तास पाण्यावर कशीबशी तग धरली होती. निकोल्सनने डेकवरून निघताना *केरी डान्सर*कडे पाहिले. पण ती तिथे नव्हती. आपले डोके खाली पाण्यात खुपसून इतका वेळ ती होती. हळूहळू तिच्यातील सर्व पोकळी पाण्याने भरून गेली. मग पाण्यातल्या प्रवाळ खडकांच्या रांगेवर धडकून ती एका अंगावर उलटली व शांतपणे खाली बुडाली. आता तिचा समुद्रपृष्ठावरती मागमूसही नव्हता. जणू काही ती पूर्वी अस्तित्वातच नव्हती असे वाटण्याइतपत ती अदृश्य झाली. निकोल्सन त्या जागेकडे काही क्षण रोखून पहात उभा राहिला. मग एक सुस्कारा सोडून तो कॅप्टनच्या ब्रिजकडे जाण्यासाठी डेकवरच्या जिन्याकडे वळला.

∎

५

अर्ध्या तासानंतर *विरोमा* बोट ही नैऋत्य दिशेने मार्गस्थ झाली. आता ती कमाल वेगाने धावू लागली होती. दूर क्षितीजावरती मेत्साना बेटाची धूसर व लांबलचक रेषा हळूहळू अदृश्य होत चालली. वादळ अजूनही सुरू झाले नाही, हे आश्चर्य वाटण्याजोगे होते. ते घोंगावणारे वारेसुद्धा गायब झाले होते. म्हणजे *विरोमा* बोट त्या वातचक्राच्या केंद्रभागातून अजून बाहेर पडली नव्हती का? का बोटीबरोबरच वातचक्रही पुढे सरकत होते? बहुतेक तीच शक्यता होती. पण कधी ना कधी तरी त्या वातचक्राचा भेद करून बोटीला बाहेर पडावेच लागणार होते.

निकोल्सनने स्वच्छ अंघोळ केली. आपल्या अंगाला जागोजागी चिकटलेले तेल त्याने घासूनपुसून काढून टाकले. नवीन कपडे घालून तो परत ब्रिजमध्ये आला. खिडकीपाशी उभा राहून तो सेकंड मेटशी हळू आवाजात बोलत होता. थोड्या वेळात कॅप्टन फाईंडहॉर्न तिथे उगवला आणि त्याने निकोल्सनच्या मागे जाऊन त्याच्या खांद्यावरती हलकेच थोपटले.

कॅप्टन विचारीत होता, ''मिस्टर निकोल्सन, जरा माझ्या केबिनमध्ये येता का? मला तुमच्याशी काही बोलायचे आहे.'' मग सेकंड मेटला म्हणाला, ''मिस्टर बेरेट, तुम्हाला काही अडचण आली तर आम्हाला लगेच बोलवा.''

''होय सर. काही नवीन घडले तर मी तुम्हाला लगेच कळवायचे ना?'' बेरेट म्हणाला. त्याचे वाक्य हे एक अर्धवट विधान होते, अर्धवट प्रश्न होता आणि त्याने ते आपल्या नेहमीच्या वैशिष्ट्यानुसार म्हटलेले होते. बेरेट हा निकोल्सनपेक्षा वयाने मोठा होता. तो थंड स्वभावाचा होता आणि त्याला कधीही आपली जबाबदारी नीट कळलेली नव्हती. म्हणूनच अजूनही तो सेकंड मेट या पदावरतीच राहिला होता. पण तरीही तो बऱ्यापैकी भरवशाचा होता.

''ठीक आहे,'' असे म्हणून फाईंडहॉर्न तेथून निघाला. त्याच्या पाठोपाठ

निकोल्सनही जाऊ लागला. ते दोघे नकाशाच्या खोलीत जाऊन तिथून बाहेर पडले व कॅप्टनच्या डे-केबिनकडे जाऊ लागले. ती केबिन त्याच डेकवरती होती. केबिनमध्ये गेल्यावर कॅप्टनने केबिनचे दार लावून घेतले, झरोक्यांवरचे काळे पडदे ओढून घेतले आणि दिव्यांची बटणे दाबत निकोल्सनला बसण्याची खूण हाताने केली. तिथे एक सेटी होता. निकोल्सन त्यावर जाऊन बसला. कॅप्टन फाईंडहॉर्नने मग खाली वाकून एक कपाट उघडले. जेव्हा तो उभा राहिला तेव्हा त्याच्या हातात दोन काचेचे ग्लास आणि एक 'स्टॅन्डफास्ट' या उंची मद्याची सील केलेली बाटली होती. त्याने बाटलीवरचे सील फोडले, प्रत्येक ग्लासात एकेक मोठा पेग ओतला आणि एक ग्लास निकोल्सनपुढे केला.

"जॉनी, यात किती पाणी घालायचे ते तुम्ही बघा. आज तुम्ही एक फार मोठे काम केल्याने अगदी हक्काने पिऊ शकता. नंतर येथून गेल्यावर ड्यूटी न करता खुशाल झोपा."

"वाऽ! झकास!" निकोल्सन म्हणाला, "पण सर, तुम्ही जागे झालात म्हणजे मी झोपेन. काल रात्रभर जागत तुम्ही ब्रिजमध्ये होतात. लक्षात आहे ना?"

"ठीक आहे, ठीक आहे." कॅप्टनने एका हाताने आपला लटका विरोध दर्शवित म्हटले, "याबद्दल आपण नंतर बोलू." मग ग्लासातील थोडी व्हिस्की पिऊन तो विचार करीत निकोल्सनला म्हणाला, "तर, त्या बोटीचा कसला उद्योग होता? तुमचा काय अंदाज आहे?"

"*केरी डान्सर* बोटीचा?"

फाईंडहॉर्नने आपली मान हलवली व निकोल्सनच्या उत्तराची तो वाट पाहू लागला.

"व्यापार," निकोल्सन शांतपणे सांगू लागला. "गुलामांचा व्यापार! गेल्या वर्षी नौदलाने 'रस अल हद्द' ही अरबी बोट या संदर्भात पकडली होती, ते आठवते ना?"

"होय, मला अजूनही ते आठवते आहे."

"किंचित फरकाने इथेही तसलीच भानगड आहे. त्या बोटीवर सर्वत्र पोलादाची दारे. खोल्यांना खिडक्या नाहीत. फक्त झरोके. तेही अवघ्या आठ उंच रुंदीचे. बहुतेक दारे फक्त बाहेरून लावता येतात. एकेका दाराला बाहेरून अनेक खिट्ट्या. झोपण्याच्या प्रत्येक बर्थपाशी साखळीत अडकवलेली कडी. या गोष्टी अगदी स्पष्टपणे त्या बोटीतून गुलामांची वाहतूक केली जात होती हे सांगतात. ॲमॉय आणि मकाओ बेटांच्या दरम्यान हे असले माणसांचे व्यापार अजून चालतात."

"अन् हे विसावे शतक आहे." कॅप्टन उपरोधाने म्हणत होता, "जनावरांप्रमाणे माणसांची खरेदी व विक्री अजूनही चालते."

"हो ना. अन् नशीब की ते निदान त्या गुलामांना जिवंत तरी ठेवतात. पण एकदा या लोकांना पश्चिमी संस्कृतीचे वारे लागले की मग बघा कशी ही गुलामांचे व्यापार करणारी माणसे आणखी क्रूर बनतील. मग ते एका दमात मोठ्या प्रमाणात नरसंहार करू लागतील. त्यासाठी विषारी वायू वापरतील, छळछावण्या उघडतील, शहरांमध्ये बॉम्बस्फोट घडवतील. आता ते असल्या तंत्रांबाबत नवशिके आहेत. पण एकदा ती तंत्रे आत्मसात केली की काय वाटेल ते करून दाखवतील. थोडी वाट पहा. बघा हीच माणसे दहशतवादी बनून जगात कसा धुमाकूळ घालतील ते." निकोल्सन कडवटपणे बोलत होता.

"दहशतवाद. विकृत वृत्तीचा परिपाक. ही विकृत वृत्तीच या साऱ्यामागे आहे." मग आपले डोके खेदाने हलवित तो पुढे म्हणाला, "*केरी डान्सर* बद्दलचे तुमचे जे मत आहे तेच ब्रिगेडियर फार्नहोमच्या बोलण्यातून प्रगट झाले आहे."

"वा:ऽ! म्हणजे तुम्ही त्या साहेबांशी बोललात तर," निकोल्सन हसत म्हणत होता, "ते तर उद्या सकाळी माझ्यावर कोर्ट मार्शलचा खटला चालवणार आहेत."

"काय?" कॅप्टन म्हणाला.

"त्याला मी आवडत नाही असे दिसते. ते अगदी गंभीरपणे व मनापासून बोलतात"

"पण आता त्यांचे मन बदलले असणार." कॅप्टनने दोघांचे ग्लास परत व्हिस्कीने भरून घेतले. तो पुढे म्हणाला, "तसा तो एक पक्का माणूस आहे, कार्यक्षम आहे आणि प्रत्येक गोष्ट तो तरुण माणसासारखी उत्साहाने व आवेशाने करतो, असे मला वाटते."

"मला नाही तसे वाटत." असे म्हणून निकोल्सनने व्हिस्कीचा एक घोट घेतला. मग तो पुढे म्हणाला, "मला तो एक निवृत्त झालेला माणूस वाटतो. सिंगापूरच्या बेंगॉल क्लबमध्ये आरामखुर्चीत बसलेला आहे, डोक्यावर एक कानटोपी घातलेली आहे, एक क्वार्टर ब्रॅन्डीची बाटली प्यायला आहे आणि आपली मान मागे झुकवून घोरत पडला आहे, असाच वाटतो. पण ते काहीही असो, तो उत्साहाने सळसळत असतो हे मात्र मान्य केले पाहिजे. त्याने लाईफबोटीत दोर वापरून छान मदत केली. कुतूहल वाटावे असा तो आहे. त्याच्या वागण्यात कितपत नाटकीपणा असतो ते समजत नाही."

यावर क्षणभर विचार करून फाईंडहॉर्न म्हणाला, "मला नाही तसे वाटत. नाटकीपणा असेल तर तो थोडासाच आहे. तो एक सैन्यातून निवृत्त झालेला माणूस आहे हे तर नक्की. अन् आता तो स्वत:ला जरा अधिक वरच्या दर्जाचा अधिकारी म्हणून संबोधत असेल."

"पण असला हा माणूस *केरी डान्सर* बोटीवरती कशाला चढला होता? तिथे

त्याचे काय काम होते?'' निकोल्सनने आपले कुतूहल प्रगट केले.

''हल्लीच्या काळात कोणत्याही प्रकारची माणसे कोणाही बरोबर सापडतात. अन् जॉनी, हा ब्रिगेडियर माणूस सिंगापूरच्या बेंगॉल क्लबातून आल्यासारखा वाटतो असे जे तुम्ही म्हणालात ते चुकीचे आहे. ही व्यक्ती सिंगापूरची नाही. बोर्निओमध्ये या माणसाचा कसला तरी धंदा असावा. तिथला तो आहे. त्याचा कसला धंदा आहे हे कळणे मात्र कठीण आहे. बंजरमसीन बंदरामध्ये तो *केरी डान्सर* वरती चढला. आणखीही काही युरोपीय माणसे त्यावेळी बोटीवरती चढली होती. जपानी लोक आपल्याला त्रास देतील, छळ करतील अशी त्यांची खात्री पटली होती. ती बोट बाली बेटाकडे जाणार होती. मग तिथे दुसरी बोट पकडून ते ऑस्ट्रेलियामधल्या डार्विन बंदराला जाणार होते. पण असे दिसते की सिराननेे– म्हणजे त्या बोटीच्या कॅप्टनने फार्नहोमच्या मते तो एक अंतर्बाह्य नीच माणूस आहे– आपली बोट 'काटा मारू' येथे न्यायची ठरवली. कारण त्याला म्हणे मकासर येथील त्याच्या मालकाकडून तसा निरोप वायरलेसवरती मिळाला होता. पण फार्नहोमने त्याला लाच देऊन बोट सिंगापूरला न्यायला सांगितली. कॅप्टन सिरान त्यासाठी तयार झाला. सिंगापूरवरती जपानी सैन्य धडका मारीत असताना तो कसा काय तयार झाला हे एक आश्चर्य आहे असे वाटेल. परंतु लोभी व कपटी माणसे अशा परिस्थितीचा जितका फायदा उठवता येईल तितका उठवत असतात हेच खरे. कदाचित सिंगापूरमधून बाहेर पडणाऱ्यांकडून वाटेल ती भरमसाठ किंमत मागितली तर ती याच वेळी मिळू शकेल असाही त्यामागे त्याचा विचार असावा. कमी वेळात तुफान पैसा करण्याचा लोभ असणारी माणसे मग अशा धाडसांचा अवलंब करतात. पण प्रत्यक्षात तसे करायला गेल्यावर सैन्यानेच त्याच्या बोटीचा ताबा घेतला. असे काही घडेल ही त्याची अपेक्षा नव्हती.''

''*केरी डान्सर*च्या बाकीच्या सैनिकांचे काय झाले? बोट्समन म्हणत होता की ते किमान चोवीस सैनिक तरी असावेत. आपली बोट सरळ ऑस्ट्रेलियाकडे जाईल असेही ते बघत होते. आपल्याला फसवले जाऊ नये म्हणून ते जागरूक होते,'' निकोल्सन म्हणाला.

''फार्नहोम म्हणत होता की त्यांना पुढच्या भागातील केबिन्समध्ये ठेवले होते.''

''म्हणजे फक्त बाहेरून बंद करायची सोय असलेल्या केबिन्समध्ये.''

''असेल तसे. तुम्ही पाहिले तसे?'' कॅप्टनने विचारले.

निकोल्सन आपले डोके हलवून म्हणाला, ''आम्ही तिथे पोचलो तेव्हा पुढचा सारा भाग पाण्यात बुडाला होता. कदाचित तिथल्या केबिन्सची दारे बॉम्बस्फोटामुळे घट्ट बसली असतील.'' एवढे म्हणून त्याने व्हिस्कीचे एकदोन घोट घेतले आणि

आपले तोंड वाकडे केले. व्हिस्कीच्या चवीमुळे त्याने तसे केले नव्हते तर त्याच्या मनात आलेल्या विचारांमुळे त्याने ती चमत्कारिक मुद्रा केली होती. तो म्हणत होता, ''वाऽ! काय पण पर्याय दिला होता. समुद्रात बुडून मरा नाहीतर बॉम्बस्फोटात जळून मरा. त्या कॅप्टन सिरानला कधी तरी भेटून याचा जाब विचारावासा वाटतो. अनेकांना तसे वाटत असेल असा माझा संशय आहे... आपले बाकीचे प्रवासी काय म्हणत आहेत? त्यांच्याकडून आणखी काही माहिती मिळाली का?''

कॅप्टन फाईंडहॉर्न नकारार्थी मान हलवित म्हणाला, ''नाही. ती सर्व माणसे अत्यंत थकली होती, दमली होती व आजारी होती. त्यांच्या मनाला फार मोठा धक्का बसला होता. जास्त काही त्यांना सांगता येत नव्हते.''

''त्यांनी अंघोळ केली असेल व ते लगेच झोपून गेले असतील, हो ना?''

''होय. मी त्यांना बोटीत निरनिराळ्या ठिकाणी विभागून ठेवले आहे. सर्व सैनिकांना मागच्या बाजूला ठेवले आहे. त्या दोन खरोखरीच आजारी असलेल्या सैनिकांना बोटीच्या रुग्णालयात ठेवले आहे. बाकीच्या आठजणांना स्मोक-रूम आणि पोर्ट साईडच्या दोन रिकाम्या केबिन्समध्ये ठेवले आहे. ब्रिगेडियर फार्नहोम व तो मुस्लिम धर्मगुरू यांना इंजिनियर्सच्या ऑफिसमध्ये ठेवले आहे.''

निकोल्सन यावर हसत म्हणाला, ''पाश्चात्य संस्कृतीमधील एक गोरा ब्रिटीश अधिकारी आणि अविकसित संस्कृतीमधील एक काळा धर्मगुरू हे एकाच खोलीतील हवा श्वासोच्छवासासाठी वापरत आहेत. वा:; हे मोठे पहाण्याजोगे दृश्य आहे.''

कॅप्टन सांगू लागला, ''तिथे दोनच बुटक्या खुर्च्या आहेत. त्यांच्यामध्ये एक टेबल आहे. त्या टेबलावर एक व्हिस्कीची भरलेली बाटली ठेवलेली आहे. त्या दोघांचे एकंदरीत चांगले जमलेले आहे असे दिसते.''

''पण मी जेव्हा त्या ब्रिगेडियरला *केरी डान्सर*वरती पाहिले तेव्हा त्याच्याजवळची बाटली अर्धी होती.'' निकोल्सन म्हणाला.

''त्याने ती उरलेली अर्धी बाटली पिऊन टाकली असेल. त्याच्याजवळ एक बॅग आहे व ती खूप जड आहे. नक्की ती बॅग फक्त व्हिस्कीच्या बाटल्यांनी भरलेली असणार.''

''अन् बाकीची माणसे कुठे आहेत?''

''ती म्हातारी बाई वायरलेस ऑपरेटरच्या खोलीत आहे. बिचारा वायरलेस ऑपरेटर आपली गादी घेऊन त्याच्या ऑफिसात झोपायला गेला. ती नर्सेसची प्रमुख असलेली बाई, म्हणजे सिनियर नर्स–''

''मिस् ड्राखमन?'' निकोल्सन न रहावून म्हणाला.

''तीच ती. तिच्याजवळचे ते मूल आणि ती असे दोघेही ॲप्रेंटिसच्या केबिनमध्ये आहेत. दोन नर्सेस व्हॅनिअरच्या केबिनमध्ये आहेत. एक नर्स फिफ्थ इंजिनियरच्या

केबिनमध्ये आहे. व्हॅनिअर व तो फिफ्थ इंजिनियर हे फोर्थ इंजिनियर बेरेटच्या केबिनमध्ये रहायला गेलेत.''

निकोल्सन एक सुस्कारा टाकीत म्हणाला, ''चला, म्हणजे सर्वांची सोय नीट लागली तर.'' मग त्याने एक सिगारेट काढून पेटवली व ती तो ओढू लागला. सिगारेटचा निळा धूर हलकेच तरंगत वर जाऊ लागला. तो पुढे म्हणाला, ''ते सर्वजण बुडणाऱ्या बोटीतून वाचून इकडे आले खरे. पण शेवटी आगीतून निघून फुफाट्यात पडले असे काही होऊ नये म्हणजे मिळवली. आपल्याला अजून 'कारीमाता सामुद्रधुनी' पार करायची आहे, सर.''

''आपण ती पार करूच. नाही तर–''

तेवढ्यात तिथला एक फोन खणखणू लागला. निकोल्सनने हात लांब करून तो घेतला व आपल्या कानाला लावला.

''होय, धिस इज कॅप्टनस् केबिन... हां, कोण विली का?... होय, कॅप्टनसाहेब इथेच आहेत. एक मिनिट हं.'' असे म्हणून निकोल्सन फोनपासून उठला व कॅप्टनला म्हणाला, ''सर, सेकंड इंजिनियरला आपल्याशी बोलायचे आहे.''

मग कॅप्टन उठून फोनपाशी जाऊन बसला व फोनवर बोलू लागला. तो फोनवर अवघा अर्धा मिनिट बोलला असेल. पण तेवढ्या काळात त्याने एकही शब्द किंवा वाक्य उच्चारले नाही. त्याऐवजी एकाक्षरी अं? हं, आँ, असे ध्वनी मात्र केले. त्यामुळे निकोल्सनला कसलाही उलगडा झाला नाही. उलट त्याची उत्सुकता मात्र वाढली. विलोबी ऊर्फ विली असे काय कॅप्टनशी बोलला? कॅप्टन मात्र त्याच्याशी कंटाळा आल्यासारखा प्रतिसाद देत होता. परंतु आजवर विलोबी हा कधीच उत्तेजित होऊन बोलला नव्हता. आजवरच्या आयुष्यात उत्तेजित होण्याजोगी कोणतीच गोष्ट त्याला जाणवली नव्हती. या बोटीवरचा तो सर्वात वयस्कर माणूस होता. बरेचजण त्याला 'बोटीवरचा एक विचित्र व स्वप्नाळू माणूस' असे समजायचे. त्याला वाचनाची व साहित्याची अत्यंत आवड होती. पण त्याऐवजी त्याला जन्मभर इंजिने व यंत्रसामुग्री असल्या त्याच्या व्यक्तिमत्त्वाचा अपमान करणाऱ्या विषयावर गुजराण करावी लागत होती. पण त्याच्याइतका निखळ, प्रामाणिक व अत्यंत नि:स्वार्थी माणूस शोधूनही सापडला नसता. पण याबद्दल कधीही त्याने स्वतः अभिमान बाळगला नव्हता. त्याच्याजवळ खास असे काहीच नसताना तो कशाचाही हव्यास धरत नव्हता. निकोल्सन व विलोबी यांच्या स्वभावात फारच थोडे साम्य होते. अन् जे काही होते तेही तसे वरवरचे होते. पण जणू काही माणसाला स्वत:जवळ जे नाही त्याचे किंवा विरुद्ध गोष्टीचे आकर्षण असल्याने त्याला हा पोक्त, वयस्कर इंजिनियर अत्यंत आवडायचा. विलोबीचे लग्न झाले नव्हते. कंपनीच्या सिंगापूरच्या क्लबात त्याला एक पलंग व एक खुर्ची जेमतेम मावेल एवढी बारकी खोली

कंपनीने रहायला दिली होती. इतक्या लहान खोलीबद्दल त्याची काहीही तक्रार नव्हती. तो त्या खोलीवर खूष होता. याचे कारण त्याला तिथे केव्हाही चांगले जेवण व थंडगार कोल्ड्रिंक्स मिळू शकत होते. निकोल्सनला ते सारे आठवले. तो ग्लासाच्या कडेवरून कुठेतरी एकटक बघत गप्प राहिला होता. विलोबीबद्दलच्या काही कटू आठवणी त्याच्या मनात गर्दी करून जात होत्या... एकदम त्याला जाणवले की कॅप्टन फाईंडहॉर्न हा उठून उभा राहिला आहे आणि आपल्याकडे चिंतातूर चेहऱ्याने पहातो आहे.

''व्हॉट्स द मॅटर जॉनी? तुम्हाला काय झाले आहे? बरे वाटत नाही का?'' कॅप्टन त्याला विचारीत होता.

''काही नाही, जरा इकडच्या तिकडच्या आठवणी मनात येत होत्या.'' निकोल्सन हसून म्हणाला. मग त्या व्हिस्कीच्या बाटलीकडे बोट करीत पुढे म्हणाला, ''जेव्हा आपण आपल्या मनात भटकत असतो तेव्हा याची फार मदत होते.''

''ठीक आहे. तुम्ही लागेल तेवढी घ्या. वाटल्यास आणखी एकदा मनाची मुशाफरी करा.'' मग आपली हॅट उचलून कॅप्टन दाराकडे वळत पुढे म्हणाला, ''मी येईपर्यंत इथेच थांबून माझी वाट पहा. थांबाल ना? मला जरा खाली जाऊन यायचे आहे.''

कॅप्टन निघून गेल्यानंतर दोन मिनिटांनी परत तिथला फोन वाजला. यावेळी फोनवरती कॅप्टनच होता. त्याने निकोल्सनला खाली डायनिंग सलूनमध्ये यायला सांगितले. कशासाठी यायचे ते न सांगता त्याने पलीकडून फोन खाली ठेवला.

निकोल्सन मुकाट्याने उठला व बाहेर पडून खाली जाऊ लागला. खालच्या मजल्यावर त्याला फोर्थ ऑफिसर व्हॅनिअर हा वायरलेस ऑपरेटरच्या केबिनमधून बाहेर पडताना दिसला. त्याच्या चेहऱ्यावरती थोडेसे गंभीर भाव होते.निकोल्सनने त्याच्याकडे पाहून आपल्या भुवया प्रश्नार्थक केल्या. त्याला उत्तर म्हणून व्हॅनिअरने मागे वळून वायरलेस ऑपरेटरच्या दाराकडे पाहिले. त्याच्या चेहऱ्यावर अपमान व भीती यांचे मिश्रण होते.

व्हॅनिअर निकोल्सनला खालच्या आवाजात सांगू लागला, ''ती आतली म्हातारी भलतीच पेटली आहे.''

''कोण, ती प्लॅन्डरलीथ बाई?''

''होय, सर. ती वॉल्टरच्या केबिनमध्ये होती. मला झोप येण्याच्या बेतात होती. एकदम तिने दोन केबिन्सच्या मधल्या भिंतीवर जोरजोरात ठोठावयास सुरुवात केली. पलीकडून येणारा तो आवाज ऐकूनही मी सुरुवातीला लक्ष दिले नाही. मग ती बाहेर पडली व पॅसेजमध्ये जाऊन जोरजोरात हाका मारू लागली.'' व्हॅनिअर एवढे बोलून थोडा थांबला. तो मघाचा सारा प्रसंग जणू काही पुन्हा अनुभवत होता. ''सर, त्या

बाईचा आवाज फार भसाडा आहे.''

''पण तिला काय पाहिजे होते?''

''कॅप्टन, तिला कॅप्टनची भेट ताबडतोब हवी होती,'' असे म्हणून व्हॅनिअरने आपले डोके हलवले. तो पुढे सांगू लागला, ''मी दारात उगवल्यावर मला ती म्हणाली, 'यंग मॅन, मला कॅप्टनला भेटायचे आहे. ताबडतोब. त्याला इकडे यायला सांग,' असे म्हणून तिने मला दाराबाहेर ढकलले. सर, मी काय करू आता?''

''तिने जे सांगितले तेच कर.'' निकोल्सन हसत पुढे म्हणाला, ''तुम्ही जेव्हा कॅप्टनशी बोलाल त्यावेळी मी तिथे असेन. कॅप्टनसाहेब खालच्या डायनिंग सलूनमध्ये आहेत.''

मग ते दोघे मिळून खालच्या मजल्यावरती गेले व जवळच्या डायनिंग सलूनमध्ये त्यांनी प्रवेश केला. ते डायनिंग सलून म्हणजे एक मोठी खोली होती. तिथे पुढे व मागे दोन भली मोठी टेबले होती. एकूण वीस माणसे त्या टेबलापाशी जेवण्यासाठी बसू शकत. पण आत्ता ती खोली रिकामी होती. फक्त तिघेजणच तिथे होते आणि ते बसले नव्हते, उभे होते.

कॅप्टन फाईंडहॉर्न आणि सेकंड इंजिनियर विलोबी हे शेजारी शेजारी उभे होते. बोटीच्या डोलण्यावरती ते सहज तोल सांभाळून होते. त्या दोघांच्या चेहऱ्यावर थोडेसे स्मित तरळत होते. पण त्यांच्यात फक्त एवढेच काय ते साम्य होते. कॅप्टनच्या अंगावरचा गणवेष अत्यंत स्वच्छ व कडक इस्त्रीचा होता. तर विलोबीच्या कपड्यांचे वर्णन हे 'शिंप्याला पडलेले एक वाईट स्वप्न' या शब्दांनी करावे लागेल. त्याने अंगात एक ढगळ पांढरा शर्ट चढवला होता. 'पांढरा' रंग असे म्हटले तरी तो त्या रंगाचा नव्हता. परंतु एके काळी तो नक्कीच पांढरा असावा असा संशय येण्याइतपत रंगाचा होता. त्या शर्टाला इस्त्री केलेली नसल्याने त्यावर असंख्य सुरकुत्या पडलेल्या होत्या. मधूनच काही गुंड्या गायब झाल्या होत्या. कॉलरच्या कडा विरून तिथले काही धागे बाहेर लोंबू लागले होते. त्याने खाकी रंगाची एक अर्धी चड्डी घातली होती. तीही अर्थातच बिनइस्त्रीची होती. एखाद्या हत्तीच्या पायाच्या कातडीवर जेवढ्या सुरकुत्या असतात तेवढ्या सुरकुत्या त्या चड्डीवरती होत्या. शिवाय कापड आटल्याने ती चड्डी त्याला आखूड होऊ लागली होती. त्याच्या पायात कॅनव्हासचे बूट होते आणि एका बुटाचे बंद सुटले होते. त्याने त्या दिवशी किंवा कदाचित आठवडाभरही दाढी केली नसावी असे त्याच्या चेहऱ्यावरून वाटत होते.

त्या तिघांच्या समोर असलेल्या एका बफे टेबलाला धरून ती उभी होती. स्थिर उभे रहाण्यासाठी तिने आपल्या हातांनी त्या टेबलाची कड वाकून धरून ठेवली होती. निकोल्सन आणि व्हॅनिअर जेव्हा आत गेले तेव्हा त्यांना ती बाजूने दिसली.

पण आणखी पुढे गेल्यावर त्यांना दिसले की ती पण हसत आहे. तिच्या ओठांच्या उजव्या कोपऱ्यातून एक बारीक रेषा वरती गालाकडे गेली असून ती शेवटी एका खळीला जाऊन भिडते आहे. एखाद्या शिल्पकाराने कोरून काढावे असे तिचे नाक धारदार व सरळ होते. तिचे कपाळ रुंद होते व केस रेशमासारखे मऊ मुलायम व लांब होते. ते तिच्या मानेवर येऊन तिथे वळून त्याच्या लडी झाल्या होत्या. ते केस काळे होतेच, पण ते इतके तुकतुकीत काळे होते की, त्यावर ऊन किंवा प्रखर प्रकाश पडला तर त्यावरून परावर्तन होणाऱ्या प्रकाशाला निळी छटा येई. तिचे हे असे केस, थोडीशी उंची आलेली गालाची हाडे आणि चेहऱ्याची एकूण ठेवण पाहिली की, तिच्या सौंदर्याची जात ही आशियाई व युरोपीय यांच्या मिश्रणाने बनली आहे असे वाटे. पण जर बराच वेळ तिला निरखून पाहिले– अन् तिच्या बाबतीत सारेच पुरुष तसे तिला नेहमी पहात असत– तर त्या सौंदर्याची खास अशी कोणतीच जात नव्हती की त्यावर कोणताच छाप मारता येत नव्हता. चेहरा फार रुंद किंवा मोठा नव्हता, नाजूक होता आणि डोळे मात्र उत्तर युरोपमधील रहिवाशांसारखे निळे होते. *केरी डान्सर* बोटीवरती निकोल्सनने तिच्यावर एका बाजूने हातातील टॉर्चचा प्रकाश टाकला होता. तेव्हा त्याला तिचे डोळे हे दचकवून टाकणाऱ्या गडद निळ्या रंगाचे वाटले. ते नितळ होते, स्वच्छ होते आणि पहाणाऱ्याचा वेध घेणारे होते. तिच्या वैशिष्ट्यपूर्ण चेहऱ्यावरील ते वैशिष्ट्यपूर्ण डोळे होते. त्या डोळ्यांभोवती आता अस्पष्ट अशी निळसर वर्तुळे थकल्यामुळे उमटली होती.

तिने आता आपली हॅट घातली नव्हती. आपले कपडेही तिने बदलले होते. पूर्वीचा मळका खाकी रंगाचा शर्ट काढून त्याऐवजी एक स्वच्छ पांढरा शर्ट तिने घातला होता. अन् खाकी शर्ट जसा तिला ढगळ झाला होता तसाच हा पांढरा शर्टही तिला ढगळ होत होता. शर्टाच्या बाह्या घड्या करून तिने वरती सारल्या होत्या. हा नवीन शर्ट तिचा नव्हता, तो व्हॅनिअरचा होता हे निकोल्सनने ताबडतोब ओळखले. लाईफबोटीतून *विरोमा* बोटीवर येताना व्हॅनिअर तिच्या शेजारी बसून हलक्या आवाजात बोलत होता. 'स्वत:ची काळजी घ्यावी' अशा अर्थाचे काहीतरी म्हणत होता. ते आठवून निकोल्सन हसला. व्हॅनिअरच्या वयात आपणही असेच होतो हे त्याला आठवले. कोणत्याही स्त्रीला संकटातून वाचवण्यासाठी कादंबऱ्यांमधील एकांडे शिलेदार जसे धावतात तसे आपण त्यावेळी वागत होतो.

निकोल्सनने दार उघडून व्हॅनिअरला आधी आत जाऊ दिले. प्लॅन्डरलीथ बाईचा निरोप कॅप्टनने ऐकताच त्याची होणारी प्रतिक्रिया नक्की बघण्याजोगी असणार. मग निकोल्सनने पाठ वळवून डायनिंग हॉलचे दार लावले व परत फिरून पुढे जाण्यासाठी तो निघाला आणि एकदम थबकला. त्याच्या वाटेतच व्हॅनिअर खिळून जागच्या जागी उभा होता. निकोल्सन त्याच्यावर नकळत धडकणार होता. व्हॅनिअरच्या

हाताच्या मुठी गच्च आवळलेल्या होत्या.

ते दोघे आत शिरताच कॅप्टन, सेकंड इंजिनियर विलोबी आणि मिस् ड्राखमन असे तिघेही दाराकडे बघू लागले. त्या दोघांनी आता प्रथमच मिस् ड्राखमनचा संपूर्ण चेहरा स्वच्छ प्रकाशात पाहिला. तो चेहरा पहाताच व्हॅनिअरचे डोळे विस्फारले होते व आश्चर्याने त्याचे तोंड वासले होते. तिच्या डाव्या चेहऱ्याची बाजू *केरी डान्सर* बोटीवर आणि लाईफबोटीत असताना अंधारामुळे दिसली नव्हती. पण आता इथल्या स्वच्छ उजेडात त्याचे नीट दर्शन झाले होते. तिच्या सुंदर चेहऱ्याची डावी बाजू ही विरुप झाली होती. तिथे एक मोठा लांबलचक व नागमोडी असा व्रण होता. त्या व्रणाची जाडीही एवढी होती की तोच प्रथम नजरेत भरे. कपाळापासून निघालेला तो व्रण मधेच तुटला होता व नंतर गालावरून खाली हनुवटीवर गेला होता. गालाच्या जरा वरती त्या व्रणाची जाडी जवळजवळ अर्धा इंच होती. तसला व्रण कोणाच्या चेहऱ्यावर असता तरी तो भयानक वाटला असता. इथे तर एका सुंदर व नाजूक नर्सच्या चेहऱ्यावरती तो बटबटीतपणे विस्तारला होता. तिच्या सौंदर्याला त्या व्रणाचा जणू काही एक शाप दिला गेला होता.

तिने व्हॅनिअरकडे काही सेकंद पाहिले व मग एक गोड स्मित केले. 'स्मित' म्हणण्याइतपत ते हास्य नव्हते. पण तिच्या उजव्या गालावरती एक खळी पडण्याइतपत आणि डाव्या गालावरील तो व्रण हलण्याइतपत ते हास्य होते. तिने आपला डावा हात उचलून आपल्या गालाला एक हलकासा स्पर्श केला.

ती म्हणाली, "हा काही व्रण चांगला व्रण नाही. हो ना?" तिच्या आवाजात आपल्या व्रणाची निर्भत्सना नव्हती की व्यथा नव्हती. उलट आपल्या व्रणाबद्दल समोरच्या व्यक्तिंची क्षमायाचनेची भावना त्यात होती. पहाणाऱ्याला आपल्या व्रणामुळे दु:ख होते आहे याबद्दल तिला खेद होत होता.

व्हॅनिअर काहीच बोलला नाही. त्याचा चेहरा उतरला होता व गंभीर झाला होता. पण ती जेव्हा बोलू लागली तेव्हा तिच्या मंजुळ आवाजाने त्याला बरे वाटले. त्याने त्या घृणास्पद व्रणापासून आपली नजर मोठ्या कष्टाने दुसरीकडे वळवली. काहीतरी बोलण्यासाठी त्याने प्रयत्न केला, पण त्याला बोलता येईना. कदाचित अशा वेळी काहीही न बोलणे हेच योग्य असेल, असे त्याला वाटले.

निकोल्सन पुढे झाला. व्हॅनिअरला मागे टाकून तो तिच्यापुढे जाऊन उभा राहिला. एकदा विलोबीकडे पाहून त्याने मान हलवली. कॅप्टन फाईंडहॉर्न निकोल्सनकडे लक्षपूर्वक पहात होता. परंतु निकोल्सनचे त्याच्याकडे लक्ष नव्हते.

"गुड ईव्हिनिंग, मिस् ड्राखमन," निकोल्सनने तिला शांतपणे अभिवादन केले. त्याचा आवाज सहानुभूती दर्शविणारा व मैत्रीचा होता. तो पुढे म्हणाला, "आपल्या सर्व पेशंट्सची नीट व्यवस्था लागली ना?" जर तुम्हाला काही हवे असेल तर मी

तुम्हाला मदत करायला तयार आहे, असाही एक अर्थ त्याच्या बोलण्यामागे आहे ते कळून येत होते.

ती म्हणाली, ''येस, थँक यू, सर.''

तो किंचित रागावून म्हणाला, ''कृपया मला 'सर' म्हणू नका. मी तसे आपल्याला एकदा सांगितले होते.'' मग त्याने आपला उजवा हात पुढे केला व तिच्या व्रणाला हलका स्पर्श केला. त्याच्या या कृतीमुळे ती चमकली नाही की तिने काही प्रतिक्रिया दर्शवली नाही. तिच्या गालांची कसलीही हालचाल झाली नाही. पण तिच्या भावरहित चेहऱ्यावरील ते निळे डोळे मात्र क्षणभर विस्फारले गेले. निकोल्सन म्हणत होता, ''ही सारी करामत त्या पिवळ्या बुटक्यांची असावी, असे मी समजतो.'' पिवळे बुटके म्हणजे जपानी सैनिक अशा अर्थाने तो म्हणाला होता.

ती म्हणाली, ''होय, मी कोटा भारू येथे पकडली गेले होते.''

''म्हणजे हा व्रण संगीनची इजा झाल्यामुळे झाला आहे तर.'' निकोल्सन गंभीरपणे म्हणाला.

''हो!'' ती म्हणाली.

''म्हणजे त्याने ती संगीन बंदुकीवरून काढून हातात घेऊन ती दुखापत केली असणार. अन् त्या संगीनीचे पाते खाचा खाचा केलेले असणार. हो ना?'' त्याने तो व्रण बारकाईने न्याहाळला. हनुवटीवरती तो व्रण खूप खोल गेल्याचे त्याच्या लक्षात आले. तर कपाळावरती तो उथळ व अर्धवट होता.

''तुम्ही खूप हुषार आहात,'' ती हळूच म्हणाली.

''पण, पण हे घडले कसे?'' त्याने कुतूहलाने विचारले.

''एक आडदांड माणूस माझ्या खोलीत घुसला. माझी खोली एका बंगल्यात होती. तिथे आम्ही एक तात्पुरते हॉस्पिटल सैन्यासाठी चालवत होतो. तो माणूस खूप मोठा, धिप्पाड व तांबड्या केसांचा होता. आपले नाव 'आर्गिल' किंवा तसलेच काही तरी तो म्हणाला. त्यावेळी त्या जपान्याने माझ्या चेहऱ्यावर कोरीव काम चालवले होते. ते पाहून तो चिडला व त्याने त्याच्या हातून ते संगीनीचे पाते हिसकावून घेतले. मग त्याने मला दुसरीकडे पहायला सांगितले. जेव्हा मी परत वळून पाहिले तेव्हा तो जपानी सैनिक जमिनीवरती मरून पडलेला होता.''

''शाबास त्या आर्गिलची. मग त्या जखमा कुणी शिवल्या?''

''त्याच आर्गिलने शिवल्या. तो म्हणत होता की हे शिवणकाम मला नीट जमत नाही.''

''ती जखम याहीपेक्षा जास्त चांगली दुरुस्त होऊ शकली असती. अजूनही होऊ शकेल.''

''ते सारे भयानक होते!'' आपले अंग शहारत ती म्हणाली. जखमेला टाके

घालताना झालेल्या यातना तिला आठवल्या. पण हे म्हणताना तिचा आवाज न कळत उंचावला गेला. मग तिने निकोल्सनकडे वर पाहून एक केविलवाणे हास्य केले. 'आता याच्यात कसली वेगळी सुधारणा होणार' या वाक्यात पुरेपूर हताशपणा भरून राहिलेला होता.

"तसे इतक्यात तुम्ही म्हणू नका. 'आपल्यावर अन्याय झाला आहे' असे अनेकांना वाटत असते." मग विलोबीकडे बोट करून तो पुढे म्हणाला, "आमच्या या इंजिनियरकडे बघा. बिचाऱ्याला आपली साहित्याची आवड सोडून जन्मभर यंत्रसामुग्रीची देखभाल करावी लागत आहे. त्याचा सारा जन्म अक्षरश: पाण्यात चालला आहे." मग तो क्षणभर थांबला. आपले बोलणे ती किती विचारात घेत आहे याचा अंदाज घेत तो पुढे म्हणाला, "तुम्ही एक स्त्री आहात आणि इतरांपेक्षा तुम्ही अनेकपटीने चांगल्या दिसत आहात. खरे म्हणजे तुम्ही सुंदरच आहात. तो व्रण एरवी कदाचित तितकासा भयंकर वाटला नसता. पण तुमच्या सौंदर्यामुळे त्याची भयानकता जादा वाटू लागते." मग तो एकदम पुढे म्हणाला, "मिस् ड्राखमन, मला वाटते की तुम्ही इंग्लडला गेलात तर तो व्रण कमी करता येईल."

"इंग्लड?" तिच्या गालावर थोडी लाली पसरली. ती विचारत होती, "इंग्लडला जाऊन काय करायचे? मला नाही समजले."

"होय, तुम्ही इंग्लडला जा. जगाच्या या पूर्वेकडच्या भागात एकही प्लॅस्टिक सर्जन नाही. पण इंग्लडमध्ये दोन तीन प्लॅस्टिक सर्जन एवढे कुशल आहेत की ते चेहऱ्यावरील कोणतीही विरुपता सहज घालवू शकतात. तुमच्या चेहऱ्यावरील व्रणाची जाडी ते पार केसाएवढी बारीक करून टाकतील. तुमच्या डान्सिंग पार्टनरलाही तो व्रण कळणार नाही इतका तो बारीक होऊन जाईल."

तिने काही क्षण त्याच्याकडे स्तब्ध राहून पाहिले. तिच्या निळ्या डोळ्यात कसलेही भाव उमटले नाहीत. मग तिने अत्यंत शांतपणे व निर्विकार आवाजात म्हटले, "मी एक नर्स आहे हे ठाऊक आहे ना? तुम्ही सांगता आहात तसा काही उपाय आहे यावर माझा विश्वास बसत नाही."

"जे आपल्याला थोडेसेच ठाऊक आहे ते माणूस कधीही पूर्णपणे मान्य करीत नसतो," विलोबी एखाद्या तत्त्ववेत्त्याच्या थाटात म्हणाला.

तिने दचकून म्हटले, "तुम्ही नक्की काय म्हणालात?"

यावर कॅप्टन फाईंडहॉर्न तिच्या दिशेने एक पाऊल पुढे टाकीत व हसत म्हणाला, "मिस ड्राखमन, त्याच्याकडे लक्ष देऊ नका. मिस्टर विलोबी हे नेहमी दुसऱ्याला विचारात पाडणारी सुभाषिते, वचने सांगत असतात."

"बदनामी होणे व नालस्ती होणे यातून कोणाचीही सुटका नसली तरीही माणसाने आपले मन नेहेमी बर्फासारखे नितळ व निष्कलंक ठेवावे," विलोबी

गंभीरपणे म्हणाला व आपले डोके त्याने खेदाने हलवले.

कॅप्टन फाईंडहॉर्न स्मित हास्य करीत म्हणाला, ''पण आपण त्यांच्याकडे लक्ष दिले नाही तरी त्यांची वचने ही नेहमीच सार्थ ठरत आलेली आहेत. तेव्हा, मिस् ड्राखमन, तुम्ही एकदम एखाद्या गोष्टीवर पूर्णपणे अविश्वास ठेवत जाऊ नका. मिस्टर निकोल्सन जे म्हणाले ते संपूर्ण खरे आहे. इंग्लंडमधले जे तीन ख्यातनाम प्लॅस्टिक सर्जन आहेत त्यापैकी एकजण खुद्द निकोल्सन यांचे काका आहेत.'' मग 'हे सोडून द्या' या अर्थी आपला हात हलवित तो पुढे म्हणाला, ''पण आम्ही तुम्हाला या गोष्टींवर चर्चा करण्यासाठी इकडे बोलावले नाही. मिस्टर निकोल्सन, मला वाटते की आपण उगाच–''

पण कॅप्टनचे बोलणे अचानक थांबले. त्याने आपल्या दोन्ही हातांच्या मुठी आवळल्या. कारण त्या डायनिंग हॉलमध्ये छताला बसवलेल्या क्लॅक्सनला आता कंठ फुटला. तो उच्चरवात आवाज करू लागला. त्या आवाजात कॅप्टनचे बोलणे पार विरून गेले. तो आवाज कर्कश्श होता, कर्णकटू होता, निर्दय होता. त्या बंदिस्त जागेत ऐकणाऱ्याला गुदमरवून टाकणारा होता. संपूर्ण डायनिंग रूम त्या आवाजाने भरून गेली. घुंईऽऽऽ, घुंईऽऽऽ, घुंय्! घुंईऽऽऽ, घुंईऽऽऽ, घुंय्! दोनदा दीर्घ स्वर व नंतर एकदा ऱ्हस्व स्वर, अशा सांकेतिक स्वरात तो क्लॅक्सन किंचाळत होता. या सांकेतिक आवाजाचा अर्थ होता, 'आणीबाणीची परिस्थिती. सर्वांनी आपापल्या ठरवलेल्या जागा ताबडतोब धरा.' सर्वांना आपापल्या ॲक्शन स्टेशन्सवर आता धावत पळत जावे लागणार होते. त्या डायनिंग हॉलमधून निकोल्सन प्रथम बाहेर पडला. कॅप्टन फाईंडहॉर्न त्याच्या मागे फक्त एकाच पावलावर होता.

उत्तरेला व पूर्वेला क्षितीजावरती अधूनमधून विजा चमकताना दिसत होत्या. लांबून ढगांचा गडगडाट ऐकू येऊ लागला. व्हिओ सामुद्रधुनीत सर्वत्र तसे होत होते. कारण तिथे एक वातचक्र उद्‌भवले होते. कित्येक मैलांचा एक हवेचा भोवरा आता फिरू लागला होता. आकाशात अर्धवट दिसणारे ढग आता गोळा होत गर्दी करू लागले. त्यांच्या एका मागोमाग एकेक तटबंद्या निर्माण होऊ लागल्या. *विरोमा* बोटीवर पावसाचे मोठमोठे थेंब टप् टप् आवाज करीत सावकाश पडू लागले. प्रथम हे आवाज तुरळक होते. त्यांचे आवाज एकेक करून मोजता येत होते. पण नंतर हळूहळू या टप् टप् आवाजांची संख्या वाढत जाऊ लागली. पश्चिम दिशेला व दक्षिण दिशेला मात्र क्षितीज स्वच्छ होते. तिथे ढग नव्हते, की पाऊस नव्हता. क्वचित त्या बाजूला क्षणभर वीज चमकून जायची व तेवढ्या उजळलेल्या क्षणात क्षितिजावरती काही बेटांची रेषा उमटलेली कळायची. वीज चमकून गेल्यामुळे नंतरचा अंधार हा पूर्वीपेक्षाही अधिक दाट वाटू लागायचा.

पण त्या अंधारातही डोळे ताणून पाहिले तर थोडेसे का होईना पण अस्पष्टपणे दिसू शकत होते. ब्रिजमध्ये कॅप्टनने आणि निकोल्सनने आपापली कोपरे खिडकीच्या खालच्या बाजूला असलेल्या पडद्याच्या दांडीवरती ठेवली होती. डोळ्याला नाईट ग्लासेस असलेल्या दुर्बिणी हातात धरून त्यातून पहात होते. गेल्या पाच मिनिटात दोन वेळा त्यांना त्या मिट्ट काळोखात प्रकाश चमकून जाताना दिसला होता. हा प्रकाश समुद्राच्या पृष्ठावरून त्यांच्याच दिशेने येत होता. तो चमके व अदृश्य होई. त्या उघडझापीत एक लय होती. याचा अर्थ कुणीतरी प्रकाशाच्या सहाय्याने एक आल्डिस संदेश देत होते. तो प्रकाशाचा ठिपका अत्यंत मंद होता. अगदी डोळे ताणून नीट पाहिले तरच तो दिसू शकत होता. तो ठिपका उगवे व विझे, उगवे व विझे. तो संदेश दहा सेकंद चाले. मग मधे बरेच सेकंद गेल्यावर परत दिला जाई. असे दहा बारा वेळा तरी झाले.

निकोल्सन ते पाहून हळू आवाजात कॅप्टनला म्हणाला, ''सर, तो प्रकाश पाण्यावरती स्थिर आहे. स्टारबोर्ड २५ च्या बाजूला आहे.''

''तो प्रकाश जवळ असला काय नि दूर असला काय, त्यात काय फारसा फरक पडतो?'' असे म्हणून कॅप्टन फाईंडहॉर्नने आपल्या डोळ्यावरची दुर्बिण काढून खाली केली. आपल्या उजव्या हाताच्या उलथ्या पंजाने त्याने आपले दुखू लागलेले डोळे चोळले. मग परत दुर्बिण आपल्या डोळ्याला लावून थोड्या वेळाने तो म्हणाला, ''मिस्टर निकोल्सन, तुमचा अंदाज काय आहे तो मला सांगा बरं.''

निकोल्सनला अंधारात हसू फुटले. बोट आता एका वादळाच्या केंद्रस्थानी होती. पण कॅप्टन फाईंडहॉर्न आता जणू काही आपल्या बंगल्यातल्या बगीचातील खुर्चीत बसून शांतपणे विचारीत होता. त्याला या रहस्याचा उलगडा होत नव्हता. यातून पुढे एखादे अज्ञात संकट तर येणार नाही ना? कोट्यावधी पौंड किंमतीचे तेल व बोटीवरील पन्नास जीव यांची जबाबदारी त्याच्या शिरावरती होती. त्याला फक्त तेच प्रकर्षाने जाणवत असल्याने समोरच्या प्रकाशाचा उलगडा करण्यात त्याच्या विचारात गुंतलेल्या मनाला यश येत नव्हते. पण तरीही तो आपल्या नेहमीच्या स्वभावानुसार शांतपणे निकोल्सनला विचारीत होता.

निकोल्सनने आपली डोळ्यावरची दुर्बिण काढली व समोरच्या अंधारात पहात तो म्हणाला, ''कदाचित ते एक लांबचे दीपगृह असेल, किंवा एखाद्या नांगरनिशाणाचा इशारा देणारा दिवा सारखा उघडझाप करत असेल. पण या भागात तसले काहीही नाही. फुटलेल्या बोटी, निर्मनुष्य नौका यांची तोडफोड करून भंगार लुटणारी माणसे काम करीत असावीत, असे म्हणावे तर जवळचे बेट येथून नैऋत्येला सहा मैलांवरती आहे. अन् ह्या प्रकाशाचा उगम हा अवघ्या दोन मैलांवरती आहे.''

ब्रिजच्या पुढच्या भागात बोटीचे सुकाणूचक्र धरून एक क्वार्टरमास्टर उभा

होता. ती जागा आणि ब्रिज यामध्ये एक जाळीचे दार होते. कॅप्टन त्या दारापर्यंत गेला व त्याने क्वार्टरमास्टरला बोटीचा वेग निम्म्याने कमी करायला सांगितला. मग परत तो निकोल्सनपाशी येऊन त्याला म्हणाला, ''तुम्ही सांगा पुढे.''

''कदाचित ती एखादी जपानी युद्धनौकाही असू शकेल. एखादी डिस्ट्रॉयर किंवा तसलेच काहीतरी. पण तोही अंदाज इथे बरोबर बसत नाही. आपल्यासारख्या ज्यांना आत्महत्या करायची आहे अशाच बोटी या वादळाच्या अक्षभागी येतील. शिवाय युद्धनौकेचा कोणताही कॅप्टन आपले दिवे लावणार नाही. इतक्या जवळच्या अंतरावर आल्यावर मात्र तो एकदम आपले सर्चलाईट लावेल.''

कॅप्टन म्हणाला, ''मलाही तुमच्यासारखेच वाटते आहे. आणखी काही तुम्हाला अंदाज करता येतो का? ते बघा, परत तो प्रकाश उघडझाप होऊ लागला!''

''हो ना. अन् आता पूर्वीपेक्षा अधिक जवळून प्रकाश येतो आहे. तो प्रकाश हलत नाही, स्थिर आहे... कदाचित एखादी पाणबुडीही असू शकेल. त्यांना त्यांच्या हायड्रोफोनवरती आपल्या बोटीच्या इंजिनाचा आवाज ऐकू आला असेल. समोर काहीतरी मोठे आहे एवढेच त्यांना त्यातून कळले असेल. पण त्यांना आपल्या बोटीचा मार्ग व वेग हे नीट समजू शकत नसेल. म्हणून संदेश देऊन ते आपल्याकडून उत्तर मागत असेल. एकदा का आपण आल्डिस दिव्याने प्रकाशसंदेश देऊ लागलो की त्या पाणबुडीला आपल्या भक्ष्याचा सरळ रेषेतला ठावठिकाणा अचूक कळेल.''

''तुम्ही असे म्हणता आहे खरे. पण तुमचा हा अंदाज सांगण्यात तुम्ही थोडेसे डळमळीत आहात असे वाटते. बहुतेक तुमची पाणबुडीबद्दल खात्री नसावी.''

''सर, मी केवळ सारे तर्क करून पहातो आहे. नक्की ते काय आहे हे मी अजून तरी सांगू शकत नाही. या अशा रात्री कोणतीही पाणबुडी एवढी हिंदकळेल की तिला *क्वीन मेरी* सारख्या अवाढव्य बोटीलासुद्धा नेम धरून टॉर्पेडो मारता येणार नाही.''

''बरोबर आहे. आपल्यासारखे संशय ज्यांना येत नाही ती माणसे यातून एकच व उघड उघड दिसणारा अर्थ काढतील. तो म्हणजे, कोणी तरी आपल्या नावेतून अगर तराफ्यातून भरकटत चालले असून आपल्या बोटीकडे ते शेवटची मदत मागत आहेत. पण तरीही आपण उगाच जोखीम पत्करू नये, सावध रहावे. इंटरकॉमवरून सांगा की सर्व तोफा, बंदुका वगैरे शस्त्रे घेऊन सर्वांनी त्या समोरच्या प्रकाशावरती नेम धरून तयारीत रहावे. व्हॅनिअरला येथे बोलावून घ्या. रिंग डाऊन फॉर डेड स्लो.'' डेड स्लो म्हणजे बोटीचा अत्यंत मंद वेग. तसा वेग ठेवण्याबद्दल खाली इंजिन रूममध्ये एक खटका ओढून कळवले गेले. त्यावेळी वरती ब्रिजमध्ये व खाली इंजिन रूममध्येही एक घंटा सेकंदभर घणघणली.

''आय, आय सर.'' असे म्हणून निकोल्सन त्या सुकाणूचक्राच्या जागेत मधले जाळीचे दार ओलांडून गेला. कॅप्टनने परत दुर्बिण उचलून आपल्या डोळ्याला

लावली. थोड्याच वेळात त्याच्या कोपराला कोणाचा तरी धक्का लागला म्हणून त्याने तोंडातून नुसताच निषेधाचा एक हुंकार काढला. डोळ्याला लावलेली दुर्बिण खाली घेऊन कोण आले ते पहाण्यासाठी मागे वळू लागला. पण त्याने मागे वळून पहाण्याची गरज नव्हती. कोण आले ते त्याला नुसत्या वासावरून आधीच कळले. ती व्यक्ती ब्रिजमध्ये आल्यावर व्हिस्कीचा दर्प तिथे तात्काळ पसरला होता.

"कॅप्टन, हे काय चालले आहे तरी काय?" फार्नहोम विचारत होता. त्याच्या आवाजात उद्वेग व चीड भरली होती. "ही कशासाठी धांदल उडाली आहे? तो तुमचा क्लॅक्सन कसला जोरात किंचाळतो आहे. माझ्या कानाचे पडदे पार फाटून जायची पाळी आली आहे."

"आय ॲम सॉरी अबाऊट दॅट, ब्रिगेडियर." कॅप्टन फाईंडहॉर्न तरीही शक्य तितक्या सौम्यपणे, अदबीने पण शुष्क स्वरात त्याला म्हणाला. "तो आमचा इमर्जन्सी सिग्नल आहे. आणीबाणीच्या प्रसंगी सर्वांना सावध करण्यासाठी तो आम्हाला वाजवावाच लागतो. आम्हाला नुकताच एक संशयास्पद प्रकाश दिसला. कदाचित त्यामुळे आपण संकटातही सापडू." मग आपला आवाज एकदम किंचित बदलून तो पुढे म्हणाला, "तेव्हा मला वाटते की तुम्ही आता इथे बिलकुल थांबू नये. अशा वेळी कॅप्टनच्या परवानगीखेरीज ब्रिजवरती कोणालाही पाऊल टाकता येत नाही. आय ॲम सॉरी."

"काय?" फार्नहोम म्हणाला. समजायला कठीण असलेली एखादी अवघड गोष्ट नीट समजावून घ्या म्हणून सांगितले तर जशा आवाजात माणूस उत्तर देईल तशा आवाजात फार्नहोम म्हणाला होता. तो पुढे म्हणाला, "तुमचा हा नियम मला नक्कीच लागू होत नसणार. हो ना?"

"नाही, तो नियम तुम्हालाही लागू होतो. आय ॲम व्हेरी सॉरी." कॅप्टन तुटकपणे म्हणाला. पावसाचे थेंब पडण्याची संख्या व वेग आता वाढू लागला होता. कॅप्टनच्या अंगात रेनकोट होता. तरीही वरच्या झडपेतून पावसाचे टपोरे थेंब त्याच्यावर कोसळू लागले होते. खांद्यावर पडणाऱ्या थेंबांचा जडपणा त्याला जाणवू लागला. परत एकदा कपडे भिजून ओले होणार होते. तो म्हणाला, "ब्रिगेडियर, आपल्याला खाली जावे लागेल."

फार्नहोमने यावरती कसलाही निषेध व्यक्त केला नाही. त्याने तोंडातून एक चकार शब्दसुद्धा काढला नाही. पण तो एकदम आपल्या टाचेवर गर्रकन वळून बाहेरच्या अंधारात निघून गेला. परंतु तो गेला तरी कॅप्टन फाईंडहॉर्नची खात्री होती की तो खाली गेला नसून इथेच बाहेर अंधारात उभा राहून कुठेतरी लपला असेल. पण त्यामुळे फारसे काही बिघडत नव्हते. आणीबाणीत असताना आपण वेगाने विचार करून झटपट निर्णय घेत असतो त्यावेळी आपल्या मागे कोणीतरी उभे राहून

आपल्यावर नजर ठेवली तर कोणाला ते आवडेल?

कॅप्टन फाईंडहॉर्नने आपली दुर्बिण उचलून परत डोळ्याला लावली. तो प्रकाश आता खूप जवळ आला होता. आणखी आणखी जवळ येत चालला होता. त्यामुळे तो प्रकाश अंधुक न रहाता प्रखर होत जायला हवा होता. पण तसे न घडता तो आणखीनच अंधुक वाटू लागला. त्या दिव्याची बॅटरी उतरून गेली असली पाहिजे. परंतु तरीही त्या दिव्याची उघडझाप स्पष्ट कळत होती. आता त्यातून ती सांकेतिक उघडझाप होऊ लागली. तीन वेळा प्रकाशाची झटपट उघडझाप. मग तीन वेळा सावकाश उघडझाप. मग परत तीन वेळा झटपट उघडझाप. तोच तो संकटकाळातील निरोप. आणीबाणी जाहीर करून मदत मागणारा संदेश. एसओएस अगदी स्पष्टपणे कळत होता. समुद्रपृष्ठावरती कोणीतरी संकटात सापडले होते.

"आपण मला बोलावले, सर?" व्हॅनिअर तिथे येऊन कॅप्टनला विचारीत होता.

फाईंडहॉर्नने आपल्या हातातील दुर्बिण खाली केली व तो म्हणाला, "व्हॅनिअर, तुम्ही आलात होय. या पावसात तुम्हाला पुन्हा बोटीबाहेर पडावे लागणार असे दिसते. पण मला आता कोणीतरी झटपट आल्डिस संदेश पाठवणारा हवा आहे. समोरून आपल्याला उद्देशून मदत मागितली जात आहे. पाहिलेत ते?"

"होय सर. कोणीतरी संकटात आहे असे मी धरून चालतो."

"बरोबर आहे," कॅप्टन गंभीरपणे म्हणाला, "तो आल्डिस दिवा बाहेर काढा आणि योग्य त्या माणसाला संदेश द्यायला ठेवा." ते सुकाणूचक्र आणि कॅप्टन यांच्यामध्ये एक जाळीचे दार होते. ते उघडून निकोल्सन कॅप्टनपाशी आला. कॅप्टनने त्याला एवढेच विचारले, "येस निकोल्सन?"

निकोल्सन सांगू लागला, "सर, स्टारबोर्ड साईडला मी सब-मशिनगन घेतलेल्या आपल्या माणसांना रांगेने उभे करून ठेवले आहे. मात्र दोघात बरेच अंतर ठेवून त्या सर्वांना विखरून ठेवले आहे. जर तिकडून गोळ्या झाडल्या गेल्या तर आपली माणसे वाचण्याच्या बऱ्याच शक्यता आहेत. आपल्या माणसांनी त्या प्रकाशावरती शस्त्रे रोखून धरली आहेत. पण गेले काही दिवस इतक्या त्रासातून आपली माणसे गेली आहेत की त्यांची मने आता अस्थिर झाली आहेत. कोणीही उतावीळपणे एकदम गोळ्या झाडू लागेल. मी बोटस्मनला सांगून दोन फ्लडलाईट्स स्टारबोर्ड साईडला तीन नंबरच्या टॅन्कपाशी तयारीत ठेवले आहेत. ॲन्टी एअरक्राफ्ट गनवर काम करणाऱ्यांनाही हातात सब-मशिनगन देऊन डेकवर पिटाळले आहे. शिवाय असिस्टंट बोट्समन लोकांनाही याच कामावर नेमले आहे. अशा रितीने आपली स्टारबोर्ड बाजू अगदी भक्कम केली आहे."

"थँक यू, मिस्टर निकोल्सन. तुम्ही सर्व बाजूने विचार करून पक्की तयारी

केलेली दिसते आहे. बाहेरची हवा काय म्हणते आहे? ती कशी आहे?''

"एकदम सर्द आहे.'' निकोल्सन दु:खाने म्हणाला. त्याने आपल्या मानेभोवती एक टॉवेल गुंडाळला होता. समोरच्याच सुकाणूचक्र असलेल्या खोलीतून एकजण आल्डिस दिव्याची उघडझाप आता करू लागला होता. त्या दिव्याच्या हॅन्डलचा खट् खट् आवाज तो ऐकू लागला आणि दिव्याच्या झोतात चमकणारे हवेतील पावसाचे थेंब पाहून तो म्हणाला, "हवा सर्द आहे व लवकरच ती वादळी बनणार आहे. ते वादळ आपल्यावर कोणत्या दिशेकडून येईल आणि आपल्या बोटीची कशी दुर्दशा उडवेल ते काही सांगता येत नाही. या वादळांच्या बाबतीत 'बाय बॅलट' ह्या शास्त्रज्ञाचा नियम आणि विषुववृत्तीय वादळांवरील पुस्तक हे आत्ता आपल्या उपयोगी पडेल. ते जर मिळाले तर तेवढाच बुडत्याला काडीचा आधार ठरेल.''

त्या भयानक व शेकडो चौरस मैल वातचक्राच्या मध्यभागाला, किंवा केंद्रामधल्या भागाला वादळाचा 'डोळा' म्हटले जाते. तो डोळ्याचा भाग नेहमीच शांत हवेचा असतो. पण तिथून बाहेर पडू लागले की चक्रीवादळात बोट सापडते. जर तुम्ही त्या केंद्रभागात थांबून राहिलात तर सारे चक्रीवादळ किंवा ते वातचक्र सरकत असल्याने शेवटी तुम्ही त्या रौद्र वादळात सापडताच. एक प्रकारच्या सापळ्यात अडकल्यासारखी तुमची स्थिती होते. निकोल्सनला यामुळेच काळजी वाटत होती. ते ओळखून कॅप्टन फाईंडहॉर्न म्हणाला, "आपण एकटेच फक्त या चक्रीवादळाच्या डोळ्याच्या भागात सापडलेलो नाही. आजवर अनेकजण तसे अडकले गेले होते. आपण गेला सव्वा तास या केंद्रभागात आहोत. दहा वर्षांपूर्वी माझी बोट अशीच सापडली होती. त्यावेळी २५ मिनिटे डोळ्याच्या भागात आम्ही राहिलो होतो. त्यावेळी मला असेच वाटले होते की जास्त वेळ चक्रीवादळाच्या केंद्रभागात रहाण्याचा आपण विक्रम केला आहे. खरेखुरे चक्रीवादळ अनुभवण्यासाठी अजून सहा महिने तरी वाट पाहिली पाहिजे. पण काही का असेना, हे वादळ तेवढे भयानक, जबरदस्त नाही, हे आपले सुदैवच म्हटले पाहिजे. आत्ता चक्रीवादळांचा मोसम नाही. अन् तरीही या भागातील समुद्रात हे वादळ उद्भवले आहे म्हणजे ते अनैसर्गिकच म्हटले पाहिजे. पुस्तकातला नियम मोडून ह्या वादळाचा जन्म झालेला आहे. ते स्वत:भोवती फिरत फिरत नक्की ईशान्येकडे जाणार असे दिसते. पण आपण त्या वादळाच्या धोक्याच्या भागात राहू किंवा नाही याचा अंदाज करता येणे कठीण–'' कॅप्टन मधेच बोलायचा थांबला. समोरच्या पावसातून दिसणाऱ्या प्रकाशाच्या उघडझाप करणाऱ्या बारीक बिंदूने त्याचे लक्ष वेधून घेतले. "ते काहीतरी बुडण्याबद्दल सांगत आहे. मिस्टर वॉल्टर, ते काय निरोप पाठवत आहेत?''

वॉल्टर आल्डिस दिव्यापाशी उभा राहून समोरून येणारे प्रकाश संकेत मनात उलगडून त्याचा अर्थ लावत होता. तो म्हणाला, "*व्हॅन एफिन, बुडत आहोत.*

बस्स. एवढेच सर. त्यांना मोर्स संकेताचा सराव नसावा असे दिसते. *व्हॅन एफिन*."

कॅप्टन आपले डोके हलवित म्हणाला, "छान, आज रात्री दोन दोन बोटीतील माणसांचे जीव वाचवल्याचे पुण्य माझ्या पदरात पडणार. *केरी डान्सर* बोटीनंतर आता *व्हॅन एफिन* बोट. पण ह्या *व्हॅन एफिन* नावाची बोट मी कधी ऐकली नाही. मिस्टर निकोल्सन, तुम्ही ऐकली कधी?"

"नाही." असे म्हणून निकोल्सनने जाळीच्या दारापलीकडे उभे राहून सुकाणूचक्र हातात घेऊन उभ्या असलेल्या सेकंड ऑफिसरला ओरडून विचारले, "तुम्ही ऐकले का कधी हे नाव?"

"अंऽऽ?" तो सेकंड ऑफिसर विचार करीत म्हणाला. म्हणजे त्यालाही हे नाव अपरिचित होते.

"चला बोटींचे रजिस्टर काढा. त्यात कुठे हे डच नाव *व्हॅन एफिन* दिलेले आहे का ते पहा. झटपट बघायला लागला." कॅप्टन म्हणाला.

"व्हॅन एफिन? कोण म्हणाले असे?" कुणीतरी मागून अंधारातून म्हणाले. त्या प्रश्नात सॅन्ढर्स्ट स्कूल या लष्करी प्रशिक्षण संस्थेच्या धाटणीमधील स्वर होता, उत्सुकता होती. ब्रिगेडियर फार्नहोम बाहेरच्या अंधारात जवळच उभा होता. त्यानेच हा प्रश्न विचारला होता.

"बरोबर. या नावाची बोट ठाऊक आहे?"

"या नावाची बोट नसून ते एका व्यक्तीचे नाव आहे. तो माझा एक डच मित्र आहे." भिजलेला ब्रिगेडियर आत येत म्हणाला, "*केरी डान्सर* बोटीवरती तो माझ्याबरोबर बंजरमसीन येथे चढला होता. आमच्या बोटीवर बॉम्ब पडून जेव्हा आग लागली तेव्हा तो इतरांबरोबर निसटला असणार. *केरी डान्सर* बोटीवर फक्त एकच लाईफबोट होती, हे मला आठवते आहे. त्याला वाचवा, त्याला उचलून घ्या."

"त्याला वाचवा? पण हा एक सापळा कशावरून नाही." कॅप्टनच्या या विचारण्यामुळे ब्रिगेडियर फार्नहोमच्या अधीरतेवरती गार पाणी पडले. कॅप्टनच्या आवाजात आता व्यवहारीपणा आला होता. तो म्हणत होता, "व्हॅन एफिन नावाचा हा एक तुमचा माणूस असेल, पण तसे नसूही शकेल. अन् जरी त्या नावाचा तुमचा माणूस असला तरी त्याच्यावर कितपत विश्वास टाकण्याच्या लायकीचा तो आहे? कदाचित तो विश्वासार्ह नसेलही. आम्हाला नक्की काय ते कसे समजणार?"

"तुम्हाला नक्की काय ते कसे समजणार?" फार्नहोमच्या आवाजात एक प्रकारचा उद्वेग भरला होता. तो आता ठासून म्हणाला, "ऐका, मी आत्ताच तुमच्या त्या व्हॅनिअर का कोण तो, त्या तरुण माणसाशी बोलत होतो–"

"सरळ मुद्यावरती या," कॅप्टन फाईंडहॉर्न त्याचे बोलणे तोडीत म्हणत होता, "ती बोट– जर ती बोट असलीच तर– ती आता फक्त तीनशे फुटांवर आली आहे."

यावर फार्नहोम एकदम चिडून ओरडत बोलू लागला, "तुम्ही जरा ऐकून घेता का?" मग तो एकदम खालच्या आवाजात बोलू लागला. "मी येथे आत्ता जिवंत उभा आहे तो का आहे याची तुम्हाला कल्पना आहे? त्या नर्सेस का जिवंत राहू शकल्यात? ते जखमी सैनिक या बोटीवरती जिवंत का येऊ शकलेत? प्लॅन्डरलीथ बाई आणि तो मुस्लीम धर्मगुरू सोडले तर आम्हाला तुम्ही जिवंत अवस्थेत का पाहू शकलात? या सर्वांमागे फक्त एकच कारण आहे. जेव्हा *केरी डान्सर* बोटीचा कॅप्टन आपली कातडी वाचवण्यासाठी बोट घेऊन सिंगापूरमधून पळून जात होता, तेव्हा याच व्हॅन एफिन माणसाने कॅप्टनच्या पाठीशी पिस्तूल लावून त्याला सिंगापूरला परतायला लावले. हाच व्हॅन एफिन आता समोरच्या नावेत आहे. आमच्या सगळ्यांचे प्राण त्याने प्रथम वाचवले होते. समजलं कॅप्टन फाईंडहॉर्न?"

"थँक यू, ब्रिगेडियर," कॅप्टन अत्यंत शांत आवाजात व सावकाश म्हणाला. मग तो निकोल्सनला म्हणाला, "सर्चलाईट प्लीज. बोट्समनला सांगा की मी सांगितल्यावरच ते दोन्ही फ्लडलाईट लावा. बोटीचा वेग आणखी कमी करा."

सर्चलाईटचा प्रखर झोत हा काळ्या अंधाराला एकदम भोसकून समुद्रावर जाऊन पडला. समुद्रपृष्ठावर पाण्याचा जबरदस्त खळबळाट चालू होता. त्यामुळे फेस निर्माण होऊन सर्व पाणी दुधासारखे पांढऱ्या रंगाचे दिसत होते. क्षण, दोन क्षण, सर्चलाईट स्थिर राहिला. त्यामधून मुसळधार पावसाचा जाड पडदा कळून येत होता. मग त्या सर्चलाईटचा झोत पाण्यावर पुढे पुढे सरकत गेला आणि काही क्षणातच प्रकाशाच्या झोताने एका लाईफबोटीचा वेध घेतला. ती लाईफबोट त्या खळबळाटी पाण्यावर मधेच उचलली जायची. पुढच्या क्षणाला ती तिरपी होऊन घसरत पाण्याच्या खळग्यात धाडकन जाऊन पडायची. हे पाण्याचे उंचवटे फार उंच नव्हते. *केरी डान्सर* बोटीवरून माणसे वाचवताना जेवढे ते उंच होते तेवढे आत्ता नव्हते. परंतु त्यात जबरदस्त ताकद होती. त्या लाईफबोटीशी पाण्याने खेळ चालवला आहे असे वाटत होते. लाईफबोटीत सातआठ माणसे जीव मुठीत धरून बसली होती. हेलकाव्यांमुळे ती सारखी वाकायची व सरळ व्हायची, वाकायची व सरळ व्हायची. ती लाईफबोट आता समुद्राच्या खोल पाण्यात आली होती. तिच्यात पाणी शिरले होते. आतली माणसे पाण्यात उड्या टाकण्याच्या तयारीत असावी. दर मिनिटाला ती लाईफबोट पाण्यात अधिकाधिक खोल चालली होती. त्या सर्व भीतीग्रस्त माणसांमध्ये एकजण मात्र अत्यंत निर्विकारपणे बसून होता. तो अगदी मागे बसला होता. आपल्या डोळ्यांवरती आडवा हात धरून प्रकाशाच्या प्रखरतेला अटकाव करू पहात होता. पण त्याच्या आडव्या हाताच्या कोपऱ्यावरती काहीतरी चकाकणारी वस्तू आहे असे वाटत होते. नक्की कोणती वस्तू आहे ते *विरोमा* बोटीवरून कळणे कठीण होते.

निकोल्सन तिथून बाहेर पडला आणि ब्रिजच्या जिन्याच्या कठड्यावरून घसरत खाली गेला. आणखी एका जिन्यावरून तो खाली गेला आणि नंबर ३ च्या टाकीवर गेला. तिथे अनेक पाईपलाईन्स, त्याला जोडलेले व्हाल्व्ह, गॅस वाहून नेणाऱ्या नळ्या, वाफ सोडणारे नळ याचे अक्षरश: एक जाळे झाले होते. त्यातून वेगाने वाट काढीत तो स्टारबोर्ड बाजूला आला. ब्रिगेडियर फार्नहोम त्याच्या मागून तसाच धावत जात होता. ते दोघे जेव्हा कठड्यापाशी पोचले तेव्हा बोटीवरचे दोन फ्लडलाईटस् एकदम लावले गेले.

ती बारा हजार टनाची व गती देणारा एकच पंखा असलेली अवाढव्य *विरोमा* बोट कॅप्टन फाईंडहॉर्न एखादी डिस्ट्रायर विनाशिका बोट हाताळावी तेवढ्या कौशल्याने हाताळीत होता. ती लाईफबोट आता शंभर फुटांवरती आली. फ्लडलाईट्सच्या प्रकाशात ती बोटीजवळ हळूहळू येत होती. लाईफबोटीवरील माणसांनी वेळ आली तर समुद्रात उड्या टाकण्याचा जो पवित्रा घेतला होता, तो आता सोडून दिला होता. ते सर्वजण आपापल्या माना वर करून डेककडे बघू लागले. बोटीवर चढून जाण्यासाठी एक मोठे जाळे कधी खाली सोडले जाईल याची ते वाट बघू लागले. निकोल्सनने लाईफबोटीतील सर्वात मागच्या माणसाकडे निरखून पाहिले. त्या माणसाच्या डोक्यावर एक टोपी आहे असे प्रथम त्याला वाटले होते. पण ती टोपी नसून ते एक बँडेज आहे असे त्याला दिसले. त्या बँडेजवरती रक्ताचे मोठमोठे डाग होते. अन् मग त्याला आणखी काही दिसले. त्या माणसाने आपला उजवा हात का ताठ ठेवून एक अनैसर्गिक स्थिती धारण केली आहे, हेही त्यामुळे समजून आले.

निकोल्सनने फार्नहोमला तो माणूस बोटाने खूण करून दाखवला आणि म्हटले, "तो सर्वात मागे बसलेला तोच तुमचा मित्र आहे का?"

"होय, तोच व्हॅन एफिन आहे. मी म्हणत नव्हतो तुम्हाला," फार्नहोम समाधानाने उत्तरला.

"ठीक आहे," असे म्हणून निकोल्सन क्षणभर थांबला व पुढे म्हणाला, "काही बाबतीत तो एककल्ली असावा असे वाटते."

"म्हणजे काय? असे का म्हणता?"

"याचे कारण त्याने हातात अजूनही एक पिस्तूल बाळगून ते रोखून धरले आहे. मी मघापासून बघतो आहे की ते त्याने समोर पाठ करून बसलेल्यांवर रोखले आहे. तो त्याच्यावरची नजर काढून घेऊन इकडे का तिकडे बघायला तयार नाही."

फार्नहोमने व्हॅन एफिनकडे परत एकदा टक लावून पाहिले व तोंडाने हळूच एक शिट्टी वाजवली. तो म्हणाला, "अगदी बरोबर. तुम्ही म्हणता तसेच आहे."

"पण तो तुमचा मित्र असे का करतो आहे?"

"ते मला ठाऊक नाही. मला त्याबद्दल खरोखर काही अंदाज करता येत नाही

पण जर व्हॅन एफिनला तसे करावेसे वाटत असेल तर ते पिस्तूल रोखण्यामागे तसेच काहीतरी महत्त्वाचे कारण असणार हे नक्की."

तसे कारण व्हॅन एफिनकडे खरोखरीच होते. *विरोमा* बोटीवरच्या डायनिंग सलूनच्या भिंतीला टेकून तो उभा होता. त्याच्या भिजलेल्या कपड्यातून पाणी गळत होते. हातात एक मोठा व्हिस्कीचा ग्लास होता. तो पीत पीत सारी हकिगत थोडक्यात, पटपट आणि नेटकेपणे सांगत होता, पटवून देत होता. त्यांच्या लाईफबोटीला एक इंजिन बसवले होते. त्यामुळे *केरी डान्सर* बोटीला आग लागली तेव्हा ते त्या लाईफबोटीतून चटकन दूर जाऊ शकले आणि एका जवळच्या बेटाचा आश्रय त्यांनी घेतला. ते बेट दक्षिणकडे काही मैलांवर होते. त्यांना तसे करणे भाग पडले कारण वादळ सुरू झाले होते. वादळ संपेपर्यंत ते कित्येक तास तिथे अडकून पडले. मग अचानक वारा थांबला, त्या आधी त्यांना आकाशात वायव्येला काही अग्निबाण उडालेले दिसले होते.

कॅप्टन फाईंडहॉर्न म्हणाला, "आम्हीच ते अग्निबाण आकाशात सोडले होते. म्हणून तुम्ही आमच्या बोटीकडे यायचा निर्णय घेतलात?"

"होय, मी तसा निर्णय घेतला," व्हॅन एफिन मलूलपणे हसत म्हणाला. त्याने आपले तपकिरी डोळे त्याच्या माणसांवरून फिरवले. काळ्या डोळ्यांची व तपकिरी वर्णाची ती माणसे कोपऱ्यात एकमेकांना चिकटून उभी होती. तो पुढे सांगत होता, "पण आमचा कॅप्टन सिरान आणि त्याचा कंपू हे माझ्या बेताला फारशी मान्यता देत नव्हते. आत्ताच्या महायुद्धात दोस्त राष्ट्रांच्या बाजूने त्यांचा कल नाही. तसेच त्यांना हेही ठाऊक होते की या समुद्रात जवळपास कोठेही जपानी जहाज नाही. शिवाय त्या अग्निबाणांचा अर्थ आम्ही असा घेतला की कोणतेतरी जहाज बुडत असून त्याने मदतीसाठी ते अग्निबाण उडवले असावेत." एवढे म्हणून त्याने आपल्या हातातील उरलेल्या सर्व व्हिस्कीचा मोठा घोट घेतला आणि तो रिकामा ग्लास समोरच्या टेबलावरती काळजीपूर्वक ठेवला. तो पुढे म्हणाला, "पण तरीही मी माझा बेत रेटला. कारण माझ्याकडे पिस्तूल होते ना."

निकोल्सन म्हणाला, "तर ते असे आहे. अन् मग पुढे?"

"मग आम्ही वायव्येकडे निघालो. आम्हाला खळबळाटी पाण्यामधून बरेच अंतर कापावे लागले. पण शेवटी आम्ही वेळेत तुमच्या जवळ येत गेलो. पण परत समुद्र खवळला. लाईफबोटीत पाणी येत गेले, त्यात इंजिन पार बुडून गेले व बंद पडले. आम्हाला आता अधिक काही करता येत नव्हते. मला वाटले की, झाले, सारे संपले आता. पण तुमच्या बोटीच्या मागच्या फेसाळणाऱ्या पाण्याचा पट्टा मला दिसला व थोडा धीर आला. पण जर पाच मिनिटे आधी पाऊस सुरू झाला तर मात्र

मला तुमची बोट सापडली नसती. कारण पावसामुळे तो फेसांचा पट्टा विरून गेला असता. सुदैवाने माझ्याकडे टॉर्च होता. म्हणून मी संदेश द्यायला लागलो.''

''अन् तुमचे ते पिस्तूल?'' कॅप्टन फाईंडहॉर्न म्हणाला. त्याने व्हॅन एफिनकडे बराच वेळ पाहिले व अंदाज घेण्याचा प्रयत्न केला. तो पुढे म्हणाला, ''तुम्हाला ते वापरावे लागले नाही, असे दिसते.''

एफिन खिन्नपणे हसून म्हणाला, ''कॅप्टन, तुमच्या बोलण्यामागचा हेतू मला कळतो.'' मग त्याने आपले हात वर करून डोक्याला बांधलेल्या व रक्ताळलेल्या कापडी पट्ट्या सोडवल्या. त्याच्या कपाळापासून ते कानापर्यंत एक जांभळट रंगाची जखम झालेली होती. ''मला ही जखम कशी झाली असेल, याचा तुम्ही काही अंदाज करू शकता?''

''मी तो अंदाज करू शकतो,'' निकोल्सन म्हणत होता, ''सिरान?''

''त्याच्यापैकी एका माणसाने ही जखम केली. त्यावेळी *केरी डान्सर*ला आग लागली होती. आमच्याकडे एकच लाईफबोट होती. ती खाली सोडण्याचे काम चालू होते. नंतर सिरान आणि त्याची माणसे आत बसण्यासाठी गर्दी करू लागले. मीही आत लाईफबोटीत उडी टाकली.''

''म्हणजे ते फक्त स्वत:चाच जीव बचावू पहात होते,'' निकोल्सन हळू आवाजात म्हणाला.

''होय, ते फक्त स्वत:पुरतेच पहात होते. सिरान हा कॅप्टन असून त्यांच्याबरोबर पळून जायला बघत होता. तो कठडा ओलांडून लाईफबोटीत येत होता. मग मी त्याचा गळा पकडून त्याला कठड्यावरून परत बोटीवर ढकलायचा प्रयत्न केला. मला वाटते की ती माझी चूक झाली असावी. त्या ऐवजी मी सरळ त्याच्यावर पिस्तूल रोखायला हवे होते. तेवढ्यात त्याच्या माणसांपैकी कोणीतरी माझ्यावर फटका मारला. जागा झालो तेव्हा मी लाईफबोटीच्या तळाशी होतो.''

''काय म्हणता?'' कॅप्टन फाईंडहॉर्न आश्चर्यचकित होत म्हणाला.

''होय. पण जागा झालो तेव्हा माझ्या डोक्याला बँडेज गुंडाळून जखम बंद केली होती. नवलच आहे ना?''

''खरोखर नवल आहे. मिस्टर व्हॅन एफिन, तुम्ही हे सारे खरेखुरे सांगता आहात ना? तसा हा माझा प्रश्न वेडगळपणाचा तुम्हाला वाटेल. पण तरीही माझ्या प्रश्नाचा मी आग्रह धरतो,'' कॅप्टन म्हणाला.

''कॅप्टन फाईंडहॉर्न, तो खरे बोलतो आहे,'' फार्नहोम म्हणाला. त्याच्या आवाजात आत्मविश्वास भरलेला होता. तो त्याचा नेहमीचा आवाज काही वाटत नव्हता, इतका तो बदललेला होता. तो म्हणत होता, ''आय ॲम परफेक्टली सर्टन ऑफ दॅट.''

"असं?" कॅप्टन त्याच्याकडे वळून म्हणाला. फार्नहोमच्या वेगळ्या आवाजामुळे आता सगळेजणच त्याच्याकडे पाहू लागले होते. कॅप्टनने त्याला विचारले, "कशावरून तुम्हाला ही खात्री वाटते आहे?"

पण फार्नहोमने कॅप्टनच्या प्रश्नाला एका हाताने झटकून आपली प्रतिक्रिया व्यक्त केली. आपण जे काही बोलतो ते समोरच्या माणसाने गंभीरपणे मानलेच पाहिजे, अशा स्वभावाचा तो होता. तो पुढे म्हणाला, "व्हॅन एफिनला इथे असलेल्यांपैकी सर्वात जास्त ओळखणारा मीच फक्त आहे. ते सांगत आहेत ते खरेच असले पाहिजे. जर ते सांगत आहेत ते खोटे असते तर ते आत्ता आपल्याला इथे दिसलेच नसते. तुमच्या आले लक्षात?"

यावर कॅप्टनने नुसतीच आपली मान हलवली, पण तो काहीही बोलला नाही. त्या डायनिंग सलूनमध्ये थोडा वेळ शांतता पसरली. दूरवरून बोटीच्या नाळेला लाटेचा एक जोरदार तडाखा बसल्याचा आवाज ऐकू आला. वादळी हवेत बोट लाटांशी झगडताना तिच्या पत्र्यांचा एक विशिष्ट असा कुरकुरण्याचा आवाज येतो तो ऐकू येऊ लागला. मग कॅप्टनने आपल्या हातावरील घड्याळात एकदा पाहिले व तो निकोल्सनकडे वळाला.

कॅप्टन त्याला म्हणाला, "मिस्टर निकोल्सन, आपल्याला आता ब्रिज गाठला पाहिजे. आत्ताचे बदलत चाललेले हवामान आणि समुद्राचे स्वरुप पाहून मला असे वाटते की आपल्यापुढे पुन्हा कठीण परिस्थिती येणार आहे. कॅप्टन सिरान आणि त्याच्या माणसांवर रात्रभर हत्यारी पहारा ठेवा." कॅप्टन फाईंडहॉर्न जेवढ्या थंड आवाजात हे म्हणाला तेवढेच त्याचे डोळे थंड व भावहीन होते. तो पुढे म्हणाला, "पण प्रथम एक लहानशी बाब मी स्पष्ट करतो."

मग तो सावकाश *केरी डान्सर* बोटीच्या कर्मचाऱ्यांकडे चालत निघाला. बोटीचे डोलणे आता खूप वाढले होते. त्यामुळे चालताना त्याला आपला तोल सांभाळावा लागत होता. पण वाटेतच व्हॅन एफिनने आपला हात आडवा करून त्याला थांबवित म्हटले, "तुमच्या जागी मी असतो तर मी त्यांच्यावर फक्त नजर ठेवीन. त्यांच्यापैकी निम्म्याजणांजवळ तरी चाकू आहेत आणि ते फार वेगाने हालचाल करतात."

व्हॅन एफिनच्या कमरेला एक पिस्तूल खोचले होते. कॅप्टन ते पाहून म्हणाला, "तुमच्याकडे एक पिस्तूल आहे. मला देता का जरा ते?"

त्याचे पिस्तूल हातात घेऊन ते पहात कॅप्टन म्हणाला, "याचा सेफ्टी कॅच अजून बंद केला नाही. हे कोल्ट पॉईंट थर्टीएट पिस्तूल दिसते आहे."

"तुम्हाला त्यातले बरेच ठाऊक आहे ना?"

"थोडेसेच मला यातले कळते." मग ते पिस्तूल हातात घेऊन कॅप्टन

फाईंडहॉर्न कोपऱ्यातल्या माणसांकडे हलक्या पावलाने गेला. कॅप्टन सिरान तिथे उभा होता. तो एक उंचापुरा, रुंद खांद्याचा व रापलेल्या चेहऱ्याचा माणूस होता. त्याचा गुळगुळीत चेहरा निर्विकार होता. जणू काही खूप काळ तसा चेहरा ठेवण्याची त्याला सवय लागलेली होती. त्याने एक बारीक मिशी ठेवली होती व आपल्या कानापाशी केसांचे कल्ले तीन इंच लांबीचे ठेवले होते. त्याचे डोळे काळे होते व त्यात कसलेही भाव नव्हते. कॅप्टन फाईंडहॉर्नने त्याला थंडपणे म्हटले, "आपणच कॅप्टन सिरान ना?"

"होय. मीच कॅप्टन सिरान. आपल्या सेवेस हजर आहे." सिरानने 'कॅप्टन' शब्दांवर थोडासा भर दिला होता. पण त्यातून त्याचा उद्धटपणा व मग्रुरी प्रगट झाली आहे असे भासत होते. हे सांगताना त्याने कॅप्टन फाईंडहॉर्नपुढे आपले डोके अत्यंत किंचित झुकवले होते. त्याचा चेहरा मात्र त्याने आहे तसाच निर्विकार ठेवला होता.

"औपचारिकपणाचा मला कंटाळा येतो," फाईंडहॉर्नने एकदम त्याच्यात रस घेत म्हटले, "तुम्ही इंग्लिश आहात, हो ना?"

"कदाचित," सिरान म्हणाला. यावेळी त्याचे ओठ किंचित वळले, पण ते स्मित हास्य म्हणण्याइतपत वळले नव्हते. अत्यंत बेफिकिरपणा त्या अविर्भावातून प्रगट झाला होता. त्यातून जाणूनबुजून दुसऱ्याचा अपमान केला जात होता. तो पुढे म्हणाला, "त्यापेक्षा मला ॲन्लो-सॅक्सन ठरवले तर चालेल." सॅक्सन लोकांनी पाचव्या सहाव्या शतकात ब्रिटन जिंकून घेऊन तिथे आपली वस्ती केली होती. कालांतराने या लोकांना ॲन्लो-सॅक्सन म्हटले जाऊ लागले. 'तुम्हा ब्रिटिश लोकांपेक्षा मी किती वरचढ आहे' असा अर्थ सिरानच्या बोलण्यात होता.

"त्यामुळे काही फारसे बिघडणार नाही. तुम्हीच *केरी डान्सर* बोटीचे कॅप्टन आहात ना? म्हणजे होता ना? तुम्ही तुमची बोट आणि त्यावरील माणसे सरळ सोडून निघून गेलात. मागे राहिलेल्या लोकांना खोलीत सोडून बाहेरून दारे बंद करून गेलात. मग ते आगीत होरपळून किंवा पाण्यात बुडून मरो, असा तुम्ही विचार केलात. पण काहीही झाले तरी तुमच्या जाण्यानंतर ती सारी माणसे मरणार याची तुम्हाला निश्चित खात्री होती. त्यासाठीच तुम्ही त्यांना मागे सोडून गेलात."

"कशाला उगीच हा सनसनाटीपणा करता आहात?" असे म्हणून सिरानने एक खोटी जांभई दिली. समोरच्याचा अपमान करण्याची ती एक नामी कृती होती. सिरान पुढे म्हणाला, "समुद्रावरती चालत आलेल्या रुढी व परंपरा तुम्ही विसरा आता. त्या दुर्दैवी लोकांसाठी आमच्या अधिकारात जेवढे काही होते तेवढे सारे आम्ही केले."

कॅप्टन फाईंडहॉर्नने यावरती आपली मान सावकाश हलवली. मग तो सिरानच्या सहा माणसांकडे वळला. त्यांच्यापैकी कोणाच्याही चेहऱ्यावरती आपला जीव

वाचल्याचा आनंद दिसत नव्हता. त्यातला एकजण फाटक्या अंगाचा होता. त्याचा एक डोळा खूपच बाजूला सरकला होता. अन् त्याच्या चेहऱ्यावरती भेदरल्याचे तीव्र भाव उमटले होते. तो सारखा आपला एका पायावरचा भार दुसऱ्या पायावर बदलत होता. त्याचे हाताचे पंजे आणि बोटे यांच्यात जणू काही नवीन स्वतंत्र जीव प्रगट झाला आहे असे ते हलत होते, वळवळत होते. फाईंडहॉर्न त्याच्या समोर जाऊन उभा राहिला.

"तुम्हाला इंग्लिश येते?" कॅप्टनने त्याला विचारले.

कॅप्टनच्या प्रश्नाला काहीच उत्तर मिळाले नाही. त्याऐवजी त्या माणसाने आपल्या भुवया उंचावल्या, खांदे उडवले व दोन्ही हात बाजूला हवेत पसरले. समजत नसल्याचा तो जागतिक आविर्भाव त्याने केला.

कॅप्टनच्या मागोमाग व्हॅन एफिन येऊन उभा राहिला होता. तो खालच्या आवाजात हळूच कॅप्टनला म्हणाला, "कॅप्टन, तुम्ही अगदी योग्य माणसाला प्रश्न विचारलात. तुमच्या इतकीच सुरेख इंग्रजी भाषा तो बोलू शकतो."

ते ऐकताच कॅप्टन फाईंडहॉर्नने चटकन हातातले पिस्तूल वर करून त्या माणसाच्या ओठांवर लावले आणि त्याचा दाब देऊन त्याला जोरात ढकलले. तो माणूस भेलकांडत मागे जात पोलादी भिंतीवरती आदळला. त्याने आपले दोन्ही हात पसरून मागची भिंत गच्च पकडली. कॅप्टन पुढे गेला व त्याने त्याच्या दाताला पिस्तूल लावले. त्या माणसाने आपला चांगला डोळा पिस्तुलाकडे रोखला. त्याच्या त्या डोळ्यात मूर्तिमंत भीती प्रगट झाली होती.

"*केरी डान्सर* बोटीवरील केबिनची दारे लावून त्यांना बाहेरून खिट्ट्या घालून कोणी त्या हातोड्याने पक्क्या केल्या?" फाईंडहॉर्नने त्याला सौम्य स्वरात विचारले. त्याच्याकडून काहीच उत्तर येईना. म्हणून तो पुढे म्हणाला, "असं पहा, मला तुमच्याकडून चटकन पाच सेकंदात उत्तर हवे आहे." एवढे बोलल्यानंतर कॅप्टनने पिस्तूलाचा सेफ्टी कॅच काढला. त्याचा एकदम 'खिट्' आवाज झाल्याने तो माणूस दचकला. त्या शांततेमध्ये तो आवाज खूप मोठा वाटला. कॅप्टन म्हणाला, "वन, टू–"

"मी... मी त्या खिट्ट्या घालून दारे पक्की बंद केली," तो म्हणाला. भीतीने त्याचा पुरता कबजा घेतला होता. तो थरथरत व अडखळत पुढे म्हणाला, "होय, मीच तसे केले."

"कोणाच्या हुकुमावरून केले?"

"कॅप्टनच्या. ते म्हणाले की–"

"पुढच्या भागातील केबिन्सची दारे कोणी लावली?"

"युसूफने. पण...पण युसूफ मेला आहे–"

"कोणाच्या हुकूमावरून त्याने तसे केले?" कॅप्टनने आणखी कठोर स्वरात विचारले.

"कॅप्टन सिरान यांनीच तसे हुकूम दिले होते." असे म्हणून त्या माणसाने सिरानकडे पाहिले. त्याच्या डोळ्यात भय दाटले होते. तो पुढे म्हणाला, "मला... मला याबद्दल ठार केले जाईल का?"

"कदाचित्" कॅप्टन निष्काळजीपणे म्हणाला. मग त्याने ते पिस्तूल खिशात ठेवले आणि तो सिरानकडे गेला. "काय महाशय, हा छोटासा संवाद तुम्हाला खूपच विचार करायला लावणारा आहे नाही? हो की नाही कॅप्टन सिरान?" फाईंडहॉर्न 'कॅप्टन' शब्दावर किंचित जोर देत म्हणाला.

सिरान रागाने म्हणाला, "तो माणूस मूर्ख आहे. कोणाच्याही तोंडावर पिस्तूल रोखल्यावर कोणीही भीतीने पाहिजे ते सांगत सुटेल."

"कॅप्टन, फॉरवर्ड कॅसलमध्ये, पुढच्या केबिन्समध्ये काही ब्रिटिश सैनिक होते. तुमच्या स्वतःच्या मायदेशातील ते होते. ते निदान वीस बावीस तरी असतील. नक्की किती ते मला ठाऊक नाही. पण तुमच्याजवळची एकुलती एक लाईफबोट घेऊन निसटून जाण्याच्या गोंधळात त्या सैनिकांचा विचार तुम्ही अजिबात केला नाही. उलट त्यांना कोंडून पळालात."

"तुम्ही काय म्हणत आहात ते मला कळत नाही." सिरानचा चेहरा अजूनही तसाच निर्विकार होता. पण त्याचा आवाज खूप खाली आला होता. जाणीवपूर्वक अपमान करायची वृत्ती आता लोपल्यासारखी वाटत होती.

"त्या मागच्या भागातील केबिन्समध्ये वीसजण तरी होते. त्यांच्यात जखमी माणसे होती, मरायला टेकलेल्या व्यक्ती होत्या, बायका होत्या– आणि एक लहान मूलही होते." कॅप्टन म्हणाला.

यावर सिरान गप्प बसला. त्याचा तो गुळगुळीत चेहरा तसाच निर्विकार राहिला. पण त्याचे डोळे बारीक झाले होते. पण तो जेव्हा बोलू लागला तेव्हा परत त्याच्या बोलण्यातून उद्धटपणा, बेफिकीरपणा आणि दुसऱ्यांबद्दलचा तटस्थ भाव प्रगट होऊ लागला. तो म्हणत होता, "कॅप्टन फाईंडहॉर्न, तुमच्या या अर्थशून्य बडबडीतून तुम्हाला काय साधायचे आहे?"

"मला स्वतःला काहीच साध्य करायचे नाही," कॅप्टनने आपला चेहरा गंभीर करत म्हटले. मग डोळे बारीक करून कठोर आवाजात त्याने पुढे म्हटले, "सिरान, हा काही साध्य करण्याचा प्रश्न नाही, पण खात्री करून घेण्याचा प्रश्न आहे. तुम्ही केलेल्या खुनासारख्या गुन्ह्यांची, अनेकांच्या हत्त्येची खात्री करून घ्यायची आहे. उद्या सकाळी तुमच्या सर्व कर्मचाऱ्यांच्या आम्ही स्वतंत्रपणे जबान्या घेऊ. प्रत्येकजण आपापल्या जबानीवर सही करेल. अन् तटस्थ साक्षीदार म्हणून आमचे काही

कर्मचारी त्यावेळी उपस्थित रहातील. तेही साक्षीदार म्हणून सह्या करतील. तुम्हाला ऑस्ट्रेलियाला सुरक्षितपणे आणि धडधाकट अवस्थेत नेण्याची वैयक्तिक जबाबदारी माझी राहील.'' फाईंडहॉर्नने आपली हॅट उचलून आपल्या डोक्यावर ठेवीत तिथून निघण्याची तयारी करत पुढे म्हटले, ''कॅप्टन सिरान, ऑस्ट्रेलियात तुमच्यावर खटला भरला जाईल. पण तो फार काळ चालणार नाही. झटपट संपेल. अन् खुनांबद्दल काय शिक्षा दिली जाते ते तुम्हाला सांगायला नकोच. आपल्या सगळ्यांना ते ठाऊक आहे.''

सिरानच्या गुळगुळीत चेहऱ्यावरील निर्विकारपणाच्या मुखवट्याला आता प्रथमच तडे जाऊ लागले. त्याच्या काळ्या डोळ्यात हळूहळू भीतीची भावना उतरू लागली. पण ती भावना पहाण्यासाठी कॅप्टन फाईंडहॉर्न तिथे थांबला नव्हता. तो त्या डायनिंग सलूनमधून बाहेर पडून जिन्याने ब्रिजकडे वरती जात होता. ब्रिजमध्ये वादळी वाऱ्यांचे घोंगावणे अगदी टीपेला पोचले होते. *विरोमा* बोट पुन्हा एकदा अज्ञात संकटाला सामोरी जात होती.

■

६

दुसऱ्या दिवशीची पहाट झाली. ती एक निरभ्र पहाट होती. वारा अजिबात नव्हता. पूर्वेच्या बाजूला आकाशात अप्रतिम मोतीया रंग पसरला होता. *विरोमा* बोट व्हिओ चॅनेलच्या आग्नेयेला खूप दूर गेली होती. रायफलमन रॉक या बेटाच्या उत्तरेला वीस मैलांवर ती आली होती. कारीमाता सामुद्रधुनीकडे जाणारे निम्मे अंतर तिने कापले होते. आपल्या पूर्ण ताकदीनिशी ती तेलवाहू बोट पुढे सरकत होती. तिच्या धुराड्यातून निळसर धुके वाटणारा धूर मागे सोडत ती पुढे जात होती. बोटीच्या मागच्या बाजूचे डेक हे थंडीने कुडकुडत दात वाजावेत तसे कुरकुरत होते. चीफ इंजिनियर कमाल शक्तीने बोट पळवत होता.

आदल्या रात्रीच्या चक्रीवादळातून बोट बाहेर पडली होती. ते भणाणणारे वारे केव्हाच बंद झाले होते. असे वाटत होते की कधीच निर्माण झाले नव्हते. परंतु समुद्राच्या पाण्यावर येणारे फुगवटे अजूनही कित्येक तास येणार होते व जाणार होते. बोटीच्या डेकवर व वरच्या भागावर जिथे जिथे समुद्राचे पाणी उंच उडून पडले होते तिथे तिथे क्षारांचे पांढरे डाग पडले होते. आत्ताचे हवामान व समुद्राची स्थिती अशी काही होती की काल रात्रीचा वादळी दर्या हे एक स्वप्न वाटावे. पण हे भयस्वप्न ज्यांनी ज्यांनी अनुभवले त्यांच्या स्मरणातून कधीही जाणार नव्हते. कॅप्टन फाईंडहॉर्न आपली डोलणारी व डुचमळणारी बोट या भागातील अस्थिर समुद्रातून कौशल्याने चालवित आला होता. रात्रभर तो झोपू शकला नाही. *विरोमा* बोटीवर समुद्राकडून होणारे अत्याचारही तो लक्षात घेऊ शकत नव्हता. आपल्या बोटीला निसर्गाकडून उगाचच एक गंभीर शिक्षा दिली जात आहे ह्याचा तो विचार करीत नव्हता. आपल्या बोटीवरील कर्मचारी व आश्रय घेतलेले प्रवासी ह्यांच्या सुरक्षिततेचा विचार त्याच्या मनात येत नव्हता. त्याच्या मनात फक्त एकच एक विचार घोळत होता, तो म्हणजे आपली बोट ही सिंगापूरपासून जास्तीत जास्त दूर कशी जाईल.

त्यासाठी तो बोट शक्य तितक्या वेगाने पळवित होता. मग भले बोटीच्या इंजिनावर ताण पडला तरी. आजपर्यंत त्याने ही अवाढव्य टॅन्कर बोट एवढ्या वेगाने कधीच नेली नव्हती. 'चला, पळा, दूर निघून जाऊ या,' एवढा एकच एक विचार त्याच्या मनात होता. कारण दिवस उजाडल्यावरती शत्रूची विमाने समुद्रावर गस्त घालणार होती. पळून जाणाऱ्या बोटींवर पाळत ठेवून हल्ला करणार होती.

पूर्वेकडच्या आकाशातील ती रंगाची नाजूक छटा हळूहळू काही मिनिटातच विरून गेली. हळूहळू आकाश पांढरे होते गेले. सूर्याचे बिंब जसजसे आकाशात वर चढत गेले तसतसे ते प्रखर होत गेले. त्यामुळे समुद्रावरती त्याच्या प्रकाशाच्या परावर्तनाचा एक झगझगीत पट्टा उमटला. पण तो पट्टा सलग नव्हता. दूरवर कुठेतरी तो तुटला होता. काही मैलांवरती तिथे पाण्यात काहीतरी होते. कदाचित ती एक मासेमारी करणारी मोठी बोट असावी. किंवा किनाऱ्याकिनाऱ्याने वाहतूक करणारी एखादी लहान कोस्टर बोट असावी. त्या बोटीचा पत्रा रात्रीच्या अंधारासारखा किंवा काजळीसारखा काळा होता. तीही बोट पूर्वेला संथपणे चालली होती. लवकरच त्या बोटीचा आकार लहान लहान होत तो पार एक काळा ठिपका बनला. त्यानंतर तो ठिपका विरून गेला, नाहीसा झाला. कॅप्टन फाईंडहॉर्न त्या ठिपक्याबद्दल विचार करीत होता. कदाचित त्या बोटीने आपल्याला पाहिले असेल किंवा कदाचित पाहिलेही नसेल. ती बोट दूर निघून अदृश्य होऊन जाईपर्यंत कॅप्टन फाईंडहॉर्न तिच्याकडे नवलाने पहात होता. ती बोट कदाचित जपानी बोट असावी, किंवा कदाचित जपान्यांसाठी काम करणारी असू शकेल. त्या बोटीवर वायरलेस यंत्रणाही असू शकेल. एव्हाना आपला ठावठिकाणा वायरलेसने कळवलाही गेला असेल. पण हे सारे 'जर' 'तर' चे प्रश्न होते आणि त्याची उत्तरे कदापिही मिळणे अशक्य होते. त्याने शेवटी त्यावर विचार करणे सोडून दिले.

सूर्य हा सरळ आकाशात उंच चालला होता. खुल्या समुद्रात तो नेहमी असाच सरळ वरती चढताना दिसत असतो. सकाळचे साडेसात वाजले. आत्ताच जाणवण्याइतपत हवेत उष्मा भासू लागला. रात्रीच्या पावसाने डेक आणि डेकवरचा बोटीचा भाग हे पाण्याने निथळत होते. पण ते एवढ्यातच पूर्ण वाळून गेले व कोरडे ठणठणीत झाले. कॅप्टन फाईंडहॉर्न ब्रिजच्या बाहेर पडला व मोकळ्या भागात उभा राहिला. सकाळची ताजी हवा तो आपल्या छातीत भरून घेऊ लागला. ही अशी ताजी हवा आता फार वेळ रहाणार नाही, थोड्याच वेळात ती दमट होऊन जाईल. मग घाम येऊ लागेल व अंगाला चिकचिक वाटू लागेल याची त्याला कल्पना होती. कॅप्टन फाईंडहॉर्न हा रात्रभर ब्रिजमधून बाहेरच्या समुद्रावर लक्ष ठेवीत होता. रात्री दोनच्या सुमारास कधीतरी वादळाच्या जबड्यातून *विरोमा* बोट निसटली. त्यावेळी निकोल्सनने त्याला केबिनमध्ये जाऊन झोप घेण्यास सांगितले. मग तीन तास झोप घेऊन तो

परत ब्रिजवरती परतला होता.

"गुड मॉर्निंग सर. हवा खूपच बदललेली आहे." निकोल्सन मागून येऊन म्हणत होता. त्याच्या हळू आवाजामुळे कॅप्टनची तंद्री भंग पावली. तो सावकाश वळला.

कॅप्टन फाईंडहॉर्न त्याला म्हणाला, "मॉर्निंग, जॉनी. या अशा स्वर्गीय पहाटे तुम्ही काय काम करत आहात?" कॅप्टनला ठाऊक होते की निकोल्सननेही फारच थोडी झोप घेतली आहे. पण त्याचा चेहरा मात्र पूर्ण आठ तास झोप काढल्यासारखा ताजातवाना दिसत होता. ज्यावेळी चिवटपणा व तग धरून रहाण्याचा प्रश्न येतो त्यावेळी निकोल्सनचे शरीर पूर्ण साथ देते. कॅप्टनचा तसा पूर्वीचा अनुभव होता.

"स्वर्गीय पहाट?" असे विचारून निकोल्सनने आपल्या हातातील घड्याळात पाहिले. तो पुढे म्हणाला, "सर, आत्ता तर सकाळचे आठ वाजले आहेत. नोकरीतली कर्तव्ये बजावण्याची वेळ झाली. मी खाली जाऊन सर्वत्र एक चक्कर मारली. मोफत प्रवास करणाऱ्या आपल्या पाहुण्यांची चौकशी केली."

"मग? त्यांच्या काही तक्रारी आहेत का? त्यांची बडदास्त नीट राखली जात आहे ना?" कॅप्टनने विनोदाच्या स्वरात विचारले.

"तसा प्रत्येकाला थोडासा कालच्या हवामानाचा त्रास झाला आहे. पण याखेरीज त्यांची कसलीही तक्रार नाही."

"त्या आजारी नर्सेस काय म्हणत आहेत?"

"त्या दोन चिनी नर्सेस आणि ती थोरली नर्स आज आणखी बऱ्या आहेत. दोघीजणी खाली हॉस्पिटलमध्ये व स्मोक-रूममध्ये जाऊन जखमी लोकांची बँडेज बदलू लागल्या आहेत. ते पाच सैनिकही ठीक दिसत आहेत. अन् आता त्यांना खूप भुका लागल्या आहेत."

"हे एक चांगले लक्षण आहे. अन् ती हॉस्पिटलमधली दोन तरुण पोरे? ती कशी आहेत?"

"त्यांनी चांगला टिकाव धरला असून त्यांची प्रकृती आपण होऊन सुधारते आहे. असे नर्सेसने सांगितले. मला वाटते की त्यांना खूप वेदना होत असाव्यात. तो ब्रिगेडियर आणि त्याचा तो मित्र व्हॅन एफिन हे इंजिनियरच्या ऑफिसात झोपले असून दोघेही अगदी डरकाळ्या फोडत घोरत आहेत. मला लांबूनच त्यांचे घोरणे ऐकू येत होते. ती सारी खोली व्हिस्कीच्या वासाने नुसती भरून गेली आहे. जणू काही ती एक डिस्टिलरी बनली आहे."

"आणि त्या प्लॅन्डरलीथ बाईसाहेब? त्या काय म्हणत आहेत?"

"ती तिचा रोजचा सकाळचा जॉगिंगचा व्यायाम करते आहे. डेकवरती या टोकापासून दुसऱ्या टोकापर्यंत ती सारख्या येरझाऱ्या घालीत आहे. मला वाटते की,

इंग्लिश माणसे 'आपण दर्यावर्दी वंशाचे आहोत,' अशी आपली ही समजूत ते नेहेमी जपत असतात. फ्लॅन्डरलीथ बाईला हा बोटीवरचा प्रवास खूपच आवडलेला दिसतो आहे. त्या डायनिंग सलूनमध्ये कार्पोरल फ्रेझर आणि त्याचे ते दोन सैनिक आहेत. प्रत्येकजण एकेका खुर्चीवर बसून हातातल्या थ्री नॉट थ्री आणि ब्रेनगन सांभाळत सिरान व त्याच्या माणसांवर पहारा करीत आहेत. माझा असा अंदाज आहे की नक्की त्यांच्या मनात त्या सिरानबद्दलचे विचार चालू असणार. जर या सिराननने काही गडबड केली तर ते नक्की त्याच्यावर गोळ्यांचा वर्षाव करतील. आपल्याविरुद्ध हे तीन सैनिक चिडलेले आहेत याची सिरानलाही जाणीव झाली आहे. सिरान आणि त्याची माणसे डायनिंग सलूनमध्ये खाली मुकाट्याने बसून आहेत. ते घाबरलेले दिसत असून आपला एक डोळा त्या सैनिकांवर ठेवून आहेत."

"तुम्ही सैनिकांचा पहारा ठेवलात ते खूप चांगले केले. तुमची योजना मानली मी. अन् हा कॅप्टन सिरान आता सकाळी कसा दिसतो आहे?"

"तो जमिनीवरती अगदी लहान मुलासारखा गाढ झोपून गेला होता." असे म्हणून निकोल्सन बाहेर समुद्राकडे पाहू लागला. मग तो खालच्या आवाजात म्हणाला, "या माणसाला फाशीची शिक्षा दिली तर मी तो दोर ओढायला तयार आहे."

"तुमच्यासारखेच ते काम करण्यासाठी बरीच माणसे आधीपासून रांगेत उभी आहेत." मग कॅप्टन गंभीर होत म्हणाला, "उगाच सनसनाटीपणा वाटेल असे काही करण्याची माझी इच्छा नाही. परंतु मला वाटते की हा सिरान म्हणजे एक अमानवी शत्रू आहे. एखाद्या पिसाळलेल्या कुत्र्याला नाही का आपण गोळी घालून संपवत, तसे या सिरानला संपवले पाहिजे."

निकोल्सन म्हणाला, "तसेही कदाचित घडू शकेल." मग आपली मान हलवित तो पुढे म्हणाला, "हा सिरान पिसाळलेल्या कुत्र्याप्रमाणे वेडा असेल किंवा नसेल, पण एक चमत्कारिक किंवा विचित्र व्यक्ती आहे हे निश्चित."

"ते कसे काय?"

"असे पहा. सिरान हा मूळचा ब्रिटीश आहे. जरी तो स्वत:ला अॅन्लो सॅक्सन म्हणत असला तरी त्याच्यात तीन चतुर्थांश इंग्लिश रक्त आहे, हे मी पैजेवर सांगतो. त्याने नक्कीच इंग्लंडच्या महागड्या पब्लिक स्कूलमधून शिक्षण घेतले असणार. तसेच तो खूप खूप शिकला आहे. माझ्यापेक्षा तर नक्कीच जास्त शिकला आहे. अशा माणसाने त्या *केरी डान्सर* बोटीच्या छोट्या नरकात आपले आयुष्य काढावे याचे मला कोडेच वाटते."

कॅप्टन फाईंडहॉर्न आपले खांदे उडवित म्हणाला, "त्याचे कारण हे फक्त देवालाच ठाऊक. मी या बाबतीत डझनभर तरी अंदाज करू शकतो. पण ते सारे

अंदाज फोल ठरतील याची मला खात्री आहे. सिंगापूर आता जपान्यांच्या हातात पडते आहे. तेव्हा तिथे जगातील निम्मे तरी ठक लोक व काळी कृत्ये करणारी मंडळी जमू लागतील. पण हा सिरान त्या लोकातही मोडणारा नाही. तेव्हा खरे सांगायचे तर मला या बाबतीत कोणताच तर्क करता येत नाही. या सिरानने मला बुचकळ्यात टाकले आहे. त्याचे व्यक्तिमत्त्व व स्वभाव कोड्यात टाकणारे आहेत. पण मला कोड्यात टाकणारा हा काही एकटाच माणूस नाही.''

''मग आणखी दुसरा कोण? व्हॅन एफिन? का आपले ब्रिगेडियर महाशय?''

''नाही. इतर लोकांमधील काहीजण. आपल्या उतारूंमध्ये काही विक्षिप्त लोक भरलेले आहेत. ते अगदी चमत्कारिक वागत असतात. तो ब्रिगेडियर आणि तो मुस्लिम धर्मगुरू बघा. त्यांचे वागणे हे चमत्कारिक आणि कृत्रिमपणाचे वाटते. नेहमीपेक्षा हे वेगळे आहे असे नाही तुम्हाला वाटत?'' कॅप्टनने विचारले.

''खरे आहे. माझाही त्यांच्या वागण्यावरती विश्वास बसत नाही. हा ब्रिगेडियर सैन्यात असाच चमत्कारिक वागत असेल तर त्याला हिंदुस्थानातील आणि सिंगापूरमधील सेवानिवृत्तांच्या क्लबमध्ये कोणीही प्रवेश देणार नाही. त्यातले सभासद तर फार्नहोमसारख्यांच्या वागण्याबद्दल अत्यंत संवेदनशील असतात.''

''मग, तरीही तुम्हाला त्याचे वागणे नकली वाटत नाही,'' फाईंडहॉर्न म्हणाला.

''नाही. तो काहीतरी मधेच वेगळे बोलतो. त्याच्या स्वभावाशी ते विसंगत आहे. त्याची गणना कोणत्या वर्गात करावी हेच कळत नाही,'' निकोल्सन म्हणाला.

''अन् त्याचा तो मित्र, व्हॅन एफिन. त्याच्या बाबतीत त्या सिरानचे धोरण नरमाईचे का असते? त्याच्या डोक्यावर कोणीतरी मागून फटका मारला. पण नंतर सिरानने आपल्या माणसांना आवरले व त्याला बँडेज बांधायला सांगितले. का तसे केले?'' कॅप्टन म्हणाला.

''हो ना. यामागे काय गूढ बात आहे ते कळत नाही. त्यातून एफिन तर उघड उघड सिरानविरुद्ध बोलतो आहे. पण एफिनच्या बोलण्यावर मात्र माझा विश्वास बसतो.''

''माझा पण बसतो. परंतु फार्नहोम त्याच्यावर नुसताच विश्वास ठेवत नाही. एफिन खरेच बोलतो असे त्याला मुळातच ठाऊक आहे. आपणही एफिनवर विश्वास ठेवावा म्हणून फार्नहोम काय वाटेल ती कारणे सांगतो. तशीच काहीतरी कारणे ती प्लॅन्डरलीथ बाई पण देते. तिने जेव्हा मला बोलावले त्यावेळी मी तिच्याकडे गेलो होतो. पण ती एकदम बदलली. तिला जे काही सांगायचे होते ते तिने न सांगायचे ठरवले असे मला वाटते. मग काही तरी तकलादू बोलून ती वेळ मारून नेत होती.''

''केव्हा तुम्ही तिच्याकडे गेला होता?''

''तुमची त्या सिरानबरोबर चर्चा चालली होती त्यानंतर मी तिथून निघून

ब्रिजकडे चाललो होतो. वाटेत तिने मला गाठले व तिच्या केबिनमध्ये नेले.''

"शेवटी तुम्ही तिच्याकडे गेलात तर. ती काय एवढे तुम्हाला सांगणार होती त्याचे मला कुतूहल होते.''

"तुम्हाला कसे ठाऊक की तिला माझ्यापाशी काही बोलायचे होते?''

"मी जेव्हा डायनिंग सलूनकडे चाललो होतो, तेव्हा व्हॅनिएरने मला तिच्याबद्दल सांगितले. 'आपल्याला ताबडतोब कॅप्टनची गाठ घ्यायची आहे.' असे ती त्याला म्हणाली होती. म्हणून मी त्याला बरोबर घेऊन डायनिंग सलूनमध्ये आलो होतो. मग, ती काय म्हणाली तुम्हाला?'' निकोल्सनने विचारले.

"तिने प्रथम आपण असा काही भेटण्याचा निरोप पाठवला हेच नाकारले. मग ती उगाच काही तरी सटरफटर बोलू लागली. आपण ऑस्ट्रेलियाला कधी पोचणार? तिथे गेल्यावर आपल्याला इंग्लंडला तिच्या बहिणीला एक केबल करायची आहे, असे ती म्हणाली. तिला कशाची तरी काळजी वाटत आहे असे मला वाटले. पण ती दिलखुलासपणे बोलायला तयार नव्हती. काहीतरी लपवित होती. मी तिच्यापाशी गेल्यावर नक्कीच तिने आपले मन बदलले असावे,'' असे म्हणून कॅप्टन फाईंडहॉर्नने आपले खांदे उडवून तो प्रश्न बाजूला टाकल्याचे सूचित केले. मग तो पुढे म्हणाला, "ती बोर्निओ बेटावर एका मुलींच्या शाळेची मुख्याध्यापिका होती. तेथून ती आली आहे. बोर्निओ जपान्यांच्या हातात पडेपर्यंत ती तिथे होती. शेवटच्या क्षणी तिने बोर्निओ सोडले.''

"मला ठाऊक आहे ते. आज सकाळीच मी तिच्याबरोबर कॅटवॉकवरती चालता चालता गप्पा मारत होतो. ती बराच वेळ माझ्याशी बोलत होती. बोलताना ती सतत मला 'यंग मॅन' म्हणून संबोधत होती. माझ्या प्रकृतीची चौकशी करत होती. मी अंघोळ केल्यावर कानाच्या पाठीमागे लागलेले तेल नीट पुसून काढले ना? म्हणून चौकशी करीत होती.'' मग निकोल्सन कॅप्टनकडे डोळे बारीक करीत म्हणाला, "तिच्याबद्दल आणखी एक बातमी मला कळली. तुम्ही ती ऐकली तर तुमच्या काळजीत थोडीशी भर पडेल. काल रात्री तिच्या केबिनमध्ये कुणीतरी गुपचूप आले होते.''

"काय? तिने तुम्हाला तसे सांगितले?''

"छे, छे, तिने नाही सांगितले. मला हे वॉल्टरने सांगितले. वॉचिंग ड्यूटी संपवून काल रात्री तो वायरलेस रूममध्ये गेला आणि तिथल्या दिवाणावर आडवा पडून आराम करू लागला. त्या वायरलेस रूमशेजारीच प्लॅन्डरलीथ बाईची केबिन आहे. थोड्या वेळाने त्याला तिच्या केबिनवरती कोणतरी हलक्या आवाजात ठोठावते आहे असे ऐकू आले. तिची केबिन आणि वायरलेस रूम यामध्ये एक दार आहे. ते दार पक्के बंद केले होते. त्याने कुतूहलाने त्या दारापाशी जाऊन दाराला कान

लावून ऐकण्याचा प्रयत्न केला. त्याला पलीकडले बोलणे नीट ऐकू येत नव्हते. शब्द कळत नव्हते. परंतु कोणीतरी अत्यंत खालच्या आवाजात तिच्याशी कुजबुजत बोलत होते. तो एक पुरुषी आवाज होता. असे दहा मिनिटे चालले होते. मग ती व्यक्ती निघून गेली.''

''मिस् फ्लॅन्डरलीथबाईच्या खोलीत मध्यरात्री असली काही कट कारस्थाने चालावीत, हे भलतेच आश्चर्यजनक आहे.'' कॅप्टन फाईंडहॉर्न नवलाने म्हणाला. ''मला प्रथम वाटले की रात्री तिच्या खोलीत कोणीतरी शिरल्यामुळे ती किंकाळ्या मारू लागलेली असणार.''

''नाही. तशी ती मोठी खंबीर व धीराची बाई आहे. शिवाय तिचे एरवीचे वागणे असे आहे की तिच्याबद्दल कोणालाही आदरच वाटेल. तिच्यापुढे कोणीही नतमस्तक होऊन बसल्यावर ती मास्तरीणबाई 'आयुष्यात कसे वागावे' यावरती त्याला नक्कीच गंभीर उपदेश करेल. पण मध्यरात्री तिचे हे व्याख्यान ऐकायला कोण जाईल? त्याऐवजी तिथे हलक्या आवाजातली चर्चा चालली होती.''

''आत शिरलेली ती व्यक्ती कोण होती याबद्दल वॉल्टरला काही अंदाज आला? त्याने काही तर्क केला?'' कॅप्टनने विचारले.

''नाही. त्याला फक्त एवढेच समजले की कोणी तरी पुरुषी आवाजात तिच्याशी बोलते आहे. त्या माणसाचा आवाज हा अत्यंत दमलेला व पेंगुळलेला वाटत होता. त्याला खूप झोप येत असावी.''

फाईंडहॉर्नने आपली डोक्यावरची टोपी काढून हातात घेतली आणि रुमालाने डोक्यावरील घाम टिपला. आत्ता नुकतेच सकाळचे आठ वाजून गेले होते. पण सूर्य खूप वर आला होता. त्याच्या उन्हाचे चटके बसू लागले होते. कॅप्टन फाईंडहॉर्न म्हणाला, ''आपल्याला काळज्या करण्यापेक्षा कामे अधिक करायची आहेत. ह्या उतारूंमधला प्रत्येकजण हा आता मला विक्षिप्त वाटू लागला आहे.''

''मिस् ड्राखमनसुद्धा?'' निकोल्सनने विचारले.

''छे छे! ती मात्र तशी अजिबात नाही. एक वेळ मी बोटीवरील ते सारे उतारू हाकलून देईन, पण तिला नाही हाकलणार.'' मग त्याने आपली टोपी डोक्यावरती चढवली, शून्यात नजर लावली व खेदाने आपली मान हलवित तो म्हणाला, ''त्या बिचारीच्या चेहऱ्याचा त्या राक्षसाने पार सत्यानाश केला आहे.'' मग परत त्याने आपली नजर निकोल्सनकडे रोखून पहात विचारले, ''काल रात्री तुम्ही तिला जे प्लॅस्टिक सर्जरीबद्दल सांगितलेत, ते कितपत खरे आहे?''

''मला त्याबद्दल फारसे कळत नाही. तिच्या चेहऱ्यावरील तो व्रण आता पक्का होण्याच्या आत प्लॅस्टिक सर्जन त्यावरती उपाय करून पाहू शकतील. पण ते काही चमत्कार घडवू शकणार नाहीत. अन् तसा दावा तेही करीत नाहीत.''

"मग जाऊ दे. तुम्ही तिला उगीच खोटी आशा दाखवू नका." अत्यंत दयाळू स्वभाव असलेला फाईंडहॉर्न हा तिचा चेहरा कोरण्याच्या प्रकाराने चिडला होता. तो पुढे म्हणाला, "आपण तिला आशा दाखवली आणि पुढे तिचा जर भ्रमनिरास झाला तर बिचारीला केवढा धक्का बसेल!"

"जाऊ दे, सर. तुम्ही मनाला लावून घेऊन नका. आधीच आपल्यापुढे अनेक समस्या आहेत. आपले मन स्थिर राहिले तर आपल्याला त्या समस्या सोडवता येतील. तेव्हा, खा, प्या व मजा करा. अशी वृत्ती ठेवली पाहिजे." मग थोडे थांबून निकोल्सन कॅप्टनला म्हणाला, "सर, आपण आपल्या मायदेशी, इंग्लंडला परत जाऊ शकू? तुम्हाला काय वाटते?"

कॅप्टन फाईंडहॉर्न यावरती त्याच्याकडे बराच वेळ नुसता पहात राहिला. त्याने आपल्या दोन्ही भुवया थोड्या जवळ आणल्या, डोळे बारीक केले. मग समजल्यासारखी मान हलविली आणि दुसरीकडे नजर वळवली. "काय गंमत आहे पहा, आपण प्रत्येक गोष्ट ही शांतता व स्थैर्य यांच्या संदर्भात जोखत असतो." असे तो पुटपुटत म्हणाला. काही क्षणांनी तो निकोल्सनला म्हणाला, "सॉरी. त्या नर्सेस, तो लहान मुलगा, प्रत्येक उतारू यांची जबाबदारी माझ्यावरती आहे. त्यांना सुखरूप कसे न्यायचे हाच विचार माझ्या मनात सूर्य उगवल्यापासून सारखा घोळतो आहे. मला दुसरे काही सुचेनासे झाले आहे." मग परत तो काही वेळ गप्प राहिला. त्याने दूरवरचे निरभ्र क्षितीज न्याहाळले आणि निर्हेतुकपणे तो म्हणाला, "जॉनी, किती चांगला दिवस उजाडला आहे."

"हो ना. मरण्यासाठीसुद्धा हा दिवस चांगला ठरेल," निकोल्सन विषण्णपणे म्हणाला. "ते जपानी अशा स्वच्छ दिवशी समुद्रावर विमानातून नजर ठेवतील किंवा त्यांचा पहारा चालूही असेल. फार काळ आपल्याकडे ते वळले नाही. पण ते बुटके जपानी बरेच कनवाळू आहेत बरं. आपल्याला ते खूप वाट पहायला लावणार नाहीत, असे वाटते."

पण जपान्यांनी तरीही त्यांना वाट पहायला लावलेच. खूप खूप वेळ वाट पहायला लावले. कदाचित तो वेळ खूप नसेल, कमीच असेल. तो वेळ काही तास, मिनिटे व सेकंद यामध्ये मोजता येत असेल. पण जेव्हा तणावाखालची माणसे, निराश झालेली माणसे आपल्यावर येणाऱ्या संकटाची, घाल्याची किंवा मृत्यूची थोडा काळ जरी वाट पाहू लागली तरी तो काळ त्यांच्या दृष्टीने प्रदीर्घ असतो. त्यावेळी घड्याळातील तास, मिनिटे व सेकंद या काळाच्या मापदंडाला काहीही अर्थ उरत नाही. त्यावेळी फक्त अपरिहार्यपणे येणाऱ्या संकटाची, मृत्यूची वाट पहाणाऱ्याची अधिरता पराकोटीला जाते. त्या अधिरतेला एक तीक्ष्ण धार येते. त्या धारदार

क्षणांवर प्रत्येकजण धडधडत्या हृदयाने जगू लागतो. तो भूतकाळ विसरतो, वर्तमानकाळातून पुढे जातो व अपेक्षित भविष्यकाळात मनाने थांबतो. अशा वेळी घड्याळाकडे पाहिले तर ते जीवघेण्या मंद गतीने चालले आहे असे वाटते. सेकंदाची मिनिटे होतात, तर मिनिटे ताणली जाऊन त्यांचे तासांमध्ये रुपांतर होते. असा एक तास जातो, मग दुसरा, मग तिसरा. येणार. आता कोणत्याही क्षणी जपानी विमाने येणार व या तेलवाहू बोटीवर बॉम्ब टाकून क्षणात एक आगडोंब उसळवणार. त्या आगीत आपली चिमुकली शरीरे भक्कन जळून खाक होणार. प्रत्येकजण नकळत आकाशाकडे अधूनमधून नजर टाकत होता. पण तिथे काहीही नव्हते. सारे आकाश रिकामे होते. ना जपानी विमाने होती, ना ढग होते. चमकणारी क्षितीजरेषा अगदी गुळगुळीत होती, रेखीव होती. कारण तिथे कुठेही बेट नव्हते की जमीन नव्हती. होता तो फक्त अथांग दर्या.

कॅप्टन फाईंडहॉर्नला ठाऊक होते की आत्ता या क्षणाला शेकडो जपानी विमाने आणि जहाजे सारा समुद्रपृष्ठ धुंडाळण्यासाठी बाहेर पडली असतील. पण त्यांना आपली बोट शोधण्यासाठी एवढा वेळ लागावा? या उशिराचे आकलन त्याला होईना. त्यांनी आदल्या दिवशीच *केरी डान्सर* बोटीवर हल्ला केल्यावर या ठिकाणचा सारा समुद्र पिंजून काढला असणार. अन् मग आता ते आणखी दक्षिणेला जाऊन समुद्र शोधत असतील. किंवा त्यांना वाटत असेल की आपली ही बोट वादळात बुडून गायब झाली असेल. पण जेव्हा असे अनेक तर्क त्याच्या डोक्यात उद्‌भवू लागले तेव्हा त्याला कळून चुकले की आपण केवळ आपल्या इच्छा तर्करूपाने मांडत आहोत. ते जपानी मात्र असले काही तर्क करणार नाहीत... पण ते काहीही असले तरी *विरोमा* बोट ही त्या अथांग सागरावरती आग्नेयाचा रोख धरून एकटीच वाटचाल करीत होती. सागराप्रमाणे आकाशातही तिच्या साथीला कोणीही नव्हते. एक तास गेला. आणखी एक तास उलटला. आता भर माध्यान्हीचा सूर्य आपल्या संपूर्ण तेजाने तळपू लागला होता. तो पेटलेला झगझगीत गोळा *विरोमा* बोटीच्या डोक्यावरून अगदी बरोबरीने चालला होता. अशा वेळी कॅप्टन फाईंडहॉर्नच्या मनात प्रथमच तो एक सुखद विचार आला. जर हा वेळ असाच जात राहिला, काहीही न घडता जात राहिला तर काळोखाच्या सुमारास आपण कारीमाता सामुद्रधुनी गाठू शकू. त्यातून आपण पलिकडच्या जावा समुद्रात प्रवेश करू. अन् मग मात्र ऑस्ट्रेलियाला सुखरूप पोचण्याची त्यावेळी आपल्याला आशा करता येईल. मग आपण या संकटातून सुटलो असे म्हणता येईल. अन् शेवटी आपणा सर्वांना आपापली घरे परत याची देही पहाण्याची संधी मिळेल. सूर्याने आता तो अत्युच्च कळसबिंदू पार केला. तो पश्चिमेकडची उताराची वाटचाल चालू लागला. दुपार हळूहळू संपू लागली. परत वेळेची ती तीव्र जाणीव मिनिटांच्या तुकड्यात होऊ

लागली. पाच मिनिटे उलटली. दहा मिनिटे गेली. पंधरा मिनिटे पार केली. वीस मिनिटे झाली. प्रत्येक मिनिट कॅप्टनला एका आल्हाददायक आशेकडे नेत होते. पण जेव्हा चोवीस मिनिटे झाली तेव्हा साऱ्या रम्य आशा पार धुळीला मिळाल्या. ती प्रदीर्घ प्रतीक्षा संपली होती.

नाळेच्या बाजूला जी विमानविरोधी तोफ होती ती चालवणाऱ्या गनरने प्रथम ते पाहिले. त्याला लांबवरती एक छोटा काळा ठिपका नैर्ऋत्येला दिसला. तिथे सूर्याच्या उष्णतेमुळे तापलेली हवा असल्याने एक धूसर पट्टा वाटत होता. क्षितीजापासून तो बराच वर होता. त्या पार्श्वभूमीवरती तो ठिपका अचानक उगवला. काही सेकंद तो तिथे तसाच हवेत स्तब्ध आहे असे वाटले. तो एक नगण्य व अर्थहीन काळा ठिपका म्हणून त्याकडे कोणीही दुर्लक्ष केले असते. पण पहाणाऱ्याच्या प्रत्येक श्वासाबरोबर तो ठिपका फुगत फुगत चालला. निरर्थक भासणारा तो ठिपका हळूहळू अर्थपूर्ण वाटू लागला. ठिपक्याचे रुपांतर अचानक एका ठाम आकारात होऊ लागले. अखेर काही सेकंदातच त्याला एका विमानाचा आकार आला. विमानाचे धड व पंख स्पष्ट कळू लागले. ते एक जपानी 'झिरो' जातीचे लढाऊ विमान होते. लांब पल्ल्याचा प्रवास करण्यासाठी त्याला पेट्रोलच्या जादा टाक्या बसवल्या असाव्यात. लांबून येणारा त्याच्या इंजिनाचा दबका आवाज आता कानावर पडू लागला. समुद्राच्या शांततेत तो आवाज विमानाचा आहे हे स्पष्टपणे जाहीर होत होते.

ते झिरो विमान घुंई आवाज करीत आपली गती यात्किंचितही न बदलता सरळ *विरोमा* बोटीच्या रोखाने येत होते. पण त्याने आपली उंची हळूहळू कमी कमी करावयास सुरुवात केली होती. प्रथम असे वाटले की ते विमान सरळ बोटीवरती चाल करून येणार. पण एक मैल अंतर आल्यावर त्याने स्टारबोर्ड बाजूला वळण घेतले, त्यासाठी उजवा पंख खाली व डावा पंख वर करून ते गोल वळू लागले. मग ते विमान बोटीभोवती चक्कर मारण्याच्या इराद्याने तसे करीत आहे हे लक्षात आले. त्याने प्रदक्षिणा मारताना बोटीवर हल्ला केला नाही की गोळी झाडली नाही. कॅप्टन फाईंडहॉर्नने आपल्या गनर्सना, तोफचींना सक्त हुकूम देऊन ठेवले होते की, काय वाटेल ते झाले तरी आपण प्रथम गोळ्या झाडायच्या नाहीत. त्या विमानविरोधी तोफेचे गोळे म्हणजे चांगल्या जाडजूड व लांबलचक गोळ्या होत्या. अन् त्यांचा साठा मर्यादित होता. त्यामुळे तो पुरवून वापरायचा होता. जर आपल्यावर हल्ला झाला तरच त्या तोफेतून गोळ्या झाडायच्या. जर बॉम्बर विमाने हल्ला करायला आली तर. त्यांच्यासाठी तो दारुगोळा राखून ठेवला होता. कॅप्टनने आपल्या बोटीचे नाव बदलून *सियुशू मारु* असे ठेवले होते. जपानी व इंग्रजी अशा दोन्ही भाषेत हे बोटीवर रंगवले होते. ही जपानी बोट आहे असे जपानी विमानाला वाटून ते फसावे अशी त्यामागे अटकळ होती. शिवाय बोटीवर जपानचा एक मोठा राष्ट्रीय ध्वज

लावला होता. त्या पांढऱ्या निशाणावर उगवत्या सूर्याचा एक मोठा लाल गोल रंगवला होता. या आधी *विरोमा* बोटीचे नाव बदलून *रेझिस्टेन्सिया* असे ठेवले होते आणि ही बोट अर्जेंटाईन रिपब्लिक या देशाची आहे असे वाटण्यासाठी त्या देशाचा ध्वज फडकत ठेवला होता. पण आता या समुद्रात जपान्यांचे वर्चस्व असल्याने जपानी नाव व जपानी ध्वज कॅप्टनने दोन दिवसांपूर्वीच वापरण्यास सुरुवात केली होती. पण असे करून जपानी विमाने किंवा बोटी फसण्याची शक्यता दहा हजारात एक एवढीच होती. कॅप्टनला याचीही जाणीव होती. असे काही करणे म्हणजे जपान्यांना तो एक निर्लज्जपणे केलेला उद्धटपणा अगर धिटाई वाटणार होती. पण काय करणार, शेवटी हा एक जीवन मरणाचा, अस्तित्वाचा प्रश्न होता. अन् तोही अनपेक्षितपणे करावा लागला होता. आता त्याचे परिणाम भोगणे प्राप्त होते.

ते झिरो विमान अगदी खालून उडत उडत दहा मिनिटे बोटीला अर्ध्या मैलांवरून प्रदक्षिणा घालीत निरीक्षण करीत होते. अचानक आणखी दोन झिरो विमाने नैऋत्येकडून उगवली. मग त्या तिन्ही विमानांनी एकत्र मिळून दोन वेळा बोटीला प्रदक्षिणा घातल्या. मग सर्वात पुढच्या वैमानिकाने एकदम बाजूला होऊन बोटीच्या मागेपुढे येरझाऱ्या केल्या. नाळेकडून मागे व परत मागून नाळेकडे अशा दोनदा येरझाऱ्या केल्या. त्यावेळी ते विमान बोटीपासून अवघ्या तीनशे फुटांवरून उडत होते. त्याने आपल्या डोक्यावरचे पारदर्शक छत नीट बाहेरचे दिसावे म्हणून मागे सारले होते. त्यामुळे कॅप्टनला ब्रिजवरून त्या वैमानिकाचा चेहराही क्षणभर पहाता आला. डोक्यावरचे शिरस्त्राण, कपाळावर सारलेला गॉगल आणि तोंडावर लावलेला वायरलेसचा माऊथपीस यामुळे तसा त्याचा चेहरा फारच थोडा उघडा होता. त्या वैमानिकाने बोटीच्या सर्व खाणाखुणा अगदी नीट बघून टिपल्या. मग त्याने विमानाचा एक पंख कलता करून एक अगदी जवळचे वळण घेतले आणि तो बाकीच्या दोन्ही विमानांना जाऊन मिळाला. त्या तिन्ही विमानांनी एक आकृतीबंध केला होता. ते जवळून पहाणी करणारे विमान त्या आकृतीबंधाच्या आघाडीवरती होते. मग त्याने आपले पंख खालीवर हलवून जणू काही बोटीला एक नकली सलाम ठोकला. नंतर ती तिन्ही विमाने वायव्य दिशेचा रोख धरीत आकाशात अधिक चढत चढत निघून गेली.

निकोल्सनने एक दीर्घ निःश्वास सोडला व तो कॅप्टन फाईंडहॉर्नकडे वळून म्हणाला, ''तो वैमानिक नशिबवान म्हटला पाहिजे. तो आपल्या एवढा जवळ आला होता की आपली ॲक ॲक गन चालू केली असती तर तिच्या तडाख्यातून तो वाचला नसता. त्याच्या चिंधड्या झाल्या असत्या.'' निकोल्सन 'ॲक ॲक गन' म्हणजे ॲन्टी एअरक्राफ्ट गन किंवा विमानविरोधी तोफ, म्हणत होता.

''खरं आहे.'' फाईंडहॉर्न आपले डोळे बारीक करून लांब अदृश्य होत

जाणाऱ्या विमानांकडे पाहून म्हणाला, "पण त्यामुळे काय झाले असते? आपल्याकडचा मौल्यवान दारुगोळा उगाच खर्च झाला असता. त्यातून तो वैमानिक आपल्यावर हल्ला करीत नव्हता की आपले काही नुकसान करीत नव्हता. तो जेव्हा लांबून आपल्याकडे येऊ लागला त्याचवेळी त्याने आपले जे नुकसान करायचे ते करून ठेवले. त्याने आपल्या बोटीचे वर्णन, पार अगदी बोटीच्या पत्र्याच्या रिव्हेटपर्यंत, त्यांच्या हेड क्वार्टरला कळवले असणार. त्यात आपल्या बोटीची दिशा, वेग, ठिकाण हेही आलेच. तो आपल्या जवळ यायच्या आधीच त्याने ही माहिती वायरलेसने कळवली. मगच तो आपल्या जवळ खात्री करून घेण्यासाठी आला. आपण जरी जपानी नाव व जपानी ध्वज धारण केला तरी ते त्यांच्या रजिस्टरवरून यातील खोटेपणा सहज ओळखतील." फाईंडहॉर्नने हातातील दुर्बिण खाली ठेवीत मोठ्या कष्टाने वळत म्हटले. तो पुढे म्हणाला, "आपण आपल्या बोटीचे वर्णन काही लपवू शकत नाही. आपले ठिकाणही लपवता येत नाही. पण आपण आता आपला मार्ग मात्र बदलू शकतो. २०० अंशातून बोटीचा रोख धरा, मिस्टर निकोल्सन. आपण आता दक्षिणेकडे 'मॅक्लीसफील्ड चॅनेल' कडे जाऊ या."

"आय, आय, सर." निकोल्सन म्हणाला. मग पुढे तो जरासा कचरत म्हणाला, "पण सर, त्याने असा किती फरक पडेल?"

"बरोबर आहे. फारसा नाही पडणार." फाईंडहॉर्नच्या आवाजात थोडासा कंटाळा प्रगट झाला होता. तो पुढे म्हणाला, "येथून सुमारे अडीचशे मैलांवरती कुठेतरी आत्ता बॉम्बर विमानांची तुकडी आपल्यावर हल्ला करण्यासाठी निघाली असेल. त्यात उंचावर बॉम्ब टाकणारी विमाने, टॉर्पेडो सोडणारी विमाने, सूर मारून बॉम्ब सोडणारी विमाने आता जपानी विमानतळावरून निघत असतील. ती मोठ्या संख्येने निघणार हे नक्की. कारण आपली ही अवाढव्य तेलवाहू बोट जर त्यांना बुडवता आली नाही तर त्यांची केवढी नाचक्की होईल. निदान त्यांना तरी तसे वाटेल. म्हणून त्यांनी हा प्रश्न प्रतिष्ठेचा केला असणार. आपली बोट बुडवणे त्यांना अत्यावश्यक वाटल्यामुळे ते मोठ्या संख्येने आपल्यावर विमाने सोडणार. जर आपण त्यांच्या कचाट्यातून निसटलो तर जपानचे जगात हंसे होईल. त्यांनी संपूर्ण पूर्व आशिया आपल्या अधिपत्याखाली आणून त्याची भरभराट करण्याचा चंग बांधला आहे. त्यांच्या या 'ग्रेट ईस्ट एशिया को-प्रॉस्पॅरिटी स्फिअर' मधे आपली बोट प्रवेश करून सहीसलामत निघून जाणे म्हणजे त्यांना मोठा तडाखा बसण्यासारखे आहे. कारण 'या भागात आमचे वर्चस्व असून आमच्या परवानगीशिवाय कोणीही येथे पाऊल टाकू शकत नाही' अशी गर्वोक्ती त्यांनी जाहीरपणे प्रगट केली आहे. एक पाश्चात्य देशांची बोट निसटून गेली तरी तरी सारी पाश्चात्य राष्ट्रे आपल्याला हसतील व जपानला कमी लेखतील अशी त्यांना भीती वाटणार." फाईंडहॉर्नने निकोल्सनकडे

टक लावत पाहिले. त्याच्या नजरेत अपरंपार दुःख भरले होते. तो म्हणत होता, "आय ॲम सॉरी, जॉनी. मला तो लहान मुलगा, त्या नर्सेस यांच्याविषयी वाईट वाटते. बिचारे ते सारेजण किती हाल भोगीत शेवटी आपल्या आश्रयाला आले. ते जपानी बोटीबरोबर यांनाही संपवणार. ते तसे क्रूर आहेत. त्यांनी ब्रिटनची 'प्रिन्स ऑफ वेल्स' आणि 'रिपल्स' ह्या बोटी अशाच बुडवल्या. ते आपल्या सर्वांचा विनाश करणार. यातना, विनाश व मृत्यू! ते याबाबतीत अगदी निर्दय आहेत. आता ते एका तासात येथे केव्हाही येतील."

"मग सर, तुम्ही बोटीची दिशा का बदलली?"

"मी दुसरे काय करू शकतो? यामुळे आपल्याला शोधण्यात त्यांची आणखी दहा मिनिटे जातील. तेवढी मिनिटे आपला मृत्यू पुढे ढकलला गेला बस्स. यामुळे आपण काहीतरी हालचाल आपल्याकडून प्रगट करतो आहोत, इतकेच. पण या हालचालीला काहीही अर्थ नाही. जेव्हा मेंढ्याच्यावरती लांडग्यांची टोळी तुटून पडते, तेव्हा त्या मेंढ्यासुद्धा अशीच तोंडे फिरवून पळून जाऊ बघतात. त्या पळून जाण्याचा काहीही उपयोग होत नसला तरी त्या तसेच करतात. शेवटी त्यांना फाडले जातेच. ते काही चुकत नाही." फाईंडहॉर्न एवढे बोलून क्षणभर थांबला. मग किंचित हसून म्हणाला, "मेंढ्यांच्यावरून आठवण झाली. प्लीज खाली जा आणि त्या बायकांना, त्या मुलाला व बाकीच्या आश्रितांना एकत्र करून कोठेतरी त्यातल्या त्यात सुरक्षित ठिकाणी हलव. बिचारे सारे दुर्दैवी जीव आहेत. शेवटी त्यांचा मृत्यू इथेच ठरला आहे तर."

दहा मिनिटांनी निकोल्सन ब्रिजवर परतला. फाईंडहॉर्न त्याच्याकडे अपेक्षेने पाहू लागला. त्याने विचारले, "सगळ्यांना नीट सुरक्षित ठिकाणी एकत्र केले ना?"

"केले. पण सगळ्यांना नाही." निकोल्सन आपल्या खांद्यावरील पदचिन्हातील तीन सोनेरी पट्ट्यांना स्पर्श करीत म्हणाला, "त्या सैनिकांनी माझे म्हणणे मानले नाही. ते बघा, आवाज ऐकू येत आहेत."

फाईंडहॉर्नला या बोलण्याचा अर्थ लागेना. तो कोड्यात पडून निकोल्सनकडे पाहू लागला. कान देऊन ऐकू लागला व मग मान हलवित म्हणाला, "ते कवायत करत वर येत आहेत."

निकोल्सन आपली मान होकारार्थी हलवित म्हणाला, "कार्पोरल फ्रेझर आणि त्याचे ते दोन सैनिक. जेव्हा मी सर्वांना स्वयंपाकघराच्या कोठीमध्ये नेऊ लागलो, तेव्हा त्या कार्पोरलने नकार देऊन आपण बोटीच्या रक्षणासाठी वरती येणार असल्याचे सांगितले. त्यांच्याजवळच्या तीन रायफली आणि एक सब-मशिनगन, एवढ्या हत्यारांनिशी ते हल्ल्याला तोंड द्यायला तयार आहेत. माझ्या विनंतीमुळे सुरुवातीला ते दुखावल्यासारखे झाले. 'मग आम्हा सैनिकांचा काय उपयोग?' अशी

त्यांची प्रतिक्रिया झाली. आपल्याजवळ वरती दोन ॲक ॲक गन्स आहेत. त्याच्या दसपट यांच्या हत्यारांचा नीट उपयोग होऊ शकेल.''

''अन् बाकीच्यांचे काय?''

''बाकीचे सैनिकही असेच म्हणत आहेत. ते आपापल्या बंदुका घेऊन मागच्या बाजूला गेले आहेत. ते चारजण आहेत आणि सारेजण अगदी पंचविशीतले तरुण आहेत. बाकीची आजारी माणसे ही दवाखान्यात आहेत. ती एवढी आजारी आहेत की त्यांना तेथून हलवता येणे शक्य नाही. अन् कुठेही हलवले तरी सारखेच म्हणा. म्हणून मी त्यांना दवाखान्यातच राहू दिले. शिवाय तिथे दोन नर्सेसही थांबल्या आहेत.''

''पण ते चार सैनिक. ते चार कसे? पाच असायला हवेत ना?'' फाईंडहॉर्नने आपल्या भुवया उंचावत म्हटले.

''होय, ते पाचजण होते. पण पाचव्याला मानसिक धक्का बसला असल्याने अजूनही तो त्यातून सावरला नाही, भानावर आला नाही. त्याचे 'ॲलेक्स' व पुढे काहीतरी, असे नाव आहे. तो पार कामातून गेला आहे. मी त्याला शेवटी फरफटत इतरांबरोबर कोठीत नेऊन टाकले. बाकीच्यांनाही मी निरनिराळ्या ठिकाणी नेऊन ठेवले आहे. फार्नहोम इंजिनियर्स ऑफिसमध्ये रहातो आहे. तो आपली ती जागा सोडायला नाराज होता. पण मी त्याला पटवून दिले की ती पॅन्ट्रीची कोठी ही एवढीच बोटीतली अशी जागा आहे की तिच्या सर्व बाजूने बोटीची इतर रचना आहे. त्यामुळेच तिला खिडक्या नाहीत. तिच्या भिंती जरी लाकडाच्या वाटल्या तरी ते लाकूड पोलादी भिंतीवर लावले आहे. तसेच तिच्या पुढच्या व मागच्या बाजूने जादा पोलादी भिंती असल्याने ती कोठी बोटीतील सर्वात भक्कम खोली आहे.''

फाईंडहॉर्न यावर चेहरा वाकडा करीत म्हणाला, ''तर असे हे आपल्याजवळचे सैन्य. शूर वीर. लढायला उत्सुक. पण जेव्हा का बॉम्ब पडून सारा धमाका उडू लागेल तेव्हा या तुटपुंज्या शूरांचा काय उपयोग! त्या बिचाऱ्यांना पुढच्या युद्धाची कल्पना नाही असे दिसते.''

''त्या फार्नहोमलाही याची कल्पना नाही.'' निकोल्सन म्हणत होता. ''पण त्याला कसली तरी चिंता लागून राहिली आहे, असे मला वाटते. कसल्या तरी गोष्टीची फार फार काळजी करतो आहे.'' निकोल्सन मान हलवित पुढे म्हणाला, ''खरोखर ती एक विक्षिप्त व चमत्कारिक वल्ली आहे, सर. तो त्या कोठीत आश्रय घ्यायला तयार झाला यामागे काहीतरी त्याचे वैयक्तिक कारण असावे अशी मला सारखी शंका येते. पण तो स्वत:चा जीव वाचवण्यासाठी धडपड करीत नाही. तसा तो भित्रा नाही, नक्कीच शूर आहे.''

''कदाचित तुमचा हा तर्क बरोबर असेल,'' कॅप्टन फाईंडहॉर्न खांदे उडवित

म्हणाला. ''असेना का तो विक्षिप्त. त्यामुळे आपले आत्ता काही बिघडत नाही. अन् तो डचमन व्हॅन एफिन?''

''तो डायनिंग-सलूनमध्ये आहे. त्याला असे वाटते आहे की सिरान आणि त्याची माणसे या येणाऱ्या धामधुमीत ऐन वेळी काहीतरी गडबड करण्याची संधी साधतील. म्हणून तो आपले पिस्तूल हातात घेऊन त्यांच्यावरती पहारा देतो आहे. त्यामुळे आता तीही काळजी आपल्याला नाही.'' मग निकोल्सन मंद हसत म्हणाला, ''मला व्हॅन एफिन हा भलताच तयार माणूस वाटला. अन् शिवाय तो सभ्य व सुसंस्कृत आहे.''

''सिरान व त्याची माणसे त्या डायनिंग-सलूनमधेच राहू दिलीत?'' फाईंडहॉर्न आपल्या ओठांवरून जीभ फिरवित म्हणाला, ''बापरे! त्या विमानहल्ल्यात ते डायनिंग-सलून तर हमखास सापडून उद्ध्वस्त होणार. ज्यांना आत्महत्त्या करायची आहे त्यांनी तिथे जाऊन खुशाल बसावे.''

यावर निकोल्सन काय बोलणार? त्याने फक्त आपले खांदे उडवून आपली असहायता दर्शवली. त्याचे निळे डोळे बाहेरच्या क्षितीजापाशी काहीतरी शोधू लागले होते.

शेवटी तो जपानी हल्ला आला. दुपारी दोनला बारा मिनिटे कमी असताना त्यांची विमाने घोंगावत आली. *विरोमा* बोट नष्ट करायला तीन किंवा चार विमाने पुरी होती. परंतु जपान्यांनी तब्बल पन्नास विमाने पाठवून दिली होती. आल्या आल्या त्यांनी वेळ घालवला नाही. उगाच पहाणी करण्यासाठी त्यांनी चकरा मारल्या नाहीत. किंवा वरून उंचावरून सोडलेले बॉम्ब नक्की कुठे पडतील याचा अंदाज घेण्यासाठी जे काही थोडेसे बॉम्ब उंचावरून टाकतात तेही टाकत बसले नाहीत. किंवा शत्रूला घाबरवून सोडण्यासाठी मुद्दाम त्याच्या आजूबाजूला भडिमार करण्यासारखी कृती त्यांनी केली नाही. ते सरळ नैर्ऋत्येकडून एक मोठे सफाईदार वळण घेऊन झेपावत आले नि धडाधड बोटीवर बॉम्ब सोडायला त्यांनी सुरुवात केली. याचा अर्थ तो हल्ला आधी नीट ठरवला गेला होता. ज्या वेगाने येऊन ते हल्ला चढवित होते त्यामागे त्यांची कठोरता, क्रौर्य व अमानुषपणा प्रगट होत होता. हवेत योग्य जागी येताच विमाने टोर्पेडो-बॉम्ब सोडत होती. पहिले जपानी झिरो विमान हे जेव्हा खाली येऊन डेकच्या पातळीला आले तेव्हा त्याच्या दोन्ही तोफांमधून ब्रिजच्या दिशेने दोन तोफगोळे डागण्यात आले. दुसऱ्याच क्षणाला ब्रिज पार उद्ध्वस्त झाला. सर्वात मोठे असलेले टॉर्पेडो बॉम्बर विमान खूप खाली आले होते. जेव्हा ब्रिज उद्ध्वस्त झाला तेव्हा ते पटकन वर गेले आणि एक पंख खाली करून तीव्र वळण घेऊन दूर गेले. कारण त्या विमानाने एक टॉर्पेडो बोटीच्या दिशेने सोडला होता. तीन

मिनिटात तो बोटीला जाऊन भिडणार होता. मग एक जोरदार स्फोट होणार होता. आपणच सोडलेल्या टॉर्पेडोच्या स्फोटात सापडू नये म्हणून ते विमान वर येऊन बाजूला झाले होते. त्या तीन मिनिटात त्या बारा हजार टन वजनाच्या अत्याधुनिक बोटीवरून त्या दोन विमानवेधी तोफा जिवाच्या कराराने विमानांच्या दिशेने गोळ्या झाडत होत्या. त्या अविरत, न थांबता सारखा ट्र ट्र ट्र ट्र आवाज करीत गोळ्या झाडत होत्या. पण तो प्रतिकार पन्नास गिधाडांपुढे अगदीच त्रोटक ठरत होता. तीन मिनिटांनी एक मोठा स्फोट होऊन सारी बोट उद्ध्वस्त होऊन गेली. तिच्यावरच्या दोन्ही तोफा गप्प झाल्या. सर्वत्र धुराचे लोट उसळले. बोटीचे इंजिन नष्ट झाले. बहुतेक सर्व कर्मचारी मेले किंवा मृत्यूपंथाला लागले. तो एक निर्घृण व नृशंस हल्ला होता. बॉम्बफेकीने ॲन्लो-अरब कंपनीची ती अत्याधुनिक तेलवाहू बोट म्हणजे शेवटी एक धातूचा उद्ध्वस्त ढिगारा झाला. त्या ढिगाऱ्यातून धुराचे लोट व ज्वाळा बाहेर पडत होत्या. तो हल्ला, तो विनाश हा केवळ बोटीसाठी होता असे नव्हे. जपानी वैमानिकांनी आपल्याला मिळालेल्या हुकूमांनुसार नुसताच बोटीवर हल्ला केला नव्हता, तर बोटीवरती जिथे जिथे माणसे काम करत असण्याची शक्यता होती तिथेही अगदी नेम धरून मारा केला. बोटीची इंजिन-रूम, ब्रिज, फॉर्वर्डकॅसल, गन पोझिशन्स या ठिकाणी त्यांनी अचूक नेम धरून बॉम्ब सोडले असल्याने त्या हल्ल्याला एक क्रूर व अमानुष स्वरूप प्राप्त झाले. तो साधा हल्ला न रहाता हिंस्त्र हल्ला झाला.

विरोमा बोटीवर दोन टॉर्पेडो व डझनभर बॉम्ब सोडले गेले होते. टॉर्पेडोमुळे बोटीचा संपूर्ण मागचा भाग लचका तोडल्यासारखा नाहीसा झाला होता. त्या मागच्या भागात, पार डेकपासून तळापर्यंत जे जे कोणी असतील ते सारे जीव ठार झाले होते. काय होते आहे ते कळायच्या आत त्यांच्या शरीराचे शतश: तुकडे तुकडे झाले. बोटीवरील दोन विमानविरोधी तोफा चालवणाऱ्या चौघांपैकी फक्त दोघेजण वाचले होते. त्यात जेन्किन्स हा एक अत्यंत कार्यक्षम व हुषार असा खलाशी होता. तो नाळेच्या बाजूला असलेल्या तोफेवरती काम करीत होता. कार्पोरल फ्रेझर हाही विमानविरोधी तोफ चालवित होता. तोही सुदैवाने वाचला. पण दुर्दैवाने त्याचा आधीपासून जखमी झालेला डावा हात तुटून दूर फेकला गेला. तो स्वत: आता अशक्त व दुर्बल झाला. त्याच मनालाही फार मोठा धक्का बसला. त्याच्या थोट्या हातातील एक मोठी शुद्ध रक्तवाहिनी भळाभळा वहात होती. तो रक्तस्त्राव थांबवण्याचा त्याचा केविलवाणा प्रयत्न चालला होता. कार्पोरल फ्रेझर कदाचित फार काळ जगू शकणार नव्हता.

ब्रिजवरती कॅप्टन फाईंडहॉर्न आणि निकोल्सन हे दोघे हातापायांचे मुटकुळे करून सुकाणूचक्राच्या एका पोलादी भिंतीला चिकटून बसले होते. ब्रिजवर पडलेल्या

गोळ्यांच्या माऱ्यामुळे व स्फोटांच्या आवाजामुळे ते सुन्न झाले होते, गुदमरून गेले होते. जपान्यांच्या भडिमारामागच्या योजनेची त्यांना आता अंधुकशी कल्पना आली. जपान्यांनी अवजड बॉम्बर विमाने का पाठवली आणि त्यांच्या दिमतीला 'झिरो' लढाऊ विमाने का मोठ्या प्रमाणात दिली, याचेही उत्तर त्यातून मिळत होते. जिथे बोट उद्ध्वस्त करायला तीन विमाने पुरेशी होती तिथे त्यांनी एकूण पन्नास विमानांचा ताफा का पाठवला, हेही त्यावरून समजून येत होते. त्यांनी ब्रिजवरती मशिनगनच्या गोळ्यांचा मारा केला, पण एकही बॉम्ब टाकला नाही. हा काही एक चमत्कार नव्हता. तसेच एकही पाणतीर, किंवा टॉर्पेडो, हा बोटीच्या पोटातील तेलाच्या टाक्यांना का लागला नाही याही कोड्याचे उत्तर मिळत होते. तेलवाहू बोटीच्या तेलाच्या टाक्या या मध्यभागी असतात, आकाराने विस्तृत असतात. एक पाणतीर जरी बोटीच्या मध्यभागी जाऊन भिडला तरी बोटीचे दोन तुकडे सहज होतात. भिडलेल्या पाणतीराने जरी बोटीला एरवी भगदाड पाडले तरी सबंध बोटीचे तुकडे होत नाहीत. पण तिथे जर ज्वालाग्राही तेल असेल तर मात्र त्याचा भडका उडून मोठा स्फोट होतो. एकाशेजारी एकेक असलेल्या सर्वच टाक्यांचा स्फोट होऊन आगीचा एकच आगडोंब उसळतो म्हणून इथे जर पाणतीर भिडून त्याचा झाला की बोटीचे दोन तुकडे व काही मिनिटातच त्यांना समुद्रात जलसमाधी. पण त्या ऐवजी जपान्यांनी फक्त बोटीच्या मागच्या भागवरती पाणतीर सोडले. बोटीत सर्वात मागे असलेली इंजिन-रूम उद्ध्वस्त झाली. त्यामुळे बोट आता कुठेही जाऊ शकणार नव्हती. पाय कापलेले जनावर जसे जागच्या जागी तडफडत रहाते तसे तिचे झाले होते. बोटीच्या नाळेच्या भागावरती विमानातून मशिनगनच्या गोळ्यांचा पाऊस पाडला गेला होता. पण बोटीचा मधला भाग, जिथे तेलाच्या अवाढव्य टाक्या होत्या, तो भाग सुरक्षित ठेवला गेला होता. पाय कापलेल्या व तोंड ठेचलेल्या जनावराजवळ आता फक्त धड उरले होते. त्या धडाच्या पोटात तेलाचा प्रचंड साठा होता. तिथे बॉम्ब पडणार नाहीत की गोळ्या पोचणार नाहीत याची काळजी घेतली गेली होती.

याचा अर्थ जपानी विमानांना बोटीचा विनाश घडवायचा नव्हता, तर तिला वाचवायचे होते, बुडवायचे नव्हते. पण त्याचबरोबर त्यांना बोटीचे कर्मचारी अजिबात नको होते. त्यासाठी त्यांनी असा हल्ला केला की जास्तीत जास्त माणसे ठार होतील. जर ती सर्व माणसे नष्ट करता आली तर? तर मग खाली उरेल ती एक उद्ध्वस्त तेलवाहू बोट. जिच्या मागच्या पुढच्या भागाचा पत्ता नाही आणि फक्त मधला भाग सुरक्षित राहिला आहे. त्या मधल्या भागातील नऊ अजस्त्र टाक्यांमध्ये कित्येक कोटी लिटर तेल भरलेले आहे. ह्या टाक्या सोडून बाकी सारी बोट जरी नष्ट झाली तरी तेलाच्या टाक्या मात्र तरंगत रहातील, बुडणार नाहीत. कारण तेल

पाण्यापेक्षा हलके असते. तेलाने भरलेल्या टाक्या पाणबंद असल्याने आतील तेल बाहेर किंचितही निसटून जाणार नाही, त्या पाण्यावर तरंगत रहातील. हे तेल नेण्यासाठी जर जपानी माणसे आली तर बोटीवरची वाचलेली माणसे या टाक्या शत्रूच्या हातात पडू नयेत म्हणून स्फोटाने उडवून देतील, नक्की उडवून देतील. म्हणून बोटीवरची माणसे आधी मारणे आवश्यक होते. त्यानंतरच तो बेवारशी तेलाचा अफाट साठा सुरक्षितपणे हाती पडणार होता. त्यातील दहा हजार टन तेल जपान्यांचे होणार होते. जहाज, रणगाडे व विमानांना लागणारे अत्यंत उच्च दर्जाचे तेल कित्येक लाख लिटर होते. जपान्यांनी विचारपूर्वक बोटीवर कौशल्याने हल्ला चढवला होता.

एकदम अचानक एक मोठा मोठा होत जाणारा, घरघराट करणारा आवाज आला. त्या खर्जातल्या आवाजाने कुणाचाही थरकाप झाला असता. एक जपानी बॉम्बर विमान परत हल्ला करण्यासाठी आले होते. त्यातून एक बॉम्ब व पाणतीर सुटला होता. त्या अवजड बॉम्बर विमानाच्या ताकदवान इंजिनाचा घरघराटही भीती निर्माण करीत होता. पण आता तो आवाज कमी कमी होत विरत चालला. बॉम्ब सोडण्याचे आपले काम करून ते विमान परत निघून चालले होते. नंतर एकदम शांतता पसरली. पण तीही एवढी अचानक पसरली की जणू काही ती एक कानठळ्या बसवणारी शांतता होती. कारण कानावरचा दाब व आवाज हे एकदम कुठेतरी खपकन घाव घालून बंद करावेत तसे बंद झाले होते. निकोल्सन हाताचा रेटा देत ओणवा झाला. त्याने आपले डोके जोरजोरात हलवले. जणू काही मघाचा तो हवेचा दाब आणि आठवणारा आवाज अजून त्याच्या कानात भरून राहिला होता, तो त्याला काढून टाकायचा होता. तिथे भरून राहिलेल्या धूर व धुरळ्यात तो गुदमरत होता. सुकाणूचक्राच्या मागच्या जाळीच्या दरवाज्याचे हँडल त्याच्या हाताला लागले. त्याला धरून तो कसाबसा उठून उभा राहिला. पण मघाशी बॉम्बर विमानाने हवेत सोडून दिलेला तो बॉम्ब सुंईऽ आवाज करीत ब्रिजच्या दिशेने आला. निकोल्सनने पटकन आपले अंग खाली टाकले. ती कृती झटपट व नकळत त्याच्याकडून घडली. समोरून येणाऱ्या संकटाचा धोका त्याच्या मनाने हेरला होता व मग त्याच्याकडून ती प्रतिक्षिप्त क्रिया घडली. तो बॉम्ब त्याच्या डोक्यावरून आवाज करीत गेला व एका फुटक्या खिडकीतून बाहेर पडला. तो पुढे चार्टरूमच्या पोलादी भिंतीवरती जाऊन धडकला. त्या क्षणी त्याचा मोठा स्फोट होऊन तिथल्या सर्व पोलादी गोष्टींच्या ठिकऱ्या ठिकऱ्या उडून त्या हवेत उंच उडाल्या. नंतर दोन तीन सेकंदात धातूच्या ठिकऱ्यांचा पाऊस सर्वत्र पडला. पण त्या आधी स्फोटाची एक दाबलहर सर्वत्र पसरून वाटेतील सर्व सुट्या व किरकोळ गोष्टींना दूर भिरकावून दिले गेले.

निकोल्सन जमिनीवरती तसाच काही सेकंद पालथा पडून राहिला. त्याने आपल्या कानांवरून डोक्यावर मागे हात धरून ठेवले होते. मनामध्ये तो स्वत:वरती चरफडत होता. सर्व जपानी विमाने हल्ला करून गेली, असे समजण्याची चूक आपण कशी केली? कोणत्याही हल्ल्यात काहीजण, किंवा काही तुकड्या मुद्दाम मागे ठेऊन उशिरा सोडल्या जातात. विमान हल्ल्यातही तसेच केले जाते. यामुळे पहिल्या हल्ल्यातून वाचलेले लोक 'सुटलो' असे समजून बाहेर पडतात व नेमक्या त्याच वेळी दुसरा हल्ला होत असल्याने त्याला बळी पडतात. बोटीवरील हल्ल्यात कोणीही कर्मचारी जिवंत उरू द्यायचा नाही हे जपान्यांचे यावेळी धोरण होते. हा एक मौल्यवान तेलाचा साठा त्यांना हवा होता. अन् तो उडवून दिला जाऊ नये, आपल्याकडून गमावला जाऊ नये, म्हणून जपान्यांनी काही 'झिरो' लढाऊ विमाने मुद्दाम मागे ठेवली होती. त्या लढाऊ विमानांना इंधनाच्या जादा टाक्या बसवल्या असल्या कारणाने ती विमाने खूप दूरचा पल्ला जशी गाठू शकत होती, तशीच ती बराच वेळही आकाशात घिरट्या घालत राहून अधूनमधून बोटीपाशी येऊन पहाणी करू शकत होती. निकोल्सन स्वत:वर चरफडत होता. पहिला हल्ला झाल्यानंतर का आपण एकदम उठलो? दुसऱ्या हल्ल्याची शक्यता माहिती असूनही ऐन वेळी आपण ते कसे काय विसरलो? याबद्दल तो स्वत:ला दोष देत होता. त्याला जपान्यांचा हेतू कळला होता. ती विमाने मधेच परतून कोणी जिवंत आहे असे दाखवणारी एखादी हालचाल टिपणार होती. डेकवर कोणी जिवंत व्यक्ती फिरकली तर पहाणार होती. मग पुन्हा एकदा बाँबहल्ला केला जाणार होता.

आता मात्र निकोल्सन सावकाश उठला. अत्यंत सावधगिरीने तो सभोवती पाहू लागला. त्या काच फुटलेल्या खिडकीमधून त्याने हळूच बाहेर डोकावले. पण त्याला समोरचे दृश्य ओळखीचे वाटेना. सर्वत्र उद्ध्वस्तता दिसत होती. बोटीच्या डोलकाठीची लांबलचक काळी सावली त्या दृश्यात त्याला कुठे दिसेना. ते दृश्य त्याला अनोळखी वाटू लागले. त्याने जोरजोरात डोके हलवून आपल्या मनातील गोंधळ दूर करायचा प्रयत्न केला. हळूहळू तो भानावर येत गेला. एकेका वस्तूचे पूर्वीचे मूळचे स्वरुप आठवू लागला. समोरचे सुकाणूचक्र फिरत नव्हते. एकाच जागी ते रुतल्यासारखे स्थिर होते. याचा अर्थ त्यांनी सोडलेल्या पाणतीरामुळे बोटीच्या मागच्या बाजूला असलेले सुकाणू मार बसून अडकल्यासारखे झाले असले पाहिजे किंवा नष्ट झाले असावे. म्हणजे येथून पुढे या उद्ध्वस्त बोटीला दिशा देता येणार नव्हती. ती समुद्राच्या प्रवाहानुसार व वाऱ्याच्या लहरीनुसार भरकटत जाणार होती. हल्ल्यापूर्वी बोटीने धरलेला मूळचा वेग कमी कमी होत आता *विरोमा* पूर्णपणे पाण्यात थांबून नुसती उभी होती. तिचा वेग कमी होताना ती सावकाश स्वत:भोवती वळत गेली होती. १८० अंशातून वळून तिने आपल्या आधीच्या दिशेला पाठ केली

होती. निकोल्सन बोटीची ही स्थिती नीट जाणून घेत होता. अचानक त्याला ते काहीतरी दिसले. परत एकदा दिसले. त्याला जे काही दिसले त्यामुळे त्याला *विरोमा* बोटीचे महत्त्व वाटेना. त्याने जे पाहिले त्यापुढे आकाशातील जपानी विमानांनी घेतलेल्या खबरदारीची हेटाळणी केल्यासारखी होती.

त्या बॉम्बर विमानांच्या वैमानिकांकडून केलेल्या अंदाजात कसलीही चूक झालेली नव्हती. पण ते जे काही झाले त्यामागे त्यांचे अज्ञान कारणीभूत होते. जेव्हा त्यांनी बोटीच्या पुढच्या भागावरती, फॉरवर्डकॅसलवरती पोलादी चिलखतांनाही भेदून जाणारे ते बॉम्ब सोडले आणि बोटीवरील विमानविरोधी तोफा व त्या चालवणारे तोफची यांना नष्ट केले तेव्हा त्यांची अशी समजूत झाली होती की त्यांनी फक्त तिथले कर्मचारी नष्ट करण्याचे आपले ठरलेले काम पुरे केले आहे. परंतु आणखीही एक गोष्ट, एक मोलाची गोष्ट, त्या धमाक्यात नष्ट झाली होती. वरचा डेक आणि खालचा डेक यांच्यामध्ये मागच्या बाजूला जी पोकळी होती ती एक रिकामी जागा आहे, तिथे डेकखाली अनेक कर्मचारी असणार असा जपान्यांचा समज झाला होता. त्यामुळे त्यांनी डेक भेदून जाणारा बॉम्ब वरून सोडला होता. प्रत्यक्षात तिथली जागा रिकामी नव्हती. ती पोकळी भरून काढली गेलेली होती. तिथे पिंपे ठेवली होती. त्या पिपांमध्ये विमानांना लागणारे 'हाय ऑक्टेन' हे इंधन होते. ते एक अत्यंत उच्च दर्जाचे पेट्रोल होते. नेहमीच्या पेट्रोलपेक्षा ते अधिक ज्वलनशील व अधिक उष्णता निर्माण करणारे असते. अशी शेकडो पिंपे तिथे ठिच्चून भरलेली होती. त्या जागेखाली जी नेहमीची टाकी होती, किंवा 'होल्ड' होते, त्यामध्येही तसलेच अति ज्वालाग्राही हाय ऑक्टेन हे पेट्रोल भरलेले होते. कित्येक लाख लिटर इंधनाचा तो साठा होता. महायुद्धाच्या काळात याच इंधनावाचून अनेक विमाने उडू शकत नव्हती. सिंगापूर जवळील सेलेनगर विमानतळावरील अशी शेकडो विमाने जपान्यांच्या हवाई हल्ल्यापुढे काहीही करू शकली नाही. शेवटी जपान्यांनी वरून बॉम्ब टाकून ती विमाने नष्ट केली होती.

त्या जपानी बॉम्बर विमानाला डेकखालच्या इंधनाच्या साठ्याचा पत्ता नव्हता. तसा अंदाज करणेही त्यांना शक्य नव्हते. त्यांनी नेमका तिथे बॉम्ब टाकून दिला. अन... मग नको तेच झाले. तो साठा पेटला. पिपे धडाधड फुटून आतील पेट्रोल जळू लागले. त्यांच्या ज्वाला १०० ते २०० फूट उंच हवेत चढल्या. त्या स्तब्ध हवेत त्या ज्वाळेचा एक उभा स्तंभ हवेत चढला होता. त्यातून अत्यंत प्रखर उष्णता बाहेर पडत असल्याने एक तेजस्वी पांढऱ्या रंगाचा स्तंभ हवेत उभा आहे असे भासत होते. भर दुपारच्या उन्हात फक्त तोच स्तंभ एवढा झगझगीत वाटत होता की त्यापुढे आसमंतातील इतर साऱ्या गोष्टी ह्या जवळजवळ अदृश्य झाल्यासारख्या वाटत होत्या. त्या प्रकाशात बोटीवरील सर्व गोष्टींच्या छाया नाहीशा झाल्या होत्या.

पुढच्या बाजूला असलेल्या डोलकाठीची सावली का पडली नाही याचे खरे कारण ह्या ज्वाळांचा प्रखर प्रकाश होता. त्या ज्वाळांचा स्तंभ त्या डोलकाठीच्या उंचीचा झाला होता. त्याच्या टोकाला अनेक जिभा वळवळत होत्या. त्यांच्यातून मंद निळ्या रंगाचा धूर बाहेर पडत होता. प्रत्येक क्षणाला एकेक नवीन पिप तापून स्फोट पावत होते व त्या ज्वाळेत भर घालत होते. असे सारखे एकामागोमाग पिपांचे स्फोट होऊन ती ज्वाला सतत धगधगत रहात होती. निकोल्सनला ठाऊक होते की, आता कुठे ह्या आगीला सुरुवात झाली आहे. जेव्हा एकेक पिपांचा स्फोट होण्याऐवजी डझनवारी पिपे फुटू लागतील तेव्हा त्या आगीने खरे रौद्र रुप धारण करायला सुरुवात केली असेल. मग त्या खाली असलेल्या टाकीमधील तसलेच इंधन हेही पेटून उठेल. नव्हे त्या टाकीचा कदाचित स्फोटही होईल. त्यावेळी जणू काही एखाद्या दारुगोळ्याच्या कोठाराचा स्फोट व्हावा तसे सारे घडेल. त्या आगीची धग आता निकोल्सनला जाणवू लागली. त्याने एकदा त्या आगीकडे नीट निरखून पाहिले आणि हा सारा प्रकार किती वेळ चालेल याचा अंदाज घेतला. पण तसा अंदाज करणे केवळ अशक्य होते. कदाचित दोन मिनिटात खालच्या टाकीचा स्फोट होईल किंवा कदाचित त्यासाठी वीस मिनिटेही लागतील. आगीचा नेम नव्हता. तेलाच्या टाक्या बनवताना त्या एवढ्या चिवट, कणखर व आगीला दाद न देणाऱ्या बनवण्याची काळजी घेतलेली असते. परंतु गेल्या दोन वर्षातील महायुद्धामधील उदाहरणे पहाता निकोल्सनचा या टाक्यांवरचा विश्वास उडालेला होता... पण काही झाले तरी पुढील वीस मिनिटात जे काही व्हायचे ते होऊन जाणार होते.

निकोल्सनचे लक्ष एकदम डेकवरील एका हलत्या गोष्टीने वेधून घेतले. डेकवर असंख्य पाईपांचे जाळे तयार झाले होते. त्या जाळ्यांमधून एका आकृतीची हालचाल मंदपणे होत होती. तो एक माणूस होता. त्याच्या अंगात फक्त चिंध्या लोंबत होत्या. त्या चिंध्यांच्या कडांमधून धूर येत होता. त्या पाईपांच्या जाळ्यामधून तो अडखळत कसा तरी मार्ग काढीत होता. ते करताना त्याला खूपच कष्ट होत असावेत. तो एका शिडीकडे जाण्याचा प्रयत्न करीत होता. ती शिडी वरती कॅटवॉककडे जात होती. त्याला समोरचे नीट दिसत नसावे. म्हणून तो सारखा अधूनमधून आपल्या हाताच्या कोपऱ्याच्या पुढच्या भागाने डोळे पुसत होता. तो कसाबसा त्या शिडीच्या पायथ्यापर्यंत पोचू शकला. मग वर चढताना एकेका पायरीवरती तो आपले शरीर खेचू लागला. शेवटी तो वर आला व कॅटवॉकवरून वाकून तोल संभाळत तो चालू लागला. त्याचा रोख ब्रिजकडे असावा. तो आता बऱ्यापैकी पुढे आल्यावर निकोल्सनने त्याला ओळखले. तो जेन्किन्स हा खलाशी होता. बोटीच्या पुढच्या भागावरील विमानविरोधी तोफ चालवण्याचे काम त्याच्याकडे होते. निकोल्सनला एकदम ओरडून त्याला हाक मारण्याची उबळ आली. पण जसे त्याला निकोल्सनने पाहिले होते तसेच

त्याला आणखीही कुणी पाहिले होते. वरून एक झिरो विमान झेपावत खाली आले व ते मशिनगनचा मारा करून निघून गेले. जेन्किन्स एकदम खाली झोपला व त्याने खालच्या कॅटवॉकच्या एका तुळईला घट्ट मिठी मारली.

यावेळी मात्र निकोल्सनने हालचाल करण्याची चूक केली नाही. त्याने एकदम आपले अंग खाली झोकून दिले. वरून जपानी विमाने बोटीवर नजर ठेवून आहेत व ती कोणाचीही हालचाल दिसताच त्याच्यावर हल्ला करतात. कारण त्यांना बोटीवर एकही जिवंत माणसू उरू द्यायचा नव्हता. त्या सुकाणूचक्राच्या खोलीवर तर विमानांची सक्त नजर होती. तिथे आत जाणे म्हणजे आत्महत्त्या करण्यासारखे होते. त्या खोलीत हालचाल दिसली की लगेच आकाशातून ती जपानी गिधाडे खाली झेपावून गोळ्या झाडणार. परंतु आपण नुसते उठून उभे राहिलो तरीही कदाचित वरून टिपले जाण्याची शक्यता होती. मग आता जेन्किन्सचे काय झाले असेल? ते कळण्यासाठी तरी उठावे काय? परंतु जेन्किन्स स्वत:ची काळजी घेण्यास समर्थ आहे. ज्याअर्थी तो ब्रिजकडे येण्याची खटपट करतो आहे त्याअर्थी तो सर्व प्रकारची काळजी घेऊन मगच इकडे येणार. परंतु त्याला नीट दिसत नाही. अन् ही गोष्ट मात्र नक्कीच काळजी करण्याजोगी होती. जर जेन्किन्स उठून पळू लागला तर त्याच्यावर आकाशातून गोळ्या झाडल्या जाणार होत्या. जर काहीही हालचाल न करता तो नुसता पडून राहिला तर? तरीही त्याला धोका होता. कारण त्या हाय ऑक्टेन या इंधनाच्या साठ्याला आग लागली होती आणि तो आगीच्या जवळ आला होता. कोणत्याही क्षणी स्फोट होऊन त्यात तो जळून खाक होणार होता.

निकोल्सनने आपले डोके हलवून समोरच्या धुरातून पहायचा प्रयत्न केला. बॉम्बस्फोटातील कॉर्डाईट या जळालेल्या द्रव्याचा वास सर्वत्र भरून राहिला होता. त्याने डोके हलवून त्या वासातून जराशी सुटका करण्याचा प्रयत्न केला. तो मग कसाबसा उठून बसला. समोरच्या सुकाणूचक्राची खोली मोडून गेली होती व अर्धवट जळाली होती. त्याने तिच्याकडे पाहिले व आजूबाजूला नजर फेकली. त्याच्याखेरीज आणखीही चार माणसे जिवंत होती. काही क्षणापूर्वी तर तीनच माणसे जिवंत होती. तो बोट्समन मॅकिनॉन तिथे होता. जेव्हा शेवटचा बॉम्ब ब्रिजमध्ये घुसून फुटला तेव्हा तो नुकताच तिथे आला होता. तो चार्टरूमच्या उंबरठ्यावरती अर्धवट ओणवा झालेला दिसत होता. आता तो हाताच्या एका कोपरावर भार देऊन डोके उचलून आजूबाजूला बघत होता, अंदाज घेत होता. सुदैवाने त्याला काहीही झाले नव्हते. पण झोपून पुढे सरकताना तो सावधगिरी बाळगत होता.

"तुमचे डोके खाली करा." निकोल्सन त्याला ओरडून म्हणाला, "तुम्ही जर उठून उभे राहिलात तर विमानातून पहाणाऱ्यांना ते कळते." निकोल्सनला आपला

आवाज असा खर्जातला कसा काय येतो आहे याचे आश्चर्य वाटले.

सुकाणूचक्र चालवणारा क्वार्टरमास्टर हा इव्हान्स होता. बॉम्बहल्ल्याच्या वेळी तो ते चाक चालवत होता. सुदैवाने तो वाचला. लांबून विमान येताना पाहून त्याने एकदम खाली बसकण मारली होती. डकबोर्ड जाळीवर तो बसला होता. त्याची पाठ सुकाणूचक्राकडे होती. तो जपान्यांना शिव्याशाप देत होता. त्याचे ते शिव्याशाप देणे हे सतत व हळू आवाजात चालले होते. त्याच्या डोक्याला एक भली मोठी जखम झाली होती व त्यातून वहाणारे रक्त त्याच्या गुडघ्यावर गळत होते. पण तो तिकडे लक्ष देत नव्हता. त्याच्या डाव्या हाताच्या मनगट व कोपर या मधील भागावर एक लांबलचक जखम झाली होती. तो रक्तप्रवाह बंद करण्यासाठी आपल्या पांढऱ्या शर्टाच्या पट्ट्या फाडून तो बांधत होता. आत्तापर्यंत त्याने अनेक वेळा तसे केले होते. कारण, आता त्याच्या अंगात एक चिंध्या झालेला लहान शर्ट होता. अन् वरून गळणाऱ्या रक्तामुळे तोही लाल होत चालला होता. त्या पट्ट्यांची एक झोळी बनवून ती गळ्यात अडकवून त्यात त्याला आपला हात ठेवायचा होता. त्याची ती हातावरची जखम किती खोल होती ते समजायला मार्ग नव्हता. परंतु त्यावरती बांधली जाणारी प्रत्येक पांढरी पट्टी ही चटकन लाल होऊन जात होती.

व्हॅनिअर हा जमिनीवरती एका कोपऱ्यात पडून होता. निकोल्सन त्याच्याकडे रांगत गेला व त्याने त्याचे डोके उचलून पाहिले. त्या फोर्थ ऑफिसरच्या कपाळावरती कोपऱ्यात एक जखम झाली होती. बाकी त्याला काहीही झाले नव्हते. पण तो बेशुद्ध होऊन पडला होता. त्याचा श्वास मात्र हळू व एका संथ लयीत चालला होता. अन् हे एक चांगले लक्षण होते. निकोल्सनने त्याचे डोके हळूच खाली जमिनीवरती ठेवून दिले. मग तो कॅप्टन फाईंडहॉर्नला शोधू लागला. त्याने इकडेतिकडे पहाताच त्याला तो दिसला. एका भिंतीला टेकून तो बसला होता. आपल्या हाताची बोटे पसरून त्याने दोन्ही पंजे जमिनीवरती ठेवले होते. त्या वृद्ध कॅप्टनचा चेहरा पांढरा व निस्तेज पडला होता. निकोल्सनच्या मनात आले की, या असल्या जीवघेण्या युद्धाच्या खेळाला तोंड देण्याइतपत त्याचे वय राहिलेले नाही. कॅप्टनने व्हॅनिअरकडे पाहून 'त्याचे कसे काय आहे?' अशा अर्थी हावभाव करून निकोल्सनला विचारले.

"सर, त्याच्या मनाला फार मोठा धक्का बसला आहे. तो अर्धवट शुद्धीत आहे. पण सुदैवाने आपल्यासारखाच तोही जिवंत आहे." निकोल्सन शक्य तितक्या हुरूप आणणाऱ्या आवाजात कॅप्टनला म्हणाला. पण याहीवेळी त्याला आपला आवाज अजिबात ओळखता आला नाही, इतका तो बदलून गेला होता. पुढे बोलायचा तो एकदम थांबला. कारण फाईंडहॉर्न हा उठण्याच्या हेतूने पुढे वाकू लागला होता. आपल्या हाताच्या पंजावर त्याने दाब देताच त्याची नखे पांढरी पडली होती. निकोल्सन एकदम ओरडून म्हणाला, "सर, उठू नका. जिथे आहे तिथेच थांबा.

तसेच पडून रहा. तुम्ही जराशी जरी हालचाल केली तर ती टिपण्यासाठी बाहेर जपानी घिरट्या घालीत आहेत.''

आपण हललो तर कमी उंचीवरून बोटीभोवती घिरट्या घालणाऱ्या जपानी वैमानिकांना कळून येईल, ही बाब कॅप्टनला बरोबर समजली. त्याने आपली मान 'कळले' या अर्थी हलवली व तो आहे त्याच स्थितीत बसून राहिला. प्रत्युत्तरादाखल तो काहीही बोलला नाही. निकोल्सन त्याला विचारीत होता, ''आपण ठीक आहात ना, सर?''

पुन्हा फाईंडहॉर्नने आपली मान हलवली व बोलण्याचा प्रयत्न केला. पण त्याच्या तोंडून आवाज उमटेना. फक्त त्याऐवजी एक चमत्कारिक खोकल्याचा आवाज त्याच्या घशातून उमटला. मग त्याचे ओठ एकदम विलग झाले व त्यातून रक्ताचे बुडबुडे बाहेर येऊ लागले. ते रक्त त्याच्या हनुवटीवरून ओघळत त्याच्या पांढऱ्या स्वच्छ शर्टावर हळूहळू पडू लागले. ते पहाताच निकोल्सन एकदम आपल्या पायावर ओणवा झाला व अडखळत रांगत कॅप्टनपाशी गेला.

जवळ आलेल्या निकोल्सनकडे पाहून फाईंडहॉर्नने स्मित केले व बोलण्याचा प्रयत्न केला. पण पुन्हा यावेळीही त्याच्या तोंडून रक्ताचे बुडबुडे बाहेर आले. तो थोडासा खोकला. पण त्या खोकल्यावाटे जास्त रक्त त्याच्या तोंडून बाहेर पडले. ते रक्त चकचकीत लाल रंगाचे होते. म्हणजे ते शुद्ध रक्तवाहिनीतून, एखाद्या धमनीमधून बाहेर पडले असावे. त्याचे डोळे निस्तेज दिसू लागले.

ते पहाताच निकोल्सन चटकन पुढे झाला व कॅप्टनच्या शरीराला चाचपून कुठे काही जखम झाली आहे का ते घाईघाईने तपासू लागला. प्रथम त्याला कुठेही तशी मोठी जखम जाणवली नाही. मग एकदम त्याला कॅप्टनच्या असहाय्यतेचे कारण समजले. कॅप्टनच्या शर्टावर रक्त गळत नव्हते. तर ते शर्टाच्या आतून येऊन शर्ट भिजवून टाकत होते. त्याने नीट निरखून पाहिले तेव्हा त्यामागचे कारण त्याला दिसले. कॅप्टनला पूर्णपणे वर्तुळाकार असे एक भोक पडले होते. ते भोक तसे लहान होते, नगण्य वाटावे इतके लहान होते. निरुपद्रवी वाटणारे ते भोक त्याच्या छातीवर मध्यभागी पडले होते. सर्वात खालच्या बरगडीच्या डावीकडे इंचभर अंतरावर ते होते. पण हृदयाच्या वरती दोन इंचावर होते.

■

७

निकोल्सनने आपल्या दोन्ही हातांनी कॅप्टन फाईंडहॉर्नच्या खांद्याला अल्लाद व काळजीपूर्वक धरून त्याची बसण्याची स्थिती अधिक आरामशीर केली. मग त्याने मदतीच्या अपेक्षेने बोट्समन मॅकिनॉनकडे पाहिले. तो केव्हाच रांगत रांगत तिथे येऊन पोचला होता. कॅप्टनच्या शर्टावर उमटलेल्या रक्ताच्या डागांकडे तो लक्षपूर्वक पाहू लागला. तो लाल डाग हळूहळू मोठा होत चालल्याचे मॅकिनॉनच्या लक्षात आले. त्याच्या चेहऱ्यावरील गंभीर भाव निकोल्सनने टिपले. त्याला कॅप्टनची काळजी वाटू लागली. मॅकिनॉनने काहीही न बोलता आपल्या खिशातून चाकू बाहेर काढला आणि कॅप्टनच्या शर्टाच्या पाठीवर त्याने नीट छेद घेऊन दोन पट्ट्या काढून घेतल्या. मग त्याने आपला चाकू मिटवून खिशात ठेवला. त्याने कॅप्टनच्या पाठीचे नीट निरीक्षण केले. मग वर निकोल्सनकडे पहात त्याने आपली मान हलवली. निकोल्सनने परत काळजीपूर्वक व हळूवारपणे कॅप्टनची पाठ भिंतीला टेकवून ठेवली.

"काही उपयोग नाही ना?" कॅप्टनने मोठ्या कष्टाने कसेबसे आपल्या जखमेबद्दल विचारले. त्याचा आवाज खूप खोलातून व पुटपुटल्यासारखा येत होता. कारण त्याच्या घशात कुठून तरी रक्त येऊन जमा होत होते.

"तशी ती दुखापत गंभीर नक्कीच आहे. पण वाटते तेवढी गंभीर नाही." निकोल्सन काळजीपूर्वक शब्दरचना करीत म्हणाला. "फार दुखते आहे का, सर?"

"नाही," फाईंडहॉर्नने आपले डोळे क्षणभर मिटले व उघडले व म्हटले, "मला खरे काय ते सांगा. ती जखम बरी होईल काय? ती आरपार झाली आहे का?"

निकोल्सन एखाद्या डॉक्टरच्या निर्विकार आवाजात म्हणाला, "नाही सर, ती आरपार जखम नाही. ती आत फुफ्फुसापर्यंत खोल गेलेली आहे. मला वाटते की पाठीकडच्या बरगडीपर्यंत जाऊन थांबली असावी. तेथपर्यंत जाऊन ती दुरुस्त करावी

१४८ । साऊथ बाय जावा हेड

लागणार असे दिसते.''

''थँक यू.'' कॅप्टन म्हणाला. निकोल्सनने ते सत्य खूप सौम्य करून कॅप्टनला सांगितले होते. ती खोल जखम बरी करणे हे एका सुसज्ज ऑपरेशन थिएटरमध्येच शक्य होते. फाईंडहॉर्नच्या हे लक्षात आले की नाही ते समजायला मार्ग नव्हता. अन् जरी त्याच्या ते लक्षात आले तरी तो कधी तसे शब्दात बोलून दाखवणारा नव्हता. निदान आत्ता तरी नक्कीच नाही. तो परत एकदा मोठ्या कष्टाने खोकला आणि त्याने हसायचा प्रयत्न केला. मग अडखळत अडखळत तो म्हणाला, ''माझ्या जखमेची एवढी घाई नाही. पण बोट कशी आहे, मिस्टर निकोल्सन?''

''अजून तरी तरंगत आहे,'' निकोल्सन स्पष्टपणे सांगू लागला. मग जिकडे ज्वाळा उसळल्या होत्या तिकडे आपला अंगठा करून म्हणाला, ''तुम्ही ती आग बघा. आपण जर नशिबवान असू तर पंधरा मिनिटात ती विझेल. आम्हाला खाली जायची परवानगी आहे का, सर?''

''अर्थात, अर्थात! मी तरी दुसरे काय करणार?'' असे म्हणून फाईंडहॉर्न उठायचा प्रयत्न करू लागला. परंतु मॅकिनॉनने त्याला दाबून धरून ठेवले आणि हळू आवाजात आत्ताची परिस्थिती काय आहे ती सांगितली. निकोल्सनने अधिक खुलासेवार सांगावे यासाठी त्याने त्याच्याकडे अपेक्षेने पाहिले. पण निकोल्सनकडून तो खुलासा सांगितला जाण्याची गरज उरली नाही. वरून एक विमान सूर मारून खाली आले. त्याच्या इंजिनाचा आवाज एकदम आल्याने सारेचजण दचकले. त्या विमानातून मग धडाधड गोळ्या झाडल्या गेल्या. काही गोळ्या ब्रिज भेदून गेल्या. तर काही त्या सर्वांच्या डोक्यावरून गेल्या. एका गोळीने चार्टरूमच्या दाराचा वरचा भाग उडवून दिला. फाईंडहॉर्नने उठून पहाण्याचा प्रयत्न केला नाही. त्याऐवजी मॅकिनॉनकडे पहात त्याने अर्धवट स्मित हास्य केले. मग निकोल्सनशी बोलण्यासाठी तो वळला. परंतु तिथे निकोल्सन थांबला नव्हता. तो केव्हाच खाली निघून गेला होता. त्याच्या मागे ते चार्टरूमचे मोडके दार एका बिजागरीवरती मागेपुढे हलत राहिले होते.

निकोल्सन मधल्या शिडीवरून एकदम घसरत खाली गेला. मग पुढे जाऊन त्याने बोटीच्या उजव्या बाजूचे दार उघडून डायनिंग-सलूनचे दार उघडून आत पाऊल टाकले. व्हॅन एफिन तिथे दरवाजापाशीच खाली जमिनीवरती बसलेला होता. त्याच्या हातात ते पिस्तूल होते. बाहेरच्या बॉम्बिंगमुळे त्याला कसलीही दुखापत झाली नव्हती. तो इथे कुठे आपटला नव्हता की त्याचा कोणाशीही संघर्ष उडाला नव्हता. दार उघडले जाताच त्याने वर मान करून पाहिले.

तो म्हणाला, ''मिस्टर निकोल्सन, बाहेर भलताच आवाज होतो आहे. जे काय चालले ते शेवटी थांबले की नाही?''

''होय, थोडे फार थांबले आहे. पण ही बोट आता कामातून गेली आहे. संपली

आहे. अजूनही बाहेर दोन तीन झिरो विमाने घिरट्या घालीत आहेत. पार शेवटचा माणूस त्यांना टिपून मारायचा आहे. बरं, इथे काही अडचणी आल्या?''

''त्यांच्याबरोबर?'' असे म्हणून व्हॅन एफिनने आपल्या पिस्तूलाची नळी *केरी डान्सर*च्या कर्मचाऱ्यांकडे तुच्छतेने करीत म्हटले. त्यांच्यापैकी दोघेजण टेबलाखाली बसले होते. ''त्यांना आता आपल्या जिवाची काळजी वाटत आहे.''

''कोणाला काही दुखापत झाली?''

व्हॅन एफिनने आपले डोके नकारार्थी हलवित म्हटले, ''मिस्टर निकोल्सन, सैतान आपल्या लोकांची नेहमीच काळजी घेत असतो.''

निकोल्सन तिथून जाण्यासाठी निघाला. तो डाव्या बाजूच्या दरवाजाकडे जाता जाता म्हणाला, ''ही बोट कधीतरी बुडेल. आम्ही ती फार काळ रोखून थांबवून धरू शकत नाही. आपल्या या मंडळींना गोळा करून वरती पॅसेजमध्ये आणून तात्पुरते ठेवा. तिथली जाळीची दारे उघडू नका–'' निकोल्सन बोलता बोलता एकदम थांबला. डायनिंग-हॉलला लागून पलीकडे स्वयंपाकघर होते. तिथून डायनिंग हॉलमध्ये अन्नपदार्थ देण्यासाठी भिंतीला एक लाकडी झडप होती. डायनिंग-हॉल व पॅन्ट्री यांच्यामध्ये एक लाकडी पार्टिशन होती. ती लाकडी झडप आता बंद होती. पण त्या झडपेला व पार्टिशनला जागोजागी गोळ्या लागून भोके पडली होती. अनेक ठिकाणी ते पार्टिशन पूर्णपणे उद्ध्वस्त झाले होते.

त्या भोकांमधून धुराचा व आणखी कसलातरी चमत्कारिक वास बाहेर आलेला निकोल्सनला जाणवला. शिवाय वासाबरोबर कोण्या लहान मुलाचे हुंदके देत रडणेही त्याला ऐकू आले. त्या रडण्याचा आवाज दबका, कोंडलेला त्याला वाटला.

एका क्षणात पलीकडच्या धोक्याची जाणीव निकोल्सनला झाली व तो ताबडतोब तेथून बाहेर पडला. पॅसेजमध्ये जाऊन त्याने स्वयंपाकघराचे दार उघडण्याचा प्रयत्न केला. पण ते आतून बंद होते. किंवा आत्ताच्या बॉम्बिंगच्या धामधुमीत मार खाल्ल्याने ते गच्च अडकून बसले असावे. काहीका असेना, ते दार उघडत नव्हते आणि पलीकडची परिस्थिती कदाचित आणखी गंभीर होत चालली असावी. निकोल्सनने इकडे तिकडे पाहिले. पॅसेजच्या भिंतीला आग विझवायची साधने लावून ठेवली होती. त्यात एक कुऱ्हाडही लावून ठेवली होती. निकोल्सनने ती उचलली व स्वत:भोवती फिरवत त्याचा एक घाव त्या दाराच्या अंगच्या कुलूपावरती घातला. त्याच्या तिसऱ्या प्रहारानंतर ते कुलूप तुटले. मग ते दार खाडकन उघडले गेले व आतल्या भिंतीवर दाणकन आपटले.

त्याने आतले जे दृश्य पाहिले ते अत्यंत गोंधळाचे होते. सर्वत्र धूर पसरला होता. काहीतरी जळत होते. व्हिस्कीचा दर्प तर सर्वत्र भरून उरला होता. तिथल्या चिनी मातीच्या प्लेटस्, कपबशा व भांडी यांचा चक्काचूर होऊन त्यांचे तुकडे

जागोजागी विखुरले होते. आता दार उघडले गेल्याने तिथे बाहेरची ताजी व खेळती हवा आत येऊ लागली नि आतली परिस्थिती हळूहळू निवळत गेली. तो धूर नाहीसा झाला व व्हिस्कीचा वासही कमी झाला. त्याने पाहिले तर दोन नर्सेस ह्या खाली जमिनीवरती बसलेल्या होत्या. त्या अगदी जवळ त्याच्या पायाशीच होत्या. लेना नावाची ती तरुण मलायी नर्स घाबरलेली होती. तिच्या काळ्याभोर डोळ्यात भीती प्रगट झालेली दिसत होती. मिस ड्राखमन तिच्या शेजारी बसून तिला धीर देत होती. तिचाही चेहरा पांढरा पडला होता. पण तिने मोठ्या संयमाने स्वत:ला सावरून धरले होते.

निकोल्सन तिच्यापाशी एकदम गुडघे टेकवून खाली बसला व त्याने घाईघाईने तिला विचारले, "तो मुलगा, लहान मुलगा?"

"काही काळजी करू नका. तो अगदी सुरक्षित आहे." ती त्याच्याकडे पाहून गंभीरतेने हसत म्हणाली. तिथेच एक फळांचे रस काढण्याचे खूप मोठे यंत्र होते. त्याचा कप्पाही तसाच प्रशस्त होता. त्या लोखंडी कप्प्याचे दार तिने किलकिले करून ठेवले होते. तिने ते उघडून त्याला दाखवले. आतमध्ये त्या मोठ्या कप्प्यात त्या लहान मुलाला तिने झोपवले होते. विमानातून झाडल्या जाणाऱ्या व त्या स्वयंपाकघरात कुठूनही घुसू शकणाऱ्या गोळ्यांपासून त्या लहानग्याचा बचाव करण्याची तिची ती युक्ती पाहून निकोल्सन खूष झाला. तिने त्या मुलाच्या भोवती एक जाडजूड पांघरूण गुंडाळले होते. ते मूल आता रडायचे थांबून त्याच्याकडे भयभीत डोळ्यांनी रोखून पहात होते. त्याने आपला हात पुढे करून त्या मुलाच्या डोक्यावरील केसांमधून फिरवला. मग तो एकदम उठून उभा राहिला व त्याने एक दीर्घ नि:श्वास सोडला.

निकोल्सन तिला म्हणाला, "थँक गॉड!" त्याने हसून तिच्याकडे पहात पुढे म्हटले, "अन् मिस् ड्राखमन आपलेही आभार मानले पाहिजेत. तुम्ही किती छान कल्पना चालवली. आता असे करा, त्याला बाहेर काढून बाहेरच्या पॅसेजमध्ये जाऊन थांबा. प्लीज. इथे फार गुदमरल्यासारखे होते आहे." असे म्हणून तो जाण्यासाठी वळला, पण एकदम थांबला. त्याने खाली पाहिले तर ॲलेक्स हा तरुण सैनिक आणि तो मुस्लीम मौलवी हे दोघे जमिनीवरती शेजारी शेजारी पडले होते. पण ते झोपले नव्हते, तर बेशुद्ध झालेले होते. ब्रिगेडियर फार्नहोम हा त्या मौलवीचे डोके तपासत होता. तो आता उठून उभा राहिला. त्याच्या अंगाला व कपड्यालाही व्हिस्कीचा दर्प येत होता.

"इथे काय चालले आहे तरी काय?" निकोल्सन त्याच्याकडे रागाने पहात म्हणाला, "तुम्हाला निदान पाच मिनिटे तरी दारू ढोसणे थांबवता येत नाही का?"

"यंग मॅन, तू एक तापट माणूस दिसतो आहेस," एका कोपऱ्यातून आवाज

आला, ''एकदम कोणताही निष्कर्ष काढू नये. नाहीतर चुकीचा निष्कर्ष काढला जातो.''

तिथल्या अंधुक उजेडातून निकोल्सनने त्या कोपऱ्याकडे डोळे बारीक करून रोखून पाहिले. बोटीचे विद्युत जनित्र हे इंजिन रूमबरोबरच नष्ट झाले होते. त्यामुळे तिथले दिवे लागलेले नव्हते. खिडक्या नसलेल्या त्या स्वयंपाकघरात सर्वत्र अंधुक प्रकाश पडला होता. हळूहळू त्याला कळले की तिथे कोपऱ्यात ती म्हातारी प्लॅन्डरलीथबाई बसलेली आहे. तिच्या मागे पार्श्वभूमीवरती मोठी आईसबॉक्स असल्याने तिची आकृती त्यामुळे समजून येत होती. तिचे डोके पुढे झुकलेले होते. ती आपल्या हातांकडे बघत होती नि तिचे हात एक लोकरीचा स्वेटर विणत होते. तिच्या हातातील सुया ती वेगाने चालवित होती. त्यांचा सतत क्लिक, क्लॅक, क्लिक, क्लॅक आवाज येत होता. त्या बंदिस्त खोलीत तो आवाज अनैसर्गिकरित्या मोठा वाटत होता. निकोल्सन त्याकडे आश्चर्याने पहात राहिला.

तो तिला म्हणाला, ''मॅडम, आपण तिथे बसून काय करत आहात?'' अशा धामधुमीतही ती विणत बसणे ही एक नवलाची गोष्ट होती.

''अर्थातच मी विणते आहे. तुम्ही यापूर्वी कधी विणणे कसे असते ते पाहिले नव्हते?''

तिच्या या कृतीचे व बोलण्याचे निकोल्सनला आश्चर्य वाटून तो थक्क झाला. तो म्हणाला, ''अर्थातच पाहिले होते. दोन टाके सुलट एक टाका उलट. असेच काहीसे ते सारखे चालते ना? तुम्ही अशा परिस्थितीतही विणत आहात हे जर जपान्यांना कळले तर ते ताबडतोब शस्त्रसंधी जाहीर करतील.''

''तुम्ही काय बोलताय तरी काय? बहुतेक तुम्हीही शुद्धीवर नसावेत,'' ती म्हातारी फटकळपणे बोलली.

''तुम्हीही?'' निकोल्सनने आश्चर्याने विचारले.

''हा दुर्दैवी तरुण बघा. तो बेशुद्ध झाला आहे,'' तिने एका तरुण सैनिकाकडे बोट दाखवून म्हटले, मग थोडे थांबून ती पुढे खुलासा करीत सांगू लागली. ''येथून शेजारच्या डायनिंग-हॉलमध्ये उघडणारी ती झडप आम्ही दोन तीन ट्रे लावून बंद केली. सारे पार्टिशन लाकडाचे असल्याने आम्हाला ते जमले. ब्रिगेडियरला वाटले की यामुळे काही प्रमाणात तरी गोळ्यांपासून बचाव होऊ शकेल.'' ती म्हातारी भराभर पण मुद्देसूद बोलत होती. आपले हातातले विणणे तिने बाजूला ठेवले होते. ती सांगत होती, ''जेव्हा पहिला बॉम्ब पडला तेव्हा हा तरुण पोरगा उठून बाहेर जायचा प्रयत्न करू लागला. मग ब्रिगेडियरने ते दार आतून झटपट बंद करून टाकले. तेव्हा तो पोरगा त्या झडपेवरचे ट्रे काढू लागला. त्याला त्या झडपेमधून बाहेर जायचे असावे. तो मौलवी त्या पोराला धरून मागे खेचू लागला. त्यावेळी त्या झडपेमधून आत गोळ्या आल्या.''

ते ऐकताच निकोल्सन ब्रिगेडियरकडे वळून म्हणाला, ''मी आपली माफी मागतो, ब्रिगेडियरसाहेब.'' मग खाली पडलेल्या मौलवीकडे बोट दाखवून त्याने विचारले, ''हे मरण पावले नाही ना?''

''नाही, थँक गॉड! सुदैवाने वाचलेत. फक्त त्यांच्या डोक्याला मार बसला आहे. क्रीज्ड, कन्कशन, इत्यादी.'' मग खाली पडलेल्या त्या तरुण सैनिकाकडे पाहून तो रागाने म्हणाला, ''ब्लडी यंग फूल!''

''का? त्याने काय केले?''

''मग मी सरळ त्याच्या डोक्यात व्हिस्कीची बाटली हाणली. बाटली फुटली. चांगली काच नसावी. माझी व्हिस्की मात्र वाया गेली.''

तिथे व्हिस्कीचा दर्प का पसरला होता त्याचे उत्तर निकोल्सनला आता मिळाले.

निकोल्सन आता भराभर बोलत त्यांना म्हणाला, ''याला इथून ताबडतोब बाहेर हलवा. बाकीच्यांनीही बाहेर जावे.'' एवढे म्हणून तो दाराकडे वळला. दारातून एकजण निकोल्सनच्या मागोमाग मघाशीच आत आला होता. त्याच्याकडे पहात निकोल्सन म्हणाला, ''वॉल्टर, मी तुम्हाला या गडबडीत विसरून गेलो होतो. तुम्ही ठीक आहात ना?''

''ऑल राईट, सर. वायरलेस रूमचे थोडेसे नुकसान झाले आहे.'' वॉल्टरचा चेहरा आजारी असल्यासारखा उतरला होता. पण तरीही कामे करण्याची त्याची तयारी आहे असे दिसत होते.

''त्यामुळे आता फारसे काही बिघडत नाही.'' निकोल्सन म्हणाला. वॉल्टर आल्यामुळे निकोल्सनला बरे वाटले. तो एक हुषार, कार्यतत्पर व कार्यक्षम असा माणूस होता. निकोल्सन त्याला सांगू लागला, ''ह्या माणसांना डेकवर न्या. मात्र उघड्यावर जाऊ नका. फक्त पॅसेजमध्येच थांबा. तुमच्या केबिनमध्ये किंवा ऑफिसमध्ये नेले तर अधिकच बरे पडेल. पण कोणत्याही परिस्थितीत त्यांना डेकवर जाऊ देऊ नका. जर त्यांना आपल्याजवळच्या काही वस्तू बरोबर घ्यायच्या असतील तर त्या घेण्यासाठी त्यांना तीन चार मिनिटे द्या. आपापल्या केबिनमध्ये जाऊन त्या वस्तू ते घेतील.''

वॉल्टर विषण्णपणे हसत म्हणाला, ''म्हणजे आपण बोट सोडून बाहेर पडणार ना, सर?''

''लवकरच. सुरक्षित रहाण्यासाठी तेवढाच एक उपाय उरला आहे,'' निकोल्सन म्हणाला. या बोटीवर आता लवकरच मोठमोठे स्फोट होऊन धडाधड आगी लागतील. त्यात जळून जाण्यापेक्षा ही बोट सोडून दूर जाणे एवढेच हाती उरले होते. या बातमीमुळे प्रवाशांच्या मन:स्थितीवर फारसा काही परिणाम होणार नाही, असे त्याला वाटले. तो दारातून घाईघाईने बाहेर पडला आणि अडखळला. बोटीच्या

मागच्या उजव्या बाजूला एक प्रचंड स्फोट झाला. सर्व मागची बाजू एकदम उचलली गेली आहे असे निकोल्सनला वाटले. त्या स्फोटामुळे निर्माण झालेला दणका व थरथराट बोटीच्या सर्व भागातून, तिच्या प्रत्येक पत्र्यातून, रिव्हेटमधून, खिळ्यांमधून गेला. निकोल्सनने नकळत दाराच्या चौकटीला पकडून धरले. तोपर्यंत उठून उभी राहिलेली मिस् ड्राखमन व तिच्या हातातील लहान मूल हे त्याच्या अंगावरती कोसळले. त्याने त्याही दोघांना दुसऱ्या हाताने सावरून धरले.

मग तो वॉल्टरकडे वळून म्हणाला, ''मी शेवटचे म्हटलेले ते विसरून जा. आता कोणीही आपापल्या केबिनमध्ये जायचे नाही. ताबडतोब इथून वर पळा आणि पॅसेजमध्ये जाऊन थांबा.'' मग तो चार टांगात जाळीच्या दरवाजापाशी गेला व अत्यंत सावधगिरीने दरवाजा उघडून बाहेर डेकवरती गेला. तिथल्या खाली नेणाऱ्या शिडीच्या वरच्या पहिल्या पायरीवर उभे राहून त्याने मुख्य डेककडे व बोटीच्या मागच्या बाजूकडे पाहिले. स्फोट त्या बाजूला झाला होता.

निकोल्सनला एकदम उष्णतेची जबरदस्त झळ बसली. ती झळ एवढी जबरदस्त होती की जणू काही उष्णतेची एक अजस्त्र लाट आपल्यावरती चालून आली आहे असे त्याला वाटले. त्याच्या सर्वांगातून एवढ्या वेदना निर्माण झाल्या की त्याच्या डोळ्यात अक्षरशः पाणी आले. त्याने ती आग अजून पाहिलेली नव्हती. पण तरीही तिची झळ किती प्रभावी होती हे त्याला कळून चुकले. त्या आगीच्या जागेतून काळ्याकुट्ट धुराचे लोट उठत होते. ते स्वतः भोवती फिरत फिरत आकाशात चढत जात होते. दर क्षणाला त्या काळ्या तेलकट धुराच्या स्तंभाची उंची वाढत वाढत चालली होती. अगदी वरती टोकाला तो धूर आजूबाजूला पसरू लागला. त्या पसरणाऱ्या धुराचा एक मंडप बोटीवरती घातला गेला. परंतु बोटीच्या डेकवर मात्र फारसा धूर नव्हता. त्याऐवजी तिथे एक ६० फूट रुंदीच्या ज्वालेची भिंत उभी होती. ती भिंत ४० फूट उंच गेली होती. त्यानंतर त्या ज्वालेच्या अनेक उपज्वाला तयार होऊन त्यांच्या लळलळत्या जिभा या आकाशाला चाटू पहात होत्या. त्या जिभांची टोके काळ्या धुरात बुडत गेली होती. भयानकरित्या धगधगणाऱ्या त्या ज्वालेच्या स्तंभामुळे निकोल्सनची प्रतिक्रिया ही आपला चेहरा झाकून घेण्याची व्हायला पाहिजे होती. त्याऐवजी त्याने एकदम आपले दोन्ही हात कानावर ठेवून ते झाकून घेतले. कारण त्या आगीच्या धडधडाटाचा खर्जातला आवाज अत्यंत मोठा होता, सहन करण्यापलीकडचा होता.

जपान्यांचा आणखी एक अंदाज चुकला असे परत एकदा त्याला गंभीरपणे वाटले. मघाचा जो बॉम्ब इंजिन-रूमसाठी त्यांनी टाकला होता तो डिझेल तेलाच्या बंकरवरती पडून स्फोट पावला होता. त्यामुळे तिथली पोलादी भिंत फोडून तो स्फोट इंजिन-रूम व बोटीचा मागचा भाग उद्ध्वस्त करून गेला. तसेच त्या स्फोटाने

पुढच्या बाजूच्या मधल्या कॉफरडॅमच्या दोन भिंती भेदून नंबर एकच्या कार्गो टाकीत प्रवेश केला होता. प्रत्येक टाकीच्या दोन्ही बाजूंना एक अरुंद व चपटा कप्पा खालपासून वरपर्यंत होता. तो सर्व बाजूने बंदिस्त असे. त्या कप्प्यात काहीही नसे, तो रिकामा असे. त्याला कॉफरडॅम म्हणतात. टाकीच्या दोन्ही बाजूचे हे कॉफरडॅम उद्ध्वस्त झाल्याने तिथे टाकीतील तेल घुसू शकत होते. पण त्या तेलाने आधीच पेट घेतला व ते वर वर ज्वालेच्या रुपाने जात बाहेर पडत होते. त्या कॉफरडॅमच्या रिकाम्या कप्प्यात बाहेरची हवा घुसून ती टाकीत जाऊन पेटलेल्या तेलाला मदत करीत होती आणि आजूबाजूला पसरवत होती. ते दहा लाख लिटर तेल आता पेटून वर उसळले होते. संपूर्ण जळून जाऊन ते नाहीसे होणार होते. पण त्याचबरोबर जाता जाता शेजारच्या टाकीतील तेलालाही आग लावून जाणार होते. नंतर त्याच्याही शेजारची टाकी पेटणार होती. थोडक्यात, एक अनर्थमालिका चालू झाली होती. ती थोपवता येणे हे मानवी प्रयत्नांपलीकडचे होते. जरी त्यांनी आग विझवायची साधने घेऊन तसा प्रयत्न केला असता तरी त्यांना मुळातच त्या आगीजवळ जाता आले नसते. त्या आगीपासून पन्नास फुटांवर तिच्या अफाट धगीमुळे कुणाला जाता आले नसते. अन् इतकेही करून कोणी गेलाच असता तर कोणत्याही क्षणी ज्वाला भडकून त्यात ती व्यक्ती जळून खाक झाली असती.

त्या आगीच्या धडधडाटाच्या आवाजात आता आणखी एक आवाज मिसळलेला ऐकू येऊ लागला. तो आवाजही दहशत उत्पन्न करणारा होता. तो आवाज विमानाचा होता. पण त्या विमानाने आता खूप वेग धारण करून बोटीचा रोख धरला होता. त्याचा उच्चरवाचा, मोठा होत जाणारा आवाज ऐकून निकोल्सनने तिकडे एक दृष्टीक्षेप टाकला. एक झिरो विमान बोटीच्या उजव्या अंगाकडे सूर मारत होते. ते आता डोलकाठीच्या उंचीइतके खाली आले होते. ते पाहून ताबडतोब निकोल्सनने स्वत:ला मागच्या उघड्या दारातून आतमध्ये झोकून दिले. दुसऱ्याच क्षणाला धाड धाड आवाज करीत गोळ्यांची एक फैर त्या दारातून आत शिरली. निकोल्सन जिथे दोन सेकंदांपूर्वी उभा होता त्या जागेवरतीच गोळ्यांचा मारा केला गेला होता.

वरून विमाने पहारा करीत आहेत, दुर्बिणीतून नजर ठेवीत आहेत, कुठेही माणसांची हालचाल दिसली की गोळ्या झाडत आहेत, हे सारे ठाऊक असूनही आपण कसे काय असे उघड्यावर येऊन उभे राहिलो? पुन्हा आपण विसराळूपणे तीच चूक कशी केली? निकोल्सन स्वत:वरती चिडला. मग तो हळूच उठला व त्याने ते दार लावून टाकले. आपल्या आजूबाजूला त्याने पाहिले. तो पॅसेजचा बोळ आणि ते स्वयंपाकघर हे रिकामे होते. तिथे कोणीही नव्हते. वॉल्टर हा एक झटपट काम करणारा माणूस होता. त्याने सर्वांना तिथून वेगाने बाहेर काढून नेले होते. निकोल्सन ताबडतोब त्या पॅसेजमधून डायनिंग-सलूनमध्ये गेला, पलीकडून बाहेर

पडला आणि दुसऱ्या एका जिन्याच्या पायथ्याशी गेला. तो जिना वरती डेककडे जाणारा होता. तिथे ब्रिगेडियर फार्नहोम उभा होता. त्या जिन्यावरून एका तरुण सैनिकाला वर नेण्यासाठी धडपडत होता. निकोल्सनने पुढे होऊन फार्नहोमला मदत केली. वरच्या शेवटच्या पायरीवर पोचेपर्यंत तो काहीही बोलला नाही. वरती पोचल्यावर त्याला वॉल्टर भेटला. त्याने पुढे होऊन त्या सैनिकाचा भार घेतला व निकोल्सनला बाजूला केले. निकोल्सनने एकदा मागे वळून पॅसेजमध्ये पाहिले, पार वायरलेस-रूमपर्यंत पाहिले. त्याला तेथवर कोणीही दिसले नाही.

त्याने वॉल्टरला विचारले, "सर्वांना सुखरूप बाहेर काढले ना?"

"येस सर. फक्त तो मौलवी व प्लॅन्डरलीथबाई यायच्या आहेत. त्या बाई आपल्या सामानाची अशी काही आवराआवर करत आहेत की त्यांना आता एखाद्या पंधरा दिवसांच्या सहलीसाठी बाहेर पडायचे आहे."

"माझ्या लक्षात आले ते. ही बाई म्हणजे एक मोठीच काळजी आहे," असे म्हणून निकोल्सनने पॅसेजच्या दुसऱ्या टोकाकडे पाहिले. तिथे कॅप्टन सिरान आणि त्याची माणसे वरती चार्टरूमकडे जाणाऱ्या जिन्यापाशी गर्दी करून राहिली होती. ते सर्वजण आता खरेखुरे भयभीत झालेले दिसत होते. फक्त कॅप्टन सिरानचा चेहरा तसा नव्हता. त्याचा चेहरा निर्विकार व शांत दिसत होता. निकोल्सनने एकदम चमकून वॉल्टरकडे पाहून म्हटले, "अन्, व्हॅन एफिन कुठे आहे?"

"काही कल्पना नाही, सर. मला दिसले नाहीत."

मग निकोल्सन तरातरा चालत सिरानपाशी गेला व त्याला त्याने विचारले, "व्हॅन एफिन कुठे आहे?"

यावर सिरानने आपले खांदे उडवले. ओठांवरती एक हसू आणले व तो गप्प राहिला.

निकोल्सनने फटकन आपले पिस्तूल बाहेर काढून ते त्याच्या शेवटच्या बरगडीच्या खाली खुपसत म्हटले, "उत्तर दिले नाही तर पुढच्या क्षणाला मराल."

मग मात्र त्याच्या चेहऱ्यावरचे हसू मावळले व तो आपले मौन सोडीत म्हणाला, "तो एक मिनिटांपूर्वी वरती गेला."

निकोल्सनने गर्रकन मागे वळून वॉल्टरला विचारले, "तुमच्याकडे पिस्तूल आहे?"

"आहे, पण ते माझ्या ऑफिसात आहे."

"जाऊन घेऊन या ते पटकन. व्हॅन एफिनने या माणसांना असे सोडून देऊन निघून जायला नको होते."

वॉल्टर तिथून पळत पळत निघून गेला व काही सेकंदात आपले पिस्तूल घेऊन परतला. तोपर्यंत निकोल्सन तिथे थांबला होता. तो मग वॉल्टरला म्हणाला, "या

लोकांना ठार मारण्यासाठी मुद्दाम काही कारण शोधावे लागणार नाही. यांच्या हातून क्षुल्लक जरी चूक झाली तरी बेधडक गोळ्या झाडा.''

निकोल्सन मग तिथून वेगाने निघाला व तीन तीन पायऱ्या ओलांडून जिन्याने वर जाऊ लागला. शेवटी तो चार्टरूम आणि सुकाणूघर ओलांडून ब्रिजवरती गेला. व्हॅनिअर आता शुद्धीवर आला होता. पण तो सारखे डोके हलवून भानावर येण्याचे प्रयत्न करीत होता. आता तो इव्हान्सला त्याचा हात बांधण्यासाठी मदत करू शकत होता. कॅप्टनजवळ मॅकिनॉन बसला होता.

निकोल्सनने त्याला विचारले, ''व्हॅन एफिनला पाहिले?''

''सर, एका मिनिटापूर्वी मी त्याला वरती जाताना बघितले.''

''वरती? बापरे! काय चालले आहे तरी काय?'' निकोल्सन म्हणाला. आता सर्वांना घाई करायला हवी होती. तो इव्हान्सला म्हणाला, ''आता कसे वाटते आहे?''

''बरंच ठीक आहे, सर. मला त्या खुनी माणसांच्या–''

''ठीक आहे, ठीक आहे.'' निकोल्सन म्हणत होता, ''म्हणजे तुम्ही आता बऱ्यापैकी ठीक झाला आहात तर. इथे कॅप्टनजवळच तुम्ही थांबा.'' मग फोर्थ ऑफिसर व्हॅनिअरकडे वळून तो म्हणाला, ''तुम्हाला आता कितपत बरे वाटते आहे?''

''ठीक आहे, सर. डोक्याला कुठे तरी छोटा तडा गेला असावा, असे वाटते.'' व्हॅनिअरचा चेहरा पांढरा पडला होता.

''आता तुम्ही असे करा. बोट्समन मॅकिनॉनला तुमच्याबरोबर घ्या आणि आपल्याकडच्या लाईफबोटी तपासा. फक्त एक नंबर व दोन नंबरच्याच लाईफबोटी आपण घेऊ शकतो. तीन आणि चार नंबरच्या लाईफबोटी पार कामातून गेल्या आहेत.'' मग तो एकदम बोलायचे थांबला आणि कॅप्टनकडे पाहून म्हणाला, ''सर, आपण काही म्हणालात?''

''होय,'' कॅप्टन फाईंडहॉर्नचा आवाज मघापेक्षा मंद येत होता, पण बराच नीट येत होता. तो विचारीत होता, ''तीन आणि चार नंबरच्या बोटी खलास झाल्या?''

''होय, बॉंबमुळे त्यांचे पार तुकडे तुकडे झाले व शेवटी ते तुकडेही जळून खाक झाले आणि नंबर एकची तेलाची टाकी आता पेटलेली आहे.''

फाईंडहॉर्नने खेदाने आपली मान हलवित म्हटले, ''म्हणजे आता कसलीही आशा उरली नाही. सारे काही संपले आहे, असेच ना?''

''होय सर,'' निकोल्सन म्हणाला. मग व्हॅनिअरकडे वळून तो म्हणाला, ''त्या दोन्ही लाईफबोटी आधी नीट तपासा. आपल्या कामाच्या आहेत की नाही त्याची आधी खात्री करून घ्या. त्या सिरान आणि कंपूची लाईफबोट वेगळीच असू दे. त्यांना आपल्या लाईफबोटीत घ्यायचे नाही. ती सारी गुंड मंडळी आहेत. रात्री तर

त्यांच्यापासून आपल्याला धोका आहे.''

फाईंडहॉर्नने यावर आपली मान हलवून दुजोरा दिला. निकोल्सन पुढे सांगू लागला, ''जितकी मिळतील तितकी पांघरुणे, ब्लॅकेंटस् बरोबर घ्या. अन्न, पाणी, शस्त्रास्त्रे, दारुगोळा, जेवढे सापडेल ते बरोबर घ्या. फर्स्ट एडच्या पेट्याही घ्या. हे सारे सामान दोन्ही लाईफबोटींपैकी जी अधिक चांगली असेल तिच्यात ठेवा. इज दॅट क्लिअर, फोर्थ?''

''ऑल क्लिअर, सर.''

''आणखी एक गोष्ट. हे सगळे झाले की कॅप्टन साहेबांसाठी पट्टे असलेले एक स्ट्रेचर घ्या. मात्र एक खबरदारी घ्या. आकाशात ती जपानी विमाने उडत आहेत. त्यांच्यापासून सावधगिरी बाळगा. उगाच त्यांच्या गोळ्या खाऊन मरू नका. मघाशी काही मिनिटांपूर्वी माझ्यावर गोळ्या झाडल्या गेल्या होत्या. नशिबाने मी वाचलो. अन् कृपा करून आता अत्यंत वेगाने हालचाली करा. आपल्याला पाच मिनिटात ही बोट सोडावी लागणार आहे.''

निकोल्सन त्या सुकाणूघरातून बाहेर आला व बोटीच्या उजव्या बाजूकडे बघत काही सेकंद परिस्थितीचा अंदाज घेऊ लागला. ती आग चांगलीच पेटली होती. तिची धग खूप लांबूनही कळत होती. एका धगधगत्या भट्टीचे दार उघडले गेले आहे असे भासत होते. इतक्या लांबून जरी ती धग त्याला जाणवत असली तरी त्यामुळे तो मरू शकणार नव्हता. पण ती जपानी झिरो विमाने मात्र कोणत्याही क्षणी खाली झेपावून त्याला गोळ्या घालू शकणार होती. त्या बुडू पहाणाऱ्या पेटलेल्या बोटीवर खरा धोका आकाशातील जपान्यांचा होता. ती झिरो विमाने अर्ध्या मैल अंतरावरून आपले डावे पंख कलते ठेवून बोटीला प्रदक्षिणा घालीत होती. दुर्बिणीतून बोटीवरील हालचाली बारकाईने टिपत होती. आकाशातील ती गिधाडे आपल्या भक्ष्याच्या पाळतीवरती होती व संधीची वाट पहात होती.

त्या सुकाणूघरातून एक शिडीवरती जात होती. निकोल्सनने पाच पावलात धावत जाऊन ती गाठली व तो वरती चढू लागला. एका दमात तीन पायऱ्या चढल्यावर तो एकदम थांबला. वरून कोणीतरी खाली येत होते. तो व्हॅन एफिन होता. त्याच्या चेहऱ्यावर आणि शर्टावरती रक्ताचे अनेक ओघळ होते. शिडीवरती पाय ठेवून तो नुकताच खाली उतरायला लागला होता. एका हाताने त्याने शिडी कशीबशी धरली होती व दुसऱ्या हाताने त्याने कार्पोरल फ्रेझरचा खांद्यावरती ठेवलेला देह घट्ट पकडून धरला होता. कार्पोरल फ्रेझर हा खूपच सहनशील होता. पण त्याचा चेहरा हा वेदनेने पिळवटून निघालेला दिसत होता. आपल्या उजव्या हाताने त्याने आपला डावा हात किंवा आपल्या डाव्या हाताच्या जागी जे काही उरले होते ते, सावरून धरले होते. त्या रक्ताळलेल्या डाव्या हाताच्या त्या अवशेषाच्या

पार चिंध्या झाल्या होत्या. केवळ मशिनगनची गोळीच तसले हिंस्त्र काम करू शकेल. व्हॅन एफिनने एका कापडी पट्टीचा झोळ करून त्यात त्याच्या हाताला आधार दिला होता.

निकोल्सन तसाच वर चढला. अर्ध्या शिडीमध्ये त्याने एफिनला गाठले व त्या दोघांनी मिळून कार्पोरल फ्रेझरला सावकाश खाली आणले. आपल्यावरचे ओझे उतरताच व्हॅन एफिन पुन्हा झटपट शिडी चढून वर गेला.

"आता परत वरती कशाला जाता?" निकोल्सनने खालून ओरडून त्याला विचारले. आगीच्या ज्वाळांचा आवाज एवढा मोठा होत होता की त्यावर वरताण करून निकोल्सनला ओरडून बोलावे लागले होते. तो पुढे म्हणाला, "आपल्याला हे जहाज सोडून द्यायचे आहे. किती जणांच्याकडे तुम्ही बघणार आहात?"

"वरती आणखी कोणी जिवंत आहे का ते पहातो," व्हॅन एफिन ओरडून म्हणाला. तो आणखीही काही ओरडून म्हणाला होता. त्यातला फक्त 'गन' हा शब्द निकोल्सनला कळला. दोन मोठ्या आगींच्या आवाजापुढे व्हॅन एफिनचा आवाज कमी पडत होता. निकोल्सनचे लक्ष आता दुसरीकडे वळले होते. बाहेर फक्त तीन झिरो विमाने उडत होती. पण ती आता घिरट्या न घालता बोटीच्या मध्याकडे लांबून येऊन जात होती. सहाजिक आहे, बोटीच्या मध्यावर त्यांना जिवंत माणसांची हालचाल दिसत होती. अन् इतके सोपे व प्रतिकार करू न शकणारे लक्ष्य लढाऊ विमानांना दुसरे कोणते असू शकेल?

निकोल्सनने एका हाताने कार्पोरल फ्रेझरचा देह नीट घट्ट पकडला व दुसऱ्या हाताने समुद्राकडे दर्शवित तो ओरडून एफिनला म्हणाला, "तुम्हाला आता काहीही करता येणार नाही."

व्हॅन एफिन एव्हाना शिडीच्या सर्वात वरच्या पायरीवरती पोचला होता. तोही ओरडून उत्तरला, "माय फ्रेंड, तुम्ही माझी बिलकुल काळजी करू नका. स्वत:ची काळजी घ्या," एवढे म्हणून तो वरती गेलासुद्धा.

ते ऐकताच निकोल्सन तिथे मग रेंगाळला नाही. अजून एक दोन पायऱ्या उतरला व तीन चार पावले सुकाणूघराच्या दारापर्यंत चाललो की, सुटलो आपण त्या विमानांच्या माऱ्यातून. आता त्याच्या खांद्यावरचे फ्रेझरचे ओझे जड झाले होते. फ्रेझर स्वत: पार लोळागोळा होऊन गेला होता. ते सुकाणूघर हे विमानांचे नेहमीचे लक्ष्य झाले होते. आतली हालचाल वरून दिसत असल्याने तिथे क्षणभरही रहाणे धोक्याचे होते. लांबून एका विमानाने त्या सुकाणूघराच्या दिशेने रोख धरला व ते येऊ लागले. ते जाळीचे दार ओलांडले की आपण पोचलोच ब्रिजमध्ये. तिथे गोळ्या लागू शकणार नव्हत्या. विमान जवळ येऊन पोचण्यासाठी कदाचित सहा सेकंद लागतील. दरम्यान आपण सुकाणूघरातून निसटू, असा अंदाज निकोल्सनने केला.

जवळ येणाऱ्या विमानाच्या इंजिनाचा उच्च कंपतेचा आवाज ऐकू येऊ लागला. आगीच्या ज्वालांच्या धडधडाच्या आवाजावर मात करीत तो आवाज मोठा मोठा होत जवळ येत होता. एक हिंस्त्र श्वापद आपल्या भक्ष्यावर वेगाने झेप घेत होते. पण त्याने तिकडे मागे वळून पाहिले नाही. आपल्यापासून ते अजून पाचशे फुटांवर असणार, हे त्याने ओळखले. अगदी जवळ आल्यावर ते गोळ्या झाडतात, हे त्याला अनुभवाने ठाऊक झाले होते. विमानातील गनरने आपल्या पाठीवर गनसाईट आत्ता रोखली असणार. त्याने त्वरा करून सुकाणूघराचे ते जाळीचे दार गाठले. पण... पण ते दार बंद झाले होते, सरकत नव्हते, घट्ट बसले होते. आपल्या रिकाम्या डाव्या हाताने निकोल्सन जोर लावून ते दार उघडायचा प्रयत्न करू लागला. पण हा प्रयत्न व्यर्थ आहे हे त्याच्या लक्षात आले. मागचे विमान आणखी जवळ आले. अन् अचानक ते घट्ट बसलेले बंद दार फटकन सरकले. आतून बोट्समन मॅकिनॉनने पुढे होऊन निकोल्सनला खेचले. त्याच वेळी निकोल्सनने ही आपले अंग फ्रेझरसह लोटून दिले. ते तिघेही एकाच वेळी खाली कोसळले. जमिनीवरती पडल्यावरही निकोल्सनला आता आपल्या पाठीत कधीही गोळ्या घुसतील याची खात्री होती. तो झटपट गडबडा लोळत बाजूला गेला, सुरक्षित जागी आडोशाला गेला. त्याच्या मागे लागलेले ते विमान रोंरावत आले. आणि आले तसे गेले. गोळ्या न झाडताच निघून गेले. सुकाणूघराच्या माथ्यावरून भर्रकन गेले. त्याने गोळ्या न झाडल्याने वरती धाडसीपणे चढून गेलेला व्हॅन एफिनही वाचला.

विमानातून गोळ्या कशा झाडल्या गेल्या नाहीत याचे नवल करीत निकोल्सन सावकाश उठून उभा राहिला. कदाचित आगीमुळे व धुरामुळे त्या वैमानिकांना नीट दिसेनासे झाले असेल किंवा त्यांच्या जवळचा दारुगोळा संपला असेल. लढाऊ विमानाला फार भार होईल एवढ्या मशिनगनच्या गोळ्या बरोबर घेता येत नाहीत. शत्रूच्या विमानांशी लढायचे असल्याने हालचाली करण्यास जितके विमान हलके तितके चांगले असते. म्हणून एका मर्यादेपर्यंतच दारुगोळा बरोबर घ्यावा लागतो. कमी नाही किंवा जास्तही नाही. मॅकिनॉन त्या सैनिकाला घेऊन जात होता. व्हॅनिअर खाली निघून गेला होता. इव्हान्स हा कॅप्टन फाईंडहॉर्न बरोबर थांबला होता. तेवढ्यात चार्टरूमचे दार धाडकन ढकलून एकजण ब्रिजमध्ये आला. त्याला पहाताच निकोल्सनचा चेहरा एकदम ताणला गेला.

त्याच्या समोर जो माणूस उभा होता तो जवळजवळ नागडा होता. फक्त त्याच्या अंगावर एक निळी अर्धी चड्डी होती. ती जागोजागी फाटली होती. अनेक ठिकाणी तिच्या चिंध्या लोंबत होत्या. फाटलेल्या चड्डीच्या भोकांच्या कडा अजूनही धुमसत होत्या, त्यातून धूर निघत होता. डोक्यावरचे केस व भुवया जळून गेल्या होत्या. छाती व हात हे लाल झाले होते. तिथे बऱ्याच ठिकाणी भाजलेले, पोळलेले

होते. ती व्यक्ती धाप लागल्यासारखी जोरजोरात श्वासोच्छ्वास करीत होती. जणू काही बराच वेळ गुदमरल्यामुळे हवा मिळाली नसावी अशा तऱ्हेने तो जोरजोरात श्वासोच्छ्वास करीत होता. त्याचा चेहरा पांढरा पडला होता. तो जेन्किन्स होता.

"जेन्किन्स!" अशी हाक मारीत निकोल्सन त्याच्याकडे धावला. त्याने पुढे होऊन जेन्किन्सचे दंड धरले. पण तेवढ्या धरण्यामुळेही जेन्किन्स कळवळून ओरडला. निकोल्सनने चटकन त्याचे दंड सोडले.

जेन्किन्स बोलू लागला, "सर..., सर, कोणीतरी... कोणीतरी अडकले आहे." तो धापा टाकीत भराभर सांगू पहात होता. पण त्याच्या तोंडून वाक्यांच्या ऐवजी फक्त एखाद दुसरा शब्दच कसाबसा बाहेर पडत होता. तो म्हणत होता, "पुढच्या बाजूच्या... पंपरूममध्ये... कोणीतरी... मी कॅटवॉकवरून खाली... खाली हॅचवर उडी मारली... तिथे आतून कोणीतरी.... कोणीतरी ठोठावत होते, सर... चला... चला लवकर."

"तुम्ही तिथूनच बाहेर पडलात ना?" निकोल्सनने त्याला विचारले.

"नाही सर. त्या झडपेच्या क्लिपा घट्ट... घट्ट बसल्या... आहेत. ती उघडत... नाही."

"त्या झडपेला एक नळी घातली आहे. हे माहिती आहे ना तुम्हाला? विसरलात का? ती का नाही दूर केलीत?" निकोल्सन म्हणाला.

जेन्किन्स यावरती काहीच बोलला नाही. तो फक्त चलण्याविषयी खुणावू लागला. त्याने आपला तळहात दाखवण्यासाठी पुढे केला. त्या तळहाताची कातडी गळून पडली होती. फक्त लाल लाल मांस तिथे दिसत होते.

"बापरे!" निकोल्सन त्याकडे पहात म्हणाला. मग तो मान वर करून जेन्किन्सला म्हणाला, "माफ करा मला. मी उगीचच तुम्हाला चिडून बोललो. खाली जा. वायरलेस ऑफिसजवळ थांबा." तेवढ्यात कुणीतरी आपल्या खांद्याला स्पर्श केला म्हणून तो मागे वळून पाहू लागला. तो व्हॅन एफिन होता. निकोल्सन त्याला म्हणाला, "खरोखरच तुम्ही वरून खाली जिवंत परतलात. त्या विमानाने प्रत्येक वेळी गोळ्या झाडल्या, पण याच वेळी झाडल्या नाहीत. म्हणजे तुम्ही सर्वांपेक्षा नशिबवान आहात."

व्हॅन एफिनने आपल्या हातातला शस्त्रांचा ढीग खाली जमिनीवरती ठेवला. त्यात दोन रायफली, एक ऑटोमॅटिक काबाईन आणि या शस्त्रांना लागणाऱ्या गोळ्यांच्या पेट्या एवढी सामुग्री खाली आणली होती. तो म्हणाला, "तुम्ही म्हणालात ते बरोबर निघाले. मी उगाच वरती वेळ घालवित बसलो. वरती जेवढी माणसे होती ती सर्व ठार झाली आहेत." मग जेन्किन्स्कडे बोट दाखवित तो पुढे म्हणाला, "हे काय म्हणाले ते मी ऐकले. ब्रिजच्या पुढच्या बाजूला एक छोटे

डेकहाऊस आहे. तिथेच कोणी तरी अडकले आहे ना? मग मी तिकडेच जातो.''

निकोल्सनने त्याच्या शांत डोळ्यात क्षणभर पाहिले व म्हटले, ''चला माझ्याबरोबर. कदाचित तुमची मदत तिथे लागू शकेल. जे कोणी अडकले असेल त्यांना बाहेर काढू या.''

ते दोघे घाईघाईने खाली आले. पॅसेजमध्ये त्यांना व्हॅनिअर हातात एक ब्लॅकेंटसचा गठ्ठा घेऊन तोल सावरत जाताना दिसला. निकोल्सनने त्याला विचारले, ''लाईफबोटी कशा आहेत? कितपत ठीक आहेत?''

''अगदी उत्तम, सर. त्यांच्यावर एखादाही ओरखडा गेलेला नाही. कदाचित जपान्यांनी हेतूपूर्वक त्यावर मारा केला नसावा.''

''शक्य आहे.'' निकोल्सन आश्चर्य वाटून म्हणाला. तो पुढे म्हणाला, ''आपल्यासाठी ही देणगीच समजली पाहिजे. ठीक आहे, तुम्ही चला. सांगितलेले करा. अन् कॅप्टनसाठी स्ट्रेचर घ्यायला विसरू नका.''

मुख्य डेकवर एवढी उष्णता होती की तिथे गुदमरायला होत होते. निकोल्सन व व्हॅन एफिन दोघेही दहा सेकंदभर तिथे प्राणवायूसाठी धापा टाकीत होते. आगीने तिथला बराच प्राणवायू खर्चून टाकला असावा. तेलाच्या टाकीतील पेट्रोलला लागलेली आग आता पाच मिनिटांपूर्वीपेक्षा तिप्पट भीषण झाली होती. त्या ज्वालांच्या धडधडाच्या रौद्र आवाजामधूनही कुठेतरी आत खोलवरून तेलाच्या पिपांचे स्फोट झाल्याचे आवाज क्षीणपणे ऐकू येत होते. ते आवाज सतत येत होते. त्या तेलाच्या टाकीत सुट्या स्वरुपात पेट्रोल ठेवले नव्हते. त्याऐवजी ते असंख्य बंद पिपांमधून ठेवले होते. पिपांच्या स्फोटांचे आवाज मात्र सतत एकसारखे येत होते. ती पोलादी पिपे फाडकन फुटायची मग त्यातले पेट्रोल पेटून ते उसळून बाहेर यायचे. एकामागोमाग एकेक पिपे फुटत होती, स्फोट पावत होती व अक्षरश: भडकत्या आगीत तेल ओतत होती.

निकोल्सनचे जरी त्या आवाजाकडे लक्ष होते तरी त्याचे खरे लक्ष खालच्या झडपेकडे होते. कोणीतरी आतून त्या झडपेवरती ठोकत होते. ती झडप म्हणजे एक अत्यंत भक्कम व पाणबंद असे एक पोलादी दार होते. त्या दाराला बाहेरून जी क्लिप किंवा खिट्टी घातली होती, ती खिट्टी म्हणजे एक दोन फूट लांबीची नळी होती. अडसर म्हणून तिचे काम होते. निकोल्सन त्यावरती वाकून आतले आवाज ऐकायचा प्रयत्न करू लागला. त्याच्या लक्षात आले की आपल्या चेहऱ्यावरील घामाचे ओघळ खाली पडत आहेत. त्याची एक संततधार लागली आहे. याचे कारण आत्ता तिथली हवा खूप तापली होती व कोरडी झाली होती. तिथले धातूचे सर्व पृष्ठभाग तापून निघाले होते. त्यांना स्पर्श करणे कठीण होते. बिचाऱ्या

जेन्किन्सने त्या नळीला पकडून ती हलवायचे प्रयत्न करताच त्याची हाताची कातडी जळून गेली. निकोल्सनच्या घामाचे थेंब त्या झडपेवर पडताच ते चुर्र आवाज करून वाफारून नाहीसे व्हायचे. त्यांनी आधी त्या झडपेवरती ठोकून पाहिले होते. आता पलीकडून काही प्रतिसाद येतो का ते अजमावित होते. अन् अचानक आतून कोणीतरी ठोठावत असल्याचा आवाज ऐकू आला. तो आवाज क्षीण होता, मंद होता, पण निश्चितपणे कळण्याजोगा होता. मग मात्र त्या दोघांनी वाट पाहिली नाही. ती जी नळी अडसर म्हणून होती, ती उष्णतेमुळे वाकून खूप घट्ट बसली होती. शिवाय कोणत्या तरी स्फोटाच्या दणक्यानेही ती जरा दबून अधिक घट्ट बसली गेली होती. निकोल्सनने आपल्या बरोबर एक घण आणला होता. तो एकामागून एक हातातल्या घणाचे घाव त्या नळीवर घालू लागला. पाच सहा घाव घातल्यानंतर एफिनने त्याच्या हातून तो घण घेतला व त्यानेही तसेच घाव घातले. पंधराव्या घावाला ती जाडजूड पोलादी नळी उर्फ खिट्टी तुटली, मोडली आणि झडपेचे दार खुले झाले.

दार उघडले जाताच आतून एक गरम व कुबट हवेचा झोत प्रथम बाहेर पडला. पण त्याकडे दुर्लक्ष करीत निकोल्सन व व्हॅन एफिने आतल्या अंधारात डोकावून पाहिले. एफिनने आपल्या हातातील बॅटरीचा झोत आत सर्वत्र फिरवला. तिथेच खाली शिडी होती व शिडीच्या सर्वात वरच्या पायरीवरती एक माणूस उभा होता. त्याच्या चेहऱ्यावरून तेलाचे अनेक ओघळ गेलेले होते. त्या माणसाचे पांढरे केस उठून दिसत होते. तो वर चढू लागला. झडपेपाशी येताच वरून आलेल्या चार हातांनी त्याला वरती झडपेबाहेर खेचून काढले. बाहेर येऊन उभे राहिल्यावर त्या माणसांनी आपल्या चेहऱ्यापुढे आगीच्या उष्णतेपासून बचाव करण्यासाठी हात धरला. ती त्याची एक प्रतिक्षिप्त क्रिया होती. तो माणूस नखशिखांत काळ्या तेलाने माखून निघाला होता. त्याचा चेहरा इतका काळा झाला होता की तो कोण आहे हेच ओळखता येत नव्हते. त्या काळ्या पार्श्वभूमीवर त्याची पांढरी बुबुळे मात्र एखाद्या व्यंगचित्रातल्यासारखी विनोदी वाटत होती.

निकोल्सनने त्याच्याकडे नीट निरखून पहाताच त्याला त्याची ओळख पटली. तो आश्चर्याने ओरडला, "बापरे, विली, तुम्ही?"

विलोबी तशाही परिस्थितीत शांतपणे म्हणाला, "होय, माझ्याखेरीज दुसरा कोण असणार? मीच तो उमदा व प्रेमळ विली. माझ्यासारखी गुणी माणसे यांना कधीही सेकंड इंजिनियरच्या हलक्या पदावर काम करायला लावू नये हेच खरे. कारण आमच्यासारखी माणसे ही सामान्य पार्थिव माणसे नाहीत." त्याने आपल्या चेहऱ्यावरचे तेल पुसून काढत म्हटले, "कोणीही मला सहानुभूती दाखवू नका की माझ्याबद्दल हळहळू नका." विलोबीची विनोदी व तत्त्वज्ञानी बुद्धी त्याला वाचवत असावी, असे निकोल्सनला वाटले.

"पण तुम्ही इथे आत पंपरूममध्ये काय करीत होतात? पण जाऊ दे. आत्ता त्याचा खुलासा करत बसू नका. आपल्यापुढे फार कमी वेळ आहे. आपल्याला ही बोट सोडून द्यायची आहे." निकोल्सन म्हणाला.

ते सर्वजण जिन्याने वरती ब्रिजकडे जाऊ लागले. पण विलोबी जिना चढता चढता धापा टाकू लागला. तरीही तो म्हणत होता, "मी बॉम्बहल्ल्यापासून बचाव करण्यासाठी आत गेलो होतो. आपण कोठे जाणार आहोत?"

"ह्या बोटीपासून जितक्या दूर जाता येईल तितके दूर आपण जाणार आहोत. ही बोट कोणत्याही क्षणी बुडणार आहे." निकोल्सन गंभीरपणे म्हणाला.

विलोबी एकदम वळला व डोळ्यांवर हात ठेवून बोटांच्या फटीतून आगीकडे पहात म्हणाला, "ही फक्त पेट्रोलची आग आहे. ती तशीच जळत राहून संपून जाईल."

"एक नंबरची टाकी नष्ट झाली आहे."

"अरे बापरे! मग लाईफबोटी बाहेर काढा व वेगाने इथून पळ काढा. या वयस्कर विलीला जगायचे आहे आणि एके दिवशी लढायचे आहे," विलोबी म्हणाला.

पाच मिनिटात दोन्ही लाईफबोटी तयार करण्यात आल्या. त्यामध्ये सर्व आवश्यक सामान भरण्यात येऊन त्या खाली समुद्रात सोडण्याच्या तयारीत ठेवण्यात आल्या. *विरोमा* बोटीवर वाचलेल्या सर्वांना एकत्र जमवण्यात आले. त्यात जखमी लोक होते, सिरान व त्याची ठग मंडळीही होती. सर्वजण आता पुढे काय होते त्याची वाट पाहू लागले.

निकोल्सन कॅप्टनपाशी उभा होता. तो कॅप्टनला म्हणाला, "सर, तुम्ही परवानगी दिली की आपण खाली लाईफबोटीत उतरावयास लागू."

कॅप्टन फाईंडहॉर्नने एक मंद स्मित केले. पण तेवढेही करण्यासाठी त्याला खूप कष्ट पडले. कारण त्यानंतर त्याच्या चेहऱ्यावरती वेदना पसरल्या होत्या. तो म्हणाला, "मिस्टर निकोल्सन, वरिष्ठांच्या आज्ञा मागण्याची वेळ आता निघून गेलेली आहे. ही औपचारिकता राहू दे. माय बॉय, आता तुमच्या हातात सारे अधिकार आहेत हे लक्षात ठेवा." मग तो थोडेसे खोकला. आपले डोळे त्याने गच्च मिटून घेतले. परत ते उघडून आकाशात पाहून तो म्हणाला, "मिस्टर निकोल्सन, ती विमाने. आपण खाली उतरायला लागू तेव्हा ती आपल्या चिंधड्या उडवतील."

"पण सर, त्यापेक्षाही आपण एकदा लाईफबोटीत जाऊन बसलो की त्यांना आपल्यावर हल्ला करण्यासाठी अधिक सोयीचे नाही का? त्यावेळी आपण काय करू शकणार आहोत. मग आत्ताच त्यांच्या देखत उतरण्याची जोखीम पत्करली तर कुठे बिघडते?" मग आपले खांदे उडवित तो म्हणाला, "सर, आपल्यापुढे दुसरा कोणताच पर्याय नाही."

"होय, बाबा. तुम्ही म्हणता ते खरे आहे. माझ्या छोट्या शंकेबद्दल सॉरी," एवढे म्हणून तो परत मागे टेकला व त्याने आपले डोळे मिटून घेतले.

"सर, ती विमाने आपल्याला काहीही करणार नाहीत," व्हॅन एफिन म्हणत होता. तो ठामपणे म्हणत होता, "या आधी आपणा दोघांवरती दोनदा गोळ्या झाडण्यात आल्या. आपण त्याचवेळी मेलो असतो. याचा अर्थ त्यांना काही कारणाने गोळ्या झाडता येत नाहीत, किंवा त्यांना गोळ्या झाडायच्या नसतील. आणखीही काही कारणे असतील. पण मिस्टर निकोल्सन, आता आपल्याजवळ फार थोडाच वेळ उरला आहे."

"थोडाच वेळ," असे पुटपुटत निकोल्सनने आपली मान हलवली. मग त्याने आपल्या मुठी आवळल्या. त्याच वेळी एक स्फोटाचा घुमल्यासारखा आवाज सबंध जहाजावरती पसरत गेला. जणू काही निकोल्सनच्या मनातील चीड व राग याला त्या आगीनेही हुंकार देऊन प्रतिसाद दिला होता. मग एक थरथराट सर्वांना जाणवला. अन् अचानक त्यांच्या पायाखालचा डेक हा बोटीच्या मागच्या दिशेने थोडासा तिरपा झाला. निकोल्सन एफिनला म्हणाला, "तुम्ही म्हणालात ते खरे आहे. वेळ अजिबात उरला नाही. खूप घाई केली पाहिजे." मग त्याने आपला आवाज चढवून सर्वांना म्हटले, "प्रत्येकाने लाईफबोटीत जाऊन बसावे, झटपट. चला, घाई करा."

आता मात्र *विरोमा* बोट बुडण्याची क्रिया सुरू झाली होती. तेव्हा जास्तीत जास्त वेगाने येथून दूर जायला हवे होते. नंबर दोनच्या टाकीच्या पोलादी भिंती फाटल्या. एक टाकी, किंवा कदाचित दोनही असतील, त्या बाजूने फाटून समुद्राला उघड्या पडल्या. बोट मागच्या बाजूने पाण्यात बुडत होती. निकोल्सनला ठाऊक होते की सर्वांनी आता वेगाने हालचाली केल्या पाहिजेत. पण वेग एक दुधारी शस्त्र होते. जर या प्रशिक्षित नसलेल्या प्रवाशांनी घाई केली तर सारा घोटाळा होऊ शकत होता, अनर्थ घडू शकत होता. शिवाय गोंधळामुळे त्यांना आपण काय करायचे ते नीट कळले नसते. एक दुहेरी पेच पडला होता. मॅकिनॉन आणि व्हॅन एफिन यांच्यासारखी चतुर व व्यवधानी माणसे होती म्हणून बरे झाले. ते दोघे नसते तर केवढा गोंधळ उडाला असता. एफिन हा कोणत्या प्रवाशाने कुठे बसायचे, जखमी लोकांनी कुठे असावे, ह्या सूचना त्यांना देत होता. त्यांना हाताला धरून मदत करत होता. जखमी लोकांना तो लाईफबोटीत बसावयाच्या ज्या फळ्या होत्या त्यांच्यामध्ये तो झोपवित होता. त्यांच्याशी बोलताना तो अत्यंत सौम्य व मृदू भाषेत बोलत होता. त्यांना उत्तेजन देत होता. बोटीवरती आता आग खूपच भडकली होती. तिचा भर्रर आवाज एवढा मोठा होत होता की दुसऱ्याशी बोलताना त्याला ऐकू जावे म्हणून ओरडून बोलावे लागत होते. आगीच्या धडधडाटात आणखी एक आवाज ऐकू येऊ लागला. त्या आवाजाने तर बोटीवरच्या कर्मचाऱ्यांची धडकी भरली होती. तो

आवाज आता सतत ऐकू येऊ लागला. बोटीचे जाड पोलादी पत्रे फाटू लागले होते. त्याचा तो आवाज होता. एखादे जाडेभरडे वस्त्र फाडताना जसा आवाज होतो तसाच तो होता. फक्त फरक एवढाच की इथे तो आवाज हजारपटीने मोठा होत होता.

आगीची झळ वाढत चालली होती. आगीचे दोन राक्षसी पडदे तर सतत वळवळत होते. त्या आगीवरती एक अत्यंत पातळ, पारदर्शक निळ्या रंगाची झाक होती. ती मधेच चमकून जाई व अदृश्य होई. त्यामुळे तो एक भास वाटत होता. तर आगीच्या ज्वाला ह्या रक्तासारख्या लालबुंद रंगाच्या होत्या. त्यांच्या टोकाला धूर बाहेर पडत होता. पेट्रोलच्या आगीची सारी लक्षणे तिथे प्रगट झाली होती. आता बोटीवरती कुठेही असले तरी श्वास घेणे जड जात होते. घशात तिखट व वेदना देणारी जळजळ होत होती. या सर्वांचा जेन्किन्सला जास्त त्रास होत होता. त्याच्या अंगावरचे कपडे बॉम्बस्फोटात केव्हाच जळून गेले होते. त्याच्या उघड्या अंगावरील कातडी जागोजागी गळून पडली होती. तापलेल्या हवेचे झोत जेव्हा त्याच्या अंगावरून जात तेव्हा तो फक्त मोठ्याने किंचाळण्याचेच बाकी असे. त्याच्या हातातून रक्त गळत होते. त्या दोन वर्षांच्या मुलावर मॅकिनॉनने एक मोठे ब्लँकेट पाण्याने भिजवून गुंडाळले होते. त्याला पार डोक्यापासून पायाच्या बोटापर्यंत त्यात गुरफटून टाकले होते.

तीन मिनिटातच दोन्ही बोटी खाली पाण्यावरती उतरल्या. बोटीच्या डावीकडच्या लाईफबोटीत फक्त सिरान व त्याची सहा माणसे होती. त्यांच्यात कोणीही जखमी व्यक्ती नव्हती. फारसे सामान नव्हते. त्यामुळे ते वल्हवत सर्वात आधी पुढे गेले. *विरोमा* बोटीपासून लवकर दूर सरकायला हवे होते. बोट पाण्यात बुडताना आपल्या भोवती एक मोठा खळगा करते. त्यावेळी जवळच्या तरंगणाऱ्या साऱ्या गोष्टी त्यात खेचल्या जातात. शिवाय ती तेलवाहू बोट होती. त्यात भरपूर तेल होते. ते तेल पाण्यावर पसरून त्याला आग लागली तर? तर मात्र पाण्यात तरंगत भाजून मरणे एवढाच पर्याय हातात उरत होता.

बोटीच्या उजव्या बाजूच्या लाईफबोटीत उरलेली सर्व माणसे, जखमी व्यक्ती व सामानसुमान होते. त्यामुळे ती लाईफबोट पाण्यावरती उतरायला वेळ लागला. शिवाय त्या बाजूला आग भडकली असल्याने तिला वळसा घालून, टाळून लाईफबोटीत बसावे लागत होते. सर्वजण लाईफबोटीत बसल्यावर निकोल्सनने बोटीवर उभ्या असलेल्या दोघांना लाईफबोट खाली सोडायचा हुकूम दिला. पण त्यांच्या हातून काही तरी चुकले असावे. ते दोघे एकमेकांशी ओरडून काहीतरी सांगत होते. लाईफबोट खाली सोडली जाण्याच्या गिअरच्या दोन कप्प्या दोराला लोंबकळत एकमेकांवर आपटत होत्या. त्या माणसांची काय समस्या होती, काय गोंधळ झाला होता ते देव जाणे. निकोल्सन त्यांच्यावरती मनातून चिडला होता. जर लाईफबोट

खाली सोडणारी दोरांची यंत्रणा त्यांना नीट चालू करता आली नाही तर निकोल्सन ते दोर सरळ कापून टाकणार होता. मग ती माणसे मागे पेटलेल्या बोटीवरती राहिली तर त्यांना त्यांच्याच चुकीमुळे एक जन्माची अद्दल घडणार होती.

परंतु लवकरच ती यंत्रणा चालू होऊन लाईफबोट पाण्यावरती उतरली. वरतून बोटीवरून एक वेगळा दोर खाली सोडला होता. त्यावरून ती सर्वात शेवटी मागे राहिलेली माणसे घसरत घसरत लाईफबोटीत उरण्यासाठी खाली येऊ लागली. त्यांनी खाली पाहिले की लाईफबोटीत माणसांची व सामानांची गर्दी झालेली असून अशी लाईफबोट जर वल्ही मारून चालवावी लागली तर दूर जाण्यासाठी किती वेळ लागेल. त्यातून वल्ही मारण्याइतपत फक्त तिघे चौघेजणच तंदुरुस्त अवस्थेत होते. परंतु जेव्हा त्यांचे पाय लाईफबोटीला लागले तेव्हा त्या लाईफबोटीचे इंजिन खोकत खोकत, मग पट् पट् पट् आवाज करत चालू झाले. लवकरच त्यातून एक लयबद्ध आवाज येऊ लागला.

मिनिटभरातच ही लाईफबोटसुद्धा *विरोमा* बोटीपासून बऱ्यापैकी दूर गेली. मग ती पुढच्या नाळेला लांबून वळसा घालू लागली. नाळेपासून सुमारे दोनशे फूट अंतरावरून जाताना त्या आगीकडे ते पाहू लागले. पण इतक्या लांबूनही तिची झळ त्यांच्या डोळ्याला त्रास देऊ लागली, त्यांच्या घशातही त्यामुळे त्रास होऊ लागला. पण तरीही नाळेला वळसा घालून निकोल्सन आपली लाईफबोट नेऊ लागला. मग कधीतरी अचानक त्यांना बोटीच्या पलीकडच्या बाजूने पाण्यात उतरलेली दुसरी लाईफबोट दिसली. ती पहिली लाईफबोट पाण्यात सोडल्यावर एव्हाना तीन मिनिटे झाली होती. ती *विरोमा* बोटीपासून फक्त शंभरएक फूट दूर गेली होती. तिला दुसऱ्या लाईफबोटीप्रमाणे मोटरबोटीचे इंजिन नव्हते. सिरानच्या माणसातही वल्हवण्यात एकसारखेपणा नव्हता. शेवटी सिरानने आपल्या नेहमीच्या आरडाओरडी करून हुकूम देण्याच्या सवयीनुसार त्याच्या माणसांवर हाणामारी करून ताबा मिळवला. त्यांच्यातला गोंधळ बंद केला. त्याच्या माणसांपैकी दोघेजण हे लाईफबोटीच्या तळावर विव्हळत पडले होते. तिसरा माणूस आपला बधिर झालेला खांदा चोळत होता. त्याचा तो हात पार कामातून गेला होता. आता सिरानकडे फक्त तीनच धडधाकट माणसे होती. त्यांच्या मदतीने त्याला ती लाईफबोट चालवायची होती.

निकोल्सनने सिरान व त्याची तीन माणसे लाईफबोटीत पाहिली. त्याने लांबूनच काय झाले असावे ते ओळखले. फाईंडहॉर्नकडे पहात त्याने आपले ओठ चावले. कॅप्टनने निकोल्सनच्या चेहऱ्यावरून त्या दुसऱ्या लाईफबोटीत काय घडले ते ओळखले व आपली मान जडपणे हलवली.

अर्ध्या मिनिटाने मॅकिनॉनने आपल्याकडील एक दोर सराईतपणे सिरानकडे फेकला. हवेत सापासारखा वळवळत आलेला तो दोर सिरानने पकडला व आपल्या

लाईफबोटीतील नाळेच्या बाजूला बांधून टाकला. त्या दोन्ही बोटी आता एकत्र बांधल्या गेल्या. लवकरच तो सैल दोर घट्ट ताणला गेला आणि निकोल्सन बसलेली ती लाईफबोट आपल्या इंजिनाच्या सहाय्याने सिरानची बोटही ओढू लागली. त्यांना आता *विरोमा* बोटीपासून लवकरात लवकर दूर जायचे होते.

पाच मिनिटात दोन्ही बोटी *विरोमा*पासून हजार दीड हजार फूट दूर गेल्या. अजूनही *विरोमा* बोट आहे तशीच जळत पाण्यावर स्थिर उभी होती. दोन्ही लाईफबोटी एकत्र बांधल्याने त्यांना कमाल वेग फक्त ताशी साडेतीन नॉटस्, म्हणजे अवघा ताशी साडेपाच मैल धरता आला. पण एवढ्या मंद गतीने ते पुढे फुटाफुटाने सरकत असले तरी प्रत्येक फूट अंतर हे त्यांना अधिकाधिक सुरक्षिततेकडे नेत होते. त्यांच्या डोक्यावरून आकाशात तीन जपानी लढाऊ विमाने हिंडत होती. पण आता ती वाटेल तशी हिंडत होती. त्यांनी अजून खाली येऊन त्यांच्या लाईफबोटींवरती हल्ला चढवला नव्हता. याचा अर्थ त्यांना त्या हल्ल्यात रस नसावा.

अजून दोन मिनिटे गेली आणि *विरोमा* बोट आता पूर्वीपेक्षा जोरदारपणे जळू लागली. दिवा विझण्यापूर्वी जसा मोठा होतो तसाच हा प्रकार होता. बोटीच्या पुढच्या भागाच्या ज्वाला इतक्या लांबूनही प्रखर वाटत होत्या. भर दुपारच्या उन्हाच्या प्रकाशामुळेही त्यांची प्रखरता कमी होत नव्हती. तेलटाक्यांच्या आगीमुळे वरती शेवटी जो धूर जात होता त्याचे छत तर सर्व बोटीवर पसरले होते व तो धूर अर्धा मैल परिसरात पसरला होता. तो एवढा गडद काळा होता की त्यातून विषुववृत्तावरच्या झगझगीत सूर्याचे माध्यान्हीचे किरणही आरपार भेदून जाऊ शकत नव्हते. त्या काळ्या धुराच्या मंडपाखाली बोटीवरच्या मागच्या व पुढच्या बाजूला लागलेल्या दोन्ही आगी ह्या धडधडत जळत होत्या. क्षणाक्षणाला त्यांचे रौद्र स्वरुप वाढत होते आणि दोन्ही आगींमधले अंतर कमी होत चालले आहे असे लांबून दिसत होते. *विरोमा* बोटीला आता कोणीही वाचवू शकत नव्हते. एका अजस्त्र तेलवाहू बोटीचा मृत्यू काही मिनिटातच अटळ झाला होता. त्या बोटीचा कॅप्टन फाईंडहॉर्न हा मागे वळून आपल्या प्रिय बोटीचा विनाश हताशपणे पहात होता. त्याला कळून चुकले की जेव्हा बोटीवरील त्या दोन्ही आगी पसरत पसरत एकमेकांना भेटतील त्यावेळी आपल्या प्रिय बोटीचा मृत्यू होणार. आपण फक्त त्याची आता वाट पहायची.

विरोमा बोट आचके देऊ लागली होती.

काही वेळाने आगीचे जे हिंस्त्र व रौद्र स्वरुप होते ते कमी झाल्यासारखे वाटले. त्या बोटीचा मृत्यू हा आणखी नेत्रदीपक होईल असे वाटले होते. पण तसे काही घडले नाही. बोटीच्या पुढच्या बाजूच्या आगीचा पांढऱ्या रंगाचा लोळ हा आता उंच होत होत ब्रिजपर्यंत गेला. त्याची एकूण उंची ही सुमारे ४०० फूट झाली असावी. मग अचानक कोणीतरी फुंकर मारून विझवावी तशी ती महाज्वाला झपकन खाली

बसून विझून गेली. पण त्यावेळी सुद्धा एक खर्जातला व दीर्घ आवाज काढणारा गडगडाटी ध्वनी बराच वेळ होत राहिला. समुद्रावरच्या नीरव शांततेवरती तो आवाज ऐकताना थरकाप होत होता व मन विषण्णतेने भरून जात होते. *विरोमा* बोटीला शेवटची घरघर लागली होती.

थोड्या वेळाने तोही आवाज बंद होत होत पूर्णपणे थांबला. आता उरली फक्त समुद्रावरची शांतता. एक सुन्न करून टाकणारी शांतता. अन् मग *विरोमा* बोटीचा शेवट जवळ आला. अगदी शांतपणे आला. कसलीही गडबड नाही, तडफड नाही की खळबळाट नाही. ती बोट जगाचा निरोप घेत होती. एका वैशिष्ट्यपूर्ण रितीने ती तिरपी होऊन पाण्यात शिरत होती. अत्यंत सभ्यपणे शिरत होती. त्या शिरण्यातही तिचा एक स्वत:चा डौल आहे असे वाटत होते. त्यामुळे तिचा तो शेवट वाटत नव्हता, मृत्यू वाटत नव्हता. ती होती *विरोमा* बोटीची जलसमाधी. बोटीच्या तापून लाल झालेल्या टाक्या पाण्यात शिरातना हिस्स आवाज करीत गेल्या. तो क्षीण आवाज लाईफबोटीत बसलेल्यांना ऐकू आला. बोटीवरच्या त्या दोन डोलकाठ्यांची टोकेही हळूहळू पाण्याखाली शिरून नाहीशी झाली. एक जखमी झालेली, भाजलेली, पोळलेली, थकली भागलेली बोट विनातक्रार समुद्राच्या पृष्ठभागाखाली जाऊन नाहीशी झाली. थोडावेळ पाण्यावरती काहीवेळ बुडबुडे उमटत राहिले. अन् मग मात्र त्याठिकाणी काहीही उरले नाही. या इथे काही वेळांपूर्वी हजारो टनांची एक तेलवाहू बोट उभी होती यावर आता कोणीही विश्वास ठेवला नसता. तिथे *विरोमा* बोटीचा कोणताही अवशेष किंवा एखादे साधे लाकडी फळकूटसुद्धा तरंगत नव्हते. जणू काही *विरोमा* नावाची एक बोट मुळातच अस्तित्वात नव्हती .

कॅप्टन फाईंडहॉर्न निकोल्सनकडे वळला. त्याचा चेहरा कठीण व दगडी बनला होता. किंवा त्याने तो तसा ठेवला असावा. त्याचे डोळे निस्तेज झाले होते. त्यात केवळ भकासपण उरला होता. त्या लाईफबोटीतील प्रत्येकजण कॅप्टनकडे बघत होता. *विरोमा* बोटीचा तो पालक होता. त्याचे आपल्या *विरोमा* बोटीवरती मनापासून प्रेम होते. जरी त्याच्या चेहऱ्यावरती काही भावना दिसत नसल्या तरी त्याच्या अंतर्मनात मात्र दु:खाचा दर्या उसळला असला पाहिजे हे प्रत्येकाने ओळखले. त्याच्याकडे सर्वजण पहात होते, पण तो कोणाकडेही पहात नव्हता. विरोमा बोटी बरोबरच त्याच्या भावनांना जणू काही जलसमाधी मिळाली होती.

तो निर्विकारपणे निकोल्सनला म्हणाला, "मिस्टर निकोल्सन, आता २०० डिग्रीच्या दिशेने आपल्या या छोट्या बोटी चालवित रहा. अगदी शेवटपर्यंत. पूर्वी ठरवल्याप्रमाणेच जाऊ या. बारा तासात आपण त्या मॅक्लिसफील्ड खाडीपाशी पोचायला हवे."

■

८

वारा नसलेल्या वातावरणामधून, निळ्या आकाशाखालून त्यांचा प्रवास चालला होता. नि:शब्दपणे ते समुद्रपृष्ठावरून पुढे सरकत होते. विषुववृत्तावरच्या सूर्याकडे तर बघवत नव्हते. तो तीव्र झगझगीत गोळा समुद्राचा सारा पृष्ठभाग चकचकीत करून सोडत होता. मागच्या लाईफबोटीला ओढीत पुढची लाईफबोट एका आवाजात पुढे जात होती. असे तासामागून तास जात होते. आजूबाजूच्या दृश्यात कसलाही बदल होत नव्हता. कोणीही बोलत नव्हते. ते तास अत्यंत कंटाळवाणे होते. ते कधी संपतील असे वाटत नव्हते. इंजिनाचा एकसुरी आवाज, न बदलणारे सभोवतालचे दृश्य, एकाच दक्षिण दिशेला धरलेला रोख, यात कुठेही बदल होत नव्हता. अशा या जीवघेण्या एकसुरी वातावरणात घुसमटल्यासारखे वाटत होते.

सर्वसाधारणपणे एक लाईफबोट आपल्याजवळ शंभर मैल पुरेल एवढा पेट्रोलचा साठा घेऊन निघते. तिचा वेग हा ताशी चार नॉटस्, म्हणजे ताशी सुमारे साडेचार मैल एवढा पडतो. केवळ आणीबाणीच्या परिस्थितीसाठी किंवा वादळी समुद्रामध्ये तग धण्यासाठी एवढा पेट्रोलचा साठा पुरेसा असतो. परंतु मॅकिनॉनला दूरदृष्टी होती. त्याने पेट्रोलने भरलेले जादा कॅन लाईफबोटीत भरले. यामुळे लाईफबोटीला जादा वजन ओढावे लागल्याने तिचा नेहमीचा वेग कमी पडत होता. पण त्यामुळे फारसे काही बिघडत नव्हते. त्यांना दूरच्या मॅक्लीसफिल्ड खाडीतील 'लेपार' नावाच्या बेटावर जायचे होते. तिथे आर्चिपेलागो नावाची जी एक बेटांची साखळी होती त्यातले ते बेट होते. त्या भागात बोट घेऊन वावरण्याचा कॅप्टनचा अनुभव हा गेल्या पंधरा वर्षांचा होता. त्यामुळे त्याला पुढे लेपार बेटावरती कुठे पेट्रोल मिळू शकेल हेही ठाऊक होते. तिथे पेट्रोल भरपूर प्रमाणात उपलब्ध होते. फक्त तिथे जपानी सैनिक किती प्रमाणात उपलब्ध असतील हे त्याला ठाऊक नव्हते. कदाचित जपान्यांनी त्या बेटावरती आपला ताबा मिळवला असेल. परंतु जपानी पायदळ हे

इतक्या मोठ्या प्रमाणात पूर्व गोलार्धात विखुरलेले होते की, त्यांची त्या बेटावरील संख्या कमी असेल. अन् ते सैन्यही तिथे पसरलेले असेल तर विरळ झाले असेल. त्या लहान बेटावर जपानी सैन्याला कसलाही उद्योग नसणार. म्हणून जपानी सेनाधिकारी अशा नगण्य महत्त्वाच्या ठिकाणी आपले सैन्य उगाच कुजवत ठेवणार नाही. अशा या बेटावरती आपल्याला पाहिजे तेवढे पेट्रोल व भरपूर गोड पाणी सहज मिळू शकणार असल्याने तिथून पुढे आपल्याला खूप दूरवर प्रवास करता येईल. किती दूरवर जाता येईल हे आत्ता सांगता येणार नाही. पण दक्षिणेला जावा आणि सुमात्रा बेटांच्या मध्ये जी सुंद सामुद्रधुनी आहे, तेथवर तर नक्की जाता येईल. त्या भागात तेव्हा ईशान्य व्यापारी वारे चालू होतील. त्या व्यापारी वाऱ्यांच्या सहाय्याने आपल्याला शिडे उभारून आणखी पुढे जायला मदत होऊ शकेल, असा कॅप्टनचा होरा होता.

परंतु प्रत्यक्षात आत्ता व्यापारी वारे सुरू झालेले नव्हते. व्यापारी वारेच काय, पण साधी वाऱ्याची झुळूकही नव्हती. सर्वत्र स्तब्ध हवा आणि तोच तो गुदमरवून टाकणारा असह्य उष्मा होता. या स्तब्ध हवेतून त्यांच्या बोटीची हालचाल म्हणजे एक नक्कल वाटत होती. आकाशात तळपणारा तो सूर्य आता पश्चिमेला झुकू लागला होता. पण तरीही त्याची प्रखरता किंचितही कमी झाली नव्हती. निकोल्सनने लाईफबोटीची दोन्ही शीडे उभारली. त्यांच्या सावलीमध्ये सूर्याची उष्णता जाणवणार नाही असे त्याला वाटत होते. परंतु त्या शीडांमुळे तो असह्य उष्मा यत्किंचितही कमी झाला नाही. हवेचे तपमान हे २७ अंश व ३२ अंश यांच्यामध्ये होते. आर्द्रता ८५ टक्क्यांपेक्षा जास्त होती. लाईफबोटीतील प्रवासी हे उष्मा व उकाडा सहन करण्याखेरीज आणि सूर्य लवकर अस्ताला जावा म्हणून प्रार्थना करण्याखेरीज काहीही करू शकत नव्हते.

निकोल्सन सुकाणू वळवण्याचा दांडा हातात घेऊन बसला होता. त्याने लाईफ-बोटीतल्या प्रत्येक प्रवाशाकडे सावकाश आपली नजर फिरवित नेली. त्या सर्वांची स्थिती लक्षात घेता, इथे आत्ता काही संकट समुद्रात उभे राहिले तर दोन तीन अपवाद वगळता कोणीही उपयोगी पडू शकणार नव्हते. या अथांग सागरात कुणाची मदत मिळण्यापासून ते शेकडो नव्हे, तर हजारो मैल दूर होते. जवळची बेटे, त्यावरची मनुष्यवस्ती हे सारे काही जपान्यांच्या हातात गेले असल्याने या शत्रूप्रदेशात ते सर्वजण एका अर्थी एकाकी पडले होते. जर ही लाईफबोट बुडू लागली, किंवा अन्य काही संकट आले तर समोरची ही मेल्यासारखी पडून राहिलेली माणसे कामास येणार नव्हती. समुद्र शांत असला तरीही या दुर्बल व्यक्तिंबरोबर प्रवास करण्यात नक्कीच जोखीम आहे, असे निकोल्सनच्या लक्षात आले.

निकोल्सन सोडून एकूण सतरा माणसे त्या लाईफबोटीत भरलेली होती. वेळप्रसंगी खवळलेल्या समुद्रातून बोट चालवण्यासाठी तर या लोकांचा काहीही उपयोग नव्हता. याला अपवाद मॅकिनॉन व व्हॅन एफिन या दोघांचा होता. मॅकिनॉन हा कोणत्याही संकटात गडबडून जात नसे. तो शांत व अविचल राही. शिवाय तो कार्यक्षम होता आणि त्याला बऱ्याच उपयुक्त बाबींचे ज्ञान होते. व्हॅन एफिनबद्दल निकोल्सनला फारशी माहिती नव्हती. परंतु त्याने त्याचे धैर्य व इतर गुण हे संकटात सिद्ध करून दाखवले होते. ही दोन माणसे निकोल्सनला मौल्यवान वाटत होती. व्हॅनिअर हा एक तरुण पोरगा होता. तो या दोघांइतका कार्यक्षम नसला तरीही तो खूप चिवट होता. वाटेल ते कष्ट कितीही काळ करण्यात तो टिकून राही. पण आता येणाऱ्या एखाद्या आगामी संकटात कितपत त्याचा निभाव लागेल हे पहायला हवे. वॉल्टर अजूनही त्याला बसलेल्या मानसिक धक्क्यातून सावरला नव्हता. शिवाय तो आजारी असावा, असा त्याचा चेहरा सांगत होता. यातून तो बरा झाला तर नक्की उपयोगी पडणार होता. बस्स, एवढीच माणसे संकटकाळात हाताशी येऊ शकत होती.

गॉर्डन हा एक सेकंड स्ट्यूअर्ड होता. कृश चेहऱ्याचा, पाणीदार डोळ्यांचा आणि नेहमी गुपचूप काहीतरी करणारा असा होता. तो एक चोर आहे हे सर्वांना ठाऊक होते. चोरी करण्यात काही फायदा किंवा स्वार्थ नसला तरी तो ती करीत असे. बोटीवर झालेल्या बॉम्बहल्ल्याच्या धामधुमीत तो आपली जागा बेधडक सोडून कुठेतरी लपून बसला होता. त्याला खलाशी म्हणणे कठीण गेले असते. खलाश्याचे कोणतेही गुण त्याच्यात नसताना तो इथल्या नोकरीत कसा काय शिरू शकला, हे एक गूढ होते. तो कशाशीही सामना करू शकत नसल्याने संकटकाळात नालायक ठरत होता. त्याच्यावर विश्वासाने कोणतेही काम सोपवण्यात अर्थ नव्हता. कारण तो एक बिलंदर, कामचुकार व स्वार्थी माणूस होता. तो नेहमी स्वत:पुरतेच पहात असे.

आज दुपारी झालेल्या बॉम्बहल्ल्यात तो मुस्लीम मौलवी आणि ब्रिगेडियर फार्नहोम हे ठीक वागले. पण त्यांचा तसा काहीच उपयोग झाला नव्हता. आत्ता ते दोघे एका फळीवर शेजारी बसले होते व खालच्या आवाजात एकमेकांशी काहीतरी पुटपुटत बोलत होते.

विलोबी हा एक दयाळू व अत्यंत सज्जन असा माणूस होता. पण आता तो इंजिन-रूममध्ये नव्हता आणि त्याची ती प्रिय पुस्तके त्याच्याजवळ नव्हती. दुसऱ्यांना मदत करण्यास तो नेहमी उत्सुक असे. परंतु त्याचे वय व शारीरिक क्षमता पहाता त्याच्या मदतीला अर्थ नव्हता. कॅप्टन, इव्हान्स, क्वार्टरमास्टर, फ्रेजर व जेन्किन्स ही माणसे तर जायबंदी झाली होती. त्यामुळे त्यांच्याकडूनही मदतीची अपेक्षा ठेवता येत नव्हती.

ॲलेक्स नावाचा एक पोरगेलासा तरुण सैनिक होता. त्याच्या मनावरती परिणाम झाला होता. त्याचे कशातही लक्ष लागायचे नाही. तो अत्यंत चंचल बनला होता. त्याचे डोळे सारखे इकडून तिकडे फिरत. कोणत्याही एका वस्तूवर त्याची नजर कधीच केंद्रित व्हायची नाही. त्याच्याशी संवाद साधणेही कठीण झाले होते. विचारलेल्या प्रश्नांना तो उत्तरे देईलच असे नव्हते. अन् उत्तरे दिलीच तर ती असंबद्ध असत किंवा ती उत्तरे भलत्याच प्रश्नांची असत. निकोल्सनला त्या ॲलेक्सचे आडनाव सिन्क्लेअर आहे हे कळले होते. आत्ताही तो बसल्या जागी चुळबूळ करत होता. आपल्या मांडीवरून आपले हाताचे पंजे सारखे खालीवर करीत होता. जणू काही त्याच्या हाताला काही तरी नको ते चिकटले असून ते तो पुसून टाकण्याचा प्रयत्न करीत होता.

आता उरल्या फक्त या तीन स्त्रिया आणि ते लहान मूल. अन् फक्त संख्येत भर घालायची असेल तर सिरान व त्याची ती सहाजणांची ठग मंडळी. ती वीस फुटांवरती होती. पण ती भरवशाची नव्हती.

त्या दोन्ही लाईफबोटीतील सर्व माणसांमध्ये फक्त ते दोन वर्षांचे लहान मूल आत्ता आनंदी होते, निष्काळजी होते. एका ब्लॅन्केटात गुंडाळलेल्या त्या मुलाला उकडत नव्हते की वातावरणातल्या उष्म्याची जाणीव होत नव्हती. ते सारखे उत्साहाने उसळ्या मारू पहात होते. त्याच्या उसळण्यामुळे ते दर मिनिटाला डझनभर वेळा तरी बाहेर पाण्यात पडण्याची वेळ येईल असे वाटत होते. त्या ड्राखमन नर्सशी वाढलेली जवळीक व विश्वास त्याला आता आधार देत होता. इतरांबद्दल त्याला वाटणारी भीती वाटेनाशी झाली नव्हती. परंतु तरीही तो अन्य कुणाकडे जात नव्हता. निकोल्सनपासून तो जवळच बसला होता. जेव्हा जेव्हा निकोल्सन त्याला बिस्किट किंवा पाणी घातलेल्या कन्डेन्स्ड दुधाचा मग त्याच्या पुढे करे तेव्हा लाजून खाली मान घालून तो ते पटकन घेई. पण नंतर लगेच माघारी वळून तो ड्राखमनकडे पळून जाई. पण जेव्हा त्याला स्पर्श करण्यासाठी निकोल्सन आपला हात पुढे करे तेव्हा तो एकदम मागे वळून मिस् ड्राखमनला घट्ट धरे. कधी कधी तो आपला हात डोळ्यावरती धरून त्यातील बोटांमधून तिच्याकडे बघे. असे केल्याने आपण अदृश्य होतो असे त्याला वाटत असावे. अन् आता ही समोरची बाई कशी गोंधळात पडेल हे अजमावण्यात त्या मुलाला मोठी गंमत वाटे. मग मिस् ड्राखमनसुद्धा, "अरे हा गुलाम कुठे बरं गेला?" असे म्हणत काळजीत पडल्यासारखे दाखवायची. मग तो आपला हात एकदम खाली घेऊन मोठ्याने हसे. कधी कधी बराच वेळ निकोल्सन ते युद्ध, ती जखमी माणसे, निराशाजनक परिस्थिती, वगैरे सारे विसरून जाई आणि त्या लहान मुलाच्या बाळलीलांमध्ये रमून जाई. पण नंतर काही क्षणातच तो भानावर येऊन कटू परिस्थितीला सामोरे जाई. त्याला मग एक

नैराश्याचा क्षणकालीन झटका येई. जेव्हा जपानी आपणा सर्वांना पकडतील तेव्हा या लहान पोराचे काय होईल या कल्पनेने त्याला भीती वाटू लागे.

आपली व जपान्यांची नक्की गाठ पडणार असे निकोल्सनला मनातून खात्रीपूर्वक वाटत होते. या बाबतीत त्याला कसलाही संदेह नव्हता. कॅप्टन फाईंडहॉर्न हा जरी त्यांना धीर देणारे, आशा दाखवणारे उत्साहवर्धक असे बोलत असला तरी त्यालाही मनातून तसेच वाटत आहे हे त्याने ओळखले होते. ''लेपार बेट आणि सुंद सामुद्रधुनी येथे आपण पोचलो की आपल्या बहुतेक समस्या संपल्या,'' असे कॅप्टन म्हणत असे. पण आत्ताही जपानी त्यांना पाहिजे तेव्हा शोधून सहज पकडून ठेवू शकत होते. मग अजूनही त्यांनी आपल्याकडे का लक्ष दिले नाही याचे निकोल्सनला गूढ वाटत होते. आपल्याला आत्ता लाभलेले हे स्वातंत्र्य व सुरक्षितता मर्यादित आहे ही गोष्ट जपान्यांना ठाऊक असेल तर ते एखाद्या मांजराने आवाक्यात आलेल्या उंदराकडे दुर्लक्ष केल्यासारखे दाखवून त्याच्या जिवाशी खेळावे तसला प्रकार करीत असावेत. पण ते जर तसा खेळ खेळत असतील तर ते समजायला काही वाव नव्हता. त्या सर्व माणसांचा तो जथा म्हणजे अनेक बाबतीत उपयोगी नसलेला, कोणीही त्यांची जबाबदारी न घेणारा, असहाय्य व टाकाऊ असा होता. अन् अशी ही माणसे आपल्या नौका स्वातंत्र्याच्या दिशेने हाकारीत होत्या. कशाच्या जोरावर ते पुढे जात होते? गॉर्डन आणि तो ॲलेक्स सिंक्लेअर हे दोघे सोडले तर साऱ्यांचे धैर्य वाखाणण्याइतपत उच्च होते. निकोल्सनने ही बाब मनातल्या मनात मान्य केली.

कसलीही कुरकूर न करता ते सर्वजण कष्ट झेलीत होते, पडेल ती कामे करीत होते. जवळ घेतलेली ब्लॅन्केटे व पदार्थ नीट वाटून घेत होते आणि जखमींची देखभालही करीत होते. जखमींना जागा देण्यासाठी ते स्वतःची अडचण करून दाटीवाटीने बसत होते. आपले स्वतःचे वैयक्तिक दुःख, त्रास, अडचण वगैरे काहीही सांगत नव्हते. निकोल्सन देत असलेल्या आज्ञा ते विनातक्रार पाळीत होते. साऱ्या अडचणी ते आनंदाने सहन करीत होते. गेले दोन तास त्या दोन नर्सेस व ब्रिगेडियर हे जखमी लोकांची सेवा करीत होते. त्यांच्या जखमा धुऊन पुन्हा नीट बांधत होते आणि त्यांना धीर देत होते. लाईफबोटीतील प्रथमोपचाराच्या पेटीत नियमानुसार विविध औषधे ठेवली होती. ती सारीच्या सारी आत्ता प्रथमच उपयोगात येत होती. जंतुनाशके, सल्फानिलमाईड पावडर, वेदनाशामक कोडीन कंपाऊंडस्, कापूस, बँडेजेस्, भाजलेल्यासांठी मलमे, जखमा नीट उघडून व बंद करण्यासाठी लागणारी सर्जिकल हत्यारे, स्पिरीट वगैरे वगैरे सर्व गोष्टी आता उपयोगात येत होत्या. मिस् ड्राखमन ही सर्जरीची कामे करीत होती. मॅकिनॉनने जादा लाकडी स्प्लिन्टस घेतल्या होत्या. त्या आता उपयोगात येत होत्या. कार्पोरल फ्रेजरच्या

हातावरती दहा मिनिटात योग्य ते उपचार झाले.

त्या प्लॅन्डरलीथ म्हातारीने तर कमालच केली. तिचे कौतुक करायला शब्द अपुरे पडतील. अनेक संघर्षाचे, वादविवादांचे, नाराजीचे प्रसंग टाळून सर्व परिस्थिती कशी नीट ताळ्यावर आणून ठेवावी याचे कौशल्य तिच्याजवळ होते. जणू काही तिच्या आत्तापर्यंतच्या आयुष्यातील अनुभवांचे सार ती या बोटीत वापरून टाकीत होती. आपल्या समोरची परिस्थिती तिने आहे तशी स्वीकारली होती आणि त्या परिस्थितीचा जास्तीत जास्त चांगला उपयोग ती करून घेत होती. तिची अधिकारवाणी सर्वांनी मानली होती आणि आपल्यासारखेच इतरांनीही वागावे म्हणून ती पहात होती. याबाबतीतही तिला यश मिळत होते. तिने सर्व जखमींना ब्लँकेटमध्ये गुंडाळून ठेवले. त्यांच्या डोक्याखाली लाईफबेल्ट उशा म्हणून ठेवले. त्या जखमींनी तिचे जर ऐकले नाही तर ती त्यांना लहान व हट्टी मुले समजून दटावत असे. मात्र कोणालाही दोनदा एकाच कारणावरून दटावण्याची तिच्यावर वेळ आली नाही. सर्वांनी मनातून तिची आपल्या घरातील आजीची भूमिका मानली होती. आपण ज्या गोष्टी जखमींना खायला प्यायला दिल्या, त्या ते शेवटपर्यंत संपवीत आहेत की नाही हेही ती आवर्जून पहात असे. तिनेच मॅकिनॉनने खाली ठेवलेली कुऱ्हाड घेऊन आपल्या जवळ ठेवून दिली. तिनेच दारुसाठी तडफडणाऱ्या ब्रिगेडियरला न भिता ठणकावून सांगितले की, त्याचे पिण्याचे दिवस आता संपले असून त्याच्या बॅगेतील बाटल्यातील दारु येथून पुढे आता फक्त वैद्यकीय कारणांसाठी वापरली जाईल. त्याच्या हातातली बॅग खेचून तिने ती आपल्या बसायच्या जागेखाली ठेवून दिली. प्रक्षुब्ध झालेल्या ब्रिगेडियरचे तिच्यापुढे काहीही चालले नाही. तो निमूटपणे हात चोळीत बसला. एवढे झाल्यानंतर तिने शांतपणे आपल्या सामानातून लोकरीचा गुंडा व सुया काढून विणण्याचे काम चालू केले. आत्ता तीच आपल्या मांडीवरती एक फळी ठेवून बीफ आणि पाव यांचे सर्वांना देण्यासाठी काप करीत होती, बिस्किटे वाटत होती, नको म्हणणाऱ्यांना आग्रह करीत होती. पातळ केलेले कन्डेन्स्ड दुधाचे वाटप करण्यासाठी मॅकिनॉनजवळ देत होती. मॅकिनॉन नेहमी गंभीर मुद्रेने वावरे. त्याच्या चेहऱ्यावरती कधीही साधे स्मित नसे. पण तिने त्याला न भिता पार वाढपी म्हणून कामाला लावले. जणू काही तो एक आपला लाडका विद्यार्थी आहे, असे समजून ही मास्तरीण त्याला कामे सांगत होती. मॅकिनॉनच्या गंभीरपणावरती तिने केलेली ही मात पाहून निकोल्सनला आश्चर्य वाटले. तिच्या वागण्यामुळे तो अक्षरशः थक्क झाला. खरोखर, तिचे कौतुक करायला शब्द पुरणार नाहीत, असे त्याला वाटले.

अचानक तिचा आवाज चढला व ती तीक्ष्णपणे म्हणाली, "मिस्टर मॅकिनॉन, तुमचे काय चालले आहे?" मॅकिनॉनने आपल्या हातातील पाव व बीफ एकदम खाली टाकून खाली बसकण मारली व आपले डोके दोन्ही गुडघ्यात घातले. त्याने

प्लॅन्डरलीथ बाईच्या प्रश्नाकडे दुर्लक्ष केले. तिने तीनदा तोच प्रश्न विचारला तरीही तिकडे दुर्लक्षच केले. शेवटी तिने आपल्या हातातील चाकू त्याच्या बरगडीत टोचला.

यावेळी मात्र मॅकिनॉनने आपली प्रतिक्रिया दाखवली. ती त्याला म्हणत होती, "मूर्खा, अरे तू काय करून ठेवलेस?" तिने आपल्या हातातील चाकूचे टोक एके ठिकाणी दर्शवले. मॅकिनॉनच्या गुडघ्यात बीफचा एक किलोचा मोठा तुकडा दाबला जाऊन पार चपटा होऊन गेला.

"सॉरी, मिस् प्लॅन्डरलीथ, सॉरी," तो उठून उभा रहात म्हणाला. आपल्या हाताने तो आपली पँट साफ करीत होता. मग निकोल्सनकडे वळून तो पुढे म्हणाला, "सर, एक विमान आपल्याकडे येत आहे. ग्रीन नाईन्टी. ते बऱ्यापैकी जवळ आले आहे." पश्चिमेकडून ते विमान येत होते. तिकडे बोट दाखवून तो घाईघाईने म्हणाला.

निकोल्सनने त्याच्याकडे एकदा आपले डोळे बारीक करीत पाहिले व नंतर पश्चिमेकडे पाहिले. त्याला ते विमान एकदम दिसले. ते विमान दोन मैलांवरती आले होते व दोन हजार फूट उंचीवरती होते. नाळेपाशी वॉल्टर होता. सर्वत्र लक्ष ठेवून पहारा करण्यावरच्या ड्यूटीवरती तो होता. त्याच्या लक्षात न येता ते विमान आधी मॅकिनॉनला दिसले. पण यात काहीही आश्चर्य नव्हते. कारण ते विमान सरळ पश्चिमेच्या तळपत्या सूर्यबिंबाच्या पार्श्वभूमीवरती येत होते. बहुतेक मॅकिनॉनच्या तीक्ष्ण कानांनी त्या विमानाचा आवाज टिपला, म्हणून त्याला त्याची जाणीव प्रथम झाली. प्लॅन्डरलीथ बाईची अखंड बडबड चालत असताना आणि लाईफबोटीच्या इंजिनाचा पट् पट् पट् आवाज चालू असताना त्याला तो दूरवरचा विमानाचा बारीक आवाज ऐकू आला म्हणजे त्याची खरोखरच कमाल म्हटली पाहिजे. खुद्द निकोल्सनला अजूनही तो आवाज ऐकू येत नव्हता.

निकोल्सनने आपली दृष्टी कॅप्टनकडे वळवली. कॅप्टन फाईंडहॉर्न हा त्याच्या बाजूलाच स्ट्रेचरवरती पहुडला होता. त्याला एक तर झोप लागली असावी किंवा तो कोमात गेला असावा. पण यापैकी नक्की काय अवस्था आहे याची खात्री करून घेण्यात उगाच वेळ घालवण्यात अर्थ नव्हता.

निकोल्सन मॅकिनॉनला घाईघाईने म्हणाला, "ती शिडे ताबडतोब खाली करा. गॉर्डन, त्यांना मदत करा. झटपट. अन् फोर्थ?"

"येस, सर," व्हॅनिअर उत्तरला. त्याचा चेहरा उतरला होता. पण तरीही तो काहीतरी कृती करायला उत्सुक आहे असे त्याच्या आवाजावरून वाटत होते.

"आपल्या बंदुका घ्या. तुम्ही, ब्रिगेडियर, मॅकिनॉन, व्हॅन एफिन, वॉल्टर आणि मी अशी प्रत्येकाला ती शस्त्रे वाटा." मग ब्रिगेडियर फार्नहोमकडे वळून तो

म्हणाला, ''त्या शस्त्रांमध्ये एक कार्बाईन आहे. तुम्हाला ती चालवता येते, असे मी धरून चालतो.''

''अर्थातच!'' फार्नहोम म्हणाला. त्याचे डोळे आता काहीतरी कृती करायला मिळती आहे म्हणून आनंदाने चमकू लागले. त्याने हात पुढे करून ती कार्बाईन बंदूक घेतली. तिचा बोल्ट मागेपुढे सरकवून पाहिला. गोळ्यांचे मॅगझिन उघडून पाहिले. हे सगळे त्याने एका हाताने व केवळ एक दोन बोटांनी केले. त्याचा तो सफाईदारपणा पाहून हा एक अव्वल सराईत नेमबाज आहे हे कुणाही पहाणाऱ्याला सहज कळावे. तो आता जवळ येणाऱ्या विमानाकडे मोठ्या उत्सुकतेने पाहू लागला. एकाएकी आलेल्या त्या संकटाच्या घाईगर्दीतही निकोल्सनला फार्नहोमचे ते बदलते रूप पाहून आश्चर्य वाटले. तो लष्करी माणूस युद्धासाठी आसुसलेला होता, एखाद्या घोड्यासारखा जागच्याजागी फुरफुरत होता. याच माणसाने आपल्या बचावासाठी *विरोमा* बोटीच्या स्वयंपाकघरात मोठ्या लगबगीने आश्रय घेतला होता. त्याची ही कृती त्यावेळी लष्करी पेशाला न शोभणारी, थोडीशी भित्रेपणाची वाटली होती. पण तोच माणूस आत्ता इथे दंड थोपटून शत्रूशी दोन हात करण्याच्या तयारीत उभा आहे ही गोष्ट नवलाची होती, विश्वास न वाटणारी होती. निकोल्सनच्या मनात खोलवर कुठेतरी ब्रिगेडियरबद्दल एक संशय हळूहळू निर्माण होऊ लागला. त्याच्या अशा विसंगत वागण्यामागेही एक सुसंगती वाटत होती. त्याच्या वर्तनामागे एक निश्चित हेतू असणारा आकृतीबंध आहे असा भास होता. कुठेतरी निकोल्सनला हे सारे खटकत होते. नेमके काय खटकते आहे हे त्याला समजत नव्हते. पण आत्ता त्यावर अधिक विचार करण्यासाठी निकोल्सनकडे वेळ नव्हता.

''आपापली शस्त्रे खाली करा. सर्वांनी शस्त्रे खाली करावीत,'' निकोल्सन हुकूम देत ओरडत सांगू लागला. ''बाकीच्यांनी आपापल्या जागी आडवे व्हावे. कुणीही सांगितल्याखेरीज डोके वर उचलू नका.'' त्या लहान मुलाला एका नर्सने ओढल्यावर तो निषेध म्हणून ओरडू लागला, भोकाड पसरू लागला. निकोल्सनचे तिकडे लक्ष वेधले गेले. पण त्याने मोठ्या निग्रहाने आपले लक्ष समोरून येणाऱ्या विमानाकडे दिले. ते समोरून येणारे विमान मघाच्या झिरो जातीच्या विमानापैकी नव्हते. पाण्यावर उतरू शकणाऱ्या विमानापैकी कसली तरी त्याची जात असावी. ते सरळ त्यांच्याच दिशेने येत होते. आता ते अर्ध्या मैलांवरती आले असावे. ते फार हळूहळू त्यांच्याकडे येत होते. तशा प्रकारच्या विमानांची रचना ही वेगासाठी केलेली नसते.

त्या विमानाने आपला एक पंख कलवून वळण घ्यायला सुरुवात केली. ते त्यांच्या लाईफबोटी भोवतालून चकरा मारणार असे दिसत होते. निकोल्सन त्या विमानाचे आपल्या दुर्बिणीतून काळजीपूर्वक निरीक्षण करीत होता. त्या विमानाच्या मधल्या धडावरती जपानचे राष्ट्रीय चिन्ह उगवता सूर्य रंगवला होता. ते चिन्ह उन्हात

चांगलेच चमकत होते. परंतु एवढ्या कमी वेगाच्या विमानाचा वापर हल्ला करण्यासाठी कधीच केला जात नाही. फार तर टेहेळणीसाठी किंवा समुद्रातून कुणाला वाचवण्यासाठी याचा वापर करता येतो. मग निकोल्सनला ती तीन झिरो विमाने आठवली. जेव्हा *विरोमा* बोटीला आग लागली व आता ही बोट संपूर्ण जळून खाक होणार याची खात्री पटली तेव्हा ती विमाने तरीही उंचावरती घिरट्या घालीत होती. बोटीच्या आगीशी, किंवा तिच्या भवितव्याशी त्यांना आता काहीही देणे घेणे नव्हते. पण तरीही ती घिरट्या घालीत होती. त्यामागचा उद्देश काय असावा ते त्याला आत्ता हळूहळू उमगू लागले. नव्हे, आता तर त्याची खात्रीच पटली. हेही विमान तसेच घिरट्या घालीत होते.

तो म्हणाला, "आता शस्त्रे बाजूला ठेवली तरी चालतील. सगळेजण उठून बसा. ते विमान आपल्यासाठी येत नाही. जपान्यांच्याकडे हल्ला करण्यासाठी भरपूर फायटर व बॉम्बर विमाने आहेत. आपल्याला त्यांनी संपवायचे ठरवले तर ते असले जुन्या धाटणीचे विमान पाठवणार नाही. ते एखादे फायटर पाठवतील."

"मला नाही वाटत तसे," फार्नहोम थोडासा उसळून म्हणाला.त्याने अजूनही आपली कार्बाईन बंदूक त्या विमानावरती रोखून धरली होती. तो म्हणत होता, "त्या हलकटांवरती माझा किंचितही विश्वास नाही. ते केव्हा आपल्याला दगा देतील याचा नेम नाही."

निकोल्सन म्हणाला, "बरोबर आहे. त्यांच्यावरती कोणीच विश्वास ठेवत नाही. पण ह्या समोरच्या विमानात मशीनगन तरी असेल की नाही याबद्दल शंकाच आहे." ते विमान अजूनही ठराविक अंतरावरून घिरट्या घालीत होते. तो पुढे म्हणाला, "माझा तर्क असा आहे की त्यांना आपल्याला जिवंत पकडायचे आहे. का, ते देव जाणे!" निकोल्सनने आपल्या नोकरीची बरीच वर्षे पूर्वेकडे काढली होती. त्याला जपान्यांच्या भयानक कृत्यांच्या व क्रूरपणाच्या तपशीलांची फारशी माहिती नसली तरी, हे ठाऊक होते की त्यांना शत्रूच्या लोकांना कैदेत ठेवून त्यांचा छळ करायला आवडते. कोणत्याही मुलकी माणसाला पकडले तर त्याच्या दृष्टीने जपानी तुरुंगातील यमयातना भोगण्याऐवजी त्यांच्याकडून चटकन दिला जाणारा मृत्यू हाच अधिक सुखावह असतो. चीनवरती त्यांनी आक्रमण करून केलेल्या भयानक अत्याचारांच्या कहाण्या तर जगभर सर्वांना ठाऊक होत्या. निकोल्सन म्हणत होता, "त्यांच्या दृष्टीने आपल्याला पकडणे का एवढे महत्त्वाचे आहे ते त्यांचे त्यांनाच ठाऊक. आपण मात्र आपल्या नशीबाला कौल लावत स्वस्थ बसावे."

"मला पटते तुमचे हे म्हणणे," व्हॅन एफिन आपल्या हातातील बंदूक बाजूला ठेवीत म्हणत होता, "हे विमान आपल्यावरती दडपण ठेवत आहे. आपण या जागेवरून दुसरीकडे जाऊ नये म्हणून बजावत असावे कदाचित. थोड्या वेळाने ते

निघून जाईल. तेव्हा ब्रिगेडियर, तुम्ही त्या विमानाची फारशी दखल घेऊ नका.''

"ते विमान आपल्यावरती हल्ला चढवेल किंवा चढवणार नाही. परंतु शेवटी ते एक शत्रूचे विमान आहे. हो की नाही?'' फार्नहोम जोरजोरात श्वासोच्छ्वास करीत पुढे म्हणाला, ''त्या विमानाच्या इंजिनात माझ्या या बंदुकीची एकच गोळी मी घातली की–''

''फार्नहोम, तू असला मूर्खपणा करू नकोस,'' ती प्लॅन्डरलीथ म्हातारी मोठ्या अधिकारवाणीने भेदक आवाजात थंडपणे त्याला म्हणाली, ''फार्नहोम, तू एखाद्या बेजबाबदार व मूर्ख मुलासारखे वागतो आहेस. ती बंदूक ताबडतोब बाजूला ठेवून दे.'' तिच्या त्या आविर्भावापुढे फार्नहोम एकदम दबून गेला. ती पुढे म्हणाली, ''उगाच दगड मारून मधमाशांचे मोहोळ कशाला उठवायचे? तू त्या विमानावर गोळी झाड व नंतर पुढच्याच क्षणाला त्यांनी चिडून आपल्यावरती गोळ्यांचा मारा केला तर? मग आपल्यातील निम्मेजण तरी मरण पावतील. त्या निम्म्या लोकात तूही दुर्दैवाने असण्याची शक्यता आहे.''

निकोल्सनने आपला चेहरा निर्विकार ठेवण्याचा प्रयत्न केला. हे सारे चालले आहे तरी काय? कोठवर असे होत जाणार? संकटामागून सारखी संकटे येत आहेत. आपला हा आत्ताचा प्रवाससुद्धा नीट सुरळीत होत नाही. आणखी यापुढे काय होईल? या प्रवासाचा शेवट कसा होईल त्याची आता कल्पनाच करता येत नाही. परंतु ते काही जरी असले तरी सर्वांची आत्तापुरती तर करमणूक होत होती. ती म्हातारी आणि ब्रिगेडियर यांच्यात एकाही सभ्य शब्दावाचून चकमक उडत होती.

''हे बघ कॉन्स्टन्स,'' ब्रिगेडियरच्या आवाजात थोडीशी माघार घेण्याचा व थोडासा निषेधाचा स्वर होता, ''तुला असे बोलायचा काहीही अधिकार– ''

ती म्हातारी त्याचे बोलणे तोडत म्हणाली, ''तू मला कॉन्स्टन्स म्हणतो आहेस. मुकाट्याने ते हातातले शस्त्र आधी बाजूला ठेव. तुझे हे अकाली शौर्य आणि चुकीच्या स्थळी दाखवले जाणारे हौतात्म्य यासाठी आम्हाला आमचे जीव गमवायचे नाहीत.'' एवढे म्हणून तिने त्याच्याकडे एक भेदक व थंड नजर फेकली. त्यानंतर तिने त्याला झटकून टाकल्यासाखी आपली नजर दुसरीकडे वळवली. फार्नहोमला माघार घ्यावी लागली. तिच्यापुढे त्याचा पराभव झाला. तो विषय इथेच आता संपला.

निकोल्सनने तिला विचारले, ''तुम्ही आणि ब्रिगेडियर एकमेकांना पूर्वीपासून ओळखता?''

क्षणभर तिने आपली नजर निकोल्सनवर रोखली. आपण एखाद्याच्या खाजगी बाबतीत नको तो प्रश्न विचारण्याचे धाडस केले असे त्याला त्यामुळे वाटले. तिने मग ओठ मिटून आपली मान होकारार्थी हलवून म्हटले, ''फार काळापासून. निदान

माझ्या दृष्टीने तरी. त्यावेळी याची रेजिमेंट सिंगापूरमध्ये होती. अर्थात आत्ताच्या महायुद्धापूर्वी कित्येक वर्षे आधीची ही गोष्ट आहे. त्यावेळी त्याच्या रेजिमेंटने आपल्या ब्रिगेडियरला क्वचितच पाहिले असेल. कारण ही स्वारी सैन्याच्या बेंगॉल क्लबमध्येच नेहमी पडून राहिलेली असायची. अर्थातच पिऊन पडलेली असायची. सारा वेळ–''

''मॅडम, हे फार... फार होते आहे,'' फार्नहोम ओरडून म्हणू लागला. ''तुमच्या जागी एखादा पुरुष असता तर मी त्याच्या कानाखाली–''

तिने कंटाळलेल्या स्वरात फार्नहोमचे बोलणे तोडत म्हटले, ''शांत रहा, शांत रहा. फॉस्टर, तू हे सारखे बोलतोस ना त्याची आता मला अक्षरशः शिसारी आली आहे.''

फार्नहोमने तिचे पहिले नाव 'कॉन्स्टन्स' उच्चारून तिचा अपमान केला होता. आता तिने त्याचे पहिले नाव 'फॉस्टर' उच्चारून भरपाई केली. फार्नहोम रागाने धुसफुसत होता. त्याच्या पांढऱ्या भुवया सतत खालीवर हलत होत्या. पण तेवढ्यात सर्वांचे लक्ष विमानाने वेधून घेतले. विमानाच्या इंजिनाचा स्वर उंचावला होता. क्षणभर. निकोल्सनला वाटले की ते विमान आता आपल्यावरती हल्ला करायला येणार. पण त्याच्या लगेच लक्षात आले की त्या विमानाने आपले बोटीभोवतालचे प्रदक्षिणेचे वर्तुळ वाढवित नेले आहे. आता त्या विमानाने आपल्या इंजिन बूस्टरमध्ये बदल केला. त्याला उंची वाढवायची असल्याने जादा ताकदीची आवश्यकता होती. पण उंची वाढवित असतानाही त्याने वर्तुळही वाढवायला सुरुवात केली होती. हळूहळू ते विमान उंच उंच जात सुमारे ५००० फूट उंचीवरती गेले. मग मात्र ते सरळ होऊन त्याच उंचीवरती चकरा मारू लागले. पण आता त्या वर्तुळाचा व्यास हा चार ते पाच मैल रुंदीचा होता.

''आपल्या बोटीभोवती अशा चकरा मारून त्या विमानाने काय साध्य केले असेल?'' कॅप्टन फाईंडहॉर्नने विचारले. त्याचा आवाज आता पूर्वीपेक्षा जरासा जास्त जोरदार व स्वच्छ होता. तो म्हणत होता, ''मिस्टर निकोल्सन, खरोखर ही एक कुतूहलाची गोष्ट आहे. हो ना?''

निकोल्सनने कॅप्टनकडे पहात स्मित केले आणि त्याला विचारले, ''मला वाटले की तुम्ही अजूनही झोपला आहात, सर. आता कसे वाटते आहे?''

''भूक लागली आहे व तहानही लागली आहे. अं, थँक यू, मिस् प्लॅन्डरलीथ,'' कॅप्टनने तिच्या हातून पाण्याचा पेला घेत म्हटले. पण त्यासाठी त्याने जेव्हा हात लांब केला तेव्हा त्याला तेवढ्या हालचालीमुळेही वेदना झाल्या. त्याने एकदम कळवळून आपले डोळे क्षणभर बंद केले. मग डोळे उघडून निकोल्सनकडे पहात तो म्हणाला, ''तुम्ही माझ्या प्रश्नाचे उत्तर अजून दिले नाही?''

"सॉरी, सर. त्याचे उत्तर मलाही सापडले नाही. मला वाटते की त्या वैमानिकाला आपल्या बोटी पाहून ही एक खुणेची जागा ठरवायची असावी. तसे त्याला त्याच्या गटातल्या बाकीच्या विमानांना कळवायचे असावे. आपल्या बोटींची समुद्रावरची जागा ते कोणत्या तरी मार्गासाठी मार्कर म्हणून वापरणार असतील. अर्थात, हा माझा आपला केवळ एक तर्क आहे."

"तुमचे तर्क हे नेहमी अचूक ठरतात. मला त्याचीच भीती वाटते," कॅप्टन फाईंडहॉर्न म्हणाला. त्यानंतर मात्र तो काही बोलला नाही. तो शांतपणे प्लॅन्डरलीथ-बाईने दिलेले बीफ खाऊ लागला.

असाच अर्धा तास गेला. अजूनही ते विमान आहे त्याच जागी थोडेसे मागेपुढे होत होते. त्या विमानाकडे आकाशात सतत रोखून पहाण्यामुळे मानेवर ताण येई व सहनशीलतेची सीमा गाठली जायची. शिवाय, पुढे काय होईल? ही धास्ती सारखी मनात निर्माण व्हायची. पण एव्हाना एक कळून चुकले की त्या विमानाला आपल्यावर हल्ला करण्याजोगे प्रत्यक्ष काम करायचे नाही. तसा त्याचा कोणताही हेतू दिसून येत नव्हता.

अजून अर्धा तास गेला आणि सूर्याला लाल गोळा आता सरळ खाली उतरू लागला. समुद्राचा पृष्ठभाग हा अत्यंत शांत हवेमुळे अगदी आरशासारखा सपाट झालेला होता. क्षितीजाच्या कडेला तो वेगाने गाठू पाहू लागला. क्षितीजरेषा ही धूसर होती व ती हळूहळू गडद होऊ लागली होती. त्या लाल सूर्यामुळे संपूर्ण पश्चिमेकडचा समुद्र हा रक्तासारख्या लाल रंगाचे एक विस्तृत मैदान होऊन गेला होता. त्या मैदानातील एक दोन छोटी बेटेही त्या लाल मैदानाला पडलेल्या खळ्या वाटत होती. सूर्याचे किरण आता आडवे व क्षितीजसमांतर येत असल्याने ही बेटे काळ्या रंगात उठावदार दिसू लागली होती. उजव्या बाजूला सुमारे चार मैलांवरतीही असेच एक उथळ भासणारे बेट दिसत होते. मात्र हे बेट बऱ्यापैकी लांबरुंद वाटत होते. हळूहळू ते बेट पाण्यावर वर येत जात आहे असे दिसू लागले.

हे बेट दिसल्यानंतर ते आकाशातील विमान परत खाली येऊ लागले आणि ते पूर्वेकडे एक उथळ सूर मारू लागले.

व्हॅनिअरने निकोल्सनकडे मोठ्या आशेने पहात म्हटले, "सर, आता वॉच ड्यूटी बंद करू? मी विश्रांती घेऊ?"

"नको," निकोल्सनने त्या दूर जाणाऱ्या विमानाकडे बघत म्हटले. तो पुढे म्हणाला, "ज्या दिशेने ते विमान चालले आहे त्या दिशेने शेकडो मैल नुसता समुद्र पसरलेला आहे. तिकडे फक्त बोर्निओचे मोठे बेट आहे. अन् त्यावर अजून जपान्यांचा ताबा नाही. याचा अर्थ त्या विमानाला त्यांचेच दुसरे एखादे विमान दिसले असणार." मग त्याने कॅप्टनकडे पहात म्हटले, "सर, आपल्याला काय वाटते?"

''नेहमीप्रमाणे तुमचेच खरे असणार,'' फाईंडहॉर्न हसत हसत निकोल्सनला म्हणाला. मग त्याच्या चेहऱ्यावरचे ते हसू मावळले, त्याचे डोळे बारीक झाले. कारण ते विमान हजार फूट खाली आल्यावर पुन्हा सरळ होऊन घिरट्या घालू लागले होते. कॅप्टन गंभीर होत हळू आवाजात म्हणाला, ''मिस्टर निकोल्सन, तुमचे म्हणणे बरोबर ठरले आहे.'' त्याने आपले अंग मोठ्या मुष्किलीने वळवून रोखून पहात म्हटले, ''ते बेट, किती दूर असेल?''

''अडीच मैल, सर. कदाचित तीन मैल.''

''जवळजवळ तीन मैल.'' असे म्हणून कॅप्टनने विलोबीकडे पाहिले व म्हटले, ''आपल्या बोटीच्या इंजिनाचे फेरे वाढवून आपल्याला चांगला वेग घेता येईल का? या शिवणाच्या मशीनची किती कमाल मर्यादा आहे?'' कॅप्टन बोटीच्या इंजिनाच्या संथ आवाजाला उद्देशून उपहासाने शिवणाचे मशीन म्हणत होता.

''जास्तीत जास्त एक नॉटने वेग वाढवता येईल, सर.'' मग मागच्या लाईफबोटीला जोडलेल्या दोरावर हात ठेवीत म्हणाला, ''हा दोर जर कापला तर दोन नॉट्सने वेग वाढवता येईल.''

''तो दोर कापण्यास मला प्रवृत्त करू नका. तसे न करता तुम्हाला जेवढा वेग वाढवता येईल तेवढा वाढवा.'' मग आपले डोके निकोल्सनकडे फटकन वळवून त्याला विचारले, ''जॉनी, तुमचा काय तर्क आहे?''

सुकाणूचा दांडा व्हॅनिअरच्या हातात देऊन निकोल्सन कॅप्टनच्या बाजूला येऊन बसला व म्हणाला, ''सर, आपला हेतू मला कळला नाही? त्या बाजूला तिकडे एखादी बोट आली आहे का? तशी ती असेल तर काही घडणार आहे काय?''

''दोन्ही!'' कॅप्टन गंभीर होत म्हणाला.

''जर तिथे बोट असेल तर ती कोणती आहे याचा अंदाज करता येत नाही. डिस्ट्रॉयर, एम.टी.बी, मासेमारी करणारी बोट, काहीही असू शकेल. अन् दुसऱ्या बाबतीतला तर्क असा की त्यांना आपल्याला ठार करायचे नाही. त्यांना आपण जिवंत हवे आहोत. एकदा आपण त्यांच्या हातात सापडलो की कालांतराने आपला शेवट ते करणार हे नक्की. दरम्यान ते आपल्याला कैदी ठरवतील. मग पुढचा छळ सुरू. बांबूच्या टोचण्या, पायाची नखे उपसून काढणे, दात उपटणे, पाण्याच्या सहाय्याने यातना देणे वगैरे वगैरे सारे छळांचे प्रकार ते अजमावणार.'' निकोल्सन सुन्न होऊन बोलत होता. त्याची दृष्टी मिस् ड्राखमन आणि तो लहान मुलगा यांच्यावरती खिळली होती. ते दोघेही एकमेकांशी खेळत होते, हसत होते. ड्राखमनला तर बाकीच्या जगाची पर्वा नाही असे दिसत होते. कॅप्टनने निकोल्सन जिकडे बघत होता तिकडे पाहिले आणि त्याने आपली मान गंभीरपणे हलवली.

कॅप्टन त्याला म्हणाला, ''जॉनी, तुमच्यासारखेच मलाही त्या दोघांकडे पाहिले

की, पुढच्या प्रसंगाची भीती वाटते. बघा, ती दोघे किती आनंदात खेळत आहेत, एकमेकात खूप रमलेली आहेत.'' मग त्याने आपली हनुवटी खाजवत म्हटले, ''तिच्या रापलेल्या चेहऱ्याचा रंग पाहिला की मला एक लेखकाने कुठेतरी एक उपमा दिली होती तीच आठवते. तो म्हणाला होता, 'अर्धपारदर्शक पिवळसर लाल रंग' मला ती उपमा त्यावेळी वेडगळ वाटली. पण आता तिच्या चेहऱ्याकडे पाहिले की ती उपमा किती चपखल बसते आहे हे समजते. तो लेखक भेटला तर मी माफी मागून त्याचे कौतुक करेन.'' कॅप्टन थोडा वेळ थांबून पुढे म्हणाला, ''तुम्ही जर तिला लंडनच्या पिकॅडली सर्कस चौकातून नेऊ लागलात तर केवळ तिला पहाण्यासाठी एवढी गर्दी होईल की सारी वाहतूक ठप्प होईल.''

निकोल्सन हसला व म्हणाला, ''सर, तुमचे डोळे लाल झाले आहेत आणि आत्ता सूर्यास्त होत आहे. त्या लाल सूर्याचा प्रकाश तिच्या तोंडावरती पडला आहे. म्हणून तिचा रंग तसा दिसतो आहे.'' कॅप्टनने मुद्दाम आपल्या डोक्यातील विषय बाजूला सारण्यासाठी ड्राखमनच्या चेहऱ्याचा उल्लेख केला हे त्याने ओळखले. पण तो परत गंभीर होऊन म्हणाला, ''परत ते पिवळे जपानी आपल्याला भेटणार. त्यांना कशाचा तरी बदला घ्यायचा असावा.''

कॅप्टन म्हणाला, ''पण आपण त्यांच्या हातात सापडू नये म्हणून काही ना काही युक्त्या करू. पण सहजासहजी व लवकर त्यांच्या हातात सापडायचे नाही. आपण त्यांचे लक्ष वेधून घ्यायचे नाही.'' मग तो एकदम गप्प झाला व लांब निरखून पहात हळू आवाजात म्हणाला, ''मला काहीतरी तिकडे दिसते आहे.''

निकोल्सनने पटकन आपली दुर्बिण उचलून डोळ्याला लावली. काही क्षण तो त्यातून निरखून पाहू लागला. दूरवरती पाण्यावरती जे काही होते त्याचा अंदाज घेऊ लागला. क्षितीजावरती कसली तरी बोट किंवा काहीतरी तरंगत होते. त्या बोटीच्या भिंतींना कसल्याच खुणा नव्हत्या, खिडक्या नव्हत्या की काही वेगळी रचना नव्हती. सर्वत्र एक भिंतच भिंत उभी होती. त्या तरंगणाऱ्या बोटीवर सूर्याची सोनेरी किरणे पडली होती. एक दोन ठिकाणाहून ती चमकून परावर्तित होत होती. पण ते तरंगयान नक्की काय आहे याचा बोध मात्र त्या दुर्बिणीद्वारे होत होता. त्याने एकदा दुर्बिण खाली ठेवली, आपले डोळे चोळले व परत ती डोळ्याला लावून त्यातून तो पाहू लागला. काही सेकंद तो दुर्बिणीतून निरखून पहात राहू लागला. नंतर त्याने डोळ्यावरून दुर्बिण काढली. आता त्याचा चेहरा निर्विकार झाला होता. त्याने थंडपणे हातातली दुर्बिण कॅप्टनकडे दिली. कॅप्टनने ती डोळ्याला लावून जराशी स्थिर करून त्यातून ते लांबचे दृश्य न्याहाळले. मग ती दुर्बिण निकोल्सनच्या हातात देत त्याने म्हटले, ''त्या ठिकाणी आपले नशीब उजळणार नाही, असे दिसते. तेव्हा आपल्या या प्रवाशांना सांगा काय ते. मी सांगितले असते. परंतु या इंजिनाच्या

आवाजावर मात करून मी ओरडून बोलायला लागलो तर माझ्या घशात माशांचे गळ अडकलेत असा त्रास वाटू लागतो.''

ते ऐकून निकोल्सनने आपली मान हलवली व तो वळला.

सर्वांना उद्देशून तो मोठ्याने सांगू लागला, ''सॉरी, एव्हरीबडी. पण मला सांगायला वाईट वाटते की आणखी काहीतरी संकट आपल्यावरती चालून येते आहे असे दिसते. समोरून एक जपानी पाणबुडी येती आहे अन् आपण जणू काही थांबून राहिलो आहोत असे वाटून ती आपला ताबा घ्यायला येत आहे. अजून पंधरा मिनिटांनी ती पाणबुडी आली असती तर आपण तिच्या तावडीत सापडलो नसतो. आपण सरळ जवळच्या बेटावरती गेलो असतो. पण आता आपण त्या बेटाकडे जाताना ती पाणबुडी आपल्याला अर्ध्या वाटेत सहज गाठू शकेल.''

''त्यानंतर काय होईल, मिस्टर निकोल्सन?'' ती प्लॅन्डरलीथ म्हातारी विचारीत होती. तिच्या आवाजात निर्विकारपणा भरलेला होता.

''त्या बाबतीत कॅप्टन फाईंडहॉर्न यांना असे वाटते आहे, अन् मीही त्यांच्याशी सहमत आहे, की आपल्याला बहुतेक पकडून कैदी केले जाईल. मिस् प्लॅन्डरलीथ, मी आपल्याला आत्ता एवढेच सांगू शकतो की, तसे काही घडू नये, आपण कैदी बनू नये यासाठी आपण प्रयत्न करणार आहोत. अर्थातच आपल्याला ते अवघड जाणार आहे.''

''ते अशक्य आहे.'' व्हॅन एफिन थंडपणे म्हणाला. तो बोटीच्या नाळेवरती बसला होता. तो म्हणत होता, ''ती एक पाणबुडी आहे. तिच्या दाबाखालच्या पोलादी भिंतीवरती आपल्या बंदुका म्हणजे खेळणी ठरतील. आपल्या गोळ्या त्या भिंतींवरून परावर्तित होतील, पण भेद करू शकणार नाहीत.''

निकोल्सनला ठाऊक होते की एफिन हा एक धाडसी व कशालाही न भिणारा माणूस आहे. तेव्हा त्याच्याकडून हे असले काही बोलणे, ऐकणे म्हणजे त्यालाही आपल्या प्रयत्नांमधला फोलपणा कळला असला पाहिजे. तो त्याला म्हणाला, ''म्हणजे आपण आपले प्रयत्न सोडून द्यावेत, असे तर तुम्ही सुचवत नाही ना?''

''तुमच्या प्रयत्नांतून असे सूचित होते की आपण एक प्रकारे सरळ सरळ आत्महत्त्याच करायची.'' असे म्हणून त्याने आपली मूठ बोटीच्या काठावरती आपटली. ''आपल्याला याहीपेक्षा दुसरा काही प्रयत्न करता येईल व त्यांच्या तावडीतून निसटून जाता येईल.''

''तुम्हाला ही जपानी माणसे ठाऊक नाहीत. मला आता अन्य कोणताही उपाय दिसत नाही. तसा काही जर असेल तर ती वेळ आता निघून गेलेली आहे.''

''असं? मग मी असे म्हणतो की, तुम्ही अत्यंत चमत्कारिक व वेड्यासारखे बडबडत आहात.'' व्हॅन एफिनच्या चेहऱ्यावरती आता शत्रुत्वाची भावना निकोल्सनला

दिसली. एफिन पुढे म्हणाला, "ठीक आहे, मिस्टर निकोल्सन, आपण यावरती मतदान घेऊ या." मग सर्वांच्याकडे पहात तो म्हणाला, "तुमच्यापैकी कितीजणांना मी म्हणतो त्या–"

"शट् अप! गप्प बसा. उगाच मूर्खासारखे बरळू नका. तुम्ही काही राजकीय सभेला हजर नाही. तुम्ही ब्रिटिश मर्कन्टाईल मरीनच्या एका नौकेवरती आहात. अन् अशा नौका, अशा बोटी ह्या काही समित्या चालवत नाहीत. तर त्या फक्त एकाच व्यक्तिच्या अधिकारात चालत असतात. अन् ती व्यक्ती म्हणजे कॅप्टन. आपले कॅप्टन फाईंडहॉर्न म्हणत आहेत की त्यांना शरण न जाता विरोध करायचा आहे. बस्स. हे एकदा ठरले म्हणजे ठरले."

"कॅप्टन साहेबांनी हे पक्के ठरवले आहे ना?"

"होय!"

"असे असेल तर मग मी माफी मागतो," व्हॅन एफिन वाकत म्हणाला, "कॅप्टनसाहेबांचा अधिकार मला पूर्णपणे मान्य आहे. अगदी शिरसावंद्य आहे."

"थँक यू." निकोल्सन म्हणाला. पण तो थोडा स्वत:वरतीच नाराज झाला होता. त्याने मग परत त्या जपानी पाणबुडीकडे पाहिले. आता ती अगदी स्पष्ट दिसत होती. तपशीलवार कळत होती. ती केवळ एक मैलांवरती आली होती. वरती आकाशात ते विमान अजूनही घिरट्या घालीत होते. निकोल्सनने त्याकडे पाहून चिडून म्हटले, "या विमानाची पाळत लवकर संपायला हवी."

कॅप्टन म्हणाला, "त्या विमानामुळे गुंता वाढला आहे, हे खरे. पण जॉनी, वेळ निघून चालला आहे. ते विमान फार तर पाच मिनिटे वरती राहील. नंतर निघून जाईल. कारण लवकरच अंधार पडणार आहे. आपल्यालाही त्यामुळे घाई केली पाहिजे."

निकोल्सन म्हणत होता, "सर, आपण या प्रकारची पाणबुडी पूर्वी कधी पाहिली होती?"

"अंऽऽ होय. अशी पाणबुडी पाहिली होती," फाईंडहॉर्न सावकाश म्हणाला.

निकोल्सनला आता आठवले. तो म्हणाला, "होय, सर. आपण पाहिली होती अशी पाणबुडी. लाईट विमानविरोधी मशीनगन मागच्या बाजूला. ब्रिजवरतीही एक मशीनगन. पुढच्या बाजूला एक तोफ. बहुतेक ३॥ ते ४ इंची व्यासाची नळी असलेली. जर त्यांना आपल्याला पकडून पाणबुडीत घ्यायचे असेल तर ते आपल्याला मध्यभागी बाजूला घेतील. म्हणजे आपण त्या पाणबुडीच्या माथ्यावरील कॉनिंग टॉवरच्या खाली येऊ. त्यावेळी त्यांची कोणतीच शस्त्रे त्यांना आपल्यावर रोखता येणार नाहीत. कारण आपण त्या पाणबुडीच्या फुगीर भिंतीखाली असू. ती जागा आपल्याला सुरक्षित आहे." एवढे म्हणून त्याने आपले ओठ चावले आणि समोर

टक लावून पाहिले. तो पुढे म्हणाला, "आता वीस मिनिटात अंधार पडेल. अन् ते समोरचं बेट येथून अवघ्या अर्ध्या मैलांवरती आहे. तेव्हा ही एकच संधी आपल्या समोर आहे. त्यातच काहीतरी अंधुक आशा दडलेली आहे. पण तरीही आपल्याला ही संधी घ्यायलाच हवी..." त्याने आपल्या डोळ्याला दुर्बिण लावली व परत एकदा त्या पाणबुडीकडे पाहिले. मग आपली मान हलवित त्याने म्हटले, "बरोबर तसलीच पाणबुडी आहे. आता मला नीट आठवते आहे सारे. तीच ती साडेतीन इंच व्यासाच्या नळीची मोठी तोफ. त्याच्याभोवती तिथल्या गनर्ससाठी चिलखती वाटोळी भिंत. आणखीन काहीतरी तिथे आहे. त्या बिजागरी आहेत. म्हणजे ते उघडता मिटता येणारे असावे." त्याचा आवाज कमी कमी होत गेला. त्याची बोटे लाईफबोटीच्या वरच्या कडेवरती तालात आपटू लागली. त्याने सहज कॅप्टनकडे पाहिले व म्हटले, "तर अशी ही सारी गुंतागुंत आहे."

कॅप्टन फाईंडहॉर्न कंटाळून म्हणाला, "जॉनी मला तुझे हे मत पटत नाही. मला आता वेगळे काहीही सुचत नाही. तुम्हाला काही एखादी नवी कल्पना सुचते आहे का ते पहा–"

"आहे, एक कल्पना आहे. ती तशी चमत्कारिक वाटेल. पण तीच कल्पना आपल्याला राबवता येईल." मग निकोल्सन आपली कल्पना भरभर सांगत गेला. नंतर व्हॅनिअरला त्याने खूण करून जवळ बोलावले. व्हॅनिअरने आपल्या हातातील सुकाणू धरण्याचा दांडा मॅकिनॉनच्या हातात दिला व तो पुढे आला. निकोल्सन त्याला म्हणाला, "तुम्ही कधी धूम्रपान करीत नाही, हो ना?"

"नाही, कधीच नाही," असे म्हणून व्हॅनिअरने निकोल्सनकडे 'या माणसाला वेड लागले आहे काय?' अशा नजरेने पाहिले.

"मग आज रात्रीपासून तुम्हाला सिगारेटी ओढाव्या लागतील," असे म्हणून निकोल्सनने आपल्या खिशातून एक बेन्सन अँड हेजेस कंपनीचा टिनचा डबा बाहेर काढून त्याला दिला. एक आगपेटीही दिली. वरती काही सूचना दिल्या. मग तो म्हणाला, "तिथे नाळेवरती व्हॅन एफिनपाशी जाऊन बसा. अन् एक लक्षात ठेवा, सर्व काही तुमच्यावरती अवलंबून आहे. तुम्ही चुकलात की सारेच ओंफस. मग आपणा सर्वांचे हाल होतील." व्हॅनिअर गेल्यानंतर त्याने फार्नहोमला हाक मारून जवळ बोलावले. "ब्रिगेडियर, एक मिनिट इकडे या."

फार्नहोम वाटेतल्या फळ्या ओलांडत त्याच्या जवळ आला व शेजारी बसला. निकोल्सनने त्याच्याकडे एक दोन सेकंद काहीही न बोलता बघितले आणि नंतर गंभीरपणे त्याला विचारले, "ब्रिगेडियर, तुम्हाला ती ऑटोमॅटिक कार्बाईन खरोखरच नीट चालवता येते का?"

"गुड गॉड, मॅन, येस." ब्रिगेडियर गुरगुरत म्हणत होता, "हे काय विचारणे

झाले? मला तर वाटते की, मीच त्या कार्बाईनची रचना केली असावी. इतकी मी ती हाताळली आहे.''

''पण तुमचा नेम कितपत आहे?'' निकोल्सनने शांतपणे विचारले.

''बिस्ले,'' फार्नहोमने थोडक्यात उत्तर दिले. ''म्हणजे निष्णात. एकदम निष्णात. बिस्लेएवढा निष्णात.''

''बिस्ले? हा 'बिस्ले' काय प्रकार आहे?'' निकोल्सनने आपल्या भुवया उंचावत नवलाने विचारले.

''म्हणजे राजाचा नेमबाज,'' फार्नहोम म्हणाला. निकोल्सन जेवढ्या शांतपणे बोलत होता, तेवढ्याच शांतपणे फार्नहोम उत्तरे देत होता. त्याच्या वागणुकीशी व स्वभावाशी हे विसंगत आहे हे परत एकदा निकोल्सनला वाटले. फार्नहोम सांगत होता, ''तुम्ही एक टिनचा डबा १०० फूट उंच उडवा. मी लांबून त्या डब्याला हवेतल्या हवेत गोळी मारून नष्ट करून दाखवेन. पाहिजे असल्यास माझे प्रात्यक्षिक बघा. ही असली कार्बाईन असेल तर मग माझे काम सोपेच झाले.'' फार्नहोमच्या सांगण्यात प्रामाणिकपणाची भावना प्रगट होत होती. त्याचे बोलणे ऐकून निकोल्सनची त्याबद्दलची खात्री पटली.

निकोल्सन घाईघाईने म्हणाला, ''ते प्रात्यक्षिक सध्या राहू द्या. ते आपण शेवटी कधी तरी ठेवू. पण जोपर्यंत ह्या जपानी माणसांचा प्रश्न आहे तोपर्यंत आपण आपापसात साध्या फटाकड्याचेही प्रात्यक्षिक करायचे नाही. तुम्ही काय करायचे ते मी सांगतो,'' असे म्हणून निकोल्सनने ब्रिगेडियरला काही सूचना दिल्या. त्या सूचना त्याने कमीत कमी पण अचूक शब्दात व झटपट दिल्या. नंतर त्याने बोटीतल्या सर्व प्रवाशांना उद्देशून काही सूचना मोठ्याने दिल्या. त्या सूचनांमागचा खुलासा करण्याच्या भानगडीत तो पडला नाही. कारण तेवढा वेळ नव्हता. समोरून शत्रू त्यांच्या दिशेने पुढे सरकत होता. त्याच्या कबजात त्या दोन्ही लाईफबोटी जवळजवळ आल्यात जमा होत्या.

पश्चिमेकडच्या आकाशात अजूनही मनोहारी रंग तरळत होते, चमकत होते. लाल, पिवळा व सोनेरी अशा तीन रंगाच्या मिळून होणाऱ्या व बदलत जाणाऱ्या रचना एवढ्या विविध होत्या की तशा रचना खुद्द शोभादर्शक यंत्रातूनही दिसणार नाहीत. अनेक आडव्या व समांतर ओळीत पसरलेले क्षितिजावरील ढग हे तर पेटून उठल्यासारखे दिसत होते. परंतु तिथे सूर्य नव्हता. तो केव्हाच अस्तास गेला होता. पूर्वेकडचे आकाश मात्र करड्या रंगाचे राहिले होते. आता कोणत्याही क्षणी विषुववृत्तावरील रात्रीचा तो काळोख झपाट्याने समुद्रावर पसरणार होता. ती पाणबुडी त्यांच्या दिशेने पुढे पुढे सरकत होती. त्यांच्या बोटींना ती भिडलीच तर लाईफबोटीच्या उजव्या अंगांना ती भिडणार असे दिसत होते. पाणबुडीचा तो मोठा मोठा होत

जाणारा व जवळ येणारा आकार हा त्या संधीप्रकाशात भेदरवून टाकणारा वाटत होता. पाणबुडीच्या नाळेच्या दोन्ही अंगांना समुद्राचे पाणी बाजूला सारले जाऊन तिथे फेस निर्माण होत होता. अंधुकपणे चमकणारा तो फेस समुद्राच्या चकचकीत पृष्ठभागावरती उठून दिसत होता. पाणबुडीच्या डिझेल इंजिनाचा आवाज दबक्या स्वरुपात बाहेर ऐकू येत होता. तिच्या पुढच्या बाजूच्या त्या मोठ्या तोफेचे अभद्र व सैतानी तोंड हळूहळू खाली वाकू लागले. त्या तोफेला सतत समोरून येणाऱ्या लाईफबोटींवरती नेम धरायचा होता. त्यामुळे जसजसे अंतर कमी कमी होत जाईल तसतसे त्या तोफेला आपले तोंड खाली खाली वाकवावे लागत होते. पाणबुडीच्या मागच्या बाजूला विमानविरोधी तोफ होती. तीही या लाईफबोटींवरती रोख धरून होती. तिचेही तोंड तसेच हळूहळू खाली खाली होत चालले होते. त्या दोन्ही तोफांची तोंडे खाली होत असताना आता मागच्या बाजूला ती हळूहळू वळू लागली. लाईफबोटींचा घास घेण्यासाठी ती पाणबुडी फुटाफुटाने व क्रूरपणे पुढे सरकत होती. अचानक पाणबुडीच्या मध्यभागी असलेल्या कॉनिंग टॉवरवरून कोणीतरी भसाड्या आवाजात जपानी भाषेत ओरडून आज्ञा दिली. निकोल्सनने खूण करताच मॅकिनॉनने लाईफबोटीचे इंजिन बंद करून टाकले. आलेल्या वेगाने लाईफबोटी पुढे सरकत होत्या. पण आता त्यांचे अंग पाणबुडीच्या भिंतीला घासून जाऊ लागले. त्या घासण्याचा कर्कश आवाज होत गेला. शेवटी एका राक्षसी लांडग्याच्या अंगाला अंग लावून दोन लहान मेंढ्या उभ्या राहिल्या.

निकोल्सनने आपली मान वर करून कॉनिंग टॉवरकडे व पाणबुडीच्या संपूर्ण डेककडे झटपट पाहून निरीक्षण केले. पुढच्या बाजूची मोठी तोफ त्यांच्या दिशेने तोंड वळवून होती. पण तिचा रोख बोटीतील माणसांच्या डोक्यावरून जात होता. पाणबुडीची भिंत ही फुगीर होती आणि बोटी पाण्याच्या पृष्ठभागालगत पाणबुडीला पूर्णपणे खेटून उभ्या होत्या. त्या तोफेला आपली नळी यापेक्षा अधिक खाली करता येईना. लाईफबोटीतील माणसे खाली बसली असती तर पाणबुडीच्या डेकवरून ती कधीच दिसणार नव्हती. कारण वाटेत पाणबुडीच्या भिंतीचा फुगवटा आड येत होता. ढेरपोट्या माणसाने आपली मान कितीही खाली घातली तरी त्याला आपल्या ढेरीखालचे दृश्य दिसू शकत नाही. येथेही तसाच प्रकार झाला होता. परंतु विमानविरोधी तोफ ही पुढच्या मोठ्या तोफेपेक्षा उंच पातळीवरती होती. त्या तोफेने लाईफबोटींच्या मध्यभागावरती बरोबर नेम धरला होता. या बाबतीत निकोल्सनचे गणित सपशेल चुकले होते. पण आता माघार घेता येत नव्हती. जे काही व्हायचे आहे ते होऊन जाऊ दे या निर्धाराने निकोल्सन आपली योजना पुढे रेटत होता. पाणबुडीच्या मधल्या कॉनिंग टॉवरमध्ये तीन माणसे होती. त्यातल्या दोघांकडे शस्त्रे होती. पिस्तूल जवळ असलेला एक अधिकारी व खलाशासारखा दिसणाऱ्या दुसऱ्या

एकाकडे सबमशिनगन होती. कॉनिंग टॉवरच्या पायथ्याशी पाच-सहा खलाशी उभे होते. त्यांच्यापैकी फक्त एकाकडेच शस्त्र होते. लाईफबोटीतील लोकांचे स्वागत करायला एवढी माणसे पुरेशी होती. निकोल्सनने यापेक्षा जास्त माणसे अपेक्षिली होती. त्याच्या योजनेत पाणबुडीला तिच्या दुसऱ्या बाजूला भिडायचे होते. म्हणजे त्यावेळी पश्चिमेकडून क्षितीजसमांतर येणारा प्रकाश पाणबुडीकडून अडवला गेला असता. मग त्यांच्या लाईफबोटी अंधुक उजेडात राहिल्या असत्या व पाणबुडीच्या डेकवर आलेली जपानी माणसे मात्र आपल्या पाठी पश्चिमेकडे करून उभ्या रहातील. मग त्या माणसांची प्रकाशित बाह्याकृती लाईफबोटीतल्या सर्वांना सहज दिसू शकली असती. परंतु निकोल्सनने ऐन वेळी आपल्या योजनेतील पाणबुडीची पोर्ट साईड ऊर्फ डावी बाजू रद्द केली. त्याला भीती वाटत होती की जर आपण तसे काही केले तर जपान्यांना कदाचित् आपला संशय येईल व ते मग जादा खबरदारी घेतील. परंतु तसा संशय जपान्यांना येण्याची शक्यता नव्हती. कारण लाईफबोटीकडून विरोध कधीच होत नसतो. शिवाय ती फार दूर पळून जाऊ शकत नाही. अन् मुख्य म्हणजे तिच्यात शस्त्रे नसतात. त्यामुळे लाईफबोट कुणालाच धमकावू शकत नाही. शिवाय खुद्द पाणबुडीच्या कप्तानाने लाईफबोटीकडून होणारा किरकोळ विरोध लक्षात घेऊन त्यावरती काही ना काही खबरदारी घेतलीच असणार. तेव्हा पाणबुडीच्या पोर्ट साईडला जरी निकोल्सनने आपल्या बोटी नेल्या असत्या तरी बिघडत नव्हते.

पाणबुडी व तिला चिकटलेल्या त्या दोन लाईफबोटी ह्या आता संयुक्तपणे ताशी दोन नॉटस्च्या वेगाने पाण्यात सरकत होत्या. वरून कॉनिंग टॉवरकडून एक दोर खाली फेकण्यात आला. भिरभिरत येणारा तो दोर पुढच्या लाईफबोटीच्या नाळेवरती पडला. व्हॅनिअरने तो आपोआपच पकडला व तो मागे वळून निकोल्सनकडे पाहू लागला.

निकोल्सन त्याला म्हणाला, ''फोर्थ, झटपट करा.'' त्याच्या आवाजात कटूता होती. ''उगाच इतक्या माणसांशी हाणामारी करण्यात आणि चाकूने भोसकाभोसकी करण्यात काय अर्थ आहे?''

''सेन्सिबल, सो सेन्सिबल. बरोबर, अगदी बरोबर. हाच शहाणपणाचा मार्ग आहे,'' कॉनिंग टॉवरमधला तो जपानी अधिकारी पुढे वाकून दोन्ही हातांची घडी घालून आरामात पहात म्हणाला. त्याच्या मागे एकाच्या हातातील शस्त्र खाली रोखलेले होते. त्या अधिकाऱ्याला इंग्रजी भाषा चांगल्यापैकी येत होती. त्याच्या आवाजात समाधानाचा स्वर होता. तो पुढे म्हणाला, ''तुम्ही विरोध केलात तर आपल्या दोघांनाही त्याचा उलट त्रासच होईल. खरे ना?''

''मसणात जा!'' निकोल्सन चिडून म्हणाला.

''वाऽ! ही नागरी भाषा नाही. असंस्कृत भाषा आहे. अन् सौजन्य नसणारी

संस्कृती म्हणजे तुमची ही ॲन्लो-सॅक्सन संस्कृती.'' असे म्हणून त्या अधिकाऱ्याने आपली मान खेदाने हलवली. त्याच्या बोलण्यावरून त्याचे खूप शिक्षण झाले असावे हे समजून येत होते. समोर चाललेल्या प्रकाराने त्याची करमणूक होत असावी. एकदम तो ताठ उभा राहिला व आपले पिस्तूल रोखीत म्हणाला, ''बी व्हेरी केअरफुल!'' एखादा चाबूक हवेत काडकन झटकावा तसा त्याचा आवाज आला.

मग निकोल्सने अगदी सावकाशपणे विलोबीने पुढे केलेल्या पाकिटातून एक सिगारेट काढून घेतली व ती तोंडात धरली. मग आगपेटीतील काडी काढून ती ओढली व आपली सिगारेट पेटवली. नंतर त्याने ती आगपेटी बाजूला टाकून दिली. ही सारी कृती त्याने अत्यंत सावकाश केली. जणू काही एखादी स्लो मोशन फिल्ममध्ये दाखवतात तशी कृती त्याने केली.

ते पाहून तो जपानी अधिकारी हसला, खो खो हसला, अगदी मनापासून हसला. आपल्या हुकूमामुळे, दरडावण्यामुळे समोरचा हा शत्रूचा माणूस साधी सिगारेटसुद्धा किती काळजीपूर्वक शिलगावतो आहे हे पाहून त्याला मोठी मौज वाटत होती. पण त्याच्या हास्यात दुसऱ्याचा उपमर्द करायचा, तुच्छ लेखायचा व हेटाळणीचा स्वर होता. ''मंदपणे काम करणारा इंग्लिशमन!'' तो निकोल्सनला उद्देशून बोलत होता, ''भीतीने थरकाप झाला तरीही आपला आब राखण्याचा प्रयत्न करणारा इंग्लिशमन! आपल्या कर्मचाऱ्यांसमोर अब्रू जाऊन नये म्हणून धडपडणारा इंग्लिशमन!'' तो जपानी अधिकारी मनात येईल तसे बोलून आपल्या शत्रूला हिणवायचा प्रयत्न करीत होता. आपला शत्रू हातात आला आहे. तो आपले काहीही वाकडे करू शकत नाही. त्याच्याकडे शस्त्र नाही. एका लाईफबोटीत सारेजण दाटीवाटीने घाबरून बसलेले आहेत. आता त्यांना आपण देऊ ती आज्ञा पाळावी लागणार. ते एकेक करत वरती आले की आपले खरेखुरे कैदी होणार. त्यांच्यावरती किती सहजासहजी विजय मिळवता येतो. तो जपानी अधिकारी खूष होऊन गेला तर नवल नव्हते.

लाईफबोटीच्या नाळेवर बसलेल्या व्हॅनिअरने आपले डोके खाली घातले. त्याच्या ओठात त्याने एक सिगारेट धरली होती. आगपेटीतली एक काडी ओढून त्याने ती पेटती काडी हातात धरली होती. तो जपानी अधिकारी वरून ते पहात होता. तो म्हणाला, ''वा:! काय झकास सीन आहे. इंग्लंडच्या दृष्टीने तर भलतेच करुण दृश्य आहे हे. आपली माणसे शरण जाण्यापूर्वी शेवटची सिगारेट ओढून घेत आहेत.'' पण मग काही क्षणातच त्याचा बोलण्याचा स्वर बदलला. तो रागाने ओरडून म्हणाला, ''पुरे झाला हा तमाशा. चला, झटपट चढून वरती या. सगळेजण या,'' असे म्हणून त्याने आपल्या हातातले पिस्तूल निकोल्सनवर रोखले. तो त्याला म्हणाला, ''ए, चल. तू पहिला चल वरती.''

निकोल्सन उठून उभा राहिला. एक हात त्याने पाणबुडीच्या भिंतीवरती ठेवला.

दुसरा हात आपल्या शरीराला त्याने अगदी चिकटून धरला. निकोल्सन त्या जपान्याला ओरडून म्हणाला, "मूर्खांनो, तुम्हाला आमचा ताबा कशाकरता हवा आहे?" त्याचा आवाज मोठा होता. तो जवळजवळ तार स्वरात ओरडून बोलत होता. बोलताना त्याने आपल्या आवाजात मुद्दाम कंप आणला होता. तो पुढे म्हणाला, "तुम्ही आम्हाला ठार मारणार का? का आमचा छळ करणार? का आम्हाला जपानमधल्या तुरुंगात टाकून देणार? कशासाठी आम्ही तुम्हाला हवे आहोत?" तो कळवळीने ओरडून बोलत होता. त्याच्या आवाजात राग व भीती अशा दोन्ही भावना प्रगट होत होत्या. व्हॅनिअरच्या हातातील सिगारेटसाठी पेटवलेली काडी आता त्याने सावकाश बाजूला नेली. नाळेच्या बाजूने एक हिस्स असा आवाज ऐकू येऊ लागला. निकोल्सनचे बोलण्याचे नाटक चालूच होते. तो म्हणत होता, "एवढे सारे करण्याऐवजी सरळ आम्हाला आत्ता गोळ्या का नाही घालत?"

त्याचवेळी एकदम लाईफबोटीच्या नाळेच्या बाजूने मोठ्याने हिस्स आवाज अचानक झाला आणि ठिणग्या व धूर यांच्या दोन रेषा भाला फेकल्यासारख्या हवेत आकाशात घुसल्या. त्या रेषा किंवा ते अग्निबाण पाणबुडीला ओलांडून पलीकडच्या अंधाऱ्या आकाशात गेले. अन् एकदम तिथे उंचावरती दोन अग्निपुष्पे स्फोट पावून उगवली. सुमारे १०० फुटांपेक्षा जास्त उंचावरती ते अग्निगोल आकाशात राहून संथपणे खाली येऊ लागले. ते संथपणे येण्याचे कारण त्यांना एकेक छोटी हवाई छत्री घडी करून लावली होती. स्फोटामुळे त्या छत्र्या उघडल्या जाऊन त्याला लोंबकळणारे ते अग्निगोल सावकाश खाली उतरू लागले. संकटकाळात रात्री मदतीसाठी ते अग्निबाण सोडले जातात. त्यामुळे आसमंतात जर एखादे जहाज असेल तर त्याला ते दिसताच धावून येते. निकोल्सनच्या योजनेत बेसावध जपान्यांचे लक्ष अन्यत्र काही सेकंद वळवण्याची ती एक कृती होती. ते दोन्ही अग्निबाण एका वेळी उडणे जरुरीचे होते. व्हॅनिअरला त्या दृष्टीने ते एका वेळी पेटवणे जमलेले होते. पुढचे सारे यश त्या क्षणावर अवलंबून होते.

आकाशात ते अग्निबाण उडाल्यानंतर पाणबुडीवरील साऱ्या जपान्यांनी त्या दिशेने आपल्या माना वळवल्या. ती एक नकळत आपोआप घडणारी प्रतिक्षिप्त क्रिया होती. निकोल्सनला जे अपेक्षित होते, जे घडावे असे वाटत होते, ते हेच होते. आकाशात सरसरत जाणाऱ्या दोन अग्निबाणांमागे पाणबुडीच्या नाळेवरच्या तोफेवर काम करणारे, मागच्या विमानवेधी तोफा चालवणरे आणि कॉनिंग टॉवरमधील तिघेजण असे बाहेर पडलेल्या सर्व जपान्यांचे लक्ष गेले. मग ते अग्निबाण स्फोट पावून त्यातून बाहेर पडणारे दोन अग्निगोल व त्यांचे संथपणे होणारे अवतरण याकडे ते काही क्षण का होईना, पण भान विसरून आपल्या माना वळवून लाईफबोटींकडे पाठी करून पहात राहिले.

याच क्षणाची लाईफबोटीतील सारेजण वाट पहात होते. ती सुवर्णसंधी आली. मग ब्रिगेडियरच्या हातातील कार्बाईन कडाडली, रायफली धडाडल्या व पिस्तुलांनी बार उडवले. त्या संमिश्र आवाजांच्या धमाक्याचे प्रतिध्वनी समुद्राच्या पृष्ठभागावरून चौफेर पसरले. निकोल्सन ओरडून बाकीच्यांना खाली पडून रहायला सांगू लागला. एवढ्यात पाणबुडीवरील दोन खलाशांची प्रेते ही पाणबुडीच्या तिरप्या व फुगीर भिंतीवरून गडगडत लाईफबोटीच्या नाळेवरती आपटून पडली. एकाचे प्रेत तर त्या नर्सेस व लहान मुलगा यांच्या दिशेने जाऊ लागले होते. तर दुसऱ्याचे प्रेत लाईफबोटीच्या कडांवरती अर्धवट आत व अर्धवट बाहेर असे कपडा वाळत घातल्यासारखे पडले. नंतरच्या काही सेकंदात ती दोन्ही प्रेते मॅकिनॉनने पाण्यात धप्पकन टाकल्याचा आवाज सर्वांनी ऐकला.

एक सेकंद गेला. दुसरा सेकंद गेला. तिसराही सेकंद उलटला. निकोल्सन खाली गुडघ्यावरती बसून वरती कॉनिंग टॉवरकडे पहात होता. पाणबुडीच्या नाळेपासून मागच्या भागापर्यंत त्याचे डोळे सारखे भिरभिरत फिरत होते. त्याच्या हाताच्या मुठी गच्च आवळल्या गेल्या होत्या. तो पुढच्या अपेक्षित प्रतिक्रियेची वाट पहात होता. प्रथम त्याला पावले सरकल्याचे व कुजबुजत बोलल्याचे काही आवाज ऐकू आले. ते आवाज नाळेपासच्या तोफेच्या मागून येत होते. त्या तोफेला पुढे एक जाड पत्रा ढाल म्हणून लावलेला होता. त्या ढालेमागून ते आवाज येत होते. आणखी एक क्षण गेला. आणखी काही क्षण निघून गेले. कदाचित एखादा जपानी जिवंत असून तो जिवावर उदार होऊन पुढे येईल व आपल्या बादशहासाठी मृत्यू पत्करून हुतात्मा बनण्यासाठी धडपडेल. अशा वेळी जपान्यांचे आत्मघातकी धैर्य उफाळून येते हे निकोल्सनला ठाऊक होते. पण आता कुठेच कसलाही आवाज येत नव्हता. सारे काही शांत शांत होते. मृत्यूसारखी ती ठार शांतता होती. तो जपानी अधिकारी कॉनिंग टॉवरच्या कठड्याबाहेर वाकून मृत्यू पावला होता. त्याच्या हातात पिस्तूल तसेच होते. त्याच्या बरोबरीचे बाकीचे दोघे कठड्याच्या भिंतीच्या आत होते, किंवा असावेत. ते मेले असतील तर त्यांची प्रेते आत पडली असतील. जिवंत असतील तर तिथेच दबून बसले असतील. कॉनिंग टॉवरच्या पायथ्याशी चारजणांचे देह लोळागोळा होऊन पडले होते. जी दोन माणसे विमानविरोधी तोफेपाशी होती, त्यांचा कुठे पत्ताच दिसत नव्हता. फार्नहोमच्या कार्बाईनच्या गोळ्यांमुळे ती पार जागेवरून उखडून समुद्रात पडली असावीत.

पण जपान्यांकडून अजून कशी हालचाल होत नव्हती? निकोल्सनवरती ताण वाढू लागला. ती पुढची मोठी तोफ आपली मान फार खाली करू शकत नव्हती, लाईफबोटीवर मारा करू शकत नव्हती. पण त्या बाबतीत त्याने काही नाविक अधिकाऱ्यांकडून ऐकलेल्या गोष्टी त्याला अंधुकपणे आठवल्या. खाली तोंडे केलेल्या

तोफेतून गोळा सुटला व तो जरी लाईफबोटीतल्या माणसांच्या डोक्यावरून गेला तरीही त्या आवाजामुळे, दाबलहरीमुळे माणसांना एवढा मोठा धक्का बसतो की त्यांची मुंडकी अक्षरश: तुटून पडतात. एक प्रकारे त्यांचा शिरच्छेद होतो. पण असे खरोखरच होते का नाही हे समजायला मार्ग नव्हता. मग एकदम त्याच्या लक्षात एक गोष्ट आली व तो स्वत:वर चरफडत विलोबीकडे वळून म्हणाला, ''ताबडतोब इंजिन चालू करा. मग रिव्हर्समध्ये घ्या– मग परत पुढे. अन मग जितक्या वेगाने इथून दूर जाता येईल तितक्या लवकर चला. अशा स्थितीला चला की त्या पुढच्या तोफेला कॉनिंग टॉवर मधे आल्याने आपल्यावर नेम धरता येणार नाही. जर आपण इथेच थांबलो तर–''

पण त्याचे पुढचे शब्द एका दणकेबाज स्फोटात विरून गेले. जपान्यांना शेवटी ती तोफ त्यांच्या दिशेने उडवण्यात यश आले होते. मात्र तो तोफगोळा सर्वांच्या डोक्यावरून निघून गेला. त्या तोफेचा आवाज हा गडगडासारखा नव्हता. तर हजारो राक्षसी चाबूक एका वेळी कडाडावेत तसा होता. तो प्रत्येकाच्या कानात हिंस्त्रपणे घुसला आणि प्रत्येकाला सुन्न करून गेला. त्यावेळी तोफेच्या नळीतून एका लांबलचक ज्वालेची जीभ बाहेर पडली होती. ती जवळजवळ लाईफबोटीपर्यंत पोचली होती. तो गोळा पाण्यात घुसला आणि त्याने आपल्या मागे असंख्य थेंबांचा एक फवारा आणि पाण्याचा एक झोत वरती हवेत ५० फूट उंच उडवून दिला. त्यानंतर मात्र एकदम सारे शांत झाले. तोफेमुळे निर्माण झालेला धूर विरून गेला. निकोल्सन आपले डोके सुन्नपणे हलवत होता. डेकवरचे सर्व जपानी मरण पावले नाहीत हे त्याच्या लक्षात आले. विशेषत: पुढच्या तोफेवर काम करणारे वाचले आहेत. त्यांनीच तोफगोळा तोफेत घालून डागण्याचे काम केले होते. अन् आताही परत ते तेच करत असणार. म्हणजे ती वेळ आता येऊन ठेपली तर.

ब्रिगेडियर धापा टाकीत उभा रहात होता. निकोल्सन त्याला म्हणाला, ''मी सांगितल्यावरतीच हल्ला करा. तोपर्यंत वाट पहा,'' एवढे म्हणून त्याने नाळेवर बसलेल्या व्हॅनिअरकडे पाहिले. त्याने हातातील रायफलीने एक गोळी झाडली होती.

''हॅड, साला नेम चुकला.'' तो स्वत:वरती चिडून बोलला, ''कॉनिंग टॉवरच्या भिंतीमागे एक जपानी डोकावला होता. पण तो बचावला, असे दिसते.''

''तुमची रायफल तशीच रोखून ठेवा. संशयास्पद वाटले तरच गोळ्या झाडा,'' निकोल्सन म्हणाला. लाईफबोटीतील तो लहान मुलगा आता रडू लागला होता. तोफेच्या आवाजामुळे तो घाबरला आहे हे निकोल्सनच्या लक्षात आले. बिचारी लहान मुले या युद्धात ओढली जावीत याचा त्याला राग आला. मग तो व्हॅनिअरला म्हणाला, ''फोर्थ, तो सिग्नल सेट. एक दोन हँड फ्लेअर सिग्नल पेटवून कॉनिंग टॉवरमध्ये फेका. त्यामुळे काही वेळ तरी ते गुंतून पडतील.'' कॉनिंग टॉवरच्या

सभोवतालून चार साडेचार फुटांची पत्र्याची गोलाकार भिंत ही कठडा म्हणून होती. टॉवर व ही भिंत याच्या मधल्या जागेत ते जपानी अधिकारी दडून खाली बसले होते. पेटलेले लाल सिग्नल आत जाऊन पडले की त्यांची धांदल उडेल. उठून उभे रहावे तर गोळ्या लागतील. खाली बसून रहावे तर जळत रहाणाऱ्या सिग्नलचा त्रास होईल. मग ते सिग्नल विझवण्यासाठी धडपडत रहाणार आणि अशा रितीने काही काळ ते त्यातच गुंतून पडणार. निकोल्सनचे सारे कान त्या मोठ्या तोफेकडे लागले होते. पलीकडच्या बाजूने गनर्सच्या हालचालींच्या आवाजाचा तो वेध घेत होता. ते गनर्स कदाचित परत दुसरा तोफगोळा तोफेत भरण्यासाठी धडपडतील. तो ओरडून सर्वांना म्हणाला, "डेकवरती पुढच्या बाजूला व मागच्या बाजूला बाहेर पडण्याच्या झडपा आहेत. त्यावरती लक्ष ठेवा. कॉनिंग टॉवरकडेही लक्ष ठेवा."

आणखी काही सेकंद गेले आणि निकोल्सनला तो अपेक्षित आवाज ऐकू आला. पुढच्या तोफेमधील ब्रीचमध्ये गोळा भरला जात होता. जुन्या काळात तोफेची नळी मागच्या टोकाला बंद असे. म्हणून तोफची लोक आधी पुढच्या तोंडातून दारू ठासून भरत. मग त्यावरती चेंडूसारखा गोळा सोडत. हा गोळा दगडी असे किंवा लोखंडी असे. मग मागच्या बाजूला तोफेच्या नळीला बाजूला असलेल्या एका बारीक भोकातून आत गेलेली वात पेटवली की आतली दारू स्फोट पावून गोळा बाहेर उडवला जाई. आधुनिक युगात हा तोफेचा गोळा गोलाकार नसतो. बंदुकीच्या गोळीसारखाच तो दंडगोलाकृती व टोकाशी निमुळता होत गेलेला असतो. त्याच्या मागच्या भागात बंदुकीच्या गोळीत असते तशीच अतिस्फोटक दारू भरलेली असते. तोफेच्या नळीचे मागचे टोक बंद नसून ते उघडे असते व तिथून तोफगोळा आत सारल्यावर एक दारासारखे झाकण लावून बंद करता येते. तोफगोळा आत सारून ते दार बंद करताना जे आवाज होतात ते टिपण्यासाठी निकोल्सनने आपले कान टवकारले होते. तो अत्यंत अवजड तोफगोळा दोन जपानी उचलून सावकाश आत ढकलू पहात होते. निकोल्सनने ते आवाज टिपले आणि तात्काळ तो फटकन म्हणाला, "चला, हल्ला करा."

ते ऐकताच फार्नहोमने आपली कार्बाईन उचलली. खांद्यापर्यंत आणून नेम धरण्याच्या भानगडीत न पडता त्याने धडाधड गोळ्या झाडल्या. त्याने एकूण पाच गोळ्या त्या तोफेच्या दिशेने सोडल्या. त्याचा नेम अचूक होता. त्या साऱ्या गोळ्या तोफेच्या नळीच्या तोंडातून आत गेल्या. गोळ्या झाडून झाल्यावरती फार्नहोम पटकन लाईफबोटीच्या तळावर स्वत:ला झोकून देऊन आडवा पडून राहिला. तोफेच्या नळीतून आत शिरलेल्या पहिल्या चार गोळ्यांमुळे काहीच घडले नाही. पण शेवटच्या गोळीने मात्र एक उत्पात घडवला. ती गोळी सरळ त्या तोफगोळ्याच्या पुढच्या टोकावर आपटली. जेव्हा तोफगोळा तोफेतून बाहेर पडून एखाद्या पृष्ठभागावरती

आपटतो तेव्हा त्याच्या पुढच्या टोकावर दाब पडल्याने त्याच्या पोटातील दारुचा स्फोट होतो. पूर्वीच्या तोफेतल्या गोळ्यांमध्ये दारू नसे. पण आधुनिक तोफेतील तोफगोळे म्हणजे बॉम्ब असतात. या बॉम्बच्या शेपटीतील दारूचा स्फोट घडताच अग्निबाणासारखा तोफगोळा ऊर्फ बॉम्ब तोफेतून उडतो व आपल्या लक्ष्यावर जाऊन आपटतो. फार्नहोमने झाडलेली पाचवी गोळी तोफगोळ्याच्या पुढच्या टोकावर आपटली. त्यामुळे तिथल्या डिटोनेटरचा स्फोट झाला. परिणामी तोफगोळ्याच्या पोटातील दारुचाही स्फोट झाला. तो तोफगोळा ऊर्फ बॉम्ब तोफेतून बाहेर न पडताच स्फोट पावला. त्या स्फोटाचा आवाज बराचसा तोफेच्या नळीत कोंडला गेला असल्याने दबका असा झाला. पण पुढचा परिणाम थरारक होता. ती मोठी तोफ संपूर्णपणे उखडली गेली, हवेत उचलली गेली आणि तिचे असंख्य तुकडे तुकडे झाले. ते दशदिशांना उडून पडले. काही तुकडे कॉनिंग टॉवरवरती जाऊन आदळले. त्यामुळे धातूवर धातू आपटल्याचे खणखण आवाज झाले. तिथून ते तुकडे परावर्तन पावून हवेतून शिट्टीसारखा आवाज काढीत दूरवर समुद्रात पडले. बाकीचे तुकडेही हवेत उंच उडून परत पाणबुडीवरती खणखण आवाज करीत पडले. सुदैवाने लाईफबोटींवरती एकही तुकडा आदळला नाही. त्या तोफेवर काम करणारे दोन जपानी तोफची हे त्या स्फोटात नष्ट झाले. एखादा मोठा पूल उडवून देण्याची ताकद असलेल्या स्फोटक टीएनटी द्रव्याचा भरणा तोफगोळ्यात केलेला असल्याने त्या भयानक स्फोटातून ते वाचणे शक्यच नव्हते. त्या बिचाऱ्यांच्या चेहऱ्यासमोरच तो स्फोट झाला होता. त्या क्षणीच त्यांचा मृत्यू घडून आला होता. त्यांच्या शरीराचे अक्षरशः शतशः बारीक बारीक तुकडे होऊन सर्वत्र उधळले गेले.

"शाब्बास! झकास, ब्रिगेडियर!" निकोल्सन फार्नहोमवरती खूष होत म्हणाला. मग जरा खालच्या आवाजात तो म्हणाला, "हे बघा, मी यापूर्वी जे जे काही तुम्हाला रागावून बोललो असेल त्याबद्दल मला माफ करा." मग व्हॅनिअरला म्हणाला, "चला, ते सिग्नल फेका."

व्हॅनिअरने आपल्या हातात दोन हँड फ्लेअर्स धरले होते. ते त्याने पेटवले. तडतड आवाज करीत ते जळू लागले. त्यातून प्रखर लाल प्रकाश बाहेर पडू लागला. आणीबाणीच्या काळात समोरच्यांचे लक्ष वेधून घेण्यासाठी ते हाताने हवेत उंच फेकायचे सिग्नल होते. व्हॅनिअरने कॉनिंग टॉवरच्या दिशेने ते दोन्ही सिग्नल भिरकावले. कॉनिंग टॉवरच्या भोवतालची जी कठड्यासारखी पत्र्याची भिंत होती त्या भिंती-पलीकडच्या रिकाम्या जागेत ते सिग्नल्स भिरभिरत पडले. तिथेच ते जपानी अधिकारी उभे होते. आत पडल्यानंतर कॉनिंग टॉवरचा वरचा संपूर्ण भाग हा लाल प्रकाशाने उजळून निघाला. ते पाहून निकोल्सन व्हॅनिअरला आनंदाने म्हणाला, "वेल डन, फोर्थ. आजच्या दिवसाचे सार्थक केलेत."

"मिस्टर निकोल्सन?" कॅप्टनने त्याला हाक मारली.

"येस, सर?" निकोल्सन खाली कॅप्टनकडे पहात म्हणाला.

कॅप्टन म्हणाला, "आता अंधार पडू लागला आहे. आपण इथेच कुठेतरी जवळपास थोडा वेळ रेंगाळलो तर? त्या दोन्ही झडपा उघडून पाणबुडीतून कोणी बाहेर पडण्याचे धाडस करणार नाही. तसेच, कॉनिंग टॉवरमधूनही कोणी बाहेर डोकावणार नाही. दहा मिनिटांनी पूर्ण अंधार पडेल. मग त्यांना काहीही दिसणार नाही. आपण इथे जोपर्यंत त्यांच्यावरती नजर रोखून पहारा करू तोपर्यंत ते आपल्याला काहीही करू शकणार नाहीत. मग अंधारात आपण त्या बेटापर्यंत निर्धास्तपणे पोचू."

"सर, तसे करण्यात काही अर्थ नाही." निकोल्सन कॅप्टनला समजावून सांगू लागला, "आता पाणबुडीमध्ये ते सारे धक्का बसलेल्या व सुन्न झालेल्या अवस्थेत असतील. पण लवकरच त्यांच्यातला कोणीतरी विचार करू लागेल. मग ते आपल्या दिशेने हातबॉम्ब फेकतील, अगदी त्यांचा पाऊस पाडतील. त्यांना त्यासाठी नेम धरायचीही गरज नाही. अनेक हातबॉम्ब फेकल्यावर त्यातला एक जरी आपल्या लाईफबोटीत पडला तर आपण सर्वजण खलास झालो, असे समजा. ही गोष्ट त्यांना सुचायच्या आत आपण येथून दूरवर वेगाने पळून जायला हवे."

"बरोबर आहे, बरोबर आहे." असे म्हणत कॅप्टन फाईंडहॉर्न आपल्या बाकावरती परत नीट पाठ टेकून निजला. तो पुढे म्हणाला, "तुमचे चालू द्या, मिस्टर निकोल्सन."

मग निकोल्सनने लाईफबोटीचे इंजिन चालू करून तो सुकाणूचा दांडा पकडला. त्याने एक मोठे १८० अंशातले वळण घेतले. पाणबुडीच्या मागच्या बाजूला वळसा घालून तो पुढे जाऊ लागला. तोपर्यंत लाईफबोटीतील चौघेजण आपल्या हातातील शस्त्रे पाणबुडीच्या डेककडे रोखून तिथे काही हालचाल होती आहे का ते टिपत होते. पाणबुडीच्या पुढच्या बाजूजवळून जाताना निकोल्सनने आपला वेग कमी केला. मग फार्नहोमने ताबडतोब आपल्या हातातील कार्बाईनच्या गोळ्या अचूक झाडून तिथली विमानविरोधी तोफ उद्ध्वस्त करून टाकली. ती तोफ उडवण्याचे नाजूक भाग पार नामशेष झाले. आता ती तोफ कधीच उडवता येणार नव्हती. पाणबुडीवरच्या दोन्ही तोफा उद्ध्वस्त झाल्याने त्यांना लांबून मारा करता येणार नव्हता. आता पलायन सुरक्षित होणार होते.

कॅप्टन ते पाहून खूष झाला. तो निकोल्सनला म्हणाला, "तुम्ही प्रत्येक गोष्टीचा विचार करता, मिस्टर निकोल्सन."

लाईफबोटी आता तिथून शक्य तितक्या वेगाने समोरच्या बेटाकडे जाऊ लागल्या. ते बेट सुमारे अर्ध्या मैलांवरती होते. पण सुमारे पाव अंतर कापल्यावर

निकोल्सनने खाली वाकून लाईफबोटीत असणारा वेसेक्स सिग्नल बाहेर काढला. हा सिग्नल पाण्यावर तरंगत राहून धूर ओकू लागतो. त्या धुरामुळे लक्ष वेधले जाऊन मदतीची हाक लांबून बघणाऱ्याला कळते. त्याने ती गोल चकती हातात घेतली. त्यावरचे सील तोडले. त्यातला एक धातूचा चिमटा ओढला. त्यामुळे सिग्नलच्या आतील दोन रसायने एकमेकात मिसळून सिग्नल पेटला. त्याने ताबडतोब ती सिग्नलची जाडजूड चकती लाईफबोटीच्या मागे फेकली. मात्र मागून येणाऱ्या सिरानच्या लाईफबोटीच्या मार्गात ती येऊ नये एवढी काळजी घेऊन त्याने ती जराशी बाजूला फेकली. पाण्यावर तरंगू लागलेल्या त्या चकतीमधून आता दाट धुराचे लोट बाहेर पडू लागले होते. नारिंगी रंगाचा तो धूर आजूबाजूला पसरू लागला. तो फार वरतीही गेला नाही. एक धुराची भिंत तयार होऊ लागली. वारा अजिबात नसल्याने ती धुराची भिंत पाण्यावरती स्थिर उभी होती. जणू काही ती कोणीतरी वरून टांगली आहे असे वाटत होते. तो धूर एवढा दाट होता की त्यातून पलीकडचे दिसणे अशक्य होते. लाईफबोट आणि पाणबुडी यांच्यामध्ये एक प्रकाशाला व दृष्टीला अभेद्य असा पडदा उभा राहिला होता. पण एक दोन मिनिटातच लांबून त्या धुराच्या पडद्याला भेदून बंदुकीच्या गोळ्या त्यांच्या दिशेने येऊ लागल्या. पाणबुडीवर आता हालचाली चालू झाल्या होत्या. आपल्या शत्रूला मारण्याचा त्यांचा तो शेवटचा प्रयत्न होता. पण त्यांना नक्की कुठे नेम धरावा ते समजत नव्हते. आपला शत्रू निसटला आहे हे त्यांना कळून चुकले होते. ते केवळ राग व्यक्त करण्यासाठी गोळ्या झाडीत होते. धुराचा पडदा भेदून येणाऱ्या त्या गोळ्या लाईफबोटीवरून सुंईऽ आवाज करून पुढे निघून जात आणि नंतर पाण्यात पडत होत्या. परंतु लाईफबोटींपासून खूप अंतरावरती आजूबाजूला त्या पडत होत्या. जपानी वाटेल त्या दिशेने गोळ्या झाडत होते. चार मिनिटांनी पाण्यावर तरंगणारा तो पहिला सिग्नल विझू लागला. मग निकोल्सनने तसलाच दुसरा सिग्नल सुरू करून देऊन पाण्यावर भिरकावला. तो पाण्यावर पडून त्यातले धुराचे लोट सर्वत्र पसरू लागले. हाही धुराचा पडदा चार पाच मिनिटे जळत जपान्यांच्या दृष्टीला अटकाव करीत राहिला. पण तो विझून संपायच्या आत दोन्ही लाईफबोटी बेटाच्या किनाऱ्याला लागल्या होत्या, सुखरूप पोचल्या होत्या. अन् आता सर्वत्र काळोख पसरू लागला होता.

■

९

ते बेट इतके लहान होते की कोणतेच नाव त्या बेटाला शोभले नसते. त्याचा आकार लंबवर्तुळाकृती होता. लांबी सुमारे हजारएक फूट होती व रुंदी सुमारे साडेचारशे फूट होती. अनेक ठिकाणी समुद्राने त्या बेटाचा किनारा कापून आतमध्ये घुसखोरी केली होती. एके ठिकाणी तर दोन विरुद्ध बाजूंनी समुद्र इतक्या आत घुसला होता की त्या बेटाचे दोन तुकडे झाले आहेत असे वाटत होते. त्या बेटाच्या किनाऱ्याला लागण्याआधी निकोल्सनने सर्व बेटाला एक चक्कर मारून पहाणी करण्याची खबरदारी घेतली होती. मग त्याने एका उथळ ठिकाणाच्या वाळूवरती आपल्या बोटी नेल्या व त्या मोठ्या दगडांना बांधून टाकल्या.

बेटाचा पूर्वेकडचा भाग हा खडकाळ आणि उघडा पडला होता. बाकीचे बेट हे मध्यभागी उंचावत होत गेले होते. पश्चिमेकडे बऱ्यापैकी झुडुपे सर्वत्र उगवली होती. काही जंगली गवत एवढे उंच उगवले होते की ते मध्यभागी सुमारे ५० फूट उंच वाढले होते. इथूनच पुढे बेटाच्या मध्यभागी जमीन चढत चढत गेली होती. त्यामुळे मध्यभागाच्या जागेला टेकडी म्हणायला हरकत नव्हती. त्या टेकडीच्या दक्षिणेकडे एक लांबट पोकळी तयार झाली होती. ती आत फार खोल गेली नव्हती. त्या पोकळीला 'गुहा' असेही म्हणण्यात अर्थ नव्हता. पण तीच एकमेव जागा आश्रय घेण्यासाठी योग्य होती. टेकडीपासून ती खाली निम्म्या अंतरावरती होती. निकोल्सनने सर्व प्रवाशांना तिकडे चलण्यासाठी तयार व्हायला सांगितले. कॅप्टन आणि कार्पोरल फ्रेझर यांना मात्र तिकडे स्ट्रेचरवर घालून न्यावे लागणार होते. ते अंतर तसे फार नसल्याने सारेजण दहा मिनिटात तिथे जाऊन पोहोचले. बरोबर आणलेले सारे सामान त्यांनी आपल्या भोवती पसरून ठेवले. अन्न, पाणी, छोटी छोटी यंत्रे, वल्ही, काठ्या वगैरे सामान तिथे आता अस्ताव्यस्तपणे विखरून पडले.

सूर्य अस्तास गेल्यामुळे गार वाऱ्याची मंद झुळूक अधूनमधून वातावरणात

उगवू लागली. आकाशात हळूहळू ढगही उगवू लागले. ते वायव्येकडून येत होते. काही तासात आकाश त्यांच्यामुळे भरून जाईल असे वाटू लागले. संध्याकाळी दिसणारे तारे त्यामुळे झाकले जाऊ लागले. जरी काळोख झाला असला तरी तो इतका काही मिट्ट नव्हता, गडद नव्हता. त्यामुळे निकोल्सन अजूनही डोळ्याला दुर्बिण लावून समुद्रावरील पाणबुडीचा वेध घेत होता. त्याने दोन मिनिटे निरीक्षण केले व ती दुर्बिण खाली ठेवून दिली आणि तो आपले डोळे चोळू लागला. त्या टेकडीच्या पोकळीत थांबलेले सर्वजण त्यांच्याकडे उत्सुकतेने बघत होते. ब्लँकेटमध्ये गुंडाळलेला व झोपी जात चाललेला तो लहान मुलगा त्याला अपवाद होता.

"मग?" कॅप्टन फाईंडहॉर्नने निकोल्सनला "काय दिसले?" या अर्थी विचारत म्हटले.

"ते पश्चिमेकडेच्या टोकाला वळसा घालून बेटाची पहाणी करीत आहेत. ते किनाऱ्याच्या बरेच जवळ आले आहेत."

"पण मला त्यांच्या इंजिनाचा आवाज ऐकू येत नाही."

"कदाचित ते बॅटरीवरती पाणबुडी चालवित असतील." निकोल्सनने अंदाज व्यक्त केला. पाणबुडी ही नेहमी पाण्यावरून जात असते. पण शत्रूची चाहूल लागली तर किंवा अन्य काही कारणाने तिला गुप्तपणे पुढे सरकायचे असेल तर ती पाण्याखालून जाऊ लागते. त्यावेळी इंजिन बंद करून बॅटरीच्या विजेवरती तिचा पंखा फिरवला जातो. मग इंजिनासारखा याचा आवाज होत नाही. आत्ताही तसा आवाज होऊ नये म्हणून ती पाणबुडी बॅटरीवरती चालवली जात असावी असा तर्क निकोल्सनने केला.

व्हॅन एफिनने आपला घसा साफ करीत विचारले, "मिस्टर निकोल्सन, ते पुढे काय करतील?"

"काहीही कल्पना नाही. ते त्यांच्या मर्जीवरती अवलंबून आहे. जर त्यांच्याजवळ ती विमानविरोधी तोफ व दुसरी अवजड तोफ असती तर मात्र त्यांनी त्या तोफा आपल्यावर येथे डागून आपल्याला दोन मिनिटांमध्ये नष्ट करून टाकले असते." त्या पोकळीसमोर एक बांधासारखा लांबट उंचवटा होता. तो दूरवर गेला होता. त्याकडे बोट दाखवून निकोल्सन म्हणाला, "तोफा नसल्याने त्यांना प्रत्यक्ष इथे यावे लागणार. त्यांच्या गोळ्यांना अडवण्यासाठी तो लांबट उंचवटा ठीक आहे."

"पण आपण त्यांना अडवू शकलो नाही तर?"

"त्यावर विचार करायला आपल्याला पुरेसा वेळ नक्की मिळेल," निकोल्सन म्हणाला. मग विचार करत आपला अंदाज तो सांगू लागला. "कदाचित ते किनाऱ्यावरती निरनिराळ्या ठिकाणी आपली माणसे उतरवतील आणि आपल्याला सर्व बाजूने घेरुन टाकतील. किंवा कदाचित ते सर्वचजण आपल्यावरती समोरून

हल्ला चढवतील.'' एवढे म्हणून त्याने परत आपल्या डोळ्याला दुर्बिण लावली. थोड्या वेळाने तो म्हणाला, ''पण काहीही न करता ते तसेच माघारी फिरून जपानला जातील, हे कदापिही संभवणार नाही. ते मागे जाऊन आपल्या वरिष्ठांना काय सांगतील? 'आम्ही लाईफबोटीतल्या माणसांना तसेच तिथे सोडून निघून आलो,' असे ते सांगू शकतील? तसे जर त्यांनी सांगितले तर शिक्षा म्हणून त्यांची डोकी उडवतील. तेव्हा एक तर त्यांना नंतर अशा शिक्षेला तोंड द्यायला हवे, नाहीतर इथे सर्वांनी हाराकिरी करायला हवी.''

''ते माघारी परतणार नाहीत. कधीच नाही,'' कॅप्टन फाईंडहॉर्न ठासून पण जडपणे म्हणाला, ''याचे कारण त्यांची अनेक माणसे मेली आहेत.''

यावर काही वेळ कोणीही बोलले नाही. थोड्या वेळाने त्यांच्या मागून कुजबूज ऐकू येऊ लागली. काही क्षणातच ती कुजबूज थांबली आणि सिरान पुढे येऊन बोलू लागला, ''मिस्टर निकोल्सन?''

निकोल्सनने आपल्या डोळ्यांवर धरलेली दुर्बिण खाली केली आणि मागे वळून सिरानकडे पहात म्हटले, ''काय पाहिजे तुम्हाला?''

''मी माझ्या माणसांशी काही चर्चा केली आहे. अन् म्हणून मला तुमच्यापुढे एक प्रस्ताव ठेवायचा आहे.''

''तसे असेल तर तुम्ही कॅप्टनशी बोला. त्यांच्याकडे सर्व अधिकार आहेत,'' असे म्हणून निकोल्सन फटकन त्याच्याकडे पाठ करून पुन्हा दुर्बिणीतून निरखू लागला.

''ठीक आहे, तर ते असे आहे कॅप्टन फाईंडहॉर्न,'' सिरान कॅप्टनशी खालच्या आवाजात बोलू लागला, ''अंऽ, हे उघड आहे– म्हणजे तसे ते कटू असले तरी उघड आहे– की तुम्ही आम्हाला सक्तीने वेगळ्या लाईफबोटीत बसवले आहे. कदाचित आम्ही तुम्हाला खालच्या पातळीवरचे वाटत असू, तुमच्यासारखे स्वच्छ रहात नसू, दिवसातून दोनदा अंघोळ करणारे नसू. तुम्हाला जर आमच्याबद्दल अशी कल्पना करायची असेल तर ती चुकीची आहे. तुम्ही सर्व वेळ जर आमच्यावरती लक्ष ठेवाल तर तुम्हाला ते समजून येईल. तुम्हाला आमची जबाबदारी, आमचे लोढणे वाटते आहे. तर म्हणून मी आपल्याला असे, आपल्या परवानगीने, सुचवतो की तुम्ही आमचे लोढणे टाकून द्यावे. आम्हाला बाळगण्याच्या जबाबदारीतून मी तुम्हाला मुक्त करू इच्छितो.''

फाईंडहॉर्न अस्वस्थ होत त्याचे बोलणे फटकन तोडून म्हणाला, ''कृपा करून सरळ मुद्द्यावरती या.''

''ठीक आहे. मी तुम्हाला असे सुचवतो की, तुम्ही आम्हाला सोडून द्या. आम्ही निघून जाऊ. शांतपणे निघून जाऊ. मग आमची जबाबदारी तुमच्यावरती रहाणार नाही. आमच्या लोढण्यातून तुम्ही मुक्त व्हाल. आम्ही सरळ इथून निघून जपान्यांच्या

पुढे जाऊन उभे राहू व त्यांच्यापुढे शरणागती पत्करू. आम्ही त्यांचे कैदी व्हायला तयार आहोत.''

''काय?'' व्हॅन एफिन यावरती रागाने आपली प्रतिक्रिया व्यक्त करीत म्हणाला. तो कॅप्टनला म्हणाला, ''सर, असे काही करण्यापेक्षा मला या कंपूला संपवायची परवानगी द्या.''

''प्लीज,'' फाईंडहॉर्न आपला एक हात वर करून त्याला थोपवित पुढे म्हणाला, ''मी आपल्याला कुतूहल म्हणून विचारतो की तुम्ही जपान्यांना शरण कसे जाणार? सरळ ही टेकडी उतरून किनाऱ्यावरती त्यांच्या समोर जाऊन हात वर करून उभे रहाणार?''

''अंऽ, तसेच काहीसे.''

''मग जपानी तुम्हाला गोळ्या घालणार नाहीत याची कोणती हमी तुमच्याजवळ आहे? ते कदाचित तुम्ही शरण येण्यापूर्वी गोळ्या घालतील किंवा शरण आल्यानंतर गोळ्या घालतील. जर तुम्हाला शरण जाण्यात यश मिळाले, आणि जरी नंतर जपान्यांनी तुम्हाला गोळ्या घातल्या नाहीत, तरी ते तुमचा छळ करतील, तुम्हाला यातना देतील आणि नंतर शेवटी गोळ्या घालतील. तेव्हा ते गोळ्या घालतील हे नक्की. फक्त केव्हा ते त्यांच्या मर्जीवरती अवलंबून असेल.''

व्हॅन एफिन कळकळीने म्हणाला, ''सर, काय वाटेल ते झाले तरी त्यांना जाऊ देऊ नका.''

कॅप्टन त्याला म्हणाला, ''मिस्टर एफिन, तुम्ही एवढी काळजी करू नका, त्यांच्या ह्या चमत्कारिक विनंतीचा विचार मी कधीच करणार नाही. तेव्हा सिरान, तुम्हाला आमच्याबरोबरच रहावे लागेल, अगदी तुम्ही आम्हाला नको असलात तरीही. अन् असल्या विनंत्या करून आम्हाला बुद्दू समजू नका व आमच्या बुद्धिमत्तेचा अपमान करू नका.''

''मिस्टर निकोल्सन,'' सिरान निकोल्सनची आर्जवे करू लागला, ''निदान तुम्ही तरी–''

पण निकोल्सन त्याचे बोलणे तोडून टाकीत म्हणाला, ''शट अप! कॅप्टनसाहेब काय म्हणाले ते ऐकलेत ना? आम्हाला तुम्ही इतके बावळट व गावंढळ समजता आहात काय? जर उद्या आमच्या कॅप्टनसाहेबांना जपान्यांनी गोळी घालायचे ठरवले किंवा त्यांचा छळ करायचा ठरवला, तर मला नाही वाटत की तुमच्यापैकी एक जणही त्यांना वाचवायला पुढे येईल.''

''सर, मी आपल्याला आश्वासन–'' सिरान काहीतरी बोलू पहात होता. पण निकोल्सनने त्याला मधेच थांबवले.

निकोल्सन त्याला म्हणाला, ''कृपा करून तुमच्या तोंडची वाफ वाया घालवू

नका. तुम्ही जे काही बोलता आहात, विनंती करता आहात, त्यावर कोणी विश्वास ठेवेल असे कसे तुम्हाला वाटते? तुमचा कल हा प्रत्यक्ष किंवा अप्रत्यक्षपणे जपान्यांच्या बाजूने आहे, हे आम्हाला समजत नाही का? म्हणून तर तुम्ही *केरी डान्सर* सोडून पळून जाताना ब्रिटिश सैनिकांना व नागरिकांना कोंडून पळालात. आमच्यापुढे अनेक समस्या आहेत. तुम्हाला सोडून देऊन त्यात आणखी तुमच्या सात माणसांची सात संकटे आम्हाला समोर उभी करायची नाहीत.'' निकोल्सन थोडा वेळ बोलायचे थांबला. त्याच्या बोलण्यावरती सिरानने काहीच प्रतिक्रिया व्यक्त केली नाही. बाकीचेही कोणी बोलले नाही. मग पुन्हा निकोल्सन काहीतरी विचार करून बोलू लागला, ''कॅप्टनसाहेब, तुम्ही या माणसांवर खटले भरून फाशी देण्याची दया दाखवलीत. पण व्हॅन एफिन म्हणतो त्याप्रमाणे ही हलकट माणसे एकत्र करून गोळ्या घालण्याच्या लायकीची आहेत. तसे करण्याची आपल्यावरती नंतर पाळी येणार आहेच.''

यानंतर तिथे बराच वेळ कोणीही बोलले नाही. मग फाईंडहॉर्न शांतपणे म्हणाला, ''सिरान, तुम्ही अगदी गप्प आहात. कदाचित तुमचा होरा चुकला व हा डाव फसला, असेच ना? तुमची ही शेवटचीच थाप आहे ना? कॅप्टन सिरान, आम्ही तुमच्यासारखे निर्दय खुनी नाही, याबद्दल तुम्ही आमचे आभार मानले पाहिजेत. पण इथून पुढे एक लक्षात ठेवा की, तुम्हाला सर्वांना गोळ्या घालण्यासाठी आम्हाला एखादे छोटेसेही निमित्त पुरेल.''

''अन् तुम्ही जरा मागे सरका पाहू,'' निकोल्सन सिरानला म्हणाला, ''पार तिकडे कडेपर्यंत जा. तुमच्या खिशांची झडती घ्यायला पाहिजे.''

''मिस्टर निकोल्सन, ती आम्ही कधीच घेतली आहे,'' कॅप्टन त्याला आश्वासन देत बोलत होता, ''काल रात्री तुम्ही डायनिंग-सलूमधून बाहेर पडल्यावर आम्ही सर्वांची संपूर्ण झडती घेतली. अगदी कसून झडती घेतली. त्यांच्याजवळची सर्व शस्त्रे काढून घेतली आहेत... ती पाणबुडी अजून दिसते आहे का बघा.''

निकोल्सन दुर्बिणीतून बघत म्हणाला, ''ती आपल्याकडेच येत आहे. किनाऱ्यापासून पाचशे फुटांवर ती आली आहे.''

त्याने एकदम हातातली दुर्बिण खाली केली आणि तो पटकन त्या पोकळीत गेला. ती पाणबुडी थांबली होती आणि तिने कॉनिंग टॉवरवरती एक सर्चलाईट लावून तो फिरवण्यास सुरुवात केली होती. त्या सर्चलाईटचा तो प्रखर व झगझगीत पांढऱ्या प्रकाशाचा झोत बेटावरील खडकाळ जमिनीवरून व दगडांवरून वेगाने फिरत होता. एकदम त्या झोतात किनाऱ्याला गेलेली रुंद खाच आली. मग जरा पुढे गेलेला तो झोत मागे आला. त्या खाचेतून तो आत जाऊ लागला. तिथेच त्या दोन्ही लाईफबोटी लपवून ठेवल्या होत्या. त्यावर झोत पडताच तो तिथेच थांबला. मग

काही क्षणांनी तो झोत तिथून आत बेटाकडे सरकू लागला. त्यांच्या पोकळीतल्या जागेकडे येऊ लागला.

ते पाहून निकोल्सनने घाईघाईने हाक मारली, "ब्रिगेडियर!" त्याच्या आवाजात आणीबाणीची जाणीव आली होती.

"येस. आले लक्षात. झकास. बघतोच आता." असे फार्नहोम म्हणाला. आता काय करायचे ते त्याच्या पूर्णपणे लक्षात आले. त्याने आपली कार्बाईन उचलली व खांद्यावरती ठेवून नेम धरला. मशीनगनसारख्या एकामागोमाग एकेक गोळ्या वेगाने सुटण्याचा खटका त्याने बंद केला. आता चाप दाबला तर प्रत्येक वेळी एकच गोळी सुटणार होती. त्याने चाप दाबला आणि खाडकन एक गोळी सुटली. तेवढी एक गोळी पुरेशी होती. कारण फार्नहोमचा नेम अचूक होता. त्या गोळीने आपले काम चोख बजावले. नंतर दूरवरून काचा फुटल्याचा आवाज ऐकू आला आणि तो झगझगीत पांढरा प्रकाश एकदम क्षीण होत गेला. शेवटी तो पार मंद लाल रंगाचा एक बारीक ठिपका झाला आणि विझून गेला.

कॅप्टन फाईंडहॉर्न म्हणत होता, "ब्रिगेडियर, आमच्या बरोबर तुम्ही काही दिवस राहिलात तर बरे पडेल. तुमची आम्हाला खरोखरच मदत होते आहे, अन् आम्हाला तुमची गरजही आहे... मिस्टर निकोल्सन, त्यांनी तो सर्चलाईट लावून एक चूक केली पहा. त्यांना ब्रिगेडियरचा नमुना काय आहे तो कळला."

निकोल्सन उत्तरला, "आपण जोखीम पत्करून एक गोळी झाडली. पण कार्बाईनच्या फ्लॅशमुळे त्यांना गोळी कुठून आली ते कळले. म्हणजेच त्यांना आपली ही लपायची जागाही कळून चुकली. तसेच त्यांना आपल्या लाईफबोटीही कुठे आहेत ते समजून आले. या दोन्ही माहितींमुळे एक गोष्ट अटळ झाली. ते आता लँडिग पार्टी बेटावरती पाठवणार. ती जपानी माणसे येथे येऊन लगेच जाणार नाहीत. ती बराच वेळ आपला शोध घेतील व आपल्याशी संघर्ष उभा करतील. पण त्यांना आपल्यापेक्षा आपल्या लाईफबोटींचे महत्त्व जास्त वाटते आहे. एकदा या लाईफबोटी शोधून नष्ट केल्या की मग दिवसा उजेडी ते सावकाश आपल्याला शोधण्याची मोहीम हातात घेतील."

कॅप्टन फाईंडहॉर्न सावकाश म्हणाला, "तसे तुम्ही म्हणता ते बरोबर आहे. ते पाणबुडीतूनच गोळ्या झाडून लाईफबोटी नष्ट करतील. त्यांनी तसे करू नये म्हणून आपण त्यांना अडवू शकत नाही."

"त्यांना पाणबुडीतून गोळ्या झाडून लाईफबोटी नष्ट करता येणार नाहीत. कारण आता त्यांच्याकडे सर्चलाईट नाही. तेव्हा किनाऱ्यावरती वाटेल तशा व वाटेल तितक्या गोळ्या झाडल्या तरी त्या गोळ्या लाईफबोटीवरती पडण्यासाठी रात्रभर त्यांना फायरिंग करत बसावे लागेल. शेकडो गोळ्या वाया घालवण्याऐवजी

त्यांना काही माणसे किनाऱ्यावरती पाठवून बोटींचा तळ फोडणे किंवा एअर पंक्चर करणे हे अधिक जमण्याजोगे आहे. किंवा सरळ बोटी ओढून नेणे अथवा वल्हवत समुद्रात दूर सोडून देणे, हेही ते करू शकतात.''

''पण ते किनाऱ्यावरती कसे येतील?'' व्हॅनिअरने विचारले.

''त्यासाठी ते पोहूनही येतील. पण तसेही करण्याची त्यांना जरूरी नाही. बहुतेक पाणबुड्यांमध्ये घडीच्या किंवा हवेने फुगवून तयार करण्याच्या नावा असतात. किनाऱ्याजवळच्या पाण्यात जर पाणबुडीला हालचाली करायच्या असतील व बेटावरील आपल्याच सैन्याशी त्यांना संपर्क ठेवायचा असेल तर अशा नावा त्यांना लागतातच.''

यावर काही मिनिटे कोणीही बोलले नाही. सर्वजण विचारात गढले होते. तो लहान मुलगा झोपेत कसले तरी आवाज करीत होता. सिरान व त्याची माणसे दूरवर कोपऱ्यात आपापसात काहीतरी कुजबुजत होती. त्यांचे बोलण्यातले शब्द नीट कळत नव्हते. तेवढ्यात विलोबी खोकला. त्या आवाजाकडे त्यांचे लक्ष वेधले गेले व ते बोलायचे थांबले.

''काळाचा महापूर ओसंडत वहात चालला आहे,'' विलोबी म्हणत होता, ''माझ्याकडे एक कल्पना आहे.''

त्या अंधारातही निकोल्सनला हसू आले. तो म्हणाला, ''विली, जरा जपून.''

''जर उत्कृष्टतेची पायरी चढता येत नसेल तर मत्सर हा आपोआपच जागृत होतो.'' विलीने एक सुभाषित ऐटीत निकोल्सनच्या तोंडावर फेकले. मग तो उत्साहाने म्हणाला, ''माझ्या योजनेत अस्सल बुद्धिमत्तेचा साधेपणा आहे. आपण सरळ लाईफबोटीतून पाणबुडीकडे जायचे.''

''वा:! काय झकास कल्पना आहे. मानले बुवा तुला,'' निकोल्सन उपरोधाने म्हणत होता, ''चंद्रप्रकाशात पाण्यावरती अल्लाद वल्ही मारत जाण्याचा तुमचा बेत आहे तर. परंतु तुमची ही योजना कितपत यशस्वी होणार?''

''उंफ्! तुम्हाला माझी योग्यता अजून नीट कळलेली नाही. मला तुम्ही खालच्या पातळीवरचा समजत आहात. हा विलोबी शुद्ध विचारांच्या आकाशात विहार करतो आहे आणि आमचे हुषार चीफ ऑफिसर अजूनही पृथ्वीवरच्या दलदलीतून कसेबसे वाट काढत चालले आहेत.''

''बरोबर आहे, बरोबर आहे! पण फक्त एवढेच मला सांगा की, पाणबुडीकडे जाताना जो आवाज होईल तो आपल्या जपानी मित्रांनी ऐकू नये म्हणून त्यांनी कानात बोळे घालावेत, हे तुम्ही त्यांना कसे काय पटवून देणार?''

''हे असले काहीही मी करणार नाही. मला फक्त एक तास द्या. तेवढ्या वेळात मी आपल्या लाईफबोटीच्या इंजिनाचा एक्झॉस्ट पाईप आणि बॅफल प्लेटसवर काम

करतो. मग त्या इंजिनाचा आवाज तीनशे फुटांपर्यंतही ऐकू येणार नाही. माझ्या रचनेमुळे लाईफबोटीचा वेग थोडासा कमी होईल खरा, पण फारसा होणार नाही. आणि समजा इतकेही करून त्यांनी तो आवाज ऐकला, तरी एवढा मंद आवाज या अफाट समुद्रावरून रात्रीच्या वेळी कुठून येतो आहे हे कळणे अवघड जाईल. तेव्हा सद्गृहस्थहो, मला आपले स्वातंत्र्य खुणावते आहे. तेव्हा उगाच वेळ वाया घालवू नका.''

''विली,''निकोल्सन त्याला मृदूपणे म्हणत होता, ''तुमच्या माहितीसाठी एक बातमी सांगतो. रात्री आवाजावरून दिशा कळण्यासाठी मानवी कानांवर अवलंबून रहाण्यात अर्थ नसतो. हे जसे आपल्याला कळते, तसेच ते पाणबुडीतील जपान्यांनाही कळते. म्हणून ते हायड्रोफोनचा वापर करतात. त्यामुळे समोरून येणारी बोट, पाणबुडी वगैरेंचा सूक्ष्म आवाजसुद्धा टिपता येतो. त्या आवाजाची तीव्रता व दिशा हे हायड्रोफोन अगदी अचूक सांगतो. तर अशा ह्या हायड्रोफोनकडून तुमच्या इंजिनाचा दबका आवाज काय, पण अतिसूक्ष्म आवाजही पकडला जाऊन तो कोठून येतो आहे याचा रोख सहज कळेल. अन् जरी इंजिनाचा संपूर्ण आवाज तुम्ही दाबून टाकू शकलात, तरी पाण्यात फिरणाऱ्या पंख्याच्या पात्यांचा पाण्यावर होणाऱ्या आघाताचा ध्वनी कोणालाच बंद करता येणार नाही. त्यामुळे आवाजाचा उगम अगदी सहज समजून येतो.''

''डॅम देम,'' विलोबी चिडून म्हणाला. थोडा वेळ तो काहीच बोलत नव्हता. शांत राहिला होता. बहुतेक तो विचार करीत असावा. अन् मग थंड आवाजात म्हणाला, ''तुम्ही सारेजण एवढे निराश होऊ नका. ह्या विलोबीला काहीना काही मार्ग नक्की सापडेल.''

निकोल्सन त्यावर दयाळूपणे त्याला म्हणाला, ''नक्कीच तुम्हाला काही ना काही तरी सुचणार बघा. परंतु वायव्य मान्सून हा आता फक्त दोन महिनेच रहाणार असून– खाली पडा, सारेजण खाली पडा!''

त्यांच्या समोर काही अंतरावरती बंदुकीच्या गोळ्या येऊन आदळू लागल्या. त्या मातीत घुसून बसत होत्या. त्यांचा विशिष्ट आवाज येत होता. ज्या गोळ्या दगडावर पडत होत्या त्या तिथून परावर्तन पावून भलतीकडे जात होत्या. त्यावेळी त्यांचे थॉन्ग, थुॅन्ई, चुईंऽऽ असे आवाज होऊ लागले. त्या आवाजांवरून कळून चुकले की पाणबुडीच्या डेकवरून अविरतपणे भडिमार सुरू केला गेलेला आहे. हळूहळू त्या गोळ्यांचा वर्षाव जवळ जवळ येऊ लागला. त्यांच्या आवाजावरून असे लक्षात आले की एकाच वेळी विविध प्रकारच्या बंदुका, रायफली व मशिनगन त्यांनी चालू केल्या आहेत. गोळ्या झाडण्यासाठी त्यांनी बरोबर दिशा धरली होती. याचा अर्थ जेव्हा फार्नहोमने गोळी झाडून तो सर्चलाईट फोडला तेव्हा फार्नहोमच्या कार्बाईनच्या नळीतून जो प्रकाश झपकन क्षणकाल पडला, तो कोणातरी जपान्याने

अचूक टिपला व ती दिशा पक्की केली. त्यामुळे आत्ता ते अगदी योग्य दिशेने गोळ्या झाडत होते.

"कुणाला काही लागले का? कुणाला लागले का?" कॅप्टन विचारीत होता. पण त्याच्या तोंडून खालच्या आवाजात ते शब्द बाहेर पडत होते. गोळीबाराच्या धमाक्यात ते कोणालाच ऐकू जात नव्हते.

त्याच्या विचारण्याला लगेच उत्तर मिळणार नव्हते. निकोल्सन म्हणाला, "कोणाला गोळी लागली असेल असे मला वाटत नाही, सर. कारण गोळीबार सुरू झाला तेव्हा फक्त मीच उभा होतो. बाकीचे सारे बसले होते किंवा आडवे झाले होते."

"मग ठीक आहे. पण आत्ता त्यांच्या गोळीबाराला प्रत्युत्तर देत बसू नका. फाईंडहॉर्नने धोक्याची सूचना दिली. "कोणाचाही विनाकारण जीव जाऊ नये." मग आपला आवाज खाली आणीत कॅप्टन निकोल्सनला म्हणाला, "मिस्टर निकोल्सन, मला याचा अर्थच कळत नाही. जेव्हा आपण *विरोमा* सोडली तेव्हा जपानी झिरो विमानांनी आपल्यावर हल्ला केला नाही. आपल्याकडे दुर्लक्ष केले. ते पाण्यावर उतरू शकणारे विमान आपल्यावर घिरट्या घालून निघून गेले. पण त्यांनी आपल्यावरती हल्ला चढवला नाही. त्या पाणबुडीनेही आपल्या लाईफबोटी बुडवायचा प्रयत्न केला नाही. पण आता मात्र हे जपानी आपली कत्तल करण्यासाठी धडपड करीत आहेत. यातून मला काहीही अर्थ काढता येत नाही."

"खरे आहे, मलाही ते नीट समजत नाही," निकोल्सन म्हणाला. तेवढ्यात त्याच्या डोक्यावरून एक गोळी सूं सूं करीत गेली आणि काही फूट अंतरावर जमिनीत घुसली. त्याने एकदम डोळे मिटून घेतले. मग डोळे उघडून तो पुढे कॅप्टनला म्हणाला, "आता आपल्याला इथेही थांबता येणार नाही. ही जागा त्यांना कळली आहे. त्यांचा पाठलाग चुकवण्यासाठी आपल्याला सारखे स्थलांतर करावे लागणार. कदाचित त्यांना आपल्या लाईफबोटी नष्ट करायच्या असतील म्हणून त्यावेळी आपण इथून हलू नये यासाठी त्यांनी आपल्यावरती गोळीबार चालू ठेवला असेल. नाहीतर एवढ्या गोळ्या कोण वाया घालवेल? अन् इतका वेळ कोण गोळीबार करीत राहील?"

कॅप्टनला हे पटले. त्याने होकारार्थी मान हलवली. त्याने विचारले, "जॉनी, आता तुम्ही काय करणार? माझी मात्र तुम्हाला काहीही मदत होऊ शकत नाही. मी जणू काही मेल्यात जमा झालो आहे. माझे तुम्हाला उगीच ओझे होते आहे."

"हे बघा, तुम्ही मेल्यानंतर आम्हाला तुमचे ओझे होऊ शकेल. आत्ता तर तुम्ही जिवंत आहात ना? मग तुमचे कसले आहे आम्हाला ओझे? मी आता काहीजणांना बरोबर घेऊन किनाऱ्यावर जातो. आपल्या लाईफबोटी आपल्याला वाचवायला हव्यात. तुम्ही फक्त परवानगी द्या."

"अवश्य, अवश्य... जरूर जा, माय बॉय. गुड लक."

काही सेकंदांनी त्यांच्यावर होणाऱ्या गोळ्यांच्या वर्षावात थोडा वेळ खंड पडला. मग निकोल्सनने आपली सहा माणसे घेतली आणि त्यांनी तो लांबट उंचवटा आडवे लोळत लोळत ओलांडला. नंतर ते रांगत आणि नंतर काही वेळाने ओणवे होत आणि नंतर सावधगिरीने उभे रहात उतारावरून किनाऱ्याकडे निघाले. परंतु पाच पावले पुढे जाताच निकोल्सनने व्हॅनिअरच्या कानात कुजबुजत काहीतरी सांगितले. मग ब्रिगेडियर फार्नहोमचा दंड धरून ते दोघे पुन्हा काही अंतर मागे आले. त्या पोकळीच्या पूर्वेकडेच्या टोकापाशी जाऊन ते दबा धरून झोपून राहिले. निकोल्सनने ब्रिगेडियरच्या कानात कुजबुजत म्हटले, "हे थोडेसे नाटक आपण त्या सिरानच्या माणसांसाठी करतो आहोत."

यावर फार्नहोमने आपली मान हलवल्याचे त्याला अंधारात जाणवले. त्यांना फार वेळ वाट पहावी लागली नाही. पंधरा सेकंदात त्यांना कोणीतरी तो बांधासारखा उंचवटा झोपून ओलांडतो आहे असा आवाज ऐकू आला. त्या पाठोपाठ कॅप्टनने जोरात विचारलेला, "कोण आहे ते?" असा प्रश्नही ऐकू आला. पण त्या प्रश्नाला उत्तर दिले गेले नाही. पुन्हा एकदा ती दुष्ट हालचाल झाली. मग झटपट पावले उचलत गेल्याचा आवाज आला. एवढे झाल्यावर निकोल्सनने अधिक वाट पाहिली नाही. त्याने फटकन आपला टॉर्च लावला. त्या प्रकाशात दोन माणसे वाकून पळत होती. धडधडधड आवाज करीत त्यांच्यावरती फार्नहोमची कार्बाईन कडाडली. टॉर्च विझवला गेला. कुणीतरी धपकन खाली पडल्याचे आवाज ऐकू आले. नंतर मात्र सर्वत्र शांतता पसरली.

"असे काही घडेल हे मी विसरलोच होतो." निकोल्सन स्वत:शीच असे म्हणत रांगत रांगत त्या खाली पडलेल्या तीन माणसांकडे गेला. त्या मृत माणसांच्या हातात अजूनही शस्त्रे घट्ट धरलेली होती. ती त्याने हिसकावून घेतली. त्याने मग त्यांच्यावर काही क्षण आपल्या हातातील टॉर्चचा प्रकाश पाडला. "ती नंबर दोनच्या लाईफ-बोटीतील ठग माणसे आहेत, सर. त्यांनी ऐन वेळी आपला घात केला असता." निकोल्सनने ओरडून कॅप्टनला सांगितले. आपल्या टॉर्चचा प्रकाश त्याने त्या पोकळीच्या जवळच्या टोकावर सोडला. तिथे सिरान बसला होता. त्याचा चेहरा तसाच गुळगुळीत व निर्विकार होता. हे सारे त्याचेच कारस्थान होते. त्यानेच आपली तीन माणसे सोडली होती. त्यांच्या हातात छोट्या कुऱ्हाडी होत्या. त्या कुऱ्हाडी चालवून दोन्ही लाईफबोटींची मोडतोड त्यांना करायची होती. मग ते काम जपान्यांनीच केले असा गैरसमज झाला असता. जपानी असे काही करतील, असा अंदाज त्याने निकोल्सनच्या बोलण्यातून ऐकताच आपला कट रचून योग्य वेळी अंधारात आपली माणसे सोडली. या कटाचा सूत्रधार सिरान होता. तो दोषी होता. काही वेळापूर्वी तो

याचना करीत आपण किती चांगले वागणारे आहोत याची ग्वाही देत होता. शेवटी त्याने विश्वासघात करून पाठीत खंजीर खुपसायचा प्रयत्न केलाच. पण हे करताना त्याने स्वत:चा जीव मात्र धोक्यात घातला नाही. तो स्वत: मागे सुरक्षित राहिला. आपला चेहरा गूढ व निर्विकार ठेवून सिरान आपण त्या गावचेच नाही, काही कट-कारस्थान असेल तर आपल्याला ते ठाऊक नाही, असा आव आणत होता. त्याला जर आत्ता विचारले तर तो सरळ कानावरती हात ठेवणार होता. कारण त्याला ठाऊक होते की मृत माणसे बोलत नसतात. तेव्हा त्या मेलेल्या माणसांकडून त्याचे नाव घेतले जाण्याची त्याला भीती नव्हती. निकोल्सनने हे सारे ओळखले. आता अधिक वेळ वाया घालवण्यात अर्थ नव्हता.

"सिरान, इकडे ये पाहू." निकोल्सन सिरानच्या चेहऱ्यासारख्याच निर्विकार आवाजात म्हणाला. सिरान आपल्या जागेवरून उठत म्हणाला, "माझी उरलेली माणसे मात्र आपल्याला काहीही त्रास देणार नाहीत, सर." तो चालत चालत निकोल्सनसमोर जाऊन उभा राहिला आणि एखादे झाड कोसळावे तसा जमिनीवरती कोसळला. कारण निकोल्सनने सिरानच्या कानामागे आपल्या नेव्ही कोल्ट पिस्तुलाच्या दस्त्याचा फटका जीव खाऊन जोरात मारला होता. त्या फटक्यामुळे नक्कीच सिरानच्या कवटीची मोडतोड झाली असणार. कारण तिथले हाड पिचकल्याचा आवाज निकोल्सनला जाणवला होता. परंतु सिरान खाली पडेपर्यंत तो तिथे थांबला नाही. त्याने पाठ वळवून ताबडतोब किनाऱ्याकडे धाव घेतली. फार्नहोमही त्याच्या मागोमाग गेला. ते सारे संघर्षनाट्य अवघ्या तीन सेकंदात घडून गेले.

आता ते दोघे वेगाने धावत होते. आपल्या जिवाची पर्वा न करता पळत होते. पळता पळता अडखळत होते, धडपडत होते, मधेच सपशेल खाली पडत होते. किनारा १०० फूट अंतरावर आला असताना त्यांना गडबड ऐकू आली. गोळी झाडल्याचा आवाज, वेदनेने किंचाळल्याचा आवाज, रागारागाने केलेली शिवीगाळ होती, तार स्वरात कोणीतरी असंबद्ध बडबडत होते, ठोसे मारल्याचे आवाज होते, झगडण्याचे व पाण्यात पडण्याचे आवाज होते. पाण्यात पडल्यावरही तिथे मारामारी व झोंबाझोंबी चालल्याचे आवाज येत होते. निकोल्सन तिथे वीसएक फुटांवरती येऊन थांबला. फार्नहोमच्या जरा आधी तो तिथे पोचला होता. परंतु तरीही तिथला झगडा, मारामारी, संघर्ष हा थांबला नव्हता. निकोल्सनने हातातील टॉर्च लावला. तिथल्या उथळ पाण्यात लाईफबोटींभोवताली काही माणसे आपापसात जीवघेणी मारामारी करीत होते. खाली पडलेल्या मॅकिनॉनवरती एक जपानी पाय देऊन उभा होता. तो हातातल्या तलवारीने किंवा संगीनीच्या पात्याने मॅकिनॉनचे मुंडके उडविण्याच्या तयारीने शेवटचा घाव घालण्याच्या पवित्र्यात होता. निकोल्सनला ते दृश्य ओझरतेच दिसले. पुढच्याच क्षणाला तो वार करू पहाणारा जपानी अधिकारी छातीत गोळी

लागून खाली पडला. ती गोळी फार्नहोमने झाडली होती. निकोल्सनने आपल्या टॉर्चच्या प्रकाशाचा झोत आता दुसरीकडे वळवला. एके ठिकाणी वॉल्टर आणि एक जपानी खलाशी यांची झोंबाझोंबी चालली होती. ते एकमेकाला ठोसे लगावत होते, खाली पाडत होते, दुसऱ्याच्या उरावर बसण्याचा प्रयत्न करीत होते व त्या गढूळ पाण्यात एकमेकांवरती गडबडा लोळत होते. एकाला गोळी घालायला जावे तर दुसरा झटकन त्याच्यावरती येई. फार्नहोमची पंचाईत झाली.

निकोल्सनने तिथून टॉर्चचा झोत दुसरीकडे पुन्हा वळवला. एक लाईफबोट ही किनाऱ्याला समांतर ठेवली होती. तिथल्या गुडघ्याइतक्या पाण्यात दोन जपानी माणसे ही बोटीच्या मागच्या बाजूला शेजारी शेजारी उभी होती. त्यांच्यापैकी एकजण पुढे वाकला होता. तर दुसरा सरळ उभा होता राहून त्याने आपला उजवा हात उगारून मागे नेला होता. त्यांच्या अंगावरती प्रखर प्रकाश अचानक पडल्याने आणि डोळे दिपून गेल्यामुळे ते गोंधळले होते. आहे त्या स्थितीत काही सेकंद ते थिजून गेले होते. रंगमंचावरील बॅले नृत्यात जसा एखादा पवित्रा स्तब्ध अवस्थेत दाखवला जातो, तशी त्या दोघांनी घेतलेली स्थिती वाटत होती. मग तो थिजलेला, गोठलेला पवित्रा जाऊन त्याऐवजी ते दोघे घाबरून अंगात आल्यासारखे वेगाने हालचाली करू लागले. तो वाकलेला जपानी एकदम सरळ ताठ उभा राहिला. त्याच्या खांद्यावर एक जाळीची पिशवी अडकवलेली होती. त्याने त्या पिशवीत हात घालून काहीतरी बाहेर काढले व ते आपल्या कमरेच्या पट्ट्यात खोचले. त्या दुसऱ्या जपान्यांचा उंचावलेला हात आता वेगाने खाली येत पुढे आला व त्याने झटकन हातातील ती वस्तू फेकली. त्याचवेळी निकोल्सनने आपले कोल्ट पिस्तूल बाहेर काढून चापावरती बोटे आवळत नेली. परंतु त्याला कळून चुकले की आपल्याला आता फारच उशीर झाला आहे.

पण निकोल्सनला जसा उशीर झाला होता तसाच त्या जपान्यालाही झाला होता. त्याने आपल्या हातातील ती वस्तू फेकण्याचा प्रयत्न करताच तो स्वत: आणि निकोल्सन हे दोघेही गर्रकन मागे वळाले. निकोल्सनने स्वत:ला खाली झोकून दिले. पडत असताना त्याला एवढेच जाणवले की फार्नहोमच्या हातातील कार्बाईन परत एकदा कडाडली आहे. तो जपानी माणूस वळता वळताच खाली लाईफबोटीवरच्या कठड्यावरती कोसळला. त्याच्या शरीराचा अर्धा भाग हा लाईफबोटीत व अर्धा बाहेर असा राहिला होता. फार्नहोमच्या कार्बाईनने आपले काम चोख बजावले होते. परंतु जो हातबॉम्ब तो फेकणार होता, तो त्याच्या हातात तसाच राहिला होता. त्याची पिन आधी काढलेली असल्याने तो सुरू झाला होता. पुढच्याच सेकंदाला एक झगझगीत पांढरा प्रकाश व कानठळ्या बसवणारा आवाज त्यातून बाहेर पडला. हातबॉम्ब स्फोट पावला होता.

त्या स्फोटानंतर काळोख दुप्पट गडद झाला होता. खालची जमीन दिसेनाशी झाली. सारा आसमंत व वरचे आकाशही दिसेनासे झाले. एक दोन तारे अंधुकपणे दिसत होते तेही एकेक करीत विझून गेले. त्यावरती ढग सरकल्याने कोणतेच तारे दिसेनात. सर्वत्र ठार काळोख झाला. त्या जागेतली माणसे बधीर होऊन गेली होती. त्यांचे पुतळे झाले होते. ते सर्वजण अंधाराच्या समुद्रात बुडून गेले होते. तिथे आता आवाज नव्हता की प्रकाश नव्हता.

खाली पडलेला निकोल्सन अर्धवट उठला. त्याने टॉर्च लावून त्याचा झोत चौफेर पण झटपट फिरवून परिस्थितीचा अंदाज घेतला आणि टॉर्च विझवला. त्याची सर्व माणसे सुखरूप होती व ती उठून उभी रहात होती. मात्र तिथली शत्रूची सर्व माणसे आता शत्रू राहिले नव्हते, ते मृत्यू पावले होते. त्यांची शवे इतस्तत: विखुरली होती. आपल्यावरती हल्ला होणार नाही असे ते धरून चालले होते. कारण शत्रूच्या माणसांना आपण त्या खडकांच्या पोकळीत दाबून धरलेले असल्याने आपल्यावरती कोण हल्ला करणार? या भ्रमात ते होते. त्यातून त्यांच्या पाठी समुद्राकडे होत्या. समुद्राच्या अंधुक का होईना पण किंचित उजळ पार्श्वभूमीवरती त्यांच्या छायाकृती निकोल्सनच्या माणसांना व्यवस्थित दिसत होत्या. शिवाय ते जेव्हा रबरी होड्यातून बाहेर पडून पुढे येत होते तेव्हा त्यांना उथळ पाण्यातून रांगत न येता सरळ उभे राहून यावे लागले होते. अशा घातक क्षणी ते सर्वजण निकोल्सनच्या माणसांना दिसले, अगदी स्वच्छपणे दिसले.

"कुणाला काही लागले का?" निकोल्सन खालच्या आवाजात सर्वांना विचारीत होता.

"सर, वॉल्टरला लागले आहे. बरीच दुखापत झाली आहे." व्हॅनिअर तशाच खालच्या आवाजात म्हणाला.

"बघू दे मला." असे म्हणत निकोल्सन आवाजाच्या रोखाने सरकला. त्याने टॉर्चच्या तोंडावर आपला हात असा ठेवला की फक्त बोटांच्या फटीतून जेमतेम प्रकाश बाहेर पडावा. वॉल्टरने आपला दुखापत झालेला हात दुसऱ्या हाताने पकडून ठेवला होता. त्याच्या डाव्या अंगठ्याच्या खाली मनगटावरती फार मोठी जखम झाली होती. त्या जखमेचे तोंड मोठे होते व त्यातून भळाभळा रक्त वहात होते. घातलेला घाव निम्मे मनगट कापून गेला होता. व्हॅनिअरने एका हातरुमालाने वॉल्टरची जखम जमेल तशी बांधून टाकली. त्या जखमेतून तरीही रक्त गळत होते. पण आता ते कमी व सावकाश बाहेर येत होते. निकोल्सनने टॉर्च बंद करून टाकला.

"चाकूचा घाव घातला का?"

"नाही. संगीनिच्या पात्याचा." वॉल्टर म्हणाला. त्याची जखम पाहून निकोल्सन व व्हॅनिअर मनातून हादरले होते. परंतु वॉल्टर मात्र अत्यंत शांतपणे एखाद्या

सैनिकासारखा बोलत होता. त्याने मग खाली मरून पडलेल्या एका जपान्याला पायाने ढोसून म्हटले, "यानेच माझ्या मनगटावरती घाव घातला."

"आले लक्षात." निकोल्सन आता त्याला त्याच्या जखमेबद्दल मोठ्या प्रयासाने शांत स्वरात सांगू लागला, "तुमचे मनगट म्हणजे एक मोठाच गुंता झाला आहे. मिस् ड्राखमनकडे जाऊन यावरती उपचार करून घ्या. तो हात तुम्हाला आता काही दिवस वापरता येणर नाही." थोडक्यात 'तो हात कदाचित *कधीच* वापरता येणार नाही' असा त्या वाक्याचा अप्रत्यक्ष अर्थ होता. निकोल्सनला ते कळून चुकले होते. ओढून धरणारे स्नायुबंध, टेन्डॉन्स पार कापले जाऊन तुटले होते. रेडियल नर्व्हसुद्धा नक्कीच कापली गेली असावी. त्या भागाची अवस्था ही कोणत्याही परिस्थितीत पक्षाघात झाल्यासारखी होणार होती.

पण वॉल्टर खुषीत म्हणत होता, "हृदयावरती घाव बसण्यापेक्षा हे ठीकच आहे."

"अन् आता चला, पळा. मिस् ड्राखमनकडे जा. एकजण सोडून बाकीचेही त्याच्याबरोबर जा. अन् एक लक्षात ठेवा, जवळ गेल्यावर आपण कोण आलो आहोत ते आधी ओरडून सांगा. कॅप्टनजवळ एक पिस्तूल आहे. नाहीतर चुकून तुमच्यावर गोळ्या झाडल्या जातील. कारण या चकमकीत आपला पराभव झाला आहे, असे त्यांना वाटण्याची दाट शक्यता आहे. मॅकिनॉन, तुम्ही माझ्याबरोबर रहा." तेवढ्यात त्याला पाण्यात काहीतरी खळबळाट झाल्याचे ऐकू आल्याने आपले बोलणे झटकन थांबवले. तो आवाज लाईफबोटीच्या पलीकडून आला होता. त्याने ओरडून विचारले, "कोण आहे तिकडे?"

पलीकडून आवाज आला, "मी फार्नहोम. इथे काही शोध घेतो आहे. मला इथे ते सापडले. डझनभर तरी असावेत."

"काय डझनभर असावेत? नीट सांगता का जरा." निकोल्सन जरासा चिडून म्हणाला.

"हातबॉम्ब. हातबॉम्बची एक जाळीची पिशवी भरलेली आहे. एका जपान्याजवळ ती सापडली. त्याच्या अंगावरती बऱ्याच गोष्टी आहेत."

"तो सगळा दारुगोळा काढून घ्या. आपल्या उपयोगी पडणार आहे. वाटल्यास कोणाची तरी मदत घ्या."

सर्वजण जाईपर्यंत निकोल्सन आणि मॅकिनॉन हे दोघेच तिथे थांबून राहिले. मग ते हलकेच पावले टाकीत लाईफबोटीपाशी गेले. ते तिथे पोचतात न् पोचतात तेवढ्यात पाणबुडीवरून दोन मशीनगन चालू करण्यात आल्या. मशीनगनमधून बाहेर पडणाऱ्या दर ठराविक पाचसहा गोळ्यांनतर एकेक 'ट्रेसर' गोळी बाहेर पडत होती. ही ट्रेसर गोळी पांढरा प्रकाश सोडत जाणारी असल्याने ती अंधारातून जाताना

एक प्रकाशरेखा निर्माण करीत जाते. त्यामुळे आपला नेम कुठे लागतो आहे, गोळ्या कुठे पडत आहेत, हे कळते. परंतु त्या गोळ्या किनाऱ्यावरती येत नव्हत्या. किनाऱ्यापासून अलिकडे पाण्यावरती पडत होत्या. पाण्यात घुसताना त्यांचा मोठ्याने चुबूक चुबूक आवाज येत होता. एखादीच गोळी कुठेतरी दगडावरती परावर्तन पावून चुंई आवाज करीत भलतीकडे जात होती. खुद्द लाईफबोटीवरती मात्र तशा थोड्याच गोळ्या आल्या. त्यावेळी लाकडात घुसताना त्यांचे थड् थड् आवाज झाले.

मॅकिनॉन व निकोल्सन झटकन एका लाईफबोटीमागे लपले. गोळीबाराचे आवाज थांबल्यावरती त्यांनी मागून आपली डोकी हळूच वर करून पाणबुडीकडे पाहिले. मॅकिनॉन म्हणत होता, "सर, याचा अर्थ काय? ते आपल्याच माणसांवरती गोळ्या झाडत आहेत? का त्यांचा काही गोंधळ झाला आहे?"

तो असे म्हणत असताना पुन्हा एकदा गोळीबाराची फैर झडली व ती थांबली.

निकोल्सन थोड्या वेळाने म्हणाला, "मॅकिनॉन, जरासा विचार करा. ती जी लँडिग पार्टी त्यांनी पाठवली, त्यातील माणसांनी आपले इथले काम झाल्यावरती काहीतरी खुणेचा संदेश मागे पाणबुडीवरती पाठवायला हवा होता. किंवा 'इथे सुखरूप उतरलो' अशा अर्थी तरी एखादा संदेश मागे पाठवायला हवा होता. त्यांचे तसे आधी ठरले असावे. पण बराच वेळ झाला तरी काहीच निरोप येत नाही म्हणून ते अस्वस्थ झाले असावेत. त्यासाठी त्यांनी जरा अलीकडे सुरक्षित अंतरावरती गोळ्या झाडून पाहिल्या असाव्यात."

"असेच जर असेल तर आपणच तो संदेश द्यायला काय हरकत आहे?" मॅकिनॉनने सुचवले.

निकोल्सन त्याच्याकडे अंधारात काही क्षण रोखून पहात होता. मग तो हळूच हसून म्हणाला, "वा!ऽ मॅकिनॉन तुम्ही खरोखरच हुषार आहात, बुद्धीमान आहात. किती झकास कल्पना तुम्हाला सुचली! त्यांना जर असे वाटत असेल की किनाऱ्यावर उतरलेल्या आपल्या माणसांचा काहीतरी गोंधळ झाला असावा, तर त्यांना आपण तो संदेश दिला तर बहार येईल."

गोळीबाराच्या फैरींपासून बचाव करण्यासाठी मॅकिनॉन व निकोल्सन यांनी लाईफ-बोटीच्या मागे खाली बसून आडोसा घेतला होता. आता निकोल्सनने आपला टॉर्च लाईफबोटीच्या भिंतीवरती धरला व तो पाणबुडीच्या दिशेने टॉर्चचे बटण दाबू लागला व बंद करू लागला. टॉर्चच्या प्रकाशाची उघडझाप करण्यात तो कसलाही संकेत बाळगत नव्हता. की त्यात कसलीही सुसंगती नव्हती. मशीनगन चालवणाऱ्या कोणाही माणसाला अंधारात जर असा प्रकाशबिंदू दिसला तर त्या दिशेने गोळ्या झाडायचा मोह हटकून होतो. पण उघडझाप करणारा प्रकाश सोडल्यावर पाणबुडीवरून होणारा गोळीबार थांबला. मशीनगन थांबल्या. तिकडून येणाऱ्या गोळ्या, प्रकाशरेखा

उमटवणाऱ्या ट्रेसर गोळ्या येणे थांबले. तिथे एकदम शांतता पसरली. जणू काही इथली जमीन व समुद्र ओसाड पडले होते, येथे कुणाचाही वावर नव्हता, एवढी ती शांतता दाट होती. समोर दिसणारी पाणबुडीची धूसर आकृती ही जणू काही एक अस्पष्ट सावली वाटू लागली होती. ती खरी पाणबुडी नसून तिचा तो एक भास वाटत होता.

लपून छपून केलेल्या चोरट्या प्रयत्नांची गरज नसते, पण तसे ते केले तर खूप धोकादायक ठरतात. निकोल्सनला याची कल्पना होती. फार काळ इथे थांबून धोका पत्करण्यात अर्थ नव्हता. ते दोघे सावकाश उठले व लाईफबोटींची तपासणी टॉर्चच्या प्रकाशात करू लागले. लाईफबोट नंबर दोन म्हणजे सिरान ज्या बोटीत होता त्या बोटीला गोळ्या लागून भोके पडली होती. पण ती सारी भोके पाण्याच्या पातळीच्या वरती होती. लाईफबोट पाण्यावरती तरंगण्यासाठी तिच्या रचनेत आणखी खबरदारी घेतलेली असते. अनेक हवाबंद टाक्या तिला जोडलेल्या असतात. या टाक्या झाळकाम करून कायमच्या बंद केलेल्या असतात. पण गोळीबारात त्याही सापडल्याने त्यांना अनेक ठिकाणी भोके पडली होती. परंतु बऱ्याच टाक्यांना भोके न पडल्याने त्या सुरक्षित होत्या. त्यामुळे ही लाईफबोट नक्कीच तरंगू शकत होती. फक्त तिची तंरगण्याची सुरक्षितता कमी झाली होती.

नंबर एकच्या लाईफबोटीची स्थिती मात्र याहून वेगळी होती. गोळीबारामुळे तिच्या भिंतींना सर्व ठिकाणी भोके पडली होती आणि त्या उथळ पाण्यात ती पूर्णपणे तळावर बसली होती. तिच्या तळाला भोके गेली की नाही ते कळत नव्हते. कारण आत थोडेसे पाणी साठले होते व तेही लाल रंगाचे झाले होते.

ज्या जपान्यांच्या हातात हातबॉम्ब फुटला, तो जपानी या लाईफबोटीवरती मरून पडला होता. तो बोटीच्या भिंतीवरून निम्मा आत झुकला होता व निम्मा बाहेर होता. त्याच्या अंगातील जखमांमुळे रक्त बाहेर पडून ते लाईफबोटीत साचलेल्या पाण्यात पडलेले होते व अजूनही पडतच होते. त्या जपानी माणसाचा देह ओळखू येण्यापलीकडे गेला होता. कारण हातात हातबॉम्ब फुटल्याने त्या हाताच्या चिंधड्या होऊन तो नाहीसा झाला होता. तसेच, तो स्फोट तोंडापाशी झाल्याने सारा चेहरा छिन्नविछिन्न होऊन गेला होता. तिथे पूर्वी एक मानवी डोके होते असा आभास निर्माण करणरे रक्तामासाच्या चिखलाचे अवशेष होते. त्याच हातबॉम्बच्या स्फोटामुळे या लाईफबोटीच्या तळालाही छोटे भगदाड पडले होते व बसण्यासाठीच्या दोन फळ्या पार उखडून टाकल्या होत्या. निकोल्सन सावकाश उठून उभा राहिला व मॅकिनॉनकडे पाहू लागला.

तो म्हणाला, "ते भगदाड एवढे मोठे आहे की त्यातून माझे डोके व खांदे आत शिरतील. हे असले भगदाड बंद करायचे असेल आणि बाकीच्या दुरुस्त्या करायच्या

असतील तर त्यासाठी कित्येक दिवस लागतील.''

पण मॅकिनॉनचे निकोल्सनच्या बोलण्याकडे लक्ष नव्हते. त्याने टॉर्च हातात घेऊन लाईफबोटीच्या इंजिनाची तपासणी चालवली होती. जेव्हा ती तपासणी संपवून तो बोलू लागला तेव्हा त्याचा आवाज अगदीच वेगळा झाला होता. तो म्हणाला, ''सर, ते भगदाड पडले काय अन् नाही पडले काय, त्याचा काहीही उपयोग नाही. कारण या लाईफबोटीचे इंजिन कामातून गेले आहे.'' थोडा वेळ थांबून त्याने शांतपणे म्हटले, ''सर, इंजिनाचा मॅग्नेटो खलास झाला आहे. तो हातबॉम्ब नेमका तिथेच पडला असावा.''

''अरे बाप रे! म्हणजे सारेच संपले. कदाचित विलोबी–''

''नाही सर. तो मॅग्नेटो कोणालाही दुरुस्त करता येणार नाही.'' मॅकिनॉन निराशेने म्हणाला.

मॅकिनॉन त्या लाईफबोटीकडे डोळे फाडून बघत होता. तो शेवटी निकोल्सनला म्हणाला, ''ऑस्ट्रेलियातील ते डार्विन बंदर कित्येक हजार मैल दूर आहे. तेथवर आपण वल्हवत गेलो तर वाटेतच मरून जाऊ.''

मिस् ड्राखमनचे पहिले नाव होते 'गुद्रन'. तिचा जन्म ओडेन्स शहरी झाला होता. आत्ता तिचे वय २३ होते. ती दोनदा मलायामध्ये येऊन गेली होती. बाकीचा काळ ती ओडेन्समध्येच वाढली होती. तिथेच तिने नर्सिंगचे शिक्षण पुरे केले. मलायातील पेनांगमध्ये तिच्या वडिलांचे रबराचे मळे होते. पण ते ऑगस्ट १९३९ पर्यंतच होते.

निकोल्सन त्या पोकळीमध्ये एका उताराच्या जमिनीला पाठ लावून तिची ही हकिगत तिच्याच तोंडून ऐकत होता. त्याने आपले दोन्ही हात डोक्यामागे नेऊन एकमेकात घट्ट पकडून धरले होते आणि त्यावरती आपले डोके ठेवले होते. तो वरती आकाशातील घनदाट काळ्या ढगांकडे पहात होता. पण त्याचे कान तिच्या सांगण्याकडे लागले होते. आपली कहाणी सांगता सांगता ती मध्येच थांबली होती. ती पुढे सांगेल याची तो वाट पाहू लागला. ती परत एकदा कधी सुरू करते आहे याची त्याला उत्सुकता लागून राहिली. कारण तिच्या मृदू व मुलायम आवाजाची मोहिनी त्याच्या मनावर पडली होती. तो ब्रह्मचारी विलोबी या बाबतीत पूर्वी काय बरे म्हणाला होता? हं 'तिचा आवाज हा चिरंतनस्वरुपी मृदू होता' अशी सुरुवात होणारे ते वाक्य शेक्सपीअरच्या 'किंग लिअर' नाटकातले होते. पण ते वाक्य या ड्राखमनच्या बाबतीत किती चपखल बसत होते. त्याला आता ते वाक्य पूर्णपणे आठवले. 'तिचा आवाज चिरंतनस्वरुपी मृदू होता, मुलायम होता, मंजुळ होता, हळूवार आणि सौम्यही होता.' स्त्रियांविषयी विलोबीकडे असंख्य बहारदार वचनांचा

साठा होता. परंतु स्त्रियांच्या आवाजाविषयी असलेले हे शेक्सपीअरचे वचन त्याला फार आवडे. तशा स्वर्गीय आवाजाची स्त्री कुठे असेल असे विलोबीला वाटत नव्हते. परंतु आता निकोल्सन तिच्या तोंडून गेली वीस मिनिटे तसल्या आवाजात तिची कहाणी ऐकत होता. तो आवाज जर विलोबीने ऐकला तर त्याचे पूर्वीचे मत नक्की बदलून जाईल, असे त्याला वाटले.

दोन मिनिटे गेली, तीन मिनिटे गेली. तरी ती गप्पच होती. निकोल्सन तर तिचा आवाज ऐकायला आतुर झाला होता. शेवटी तो अस्वस्थ होऊन तिच्याकडे वळून पाहू लागला.

तो म्हणाला, ''मिस् ड्राखमन, तुम्ही तुमच्या घरापासून खूप दूर आला आहात. तुमचा देश डेन्मार्क आहे. तुम्हाला आवडतो तो?'' काहीतरी बोलायचे म्हणून तो असे बोलला.

पण त्यावर तिचे उत्तर हे त्याला धक्कादायक वाटले ती म्हणाली, ''मला तो देश आवडला होता.'' तिच्या आवाजात ठामपणा होता. काहीतरी कायमचे गमावल्याची भावना त्यातून प्रगट होत होती. निकोल्सनला आता तिच्यात एवढा रस वाटू लागला की, ते जपानी, ते महायुद्ध, त्यांची वाट पहाणारी ती जपानी पाणबुडी, हे सारे एकदम नकोसे वाटू लागले. त्याला या साऱ्याची घृणा वाटू लागली. मग त्याने एकदम विषय बदलला.

''आणि मलाया देश? तो मात्र तितकासा आवडला नसावा. हो ना?''

''मलाया?'' तिने बदललेल्या स्वरात म्हटले. पण त्यात निर्विकारपणा जास्त होता. ती म्हणत होती, ''पेनांग ठीक आहे, असे मला वाटते. पण सिंगापूर तसे नाही. मला– मला ते शहर अजिबात आवडत नाही.'' ती 'अजिबात' शब्दावर जोर देत म्हणाली. त्यावेळी तिचा निर्विकारपणा पळाला होता. पण ही गोष्ट तिच्या लगेच लक्षात आली.

''का बरे? सिंगापूर का आवडत नाही? त्या शहराचा तुम्हाला एवढा राग का बरे?''

यावर ती अर्धा मिनिट काहीही बोलली नाही. मग ती सावकाश म्हणाली, ''मला वाटते की, हा एक खाजगी प्रश्न होतो आहे.''

''शक्य आहे,'' असे म्हणून तो क्षणभर थांबला व नंतर शांतपणे म्हणाला, ''पण त्यामुळे आत्ता तुमचे काही एखादे रहस्य उघड होणार नाही ना?''

''बरोबर आहे, तुम्ही म्हणता ते. फक्त कुतूहल असल्याने तुम्ही तसे म्हणत आहात. पण तरीही मी सांगते. कदाचित तुम्हाला माझे सांगणे विचित्रही वाटू शकेल. मी ते सांगितल्यावरती तुम्ही माझ्याबद्दल उगाच खोटी सहानुभूती दाखवू नये म्हणून मी तसे म्हटले,'' एवढे म्हणून काही सेकंद ती गप्प बसली. मग ती

पुढे सांगू लागली, "मी जे बोलले ते खरेच आहे. मला सिंगापूर आवडत नाही. अजिबात आवडत नाही. मला त्या शहराचा तिरस्कार आहे. कारण मी अभिमानी आहे, स्वत:बद्दल अभिमान बाळगते. मला स्वत:बद्दलही दया, करूणा वाटत असते. त्या शहराशी माझे कोणत्याही अर्थाने, कोणत्याही भावनेने संबंध जोडले जाऊ नये म्हणून मी नेहमी धडपडते. मिस्टर निकोल्सन, तुम्हाला यातले काही समजणार नाही.''

"तुम्हाला माझ्या स्वभावाबद्दल बरीच माहिती आहे असे दिसते." निकोल्सन पुटपुटत म्हणाला. तो पुढे म्हणाला, "ठीक आहे, सांगा तुम्ही."

मग ती सावकाश बोलू लागली, "मला काय म्हणायचे ते तुम्हाला समजले असावे. मी एक युरोपीय आहे. माझा जन्म युरोपात झाला, तिथेच मी लहानाची मोठी झाले आणि माझे शिक्षणही तिथेच पूर्ण झाले. मी स्वत:ला म्हणूनच इतर डॅनिश लोक समजतात तशी एक 'डेन' व्यक्ती समजत होते. ओडेन्स गावातील कोणत्याही कुटुंबात माझे चांगले स्वागत होई. परंतु सिंगापुरातील कोणत्याही युरोपीय घरात माझे तसे स्वागत कधी झाले नाही.'' तिने आपला आवाज काबूत ठेवण्याचा प्रयत्न केला. ती पुढे म्हणाली, "माझ्या आईची आई ही मलायी होती. लोकांना ते कसे कळे देव जाणे. सिंगापूरमधले युरोपीय लोक, मी दिसताच नाके मुरडायचे. ते दुसऱ्यांना सांगायचे की, 'हिच्यात थोडा डांबरी रंग आहे' मला त्याचा अर्थ समजायचा. अन् ते बोलताना आपला आवाज खाली आणायचे. मग सगळे युरोपीय माझ्याकडे चमत्कारिक नजरेने बघू लागायचे. मग मी त्यांच्याकडे, त्यांच्या घरात कधीही पाऊल ठेवायची नाही. माझी आजी जरी मलायी असली तरी ती एक अत्यंत दयाळू, अफलातून व–''

"इझी, टेक इट ईझी. मला कल्पना आहे त्याची. ते कुजके शेरे माणसाच्या हृदयाला घरे पाडतात. अन् इतका कट्टर वर्णभेद पाळणाऱ्यांत ब्रिटीश लोकही आहेत. खरे ना?''

"होय, आहे खरे तसे.'' ती जरासे चाचरत म्हणाली. पण जरा थांबून तिने विचारले, "पण तुम्ही का तसे म्हणत आहात?''

"जेव्हा साम्राज्य विस्ताराचा आणि वसाहतवादाचा प्रश्न येतो तेव्हा आम्ही ब्रिटीश लोक जगात श्रेष्ठ ठरतो– अन् त्याच वेळी जगातले सर्वात दुष्ट ठरतो. सिंगापूरमध्ये असे जगातले अनेक दुष्ट लोक भरलेले आहेत. आमचा हा दुष्टपणाही खरोखर आश्चर्य वाटण्याजोगा आहे. आपल्या स्वत:च्या आयुष्याची भरभराट अत्यंत कमीत कमी वेळात कशी करून घेता येईल हे ते बघतात. जणू काही परमेश्वराचे आपण लाडके आहोत व आपल्याला असे करण्याचा नैतिक हक्क आहे असे त्यांना वाटते. तर जे परमेश्वराचे लाडके नाहीत त्यांनी रोज लाकूडतोडीसारखी

कष्टाची कामे करीत मरेपर्यंत रहावे असे त्यांना वाटते. जे कोणी चांगले ख्रिश्चन आहेत, किंवा स्वत:ला तसे म्हणवून घेतात, चर्चमध्ये नियमितपणे जाऊन धर्मकृत्ये करणारे आहेत, ख्रिश्चन धर्माचे आधारस्तंभ आहेत, ते मात्र कधी या असमानतेला वाचा फोडीत नाहीत की कष्टकऱ्यांवरती अश्रू तर सोडाच, पण साधे हुंदकेही देत नाहीत. सगळेच काही तसे नाहीत याची मला कल्पना आहे. कितीतरी सज्जन व दयाळू माणसे आहेत. पण दुर्दैवाने तुमच्या वाट्याला सिंगापूरमध्ये असे कोणीही आले नाही.''

ती आश्चर्य व्यक्त करीत म्हणाली, ''तुम्ही असे मत व्यक्त कराल असे मला वाटले नव्हते.''

''पण मी बोलतो आहे ते खरे आहे ना?''

''मला तसे नाही म्हणायचे. तुम्ही जे बोलला ते मला अनपेक्षित वाटले, इतकेच,'' एवढे म्हणून ती हसली. ती पुढे म्हणाली, ''माझ्या कातडीचा रंग हा काही तितका महत्त्वाचा नाही.''

''बरोबर आहे. तुम्ही सांगत रहा.'' तो मुद्दाम रांगडेपणे म्हणाला, ''तुमच्या दृष्टीने ही गोष्ट महत्त्वाची वाटत असेल. परंतु, सिंगापूर म्हणजे काही सारे जग नाही. तुम्हाला नाके मुरडणारे अनेकजण असतील. पण आम्हाला मात्र तुम्ही आवडता. आम्ही काही तुम्हाला पाहून नाके मुरडत नाही की तुच्छ लेखत नाही. आमच्या दृष्टीने तुम्ही तर एक सुंदर फूल आहात.''

''पण तुमचे ते तरुण अधिकारी– मिस्टर व्हॅनिअर त्यांनी मला प्रथम पाहिल्यावर चमत्कारिक चेहरा केला,'' ती खालच्या आवाजात पुटपुटत म्हणाली.

''उगाच काहीतरी कल्पना करून घेऊ नका. त्याने तुमच्या चेहऱ्यावरचे व्रण पाहिले आणि त्याला धक्का बसला. तो अत्यंत तरुण आहे व निरलस मनाचा आहे. उगाच त्याच्याबद्दल गैरसमज करून घेऊ नका. कॅप्टनसाहेब तर तुमच्या सौंदर्याची स्तुती करतात. अर्धपारदर्शक ब्राऊन रंगाच्या काचेसारखा तुमचा वर्ण आहे, असे ते तुमच्या कातडीबद्दल म्हणतात.''

''खरोखरच, तुमचे कॅप्टनसाहेब दयाळू आहेत व सज्जन आहेत. पण तुम्ही उगाच त्यांचे वय जाणवून देणारी भाषा त्यांच्याशी बोलता.''

निकोल्सन म्हणाला, ''अं त्याबद्दल मला माफ करा. तसेच मी तुमच्याशीही जरा उद्धटपणेच बोलतो आहे. त्याबद्दलही मला माफ करा, मिस् ड्राखमन.''

''गुद्रन'' ती त्याचा शेवटचा शब्द दुरुस्त करीत म्हणाली. तिच्या त्या एका शब्दात त्याच्या प्रश्नाचे उत्तर सामावले होते, तशीच एक विनंतीही त्यात होती. त्याचबरोबर तिच्या तशा म्हणण्यात कोणताही गर्भितार्थ नव्हता की सूचक नखरेलपणा नव्हता. केवळ निरागसपणा व्यक्त होत होता.

“गुद्रन! छान नाव आहे हे. मला आवडले ते. अन् तुम्हालाही ते नाव शोभून दिसते.”

“पण तुम्ही असे एकतर्फी वागता आहात. कॅप्टन तुम्हाला ‘जॉनी’ म्हणून संबोधताना मी ऐकले आहे. डेन्मार्कमध्ये हे नाव आम्ही लहान मुलाला उद्देशून म्हणतो. पण मला लवकरच त्याची सवय होईल.”

“होय, होईल तशी सवय.” निकोल्सन अस्वस्थ होत म्हणाला, “म्हणजे त्याचे काय आहे की, बाकीची–”

“ओह, असे आहे होय ते,” असे म्हणून ती हसू लागली. तिचे ते हसणे पाहून तो आणखीनच अस्वस्थ झाला. ती पुढे म्हणाली, “म्हणजे इतर कर्मचाऱ्यांसमोर तुम्हाला ‘जॉनी’ म्हणणे याचा विचारही मी करणे शक्य नाही. त्यावेळी मी ‘मिस्टर निकोल्सन’ असेच म्हणेन.” मग ती विचार करीत पुढे म्हणाली, “मला वाटते की, मी तुम्हाला सर्वांच्या देखत ‘सर’ म्हटलेले शोभून दिसेल.”

“ओऽ, फॉर हेवन्स सेक...” निकोल्सन तिच्या या बोलण्यावरती काही तरी बोलू पहात होता. पण त्याच्या लक्षात आले की ती पोरगी अत्यंत हळू आवाजात खट्याळपणे हसते आहे. मग ते हसू त्याच्याही चेहऱ्यावरती पसरत गेले. तो मोठ्याने हसत म्हणाला, “ठीक आहे, तुम्ही मला काहीही म्हणा. तुम्हाला आवडेल ते म्हणा. तुम्ही जे काही मला म्हणाल त्याला मी लायक आहे, असे समजेन.”

तो मग उठून उभा राहिला व त्या गुहेसारख्या पोकळीत पुढच्या बाजूला गेला. तिथे तो मौलवी बसला होता. तो दूरवर टेहेळणी करीत होता. त्याच्याशी निकोल्सन थोडा वेळ बोलला व मग तो उतारावरून खाली व्हॅन एफिन जिथे लाईफबोटीवरती पहारा देत होता तिथे गेला. तीच एक लाईफबोट दुरुस्त करून वापरता येण्याजोगी होती. त्याच्यापाशी थोडा वेळ चर्चा करून तो परत तिथून निघाला आणि त्या पोकळीत आला. गुद्रन ड्राखमन अजूनही झोपली नव्हती. ती त्या लहान मुलाजवळ बसली होती. काहीही न बोलता तो तिच्यापाशी जाऊन बसला.

मग तो हळू आवाजात तिला म्हणाला, “रात्रभर जागे रहाण्यात काहीही अर्थ नाही. पीटर ठीक होईल. नक्की ठीक होईल. त्या लहान मुलाची काळजी करू नका. प्लीज, झोप काढा तुम्ही.” तो तिला आवर्जून विनंती करीत होता.

तिने हलक्या आवाजात त्याला विचारले, “मला एक सांगा, सरळ सरळ खरे काय ते सांगा. आपण वाचण्याची शक्यता कितपत आहे? आपल्यावरचे संकट टळू शकेल काय?”

“अजिबात नाही.”

“हं, निदान तुम्ही प्रामाणिक व स्पष्टवक्ते आहात. पण किती काळ हे सारे चालू राहील?” तिने विचारले.

“उद्या दुपारपर्यंत. अन् तेही मी अंदाजानेच सांगतो आहे. कदाचित त्याच्या आधीच सारा खेळ संपून जाईल. त्या पाणबुडीवरून काहीजणांची तुकडी नक्कीच बेटावरती प्रथम येईल. किंवा तसा प्रयत्न करतील. नंतर ते कदाचित मदत मागतील. मग या बेटावर जपानी विमाने घिरट्या घालतील. कदाचित उद्या सकाळी उजाडताच ती विमाने येण्याची शक्यता आहे.” त्याने खालच्या आवाजात खुलासा केला.

त्यावरती ती म्हणाली, “कदाचित पाणबुडीत पुरेशी माणसे असतील. त्यामुळे ते कदाचित मदत मागणार नाहीत. ते कितीजण–”

त्याने तिचे वाक्य तोडून रागाने म्हटले, “कितीजण का असेना, आम्ही त्यांचे तुकडे तुकडे करू. आम्ही सहजासहजी शरण जाणार नाही. शेवटच्या गोळीपर्यंत लढत राहू. ते कदाचित बाहेरून मदत मागवतील. ठीक आहे, मागवू दे त्यांना मदत. मगच ते आपल्यावर कब्जा करू शकतील. जर त्यांनी आपल्यावरती बॉम्बफेक करून आपणा सर्वांना ठार केले नाही तर ते तुम्हाला, लेना हिला आणि प्लॅन्डरलीथ बाईला कैदी करतील. बाकीच्यांना अर्थातच गोळ्या घातल्या जातील.”

“हंऽऽ” ती सुस्कारा सोडत म्हणत होती, “मी कोटाबारू येथे पाहिले आहेत तसले प्रकार.” त्या आठवणींनी तिचे अंग शहारले. तिने पुढे म्हटले, “आणि या छोट्या पीटरचे ते काय करतील?”

“इतर पुरुषांबरोबर आणखी एक व्यक्ती ठार होईल.” निकोल्सन कडवटपणे बोलत होता. तो पुढे म्हणाला, “एका दोन वर्षाच्या लहान मुलाची ते कशाला पर्वा करतील?” निकोल्सनला त्या लहान पोराबद्दल खूप ममत्व वाटू लागले होते. जर त्याची पत्नी जिवंत असती तर त्याने एके दिवशी–”

“पण मग आपण यावरती आता काहीच करायचे नाही काय?” तिच्या प्रश्नाने त्याला दिवास्वप्नातून बाहेर पडावे लागले.

“काय करणार आपण? वाट पहाण्याखेरीज आपण काहीही करू शकत नाही. बस्स, एवढेच.”

“पण तुम्ही त्या पाणबुडीशी जाऊन तिथे काहीतरी का नाही करीत?” तिने विचारले.

“तशा प्रयत्नात काहीही अर्थ नाही. तिथे जाऊन पाणबुडीचा ताबा घ्यायचा आणि सरळ आपण सर्वांनी तिच्यात बसून घरी निघून जायचे. अशीच तुमची कल्पना आहे ना? मॅडम, तुम्ही लहान मुलांसाठी असलेल्या चित्रकथा वाचत असाल. पण चुकीच्या चित्रकथा वाचल्या असाव्यात.” यावर ती काही बोलायच्या आत त्याने आपला हात लांब करून तिचा दंड धरला व पुढे म्हटले, “आय ॲम सॉरी. पण

ते जपानी आपल्याकडून असे काही घडावे याचीच वाट पहात आहेत. ते तयारीत आहेत.''

''मग आपली ती वाचलेली एकमेव लाईफबोट आपण त्यांच्या नकळत, म्हणजे त्यांना ऐकू न देता, दिसू न देता तिथून हलवून कुठेतरी लपवून ठेवली तर?''

''मॅडम गुद्रन ड्राखमन, आम्ही अगदी प्रथम यावरतीच विचार केला होता. आपण ती लाईफबोट तिथून हलवून, दुरुस्त करून त्यात बसून निघून गेलो तरी काहीही उपयोग होणार नाही. सकाळी येणारी विमाने आपल्याला लवकरच गाठतील. आपल्यावरती गोळ्या झाडतील. मग काहीजण मरून जातील व जे वाचतील ते बुडून मरण पावतील. व्हॅन एफिनने या कल्पनेचा खूप आग्रह धरला होता. हे असे काही करणे म्हणजे आत्महत्त्या करण्याजोगे होते.'' एवढे बोलून तो एकदम गप्प बसला.

त्याच्या म्हणण्यावरती तिने काही वेळ विचार केला व म्हटले, ''त्यांना कसलाही आपला आवाज ऐकू येऊ न देता आपण जाऊ शकलो तर?''

निकोल्सन हसून म्हणाला, ''तुम्हाला सारख्या एकामागोमाग एक कल्पना सुचतात, असे दिसते. पण तुम्ही म्हणता ते शक्य आहे. जर कोणी त्यांचे लक्ष बेटावरती दुसरीकडे वळवले तर आपण गुपचूप ती लाईफबोट तिथून बाहेर काढू शकतो.''

यावर तिने म्हटले, ''म्हणजे एकच कल्पना आता आपण राबवू शकतो. ती म्हणजे, आपण या बेटावरून निघून गेलो आहोत असे त्यांना भासवायचे. त्यासाठी असे करता येईल– इथून जवळच जी एक दोन लहान बेटे आहेत तिथे आपल्यापैकी दोघा तिघांनी लाईफबोट घेऊन जायचे. काल ती बेटे आपल्याला दिसली होती. त्यांचे तिकडे लक्ष वेधले गेले की बाकीच्यांनी मग इथून पळ काढायचा.'' यानंतर ती जलद बोलत गेली, ''जेव्हा पाणबुडीवरून बघून त्यांना समजेल की आपण हे बेट सोडून निघून गेलो आहोत, तेव्हा ते मग येथे न थांबता पुढे निघून जातील आणि–''

''मग येथे मागे उरलेल्यांनी त्या जवळच्या लहान बेटांवरती जायचे. असेच ना? आपल्यापाशी आता थोडीच माणसे उरली आहेत. या सर्व प्रकारात आपली माणसे मारली जातील. एकुलती एक बोट बुडवली जाईल आणि मग उरलेली सर्व माणसे सहज चिरडली जातील. असे पहा मिस् ड्राखमन,''

''गुद्रन. आपल्यात तसा समझोता झाला आहे ना?''

''सॉरी गुद्रन. तुम्ही ज्या काही कल्पना करीत आहात त्या कल्पना राबवणे म्हणजे भिंतीवरती डोके आपटण्याजोगे आहे. यामुळे फार तर काय होईल?

आपल्याच कपाळाला इजा होईल, आपल्यालाच डोकेदुखी होईल. आम्ही सर्व बाजूंनी विचार केलेला आहे अन् कुठेही मार्ग नाही याची आम्हाला खात्री पटली आहे. तेव्हा आता या विषयावरचे बोलणे थांबवून मी आता थोडी झोप काढतो. त्या व्हॅन एफिनची पहाऱ्याची जागा मला एकदोन तासांनी घ्यायची आहे.''

तो तिथून निघणार होता. पण ती तेवढ्यात म्हणाली, ''जॉनी?''

''बापरे!'' जॉनी पुटपुटत म्हणाला, ''आता आणखी काही नवीन कल्पना उत्स्फूर्तपणे सुचली काय?''

''मी असा विचार परत करीत होते की–''

निकोल्सनने एक निःश्वास सोडत म्हटले, ''तुम्ही अगदी चिकाटीने मार्ग शोधायला पहात आहात.''

''जर ती पाणबुडी येथून निघून गेली तर या जागेत आपण कितीही दिवस राहू शकतो. होय ना?''

''तुम्हाला नक्की काय म्हणायचे आहे?'' त्याने किंचित चिडून विचारले.

''जॉनी, प्लीज मला उत्तर द्या.''

''होय, मग आपण कितीही दिवस या बेटावर थांबू शकतो. पण ती पाणबुडी जाणार कशी? आपण इथे नाही असे त्यांना भासवण्यासाठी कुठेतरी सर्वांनी एक भले मोठे बीळ खणून त्यात एक दोन दिवस लपून रहायला पाहिजे. मगच त्यांचा शोध थांबेल. पण आपण येथून निघून गेलो आहोत असे त्यांना भासवण्यासाठी तुमच्याजवळ काय कल्पना आहेत? सरळ त्यांच्याकडे जाऊन त्यांच्यावरती संमोहनाचे प्रयोग करून त्यांच्या मनाला तशा सूचना द्यायच्या?''

यावरती ती तरीही शांतपणे बोलू लागली, ''ती गोष्ट इतकी काही विनोदी किंवा चमत्कारिक नाही. जर उद्या पहाटे त्यांना एक चांगली लाईफबोट नाहीशी झालेली आहे असे दिसले तर ते नक्कीच तसा विचार करतील की आपण रात्रीत पळ काढलेला आहे. हो की नाही?''

''अर्थातच. कोणाचाही तसाच समज होईल.''

''मग त्यांना संशय येणार नाही व ते ह्या बेटावर आपला शोध घेणार नाहीत.''

''तुम्हाला नक्की काय सांगायचे आहे?'' निकोल्सन आता मात्र आडपडदा न ठेवता वैतागून बोलला.

''प्लीज, जॉनी,'' ती कळकळीने म्हणाली.

''ठीक आहे.'' तो गुरगुरत म्हणू लागला. ''याबद्दल मी पुन्हा पुन्हा आपली माफी मागतो. तुम्ही म्हणता ते बरोबर आहे. जर एक लाईफबोट नाहीशी झाली तर ते बेटावरती येऊन शोध घेत बसणार नाहीत. पण हे सारे कसे काय घडवायचे ते तुम्ही सांगत नाही.''

''आपण खरोखरीच हे बेट सोडले आहे अशी त्यांची खात्री पटवण्याजोगी कृती आपण करायची. त्यासाठी आपण ती लाईफबोट लपवून ठेवायची. त्यांच्या नजरेपासून गायब करायची.''

''लाईफबोट लपवून ठेवायची! असे पहा गुद्रन, हेच किती अशक्य आहे. संपूर्ण किनाऱ्यावरती अशी एकही जागा नाही की तिथे लाईफबोट लपवता येईल. अन् जरी लपवली तरी या किनाऱ्याचा प्रत्येक चौरस इंचाचा शोध जपानी सैनिक घेतील. तसेच, या बेटावरतीही ती लाईफबोट लपवता येणार नाही. एक तर ती २४ फूट लांबीची बोट जमिनीवरून ओढून नेण्यासाठी खूप जड आहे. या अशा अंधारात आपण दहा फूटसुद्धा ती आता ओढत नेऊ शकणार नाही. दुसरे असे की एवढी बोट लपवण्यासाठी पुरेशी झाडे-झुडुपे या बेटावरती नाहीत. शिवाय आपण जर ती बोट आत्ता तिथून हलवू लागलो व ते जर त्यांना समजले तर ते बोट हलवणाऱ्यांवरती गोळ्यांचा वर्षाव करून आपली आणखी माणसे ठार करतील. तेव्हा ही बोट पाण्यावरती किंवा जमिनीवरती आपण कुठेही लपवू शकत नाही. तसे केले तरी ते जपान्यांच्या सहज नजरेत येईल.''

''असे पहा, जमिनीवर किंवा पाण्यावर लाईफबोट लपवण्याच्या कल्पना तुमच्या आहेत, माझ्या नाहीत. मी तसे कधीच म्हटले नाही. शिवाय, तुम्ही ज्या तऱ्हेने लपवणे अशक्य आहे असे म्हणता तेही मी मानते. पण मी वेगळेच सांगते आहे. मी असे म्हणते आहे की तुम्ही ती लाईफबोट *पाण्याखाली* लपवा.''

''काय!'' असे म्हणून निकोल्सन नीट बसला व तिच्याकडे अंधारात रोखून पाहू लागला.

''तुम्ही असे करा,'' ती शांतपणे आपली योजना सुचवू लागली, ''या बेटाच्या दक्षिण टोकाला काहीतरी करून त्यांचे लक्ष वेधून घ्या. त्यावेळी ती लाईफबोट तेथून पाण्यात चालवित बेटाच्या उत्तरेकडेच्या टोकाकडे न्यायला लागा. तिथे पलीकडे जो छोटा खाडीसारखा भाग झाला आहे त्यात ती लाईफबोट सरळ बुडवा. त्यासाठी वाटल्यास त्यात दगडे घालून ती जड करा. जपानी लोक निघून गेल्यावरती मग आपल्याला ती लाईफबोट वरती काढता येईल–''

''अर्थातच!'' निकोल्सन कुजबुजत म्हणाला. तो पुढे म्हणाला, ''ही योजना राबवता येईल! माय गॉड, गुद्रन, तुम्ही एक फार चांगली कल्पना सांगितलीत. बरोबर, हे जमेल सारे!'' हळूहळू त्याचा आवाज मोठा होत गेला होता. त्याने अंधारातच आनंदाने तिला मिठी मारल्यासारखे केले व तो ओरडत पळत दुसऱ्या टोकाला झोपलेल्या कॅप्टनकडे गेला. तो हाका मारीत होता, ''कॅप्टन! फोर्थ! मॅकिनॉन! उठा, जागे व्हा. सारेजण जागे व्हा!''

ते त्यांची ती योजना राबवण्यासाठी उत्साहाने कामाला लागले. अन् आता यावेळी नशीबही त्यांच्या बाजूने धावून आले. ते आपसात प्रथम चर्चा करू लागले. काहीजणांनी किरकोळ आक्षेप घेतले, ते आक्षेप दूर केले गेले. काहीजणांनी अशी शंका काढली की त्या पाणबुडीचा कॅप्टन, किंवा तो जर मेला असेल तर त्याच्या जागी जो कोणी असेल तो, या अशा उघड उघड लक्ष वेधून घेण्याच्या प्रकाराबद्दल संशय व्यक्त करेल. परंतु निकोल्सनचे यावरती असे म्हणणे पडले की जी कोणी पाणबुडीतील प्रमुख व्यक्ती सरळ समोरून किनाऱ्यावरती हल्ला न चढवता एक लँडिंग पार्टी पाठवण्याचा मूर्खपणा करते, ती व्यक्ती आपल्या या युक्तीला फसण्याइतपत नक्कीच बावळट आहे. निकोल्सनचे हे म्हणणे शेवटी सर्वांनी मानले. शिवाय या वेळी वाऱ्याची दिशा ही उत्तरेकडे असल्याने बोट त्या दिशेने हलवताना मदत होणार होती. अन् खरोखर तसे सारे काही जमून जाणार होते.

व्हॅनिअरने पाणबुडीचे लक्ष आपल्याकडे वेधून घेण्याची भूमिका घेतली आणि त्याने ते काम अत्यंत हुषारीने पार पाडले. विशेषत: वेळ पाळण्याचे काम त्याने अचूक केले. तो दहा मिनिटे किनाऱ्या किनाऱ्याने बेटाच्या दक्षिण टोकाकडे जात राहिला. चालताना तो अधूनमधून आपल्या हातातील टॉर्च पेटवे व काही क्षणांनी विझवे. त्याच्याकडे निकोल्सनने आपल्या जवळची दुर्बिण दिली होती. त्याने तो अधूनमधून पाणबुडीवरती नजर ठेवीत होता. एकदा त्याने पाहिले की, पाणबुडीची ती पाण्यावरील दाट सावलीही संथपणे आवाज न करता पुढे सरकू लागली आहे. ती पाणबुडी इंजिन चालू न करता बॅटरीवरती जात होती. त्यामुळे तिचा अजिबात आवाज होत नव्हता. त्याने तिला काही वेळ आपल्याबरोबर तसेच जाऊ दिले व नंतर टॉर्च खिशात ठेवून तो एका भल्या मोठ्या खडकामागे लपला. दोन मिनिटांनी त्याला ती पाणबुडी आपल्या पुढे गेलेली दिसली. त्यावेळी ती किनाऱ्यापासून अवघी ३०० फुटांवरती होती. मग तो उठून उभा राहिला आणि त्याने हातातील एक वस्तू समुद्राच्या दिशेने जीव एकवटून फेकली. ती धूर सोडणारी चकती होती. पाण्यावर जाऊन पडताच तीस सेकंदांनी त्यातून दाट धुराचे लोट बाहेर पडू लागले. मग वाऱ्याच्या झुळुकांनी तो नारिंगी रंगाचा धूर पाणबुडीकडे जाऊ लागला. तो धूर एवढा दाट होता की कॉनिंग टॉवरमध्ये उभ्या असलेल्या जपानी अधिकाऱ्यांचे श्वास कोंडले गेले. ते गुदमरू लागले. त्यांना चार फुटांपलीकडचे काहीही दिसेना. ते जणू काही आंधळे झाले होते.

ती तरंगणारी धूम्रचकती चार ते पाच मिनिटे धूर सोडत रहाते. पण तेवढा काळ गरजेपेक्षाही जादा होता. तेवढ्या काळात चार माणसांनी नंबर दोनची लाईफबोट बाहेर काढली व ती वल्हवत वल्हवत ते किनाऱ्याने उत्तरेला जाऊ लागले. उत्तरेचे टोक गाठून त्याला वळसा घालून त्यांना बेटापलीकडे नजरेआड व्हायचे होते.

त्यासाठी त्यांना अवघा एक मिनिट पुरला. चौथ्या मिनिटानंतर ती धूम्रचकती हिस्स् आवाज करत संपू लागली. परंतु पाणबुडी मात्र आहे तिथेच थांबली होती. ती पुढे जात नव्हती. निश्चल उभी होती. निकोल्सनने लाईफबोट योग्य ठिकाणी किनाऱ्याला घेतली. येथे एक पाण्यात गेलेला जमिनीचा तीव्र उतार होता. तिथेच फार्नहोम, तो मौलवी, विलोबी आणि गॉर्डन त्यांची वाट पहात होते. त्यांच्या पायाजवळ एक वाटोळ्या दगडांची रास पडली होती. त्यांनीच ती गोळा करून तिथे आणून ठेवली होती.

लगेच पुढच्या कामाला आवाज न करता भराभर सुरुवात झाली. तळावरच्या गारबोर्ड स्ट्रेकमधून झडपा काढून टाकल्या गेल्या. बुडालेली लाईफबोट वर काढल्यावरती त्यातील पाणी खालून बाहेर काढण्यास या झडपा उपयोगी पडतात. लाईफबोटीत गोळा केलेली दगडे भरण्याचे काम चालू होते. जिथे झडपा काढल्याने पाणी घुसत होते त्या जागा सोडून सर्वत्र पटापट दगड ठेवले जाऊ लागले. दोन मिनिटांनी निकोल्सनने हलक्या आवाजात फार्नहोमला काहीतरी सांगितले. ते ऐकताच ब्रिगेडियर तिथून वरती चढावरती पळत जाऊ लागला. योग्य ठिकाणी पोचताच तो पाणबुडीच्या दिशेने अंतराअंतराने गोळ्या झाडू लागला. दरम्यानच्या काळात निकोल्सन आणि इतरांनी त्या लाईफबोटीतील काही हवेच्या टाक्या सोडवून घेण्याचे काम केले. लाईफबोटीत जरी पाणी घुसले तरी तिचा एक भाग पाण्यात तरंगत रहातो. कारण त्या बाजूला अनेक बंदिस्त अशा हवेच्या टाक्या बाहेरून जोडलेल्या असतात. या पिवळ्या रंगांच्या टाक्यांमुळे लाईफबोटीला तरंगते रहायला मदत होते. प्रथम असे ठरले होते की या टाक्या गोळ्या झाडून पंक्चर करायच्या. पण विलोबीने त्याला विरोध केला होता. साहजिकच आहे, तो इंजिनियर होता ना! त्या टाक्या निर्माण करण्यात किती तांत्रिक कष्ट घेतलेले असतात हे त्याला ठाऊक होते. परंतु सगळ्या टाक्या न काढता लाईफबोट तरंगत ठेवण्याइतपत काही टाक्या त्यांनी काढून टाकल्या.

मग लाईफबोटीत आणखी, आणखी दगड भरले जाऊ लागले. खालच्या उघडलेल्या झडपांमधून आणखी पाणी एव्हाना आत आले. लाईफबोट आता जड होत जाऊ लागली व ती खाली खाली बसू लागली. हळूहळू तिच्यात शिरलेले पाणी वरवर चढू लागले. शेवटी ते पाणी लाईफबोटीच्या भिंतींच्या कडांपाशी पोचले. बाहेरची व आतली पाण्याची पातळी एक झाली. मग एक वेळ अशी आली की एक दोन दगड लाईफबोटीत सोडताच ती शांतपणे खाली जाऊन पाण्यातल्या जमिनीवर जाऊन बसली. पण ती उताराची जमीन असल्याने तिथून ती घसरत घसरत शेवटी पंधरा फुटावरील तळावर जाऊन विसावली. मग मात्र ती निश्चल बनली. ती आपल्या तळाच्या मध्यभागातून गेलेल्या कण्यावरती व्यवस्थित बसली. उजवीकडे किंवा डावीकडे झुकली नाही. वेडीवाकडी स्थिती घेतली नाही. तिथे समुद्रतळावरती चिखल नव्हता, गोटे होते. त्यामुळे ती आणखी खाली रुतण्याची भीती नव्हती.

एवढे झाल्यावर मग ते सारेजण खडकाच्या पोकळीत परतले. त्याचवेळी त्यांना दिसले की आकाशात एक अग्निबाण वर चढतो आहे. तो अग्निबाण अर्थातच पाणबुडीतून सोडलेला होता हे त्यांनी ओळखले. त्यावेळी पाणबुडी बेटाच्या एका टोकापाशी पोचली होती. तिथून ती बेटाला वळसा घालू पहात होती. म्हणजे व्हॅनिअरने आपल्यावर सोडलेली कामगिरी अचूक बजावलेली होती तर. अन् तीही अचूक वेळेला. तो अग्निबाण आता आकाशात फुटून त्याला लावलेली दारूची पिशवी जळू लागली होती. त्यातून सर्वत्र प्रखर प्रकाश पडत होता. प्रकाश टाकणारा तो बाण आता हवेत बराच वेळ रहावा म्हणून त्याला एक छोटी हवाई छत्री जोडली होती. त्यामुळे तो संथपणे हवेतून खाली तरंगत तरंगत येऊ लागला. त्याच्या प्रकाशाने सारा आसमंत उजळून निघाला होता. तेवढ्या वेळात साऱ्या प्रकाशित परिसराचे निरीक्षण करता येत होते. पाणबुडीवरील जपानी अधिकारी तेच करीत होते. टॉर्च घेऊन पळणारी व्यक्ती कुठे गायब झाली आहे, याचा ते शोध घेत होते. पण त्यांना कुठेही कसलीच हालचाल दिसत नव्हती. जिवंतपणाचे लक्षण दिसत नव्हते. ते गोंधळून गेले. बेटावरती एक प्रकाशबिंदू पुढे सरकत होता. मग दूरवर जाऊन तो एकदम थांबला. नंतर पाणबुडीच्या बाजूने धूर आला. अन् आता वाटू पाहून प्रकाश पाडणारा बाण हवेत सोडला तर कुठेच काही दिसत नाही. ती सारी माणसे गेली तरी कुठे? अशी एकदम अदृश्य कशी झाली. त्यांच्या मनात डझनभर नाना तऱ्हेच्या शंका घुसल्या. शेवटी आपल्याला शत्रूने फसवले. शत्रूने रात्री आपल्या हातावरती तुरी देऊन पळ काढला. सकाळ झाल्यावरती ह्या गोष्टीची खात्री पटेल. कारण हा अगदी एक उघड उघड निष्कर्ष होता.

अन् खरोखरीच तसे झाले. उजाडले तरी सूर्य दिसत नव्हता. आकाश ढगाळ होते. वारा हळूहळू वाढत होता. जसजसे नीट दिसू लागले, तसतशा पाणबुडीच्या पाळतीवरती असलेल्या बेटावरील व्यक्ती समोर रोखून पाहू लागल्या. प्रत्येकजण एकेका दाट झुडुपामागे काळजीपूर्वक लपून राहिलेला होता. ते सर्वजण पाणबुडीच्या माथ्यावरील कॉनिंग टॉवर पहात होते. तिथे तिघे चौघे जपानी अधिकारी डोळ्यांना दुर्बिणी लावून अगदी कसून बेटाचा परिसर बारकाईने न्याहाळीत होते. रात्रीच्यापेक्षा आत्ता ती पाणबुडी किनाऱ्यापासून आणखी दूर गेली होती. ते बेट आणि ती पाणबुडी जणू काही एकमेकांना आता वेडावून दाखवीत होते. थोड्याच वेळात पाणबुडीचे डिझेल इंजिन कार्यरत झाल्याचा आवाज ऐकू आला. ती पाणबुडी आता पाण्यातून पुढे पुढे सरकत त्या बेटाला प्रदक्षिणा घालू लागली. जेव्हा ती पाणबुडी त्या नादुरुस्त लाईफबोटीपाशी आली तेव्हा ती दोन मिनिटे तिथेच थांबून राहिली. रात्री इथे दोन लाईफबोटी होत्या. आत्ता एकच लाईफबोट आहे. पाणबुडीवरची ती विमानविरोधी तोफ रात्रीभरात जपानी तंत्रज्ञानांनी दुरुस्त केलेली होती. मग दाण दाण

दाण असे तोफगोळे उडवून त्या लाईफबोटीवरती सारा राग काढण्यात आला. ती निकामी झालेली लाईफबोट आता पार उद्ध्वस्त होऊन गेली. त्यांनी झाडलेले सहा शॉटस् तेवढ्यासाठी पुरेसे होते. मग शेवटचा शॉट झाडून होताच पाणबुडीचे डिझेल इंजिन परत धडधडू लागले. थोड्याच वेळात त्या पाणबुडीने बेटाभोवती एक प्रदक्षिणा पुरी करून ती पश्चिमेकडे वेगाने निघून गेली. वाटेतली ती दोन लहान बेटेही त्यांनी जाता जाता तपासली. अखेर काही वेळातच ती दक्षिण क्षितिजावरती पोचली व पार दिसेनाशी झाली.

■

१०

त्या समुद्राचा पृष्ठभाग हा आरशासारखा वाटत होता. कारण आता हवा स्तब्ध होती. म्हणून पाणी स्थिर होते, निश्चल होते. त्या पाण्यासारखीच ती लाईफबोट ही त्या आरशावरती स्थिर, निश्चल व स्तब्ध होती. जणू काही ती मृतप्राय होऊन तिथे तरंगत पडली होती. समुद्रपृष्ठावर कसलीही हालचाल नव्हती. मासे नव्हते की एखादी जीवसृष्टी नव्हती. सारे काही निःस्तब्ध. एक स्मशानशांतता त्या दृश्यात प्रगट होत होती. तिथल्या ओसाड पाण्यातील जगात सर्व काही मृतप्राय झालेले होते. या मृत जगात ती लाईफबोटही पाण्यावर मृत होऊन पडली होती. त्या समुद्रावरती कोणत्याही दिशेला नजर टाकली तर सारे काही रिकामे होते, शून्यवत होते. असे हे तिथले रिकामे जग नजर पोचेल तेथवर अफाट विस्तारले होते. शेवटी शेवटी तर ते अंधुक होत गेले होते. वरचे आकाशही तसेच रिते होते, ढग व पक्षी नसलेले होते, पोकळ होते. स्मशानशांतता प्रगट करणारे होते व तेवढेच अफाट विस्ताराचे होते. अशा या आकाशातील सूर्य म्हणजे एक उलट्या तोंडाची भट्टी होती व ती खाली समुद्रावरती आग ओकत होती.

परंतु समुद्रपृष्ठावर पहुडलेली ती लाईफबोट मात्र रिकामी नव्हती. तिच्यात माणसे होती. कोणी बोटीच्या तळाशी पहुडलेले होते, कोणी मधल्या फळ्यांवर विसावले होते. तर कोणी बोटीच्या काठावर माना टाकून गलितगात्र होऊन पडलेले होते. काहीजण उकिडवे बसले होते. पण कोणीही हालचाल करीत नव्हते. काहीजण कोमात होते, तर काहीजण निद्रिस्त झाले असावेत. त्या बोटीचे शीड उभे करून त्याच्या सावलीत सारेजण पसरले होते, अस्ताव्यस्तपणे पसरले होते. कोणीही बोलत नव्हते की आपले डोळे उघडीत नव्हते. प्रत्येकजण आपल्यापाशी जो काही चैतन्याचा अंश आहे तो जपून ठेवीत होते. ती चैतन्याची ठिणगी प्रत्येकाच्या शरीरात मंदपणे तेवत होती. सर्वजण कडक उन्हामुळे हैराण झाले होते

व सूर्य पश्चिमेला कलण्याची वाट पहात होते.

त्या सर्व गलितगात्र झालेल्या निस्त्राण झालेल्या व जवळजवळ मृत्यू पावले आहेत असे वाटणाऱ्या प्रवाशांमध्ये फक्त दोघांच्यात जिवंतपणाचा भास होत होता. त्यांचीही अवस्था इतरांसारखीच झाली होती. त्यांची गालांची हाडे वर आली होती, डोळे खोबणीमध्ये खोल गेलेले होते, ओठ फुटले होते, शुष्क झाले होते व जांभळे पडले होते आणि शरीराच्या कातडीवरती जागोजागी लाल फोड उमटले होते. याचे कारण सूर्याच्या उन्हामुळे तापल्याने व समुद्राचे खारे पाणी कपड्यांवर उडाल्याने तिथले कापड फाटून गेले होते. मग उघड्या पडलेल्या त्या कातडीवरती लाल फोड उमटले होते. प्रत्येकाच्या शरीरावरती असे असंख्य फोड उगवले होते. ते फोड फोडूनही काही फायदा नव्हता. कारण मग त्यावर जर समुद्राचे खारट पाणी उडाले तर ते विलक्षण झोंबत असे. जिवंत भासणारी ती दोन्ही माणसे लाईफबोटीच्या मागच्या बाजूला बसलेली होती. आपल्यावर त्यांनी शिडाचे जादा कापड डोक्यावरून घेऊन ते ताठ बसले होते व अधूनमधून चौफेर न्याहाळत होते. तेवढ्या हालचालींमुळे ते अधूनमधून जिवंत आहेत असे वाटे. पण एरवी ते एखाद्या दगडात कोरलेल्या पुतळ्यासारखे निश्चल बसलेले असत. एकाचा हात सुकाणूच्या दांड्यावरती होता, तर दुसऱ्याच्या हातात एक पिस्तूल होते. वारा अजिबात नसल्याने ती लाईफबोट पुढे सरकत नव्हती. ते उभारलेले शीडही बऱ्याच ठिकाणी फाटलेले होते. अशा वेळी बोट पुढे न्यायची असेल तर वल्हवणे हाच एकमेव मार्ग उरतो. परंतु कोणाच्याही अंगात वल्ही मारण्याचे त्राण उरलेले नव्हते.

त्या लाईफबोटीत अशी ती वीस माणसे होती. जेव्हा त्यांची लाईफबोट त्या छोट्या बेटांवरून सहा दिवसांपूर्वी निघाली तेव्हा बावीस माणसे होती. दोघेजण वाटेत मृत्यू पावले होते. त्या दोघात बिचारा कार्पोरल फ्रेझर होता. *विरोमा* बोटीवरच्या सुकाणूघराच्या माथ्यावरती चढून जेव्हा त्याने आपल्याजवळील एका रायफलने विमानांशी सामना केला, तेव्हा त्याचा डावा हात पार तुटून गेला. तेव्हापासूनच त्याची प्रकृती ढासळत चालली होती. त्याला सारखा ताप येत गेला, तो खंगत गेला आणि एके दिवशी त्याने आपले डोळे कायमचे मिटले. त्याला वाचवण्यासाठी योग्य ती औषधे जवळ नव्हती. भूल देण्याची साधने नव्हती, अवयव बधीर करणारी रसायने नव्हती. त्याने नंतर कसाबसा चार दिवस तग धरला. त्याला मरून आज दोन दिवस झाले होते. त्याचा उजवा हात काळा पडत गेला. त्याला खूप यातना होत होत्या. पण त्या त्याने आनंदाने सहन केल्या. शेवटपर्यंत त्याने आपली आनंदी वृत्ती सोडली नाही. तो एक सच्चा सैनिक म्हणून शेवटपर्यंत जगला. त्याचा देह शेवटी समुद्रात सोडून देण्यात आला. तेही एक प्रकारचे दफन होते. त्यावेळी कॅप्टन फाईंडहॉर्नने अंत्यविधीच्या वेळेचे धार्मिक मंत्र आठवतील तेवढे म्हटले. कॅप्टन

आपल्याला झालेल्या जखमेमुळे सतत झोपून होता. तो अधूनमधून बेशुद्धीत जाई. त्या अवस्थेतून तो बरा होऊन बाहेर पडेल की नाही हे कोणालाही सांगता येत नव्हते. जर तो बरा होणार नसेल तर त्याच्या कडून फ्रेझरसाठी म्हटले गेलेले धार्मिक मंत्र हे त्याच्या आयुष्यातले शेवटले पुण्यकृत्य ठरणार होते.

जो दुसरा माणूस मरण पावला तो सिरानचा माणूस होता. तो आदल्या दिवशी दुपारी मरण पावला. मात्र त्याचा मृत्यू फ्रेझरच्या मृत्यूसारखा करुण नव्हता, दु:खद नव्हता. मॅकिनॉनच्या चेहऱ्यावरील नेहमी खेळत रहाणारे स्मित आणि त्याचा जरासा मृदू आवाज याचा त्याने चुकीचा अर्थ काढला. फ्रेझरच्या मृत्यूनंतर निकोल्सनने मॅकिनॉनवरती पाणी वाटपाची जबाबदारी सोपवली. लाईफबोटीत गोड्या पाण्याचा साठा मर्यादित होता. किती काळ प्रवास करावा लागेल, भरकटत जावे लागेल याची कल्पना नव्हती. पाणी अति काटकसरीने वापरावे लागत होते. मॅकिनॉनच्या लक्षात आले की एक तीन गॅलनच्या पाण्याची टाकीही आदल्या रात्री थोडीशी फोडून ठेवली होती. बहुतेक मुद्दाम तसे केले गेले असावे. नक्की तसे सांगणे कठीण होते. पण ती टाकी आता रिकामी झाली होती हे खरे. आता फक्त एकच मोठी टाकी जवळ होती व तिच्यात अवघे तीन गॅलन पाणी उरले होते. एकवीस माणसांना ते कसे काय व किती दिवस पुरणार होते ते देव जाणे. ते पाहून निकोल्सनने ताबडतोब जाहीर केले की, प्रत्येकाला दिवसभरात फक्त दोनदा दीड औंस पाणी दिले जाईल. पाणी मोजून देण्यासाठी सर्व लाईफबोटीत असतो तसा एक प्रमाणित खुणा असलेला मग होता. या नियमाला अपवाद त्या लहान मुलाचा केला होता. त्याला हवे तेवढे पाणी दिले जाणार होते. यावर एक दोघांनी हलक्या आवाजात कुरकुर केली होती. परंतु निकोल्सनने तिकडे पूर्णपणे दुर्लक्ष केले होते. यानंतर दुसऱ्या दिवशी दुपारी जेव्हा मॅकिनॉनने त्या मुलाला तिसऱ्यांदा पाणी प्यायला दिले तेव्हा सिरानची दोन माणसे चिडली. ते नाळेवरची आपली जागा सोडून दुसऱ्या टोकाला असलेल्या मॅकिनॉनवरती धावून गेले. प्रत्येकाच्या हातात जड कांबी होत्या. मॅकिनॉनने चटकन निकोल्सनकडे एक दृष्टिक्षेप केला. पण निकोल्सनचे डोळे मिटले होते. त्याला डुलकी लागली होती. त्याने आदली संपूर्ण रात्र जागे राहून पहारा दिला होता. मॅकिनॉनने त्या दोघांना मागे फिरण्यास शांतपणे सांगितले. त्यावेळी त्याच्या हातात भरलेले पिस्तूल होते. त्या दोघातला एकजण पुढे येण्यास थोडासा कचरला. पण दुसऱ्याने मात्र कशालाही न जुमानता गुरगुरत पुढे झेप घेतली. त्याने उगारलेली ती कांब मॅकिनॉनच्या डोक्यावर आघात करण्यासाठी वेगाने खाली आली. त्या घावाने मॅकिनॉनच्या कवटीचे दोन तुकडे होऊन एखादे कलिंगड फुटावे तसे सहज झाले असते. पण मॅकिनॉनने चटकन आपल्याला एका बाजूला झोकून दिले. त्याच वेळी त्याने आपल्या हातातले पिस्तूल झाडले. ती गोळी छातीत बसताच त्या माणसाचे

शरीरातील सारे अवसान निघून गेले. पण तो एवढ्या वेगाने पुढे धावत आला होता की तो तसाच पुढे जाऊन पाण्यात पडला. पाण्याला स्पर्श करण्याआधीच त्याचा मृत्यू झाला होता. मॅकिनॉनने काहीही न बोलता आपले पिस्तूल लगेच त्या दुसऱ्या माणसावरती रोखले. तो माणूस पिस्तूलाच्या नळीतून बाहेर पडणारा निळा धूर बघून घाबरला व मुकाट्याने माघारी फिरला. धडपडत जाऊन त्याने नाळेवरील आपल्या जागेवर बसकण मारली. पण त्या प्रसंगानंतर पाणीवाटपावरून नंतर कधीही संघर्ष उडाला नाही की कोणी तक्रार केली नाही.

सहा दिवसांपूर्वी निघताना सुरुवातीला कसलाही त्रास नव्हता. सर्वांचे धैर्य चांगले उंचावलेले होते. सर्वांना आपल्यावरील संकट दूर होणार याची आशा वाटत होती. सिरान त्याला बसलेल्या डोक्यावरच्या फटक्यातून बरा झाला होता. तो निमूटपणे ऐकत होता व सहकार्य देत होता. त्याची माणसेही तशीच वागत होती. सिरानला कळून चुकले होते की त्याचे अस्तित्व सर्वांनी मिळून केल्या जाणाऱ्या प्रयत्नांवरतीच अवलंबून आहे. सहकार्य केले तर आपले प्राण वाचणार आहेत, हे त्याला उमगले होते. अशा सहकार्यातला फायदा ओळखून तो सामील झाला होता. नंतर त्याला हवे तेव्हा तो ते सहकार्य झुगारून देणार होता.

ती पाणबुडी निघून गेल्यावरती ते लगेच निघाले नाहीत. कदाचित हूल दाखवण्यासाठी ती पाणबुडी गेली असावी. परत केव्हाही येण्याची शक्यता होती. कदाचित त्यांनी वायरलेसवरून कळवल्यामुळे एखादे जपानी विमानही त्यांचा शोध घेत येण्याची शक्यता होती. अन् झाले तसेच. पाणबुडीच्या प्रयाणानंतर बारा तासांनी एक टेहेळणी विमान आले व ते त्या बेटावरती बराच वेळ घिरट्या घालून निघून गेले. त्यानंतर एक दिवसानंतर, चोवीस तासानंतर पाण्यात बुडवलेली ती लाईफबोट त्यांनी वरती काढली, तिची दुरुस्ती केली आणि ते निघाले. ते सूर्यास्ताच्या वेळी निघाले. त्यावेळी उत्तरेकडून मोसमी वारे येऊन त्यांच्या शिडाला सावकाश पुढे ढकलू लागले. ती रात्र, दुसरा दिवस ते वाऱ्याबरोबर पुढे पुढे प्रवास करीत चालले होते. आकाशात त्यावेळी ढग नव्हते, ते स्वच्छ निळे होते. एकदाच त्यांना पूर्वेच्या क्षितीजावरती एक बोट दिसली होती. ते जिथून निघाले तो 'दक्षिण चिनी समुद्र' होता. संध्याकाळी त्यांना 'बांका' नावाचे बेट पश्चिमेकडे दिसले. तांबड्या व नारिंगी रंगाच्या क्षितीजावरती ते एकदम समुद्रातून वर उचलल्यासारखे आलेले त्यांना दिसले. पण त्या दिशेला त्यांच्यापासून दोन मैल अंतरावरती त्यांना एक पाणबुडी समुद्राच्या पोटातून बाहेर पडताना दिसली. मग ती सावकाश उत्तरेकडे निघून गेली. त्या पाणबुडीने कदाचित आपल्याला पाहिले असावे अशी भीती त्यांना चाटून गेली. परंतु आपल्या दिशेने पार्श्वभूमीवरती काळे झालेले क्षितीज असल्याने आपण तसे चटकन नजरेत भरण्याजोगे नाही, असा त्यांनी विचार केला. त्यावेळी सुदैवाने

निकोल्सनने नारिंगी रंग असलेले शीड खाली उतरवलेले होते. लाईफबोटीच्या शिडाचा रंग मुद्दामच नारिंगी ठेवलेला असतो. हा रंग लांबून कोणाचेही लक्ष सहज वेधून घेतो. त्या पाणबुडीचे आपल्याकडे लक्ष गेले नाही याची त्यांना खात्री पटली व त्यांनी नि:श्वास सोडला. लवकरच ती पाणबुडी अस्तास जाणाऱ्या सूर्याकडे जात अदृश्य होऊन गेली.

त्या रात्री 'मॅक्लिसफिल्ड चॅनेल' नावाची खाडी त्यांनी पार केली. ह्या खाडीच्या भागात जास्तीत जास्त धोका सामावलेला आहे, असे त्यांना वाटत होते. जर वारा पडला असता, किंवा त्यांची दिशा किंचित जरी चुकली असती, तर ते कोणत्या तरी बेटापासच्या खडकांवर आदळले असते किंवा मार्ग ढळल्याने एखाद्या भलत्याच बेटावरती सकाळी पोचले असते. परंतु उत्तरेकडून येणारे व्यापारी वारे हे संथपणे व नेमकी एकच दिशा धरून येत होते. मग त्यांना डाव्या बाजूला लांब 'लियाट' बेट मध्यरात्रीनंतर दिसले. सूर्योदयापूर्वी त्यांनी 'लेपार' नावाचे बेट ओलांडले होते. मध्यान्हापर्यंत त्यांच्या नशीबाने त्यांना साथ दिली होती. पण ते नशीब आता शेवटी संपून गेले होते.

अचानक वारा पडला, पूर्णपणे थांबला. मग संपूर्ण दिवसभर समुद्र शांत होता. ते एव्हाना लेपार बेटापासून पंचवीस मैलावरती आले होते. दुपारनंतर पाण्यावर उतरणारे एक विमान संथ गतीने त्यांच्या डोक्यावरती आले. कदाचित पूर्वी ज्या विमानाने त्यांना पाहून घिरट्या घातल्या होत्या, तेच विमान असावे असे त्यांना वाटले. ते विमान पश्चिमेकडून आले होते. त्यांच्या डोक्यावरती ते सुमारे तासभर घिरट्या घालीत होते. मग नंतर ते निघून गेले. त्यांना काहीही त्रास न देता ते निघून गेले. एव्हाना सूर्यास्त होत आलेला होता. मंद वाऱ्याच्या झुळूका उत्तरेकडून येण्यास सुरुवात झाली होती. पण आता आणखी एक विमान आकाशात उगवले. तेही पश्चिमेकडून आले होते. ते सुमारे तीन हजार फूट उंचीवरून उडत होते. आले ते सरळ त्यांच्या दिशेनेच सरळ आले. हे विमान पाण्यावरती उतरणारे नव्हते. ते जपानी झिरो विमान होते. अन् त्या विमानाकडून, आधी टेहळणी, पहाणी, थोडा वेळ चकरा मारून अंदाज घेणे, खाली बोटीत असणाऱ्या लोकांच्या प्रतिक्रिया न्याहाळणे असल्या काही गोष्टी करण्यात वेळ घालवला नाही. ते एक मैलावर आले असता त्याने आपले नाक खाली करून सूर मारला आणि मोठा आवाज करीत ते लाईफबोटीच्या दिशेने येऊ लागले. त्या विमानाच्या पंखावरती दोन बाजूला दोन मशीनगन बसवल्या होत्या. त्यांच्यावरती अस्तास जाणाऱ्या सूर्याचा प्रकाश पडून ते जणू काही रक्ताळलेले व भोसकण्यासाठी येणारे खंजीर आहेत असे वाटत होते. त्यांनी लांब असल्यापासून त्या दोन्ही हवाई मशीनगन्स चालू केल्या. मग त्यातून जाडजूड गोळ्यांची कारंजी बाहेर पडू लागली. त्या गोळ्या आवाज करीत पाण्यात

घुसू लागल्या. जिथे पाण्यात घुसत तिथले पाणी वर उडू लागले. अशा रितीने समुद्रात पाण्याच्या कारंज्यांच्या दोन रांगा निर्माण होत गेल्या. त्या रांगा बघता बघता लाईफबोटीजवळ आल्या व तिच्या बाजूने निघून गेल्या. ब्रिगेडियर फार्नहोम आपल्या हातात कार्बाईन घेऊन तयारीत होता. त्यावेळी ते विमान वळून पश्चिमेकडे जात होते. त्याने त्या निघून जाणाऱ्या विमानावरती धाडधाडधाड करीत गोळ्या झाडल्या. त्याचा नेम चुकला नाही. त्या विमानाच्या धडाच्या, मधल्या भागाच्या स्वच्छ गुळगुळीत पृष्ठभागावरती भोकांची एक रांग उमटत गेली. त्या भोकातून इंजिन ऑईल बाहेर पडू लागले व त्या तेलाच्या पट्ट्या पृष्ठभागावरती उमटत राहिल्या. मग ते जायबंदी विमान पश्चिमेकडे गेले. दोन मैलांवरती ते पूर्वीचे पाण्यावर उतरणारे विमान त्याला भेटले. मग दोन्ही विमाने पश्चिमेला सुमात्रा बेटाची दिशा धरून निघून गेली. पश्चिमेकडच्या लाल रंगाच्या संधिप्रकाशात ती नाहीशी झाली. त्या झिरो विमानातून झालेल्या गोळीबारामुळे लाईफबोटीला दोन ठिकाणी भोके पडली. परंतु सुदैवाने कोणीही दगावले नाही. फक्त व्हॅन एफिनच्या मांडीत लाकडाचा एक तुकडा उडून घुसून बसला होता. एक मोठी जखम होऊन त्यातून भळाभळा रक्त वाहू लागले होते. मिस् ड्राखमनने ताबडतोब त्यावरती मलमपट्टी केली.

तासाभराने वारा पुन्हा वाहू लागला. त्याचा वेग ताशी सहा किंवा सात नॉटस् असावा. पण त्याच वाऱ्याबरोबर विषुववृत्तीय वैशिष्ट्ये असलेले वादळही अचानक सुरू झाले. त्या वादळाची जाणीव त्यांना व्हायच्या आत ते चालू झाले होते. कारण अचानकपणे सुरू होणे हेच विषुववृत्तीय वादळांचे एक वैशिष्ट्य असते. ते वादळ दहा तास चालले होते. ते कधी संपणारच नाही असे वाटू लागले. त्यातून रात्र सुरू झाली होती. वरून पावसाचे थेंब बोटीवरती पडू लागले. त्या गार पाण्याच्या थेंबांमुळे सुरुवातीला बरे वाटले. पण नंतर मात्र सततच्या त्या धारा नकोशा वाटू लागल्या. पाऊस मधेच थांबे व मधेच सुरू होई. वादळामुळे बोट दोन्ही अंगावरती डोलत होती आणि खालीवर पण होत होती. बोटीत पाणी शिरू नये म्हणून ती मोठी दोन भोके बुजवण्याचे काम तर थांबवता येत नव्हते. ती भोके बुजवण्यासाठी लाईफबोटीच्या आणीबाणीच्या पेटीत विविध आकाराच्या व रबरासारख्या लवचिक पदार्थांच्या खुंट्या होत्या. त्यांचे आकारही वेगवेगळे होते. त्याच्या सहाय्याने ती भोके बंद करण्यात यश आले. परंतु तरीही रात्रभर सतत त्यातून वरती पाणी पाझरत होतेच. वारा, अंधार, पाऊस, भोकातून पाणी वर येणे, बोटीच्या तळावरचे पाणी बाहेर काढणे, हलणारी बोट नीट ताळ्यावर ठेवणे असे रात्रभर चालले होते. ते दहा तास सर्वजण एकत्र येऊन एकमेकांना धरून बसले होते. आळीपाळीने कामे करीत होते. हे असेच अविरत चालत रहाणार, अनंत काळपर्यंत चालणार, कधीही थांबणार नाही असे सर्वांना वाटू लागले. निकोल्सनने मोठे शीड खाली उतरवून ठेवले होते. फक्त

छोट्या शिडाच्या सहाय्याने तो बोट योग्य मार्गावरती ठेवण्याचे काम करीत होता. दक्षिणेच्या दिशेने पार केलेला प्रत्येक मैल हा सुंद सामुद्रधुनी जवळ आणीत होता. त्या लाईफबोटीच्या मागे एक नांगर पाण्यातून ओढत आणला जात होता. जाडजूड साखळी असलेला तो नांगर बोटीला मागून खाली खेचत होता व एक प्रकारचे लोढणे बनला होता, बोटीला वेगाने पुढे जाण्यास अटकाव करीत होता. परंतु तो नांगर जर वर ओढून घेतला असता तर बोट वळताना एका अंगावरती कलंडून बुडण्याची शक्यता होती. त्यातून जर खळबळणाऱ्या पाण्याच्या पृष्ठभागावर एखादा मोठा खळगा तयार झाला तर वळताना लाईफबोट सरळ त्या खळग्यामध्ये घसरणार होती. निकोल्सन आपल्याकडून बोट नीट चालवण्याची शर्थ करीत होता. शेवटी रात्रभर चाललेल्या ह्या त्रासाचा, कटकटींचा अंत झाला. तो जसा अचानक सुरू झाला तसाच तो अचानक बंद झाला. कोणीतरी बटण दाबून बंद करावे तसे वादळ संपले. समुद्र एकदम शांत झाला. परंतु आता खरा त्रास सुरू झाला होता.

मॅकिनॉन सुकाणू वळवण्याच्या दांड्यावरती एक हात ठेवून बसला होता. त्याच्या दुसऱ्या हातात पिस्तूल धरलेले होते. तो बारीक नजरेने सर्वांकडे आणि आजूबाजूला पहात होता. निकोल्सन सारखा बसल्याजागी चुळबूळ करीत होता. त्याच्या शरीरातल्या वेदना वाढल्या होत्या. त्या सतत त्याला त्रास देत होत्या, बोचत होत्या व त्याचे लक्ष वेधून घेत होत्या. त्याची जीभ सुजली होती, ओठ फुटले होते, घशाला कोरड पडली होती, पाठीवर मोठमोठे फोड आले होते. रात्रीच्या वादळाने, आत्तापर्यंतच्या प्रवासाने सर्वांच्यात हळूहळू बदल होत गेला होता. आता उन्हाचा त्रास सुरू झाला होता. रात्रीचे वादळ परवडले असा तो त्रास सर्वांना होऊ लागला. विषुववृत्तावरील सूर्याची किरणे चाबकाचे फटके मारावीत तशी माध्यान्हीच्या आधीच दोन तासांपासून सर्वांच्या अंगावरती बसू लागली. सकाळचा सूर्य हा मित्र म्हणून न वागता शत्रू म्हणून वागू लागला होता. त्याने एक कठोर यातनासत्र सुरू केले. त्याचा ताप आता असह्य होऊ लागला. तो जसजसा आकाशातून पुढे पुढे सरकत होता तसततसा तो अधिकाधिक क्रूर बनत गेला. त्याच्यापुढे ही बोटीतील वीस माणसे अगदी हतबल होऊन बसली. त्यांची सहनशक्ती संपुष्टात येऊ लागली. अन् मन:स्थिती तर कोणत्याही क्षणी कोसळणार होती. येथून पुढे त्यांची शरीरिक, मानसिक व नैतिक अवस्था पार उद्ध्वस्त होऊन गेली. कुठेतरी त्या सर्वांचा आतून कडेलोट होत होता.

एकमेकांना सहकार्य करण्याची त्यांच्यातली वृत्ती पार लोपली होती. यापूर्वी ती वृत्ती याच माणसांत होती असे चुकूनही आता वाटेना. जणू काही असली वृत्ती मुळातच कधी नव्हती असे वाटू लागले. पूर्वी प्रत्येकजण आपल्या शेजारी बसलेल्या माणसाची चौकशी करायचा, त्याला मदत करायचा. पण आता तसे कोणीच

वागेना. सारेजण आपापल्यापुरते पाहू लागले. शेजाऱ्याकडे ते सरळ दुर्लक्ष करू लागले. त्याच्याशी तिऱ्हाईतासारखे वागू लागले. जेव्हा प्रत्येकाच्या वाट्याला तुटपुंजे पाणी किंवा कन्डेन्स्ड दूध किंवा बार्लीपासून बनवलेली साखर यायची– बिस्किटे तर दोन दिवसांपूर्वीच संपली होती– तेव्हा सर्वांची माथी बिथरायची. हावरट नजरेने अनेकजण वाटणाऱ्याच्या हाताकडे पाहून त्याच्या हातातील पदार्थ हिसकावून घेण्याचे मनसुबे रचायचे. आपल्याला दिले जाणारे पदार्थ हे ठरवल्यापेक्षा कणभरही कमी मिळू नयेत म्हणून बारकाईने बघायचे. पोटातल्या भुकेमुळे लाल झालेल्या डोळ्यात लालसा उमटायची. त्यातून जेव्हा जेव्हा त्या लहान मुलाला हवे तेवढे पाणी पिऊ दिले जाई, ते पिताना त्याच्या ओठांच्या कडेतून काही पाणी हनुवटीवरून खाली गळे, तेव्हा अनेकजण मनात चिडून पेटून उठत. तापलेल्या फळीवर गळून पडलेले ते पाणी क्षणार्धात वाफारून उडून जाई. सारेजण आता अशा अवस्थेला पोचले होते की त्यांना आता मृत्यूही आकर्षक वाटू लागला होता. तहानेच्या यातनेतून तो आपली सुटका करेल, ही भावना प्रत्येकाला दिलासा देणारी वाटू लागली. मॅकिनॉनला आता आपल्या जवळच्या पिस्तुलाचे महत्त्व अधिक वाटू लागले.

परंतु उद्ध्वस्त मानसिक स्थितीपेक्षा शारीरिक स्थिही ही अधिक वाईट होती. कॅप्टन फाईंडहॉर्न हा प्रदीर्घ बेशुद्धित बुडाला होता. परंतु त्याला खूप यातना होत असल्या पाहिजेत हे त्याच्या अस्वस्थ हालचालींवरून कळत होते. निकोल्सनने खबरदारी म्हणून कॅप्टनला बसण्याच्या फळीला व लाईफबोटीच्या काठाला सैलपणे बांधून टाकले होते. जेन्किन्सलाही असेच बांधून टाकले होते. मात्र तो बेशुद्ध झाला नव्हता. परंतु तीच गोष्ट वाईट होती. आपल्याला होत असलेल्या असह्य यातना त्याला समजत. मधूनच तो मोठमोठ्याने विव्हळे. लाईफबोटीतील बँडेजेस संपून गेली होती. उन्हाच्या भाजण्यामुळे आलेल्या फोडांवर बांधायला जवळ काहीही उरले नाही. परंतु आकाशात तळपणाऱ्या प्रखर सूर्याला या छोट्या जीवांची कसलीही तमा नव्हती. तो निर्दयपणे तळपतच राहिला. कोणाच्याही उघड्या अंगावरील प्रत्येक चौरस इंचावरती आपले किरण खुपसत राहिला. त्या लाईफबोटीवरती जाळ ओतत राहिला. जेन्किन्सला त्या यातना सहन होईनात. तो महत्प्रयासाने आपले ओठ घट्ट मिटे. पण त्यावेळी आपल्या हाताच्या मुठी तो इतक्या जोरात आवळे की कधी कधी त्याची नखे त्याच्या हातात रुतून बसत त्यातून रक्त येऊ लागे. त्याची दोन्ही मनगटे आता एकमेकांना बांधून टाकण्यात आली. त्याच्या कमरेचा दोर बसण्याच्या फळीला बांधून टाकला गेला. कारण कधी कधी तो वेदनेने वेडापिसा होऊन उसळ्या मारू लागे. त्याने तसा प्रयत्न दोनदा केला होता. त्यावेळी तो पाण्यात पडू नये म्हणून ही खबरदारी घ्यावी लागली होती. पण तरीही त्याला वेदनेच्या कळा आल्या की जीव एकवटून तो आपली बांधलेली मनगटे सोडवू पाही. त्याच्या वेदना सुरू

झाल्या की त्याचा श्वास हा घोरल्यासारखा होत जाई. ते पाहून निकोल्सनला अनेकदा वाटे की सरळ याच्यावरचे बंध दूर करून याला मोकळा करावा. मग याचे जे होईल ते होईल. आपल्या एका खलाशाला जबरदस्तीने बांधून त्याला एका यातनामय मृत्यूकडे अत्यंत मंद गतीने जायला लावण्याचा आपल्याला काय नैतिक अधिकार आहे? त्यापेक्षा सरळ त्याचा झटपट मृत्यू घडवून आणून त्याला पाण्यात सोडून द्यावा. त्याचे सर्व वेदनासत्र, यातनापर्व एका क्षणात संपून तो मुक्त होऊन जाईल. आजुबाजूचा समुद्र तर त्याच्या शरीराचा घास गिळण्यासाठी टपलेलाच आहे. जेन्किन्सच्या जवळ मृत्यू घोटाळत होता. त्याच्या चर्येवरून तसे स्पष्ट समजत होते.

इव्हान्सचा वार झेललेला हात आणि वॉल्टरचे दुखापत झालेले मनगट दिवसेंदिवस बरे न होता चिघळत चालले होते. जखमा भरून येण्याची त्यांच्या अंगातली ताकद नाहीशी झाली असावी. त्या जखमांवरच्या बँडेजपट्ट्या फाटून निघालेल्या होत्या. त्यावरती समुद्राचे खारे पाणी पडले की ते आत शिरून जखमांमध्ये जाई आणि मग असंख्य वेदनांचे मोहोळ उठे. त्यातला त्यात व्हॅन एफिनची केस बरी होती असे म्हणायला पाहिजे. परंतु त्याची जखम नुकतीच अलीकडे झालेली होती आणि त्याची शरीरप्रकृती ही कोणाही माणसापेक्षा अधिक चिवट होती. त्याची सहनशक्तीही दांडगी होती. तो सलग कित्येक तास एका जागी शांतपणे स्वस्थ पडून राही. त्यावेळी तो बोटीच्या तळाशी बसे. बसण्याच्या आडव्या फळीला आपली पाठ टेकवे आणि तो शून्यात नजर लावून ठेवी. त्याला झोपेची गरजच नसावी असे वाटत होते.

सर्वांचे मानसिक संतुलन तर केव्हाच संपले होते. व्हॅनिअर आणि विलोबी हे दोघे सोडले तर सर्वजणांनी शहाणपणाची मर्यादा ओलांडून वेड्यांच्या प्रांतात प्रवेश करायला सुरुवात केली होती. पण आता हळूहळू व्हॅनिअर आणि विलोबी यांच्यामध्येही तशी लक्षणे प्रगट होऊ लागली होती. त्यांचे वास्तवतेचे भान हरपत चालले होते. ते तासन्‌तास गप्प बसत. अनेकदा स्वत:शीच निरर्थक बडबड करू लागत. क्वचित ते स्वत:शीच ओशाळलेले अर्धवट हास्य करीत. मग आपल्याला कोणी पहाते आहे असे त्यांच्या लक्षात आले की ते एकदम गप्प होत व कित्येक तास तसेच बसून रहात. लेना नावाची ती तरुण मलायी नर्स ही सतत खिन्न असे. पण ती कोणाशीही बोलत नव्हती, अगदी स्वत:शीही पुटपुटत नव्हती. तिला कशातही रस वाटेनासा झाला होता. तो मुस्लिम मौलवी मात्र खिन्न, उदास वगैरे झाला नव्हता, पण तो निर्विकार झाला होता. त्याला कशाचाच खेद नव्हता, खंत नव्हती की आनंद होत नव्हता. पण तोही सर्व वेळ गप्प असे. परंतु एरवीही तो तसा शांत आणि गप्प असल्याने आत्ता त्याच्यावरती परिस्थितीचा किती परिणाम झाला आहे हे समजणे कठीण होते.

गॉर्डनची तऱ्हा जराशी वेगळी होती. एका क्षणी तो चेहऱ्यावरती रुंद हास्य करत कुठेतरी रोखून पाही, तर दुसऱ्याच क्षणी तो आपली शून्यातली नजर न काढता एकदम विषण्ण होई. तसे भाव त्याच्या चेहऱ्यावरती दिसत. निकोल्सनचा गॉर्डनवरती अजिबात विश्वास नव्हता. तो एक कामचुकार माणूस असून कामे टाळण्यासाठी वाटेल त्या सबबी सांगतो अशी निकोल्सनची पक्की खात्री होती. त्याच्याबद्दल कॅप्टनकडे त्याने अनेकवार तक्रारी केल्या होत्या. पण गॉर्डनला नोकरीतून काढण्यासाठी कॅप्टन तयार नव्हता. या पार्श्वभूमीवरती तो गॉर्डनचा भावरहित चेहरा न्याहाळत होता. कदाचित हेही याचे नेहेमीप्रमाणे नाटक असू शकेल अशी त्याला शंका येत होती. काही वैद्यकीय मासिके वाचून अनेकजण 'आपल्याला वेड लागले आहे' असे दाखवण्याकरिता तसली लक्षणे मुद्दाम प्रयत्नपूर्वक दाखवायला लागतात. हा चुकार गॉर्डन तसे तर करत नाही ना? अशी निकोल्सनला शंका येणे सहाजिक होते. परंतु असे करण्याने गॉर्डनला आता काय साध्य करता येणार होते? या प्रश्नाला त्याच्याजवळ उत्तर नव्हते. तो तरुण सैनिक सिन्क्लेअर ह्याच्या मनावर तर पूर्वीपासून आघात झाला होता. त्याचे वास्तवतेचे भान, आजुबाजूच्या परिस्थितीची जाणीव हे सारे पूर्णपणे नाहीसे झाले होते. तो वर्तमानकाळात रहात नव्हता, भूतकाळात होता. पण अजून त्याच्याकडून वेडाचार किंवा कसलीच कृती होत नव्हती. त्याला एक तीव्र स्वरुपाचा शिझोफ्रेनिया झाला आहे, हे पहाणाऱ्याला सहज समजत होते. तशी सर्व लक्षणे त्याच्यात प्रकर्षाने दिसत होती.

सर्वांची शारीरिक स्थिती व मानसिक स्थिती पूर्णपणे कोसळण्यासाठी अजून काही काळ बाकी होता. परंतु ते सर्वजण त्या सीमारेषेकडे झपाट्याने चालले होते. निकोल्सन व्यतिरिक्त आणखी दोन व्यक्ती अशा होत्या की त्यांना दुर्बलता आली नव्हती की ते निराशेच्या खाईत लोटले गेले नव्हते. त्या दोन व्यक्ती म्हणजे बोटस्‌मन मॅकिनॉन आणि ब्रिगेडियर फार्नहोम. मॅकिनॉन हा पूर्वीपासून जसा होता तसाच होता. त्याच्यात किंवा त्याच्या मन:स्थितीत किंचितही फरक झाला नव्हता. जणू काही तो संकटातून जात नव्हता आणि त्याच्या शरीराला काहीच खायला प्यायला लागत नसावे. जणू काही तो अविनाशी होता. त्याचे मन अभेद्य असावे. त्याला कशाचाही खेद नव्हता की खंत वाटत नव्हती. आपल्याला दिलेले काम तो चोख बजावत होता. त्याच्या हातात सतत ते भरलेले पिस्तूल असायचे. अन तो चोवीस तास सावध होता, सतर्क होता. त्याच्या चेहऱ्यावरचे ते मंद स्मित कधीही पुसले जाणार नव्हते की त्याचा मृदू आवाज कठोर होणार नव्हता. त्याच्यात कधीही कसलाही बदल होणार नव्हता. अन् ब्रिगेडियर– निकोल्सनने त्याच्याकडे एव्हाना शंभराव्या वेळी पाहिले असेल. पण प्रत्येक वेळी तो उत्साहित, ताजातवाना व ठणठणीत दिसे. त्याला पाहून मग निकोल्सन आपली मान आश्चर्याने हलवे.

खरोखर, फार्नहोमची कमाल होती. परिस्थिती जसजशी बिघडत गेली, निराशाजनक होत गेली, तसतसा तो अधिकाधिक कार्यक्षम व उत्साही होत गेला. जेव्हा जेव्हा आजारी माणसांचे दु:ख, वेदना ह्या हलक्या करण्यासाठी, त्यांचा सूर्याच्या उन्हापासून बचाव करण्यासाठी, त्यांच्यावर सावली धरावी लागे, किंवा त्यांना पाणी पाजावे लागे त्यावेळी फार्नहोम पुढे सरसावे. आजारी माणसांना बोटीच्या तळावरती झोपवावे लागे. तो प्रथम तिथे साचलेले पाणी काढून टाके. पाणी काढून टाकणारा, हाताने चालवायचा पंप हा बेटावरून निघण्याआधी एक गोळी लागल्याने निकामी झाला. ब्रिगेडियर कोणत्याही कामासाठी पुढे सरसावे. तो स्वत: हसे व इतरांना उत्तेजन देत राही. तो कशाचीही अपेक्षा न ठेवता कामे करत होता. तो साठी ओलांडलेला माणूस होता. तेव्हा त्या मानाने त्याच्या हालचाली या नक्कीच कौतुकास पात्र होत्या. निकोल्सन त्याच्याकडे नेहेमी आश्चर्याने गोंधळून पाही. *केरी डान्सर* बोटीवरती त्याने फार्नहोमला पाहिले ते एक तापट, मद्यपी, भ्रमिष्ट, वेडगळ व्यक्ती म्हणून. तो फार्नहोम आता कुठल्या कुठे नाहीसा झाला होता. त्याचबरोबर त्याचा जो खास लष्करी अधिकाऱ्यांचा तो सॅन्ढर्स्ट स्कूलच्या पठडीतला आवाजही लुप्त झाला होता. इतका लुप्त झाला की, पूर्वी 'आपल्याला तसा केवळ भास होत असावा' असे निकोल्सनला वाटू लागले. परंतु फार्नहोमच्या आठवड्यापूर्वीच्या बोलण्यातील रुबाबदार लष्करी अधिकारी हा आता दिसत नव्हता खरा. केवळ अधूनमधून तसा भास त्याच्या बोलण्यातून होई. एवढेच नव्हे तर प्लॅन्डरलीथबाई बरोबरचे झालेले भांडण तो आता विसरून तिच्या शेजारी बराच वेळ हलक्या व अदबीच्या आवाजात संभाषण करे. तीसुद्धा आता खूप कृश झालेली, खंगलेली दिसू लागली होती. मात्र तिची जीभ पूर्वीसारखी तिखट राहिली नव्हती. ती फारसे काही न बोलता आता फार्नहोमची सेवा स्वीकारीत होती. ते दोघे आता एक झालेले दिसत होते. त्यांना एकत्र पाहून निकोल्सनच्या चेहऱ्यावरती किंचित स्मित उमटले. जर त्या दोघांचे वय तीस वर्षांनी कमी झाले तर ते नक्की एकमेकांच्या प्रेमात पडतील असे त्याला वाटले.

निकोल्सनच्या गुडघ्यापाशी काहीतरी हालचाल झाली. त्याने खाली पाहिले. तिथेच खाली तळावरती गुद्रन ड्राखमन तीन दिवस बसून होती. तिने आपल्या मांडीवरती लहानग्या पीटरला सांभाळले होते. तो मग मधेच तिच्यासमोर असलेल्या बसायच्या फळीवरती उडी मारायचा. तो एकटा जीव सतत खेळत होता, आनंदात होता. त्याला हवे तेवढे दिले जाणारे अन्न व पाणी त्यासाठी कारणीभूत होते. संपूर्ण लाईफबोटीवरती तो एकमेव असा आनंदी मनुष्यप्राणी होता. ती त्याला कडेवरती घेई, हातावर घेई, उरावरती घेई, अन् त्याला झोप आली की आपल्या मांडीवरती झोपवे. तीही अशक्त होत चालली होती. अन पीटरला सांभाळण्यामुळे तिच्या हातापायात नक्की गोळे येत असले पाहिजेत, पेटके येत असले पाहिजेत. परंतु

त्याबद्दल तिने कधीही चकार शब्द आपल्या तोंडावाटे काढला नाही. तिचा चेहरा आता ओढलेला दिसू लागला होता. गालाची हाडे वर येऊ लागली होती. डाव्या गालावरचा तो व्रण तर आता निळसर रंगाचा होऊन उठावदार व कुरुप वाटू लागला होता. भाजून काढणाऱ्या सूर्यामुळे ते घडले होते. तिचा चेहराही उन्हामुळे बराच रापला गेला. ती निकोल्सनकडे पाहून हसत होती. पण त्या हसण्यातही तिच्या वेदना लपू शकत नव्हत्या. मग तिने दुसरीकडे पाहिले व आपली मान छोट्या पीटरकडे पाहून हलवली. तिची ही कृती मॅकिनॉनने पाहिली व तिला मनातून काय म्हणायचे आहे ते त्याने अचूक ओळखले. तिच्या संकोची स्वभावामुळे ती फक्त एवढीच कृती आत्ताच्या आणीबाणीच्या परिस्थितीत करू शकत होती. मग तिच्याकडे पाहून मॅकिनॉन हसला व त्याने त्या पाण्याच्या छोट्या टाकीत डोया बुडवून बाहेर काढला. त्या टाकीत आता फारसे पाणी उरले नव्हते. जे होते ते कोमट झाले होते. मॅकिनॉनने तसे करताच जणू काही आगावू संकेत मिळाल्यासारखे डझनभर जणांची डोकी त्याच्याकडे वळली आणि त्याच्या हातातील पाण्याचा डोया जिकडे जाईल तिकडे त्यावरती अनेकांच्या नजरा फिरू लागल्या. मॅकिनॉनने एका कपात डोयातले पाणी ओतले व ते पीटरपुढे केले. त्या छोट्या मुलाने ज्या तऱ्हेने आपले हात पुढे करून तो कप घेतला, त्यावरून त्याला किती तहान लागली असली पाहिजे ते कळून येत होते. आपल्या चिमुकल्या हातांनी तो कप पकडून त्याने तो तोंडाला लावला व सर्व पाणी गटागटा पिऊन टाकले. मग पहाणाऱ्यांनी आपल्या बुभुक्षित नजरा त्यावरून काढून घेऊन त्या मॅकिनॉनकडे लावल्या. त्यांच्या त्या लाल झालेल्या डोळ्यात उद्वेग, त्रास, संताप सामावलेला होता. पण मॅकिनॉनने यावरती आपले ते नेहमीचे शांत व संयत स्मित हास्य चेहऱ्यावरती परत आणले. त्याच्या दुसऱ्या हातातील पिस्तूल त्याने अजिबात सोडले नव्हते.

सरतेशेवटी ती रात्र आली. त्या रात्रीच्या आगमनामुळे सर्वांना थोडा तरी दिलासा मिळाला. अर्थातच तो दिलासा फारच मर्यादित होता. उन्हामधली ती भाजून काढणारी उष्णता आता नव्हती. परंतु अजूनही हवा गरम होती, घुसमटून टाकणारी होती, दबवून टाकणारी होती. सूर्य अस्तास गेल्यावरती पाण्याचे ते तुटपुंजे वाटप सर्वांना झाले. परंतु त्यामुळे प्रत्येकाची तहान ही आणखीनच भडकून उठली. आता उसळून आलेली तहान ही सहन करता येण्याजोगी नव्हती. ती अधिक यातनामय होती. सूर्यास्त झाल्यानंतर दोन अडीच तासांनी प्रत्येकजण आपापल्या जागेवरती चुळबूळ करू लागला. काहीजण तर दुसऱ्यांशी बोलायचा प्रयत्न करू लागले. पण त्यांचे संवाद हे लगेच संपून जायचे. सर्वांचे घसे सुकले होते. तोंडावर उमटलेल्या फोडांमध्ये झोंबल्यासारख्या वेदना होऊ लागल्या. प्रत्येकाच्या मनातील कुठल्या तरी

कोपऱ्यात अशी भावना होती की आज आपण पाहिलेला सूर्यास्त हा आपल्या आयुष्यातला शेवटचाच आहे. आज रात्रभरात आपला शेवट होणार आहे. परंतु निसर्ग हा इतका क्रूर नव्हता. प्रत्येकाचे मन आणि शरीर हे तहान व भूक या भावनांनी हैराण झाले होते. दिवसभर उग्रपणे तळपणाऱ्या सूर्याने सर्वांच्या शरीरातील शक्ती शोषून घेतली होती. त्यामुळे ते सर्व दमलेभागले जीव एकेक करीत निद्रेच्या आधीन होत गेले आणि झोपेत अधूनमधून पुटपुटू लागले.

निकोल्सन आणि मॅकिनॉनसुद्धा झोपी गेले. त्यांना झोप घ्यायची नव्हती. ते दोघे आळीपाळीने झोपणार होते. रात्रभर सर्वत्र लक्ष ठेवून पहारा करणार होते. परंतु त्यांची एवढी दमणूक झाली होती की त्यांच्या शरीरांनी आपापल्या मनाचे अजिबात ऐकले नाही, सरळ निद्रेला शरण गेली. ते झोपले तरी मधेच जागे होत. परत झोप, परत जाग, परत डुलकी असे त्यांचे सारखे चालले होते. एकदा अशाच एका छोट्या निद्रेतून जागे झाल्यावरती निकोल्सनला वाटले की आपल्याला काहीतरी ऐकू आले आहे. कोणीतरी लाईफबोटीतून फिरते आहे असे त्याला वाटले. म्हणून त्याने हलक्या आवाजात ''कोण आहे?'' असे विचारले. पण त्याच्या प्रश्नाला उत्तर मिळाले नाही. त्याने परत एकदा विचारले. पण त्याच्या प्रश्नाला उत्तर म्हणून पुन्हा शांतताच आली. मग त्याने आपल्या आसनाखाली हात घालून आपला टॉर्च बाहेर काढला आणि लावला. परंतु त्या टॉर्चची बॅटरी खूपच उतरली असल्याने त्यातून क्षीण पिवळसर प्रकाश बाहेर पडला. पण तेवढ्या अंधुक प्रकाशातही त्याच्या लक्षात आले की सारेजण आपापल्या जागेवरती झोपलेले आहेत. कोणीही जागचे हलले नव्हते. बोटीचा तळ व बसायच्या फळ्या यावरती सर्वांनी जमेल तसे आपापले देह लवंडून दिले होते. सूर्यास्त झाल्यानंतर ते देह जसे अस्ताव्यस्त पडले होते तसेच ते अजूनही त्याच स्थितीत पडून राहिले होते. जणू काही ज्यांच्यामध्ये कूस बदलण्याचेही त्राण उरले नव्हते. त्याने टॉर्च बंद केला व तो परत डोळे मिटून डुलक्या काढू लागला. मधेच केव्हातरी त्याची डुलकी चालू असताना त्याने पाण्यात काहीतरी पडल्याचा आवाज ऐकला. तो आवाज त्याच्या दाट निद्रेला भेदून त्याच्या मेंदूत शिरला. पुन्हा तो खडबडून जागा झाला आणि त्याने टॉर्च लावला. पण कोणाचीही हालचाल त्याला दिसली नाही की कोणीही बोटीतून फिरत नव्हते. त्याने झोपलेल्यांच्या आकृत्या मोजल्या. तो आकडा एकोणीस भरला. अर्थातच त्याने स्वतःला त्यातून वगळले होते. पण एकूण माणसांची संख्या बरोबर होती.

मग तो रात्रभर जागत बसला. येत असलेल्या झोपेशी सारखा झगडत राहिला. त्याला डोळे उघडवत नव्हते. डोळ्यांच्या पापण्या जणू काही शिशाच्या झाल्या होत्या. त्याचे मन भ्रमिष्ट झाले होते. कोरड्या झालेल्या घशाकडून आणि सुजलेल्या जिभेकडून येणाऱ्या पाण्याच्या मागणीकडे ते दुर्लक्ष करीत होते. पण कुठेतरी त्याच

भ्रमिष्ट मनाच्या कोपऱ्यात त्याला बजावले जात होते की, काय वाटेल ते करून त्याने जागे रहावे. त्याच्या हातात साऱ्यांचे प्राण आहेत. त्याला हे बजावणारी व्यक्ती तो स्वत:च होता. पण याचाही उपयोग होत नाही पाहून त्याने आपल्या मनासमोर तो लहान मुलगा आणला. मग मात्र तो खाडकन जागा झाला. झोप न लागणाऱ्या अनेक रात्रींचा परिपाक ही ती रात्र होती. मागच्या सर्व रात्रींमध्ये तो असाच झोपेकडे फरफटत ओढला जात होता. शेवटी पूर्वेच्या क्षितीजावरती एक अंधुक व करडा प्रकाश किंचितसा दिसू लागला. लवकरच झुंजूमुंजू झाले.

जसजशी मिनिटे जाऊ लागली व वेळ पुढे सरकू लागली तसतसा प्रकाश वाढत गेला, सावकाश वाढत गेला. आता त्याला बोटीच्या डोलकाठीची रेघ आकाशाच्या पार्श्वभूमीवरती स्पष्ट दिसू लागली. त्यानंतर बोटीचे काठ दिसू लागले. अन् शेवटी बोटीत झोपलेल्या सर्व माणसांच्या वेगवेगळ्या आकृत्या त्याला कळू लागल्या. त्याने प्रथम लहानग्या पीटरकडे पाहिले. तो अजूनही शांतपणे पहुडला होता, गाढ झोपेत होता. त्याला गुद्रनने एका पांघरुणात गुंडाळून ठेवले होते. त्या अंधुक प्रकाशात त्याचा गोरापान चेहरा म्हणजे एक धूसर पांढरा पुंजका भासत होता. गुद्रनने त्याला आपल्या मांडीवरती झोपवले होते. तिने आपली पाठ बसण्याच्या फळीला टेकवली होती. एका लहान मुलाच्या झोपेत व्यत्यय न आणता रात्रभर तशा अवस्थेत बसणे म्हणजे खरोखरच ती एक शिक्षा होती. तिने आपले डोके मागच्या फळीवरती ठेवले होते. अधूनमधून ती डोक्याची डावी किंवा उजवी बाजू फळीवर टेकवे. पण त्यावेळी तिच्या गालाला फळीची कड टोचत राही. निकोल्सनने ते पाहिल्यावर त्याला तिच्याविषयी दया वाटू लागली. त्याने तिचे डोके नीट टेकवून ठेवले. तिच्या तोंडावरती आलेले तिचे केस त्याने हलक्या हाताने मागे सारले. मग कोणत्या तरी एका अनामिक प्रेरणेने त्याने आपला हात तसाच तिच्या डाव्या गालावरती हलकेच राहू दिला. मग त्याने तिच्या डोळ्यांकडे पाहिले. ते उघडेच होते. ती झोपली नाही हे त्याला ठाऊक होते. त्याचा स्पर्श तिच्या गालावरील व्रणाला झाला. त्या व्रणाच्या लांबीवरून त्याची बोटे हळूच फिरू लागली. असे करण्यात त्याला कोणताही संकोच वाटला नाही की अपराधीपणा वाटला नाही. त्याने तिच्या डोळ्यांकडे पाहिले. त्या डोळ्यांत किंचित चमक आली होती. कारण तिथे अश्रू जमू लागले होते. पण तिच्या चेहऱ्यावरती स्मित होते. तिची पाठ अवघडून गेली असावी. म्हणून ती ताठ बसू लागली, पण हळूहळू ताठ होऊ लागली. नाहीतर त्या मुलाच्या झोपेत व्यत्यय आला असता.

आता लाईफबोट खोल पाण्यात आली होती. तळातून झिरपणारे पाणी वाढू लागले. ते आता दोन तीन इंच झाले. ते साचत जाणारे पाणी बाहेर काढून टाकण्याची वेळ आली आहे हे निकोल्सनच्या ध्यानात आले. पण ते पाणी डबड्याने

काढून टाकण्यात खडखड आवाज झाला असता व साऱ्यांच्या झोपेचा विचका झाला असता. बोटीच्या तळावरती दोन तीन इंच उंचीवरती फळ्यांचे आच्छादन होते. ते आच्छादन अधूनमधून होते. बऱ्याच ठिकाणी तळ उघडा पडला होता. बसण्याच्या फळीवर जे काहीजण पालथे झोपलेले होते त्यांच्यापैकी एक दोघांचे पाय त्या उघड्या जागेतील पाण्यात घोट्यापर्यंत बुडाले होते. आत्ताच्या साखरझोपेतून कोणालाही जागे करणे म्हणजे त्याला सभोवतालच्या कठोर पोलादी वास्तवतेचे भान आणून देण्याजोगे होते. आहे ही स्थिती अजून एक तास जरी चालू दिली तरी त्यामुळे काहीही बिघडणार नव्हते.

पण अचानक त्याला असे काही दृश्य दिसले की त्यामुळे सर्वांच्या झोपेची बाब त्याला सोडून द्यावी लागली. त्याने ताबडतोब शेजारी झोपलेल्या मॅकिनॉनला हलवून जागे केले. मॅकिनॉन निकोल्सनच्या अंगावरती झुकून झोप घेत होता. जर निकोल्सन एकदम उठून उभा राहिला असता तर मॅकिनॉन सरळ तोल जाऊन पुढे आपटला असता. मॅकिनॉन जागा झाला व उठून उभा राहिला. भाजला गेलेला जेन्किन्स अर्धवट बेशुद्धित होता व त्याला बसण्याच्या फळीवर झोपवून त्याची मनगटे फळीला सैलपणे बांधली होती. पण आत्ता तो त्या फळीवर नव्हता. तिथून तो खाली घसरला होता. त्याचे गुडघे तळावरती टेकले होते. छाती पुढे झुकली होती व डोके तिथल्या एका टाकीच्या कोपऱ्यात अवघडलेल्या अवस्थेत गुंतून पडले होते. मात्र त्याची मनगटे अजूनही फळीला बांधलेल्या अवस्थेत होती. निकोल्सन हा जेन्किन्सला जागे करू पहात होता. परंतु त्याला जाग न येता तो उलट पुढे घसरून पडू लागला होता. मग निकोल्सनने त्याला गदगदा हलवले. त्याला हाका मारल्या. त्याला कसाबसा फळीवरती ओढत आणला. पुन्हा एकदा गदगदा हलवले. पण यावेळी तो फळीवरून पलीकडच्या बाजूला घसरला. त्याला फळीला सैल बांधल्यामुळे तो रात्री घसरून खालच्या पाण्याच्या थारोळ्यात अर्धवट पडला होता.

निकोल्सनने परत त्याला सरळ केला व मॅकिनॉनकडे पाहिले. निकोल्सनच्या मनात काय आहे ते चटकन मॅकिनॉनला समजले. सर्वांना जागे करून जेन्किन्सचा मृत्यू जाहीर करणे हे त्याच्या मनाला परत एकदा धक्का देण्याजोगे होते. त्याऐवजी आत्ता पहाटे मृत जेन्किन्सचा देह हा शांतपणे समुद्रात लोटून देणे हेच श्रेयस्कर आहे असे निकोल्सनच्या मनात आले. जेन्किन्सला समुद्रात लोटण्याचा दफनविधी पहाणे, त्यावेळी कोणी धर्मविधीतले मंत्र म्हटले तर ते ऐकणे, अशांमुळे प्रत्येकाला उद्या आपल्यावरती हीच पाळी येणार आहे अशी भीती वाटेल. त्यांचे खालावलेले नीतीधैर्य आणखी खालावेल. त्यापेक्षा दोघांनी मिळून जेन्किन्सला समुद्राच्या हवाली करणे, हाच मार्ग श्रेयस्कर आहे हे निकोल्सनला पटले. जी गोष्ट दोन तासांनी केली जाणार होती, अटळ होती, तीच गोष्ट आत्ता केली तर कमी नुकसान होणार होते.

पण त्या दोघांना जेन्किन्सचा देह हलवणे कठीण जाऊ लागले. तो देह आता जड झाला होता, आणि दोन फळ्यांच्यामध्ये तो चमत्कारिकपणे अडकला होता. मॅकिनॉनने जेन्किन्सला बांधलेली दोरी एका चाकूने कापली. मग दोघांनी मिळून त्याला कसाबसा उचलून फळीवर ठेवला. एव्हाना लाईफबोटीतील निम्मेजण तरी जागे होऊन उठून बसले होते. ते त्या दोघांची धडपड पहात होते. काय प्रकार झाला हे त्यांच्या लक्षात आले होते. कारण प्रत्येकाच्या चेहऱ्यावरती भीती प्रगट झालेली होती. मृत जेन्किन्सचे डोळे सताड उघडे होते. ते थिजले होते, त्यातली चमक नाहीशी झाली होती आणि ते एकाच जागी स्थिर होते, हलत नव्हते. कोणीच काही बोलत नव्हते. त्यांना अशी भीती वाटत होती की हा मृत जेन्किन्स केव्हाही एकदम आपल्या समोर येऊन बसेल. त्यावेळी तो उसळी मारणार नाही की कसलाही आरडाओरडा करणार नाही. परंतु अचानक एक किंकाळी वातावरणात उमटली. त्या किंकाळीच्या आवाजाने जे जागे झाले होते ते एकदम दचकले. तर जे झोपले होते तेही जागे होऊन उठून बसले. ती किंकाळी नाळेकडून आली होती. सर्वजण आपल्या माना उंच करून तिकडे पाहू लागले. निकोल्सन व मॅकिनॉन हेही एकदम दचकले. त्यांच्या हातातला जेन्किन्सचा देह सुटला व तो खाली पडला. विषुववृत्तावरील पहाटेच्या नि:शब्द सागरात त्या किंकाळीचा आवाज अनैसर्गिकरित्या मोठा वाटला होता.

ती किंकाळी त्या पोरगेलेशा व भ्रमिष्ट झालेल्या सैनिकाने, सिन्क्लेअरने मारली होती. पण तो जेन्किन्सच्या प्रेताकडे पहात नव्हता. तो बोटीच्या तळावरती गुडघ्यावरती उठून उभा राहिला होता आणि दोन्ही बाजूला सावकाश झुलत होता. तो खाली कोणाकडे तरी पहात होता. मग एकदम तो उसळी मारून बाजूला झाला. बोटीच्या काठावरती त्याने आपले हात ठेवले आणि त्यावर डोके ठेवून तो हुंदके देऊ लागला.

काही सेकंदातच निकोल्सन तिथे पोचला आणि त्याने खाली पाहिले. तिथे खाली एकजण उलथा पडला होता. त्याचे पाय बसण्याच्या फळीवरती राहिले असल्याने आता ते आकाशाकडे रोखले गेले होते. दोन्ही पाय एकमेकांना समांतर नव्हते, वेडेवाकडे झाले होते. तिथल्या तळाच्या फळ्यांवरती पाणी साचले होते. त्या थारोळ्यात त्याच्या डोक्याचा मागचा भाग बुडाला होता. जणू काही तो बसल्या जागी मागच्या मागे पडला असावा असे वाटत होते. तोच तो मुस्लिम मौलवी, फार्नहोमचा विचित्र व मितभाषी असलेला मित्र तिथे पडला होता. तो आता मरण पावला होता.

निकोल्सन ताबडतोब त्याच्यावरती वाकला. आपला उजवा हात त्याने त्याच्या काळ्या रंगाच्या पायघोळ अंगरख्यात खुपसून हृदयावरती ठेवून पाहिले. पण त्याने

आपला हात झटकन मागे घेतला. त्या मौलवीचे अंग थंडगार झाले होते. याचा अर्थ मृत्यू बऱ्याच तासांपूर्वी झाला असावा.

निकोल्सनने आश्चर्याने आपली मान हलवली. हा काय प्रकार आहे हे त्याला समजेना. त्याने मॅकिनॉनकडे मान वर करून पाहिले. त्याच्याही चेहऱ्यावरती तेच भाव होते. त्याने परत खाली पाहिले. मग तो वाकून त्या मौलवीचे डोके व खांदे वर उचलू लागला. काही क्षणातच त्याला एक मोठा धक्का बसला. त्याला तो देह, ते प्रेत इंचभरसुद्धा वरती उचलता येत नव्हते. त्याने पुन्हा पुन्हा प्रयत्न केला पण त्याला तरीही ते शरीर उचलता आले नाही. मॅकिनॉन एव्हाना तिथे येऊन पोचला होता. त्याला खूण करताच तोही एका बाजूने त्या मौलवीचा देह उचलायचा प्रयत्न करू लागला. पण तरीही त्या दोघांना ते प्रेत उचलता आले नाही. शेवटी निकोल्सन गुडघे टेकून खाली बसला व आपले डोके त्याने पार खालच्या थारोळ्यापर्यंत खाली आणले व तो निरीक्षण करू लागला. ते कारण त्याला लगेच सापडले. त्या मौलवीला कोणीतरी भोसकले होते. एका मोठ्या चाकूने त्याची हत्या करण्यात आली होती. तो चाकू त्याच्या पाठीकडून दोन्ही खांद्यांच्या मधून गळ्यातून पुढे गेला होता. पार मुठीपर्यंत रुतला होता. त्याचे पाते पलीकडून बाहेर पडले होते. लाईफबोटीच्या तळावरती दोन तीन उंच उंचीवरती फ्लोअरबोर्डच्या फळ्या टाकल्या होत्या दोन फळ्यात दोन दोन इंचांचे अंतर होते. त्या दोन फळ्यांमधील रिकाम्या जागेत चाकूची मूठ अडकून बसली होती.

■

११

निकोल्सन सावकाश उठून उभा राहिला. त्याने आपल्या कपाळावरील घाम हात आडवा करून पुसला. दिवसाची सुरुवात झाली होती आणि लगेच उष्म्यालाही सुरुवात झाली. त्याच्या उजव्या हाताच्या पंजात त्याने आपले कोल्ट पिस्तूल घट्ट धरले होते. कमरेच्या पट्ट्यातून त्याने ते कधी बाहेर काढले ते त्याला आठवत नव्हते.

खाली मरून पडलेल्या मौलवीकडे पिस्तुलाने निर्देश करीत तो म्हणाला, "ही व्यक्ती मृत पावली आहे." त्याने ती बातमी सर्वांसाठी अगदी शांत स्वरात जाहीर केली. लगेच सर्वत्र शांतता पसरली. तो सांगत गेला, "त्याला पाठीतून चाकूने आरपार भोसकलेले आहे. या बोटीवरील कोणीतरी त्याचा खून केला आहे."

"मेली? ही व्यक्ती मेली? त्याला पाठीत चाकू मारून भोसकले?" फार्नहोम म्हणत होता. त्याचा चेहरा चमत्कारिक झाला होता. पुढे येऊन तो त्या मौलवीच्या देहाशेजारी गुडघे टेकून बसला. थोडा वेळ त्याने नीट निरखून पाहिले व उठून उभे रहात तो म्हणाला, "ठीक आहे! तेव्हा आता मिस्टर निकोल्सन, तुम्ही मला ते तुमच्याजवळचे पिस्तूल द्या. हा खून कोणी केला ते मला ठाऊक आहे."

"ती पिस्तुलाची बाब बाजूला ठेवा." निकोल्सनने त्याच्या दंडाला धरून दूर करीत पुढे म्हटले, "सॉरी, ब्रिगेडियर. जोपर्यंत कॅप्टनसाहेब हे आजारी आहेत, तोपर्यंत मला कोणीही हुकूम देऊ शकत नाही. आता माझ्या हातात सर्व अधिकार आहेत. मी तुम्हाला कायदा हातात घेऊ देणार नाही. तेव्हा बोला आता कोणी हा खून केला असावा?"

"अर्थातच सिराननेच!" फार्नहोम सावरून बोलू लागला. पण तरीही त्याच्या डोळ्यात अजून राग उतरलेला होता. तो पुढे म्हणाला, "बघा, बघा तो लांडगा कसा खुषीत हसत बसला आहे तिथे.'

"आपल्या अंगरख्यात सुरी लपवून हसणारा तोच तो." विलोबीने पुन्हा एकदा शेक्सपीअरचे कोणत्या तरी नाटकातले वाक्य या संदर्भात आठवून बडबडले. परंतु नेहमी असले वाङ्मयीन संदर्भ व सुभाषिते फेकणाऱ्या विलोबीचा आवाज यावेळी मात्र अशक्तपणामुळे बारीक झाला होता. परंतु त्याचा मानसिक जोष मात्र किंचितही कमी झाला नव्हता. त्यातून रात्रभराच्या झोपेमुळे तो ताजातवाना झाला असावा.

"कोणाच्याही अंगरख्याखाली कसलेही शस्त्र नाही," निकोल्सनने वस्तुस्थिती प्रगट करीत म्हटले. तो पुढे स्वतःवर चरफडत म्हणाला, "माझ्या चुकीमुळेच हा खून घडला. मी त्या दोन नंबरच्या लाईफबोटीतील एक चाकू व दोन छोट्या कुऱ्हाडी घ्यायच्या विसरलो होतो."

फार्नहोम उत्तेजित होत म्हणाला, "बापरे! मग बरोबर! सिराननेे तो चाकू कुठून मिळवला ते आता कळून चुकले. हा खून अक्षरशः थंड डोक्याने केला गेलेला आहे. अन् सिरानखेरीज दुसरे कोण करणार?"

निकोल्सनने त्याच्याकडे पहात म्हटले, "आणखी काय म्हणायचे आहे तुम्हाला?"

"म्हणजे काय?"

"ते तुम्हाला चांगले ठाऊक आहे. सिरानला गोळी घातली गेली तर तुमच्यापेक्षा मला कमी दुःख होईल. परंतु त्यासाठी आपल्याकडे थोडासा तरी त्याच्याविरुद्ध पुरावा असायला हवा."

"आणखीन कसला पुरावा असायला हवा? तो मौलवी सिरानकडे नेहमी पाठ करून बसलेला असायचा, हे आपण सर्वांनी पाहिलेले आहे. रात्री तो तसाच बसलेला असणार. मग सिरान हातात चाकू घेऊन मागून आला. त्यामुळे त्या मौलवीला काही कळले नाही. त्यातून तो डुलक्या घेत असणार. मग याने मागून आपल्या एका हाताने त्याचे तोंड दाबून धरले आणि दुसऱ्या हाताने मागून पाठीतून चाकू आरपार घुसवला. बिचाऱ्या मौलवीचा जीव तात्काळ गेला. सिरानच्या हातून त्याचा देह निसटताच तो खाली पाठीवरती पडला. नेमकी चाकूची मागची मूठ खालच्या दोन फळ्यांमधील फटीमध्ये जाऊन अडकून बसली. याखेरीज सिरानच्या मदतीला त्याची दोन माणसे होती. तेव्हा तो कोणाचाही सहज रात्रीच्या अंधारात बळी घेऊ शकतो."

"आमचे मित्र जादाच प्रक्षुब्ध झालेले दिसत आहेत." सिरान त्याच्या चेहऱ्याप्रमाणेच निर्विकारपणे म्हणू लागला. तो पुढे म्हणाला, "विषुववृत्तावरच्या समुद्राच्या उघड्या बोटीत इतके दिवस काढल्यावर मनावरती विपरीत परिणाम होणारच. मग माणूस चमत्कारिक कल्पना करू लागून विपरीत बरळू लागतो."

सिरानचे हे बोलणे ऐकताच फार्नहोम चिडला. रागाने त्याच्या हाताच्या मुठी वळू लागल्या. तो आता कोणत्याही क्षणी सिरानच्या अंगावरती धावून जाणार असे

दिसले. त्याने एक पाऊल पुढे टाकताच मग मॅकिनॉन आणि निकोल्सनने त्याचे हात पकडून त्याला मागे खेचले.

निकोल्सन थोडासा रागावून त्याला म्हणाला, "उगाच मूर्खपणा करू नका. मारामारी करून काहीही साधणार नाही. त्यातून अशा लहान बोटीत असा दंगा व मारामारी होणे हे आपल्याला धोक्याचे ठरेल." त्याने फार्नहोमच्या दंडावरील आपली पकड सोडून दिली आणि नाळेवर बसलेल्या सिरानकडे व त्याच्या दोन माणसांकडे पहात काही विचार केला. तो पुढे म्हणाला, "ब्रिगेडियर, कदाचित तुमचे खरे असेल. रात्री मला बोटीत कोणीतरी हालचाल करते आहे, हिंडते आहे असे आवाज ऐकू आले होते. अन् मग काहीतरी धप्पकन खाली पडल्याचा आवाजही ऐकू आला. त्यानंतर थोड्या वेळाने पाण्यात काहीतरी पडल्याचा आवाज ऐकू आला. पण मी नंतर जिथे तो मौलवी बसला होता तिकडे उजेड टाकून पाहिले होते."

"निकोल्सन, या मौलवीच्या जवळ नेहमी एक पिशवी असायची. ती गायब झालेली दिसत आहे," फार्नहोम म्हणाला.

"ती पिशवी कॅनव्हासची होती. अत्यंत हलकी होती. ती जर पाण्यात फेकली तर ती बुडू शकणार नव्हती."

मॅकिनॉनने नाळेकडे बोट दाखवित म्हटले, "तो ग्रॅपनेलही तिथे दिसत नाही. तो गायब झालेला आहे. ग्रॅपनेल म्हणजे लहानसा नांगर. याला दोनपेक्षा अधिक गळ असतात."

निकोल्सन म्हणाला, "याचा अर्थ ती पिशवी बुडण्यासाठी तिला तो ग्रॅपनेल बांधला गेला असणार. मग ती पिशवी नक्कीच बुडली असणार."

फार्नहोम यावरती उतावीळपणे म्हणाला, "म्हणजे तुमच्या बरोब्बर हे लक्षात आले. त्यांनी त्याचा खून केला, त्याची पिशवी काढून घेतली आणि बाजूला टाकून दिली. तुम्हाला दोनदा आवाज ऐकू आला ते बरोबर आहे. तुम्ही नंतर प्रकाश टाकून पाहिले. तो मौलवी बसलेला पाहिलात. त्याला कोणीतरी मागून धरून ठेवलेले असणार. कदाचित चाकूच्या मुठीला पकडून धरून ठेवले असेल. त्या तीन खुन्यांपैकीच कोणीतरी एकाने धरलेले असणार."फार्नहोमचा श्वास जोरजोरात चालला होता. त्याने अजूनही आपल्या मुठी आवळल्या होत्या व त्याची नजर सिरानवरून हलली नव्हती.

निकोल्सन त्याचे म्हणणे मान्य करीत म्हणाला, "वरवर तरी तुमचा तर्क हा पटण्याजोगा वाटतो. पण बाकीच्या मुद्यांबाबतीतले काय?"

"कसले बाकीचे मुद्दे?"

"ते तुम्ही सहज ओळखू शकाल. उगाच लहर म्हणून ते एखाद्याचा खून पाडणार नाही. खुनामागे काहीतरी कारण नक्कीच असणार. कोणते कारण असेल

ते? कोणता हेतू असेल?''

"त्या सैतानांनी त्याचा खून का केला ते मला कसे कळणार? त्यांचा हेतू त्यांनाच ठाऊक.''

निकोल्सनने एक सुस्कारा टाकीत म्हटले, "असे पहा, आपण काही मतिमंद माणसे नाही. आपण सर्वजण प्रौढ असून काहीतरी हेतूने प्रेरीत होऊन विचारपूर्वक आपली कृती करतो. अन् हे तुम्हालाही ठाऊक आहे. तुम्ही ताबडतोब सिरानवरती संशय घेतलात. त्या मौलवीची पिशवी गायब झाली असणार अशी तुम्ही त्यामुळे अपेक्षा केली. अन् तो मौलवी तर तुमचा मित्र होता.''

एक क्षणभर फार्नहोमच्या डोळ्यात काहीतरी चमकून गेले. त्याच्या डोळ्यात उमटलेली ती चमक सिराननने पाहिली आणि त्याने एकदम आपले ओठ रागाने घट्ट मिटून घेतले. जणू काही ते दोघे मूकपणे व सावधगिरीने एकमेकांच्या मनातले विचार ओळखू पहात होते. कदाचित एकाचा विचार दुसरा ओळखतही असेल. कदाचित त्यात आणखीही काही दडलेले असेल. सूर्य अजून आकाशात फार वरती चढला नव्हता. त्या दोघात काहीतरी सांकेतिक व मूक संवाद चाललेले असतील याची निकोल्सनला कल्पना येणे शक्य नव्हते. फक्त त्यांच्यात पूर्वी एखादा समझोता झाला असेल, किंवा गुप्त कट ठरला असेल तरी तशा संगनमताबद्दल कल्पना करणे हेच मुळात विपरीत ठरत होते. त्यामुळे निकोल्सनचे मन त्या दिशेने कोणताच तर्क करू शकत नव्हते. त्याला आत्ता एवढेच ठाऊक होते की जर आपण फार्नहोमजवळ पिस्तूल दिले तर सिरानचे अस्तित्व या जगातून पुसले जाऊन ते फक्त स्मृतीमध्ये शिल्लक रहाणार होते.

"तुम्ही तशी पुराव्याची मागणी करणे हे योग्य आहे,'' फार्नहोम म्हणत होता. त्याने आपल्या भावना मोठ्या कष्टाने काबूत ठेवल्या आहेत असे दिसत होते. परंतु त्याचे मन धावत सुटले होते. एखादी योग्य वाटणारी कल्पित हकिगत तो मनात रचत होता. ती हकिगत कोणीही तपासून पाहिली तरी ती खरीच वाटावी याची खबरदारी तो घेत होता. तो म्हणाला, "आता इथून पुढे मात्र सिरान आणि कंपनी काही त्रास देणार नाहीत.'' त्याने सिरानवरची नजर काढून खाली पायापाशी मरून पडलेल्या त्या मौलवीकडे पाहिले. त्याच्या चेहऱ्यावरचे भाव जरा नरम झाले. तो निकोल्सनला सांगू लागला, "तुम्हाला आता सांगायला हरकत नाही. कारण ही माहिती जाणून घेण्याचा तुमचा तसा हक्कच आहे. या मौलवीचे नाव अहमद. तो माझा अलिकडे झालेला चांगला मित्र होता. त्यानेही माझ्याशी मैत्री केली. पण त्याला खरोखरच एका मित्राची आत्यंतिक गरज भासली म्हणून मैत्री केली. त्याचे खरे नाव जान बेकर. तो एक डच माणूस होता. म्हणजे व्हॅन एफिनच्याच हॉलंड देशातला. तो डच बोर्निओ येथे सामरिंद गावाजवळ रहात होता. युरोपमधील

आम्स्टरडॅम शहरातील एका मोठ्या कंपनीचा प्रतिनिधी म्हणून तो बरीच वर्षे काम करीत होता. शिवाय नदीच्या काठाने असलेल्या अनेक रबराच्या मळ्यांवरती तो सुपरवायझर होता. शिवाय त्याचे आणखीन बरेच काही उद्योग होते.''

एवढे बोलून तो क्षणभर थांबला. निकोल्सनने त्याला विचारले, ''बरं, मग पुढे?''

''माझी तशी नक्की खात्री नाही. परंतु तो डच सरकारचा एक गुप्तहेर म्हणूनही काम करीत होता. काही दिवसांपूर्वीच त्याने तिथल्या डच सरकारला काही महत्त्वाच्या जपानी हेरांची नावे फोडली. ती एक संघटित अशी हेरांची टोळी होती. बोर्निओच्या संपूर्ण पूर्व भागात ती घातपाती कामे करू पहात होती. मग सहाजिकच त्या सर्वांची धरपकड झाली. बऱ्याच हेरांना गोळ्या घालून ठार करण्यात आले. बोर्निओमधल्या हेरांखेरीज त्याच्याकडे इंडिया, ब्रह्मदेश, मलाया आणि ईस्ट इंडिज येथे कारवाया करणाऱ्या एकूण एक हेरांची यादी होती. त्याने ती यादी कशी मिळवली ते देव जाणे, पण मिळवली खरी. एवढी सर्व स्फोटक माहिती त्याच्याजवळच्या पिशवीत होती. अन् ती माहिती दोस्त राष्ट्रांच्या दृष्टीने लाख मोलाची होती. कोणीही त्या माहितीसाठी वाटेल तेवढे पैसे मोजले असते. परंतु ही माहिती या माणसाकडे आहे हे जपान्यांनाही ठाऊक होते. म्हणून त्यांनी त्याला जिवंत अथवा मृत पकडून देण्यासाठी एक भले मोठे बक्षीस लावले होते. कोणत्याही परिस्थितीत जपान्यांना ती माहिती हस्तगत करायची होती किंवा ती नष्ट करायची होती. या सर्व गोष्टी त्यानेच मला सांगितल्या. सिरानलाही यातले कशा ना कशा प्रकारे सर्व काही कळले होते. अन् म्हणून तर तो या बिचाऱ्याच्या मागे लागला होता. त्याने ती माहिती मिळवली खरी, परंतु मी अगदी देवाशपथ सांगतो की त्या माहितीचा उपयोग करून पैसे मिळवण्यासाठी तो जिवंत रहाणार नाही.''

''अन् म्हणून हा तुमचा जान बेकर हा वेष पालटून मुस्लीम मौलवीच्या स्वरुपात वावरत होता?''

''ती माझीच कल्पना होती,'' फार्नहोम जड आवाजात म्हणत होता, ''मला वाटले की मी किती हुषारीने त्याचे वेषांतर घडवून आणले आहे. जगातल्या इतर कोणत्याही धर्मगुरुंप्रमाणे मुस्लिम मौलवी हेही आदरणीय ठरले आहेत. त्यामुळे आपली बाजू बदलणारा, व्हिस्की पिणारा धर्मगुरू कोणालाही आवडत नाही. तसे जर त्याने केले तर तो त्या धर्माचा उपमर्द ठरतो. जान बेकर हा अट्टल पिणारा होता. त्यामुळे त्याच्याविरुद्ध मत तयार होणार हे माझ्या लक्षात आले नाही. थोडक्यात, इथे माझी हुषारी कमी पडली, मी घसरलो. ईस्ट इंडिज बेटांवरती सर्वत्र या बेकरचा शोध घेतला जात आहे.''

''तो आपल्या बोटीवरती आल्यामुळेच त्याचा जीव वाचला. पण म्हणून जपानी

लष्कर आपल्याला पकडण्यासाठी एवढा आटापिटा करीत आहेत काय?''

''देव जाणे! पण तसे अगदी उघड उघड दिसते आहे खरे.'' एवढे म्हणून फार्नहोमने आपले डोके अस्वस्थपणे हलवले आणि सिरानकडे पाहिले. आता त्याच्या डोळ्यात त्याच्याविरुद्ध राग नव्हता, परंतु एक कायमचे शत्रुत्व मात्र उमटलेले होते. तो पुढे म्हणाला, ''या खुनी सिरानऐवजी मला या बोटीवरती एखादा विषारी नाग मोकळा सुटला असता तरी चालले असते. मिस्टर निकोल्सन, तुमचे हात रक्ताने रंगू नयेत म्हणून तुमचे पिस्तूल मला द्या.''

''वा:! झकास. किती सोयीस्कर आहे,'' सिरान म्हणत होता, ''अभिनंदन मिस्टर फार्नहोम. तुमच्या कल्पनाशक्तीला माझा सलाम ठोकतो.''

निकोल्सनने कुतूहलाने सिरानकडे एकदा पाहिले व नंतर फार्नहोमकडे पाहून म्हटले, ''तो काय म्हणतो आहे? हा काय प्रकार आहे?''

''ते मला कसे समजणार? त्यालाच ते ठाऊक असणार,'' फार्नहोम उतावीळपणे व भरभर बोलत होता, ''तेव्हा मिस्टर निकोल्सन, आता उगाच वेळ घालवू नका. द्या, ते पिस्तूल इकडे द्या मला!''

''नाही.''

''कृपा करून मला ते द्या. उगाच वेडेपणा करू नका. जोपर्यंत हा सिरान बोटीत मोकाट सुटला आहे तोपर्यंत आपले सर्वांचे प्राण धोक्यात आहेत.''

''अगदी बरोबर,'' निकोल्सन त्याच्याशी सहमत होत म्हणाला, ''पण एखाद्याच्या बाबतीत नुसताच संशय येत असेल, मग भले तो संशय कितीही दाट वाटत असला तरी उपयोग नाही. कारण संशय म्हणजे पुरावा नाही. सिरान हा खटल्याची मागणी करू शकतो. खटल्यावाचून त्याला शिक्षा देण्याचा अधिकार आपल्याला नाही.''

''बापरे, अरे देवा! तुम्हाला झाले आहे तरी काय?'' फार्नहोम आता हताश होऊन बोलत होता, ''खटला भरणे आणि न्यायाची बूज राखणे वगैरे गोष्टींसाठी वेगळी जागा व वेगळा काळ असतो. ही ती जागा नव्हे की तो हा काळ नव्हे. इथे आपणा सर्वांच्या जिवंत रहाण्याचा प्रश्न आहे.''

निकोल्सन मान हलवित म्हणाला, ''मला ठाऊक आहे ते. सिरानने गुन्हा केला असेल तर त्याची शिक्षा त्याला जरूर मिळेल. तेव्हा ब्रिगेडियर, प्लीज मागे हटा. आपल्या जाग्यावरती बसा. या बोटीतल्या लोकांच्या जिवांची मला पर्वा नाही असे समजू नका. मॅकिनॉन, तीन दोऱ्या घ्या आणि सिरान व त्याच्या दोन्ही माणसांचे हात बांधून टाका. दोऱ्या थोड्याशा घट्ट बांधल्या तरी चालतील.''

''असं?'' सिरानने आपल्या भुवया उंचावत विचारले, ''अन् जर आम्ही तसे करू दिले नाही, विरोध केला, तर?''

''ते तुमच्या स्वभावाला शोभून दिसेल,'' निकोल्सन निर्विकारपणे म्हणाला,

“मग ब्रिगेडियरच्या हातात मी हे पिस्तूल देईन.”

मॅकिनॉनने एक लांब दोरी घेतली. त्यातून त्याने तीन तुकडे कापून घेतले. मग सिरान आणि त्याची दोन माणसे यांचे हात दोऱ्यांनी बांधून टाकले. बांधलेले हात हे पायांना बांधून टाकले. त्याच्या गाठी घट्ट व पक्क्या बांधताना त्याला थोडासा हर्ष झाला. आता सिरान आणि कंपनी फारशी हालचाल करू शकत नव्हते. आणखी खबरदारी म्हणून त्याने त्या तिघांच्या दोऱ्या ह्या नाळेपासच्या कड्यामध्ये शेवटी बांधून टाकल्या. आता ते आपल्या जागाही सोडू शकत नव्हते. यानंतर फार्नहोमने त्यांच्याविरुद्ध आपला निषेध व्यक्त केला नाही. तो मुकाट्याने प्लॅन्डरलीथबाईच्या जवळ जाऊन बसला. परंतु त्याने आपली मूळची स्थिती घेतली नव्हती. तिला आणि नाळेच्या बाजूला एकाच वेळी पहाता येईल अशी बसण्याची स्थिती त्याने धारण केली. त्याची ती कार्बाईन बंदूक त्याच्याच शेजारी आसनावरती ठेवलेली होती.

आपले काम आटोपताच मॅकिनॉन मागच्या बाजूला परतला आणि निकोल्सनशेजारी बसला. मग त्याने डोया व पाणी वाटपाचा कप बाहेर काढला. आता सकाळचे पाण्याचे रेशन द्यायची वेळ झाली होती. पण एकदम तो निकोल्सनकडे वळला. काहीजण आपसात बोलू लागले होते. एकदा सूर्य आकाशात पुरेसा वर चढला की त्यांची ही बडबड बंद होणार होती. तो निकोल्सनशी खालच्या आवाजात बोलू लागला. त्याचे हे बोलणे दोन फुटांपेक्षा जास्त अंतरापर्यंत जाणार नव्हते. तो जरासा कचरत निकोल्सनला म्हणाला, “सर, ऑस्ट्रेलियापर्यंतचा मार्ग हा भलताच लांबचा आहे असे दिसते. तिथे पोचेपर्यंत आपली पुरी दमछाक होणार.”

निकोल्सनने आपले खांदे अर्धवट उचलत व हसत म्हटले, “मॅकिनॉन, तुम्ही सुद्धा ढेपाळलात का? कदाचित माझा अंदाज चुकला असेल. पण माझी खात्री आहे की, सिरान खटल्याला सामोरे जायला तयार होणार नाही. तो खटल्यात टिकणार नाही. पण तरीही मी त्याला ठार मारू शकत नाही.”

“सर, तो फक्त संधीची वाट पहातो आहे.” मॅकिनॉनला निकोल्सनसारखीच काळजी लागून राहिली होती. तो पुढे म्हणाला, “सिरान हा एक खुनी आहे. ब्रिगेडियरने त्या मौलवीबाबत केलेला गौप्यस्फोट तुम्ही ऐकलाच आहे.”

“ऐकला ना. पण तीच तर खरी अडचण आहे.” निकोल्सन संथपणे मान हलवित म्हणाला. मग त्याने एकदा फार्नहोमकडे पाहिले व मग मॅकिनॉनकडे पाहिले. नंतर आपल्या हातांच्या पंजाकडे पहात तो म्हणाला, “फार्नहोमने जी काही हकिगत सांगितली त्यातल्या एकाही शब्दावरती माझा अजिबात विश्वास नाही. तो प्रथमपासून शेवटपर्यंत खोटे बोलत होता.”

पूर्वेच्या क्षितीजावरती सूर्याचा लालसर पांढरा गोल आता एका फिरत्या व

जळत्या गोळ्यासारखा वाटू लागला. तासाभरातच त्याचा ताप एवढा वाढला की सर्वांचे आपसातले बोलणे बंद झाले. सर्वजण आपापल्या उदासिनतेच्या कोशात जाऊन बसले. प्रत्येकाला आता फक्त स्वत:च्या तहानभुकेची चिंता वाटू लागली. शारीरिक यातनांची पर्वा प्रत्येकजण करू लागला. वेळ जात होता. पण अत्यंत जीवघेण्या मंद गतीने पुढे सरकत होता. फिकट निळ्या रंगाच्या आकाशात व वारा पडलेल्या वातावरणात सूर्य वर वर चढत होता. हळूहळू लाईफबोटीतील सर्व हालचाली बंद झाल्या. गेल्या अनेक दिवसांसारखी ती लाईफबोट पाण्यावरती स्तब्ध उभी राहिली. अशा काळात पूर्वी दक्षिणेकडे निकोल्सनने *विरोमा* बोटीवरून कित्येक मैल प्रवास केला होता. स्ट्राट बांका ते सुंद सामुद्रधुनी ह्या मार्गावर असलेल्या समुद्रप्रवाहातून त्याने एकदा तब्बल अकरा महिने बोट हाकारली होती. त्यावेळीही त्याला पाण्याखेरीज काहीही दिसले नाही. कुठेही बेट नव्हते की जमीन नव्हती. सर्वत्र होते ते फक्त पाणी आणि पाणी. कोणत्याही स्थिर दृश्याचा आधार नसल्याने आपण पुढे जात आहोत हेही समजत नव्हते. पाण्यावरती एकाच जागी खिळून बसलो आहोत असेच वाटत होते. आत्ताही निकोल्सनला तसेच वाटू लागले.

ती लाईफबोट संथपणे पुढे सरकत होती. पण बोटीमध्ये मात्र कोणीही हालचाल करीत नव्हते. सूर्य माध्यान्हीकडे वर जात असताना काहीही हालचाल केली की एकदम थकल्यासारखे होई. धापा टाकीत श्वासोच्छवास करावा लागे. कोरड्या पडलेल्या नाकातून आणि सुजलेल्या व फुटलेल्या ओठातून हवा आत बाहेर होताना मग बारीक शिट्टीसारखे आवाज उमटू लागत. तो लहान मुलगा सारखा हालचाली करत होता. स्वत:शीच त्याच्या खाजगी भाषेत बडबड करीत होता. पण जसजसा दिवस जाऊ लागला, तसतशी उष्ण व दमट हवा अधिकाधिक तापदायक होऊ लागली. त्या पोराच्या हालचाली कमी कमी होऊ लागल्या. पुढे पुढे त्याची बडबड थांबली आणि त्याची कृती मंद होत गेली. तो गुद्रनच्या मांडीवरती जाऊन स्वस्थ पडला व वरच्या निळ्या आकाशाकडे बघत राहिला. पण थोड्या वेळाने त्याच्या पापण्या जड होत गेल्या व शेवटी त्या बंद झाल्या. काही मिनिटातच ते पोर झोपी गेले. निकोल्सनने आपले हात पुढे करून त्या मुलाला देण्याबद्दल मूकपणे गुद्रनला सुचवले. परंतु तिने हसून आपली मान नकारार्थी हलवली. ती नेहमी बोलताना हसत असते. पण कधीतरी ती तक्रार करेल किंवा तक्रारीच्या स्वरात बोलेल. त्यावेळीही तिच्या चेहऱ्यावरती ते नेहमीचे स्मित असेल काय? निकोल्सनला याचे कुतूहल वाटू लागले. ती आपल्याकडे वेगळ्याच नजरेने पहाते आहे असे त्याच्या लक्षात आले. मग त्याने आपल्या चेहऱ्यावरती बळेबळेच एक हसू आणले आणि तो दुसरीकडे पाहू लागला.

लाईफबोटीमध्ये बसण्यासाठी जशा आडव्या फळ्या होत्या तशाच दोन दोन

फळ्या बोटीच्या दोन्ही कडांना लागून होत्या. प्लॅन्डरलीथबाई उजव्या कडेच्या फळीवरती बसली होती. फार्नहोम तिच्यापाशी जाऊन नाळेकडे तोंड करून बसला होता. त्यामुळे त्याला सिरानवर लक्ष ठेवता येत होते. तो आता हलक्या आवाजात तिच्याशी बोलू लागला होता. तीही तशाच आवाजात त्याच्याशी बोलत होती. पण शांतता होती तरी ते दोघे आपसात नक्की काय बोलत आहेत ते निकोल्सनला नीट ऐकू येत नव्हते. त्याने नीट कान देऊन ऐकायचा प्रयत्न केला. पण त्याचा काहीही उपयोग झाला नाही. त्याला फक्त त्या दोघांच्या बोलण्याची खालच्या आवाजातील गुणगुण ऐकू येत होती. बरेच काही बोलण्याइतपत कोणता विषय त्यांच्याकडे असेल याचा तर्क निकोल्सनला करता येईना. जेव्हा त्या दोघांच्या संवादात खंड पडे, तेव्हा ते दोघे नुसते एकमेकांच्या डोळ्यात बघत रहात. त्यावेळी फार्नहोम हा तिचा कृश हात आपल्या हातात घेऊन बसे. दोन तीन दिवसांपूर्वीच निकोल्सनला त्या दोघांबद्दल एक गमतीदार कल्पना सुचली होती. पांढरा टाय आणि मागे दोन टोके असलेला कोट फार्नहोमने घातलेला होता. कोटावर एक छान टपोरे गुलाबाचे फूल खोचले आहे. आपल्या मिशा व डोक्यावरचे केस त्याने कलप करून काळे केले असून त्याच्यासाठी तयार असलेली एक रुबाबदार घोड्यांची बगी त्याला विवाहस्थळी नेण्यासाठी त्याची वाट पहात आहे. असा हा लग्नासाठी सजलेला नवरदेव मिस् प्लॅन्डरलीथबाईशी विवाह करण्यासाठी आतूर झाला आहे. त्या दोघांचा जोडा खरोखरीच चांगला शोभून दिसेल, हे कल्पनेत जरी मानले तरी प्रत्यक्षात तसे घडावयास हरकत नाही असे निकोल्सनला मनापासून वाटले. पण आत्ता ती दोघे बिचारी वयस्कर माणसे या जीवघेण्या संकटात कदाचित हळूहळू मृत्यूकडे सरकत असतील. पण तरीही ते दोघे भयभीत झाले नाहीत, निराश झाले नाहीत, हे विशेष.

निकोल्सनने सावकाश आपली नजर बोटीत सर्वत्र फिरवली. कालच्यापेक्षा आज फारसा काही बदल झाला नव्हता. फक्त प्रत्येकजण जरासा अधिक अशक्त झालेला व अधिक थकलेला दिसत होता. बहुतेकजणांमध्ये थोडेसेही हलण्याचे त्राण उरलेले नव्हते. त्यांच्याकडे पहाताच ते आता लवकरच मरण पावणार आहेत असे वाटेल इतपत ते आसन्नमरण होऊन पडले होते. काहीजण किंचित का होईना पण जागे राहून अस्वस्थ हालचाली करीत होते. दुपारचे तुटपुंजे खाणे मिळण्यासाठी ते जागे राहू पहात होते. त्यांच्यातल्या एकदोघांना तर घासही गिळणे कठीण जाऊ लागले होते. अजून अठ्ठेचाळीसतास उलटले की त्यांच्यातील बरेचजण नक्की मरण पावणार होते. आपण कोठवर आलो आहोत याचा निकोल्सनला अंदाज होता. त्याच्याबरोबर तो सारखा सेक्स्टंट उपकरण जवळ बाळगत होता. त्याच्या अंदाजानुसार 'नूर्डवॉचर लाईट' नावाच्या भागात आपण आलो असू, असे त्याला वाटत होते.

किंवा सुमात्रा बेटापासून पन्नास मैलांवर तरी आपण असू, असा त्याचा अंदाज होता. जर येत्या चोवीस तासात वारा आला नाही तर त्यांना जवळचा कोणताही किनारा तेवढ्या वेळात गाठता येणार नव्हता. मग जगण्याची आशा संपून जाणार होती. कारण मृत्यू मात्र हमखास चोवीस तासांच्या अंतरावर येऊन ठेपलेला दिसत होता. वारा नाही आला तरी निदान पाऊस तरी पडायला हवा होता. म्हणजे प्यायला पाणी मिळणार होते. शरीरात पुन्हा चैतन्य संचारणार होते. पाणी साठवून आणखी काही दिवस पुरवता येणार होते. आणखी काही दिवस तग धरता येणार होती. वारा किंवा पाऊस हा आता यायलाच हवा. त्याची नितांत गरज होती.

एक गोष्ट मात्र जमेच्या बाजूने घडली होती. कॅप्टन फाईंडहॉर्नची प्रकृती सुधारत चालली होती. तो कोमामधून, प्रदीर्घ बेशुद्धीमधून बाहेर पडला होता. एका कोपऱ्यातल्या आसनात तो बसला होता. आता परत आपण बेशुद्ध व्हायचे नाही असा निश्चय त्याने केला आहे, असे त्याच्याकडे पाहिल्यावरती वाटत होते. तो आता इतरांप्रमाणे बोलू शकत होता. म्हणजे तहानलेल्या व घसा सुकलेल्या माणसांप्रमाणे बारीक आवाजात तो बोलत होता. तसेच, पूर्वीसारखे त्याच्या खोकल्यातून आता रक्त पडत नव्हते. आठवड्याभरात त्याचे वजन खूपच कमी झाले होते. पण तरीही त्या मानाने तो बऱ्यापैकी सशक्त वाटत होता. कॅप्टनच्या फुफ्फुसात एक गोळी आत जाऊन रुतून बसली होती. गेला सबंध आठवडा तुटपुंजे अन्न पाणी घेऊन आणि भाजून काढणाऱ्या उन्हातून प्रवास करावा लागला होता. शिवाय कॅप्टनवरती कसलेही औषधोपचार केले गेले नव्हते. या तीन संकटातूनही तो वाचला, टिकला आणि प्रदीर्घ बेशुद्धीतून बाहेर पडला, हे खरोखरीच विशेष होते. त्यामुळे निकोल्सनला कॅप्टन उठून बसणे हा एक चमत्कार वाटत होता. त्यातून कॅप्टनचे आता वय झाले होते. तो लवकरच सेवानिवृत्त होणार होता. अशा वयात आणि अशा संकटात त्याची प्रकृती सुधारत जाणे म्हणजे त्याची बरे होण्याची अंगची शक्ती जबरदस्त आहे असेच म्हटले पाहिजे. शिवाय त्याला आता मागे बायको नव्हती, मुले नव्हती. त्याने कोणासाठी जगायचे होते? कोणत्या मानसिक आधारावरती त्याने तग धरायची होती? जगण्यासाठी कोणतेही सबळ कारण उरले नसताना तो कोमामधून, प्रदीर्घ बेशुद्धीतून कसल्याही औषधाच्या मदतीवाचून बाहेर पडतो हे एक जगातले आश्चर्य मानायला पाहिजे, असे निकोल्सनच्या मनात आले. परंतु तरीही कॅप्टन अजूनही गंभीररित्या आजारी आहे हे कटू सत्य खाली उरतच होते. कदाचित त्याचा मृत्यू फार दूर नसेल, जवळ आला असेल. कशाच्या आधारावर हा कॅप्टन जगू पहातो आहे? कदाचित त्याला आपल्यावरील जबाबदारीची जाणीव खूप तीव्रपणे होत असेल. निकोल्सनने सर्व प्रकारचे अंदाज करून पाहिले. तो विचार करून करून दमला. त्याच्या लक्षात आले की आपण आता खूप थकलो आहोत. आकाशातल्या भर दुपारच्या प्रखर सूर्याच्या

उन्हात चमकून उठणाऱ्या समुद्रपृष्ठाचा झगमगाट त्याला सहन होईना. त्याने आपले डोळे मिटून घेतले आणि तो निमूटपणे झोपी गेला.

त्याला जाग आली ती कोणाच्या तरी पाणी पिण्याच्या आवाजामुळे. मॅकिनॉन सर्वांना दिवसातून तीनदा पाण्याचे मोजून मोजून वाटप करीत होता. ते पाणी खूपच कमी होते. एक दोन घोटातच पिऊन संपून जात होते. पण आता जो पाणी पिण्याचा आवाज येत होता तो कोणीतरी भरपूर पाणी गटागटा पिते आहे असा होता. मधेच गुळण्या करून तोंडातून बाहेर चुळा फेकल्या जात होत्या. पाण्याचा इतका मोठा अपव्यय या लाईफबोटीवरती? याचा अर्थ कोणीतरी उरल्यासुरल्या पाण्यावरती डल्ला मारून चैन करीत असले पाहिजे. नाहीतर असे करणारा कोणीतरी वेडा असला पाहिजे. त्याने पाहिले तर त्याला तो भ्रमिष्ट झालेला सिंक्लेअर दिसला. त्या सैनिकाने डोलकाठीजवळच्या फळीवर बसून एका डबड्यात पाणी घेतले होते व तो वर तोंड करून ते पाणी पीत होता. त्या डबड्यातील शेवटचे थेंब तो तोंडात ओतू पहात होता.

निकोल्सन ताडकन उठला. सावधगिरीने वाटेतील माणसांना व फळ्यांना ओलांडत त्या पोरगेलेशा भ्रमिष्ट सैनिकापाशी गेला. त्याने त्याच्या हातून ते डबडे खसकन हिसकावून घेतले. बिचाऱ्या सिंक्लेअरने कसलाही विरोध केला नाही. आपण काय करतो आहोत हे त्याला समजत नव्हते. निकोल्सनने आपले तोंड वर करून त्या डबड्यातले उरलेसुरले थेंब स्वत:च्या तोंडात ओतले. त्याच्या तोंडात एकदम तीव्र खारट चव तरळून गेली. म्हणजे हे समुद्राचे पाणी होते तर. निकोल्सनचा अंदाज चुकला नव्हता. सिंक्लेअर त्याच्याकडे मोठे डोळे करून पहात होता. त्या वेड्याच्या डोळ्यात एक मूक विरोध प्रगट झाला होता. सारेजण त्या दोघांच्याकडे तटस्थपणे पहात होते. काय प्रकार चालला आहे ते त्यांना कळत होते. पण त्यांना कोणाचीच पर्वा वाटत नव्हती. काहीजणांनी सिंक्लेअरला समुद्रात डबडे बुडवून पाणी बाहेर काढताना पाहिले होते. ते पाणी पिताना तर सर्वांनीच त्याला पाहिले होते. पण कोणीही पुढे होऊन त्याला अडवले नाही की ओरडून त्याला इशारा केला नाही. कदाचित त्यांना असे वाटले असेल की समुद्राचे पाणी ही पण एक चांगली कल्पना अंमलात आणण्याजोगी आहे. निकोल्सनने खेदाने आपली मान हलवित सिंक्लेअरकडे पाहिले.

"सिंक्लेअर, हे समुद्राचे पाणी होते ना? अन् तू ते प्यायलास ना?"

तो सैनिक यावरती काहीही बोलला नाही. त्याचे तोंड सारखे हिसकल्यासारखे हलत होते. जणू काही तो बोलू पहात होता, पण त्याला शब्द सापडत नव्हते. त्याच्या तोंडून बाहेर आवाज येत नव्हता. त्याचे ते भान नाहीसे झालेले दर्शवणारे डोळे विस्फारले होते, विस्तृत झाले होते. ते रिते डोळे निकोल्सनवरती खिळले होते.

अन् डोळ्यांच्या पापण्या अजिबात हलत नव्हत्या.

"तू हे सारे पाणी प्यायलास?" निकोल्सन जरासे दरडावून त्याला विचारीत होता. त्याने तसे दोन तीनदा विचारल्यावरती तो पोरगा उत्तरला. पण त्याचे उत्तर म्हणजे एक करुणास्पद अशी उंच स्वरातील किंकाळी होती. काही क्षण निकोल्सन त्याच्याकडे काहीही न बोलता बघत राहिला. शेवटी कंटाळून त्याने आपले खांदे उडवले व त्याच्याकडे पाठ वळवून तेथून तो निघाला. सिंक्लेअर एका फळीवरती बसला होता. तो अर्धवट उठला व त्याने निकोल्सनच्या हातातील डबडे घेण्यासाठी आपले हात पुढे केले. पण निकोल्सनने त्याला सहज मागे ढकलले. सिंक्लेअर दाणकन त्याच्या फळीवर बसला. त्याचे डोके पुढे झुकले आणि त्याने आपला चेहरा दोन्ही हातात लपवला. आपले डोके तो सावकाश इकडून तिकडे व तिकडून इकडे हलवित होता. ते पाहून निकोल्सन थोडा वेळ थांबला व तो शेवटी परत लाईफबोटीतील मागच्या बाजूच्या आपल्या जागेपाशी आला.

माध्यान्ह जशी वेगाने आली तशी वेगाने निघून गेली नाही. परंतु सावकाश का होईना ती संपत होती. बरोबर डोक्यावर असलेला सूर्य पुढे सरकत खाली उतरू पहात होता. पण आता वातावरणातील उष्णता आणखी तीव्र झाली होती. असह्य उष्मा होऊ लागला होता. बोटीत कोणीही आवाज करीत नव्हते, बोलत नव्हते. सर्वत्र विचित्र शांतता पसरली. सर्वांच्या हालचाली थांबल्या. जणू काही इथले जीवन या भर उन्हात गोठून गेले होते. फार्नहोम व प्लॅन्डरलीथबाई अधूनमधून आपसात कुजबुजत बोलत होते. आता तीही कुजबूज थांबली. त्या दोघांनीही बसल्या जागी आपल्या माना टाकल्या व ते एका अस्वस्थ झोपेत गेले. अन् मग काही वेळाने, दुपारी तीन वाजल्यानंतर सारेजणच एका भयाण निद्रेत खोल खोल बुडून गेले. त्या निद्रेला तळ नव्हता. तिथे काळाचे मोजमाप थांबले होते. ती एक अनंत काळ चालणारी निद्रा वाटत होती.

अन मग अचानक बदल झाला. कुठेतरी काहीतरी तो बदल झाला. तो बदल जेवढ्या अचानकरित्या झाला तेवढाच तो नाट्यपूर्ण होता. पण त्या बदलाची सुरुवात एवढी सूक्ष्म होती की त्याची जाणीव होणे अशक्य होते. अन् जरी ती जाणीव कोणाला झाली असती तरी दमलेल्या मनाला त्याचा अर्थही समजला नसता. मॅकिनॉननला प्रथम तो बदल समजला. त्या सूक्ष्म बदलाची जाणीव झाली. क्षणाक्षणाने तो बदल किंचित किंचित वाढत होता. मॅकिनॉनच्या सावध मनाने मात्र काय प्रकार आहे तो हेरला. त्याचा अर्थ त्याला कळला. तो ताडकन ताठ पाठ करून सरळ बसला. आजूबाजूच्या झगमगणाऱ्या समुद्रपृष्ठाकडे तो डोळ्यांची उघडझाप करीत पाहू लागला. मग हळूहळू त्याने आपली नजर वळवित ती क्षितिजाकडे नेली. उत्तरेपासून पूर्वेपर्यंत तो क्षितीज बारकाईने न्याहाळत गेला. काही

सेकंदाने त्याने निकोल्सनच्या हाताला धरून त्याला जागे करण्यासाठी गदागदा हलवले.

"काय आहे?" निकोल्सनने चटकन जागे होत त्याला विचारले. पण मॅकिनॉनने उत्तर दिले नाही. तो फक्त निकोल्सनकडे पहात राहिला. त्याचे फुटलेले ओठ हसण्यासाठी आत वळलेले होते. चेहऱ्यावरती आनंद पसरलेला होता. निकोल्सन त्याच्याकडे पहात राहिला. त्याला क्षणभर काहीच समजेना. हा असा काय करतो आहे? शेवटी ह्याचाही बुद्धिभ्रंश झाला तर. अन् मग पुढच्याच क्षणाला खुद्द निकोल्सनला तो बदल जाणवला.

"वारा!" निकोल्सनच्या फुटलेल्या ओठांतून हळूच तो शब्द बाहेर पडला. वाऱ्याचे आगमन सांगणारी जी पहिली झुळूक माणसाच्या अंगाला भिडते ती त्याला समजली. ती झुळूक आजूबाजूच्या गरम व गुदमरवून टाकणाऱ्या हवेपेक्षा कितीतरी थंड होती. त्याच्या अंगावरती रोमांच उठले. त्यानेही मॅकिनॉनप्रमाणे दूरवर क्षितीज न्याहाळायला सुरुवात केली. मग हर्षभराने त्याने मॅकिनॉनच्या पाठीवरती आयुष्यात प्रथमच एक जोरात थाप मारली. तो म्हणाला, "वारा, मॅकिनॉन! आणि ढगसुद्धा! तुम्हाला दिसत आहेत का ते?" ईशान्येच्या दिशेने आपला हात रोखीत तो म्हणत होता. त्या बाजूला क्षितीजावरती एक निळसर जांभळा पट्टा वर उचलला जात होता.

"होय, मला दिसतोय तो. तो ढगच आहे. अगदी खात्रीने. आपल्याकडेच तो येतो आहे."

"अन् हळूहळू वाऱ्याचा जोरही वाढतोच आहे. जाणवते का ते तुम्हाला?" निकोल्सन म्हणाला. मग त्याने त्याच्या पायाशी झोपलेल्या गुद्रनला तिचा खांदा हलवित जागे केले व म्हटले, "गुद्रन, उठा. जागे व्हा."

तिने हालचाल करीत आपले डोळे उघडले व ती त्याच्याकडे पहात म्हणाली, "काय आहे?"

"मिस्टर निकोल्सन आपल्याला सांगत आहेत की," तो गंभीरपणे बोलत होता. पण त्याच्या चेहऱ्यावरती आनंद पसरला होता. तो पुढे सांगत गेला, "जगातले सर्वांत मोठे आल्हाददायक दृश्य पहायचे आहे?" एक संकटाची छाया तिच्या डोळ्यात पसरत आहे, असे त्याला दिसले. तिचा काय समज झाला असेल हे त्याच्या लक्षात आले. म्हणून तो पुन्हा हसून म्हणाला, "एक पावसाचा ढग येतो आहे. आपल्याकडे येतो आहे. ए वंडरफुल रेन-क्लाऊड! कॅप्टनसाहेबांना हलवून उठव."

त्या बातमीने लाईफबोटीत एकदम वेगाने चैतन्य पसरले. तो एक जादू झाल्यासारखा परिणाम होता. तिथल्या लोकांमध्ये झालेले परिवर्तन हे खरोखरीच अविश्वसनीय होते. दोन मिनिटात सर्वचजण पूर्ण जागे होऊन ईशान्य दिशेकडे

उत्सुकतेने पाहू लागले, उत्तेजित होऊन आपल्या शेजाऱ्याशी बोलू लागले. पण बिचाऱ्या सिंक्लेअरवरती मात्र त्या बातमीचा परिणाम झाला नाही. तो फक्त बोटीच्या तळाकडे टक लावून बघत बसला होता. तो एका अलिप्तपणाच्या समुद्रात हरवून गेला होता. पण त्याचा एकमेव अपवाद सोडला तर बाकीच्यांना आनंद झाला होता. जणू काही इतके दिवस त्यांच्यावरती माणसांनी व निसर्गाने बहिष्कार घातला होता, त्यांचे जगणे नाकारले होते, अन् आता त्यांना तो जगायचा हक्क परत बहाल करण्यात आला होता. अन् ही गोष्ट मात्र अक्षरश: खरी होती. कॅप्टन फाईंडहॉर्नने आनंदाच्या भरात सर्वांना जादा पाण्याचे रेशन दिले जाईल असे निकोल्सनमार्फत घोषित केले. क्षितिजावरती लोंबकळणारा तो ढग आडवा थर आता आणखी जवळ आला, समजण्याइतपत जवळ आला. वाऱ्याचा जोरही वाढला होता, आणि त्याचा थंड स्पर्श सर्वांच्या चेहऱ्यांना कळत होता.त्यांच्या मनातील निराशेचे एकदम आशेत रुपांतर झाले. पुन्हा एकदा आयुष्य जगण्याजोगे त्यांना वाटू लागले, ते हवेहवेसे वाटू लागले. सर्वांच्यात झालेला हा बदल निकोल्सनच्या फारसा लक्षात आला नाही. कारण हा बदल मानसिक पातळीवरचा होता. अन् कदाचित त्यामुळे त्यांच्या शरीरातील उरलासुरला त्राणही त्यामुळे नाहीसा होऊन जाऊ शकत होता. अन् जर या आनंदाचे रुपांतर एकदम निराशेत झाले तर? तर त्यांना एक जबरदस्त धक्का बसणार होता. त्या धक्क्यामुळे कोणीही टिकणार नव्हते. ते मग एवढे खचून जाणार होते की त्याचा शेवट मृत्यूत होणार होता. पण तशी काही लक्षणे किंवा शक्यता आत्ता तरी दिसत नव्हती.

"किती वेळात तो ढग आपल्यापर्यंत पोचेल, माय बॉय?" फार्नहोम निकोल्सनला विचारीत होता.

"तसे सांगणे कठीण आहे," निकोल्सन ईशान्येकडे टक लावून पहात म्हणाला, "तो ढग येथे एका तासात येईल, किंवा अर्ध्या तासात येईल, किंवा त्याहीपेक्षा आधी येईल. शेवटी ते सारे वाऱ्याचा जोर किती आहे यावरती अवलंबून आहे." मग त्याने कॅप्टनकडे पाहून विचारले, "सर, आपल्याला काय वाटते?"

फाईंडहॉर्न म्हणाला, "वाऱ्याचा जोर वाढतो आहे. तेव्हा तो खूपच कमी वेळात येथवर पोहोचणार."

"तहानलेल्या फुलांसाठी मी ताजा पाऊस आणला आहे." विलोबीच्या वाङ्मयीन स्मृतीला आता पंख फुटले होते. कोणत्या तरी पुस्तकातले वाक्य त्याने गंभीरपणे म्हटले. आपले हात चोळत तो पुढे म्हणाला, "फुलांच्या ऐवजी या वाक्यता 'विलोबी' हा शब्द वापरला तरी चालेल. पाऊस, जीवनदायी पाऊस, महान पाऊस!"

"विली, जरासे तुम्ही लवकरच बोलायला सुरुवात केलेली दिसते आहे. अजून

पाऊस आला नाही. येथवर पोचायला अवकाश आहे,'' निकोल्सन त्याला विनोदाने म्हणाला.

"म्हणजे काय? पाऊस येथवर पोचणार नाही?'' ब्रिगेडियर फार्नहोमने तीक्ष्णपणे विचारले.

निकोल्सन त्याला समजावत म्हणू लागला, ''पावसाळी ढग म्हणजे पाऊस नव्हे. तो आला तरी त्यातला पाऊस खाली पडेलच असे नाही. येणारा पहिला ढग पाऊस देईलच असे नसते.''

"म्हणजे, परत पूर्वीचीच स्थिती राहील असे तुम्हाला म्हणायचे आहे काय यंग मॅन?'' त्या लाईफबोटीत फक्त एकच व्यक्ती अशी होती की जी निकोल्सनला 'यंग मॅन' म्हणून संबोधू शकत होती. ती व्यक्ती म्हणजे अर्थातच प्लॅन्डरलीथबाई.

निकोल्सन तिला सांगू लागला, ''तसे नाही. हे ढग घनदाट भरलेले व जड असे वाटतात. त्यांच्यापासून आपल्याला छान सावली मिळते, सूर्यापासून आडोसा मिळतो. पण मला व कॅप्टनला या ढगापेक्षाही त्याला आणणाऱ्या वाऱ्यामध्ये जास्त रस आहे. तो आपल्या सर्वांना घेऊन सुंद सामुद्रधुनीपर्यंत रात्रीभरात घेऊन जाईल, अशी मी आशा करतो.''

"मग तुम्ही शीड का नाही उभारले?'' फार्नहोमने विचारले.

"याचे कारण, पाऊसही येण्याची शक्यता आहे,'' निकोल्सन शांतपणे सांगू लागला, ''तो जर आला तर पावसाचे पाणी आपण गोळा कसे करणार? शिडाचे कापड आडवे पसरून त्यात पडणारे पाणी आपल्याला गोळा करावे लागेल. शिवाय आपल्या लाईफबोटीला पुढे ढकलत नेण्याइतपत अजून वाऱ्याचा जोर तेवढा वाढलेला नाही. आत्ताचा वारा आपल्याला मिनिटाला दोन फूटसुद्धा वेग देऊ शकणार नाही.''

यानंतर कोणी फारसे बोलले नाही. सर्वांचे लक्ष येणाऱ्या ढगाकडे चातकासारखे लागले होते. त्यांना हे कळून चुकले की आपल्याला वाटले तशी आपली या संकटातून एकदम मुक्तता होणार नाही. मग परत एकदा सर्वांच्यात शैथिल्य आले. सर्वजण सैलपणे आपापल्या जागी विसावले. पण सर्वांच्या मनामध्ये जी आशेची ज्योत पेटली होती ती विझली नव्हती. ते त्या आशेला घट्ट चिकटून राहिले होते. आता कोणीही परत झोपण्याचे किंवा डोळे मिटून डुलक्या घेण्याचे मनात आणत नव्हते. तो ढग आहे त्याच जागी होता. तो पुढे सरकला आहे किंवा सरकत आहे, असे मात्र जाणवत नव्हते. त्याऐवजी त्याचा आकार मोठा मोठा होत चालला होता. त्याचा रंगही गडद होत चालला होता. त्या ढगाने सर्वांचे लक्ष आपल्याकडे आकर्षून घेतले होते. तो ढग त्यांना जीवदान देणार असल्याने ते त्याच्याकडे पहात राहिले, टक लावून पहात राहिले. ते दुसरीकडे कुठेही पहात नव्हते. सिंक्लेअरकडे कोणीही

पाहिले नाही. अन् जेव्हा त्यांचे लक्ष गेले, तेव्हा खूप उशीर झाला होता.

गुद्रन ड्राखमन हिचे त्याच्याकडे प्रथम लक्ष गेले. त्याला बघताच ती चटकन उठून उभी राहिली व थरथरत त्याच्याकडे जाऊ लागली. सिंक्लेअरचे डोळे वर कपाळात गेले होते. त्यामुळे फक्त त्याची पांढरी बुबुळे दिसत होती. त्याने आपले डोकेही आकाशाकडे केले होते. त्याचे अंग बसल्या जागी उडत होते. त्याला झटके येत होते. त्याचे दात कडकडकड वाजू लागले होते. तर त्याच्या चेहऱ्याचा रंगही बदलून तो एखाद्या दगडासारखा गडद राखाडी झाला होता. बसल्या जागी तो लाह्या फुटावा तसा उडत होता. त्याला आता कशाचेही भान उरले नव्हते. जेव्हा गुद्रन त्याच्यापाशी पोचली तेव्हा तिने त्याला हाका मारण्याचा सपाटा चालविला. त्याला ते ऐकू गेले की नाही देव जाणे. पण तो फटकन एकदम उठून उभा राहिला पुढे जाऊ लागला. समोर उभ्या असलेल्या गुद्रनला तो धडकला. ती अडखळून मागे असलेल्या फार्नहोमच्या अंगावरती पडली. काय झाले हे सर्वांच्या नीट ध्यानात यायच्या आत सिंक्लेअरने आपल्या अंगातील शर्ट काढून टराटरा फाडला आणि तो पुढे येणाऱ्या निकोल्सनच्या अंगावरती फेकला. मग एका झटक्यात त्याने लाईफबोटीच्या काठावरून बाहेरच्या अथांग सागरात उडी घेतली. तो पाण्यावर पालथा आपटला. त्याच्या आपटण्यामुळे पाणी उसळून ते बोटीत उडाले.

काही सेकंद कोणीच काही केले नाही. कारण जे काही घडले ते एवढे झटपट घडले की त्या घटनेचा अर्थ मेंदूत लागायला वेळ लागत होता. ती घटना अनपेक्षित होती, अचानक झालेली होती, कोणी कधी कल्पनाही केली नाही अशी होती. पण सत्य हे होते की सिंक्लेअरला झटका आला होता व भान न राहून तो तसाच पुढे गेला व समुद्रात पडला. तो बसत असलेली फळीवरची त्याची जागा आता रिकामी होती. तो समुद्रात जिथे पडला तिथल्या चकचकीत पृष्ठभागावरती आता वर्तुळे उमटून पसरत होती. निकोल्सन स्तब्ध उभा राहून तिकडे पहात राहिला. त्याच्या हातात सिंक्लेअरने टरकावून भिरकावलेला त्याचा शर्ट होता. गुद्रन अजूनही खाली पडलेल्या अवस्थेत होती व सिंक्लेअरला ''ॲलेक्स, ॲलेक्स'' अशा हाका मारीत होती. तिच्या त्या हाकांना आता अर्थ उरला नव्हता. पण तरीही ती सारख्या हाका मारीत राहिली. मग समुद्राच्या पृष्ठभागावरती पुन्हा एकदा पाण्यात काही तरी धप्प आवाज करून पडल्याचा आवाज आला. तो आवाज बोटीच्या मागच्या बाजूने आला होता. सिंक्लेअरला शोधून वाचवण्यासाठी मॅकिनॉनने पाण्यात उडी मारली होती.

पण त्या दुसऱ्या आवाजाने निकोल्सनला भान आले. त्याची कृती झटक्यात सुरू झाली. त्याने झटकन खाली वाकून एक लांबलचक काठी बाहेर काढली. त्या काठीला पुढे एक आकडी होती. प्रत्येक लाईफबोटीत अशी आकड्याची काठी संकटकाळासाठी ठेवून दिलेली असते. मग तो लाईफबोटीच्या काठाशी गुडघे टेकून

बसला आणि ती काठी पाण्यात पुढे केली. मग कसलाही विचार न करता त्याने आपल्या कमरेचे पिस्तूल काढून एका हातात धरले. त्याने ती आकडीची काठी, तो बोट हूक मॅकिनॉनसाठी पुढे केला होता आणि पिस्तूल सिंक्लेअरसाठी रोखले होते. बुडणाऱ्या माणसाची भीती अफाट असते. ती किती असते ते फक्त बुडणाऱ्याला आणि देवालाच ठाऊक असते.

सिंक्लेअर बोटीपासून वीसएक फुटांवरती होता. तो वरती येई व परत पाण्यात खाली जाई. मॅकिनॉननेही एक बुडी घेतली होती. आता तो वरती आला व पोहत पोहत सिंक्लेअरकडे ठामपणे जाऊ लागला. पण तेवढ्यात निकोल्सनला काहीतरी दिसले आणि तो त्याला एक जबरदस्त धक्का बसला. त्याच्या अंगातून भीतीची एक थंड शिरशिरी निघून गेली. त्याने झटकन तो बोट हूक, ती आकडीची काठी हवेतून गर्रकन फिरवून मॅकिनॉनकडे नेली. मॅकिनॉनच्या खांद्याला ती लागल्यावर त्याने विचार न करता पटकन ती पकडली. तो मागे वळला. त्याच्या चेहऱ्यावरती काहीच न समजल्याने दचकून गोंधळल्यासारखे भाव होते.

निकोल्सन त्याला उद्देशून ओरडू लागला, ''बॅक मॅन, बॅक. चला, मागे फिरा. मागे फिरा!'' त्या घाबरलेल्या स्थितीत व आणीबाणीच्या परिस्थितीतही आपला आवाज घोगरा येतो आहे, कापरा येतो आहे हे त्याला कळले. तो पुढे म्हणाला, ''फॉर गॉड सेक, हरी अप. घाई कर. मागे फिर!''

मॅकिनॉन बोटीकडे हळूहळू येऊ लागला. पण तो स्वतःच्या मनाने येत नव्हता. त्याने अजूनही ती आकडीची काठी पकडली होती. निकोल्सन त्याला बोटीकडे ओढून घेत होता. मॅकिनॉनच्या चेहऱ्यावरती अजूनही गोंधळल्याचे भाव होते. आपल्याला मधेच मागे का परतायला सांगितले हे त्याला समजत नव्हते. जिथे सिंक्लेअर धडपडत होता तिथे, त्याने आपल्या खांद्यावरून मागे पाहिले. सिंक्लेअर पाण्यावरती वाटेल तसे हात मारत होता. त्याची जाण्याची कोणतीही निश्चित दिशा नव्हती. तो आता बोटीपासून तीस फूट दूर गेला होता. मॅकिनॉनने एकदा मागे वळून बोटीकडे पाहिले. काहीतरी बोलण्याकरता आपले तोंड उघडले. पण त्याच्या तोंडून शब्द बाहेर पडण्याऐवजी वेदनेने फोडलेली किंकाळी बाहेर आली. एक सेकंद गेला आणि त्याने परत एकदा किंकाळी फोडली. अन् मग अंगात एखादे वारे संचारल्यासारखा तो हात पाय मारू लागला. बोटीकडे येण्यासाठी धडपडू लागला. त्याने जिवाच्या आकांताने हातपाय मारले आणि तो बोटीजवळ आला. मग दहाबारा हातांनी त्याला बोटीत वर घेण्यास सुरुवात केली. त्याचे डोके प्रथम आत आले. ते एका बसायच्या फळीवरती टेकवले गेले. मग आणखी आत ओढल्यावर त्याचे पाय पाण्याबाहेर आले. पण त्याच्या पायाला कोणीतरी आपल्या तोंडात पकडून ठेवले होते. तो एक सरपटणाऱ्या सापासारखा करड्या रंगाचा आकार होता. पाण्याबाहेर येताच त्याने

आपली पकड सोडून दिली आणि तो आवाज न करता पाण्यात घसरून शिरला.

"ते– ते काय होते?" गुद्रनने घाबरून विचारले. तिने त्या सापासारख्या प्राण्याचे कराल दात फक्त ओझरते पाहिले होते. तिचा आवाज कापरा झाला होता.

"बाराक्युडा" निकोल्सनने तिला उत्तर दिले. तिने या प्राण्याबद्दल ऐकले होते. तो एक समुद्रातला अत्यंत भयंकर असा सापासारखा प्राणी किंवा मासा असून तो कोणत्याही जिवंत प्राण्याचे आपल्या तीक्ष्ण दातांनी पटापट लचके तोडून खाऊन टाकतो. याच्यापुढे कोणताही मासा टिकत नाही. सारे याला भिऊन पळून जातात. निकोल्सनने तिला उत्तर दिले, पण तिच्याकडे पहाण्याचे टाळले.

"बाराक्युडा!" तिने धक्का बसून खालच्या आवाजात म्हटले. ती पुढे म्हणाली, "पण अ‍ॅलेक्स! अ‍ॅलेक्स! तो अजून तिथे पाण्यातच आहे. आपण त्याला झटपट मदत केली पाहिजे."

"आपण आता त्याच्यासाठी काहीही करू शकणार नाही." त्याला हे इतक्या कठोरपणे सांगायचे नव्हते. पण त्याच्या ठाम बोलण्यातून 'आपल्या हातात आता काहीही उरले नाही' हा अर्थ प्रगट होत होता. तो पुढे म्हणाला, "तो आता आपल्या मदतीपलीकडे गेला आहे." शेवटी त्याने ते कटू सत्य उच्चारले.

तो हे सांगत असतानाच सिंक्लेअरची वेदनेने भरलेली किंकाळी पाण्यावरून त्यांच्याकडे आली. तो आवाज भयानक होता, थरकाप उडवणारा होता. अर्धवट मानवी व अर्धवट प्राण्याचा असा तो आवाज होता. त्या आवाजातली ती किंकाळी परत एकदा कानावर आली. मग परत एकदा आली पुन्हा एकदा आली. त्या किंकाळीमध्ये वेदनेपेक्षाही भयाची भावना जास्त होती. त्याने तडफडत स्वत:चा जीव एकवटून पाण्याबाहेर उसळी मारायचा प्रयत्न केला. त्याचे अर्धे शरीर पाण्याबाहेर आले. ते मागच्या बाजूने कमान टाकल्यासारखे असे झुकले होते की त्याचे डोक्याचे केस जवळजवळ पाण्याला टेकले होते. तो घाबरुन पाण्यावरती आपले हात थडाथड आपटत होता. त्यामुळे तिथे खळबळाट होऊन फेस निर्माण होत होता. तो जणू काही एका अदृश्य शत्रूशी झुंज घेतल्यासारख्या हालचाली करीत होता. मग निकोल्सनने आपले कोल्ट पिस्तूल हातात घेऊन त्याच्या दिशेने सटासट सहा गोळ्या एकामागोमाग झाडल्या. सिंक्लेअरभोवती त्या गोळ्या पाण्यावरती आपटून आत शिरल्या. त्यामुळे पाण्याचे तुषार तेथून उसळले. त्या गोळ्या पाण्यात शिरून आत पुढे कोठे शिरल्या ते कळले नाही. अन् तशी अपेक्षाही नव्हती. त्या तशा फारशा नेम धरून झाडल्या नव्हत्या. परंतु पहिल्या गोळीने सिंक्लेअरच्या डोक्याचा वेध अचूक घेतला होता. कारण ती गोळी मात्र नेम धरून मारलेली होती. त्या पिस्तूलातून बाहेर पडलेला निळा धूर आणि कॉर्डाइट दारुचा वास हवेत विरुन जायच्या आत पाण्याचा पृष्ठभाग पुन्हा मूळच्यासारखा शांत झाला होता. तिथे आता

काहीही नव्हते नि कोणीही नव्हते. सिंक्लेअर त्या निळसर आरशाच्या पृष्ठभागाखाली नाहीसा झाला होता. आता मात्र त्याची सर्व यातनांमधून सुटका झाली होती.

वीस मिनिटांनी तो समुद्रपृष्ठ निळ्या रंगाचा नव्हता. पण तो पांढऱ्या फेसांच्या पुंजक्यांचा होऊन गेला होता. कारण या क्षितिजापासून दुसऱ्या क्षितिजापर्यंत संपूर्ण समुद्रावरती मुसळधार पाऊस कोसळू लागला होता.

असेच तीन तास गेले आणि आता सूर्य अस्तास जाण्याची वेळ झाली होती. पण सूर्यास्त दिसणे शक्य नव्हते. तो नेमका कुठे आहे हेही समजणे अशक्य होते. कारण अजूनही पावसाच्या सरीवर सरी ईशान्येकडून येऊन दक्षिणेला जात होत्या. आकाशाचा करडा रंग सर्वत्र तसाच होता. पावसाच्या सरी लाईफबोटीवरती कोसळत होत्या. पण कोणालाही पावसामध्ये सापडल्याचा त्रास वाटत नव्हता. सर्वांचे कपडे चिंब भिजून ते कातडीला चिकटून बसले होते. थंड पाण्याच्या माऱ्यामुळे ते काकडू लागले होते. पण तरीही सर्वांना खूप आनंद झाला होता. पाऊस एवढा जवळ आला असताना सिंक्लेअरने आणखी काही वेळ जर कळ काढली असती व समुद्राचे खारे पाणी प्यायचे टाळले असते तर त्याला भ्रमिष्ठावस्थेत नेणारा वात झाला नसता आणि त्याचा मृत्यू टळला असता. थोडक्यात त्याला आपले प्राण गमवावे लागले म्हणून सर्वांनाच त्याच्याबद्दल हळहळ वाटली होती. पण ही हळहळ व त्याच्या भीषण मृत्यूने बसलेला धक्का याने जरी ते सर्वजण सुन्न होऊन बसले होते तरीही त्यांना पावसाने आनंदित केले होते. स्वत:चे अस्तित्व टिकले म्हणूनही त्यांना आनंद झाला होता. त्यांच्या तहानेचे पावसाने पूर्ण शमन केले म्हणूनही त्यांना आनंद झाला होता. त्यांच्या पोळलेल्या व उन्हामुळे फोड आलेल्या त्वचेवरती थंडगार पाण्याचा मारा झाल्यामुळेही त्यांना आनंद झाला होता. शीड आडवे धरून सुमारे चार गॅलन पाणी साठवता आले म्हणूनही त्यांना आनंद झाला होता. आत्ताचा वारा मंद असला तरीही त्यामुळे त्यांना जावा बेटाच्या दिशेने एव्हाना काही मैल अंतर काटण्यात यश मिळाले म्हणूनही त्यांना आनंद झाला होता. अन् मुख्य म्हणजे आता जमीन जवळ येत गेल्याने आपली साऱ्या संकटातून मुक्तता होणार म्हणून तर त्यांचा आनंद कळसाला पोचला होता. एका पावसाने किती गोष्टी साध्य झाल्या होत्या! खरोखर, निसर्ग महान आहे!

नेहमीप्रमाणे मॅकिनॉननेच ती गोष्ट प्रथम पाहिली. पावसाच्या धुंद वातावरणात जिथे कुठे फट होती तिथेच त्याला तो लांबट आकार दिसला. तो आकार दोन मैलांवर होता. तो आकार दिसल्यावरती त्यांनी एकदम घाबरून जाण्याचे कारण नव्हते. पण कुणी सांगावे? संकट त्या आकाराच्या रुपाने येऊ शकते म्ळणून त्यांनी शीड उतरवले. डोलकाठीच्या पकडी काढल्या व तीही खाली आडवी पाडून

तळावरती ठेवली. आता त्या लाईफबोटीकडे कोणीही या धुंद पावसात जवळून पाहिले तरी आत कोणीही नसलेली ती एक भरकटत जाणारी रिकामी नौका आहे असेच वाटले असते. मग तिच्याजवळ जाऊन छडा लावण्याचा प्रयत्न कोणीही केला नसता. पण त्या लांबट आकाराने त्यांना पाहिले होते. व आपला मार्ग बदलून सरळ त्यांच्या दिशेने आपला रोख धरला होता. त्यांची करड्या रंगाची लाईफबोट ही करड्या रंगाच्या पार्श्वभूमीवरती असूनसुद्धा कुणीतरी अचूक हेरली होती. आता लाईफबोटीवरील लोकांना हर्षवायू होण्याचेच बाकी राहिले. काही तासांपूर्वीपासून आपले नष्टचर्य संपण्याच्या दिशेने घडना घडत राहिल्या आहेत. तेव्हा कोणीतरी आपला त्राता त्या लांबट आकारातून येऊन आपली मुक्तता करणार, असे त्यांना वाटू लागले.

तो लांबट आकार म्हणजे काय आहे हे प्रथम निकोल्सनने ओळखले होते. त्यानंतर फाईंडहॉर्न व विरोमा बोटीवरील बाकीच्या कर्मचाऱ्यांनी ओळखले. हा असला आकार ते प्रथम पहात नव्हते. ती एक अमेरिकन नौदलाची पाणतीर सोडणारी छोटी लढाऊ बोट, ऊर्फ 'टॉर्पिडो बोट' होती. तिचा आकार असा काही होता की ती पाण्यावर तरंगणाऱ्या सर्व बोटींमधून तिचा वेगळेपणा हा सहज समजून येई. तिच्या नाळेचा रुंद भाग हा तळापासून वरपर्यंत सावकाश वळत वळत खूप लांबीचा झालेला असतो. शत्रूच्या बोटीवरती वेगाने जाऊन पाणतीर सोडून झटकन पळून जाता यावे म्हणून ती टॉर्पिडो बोट लाकडाची बनवलेली होती. पाणतीर सोडणारी ती बोट म्हणून काही ती पाणबुडी नव्हती. त्या बोटीमध्ये पाणतीर सोडण्याची चार नळकांडी होती. पॉईंट फिफ्टी कॅलिबरच्या तिच्या डेकवरील मशीनगन या तर सहज ओळखू येतात. या ७० फूट लांबीच्या बोटीला वेगाने जाण्यासाठी तीन ताकदवान मरीन डिझेल इंजिने बसवलेली असतात. या बोटीची उंची फार नव्हती. डेकच्या भागावरती ब्रिज व सुकाणूघर सोडले तर कोठेही उंच रचना नव्हती. त्या टॉर्पिडो बोटीवरती आपले राष्ट्रीयत्व दर्शविणारे निशाण असायला हवे होते. परंतु जणू काही लाईफबोटीतील लोकांची तीही शेवटची शंका फिटावी म्हणून त्या बोटीवरील एका खलाशाने हातात एक मोठे निशाण घेऊन ते फडकावयास सुरुवात केली होती. त्या निशाणावरील तपशील लांबून नीट कळत नव्हता. कारण ते सारखे हलत होते. परंतु अमेरिकन निशाणावरील तारे, निळे व पांढरे पट्टे हे त्यावरती आहेत हे मात्र कळत होते. ती टॉर्पिडो बोट वेगाने, म्हणजे ताशी सुमारे तीस नॉटस् एवढ्या गतीने, त्यांच्याकडे येत होती. तिच्या नाळेपाशी पाण्यात त्यामुळे फेस निर्माण होत होता. चला, आता आपली सुटका काही मिनिटांवरतीच आली म्हणून लाईफबोटीतील लोकांनी आनंदाने नाचायचेच बाकी राहिले होते.

लाईफबोटीतील एक दोघेजण उभे राहिले होते. बाकीचे सारे आता आपापल्या

जागेवरती शांतपणे बसून राहिले होते. उभे राहिलेले ते दोघे टॉर्पिडो बोटीकडे पाहून आपले हात हलवू लागले होते. त्यांना प्रतिसाद म्हणून त्या बोटीवरील सुकाणूघरातला एक खलाशी व नाळेवरील मशीनगन पासचा दुसरा खलाशी आपले हात हलवू लागले. लाईफबोटीतील माणसे आपापली जी काही थोडीफार चीजवस्तू जवळ उरली होती ती गोळा करू लागले. जवळ येणाऱ्या त्या टॉर्पिडो बोटीचा वेग हा एकदम कमी झाला. मग प्लॅन्डरलीथबाई आपली हॅट डोक्यावरती नीट पक्की बसवू लागली. त्या बोटीने आता मागे नेणाऱ्या रिव्हर्स गिअर्समध्ये पाण्यातला पंखा फिरवावयास सुरुवात केली. बोटीला पुढे जाण्याचा आलेला वेग थोपवण्यासाठी तसे केले होते. आता ती अगदी सावकाशपणे लाईफबोटीजवळून अवघ्या काही फुटांवरून अल्लादपणे जाऊ लागली. त्या बोटीच्या आकारमानापुढे लाईफबोट ही खूपच ठेंगणी दिसू लागली. ती बोट पूर्णपणे थांबत असताना तिच्यावरून दोन दोर लाईफबोटीकडे फेकण्यात आले. दोन्ही बोटींमध्ये काही फुटांचे अंतर होते. तेवढ्या अंतरावरून आलेला एक दोर नाळेच्या भागावर पडला, तर दुसरा लाईफबोटीच्या मागच्या भागावरती पडला. त्यांनी ज्या पद्धतीने ते दोर अचूकरित्या लाईफबोटीवर फेकले त्यावरून त्या बोटीवरील खलाशी हे खूप प्रशिक्षित असावेत हे कळून येत होते. त्यांना अशा गोष्टींचा खूप सराव असावा. मग ते दोन्ही दोर ओढून लाईफबोटीला जखडल्यावरती त्या दोन्ही बोटींमधले अंतर नाहीसे होऊन लाईफबोटीचे काठ टॉर्पिडो बोटीच्या भिंतीला पाण्यावर डुचमळत घासू लागले. निकोल्सनने आपला एक हात त्या बोटीच्या भिंतीवर टेकवला आणि वरती उभ्या असलेल्या एका अधिकाऱ्याकडे पाहून त्याला अभिवादन करण्यासाठी तो आपला दुसरा हात हलवू लागला. तो अधिकारी सुकाणूघरामागून बाहेर आला होता. शरीराने जाडजूड व उंचीने बुटका होता.

"हॅलो देअर!" निकोल्सनने त्याच्याकडे पाहून रुंद हसत म्हटले. हात हलवित तो पुढे म्हणाला, "तुम्ही भेटल्याने आम्हाला खूपच आनंद झाला!"

"पण तुमच्या आनंदाच्या निम्म्याएवढाही आनंद आम्हाला झाला नाही." तो अधिकारी आपले चमकदार दात दाखवित म्हणाला. तो आपला डावा हात हलवत होता. पण तो अशा रितीने हलवत होता की त्यातून कसलाही अर्थ निघत नव्हता. तिथेच डेकवरती तिघे खलाशी उभे होते. पण ते सहज म्हणून उभे राहिले नव्हते. ते पहारेकरी होते, अत्यंत सावध होते व त्यांची नजर सर्वत्र फिरत होती. अचानक त्यांनी आपल्या मागून सब-मशिनगन्स काढून आपल्या हातात घेतल्या. सुकाणूघरामागून आलेल्या त्या अधिकाऱ्याच्या हातातही आता एक पिस्तूल उगवले. तो म्हणत होता, "तुमचा आनंद हा थोडा वेळच राहील. तर आमचा आनंद त्यापेक्षा जास्त काळ राहील. प्लीज टू कीप व्हेरी स्टिल इंडीड. कृपया आहे तसेच स्तब्ध रहा."

त्या अधिकाऱ्याचे इंग्रजी गचाळ होते. परंतु त्याने जे सांगितले त्यावरून निकोल्सनला आपल्या पोटात कोणीतरी अचानक एक जोरात ठोसा मारला आहे असे वाटले. केवढी ही फसवणूक होती! अमेरिकन निशाण फडकवून, अमेरिकन आहोत असे दाखवित जपान्यांनी ती फसवणूक केली होती. निकोल्सनला हा आपला एक फार मोठा अपमान झाला आहे असे वाटले. बोटीच्या भिंतीवर सैलपणे टेकवलेला त्याचा उजवा हात एकदम काढला जाऊन तो ताठ झाला. त्याच्या हाताच्या मुठी आपोआप आवळल्या गेल्या. तळहाताच्या मागचे बोटांचे स्नायुबंध ताणले गेले. मघाशी त्याने पोटभर पाणी प्यायले होते तरीही त्याला आता आपल्या घशाला कोरड पडली आहे असे वाटू लागले. पण तरीही त्याने आपल्या आवाजावरती प्रयत्नपूर्वक नियंत्रण राखून तो काबूत ठेवला.

तो शांतपणे म्हणाला, "हा कसला चमत्कारिक विनोद करता आहात?"

"बरोबर आहे." असे म्हणून तो जपानी अधिकारी किंचित वाकला. त्यावेळी प्रथमच निकोल्सनने त्या जपान्याचे डोळे पाहिले. तीच ती तिरपी व ताणलेली कातडी डोळ्यांच्या कोपऱ्यात होती. तेच ते फटींसारखे बारीक डोळे. मंगोलीय वंशातील माणसांचे ते वैशिष्ट्य होते. तो अधिकारी पुढे म्हणाला, "तुमच्यासाठी हा काही विनोद नाही." मग त्याने डाव्या हाताच्या बोटाने एका निशाणाकडे निर्देश केला. त्या निशाणावरील तारे व रंगीत पट्टे नाहीसे होऊन तिथे उगवत्या सूर्याचा लालभडक गोळा रंगवला होता. पांढऱ्या पार्श्वभूमीवरती उगवता सूर्य असणे जपानचे राष्ट्रीय निशाण होते. लांबून दाखवला गेलेला तो अमेरिकेचा राष्ट्रध्वज आता लुप्त झाला होता. बोटीवर उभे केलेले ते जपानी निशाण आता डौलात फडकत होते.

तो जपानी अधिकारी पुढे म्हणाला, "काय, आमची युक्ती तुम्हाला आवडली नाही ना?" असे बोलताना त्याला मनापासून आनंद होत असावा. तो म्हणत होता, "या निशाणाप्रमाणेच ही बोटही जपानची आहे. शेवटी ही अँग्लो-सॅक्सन माणसे आमच्या माणसांना सापडली तर. पण मी या निमित्ताने आपल्याला सांगतो की आम्हाला याचा अभिमान वाटत नाही. असो. जे झाले ते झाले." तो इंग्रजीत बोलत होता. त्याचे इंग्रजी चांगले होते, परंतु तो अमेरिकन धाटणीचे उच्चार मुद्दाम करीत होता. तसे बोलण्यात त्याला मजा वाटत होती. तो म्हणत होता, "गेल्या आठवड्यात छान सूर्यप्रकाश होता आणि वादळेही झाली होती. तुम्ही त्यातून वाचलात याबद्दल बरे वाटते. आम्ही तुमची खूप वाट पाहिली होती. पण शेवटी भेटलात हे बरे झाले. आपले सर्वांचे स्वागत असो."

तो एकदम बोलायचे थांबला. त्याचे थोडे पुढे आलेले दात दिसू लागले. त्याने आपल्या हातातील पिस्तूल ब्रिगेडियरवरती रोखले. कारण ब्रिगेडियर फार्नहोम हा एकदम उठून उभा राहिला होता. त्याच्या वयाच्या मानाने तो कमालीच्या झटक्याने

उठून उभा राहिला होता. त्याच्या हातात एक व्हिस्कीची रिकामी बाटली लोंबकळत होती. त्या जपानी अधिकाऱ्याने आपल्या बोटांची पिस्तुलाच्या चापावरील पकड एकदम घट्ट केली. पण जेव्हा त्याने पाहिले की ती बाटली आपल्याला मारण्यासाठी नसून लाईफबोटीतल्याच एकाला मारण्यासाठी उगारली आहे. तो व्हॅन एफिन होता व तो उठून उभा रहात होता. आपल्या दिशेने फार्नहोमच्या हातातील बाटली येते आहे पाहून त्याने आपला हात संरक्षणासाठी आडवा धरला. परंतु त्याला उशीर झाला होता. त्याला त्या बाटलीचा तडाखा बसलाच. कानशीलाच्यावरती त्या जड बाटलीचा बसलेला तडाखा हा तसा जोरदारच होता. तो मटकन खालच्या बसायच्या फळीवर कोसळला. तो असा कोसळला की जणू काही कोणीतरी त्याला गोळी घातली होती. तो जपानी अधिकारी फार्नहोमकडे टक लावून पहात राहिला.

तो म्हणाला, "म्हाताऱ्या, पुन्हा तुम्ही अशी काही गडबड कराल तर मराल. तुम्हाला काय वेड लागले आहे काय?"

"मला नाही,पण या माणसाला मात्र नक्कीच वेड लागले असावे. हा काहीतरी आततायीपणा करून बसेल की परिणामी आम्ही सारेजण तुमच्या गोळ्यांना बळी पडू. कारण आमच्यावरती तुम्ही तीन मशिनगन रोखल्या आहेत," असे म्हणून फार्नहोमने खाली पडलेल्या व्हॅन एफिनकडे रागाने पाहिले. तो पुढे म्हणाला, "हा पठ्ठ्या आपले खिशातले पिस्तूल बाहेर काढू पहात होता."

तो जपानी अधिकारी खूष होऊन म्हणाला, "खरोखरीच तुम्ही एक शहाणे वृद्ध गृहस्थ आहात, असे दिसते. पण तुम्ही आता काहीही हालचाल करू नका. तुम्ही काही करण्याची गरज नाही."

नाहीतरी आम्ही काय करू शकतो, असे निकोल्सन मनातल्या मनात म्हणाला. या कटू परिस्थितीने तो खूप खचला होता. कडवटपणाने त्याचे मन आणि शरीर व्यापून गेले. आपण किती संकटातून गेलो. प्रवासात त्यासाठी पाच जणांना बळी गेला. उन्हातान्हातून हालअपेष्टा सोसत, तहानभुकेच्या वेदना सहन करीत मोठ्या मुष्किलीने येथवर वाटचाल केली. वाटेत त्यांच्या पाणबुडीशी झुंज दिली. तिला माघार घ्यावी लागली. पण या सर्वांचा शेवट काय झाला? त्यांनी पाठलाग करून ऐन वेळी आपल्याला गाठले. बेसावध असताना आपल्यावरती मात केली. शेवटच्या क्षणी आपल्या हातचे यश हिसकावून घेतले. छोटा पीटर स्वत:शीच काहीतरी बडबडत होता. त्याने मागे वळून त्याच्याकडे पाहिले. पीटर उभा राहून आपल्या डोळ्यांवरती बोटे धरून त्या बोटांच्या जाळीतून जपानी अधिकाऱ्याकडे पहात होता. तो काही घाबरलेला नव्हता. पण तो बुजरा व लाजाळू असल्याने नेहमी तो बोटांच्या जाळीतून पहाण्याचा खेळ करीत असे. निराशेची एक भली थोरली लाट निकोल्सनवरती चालून आली. एखादे वेळेस पराभवही स्वीकारता येईल, पचवता येईल, पण

पीटरच्या अस्तित्वामुळे त्याला हाच पराभव असह्य वाटत होता.

पीटरच्या दोन्ही बाजूला दोन नर्सेस बसल्या होत्या. लेनाच्या काळ्या डोळ्यात तर मूर्तिमंत भीती प्रगट झाली होती. तर गुद्रनच्या निळ्या डोळ्यात दुःख व निराशा भरलेली दिसत होती. त्याच्या मनातल्या याच भावनांचे प्रतिबिंब तिच्या डोळ्यात उमटले होते. गुद्रन घाबरलेली दिसत नव्हती. पण तिच्या कपाळावरचा व्रण जिथून सुरू झाला होता तिथली रक्तवाहिनी वेगाने उडत होती. हे कळत होते. निकोल्सनची नजर सावकाश सर्वांच्यावरून फिरत गेली. प्रत्येकाच्या चेहऱ्यावरती त्याला तेच ते भाव दिसले. भय, निराशा, हताशपणा, सुन्नपणा आणि मनावरती खोल घाव घालणारा पराभव! फक्त सिरानचा चेहरा हा नेहमीप्रमाणेच निर्विकार होता. मॅकिनॉनची नजर सारखी भिरभिरत होती. लाईफबोटीत फिरत होती. मधेच तो त्या टॉर्पिडो बोटीकडे दृष्टीक्षेप टाके. तो परिस्थितीचा अंदाज घेतो आहे, जमले तर विरोध कसा करता येईल हे पहात आहे असे निकोल्सनच्या लक्षात आले. पण तसा विरोध करणे म्हणजे ती आत्महत्त्या ठरणार होती. ब्रिगेडियर फार्नहोमला अर्थातच खेद वाटत नव्हता की भीती वाटत नव्हती. त्याने आपला एक हात प्लॅन्डरलीथबाईच्या कृश खांद्यावरती ठेवला होता व तो तिच्या कानामध्ये काहीतरी कुजबुजत बोलत होता.

"वाः! काय करुण प्रसंग आहे हा. हो की नाही?" तो अधिकारी विचारीत होता. मग त्याने खोट्या दुःखाने आपली मान हलवली. तो म्हणत होता, "अरेरे, सदगृहस्थहो, मानवी आशा किती तकलादू असते ते तुम्हाला कळले असेल. मला तुमच्याकडे पाहिल्यावरती तुमची दया येते. पण मी माझ्या या भावनेला जवळजवळ काबूत ठेवले आहे. 'जवळजवळ', संपूर्णपणे नाही. असे पहा, आता लवकरच पावसाला सुरुवात होणार आहे, अन् हा पाऊस मुसळधार पडू लागेल." असे म्हणून त्याने दूरवर पाहिले. त्या दिशेला अर्ध्या मैलावरती पाऊस कोसळत होता. त्याच्या धारांचा झालेला पडदा येथूनही स्पष्ट कळत होता. अन् तिकडची बाजू गडद झाली होती व पलीकडचे क्षितीज दिसेनासे झाले होते. तो पुढे म्हणाला, "उगाच गरज नसताना मला पावसात भिजायची इच्छा नाही. म्हणून मी तुम्हाला असे सुचवतो की–"

"आता आणखी काही सूचना देण्यात अर्थ नाही. या लाईफबोटीत तुम्ही मला रात्रभर पावसात उभे करून ठेवणार काय?" एका खर्जातल्या व चिडक्या आवाजाने त्या जपानी अधिकाऱ्याला विचारले.

कोण हे बोलले म्हणून पहाण्यासाठी निकोल्सन मागे वळून पाहू लागला. फार्नहोम परत उठून उभा राहिला होता. त्याच्या हातात त्याची ती जड बॅग होती.

"तुम्ही काय म्हणता आहात? काय करायचे तुमच्या मनात आहे?" निकोल्सनने त्याला विचारले.

फार्नहोमने त्याच्याकडे पाहिले, पण तो काही बोलला नाही. त्याऐवजी त्याने स्मित केले. त्याच्या वरच्या ओठांची वक्ररेषा त्याच्या पांढऱ्या मिशांखाली आता अशी काही झाली होती की त्यामुळे कोणाचाही न बोलता अपमान व्हावा. मग फार्नहोमने वरती मान करून त्या जपानी अधिकाऱ्याकडे पाहिले व निकोल्सनकडे आपल्या हाताचा अंगठा करीत म्हटले, ''जर ही मूर्ख व्यक्ती काहीतरी धाडस करेल आणि मला अटकाव करेल तर सरळ या व्यक्तीला गोळ्या घाला.''

ते ऐकताच निकोल्सनला एक मोठा धक्का बसला. आपण या ब्रिगेडियरवरती किती विश्वास ठेवला होता. पण आता स्वत:ची कातडी बचावण्यासाठी तो आपला बळी देऊ पहातो आहे, त्या जपान्यांचे बूट चाटतो आहे, शत्रूपुढे लांगूलचालन करतो आहे. हा धक्का अत्यंत अनपेक्षित होता. माणसांबद्दलच्या कल्पनांची उलथापालथ करणारा होता. त्या जपान्यांच्या चेहऱ्यावरती कसलेच भान नव्हते. फार्नहोमच्या म्हणण्यावर त्याने विश्वास ठेवला आहे की नाही हे समजायला मार्ग नव्हता. फार काय, त्याच्या चेहऱ्यावरती आश्चर्यही दिसत नव्हते. पण त्याने आपले दात विचकले होते. कुठेतरी त्याला मनातून बरे वाटले असावे असा तर्क करण्याइतपत त्याचा चेहरा झाला होता. मग फार्नहोम त्याच्याशी जपानी भाषेत भरभर बोलू लागला. निकोल्सनला त्या अगम्य भाषेमधले एक अक्षरही समजत नव्हते. त्या अधिकाऱ्याने मग फार्नहोमला काही प्रश्न विचारले. फार्नहोम त्याची उत्तरे अस्खलीत जपानी भाषेत देत गेला. त्या दोघांचे संवाद निकोल्सनला कळत नव्हते. मग फार्नहोमने आपला हात बॅगेत घालून एक पिस्तूल बाहेर काढले. एका हातात बॅग व दुसऱ्या हातात पिस्तूल घेऊन तो वाट काढीत पुढे जाऊ लागला.

निकोल्सनला हळूहळू अंदाज येत गेला. फार्नहोम फितूर झाला होता. तो टॉर्पिडो बोटीच्या शिडीच्या पायऱ्या झपाझप चढून वरती गेला होता. ती बोट तशी फारशी उंच नव्हती. मग वरून खाली निकोल्सनकडे हसून पहात तो म्हणाला, ''हे अधिकारी महाशय म्हणाले आहेत की आपले त्यांच्या बोटीत स्वागत आहे. पण ते फक्त मलाच तसे म्हणाले आहेत. माझे ते स्वागत करीत असून मी त्यांचा आता एक सन्माननीय पाहुणा झालो आहे.'' मग तो त्या अधिकाऱ्याकडे वळून त्याला इंग्रजीत म्हणाला, ''तुम्ही एक उत्कृष्ट कामगिरी पार पाडली आहे. याचे तुम्हाला नक्कीच मोठे बक्षीस मिळेल.'' त्यानंतर फार्नहोम जपानी भाषेत काहीतरी बोलू लागला. त्यांचे ते संवाद पुरते दोन मिनिटे चालले होते. मग फार्नहोमने पुन्हा एकदा खाली निकोल्सनकडे पाहिले. आता पावसाचे टपोरे थेंब पडायला सुरुवात झाली. टॉर्पिडो बोटीवरती ते पडताना त्यांचा मोठा आवाज होऊ लागला.

फार्नहोम निकोल्सनला सांगू लागला, ''माझे हे सन्माननीय जपानी मित्र तुम्हाला असे कळवू इच्छितात की तुम्ही त्यांच्या बोटीवरती त्यांचे कैदी म्हणून

चढावे. असे न करण्यासाठी मी त्यांचे मन वळवले आहे. मी असे पटवले आहे की, ह्या लाईफबोटीतील माणसे भयानक आहेत, जिवावर उदार झालेली आहेत, धोकादायक आहेत. म्हणून तुम्हाला जरा अंतरावरतीच ठेवले पाहिजे. आता मी या बोटीत खाली जातो व तुमचे पुढे काय करायचे त्याच्यावरती आरामात त्यांच्याशी चर्चा करेन.'' तो मग त्या जपान्यांकडे वळून म्हणाला, ''त्यांची लाईफबोट आपल्या बोटीला मागच्या बाजूला बांधून ठेवा. ती सारी चिडून उठलेली भयंकर माणसे आहेत. तेव्हा त्यांना आपल्या बोटीच्या बाजूला राहू देणेही धोक्याचे आहे. आपण आता खाली जाऊ या.'' मग तो क्षणभर थांबून त्या जपान्याला म्हणाला, ''अरे हो, पण जरा एक मिनिट थांबा. मला काही सभ्य रीतीरिवाज पाळले पाहिजेत. मी ते विसरत होतो. लाईफबोटीत आश्रय देणाऱ्या माझ्या यजमानांचे मला आभार मानायला हवेत. तेव्हा, कॅप्टन फाईंडहॉर्न, मिस्टर निकोल्सन तुम्ही मला लिफ्ट दिलीत याबद्दल आपल्याला धन्यवाद द्यावेत तेवढे थोडेच आहेत. तुम्ही या टॉर्पिडो बोटीला अचूकपणे भिडण्याचे जे कौशल्य दाखवलेत आणि मला जी सौजन्यपूर्वक वागणूक दिलीत, त्याबद्दल आपले आभार! शेवटी तुम्ही माझ्या मित्रांकडे मला आणून सोडलेत. तुमचे हे उपकार मी मानले पाहिजेत.''

''अरे हलकट देशद्रोह्या!'' निकोल्सन चिडून हिंस्रपणे पण सावकाश म्हणाला.

''हा एक बिनडोक राष्ट्रवादाचा उत्साही आवाज आहे.'' फार्नहोम आपले डोके खेदाने हलवत बोलत होता, ''हे जग फार कठोर व क्रूर आहे. माय बॉय, ह्या जगात रहायचे असेल तर अशा तऱ्हेनेच कमाई करावी लागते. अच्छा, ऑ रिव्हा,'' असे म्हणून त्याने तुच्छतेने सर्वांकडे पाहून हात हलवित निरोप घेतला. जाता जाता तो म्हणाला, ''पण तुमच्या सहवासात खूप मजा आली.'' एवढे म्हणून काही क्षणात तो नजरेआड झाला.

पाऊस आता कोसळत पडू लागला.

१२

लाईफबोटीमध्ये आता कोणीही बोलत नव्हते. तिथे एक विचित्र शांतता पसरली होती. ही शांतता कधीही संपणार नव्हती असे प्रत्येकाला वाटू लागले. हालचालही कोणी करीत नव्हते. त्या घटनेमुळे सर्वजण पुन्हा सुन्न झाले होते, बधीर झाले होते. यातून मार्ग कसा काढायचा ते त्या हतबुद्ध झालेल्या लोकांना कळेना. प्लॅन्डरलीथबाईने निकोल्सनला हाक मारून जवळ बोलावले. ती त्याला हळू आवाजात काहीतरी सांगायचा प्रयत्न करू लागली. परंतु पावसाचा जोर खूप वाढला होता. त्याचे थेंब समुद्रावरती आणि डेकवरती पडून खूप आवाज करू लागले होते. त्या आवाजात तिचे बोलणे हे अर्थहीन शब्द पुटपुटल्यासारखे वाटत होते. निकोल्सन मोठ्या नाखुषीने तिच्याकडे गेला होता. परंतु एवढ्या दिव्यातून जात असता या वृद्धेची चर्या वेगळीच होती. त्या वेगळेपणामुळे त्याचे कुतूहल वाढले व ती काय सांगत आहे त्याकडे तो कान देऊन ऐकू लागला. प्लॅन्डरलीथबाई ही लाईफबोटीच्या काठाला असलेल्या बाकावर बसली होती. तिने आपल्या पाठीचा कणा हा एखाद्या काठीसारखा ताठ ठेवला होता. आपले हात तिने मांडीवरती ठेवले होते. तिचा चेहरा शांत होता आणि तिने तो तसा प्रयत्नपूर्वक ठेवलेला होता. जणू काही ती तिच्या घरातल्या दिवाणखान्यात बसल्यासारखी दिसत होती. पण एक गोष्ट मात्र वेगळी होती. ती म्हणजे तिचे डोळे. ते पाण्याने डबडबले होते. निकोल्सन तिच्याकडे निरखून पहात असताना तिच्या डोळ्यातून दोन अश्रू ओघळले आणि गालाच्या कातडीवरील सुरकुत्यांमधून जाऊन ते निकोल्सनच्या हातावरती पडले.

"मिस् प्लॅन्डरलीथ, काय झाले?" निकोल्सन तिला हळुवारपणे विचारीत होता.

"आपली बोट मागे घ्या. या मोठ्या बोटीच्या मागच्या बाजूला जाऊ द्या." ती सरळ समोर पहात म्हणाली. तिच्यासमोर निकोल्सन असूनही जणू काही तो तिला

दिसत नाही अशा तऱ्हेने तिने आपली नजर रोखली होती. "फॉस्टरने तसे सांगितले होते. तेव्हा ताबडतोब आपली बोट मागे घ्या." फार्नहोमचे पहिले नाव फॉस्टर होते. ते नाव उच्चारत ती बोलली होती.

"आपली बोट मागे घ्यायची? का घ्यायची? मला काही नीट समजत नाही." निकोल्सन म्हणाला. त्यांची लाईफबोट टॉर्पिडो बोटीला जखडून तिच्या बाजूच्या भिंतीला लागून चालली होती. त्याऐवजी टॉर्पिडो बोटीच्या मागे मागे जाऊ द्यावी असे ती सुचवित होती. पण का? शिवाय असे फार्नहोमने सांगितले आहे म्हणून तसे करावे अन् तेही ताबडतोब करावे असा ती आग्रह धरीत होती. निकोल्सन गोंधळून गेला. तो म्हणाला, "पण का? नाहीतर काय होणार–"

त्याचे शब्द एकदम थांबले. कारण त्याच्या मानेवर काहीतरी कठीण व थंड वस्तू आघात करून गेली. त्याने गर्रकन मागे वळून पाहिले. एक जपानी खलाशी त्याच्या मागोमाग आला होता व त्याने आपल्या हातातील सब-मशीनगनच्या नळीचा फटका निकोल्सनला मारला. त्याचा गुळगुळीत व पिवळा चेहरा हा पावसात उजळून निघाला होता.

"नो स्पीकिंग, इंग्लिशमन," त्याने दरडावून इंग्रजीत सांगितले. त्याला मोडकेतोडके इंग्रजी येत होते. निकोल्सनला तो धोकेबाज वाटला. अशी माणसे आपल्या हातातील शस्त्र चालवण्यासाठी काहीतरी संधी शोधत असतात. तो म्हणत होता, "नो स्पीकिंग एनीवन. आय डू नॉट ट्रस्ट यू. आय किल यू."

तरीही प्लॅन्डरलीथबाई विचलीत न होता स्पष्ट व स्वच्छ आवाजात त्याला ठामपणे म्हणाली, "मी काय म्हणाले ते तुम्हीही ऐकले आहे. तेव्हा प्लीज तसे करा." त्या जपान्याच्या धमकीमुळे तिच्या आवाजात जरासाही कंप उमटला नाही. उलट तीच त्याला सुनावत होती.

त्याने तिच्या डोक्यावर आपली सब-मशिनगन रोखून धरली. लाईफबोटीतील सारेजण आता तिकडे पाहू लागले. त्या जपान्याची बोटे मशिनगनचाा चाप दाबण्यासाठी वळवळू लागली. त्याने आपले ओठ सावकाश मागे घेतले व त्याच्या चेहऱ्यावरती एक दुष्ट हास्य खेळू लागले. शस्त्र चालवण्यासाठी बहुतेक जपानी सैनिक उतावीळ झालेले असतात, हे निकोल्सनला ठाऊक होते. पण प्लॅन्डरलीथबाई मात्र त्याच्याकडे टक लावून पहात राहिली. जणू काही तिची दृष्टी त्याच्यातून आरपार जात होती. मग एकदम त्याने आपले शस्त्र मागे घेतले. तो काहीतरी रागारागाने पुटपुटला आणि एक पाऊल मागे सरला. निकोल्सनच्या मागोमाग आल्यामुळे त्याने प्लॅन्डरलीथबाईचे सारे बोलणे आधी ऐकले होते. फार्नहोमने लाईफबोट टॉर्पिडो बोटीच्या मागे ठेवण्याची जी सूचना जपानी अधिकाऱ्याला दिली होती तीही त्या खलाशाने ऐकली होती. आपला अधिकारी फार्नहोमच्या सूचनांना राजी झाला आहे हेही त्याने पाहिले

होते. म्हणून लाईफबोट आणखी मागे घेण्याच्या सूचनेची त्याने दखल घेतली. तो आपल्या बोटीवर गेला आणि तशी व्यवस्था पाच मिनिटात केली. आता टॉर्पिडो बोटीच्या मागे एखाद्या आज्ञाधारक प्राण्याप्रमाणे लाईफबोट जाऊन उभी राहिली. तरीही दोन्हींमध्ये पंधरा फूट अंतर ठेवलेले होते.

तो सब-मशिनगनधारी मागच्या बाजूला आला आणि आपल्या बोटीवरून लाईफबोटीतील प्रवाशांवरती लक्ष ठेवू लागला. काही वेळात त्याच्या जोडीला आणखी एक खलाशी सब-मशीनगन घेऊन आला. आपल्या हातातील शस्त्रे त्यांनी रोखलेली होती. बोटे चापावर तयारीत ठेवली होती. अन् त्यांची नजर अधाशीपणे लाईफबोटीमध्ये कोणी काही आक्षेपार्ह हालचाली करते आहे का याचा वेध घेऊ लागली. गोळ्या झाडायला ते उतावीळ झाले होते. फक्त त्यासाठी ते निमित्त शोधू लागले.

टॉर्पिडो बोटीने मग वेळ न घालवता आपले प्रयाण सुरू केले. तिची इंजिने धडधडू लागली व मंद गतीने ती निघाली. ताशी चार ते पाच नॉटस्‌चा वेग तिने धरला होता व तिचा रोख ईशान्येचा होता. आता पाऊस मुसळधार पडू लागला. लाईफबोटीतून पुढची बोट अंधुक दिसू लागली. फक्त तिचा मागचा भाग बऱ्यापैकी दिसत होता. लाईफबोटीला जखडलेला दोर हा ताणला गेला होता. अन् पुढच्या बाजूने लाईफबोट थोडी उचलली जायची व खाली आपटायची. पण हे धक्के तसे सहन करता येण्याजोगे होते.

प्लॅन्डरलीथबाईची पाठ पावसाला होती. त्याच बाजूला टॉर्पिडो बोटीवर तीन सशस्त्र खलाशी त्यांच्यावरती पहारा करीत होते. ती लाईफबोटीच्या काठाला लागून असलेल्या बाकावरती बसली होती. तिच्या गालावरून पाणी ओघळत होते. ती अजूनही अश्रू ढाळीत असावी. पण ते पाणी पावसाचे होते का तिच्या अश्रूंचे होते हे समजायला काही मार्ग नव्हता. तिच्या डोक्यावरील हॅट तर भिजून चिंब झाली होती. सारे डोके ओले झाले होते. पण आपल्या भिजण्याची तिला पर्वा नव्हती. ती आपल्या डोळ्यांनी कशाचा तरी वेध घेत होती. तिची नजर समोर बसलेल्या निकोल्सनवर होती का ती शून्यात होती हे समजू शकत नव्हते. तो आपल्याकडे नक्की बघत आहे ह्याची तिला खात्री पटताच तिने आपली नजर तिच्या शेजारी पडलेल्या कार्बाईनकडे नेली. फार्नहोमने निघून जाताना तिच्याजवळ ती ठेवून दिली होती. तिने आपल्या बॅगेच्या आडोशाने ती झाकून ठेवली होती. पण कार्बाईनची अर्धी नळी तरीही बाहेर आली होती. तिने आपली नजर उचलून परत निकोल्सनकडे पाहिले. पुन्हा तिने नजर वळवून कार्बाईनकडे पाहिले व परत निकोल्सनकडे पाहिले. ती त्याला इशारा करीत होती. ''ती कार्बाईन इथेच माझ्या जवळ आहे.'' हे मूकपणे सांगायचा ती प्रयत्न करीत होती.

ती निकोल्सनला पुटपुटत म्हणाली, ''माझ्याकडे बघू नका. माझे बोलणे तुम्हाला ऐकू येते का?''

यावर निकोल्सनने आपली मान हलवली. पण अगदी किंचितच हलवली. आपल्यावर जपानी पहारेकऱ्यांचे लक्ष आहे याचे त्याला भान होते. त्याने किंचित हलवलेली मान त्याला कळणार नव्हती. आपला चेहराही त्याने थंड ठेवला.

''माझ्या बॅगेमागे कार्बाईन आहे. मी ती अर्धवट झाकली आहे. दिसली का ती तुम्हाला?''

निकोल्सनने अगदी सहज आपली मान तिकडे फिरवली, त्या कार्बाईनकडे पाहिले व लगेच तो दुसरीकडे पाहू लागला. त्या कातडी बॅगेच्या मागे ती कार्बाईन होती. तिच्यापुढे बॅग आणि आपले लोकरीचे विणण्याचे सामान व इतर किरकोळ वस्तू ठेवल्या होत्या. तेवढ्याच गोष्टी ती आत्तापर्यंत जपत आली होती. जणू काही तो तिचा जगातला सर्वात अनमोल असा खजिना होता. निकोल्सनला त्या कार्बाईनचा दस्ता व्यवस्थित दिसला. ते पहाताच फार्नहोमबद्दलच्या त्याच्या स्मृती जाग्या झाल्या. तीच कार्बाईन त्याने जपान्यांच्याविरुद्ध अत्यंत परिणामकारकतेने वापरली होती. पाणबुडीवरची तोफ त्याने कशी उडवून दिली, लाईफबोटीवरती हल्ला करायला आलेल्या त्या झिरो विमानावरती अचूक गोळ्या झाडून त्याने तो हल्ला कसा थोपवून धरला, त्या छोट्या बोटीवरती हीच कार्बाईन वापरल्याने आपण स्वत: कसे वाचलो इत्यादी आठवणी त्याच्या डोक्यात गर्दी करून आल्या. असा हा फार्नहोम शेवटी फितूर झाला, आपला विश्वासघात केला, निमकहराम निघाला, शत्रूला सामील झाला आणि सर्वांचे जीव धोक्यात टाकून निघून गेला. त्याच्या आधीच्या कृत्यांच्या मालिकेनंतर हे शेवटचे त्याचे कृत्य किती विसंगत दिसत होते, न पटण्याजोगे होते. एकदम निकोल्सनच्या डोक्यात कुठेतरी एक शंका उद्‌भवली. त्याच्या जागी कोणीही असले तरी शेवटच्या क्षणी आपलीच आजवरची कामगिरी आपण स्वत:च ती फोल ठरेल असे काही–

''दिसली का ती?'' प्लॅन्डरलीथबाई हळू आवाजात पण घाईघाईने विचारीत होती. निकोल्सन एकदम दचकला. पण तरीही त्याने आपले डोके हलवले नाही. तो सावध होता. त्याने आपली मान मघासारखीच किंचित हलवली. त्या कार्बाईनचा दस्ता त्याच्यापासून अवघ्या एका फुटांवर होता.

''ती कार्बाईन तयारीत ठेवली आहे. इट इज कॉक्ड,'' प्लॅन्डरलीथ सावकाश म्हणाली. कोणत्याही शस्त्रातून चुकून गोळ्या उडू नयेत म्हणून जो एक खटका लावून ठेवावा लागतो तो कार्बाईनचा खटका काढून ठेवला होता. आता नुसती ती कार्बाईन उचलून तिचा चाप दाबला की त्यातून धडाधड गोळ्या सुटणार होत्या. ती पुढे म्हणाली, ''फॉस्टरनेच तसे करून ठेवले आहे. त्यानेच मला हे सांगितले.''

निकोल्सनच्या चेहऱ्यावरती आता आश्चर्याचे भाव प्रगट झाले. पण ते भाव त्याने सावकाश येऊ दिले. त्या विश्वासघातकी व फितूर फार्नहोमने असे केले? कशासाठी? त्याने सावकाश तिच्याकडे पाहिले. वरून पडणाऱ्या पावसामुळे तिचे डोळे उघडझाप करीत होते. त्यानंतर त्याने तिच्यावरती आपली नजर काढून त्या जपानी पहारेकऱ्यांवरती ठेवली. त्याचा एक हात आता सावकाश त्या कार्बाईनकडे जाऊ लागला.

अचानक एक धमाका झाला. एक मोठा स्फोट झाला. त्यांच्यापासून तो चाळीस पन्नास फुटांवरती झाला असला तरी त्याच्या आवाजाने सर्वांच्या कानठळ्या बसल्या. त्या स्फोटातून निघालेल्या हवेच्या दाबलहरीचा जबरदस्त तडाखा प्रत्येकाच्या चेहऱ्यावरती बसला. कोणीतरी अचानक फाडकन तोंडात ठेऊन द्यावी, तसे सर्वांना झाले. सर्वत्र धूर पसरू लागला. टॉर्पिडो बोटीच्या भिंतीला समुद्रपृष्ठालगत एक भले मोठे खिंडार पडले होते. त्यातून ज्वाळा व धुराचे लोट बाहेर पडत होते. त्यामुळे त्या बोटीच्या बरोबर मध्यभागी मोठी आग लागली. मागच्या बाजूला डेकवरती जे दोन खलाशी हातात सब-मशिनगन घेऊन लाईफबोटीवरती नजर ठेवीत होते, ते गोंधळून गेले, आपल्यावर सोपवलेली जबाबदारी विसरून गेले. ते एकदम पाठ फिरवून स्फोटाकडे पाहू लागले. त्यातल्या एकाच्या हातातील सब-मशिनगन स्फोटाच्या दाबलहरीमुळे उडाली व ती समुद्रात पडली. ती उडून पडणारी सब-मशिनगन पकडण्यासाठी त्याने आपला हात पुढे केला, नको तितके वाकून पुढे केला त्यामुळे त्याचा तोल जाऊन तोही समुद्रात पडला. दुसरा खलाशी आपली जागा सोडून बोटीच्या मध्याकडे आगीच्या दिशेने धावू लागला. पण तो जेमतेम एकदोन पावलेच पुढे गेला असेल. तेवढ्यात खालून लाईफबोटीतून निकोल्सनची कार्बाईन कडाडली व तात्काळ तो डेकवरती आपटला. खाली पडण्याआधी त्याच्या शरीराची चाळणी होऊन तो मृत झाला होता. निकोल्सन कार्बाईनमधून गोळ्या झाडत असतानाच मॅकिनॉन आपली जागा सोडून लाईफबोटीच्या नाळेकडे धावू लागला होता. त्याच्या हातात एक कुऱ्हाड होती. नाळेपाशी पोचताच त्याने मधल्या दोरावरती घाव घातला. त्याच दोराने लाईफबोटीला टॉर्पिडो बोटीने धरून ठेवले होते. दुसऱ्या घावातच दोर तुटला व टॉर्पिडो बोटीचे बंधन मुक्त झाले. निकोल्सन धावत मागे गेला व त्याने सुकाणूचा दांडा हातात धरून भरकटणारी लाईफबोट उजवीकडे वळवली. त्या टॉर्पिडो बोटीचा वेग मात्र कमी झाला नव्हता. कारण तिचे इंजिन तसेच धडधडत होते. इंजिनरूम मागच्या बाजूला असल्याने ती स्फोटात सापडली नव्हती. ती बोट तशीच पुढे ईशान्येला जात राहिली. बोटीला मध्यभागी लागलेली आग आता ब्रिजपर्यंत पोचली. तिच्या ज्वाळा आकाशात जाऊ लागल्या. परंतु काही मिनिटात पावसामुळे त्या विझू लागल्या. पहाता पहाता ती आग पूर्णपणे

शमली. फक्त तिथून धूर येत राहिला. थोड्या वेळाने तोही धूर येणे बंद झाले. लाईफबोट व टॉर्पिडो बोट यातील अंतर वाढत गेले. हळूहळू अंधार पडत चालला असल्याने दोन मिनिटात ती टॉर्पिडो बोट दिसेनाशी झाली.

लाईफबोटीत पुन्हा एकदा शांतता पसरली. आज सर्वांना एकामागून एक धक्के बसत गेले होते. सिंक्लेअरचे समुद्राचे पाणी पिणे, नंतर त्याला झटके येऊन समुद्रात पडणे, बाराक्युडाकडून त्याच्या शरीराचे चावे घेतले जाणे, त्याचा मृत्यू, नंतरचे पावसाचे आगमन, टॉर्पिडो बोटीकडून पकडले जाणे, फार्नहोमची फितूरी, त्या बोटीत झालेला स्फोट आणि त्या दोन जपानी खलाशांचा मृत्यू! इतक्या साऱ्या गोष्टी अर्ध्या दिवसात घडल्या. अशा निराशेच्या लाटेत सारेजण डुबक्या खात राहिले. त्यांची मने कोलमडण्याच्या बेतात आली. हे सारे असेच सारखे चालत रहाणार का? तसे असेल तर यापुढे काय प्रसंग ओढवणार आहे? आणखी कोणते संकट चाल करून येणार आहे? लाईफबोटीतील एकेक माणूस मृत्यूमुळे कमी कमी होत चालला आहे. पुढच्या संकटात आपली तर पाळी येणार नाही ना? सर्वजण असे विचार करीत सुन्न होऊन बसले होते.

निकोल्सन आणि मॅकिनॉन यांनी दोर तोडल्यावरती ताबडतोब डोलकाठी उभी केली, तिला तणावाची दोरी लावली आणि शीड उभे केले. येथून ताबडतोब दूर गेले पाहिजे हे निकोल्सनच्या लक्षात आले होते. त्याने आपली लाईफबोट वायव्येकडे वळवली. त्या टॉर्पिडो बोटीचे पुढे काय झाले असेल याची त्याने कल्पना केली होती. जर त्या स्फोटाने त्या बोटीचा तळ उद्ध्वस्त झाला असेल तर ती बुडून नाहीशी होईल. पण तसे झाले नसेल तर मात्र ती पाण्यावरती तरंगत रहाणार. तशीच जात रहाणार. तात्पुरती दुरुस्ती करून ते कदाचित आपल्याला परत शोधू लागतील. त्यासाठी ते १८० अंशातून वळून, पाठ फिरवून, म्हणजे नैर्ऋत्य दिशा धरून पुन्हा याच जागी येतील. म्हणून त्यांच्या ईशान्येच्या वाटेला न जाता सरळ वायव्येच्या दिशेने गेले पाहिजे. आत्ताच वारा आहे तर त्याचा फायदा उठवला पाहिजे. म्हणून निकोल्सन व मॅकिनॉन हे दोघे घाई करीत होते.

पंधरा मिनिटे होऊन गेली. ती तणावाखालची पंधरा मिनिटे सावकाश व कसलीही विशेष घटना न घडता गेली. अचानक व अनपेक्षित अशी घटना केव्हाही घडू शकते हे सर्वांच्या मनावरती एवढे बिंबले होते की, ते सतत सावधगिरीने 'आता काय होणार?' असा विचार मनात करीत बसले. त्या पंधरा मिनिटात फाटकी शीडे फडफडत राहिली, डोलकाठीला आडवा बांधलेला वासा फट् फट् आवाज करीत राहिला आणि लाईफबोटीवरती लाटा आपटत राहिल्या. टॉर्पिडो बोटीवरती तो स्फोट कसा झाला असेल? असा प्रश्न अनेकांच्या मनात उद्भवला होता. पण कोणीच आता बोलत नव्हते. जर कोणी तसे बोलायचा प्रयत्न केला तर त्याला

आधी प्लॅन्डरलीथबाई दिसली असती. कारण तिची व फार्नहोमची फार जुनी मैत्री होती, घनिष्ठ संबंध होते आणि हे सर्वांना ठाऊक झाले होते. आता ती म्हातारी ताठ बसली होती. एकटीच बसली होती. तिच्या डोक्यावरील गवताची हॅट भिजून तिचा पार लगदा झाला होता. तिच्या गालांवरून अजूनही अश्रू ओघळत असावेत. वरून पडणाऱ्या पावसाची ती फिकीर करीत नव्हती. तिच्या वागण्याबोलण्यातून प्रगट होणारा आत्मविश्वास व अभिमान कुठल्या कुठे पळून गेला होता. ती आता मूक झाली होती, असहाय्य झाली होती व बापुडवाणी वाटू लागली होती. तिच्या शेजारी फार्नहोम नेहमी बसायचा. पण ती जागा आता रिकामी होती. सर्वांच्या मनात तिच्याबद्दल अनुकंपा दाटून आली. तिच्यापाशी जाऊन चार शब्द तिच्याशी बोलावेत असे प्रत्येकालाच वाटत होते. परंतु कोणाचाच तसा धीर होत नव्हता. अनेक माणसात असूनही ती एकटी पडली होती.

शेवटी गुद्रनने धाडस केले. ब्लॅन्केटमध्ये गुंडाळलेल्या छोट्या पीटरला घेऊन ती उठली व तिच्याशेजारी जाऊन बसली. सर्वांच्या मनात असलेली ती कृती तिने केली होती. त्याच जागेवरती नेहमी ब्रिगेडियर बसलेला असायचा. गुद्रनला तिकडे जाताना पाहून निकोल्सनने आपला श्वास नकळत रोखून धरला. ती तिकडे गेली नसती तर बरे झाले असते, असे त्याला वाटू लागले. ब्रिगेडियर शेवटी देशद्रोही निघाला याचे दु:ख त्या म्हातारीला असणार आणि नंतरच्या स्फोटात तो मारला गेला असावा याचेही दु:ख तिला असणार. जर तो मारला गेला नसेल तरी शेवटी तो बाजू बदलून कायमचा दुरावला गेला. त्याची परत गाठ पडणे आता या जन्मात तरी शक्य नव्हते. म्हणजे तिच्या दृष्टीने तो संपला होता, एक प्रकारे त्याचा मृत्यूच झाला होता. शेवटी ब्रिगेडियर फॉस्टर फार्नहोम याचा मृत्यू प्रत्यक्ष किंवा अप्रत्यक्ष झाला होता. प्लॅन्डरलीथला किती प्रचंड मानसिक धक्का बसला असेल! तरीही एका देशद्रोह्याच्या जवळच्या माणसाजवळ जाऊन बसण्याची चूक गुद्रनने केली. कोणतीही चूक होणे हे किती सोपे असते. तसेच, कोणतीही चूक होऊ न देणे हेही अशक्य असते. पण गुद्रन ड्राखमनने खरोखरच चूक केली होती?

त्या दोघी एकदोन मिनिटे तशाच बसून होत्या. कोणीच बोलत नव्हते. परंतु ''मी तुमच्या दु:खात सहभागी आहे'' असा दिलासा गुद्रनच्या कृतीने दिला गेला होता. तिने पुढे बोलायला सुरुवात केली तर ती म्हातारी ढसढसा रडू लागेल, विलाप करू लागेल. निकोल्सन आणि बाकीचे सारे श्वास रोखून पुढे काय घडेल ते पाहू लागले. गुद्रनच्या खांद्यावर असलेल्या छोट्या पीटरने अर्धवट झोपेत आपला चिमुकला हात बाहेर काढला. त्या हाताचा स्पर्श प्लॅन्डरलीथबाईच्या गालाला झाला. ती एकदम दचकली, अर्धवट वळून तिने पाहिले. अन् मग काहीही न बोलता, न विचार करता तिने त्या छोट्याला उचलून आपल्या उराशी घट्ट कवटाळून धरले.

तिच्या भावना त्या मुलाला जणू काही कळल्या असाव्यात. त्याने आपल्या जड पापण्या उघडून तिच्याकडे झोपेत पाहिले आणि तो खुदकन हसला. मग पुन्हा तिने त्याला घट्ट कवटाळले. त्याच्याकडे पाहून ती मोठ्या कष्टाने हसली. तिचे ते हसणे मोठे कारुण्यपूर्ण होते. पण काही का असेना, ती हसली हेच विशेष होते.

तिने गुद्रनला विचारले, "तू इथे येऊन का बसलीस? या छोट्याला घेऊन का आलीस?" ती अत्यंत हळू आवाजात विचारीत होती.

गुद्रनने आपली मान हलवत म्हटले, "ते मलाही सांगता येणार नाही."

"ठीक आहे. पण मला समजले ते," त्या वृद्धेने गुद्रनचा हात हातात घेऊन कसेबसे हसत म्हटले. ती पुढे म्हणाली, "खरोखर, काय झाले आणि काय चालले आहे ते मलाही समजत नाही. सारेच गूढ आहे. म्हणजे मी तू माझ्याजवळ येण्याबद्दल बोलते आहे. त्याने ते तुमच्यासाठी केले, तुम्हा साऱ्यांसाठी केले– तुझ्यासाठी आणि त्या छोट्या लेकरासाठीही."

"म्हणजे तुम्हाला असे म्हणायचे–"

"फिअरलेस फॉस्टर! बेगुमान व निर्भय असलेला फॉस्टर फार्नहोम!" ते शब्द चमत्कारिक वाटत होते. पण चमत्कारिक असले तरी ती ज्या पद्धतीने बोलली त्यावरून तिला फार्नहोमचा गौरव करायचा होता, त्याच्याबद्दलचा अभिमान प्रगट करायचा होता. एखादी प्रार्थना म्हणताना जसे शब्द गंभीरपणे उच्चारले जातात तशा स्वरात ती म्हणाली. ती पुढे सांगू लागली, "फिअरलेस फॉस्टर फार्नहोम. आम्ही शाळेत असल्यापासून त्याला नेहमी असेच म्हणत आलेलो आहोत. या पृथ्वीवरील कोणत्याही गोष्टीला, कोणत्याही व्यक्तीला तो भीत नसे."

"तुम्हाला त्यांच्याबद्दल बऱ्याच काळापासून माहिती आहे असे दिसते. हो ना?"

पण गुद्रनचा प्रश्न तिला ऐकू गेला नसावा. ती पुढे म्हणाली, "तो तुझ्याबद्दल खूप चांगले बोलायचा. इथल्या सर्वांमध्ये हीच मुलगी सर्वात चांगली व्यक्ती आहे, असे तो म्हणत असे." बोलताना त्याच्या आठवणीने तिचे डोळे मृदू झाले होते. किंचित हसत ती पुढे म्हणाली, "आज दुपारी तो माझ्यापाशी तुझी चेष्टा करीत होता. तो म्हणत होता की, ही गुद्रन किती गोड स्वभावाची आहे. ही नवीन पिढी किती उशीरा जन्माला येते. मी जर अजून तीस वर्षांपूर्वी जन्माला आलो असतो तर या पोरीशी मी कधीच लग्न लावले असते."

गुद्रनला या चेष्टेमुळे काहीही अवघडल्यासारखे वाटले नाही. ती हसून म्हणाली, "ते खूप दयाळू होते. त्यांना माझी तशी फारशी माहिती नव्हती."

"बरोबर. तोही अगदी ह्याच शब्दात तुझ्याबद्दल बोलला," असे म्हणून प्लॅन्डरलीथने त्या मुलाने तोंडात घातलेला अंगठा आपल्या हाताने हलकेच बाहेर

काढला. तो आता पूर्णपणे झोपी गेला होता. ती पुढे सांगू लागली, ''फॉस्टर नेहमी म्हणायचा की, शिक्षण हे महत्त्वाचे आहे. पण त्याच्यावाचून फारसे बिघडत नाही. कारण बुद्धिमत्ता ही त्यापेक्षा अधिक महत्त्वाची आहे. पण तरीही बुद्धिमत्तेचे महत्त्व हे शहाणपणापुढे कमीच ठरते. तुझ्याबद्दल तो म्हणायचा की, 'या पोरीला नीट शिक्षण मिळाले की नाही ते ठाऊक नाही. ती बुद्धिमान आहे की नाही हेही माहित नाही. तिच्याजवळ शहाणपण नसले तरीही बिघडत नाही. पण तिचे अंत:करण शुद्ध आहे, पवित्र आहे. अन् हे तर अगदी एखाद्या आंधळ्या माणसालाही तुझ्याशी वागताना सहज समजून येईल. शेवटी जगात शुद्ध अंत:करणच महत्त्वाचे ठरते.' मला अजूनही त्याचे हे शब्द आठवत आहेत.'' एवढे म्हणून तिने स्मित केले. तिचे दु:ख त्याच्या आठवणींमध्ये काही काळ विसरले गेले होते. ती पुढे म्हणाली, ''तो म्हणायचा की, माझ्यासारख्या चांगल्या वृत्तीची माणसेच आता कमी उरली आहेत.''

''खरोखरीच ते वृत्तीनेही मोठे होते.'' गुद्रन पुटपुटली.

''तसेच तो एक हुषार माणूसही होता. तो– जाऊ दे. तू आणि हा लहान मुलगा. त्याला या पोराचाही खूप लळा लागला होता.''

''गौरवाची अभ्रे माणसे नेहमी नंतर आणतात,'' विलोबीने कोणत्या तरी पुस्तकातील एक वाक्य न रहावून फेकले.

प्लॅन्डरलीथने त्याला नवल करीत विचारले, ''म्हणजे काय?''

''काही नाही. माझ्या मनात उमटलेले एक वाक्य मी बोलून दाखवले, इतकेच.''

ती यावर हसली. एव्हाना सर्वांना कळून चुकले होते की, ब्रिगेडियर फार्नहोममुळेच आपण तीन वेळा वाचलो आहोत. तो नक्कीच देशद्रोही नव्हता. त्याने केवळ तसे त्या जपान्यांसमोर नाटक केले होते. आपल्यासारखेच त्यांनाही बेसावध ठेवले. शेवटी त्यानेच बोटीत तो स्फोट घडवून आणला आणि आपली सुटका झाली. पण हे सारे त्याने कसे जमवले? त्याची काय योजना होती?

परंतु हे प्रश्न विचारण्यासाठी कोणीच धजावत नव्हते. सारेजण गप्प बसले होते. तिथे आता शांतता होती. पण ती पूर्वीसारखी चमत्कारिक नव्हती. कॅप्टन फाईंडहॉर्न आता प्रथमच बोलू लागला.

तो म्हणाला, ''जेव्हा आपण आपापल्या घरी जाऊ तेव्हा आपापल्या साऱ्यांना त्याची आठवण येत रहाणार. त्याच्यामुळेच आपण जिवंत राहिलो. परंतु त्याने त्या जपान्यांना कसे फसवले व तो स्फोट कसा काय घडवून आणला? ते नेहमी तुमच्यापाशी बोलायचे. तेव्हा याबद्दल त्यांनी तुमच्याशी चर्चा केली असणारच.''

तिने यावर आपली मान डोलावली. ती म्हणाली, ''मी सांगते ते. ती गोष्ट फारच साधी होती. कारण खुद्द फॉस्टरही स्वत: साधा व सरळमार्गी होता.

त्याच्याजवळची ती थोडीशी जड असलेली बॅग तुम्हाला ठाऊक होती ना?''

''होय.'' फाईंडहॉर्न हसत म्हणाला, ''त्यातच त्याचा तो 'खास' माल होता.''

''बरोबर. त्यात व्हिस्कीच्या बाटल्या होत्या. अन् तुम्हाला आश्चर्य वाटेल, पण त्याला दारू कधीच आवडत नव्हती. तो केवळ प्रसंगानुरुप व्हिस्की पीत असे. त्याने त्याच्याजवळच्या सर्व बाटल्या ह्या आपण थांबलेल्या बेटावरतीच सोडून दिल्या होत्या. तिथल्या खडकातल्या एका खड्ड्यात त्याने ठेवून दिल्या. मग त्याने–''

''काय? काय म्हणालात तुम्ही?'' व्हॅन एफिनने विचारले. फार्नहोमने त्याला जो बाटलीचा तडाखा मारला होता त्याच्या धक्क्यातून आणि रोषातून तो अजून सावरला नव्हता. तो आपल्या आसनावरून खूप पुढे वाकला होता. ''त्यांनी आपल्याजवळच्या साऱ्या बाटल्या त्या बेटावरती सोडून दिल्या?''

''होय. मी तेच म्हणाले. पण तुम्हाला याचे का आश्चर्य वाटते?'' प्लॅन्डरलीथने विचारले.

''तसे काही नाही. मी आपले सहज विचारले,'' तो म्हणाला. फार्नहोमने जर सर्व बाटल्या मागेच सोडून दिल्या होत्या तर त्याच्याजवळ मला मारण्यासाठी ती रिकामी बाटली कुठून आली? असा प्रश्न त्याच्या मनात घोळत असावा. पण त्याने तसे काहीही न बोलता परत सरळ ताठ बसत म्हटले, ''ठीक आहे, पुढे सांगा.''

''त्या बेटावर आपण जेव्हा होतो तेव्हा रात्री जपान्यांनी किनाऱ्यावरील आपल्या लाईफबोटी नष्ट करण्याचा प्रयत्न केला होता. त्यांचा हल्ला मोडून काढल्यावरती फार्नहोमला बरेच हातबॉम्ब सापडले. त्या जपानी खलाशांनी ते बरोबर आणले होते. फॉस्टरने ते सारे हातबॉम्ब गोळा करून आपल्या बॅगेत ठासून भरले. ते निदान चौदा पंधरा तरी असतील.''

''बॅगेत? पण ते हातबॉम्ब त्यांनी मला दिले. मी ते बरोबर घेतले आहेत. आत्ता इथे या लाईफबोटीत मी ठेवले आहेत,'' निकोल्सन आश्चर्य व्यक्त करीत म्हणाला.

''त्याने तुम्हाला सांगितले त्यापेक्षा जास्त हातबॉम्ब त्याला सापडले होते. तुमच्याजवळ काही दिल्यानंतर उरलेले त्याने स्वत:जवळ बॅगेत ठेवले होते.'' आता ती हळू आवाजात पुढे सांगू लागली, ''त्याला जपानी भाषा उत्तम येत होती. तो अस्खलितपणे त्या भाषेत बोलू शकायचा. त्याने त्या जपानी अधिकाऱ्याला पटवून दिले की त्याच्या बॅगेत जान बेकरच्या सर्व योजनांचे कागद आहेत. आपल्याला बोटीत येऊ दिले तर तो ती कागदपत्रे त्यांना आरामात दाखवायला तयार होता. त्याने फितूर झाल्याचे केवळ नाटक केले. मग तो हातबॉम्बने भरलेली ती बॅग घेऊन त्या बोटीत चढला व त्यांच्याबरोबर खाली गेला. मला सांगितल्याप्रमाणेच त्याने पुढची सारी कृती केली. खाली गेल्यावर कागदपत्रे बाहेर काढण्याच्या मिषाने त्याने बॅगेत हात घातला व एका हातबॉम्बची पिन आतल्या आत काढून तो चालू केला.

आपला हात मात्र त्याने बाहेर काढला नाही. बॅगेतच राहू दिला. तो मला म्हणाला होता की नंतर फक्त चार सेकंद लागणार होते.''

त्या रात्री आकाशात चंद्र नव्हता की तारेही नव्हते. फक्त वाऱ्याबरोबर सरकत रहाणारे घनदाट काळे ढग होते. त्या वाऱ्याबरोबर निकोल्सनही आपली नौका हाकारीत राहिला. तासनतास तो अंदाजाने पुढे जात होता. त्याचा तर्क व परमेश्वराची इच्छा यावरती अवलंबून त्या नौकेने आपला मार्ग धरला होता. त्याच्या जवळच्या कंपासमधील म्हणजे होकायंत्राची काच तडकली होती. त्यामुळे आतील अल्कोहोल हळूहळू उडून गेले होते. त्यात तरंगणारी चुंबकीय तबकडी आता नीट फिरत नव्हती. म्हणून तो वाऱ्यावर भरवसा ठेवून चालला होता. ते व्यापारी वारे होते. त्यांची दिशा चुकत नसते. आपल्या शिडाचा वाऱ्याशी अंदाजे एक कोन करून तो लाईफबोट हाकारीत राहिला. पण तरीही ती नौका हाताळणे ही एक कठीण गोष्ट झाली होती. मागच्या बाजूला तळाच्या फळ्यांमधील फट वाढली होती. तिथे पाणी आत घुसत होते. त्यामुळे तिथे पाणी साचून तो जड भाग समुद्राच्या पाण्यात खाली खाली चालला होता. एक वेळ अशी येऊ शकत होती सम्रदाचे पाणी मागच्या बाजूने काठावरून आत पडू लागेल. पण अजून तरी ती वेळ आली नव्हती.

जसजशी रात्र उलटू लागली तसतशी त्याची चिंता व मनावरचा ताण वाढत गेला. त्याच्या मनावरचा ताण हळूहळू सर्वांना कळत गेला. त्या रात्री फारसे कोणी झोपले नाही. आपण केवळ संकटांपासून पळ काढतो आहोत का आपला प्रवास चालू आहे, असा प्रश्न त्यांच्या मनात डोकावू लागला. रात्री बारानंतर निकोल्सनला असे वाटू लागले की आपण सुंद सामुद्रधुनीपासून दहा मैलांवरती आलो आहोत. यापेक्षा जास्त अंतरावरती नक्की नाही. उलट कमीत कमी पाच मैलांवरसुद्धा आलो असू. त्याच्याजवळचा नकाशा हा ईस्टर्न आर्चिपलागो या बेटांच्या साखळीचा होता. पण त्यावरती समुद्राचे खारे पाणी उडून पडल्याने त्यावर जागोजागी डाग पडले होते, अनेक ठिकाणी तो फाटला होता, वापरण्यासाठी पार निकामी झाला होता. सुमात्रा बेटाच्या आग्नेय किनाऱ्यापासचे खडक, प्रवाळ रांगा, पाण्यात लपलेले वाळूचे बंधारे त्याला स्पष्ट आठवत होते. पण आपण नक्की कुठे आलो आहोत हे त्याला समजेना. तो केवळ अक्षांशाचा अंदाज घेत लाईफबोट नेत होता. पण हा अंदाज चुकला तर ती सामुद्रधुनी ओलांडून जादा पुढे गेलो असेही होऊ शकत होते. किनारा हुकण्याची जशी शक्यता होती, तशीच किनाऱ्यापासच्या समुद्रात लपलेल्या प्रवाळ रांगांकडून लाईफबोटीचा तळ कापला जाण्याचीही शक्यता होती. बोटीतील माणसे आता इतकी थकली होती की, ते किनाऱ्यापर्यंत न पोचता आधीच प्राण सोडतील. अन् वाटेतील खडक, प्रवाळ रांगा आणि वाळूचे बंधारे यातून ते सुदैवाने

काहीही अघटित न होता पुढे सरकले तरी त्यांना नंतरच्या लाटांवर मात करून किनाऱ्याला लागता येणे कठीण होते. अशा सर्व समस्यांना आता तोंड द्यायची वेळ जवळ येत चालली आहे या जाणिवेने निकोल्सन काळजीत पडला होता.

रात्री दोन वाजता निकोल्सनने मॅकिनॉन आणि व्हॅनिअर यांना नाळेपाशी पाठवले. त्यांनी तिथून सतत टेहेळणी करून पुढे काय दिसते ते निकोल्सनला ओरडून सांगून सावध करायचे होते. हे टेहेळणीचे काम स्वेच्छेने करण्यासाठी पाचसहाजण तरी उभे राहिले. पण निकोल्सनने त्यांची मदत कठोरपणे नाकारली आणि त्यांना आहे त्याच जागी पण बोटीच्या तळावरती बसून रहायला सांगितले. जितके वजन तळाशी राहील तितका बोटीचा गुरुत्वमध्यही खाली राहून लाईफबोटीला स्थैर्य प्राप्त होणार होते. इथून पुढे बोट खूप हलणार होती, डोलणार होती व डुचमळणार होती. 'मॅकिनॉनची नजर बाकीच्यांपेक्षा खूप तीक्ष्ण असून ती अंधारात खोलवर वेध घेणारी आहे' असे तो सांगणार होता. पण तसे तो बोलला नाही.

असाच आणखी अर्धा तास गेला आणि एकदम निकोल्सनला जाणवले की कसला तरी बदल घडला आहे. तो बदल एकदम फटकन घडत नव्हता, सावकाश होत होता. परंतु बदल घडत जाणार आहे याची नांदी झाली होती हे नक्की. पण तेवढी जाणीवही त्याला खडबडून हलवणारी होती. तो त्यामुळे आपले डोळे फाडफाडून अंधारात पहात निरीक्षण करीत राहिला. आग्नेयेकडून येणारा पाण्याचा फुगवटा हा लांबलचक व कमी उंचीचा होता. त्या फुगवट्यात आता बदल होऊ लागला होता. जसजशी मिनिटे जाऊ लागली तसतसा हा फुगवटा येण्याचे प्रमाण दर मिनिटाला वाढत गेले. त्याचबरोबर येणारे फुगवटे हे कमी लांबीचे होत गेले. त्यांची उंची मात्र तीच राहिल्याने ते ओलांडताना एखाद्या छोट्या उंचवट्यावर चढून पुढे एकदम पडावे तसे होऊ लागले. त्यामुळे लाईफबोट मोठ्या प्रमाणात हिंदकळू लागली. निकोल्सन आता मात्र थकला, पुरा थकला. रात्रभर बोट आपल्या मार्गावरती ठेवण्याच्या प्रयत्नाने त्याची अफाट दमणूक झाली होती. त्यामुळे आत्ता होत असलेला बदल त्याला जाणवला नाही. पण अजूनही वाऱ्याचा जोर मात्र तेवढाच होता. गेले कित्येक तास तो तसाच होता.

"मॅकिनॉन!" निकोल्सनने त्याला ओरडून हाक मारली. त्याच्या घशातून अति घोगरट आवाज निघाला होता. त्यामुळे जी माणसे तळावरती आडवी पडली होती, ती घाबरून उठून बसू लागली. त्याने ओरडून मॅकिनॉनला म्हटले, "आपण उथळ पाण्यात शिरत आहोत!"

"होय, सर. मलाही तसेच वाटते आहे," मॅकिनॉन मागे तोंड करून ओरडून म्हणाला. बैचेन झाला म्हणून तो ओरडून बोलला नव्हता, तर वाऱ्याच्या विरुद्ध दिशेला त्याचे तोंड होते म्हणून तो मोठ्याने बोलला. डोलकाठीपासच्या फळीवर

उभा राहून तो टेहेळणी करीत होता. एका हाताने त्याने डोलकाठी धरली होती तर दुसरा हात त्याने कपाळावर धरला होता. अंधारात खोल खोल बघण्याचा तो प्रयत्न करीत होता.

"काही दिसते आहे का?"

"काही नाही. फार दाट काळोख आहे."

"ठीक आहे, पहात रहा. व्हॅनिअर, तुम्हाला काही दिसते आहे?"

"सर," व्हॅनिअर उत्तेजित होऊन म्हणत होता. तो मानसिकदृष्ट्या अगदी कोलमडण्याच्या स्थितीला पोचला होता. परंतु बारा तासात तो सावरत गेला. त्याची प्रकृती झपाट्याने सुधारत गेली. उलट पूर्वीपेक्षा आता तो इतरांपेक्षा सर्वात जास्त ठणठणीत व उत्साही वाटत होता.

"शीड खाली उतरवा! अन् हे झटपट करा. ते फडफडत ठेवू नका. व्हॅन एफिन आणि गॉर्डन तुम्ही त्यांना मदत करा. फार कमी वेळ उरला आहे." वाऱ्यामुळे आलेल्या वेगाने बोट पुढे जाऊ दिली तर ती खडकावर आपटून फुटण्याचा धोका निर्माण झाला होता. आता लाईफबोट सारखी खालीवर व जोरजोरात डुचमळू लागली. कारण खोल समुद्र संपत होता. "मॅकिनॉन, तुम्हाला अजून काही दिसायला लागले का?"

"काही नाही, सर."

"त्या सिरानला आणि त्याच्या दोन्ही माणसांना मोकळे करा. त्यांना इकडे पाठवा," एवढे म्हणून निकोल्सन त्यांची वाट पाहू लागला. अर्ध्या मिनिटात ते तिघेही त्याच्यासमोर हजर झाले.

निकोल्सन सिरानला म्हणाला, "सिरान, तुम्ही आणि तुमची माणसे आता वल्हवायला बसा. गॉर्डन, तुम्ही आणखी काही माणसे याच कामावरती बसवा. मी जेव्हा सांगेन तेव्हाच वल्ही मारायला सुरुवात करा."

सिरान यावरती थंडपणे म्हणाला, "मिस्टर निकोल्सन, ते आज रात्री आम्हाला शक्य नाही."

"काय म्हणालात?"

"मी काय म्हणालो ते तुम्हाला नीट ऐकू आले आहे. 'आज रात्री' हा शब्द मी वापरला होता," सिरान उद्धटपणे म्हणाला. तो पुढे म्हणाला, "माझे हात पार बधीर होऊन गेले आहेत आणि आज रात्री मला तुम्हाला सहकार्य द्यावेसे वाटत नाही."

"सिरान, मूर्खासारखे बरळू नका. याच्यावरती आपले सर्वांचे प्राण अवलंबून रहाणार आहेत."

"माझे प्राण नाही," तो बेफिकीरीने म्हणाला. त्या अंधारातही निकोल्सनला

सिरानचे दात चमकलेले दिसले. तो सांगत होता, ''मी एक पट्टीचा पोहणारा माणूस आहे, मिस्टर निकोल्सन. त्यामुळे मला माझी काळजी करण्याचे अजिबात कारण नाही.''

''असं? सिरान, तुम्ही तुमच्या बोटीवरती चाळीसजणांना कोंडून पाण्यात मरू दिले,'' निकोल्सन खोचकपणे म्हणाला. त्याच्या या बोलण्यावर एकदम शांतता पसरली. मग त्याच्या पिस्तुलाचा सेफ्टी-कॅच काढल्याचा आवाज झाला. त्या शांततेत तो आवाज जरासा मोठाच झाला. निकोल्सन पुढे काय करणार हे सिरानच्या लक्षात आले. काही सेकंदातच वल्हे पकडणारे कडे काठाच्या भोकात खोचल्याचा आवाज झाला. असे एका पाठोपाठ तीन आवाज झाले.

''थँक यू.'' निकोल्सन पुटपुटत त्याला म्हणाला. मग आपला आवाज उंचावत तो ओरडून सगळ्यांना उद्देशून बोलू लागला, ''लिसन, ऑल ऑफ यू. ऐका, मी काय म्हणतो ते सर्वजण ऐका. आपण आता किनाऱ्याजवळ जात आहोत, असे मला वाटते. वाटेत मोठमोठे खडक लागतील, किंवा प्रवाळ खडकांची रांग पाण्यात दडलेली असेल, किंवा मोठमोठ्या लाटांना सामोरे जावे लागेल. तेव्हा कदाचित आपली बोट फुटेल किंवा पाण्यात उलटेल. असे होणार नाही, पण अशी शक्यता ध्यानात ठेवा.'' असे घडले नाही तर तो एक मोठाच चमत्कार ठरेल, असे तो मनात म्हणाला. तो पुढे सांगू लागला, ''जर तुम्ही पाण्यात पडलात तर एकमेकांना धरून ठेवा. जे काही तरंगत असेल त्याला पकडा. मग ती पालथी बोट असेल, फळी असेल, वल्हे असेल, किंवा आणखी काही असेल. पण वाटेल ते झाले तरी एकमेकांना पकडून रहा. त्यामुळे तरंगत रहाण्याची शक्यता वाढते. समजले सर्वांना?''

यावर हळू आवाजात होकारार्थी शब्द तिथे उमटले. निकोल्सनने मग टॉर्च लावून तो लाईफबोटीत सर्वत्र फिरवला. बॅटरी उतरलेल्या टॉर्चच्या त्या पिवळसर प्रकाशात त्याने सर्वांना पाहिले. प्रत्येकजण जागा होता. सर्वांच्या अंगावरचे कपडे भिजलेले होते. पण त्या लोळागोळा झालेल्या वस्त्रातूनही त्यांच्या शरीराच्या स्थितीवरून व हालचालीवरून ते सारे तणावाखाली आले आहेत हे कळत होते. निकोल्सनने पटकन टॉर्च बंद केला.

त्याने मॅकिनॉनला ओरडून विचारले, ''समोर काही दिसते आहे का?''

''सर, काहीही दिसत नाही. काळोख फार दाट आहे– एक मिनिट!'' मॅकिनॉन क्षणभर स्तब्ध उभा राहिला. त्याचा एक हात डोलकाठीवरती होता. तो डावीकडे व उजवीकडे मान हलवून पहात होता, पण बोलत नव्हता.

''काही दिसले का?'' निकोल्सनने ओरडून विचारले.

''लाटा. मला लाटा फुटल्याचा आवाज ऐकू येतो आहे.''

"कुठे? कोणत्या बाजूला?"

"समोरून आवाज येतो आहे. पण काहीही दिसत नाही अजून." यावर क्षणभर शांतता झाली. मग पुन्हा मॅकिनॉनचा आवाज आला. "नाळेच्या उजव्या बाजूला."

"ते छोटे शीडही खाली उतरवा. व्हॅनिअर, तुम्ही डोलकाठीही काढून ठेवा." निकोल्सनने हुकूम सोडले. त्याने हातातील सुकाणूचा दांडा फिरवून वारा आणि समुद्र यांना सामोरी जाणारी लाईफबोटीची दिशा धरली. परंतु ती लाईफबोट आता जड झाली होती. तिच्या तळात एव्हाना पन्नास गॅलन पाणी साठले होते व ते सारखे मागेपुढे हिंदकळत होते. त्यामुळे निकोल्सनच्या कृतीला लाईफबोटीकडून सावकाश प्रतिसाद मिळत गेला. तरीही तिने त्या खळबळत्या दर्यात छोट्या शिडाच्या आधारे बरीच प्रगती केली होती.

"आता मला त्या लाटा दिसू लागल्यात," मॅकिनॉन ओरडला, "त्या उजव्या बाजूला आहेत."

निकोल्सनने बसल्या जागी तिकडे वळून पाहिले. क्षणभर त्याला काहीही दिसले नाही, की ऐकू आले नाही. पण नंतर मात्र त्याला लाटा दिसू लागल्या आणि ऐकूही येऊ लागल्या. अंधारात एक अंधुक पांढरी रेषा दिसत होती. ती लांबलचक रेषा अनेक ठिकाणी मधे मधे तुटली होती. मधेच तिचा एखादा भाग अदृश्य होई व परत ती दृश्यमान होई. त्या लाटाच होत्या. फेसाळणाऱ्या लाटा होत्या. किनाऱ्यावर अगर खडकांवर आपटून फुटणाऱ्या मोठ्या लाटा नव्हत्या. म्हणजे अशा लाटांचा एक धोका सुदैवाने टळला होता.

"मॅकिनॉन, आता टाकून द्या," निकोल्सन ओरडला.

तो निकोल्सनच्या हुकूमाची वाटच पहात होता. त्याच्या हातात एक लोखंडी नांगर होता. त्याला एक दोरी बांधली होती. त्याने जीव एकवटून तो नांगर जमेल तितका पुढे फेकला. पाण्यात जाऊन तो अदृश्य झाला. त्या उथळ समुद्रात तो तळाला जाऊन बसला आणि लाईफबोटीबरोबर फरफटत पुढे जाऊ लागला. यामुळे बोटीचे हेलकावे कमी होणार होते आणि बोट उलटण्याची शक्यताही कमी झाली.

निकोल्सनने एव्हाना सुकाणूचा व बोटीचा संबंध तोडला. त्याने ओरडून हुकूम दिला, "वल्ही बाहेर काढा." मग त्याने सुकाणूचे काम करणारे वल्हे बाहेर काढले व ते सुकाणूच्या जागी उभे बसवले. तो उठून उभा राहिला आणि ते वल्हे हलवू लागला. जर नावेत एकच माणूस असेल तर या वल्ह्याचा उपयोग त्याला नाव चालवायला आणि चालवताना वळवायला होतो. एकच वल्हे दोन्ही कामे करते. जरी लाईफबोटीतील बाकीची सहा माणसे वल्हवण्याचे काम करणार होती तरी आत्ताच्या खळबळाट असलेल्या पाण्यात नेहमीच्या सुकाणूऐवजी हे वल्हे उपयोगी

पडते. निकोल्सनला आता किनाऱ्याकडे जाणाऱ्या फेसाळ लाटांशी सामना करायचा होता. बोटीचा रोख सतत किनाऱ्याच्या दिशेने ठेवायचा होता. अन् हे सारे अंधारात अंदाजाने करायचे होते. किनाऱ्याची दिशा दिसत नव्हती. पण किनाऱ्याकडे वहाणारा वारा कळत होता. तो वारा चेहऱ्याला लागून जात असल्याने त्याच्या दिशेचा अंदाज घेत निकोल्सन आपल्या लाईफबोटीला मार्गावरती ठेवू पहात होता. तसेच बोटीच्या तळाशी साचलेले पाणी कसे हिंदकळते आहे यावरूनही त्याला अंदाज घेता येत होता. आता वल्ही बाहेर काढल्याचा आणि ती काठावरच्या कड्यातून घातल्याचा आवाज त्याला ऐकू आला. वल्ही मारणारे तयारीत राहिले. ते निकोल्सनच्या हुकूमाची वाट पाहू लागले.

मग निकोल्सन ओरडून म्हणाला, "चला, आता सर्वांनी बरोबर एकाच वेळेला सर्व वल्ही मारली पाहिजेत. हं, सुरू."

त्या सहाजणातील काहींना वल्ही मारण्याचा अनुभव नव्हता. एकाच वेळी एका दमात सर्वांनी मिळून वल्ही मारली तर उपयोग होता. परंतु त्यांच्याकडून तशी अपेक्षा ठेवता येत नव्हती. वल्ही मारण्याचा प्रत्येकाचा जोरही वेगवेगळा होता. त्यामुळे ज्या बाजूला कमी जोर आहे त्या बाजूला बोट वळे. पण निकोल्सन आपले हातातील वल्हे असे काही हलवत होता की ती वळण्याची चूक वेळीच दुरुस्त होऊन बोट सरळ पुढे जात राही. आता त्याला लाटांचा आवाज ऐकू येऊ लागला. पुढे पुढे तर वाऱ्याच्या आवाजावर मात करून तो आवाज ऐकू येऊ लागला. समुद्राचा गाज स्पष्ट समजत होता. किनाऱ्यापासून लाईफबोट २०० ते ७०० फुटांवर आली असावी, असा त्याने अंदाज केला. त्या अंधारात किनारा नक्की किती दूर आहे हे डोळ्याने समजणे मात्र अशक्य होते.

त्याने आपले तोंड पुढे करून पहाण्याचा प्रयत्न केला. पण त्याच्या तोंडावर पावसाचा मारा एकदम झाला. त्या पाठोपाठ समुद्राच्या खाऱ्या पाण्याचे तुषार उडून ते त्याच्या डोळ्यात गेले. खाऱ्या पाण्याने डोळ्याची आग होऊ लागली. त्याने चटकन डोळे मिटून घेतले. आता वाऱ्याचाही जोर वाढला. त्याने आपले दोन्ही हात तोंडावर धरून मॅकिनॉनच्या दिशेने ओरडून विचारले, "मॅकिनॉन, काही प्रगती आहे का? आपण कसे चाललो आहोत?"

"ठीक चाललो आहोत, सर. सारे व्यवस्थित जमलेले आहे."

लाईफबोटीतून खाली सोडलेला नांगर समुद्राचा तळ खरवडत फरफटत येत होता. त्यामुळे बोटीचे बरेचसे खालीवर हिंदकळणे थोपवले जात होते. मॅकिनॉनने आता तेलाच्या पिशव्या बाहेर काढल्या व आपल्याजवळील चाकूने तो त्या फोडू लागला. त्या फोडलेल्या पिशव्या नाळेवरून खाली पाण्यात सोडल्या व तिथेच त्या लोंबकळत रहातील असे त्याने पाहिले. त्यातून पाझरणारे तेल बोटीच्या दोन्ही

बाजूला येऊन चिकटू लागले. यामुळे लाटांना भेदून पुढे जाताना होणारा बराचसा विरोध कमी होऊ शकत होता.

आता फक्त लाटा पार करून किनाऱ्याला लागायचे होते. पण त्याचीही काही खास पद्धत असते. पण त्यावेळी घेतल्या जाणाऱ्या काही खबरदाऱ्या त्यांनी जराशा लवकर घ्यायला हव्या होत्या. त्या तशा घेतल्या गेल्या नाहीत. कारण किनारा व त्या लाटा नक्की किती जवळ आल्या आहेत हे अंधारात अचूकपणे कळत नव्हते. त्या लाटा अवघ्या दीडशे फुटांवर राहिल्या होत्या. बघता बघता त्यांनी ते अंतर पार केले. निकोल्सन आता अधिक काळजीपूर्वक हालचाली करत होता व इतरांना करायला लावत होता. वल्ही, हातातले ते सुकाणू-वल्हे आणि समुद्रात टाकलेला नांगर यांच्या हालचालींचा तो पुरेपूर फायदा घेत होता. लाटेच्या आधी असलेल्या पाण्याच्या फुगवट्यावर त्यांची लाईफबोट भिडताच तिचा वेग एकदम वाढला. त्या लाटेने त्यांना अल्लादपणे व वेगाने वर उचलून पुढे ढकलले. पाण्याच्या फुगवट्यावर चढताच सर्वांची वल्ही पाण्याबाहेर आली. मग मॅकिनॉनने खाली सोडलेल्या नांगराची दोरी सोडून द्यायची तयारी केली. पाण्याच्या उंचवट्यावर चढलेली लाईफबोट आता पुढच्या उतारावरून घसरत पाण्याच्या खळग्यात कोसळणार होती. अन् येथेच त्या फुगवट्यावरून तरंगत जाणाऱ्या गोष्टींचा विनाश होतो. त्या खळग्यात जे काही पडेल त्यावरती फुगवट्यावरच्या माथ्यावरचे पाणी कोसळते. म्हणून इथे नेहमी फेस तयार होत असतो. पण लाईफबोट जर कोसळली तर मात्र ती बुडून जाणार होती. बुडाली नाही तर तिच्यावर पाणी कोसळणार होते. निकोल्सनने हुकूम देताच सर्वांनी झटकन आपापली वल्ही पाण्यात खुपसून उभी धरली. असे करण्यामुळे पुढे जाण्याच्या बोटीच्या वेगाला विरोध होऊन तो कमी केला जातो. त्याच वेळी मॅकिनॉनने दोरी सोडून खाली सोडलेल्या नांगराचा संबंध तोडला. पाण्याच्या फुगवट्याच्या माथ्यावरून पुढे जायचे असेल तर बोटीला स्वतःचा वेग असायला नको. म्हणजे ती माथ्यावरतीच राहून त्याच्या बरोबर पुढे जात राहील. हे एक मोठे अवघड व कौशल्याचे काम असते. परंतु त्यांनी कितीही प्रयत्न केले, बोटीचा वेग रोखला तरीही, ती लाईफबोट पुढे सरकलीच आणि पुढच्या फेसाळलेल्या खळग्यात कोसळलीच. तरीही निकोल्सनने कसेबसे त्या बोटीच्या उलटण्याला, वेडेवाकडे पडण्याला थोपवून धरले. आता ते खळग्यातून पुढे सरकत होते. पुढे असलेल्या लाटेच्या फुगवट्यावरती चढणार होते. परत ते खळग्यात कोसळणे व सावरण्याची धडपड करणे आलेच. असे एका मागोमाग किती लाटांचे फुगवटे त्यांना पार करायचे होते ते ठाऊक नव्हते. तेवढ्यात निकोल्सनला पाण्यात पुढे काहीतरी असल्याचे दिसले. त्याने जोरात ओरडून सर्वांना सावध केले. पण तरीही उशीर झाला होता.

पुढे एक प्रवाळ खडक होता. अनेक ठिकाणी प्रवाळ खडक तुटलेला असल्याने त्याच्या खडबडीत कडा या तीक्ष्ण असतात, धारदार असतात. कदाचित तो प्रवाळ खडक नसेल, दुसरा कोणता तरी खडक असेल. पण एक धारदार कडांचा पृष्ठभाग असलेल्या खडकाने पाण्यात आपले अस्तित्व अडथळ्यासारखे ठेवले होते. निकोल्सनच्या ओरडण्याचा काहीही उपयोग झाला नाही. शेवटी त्या खडकावरून त्यांची लाईफबोट गेलीच. अगदी खडकाच्या माथ्याला घासत घासत गेली. मग नको तेच घडले. नाळेपासून मागच्या भागापर्यंत लाईफबोटीचा लाकडी तळ फाटत उखडत गेला. तो धक्का आणि आवाज मोठा होता. बोट फोडल्याचा धक्का एवढा होता की आतली माणसे त्यांच्या बैठकीवरून उडून मागच्या बाजूला फेकली गेली. त्यांच्या हातातल्या वस्तू निसटल्या. दोघे तिघेजण तर बाहेर पाण्यात फेकले गेले. नंतरच्या क्षणात ती फुटकी बोट एकदम आपल्या अंगावर कलंडून पालथी झाली. त्यावेळी बोटीतली प्रत्येक व्यक्ती ही बाहेर उडवून फेकली गेली. मागून खळबळत येणाऱ्या पाण्याच्या भल्या मोठ्या लाटेत ते सारे सापडले.

पुढच्या काही सेकंदात नक्की काय झाले ते नंतर कोणालाच आठवणार नव्हते. फक्त आपण त्या समुद्रात सारखे आडवे होऊन स्वतःभोवती गरगरा फिरत खाली वर होत होतो, एवढेच त्या गोंधळातील त्यांना आठवणार होते. ते त्या अजस्त्र लाटेच्या पाण्यात उभे, आडवे, खाली, वर असे कसेही घुसळून निघत होते. मधेच त्यांचे पाय खाली ओढले जायचे व समुद्रतळावरील गोट्यांवर टेकून परत ते वर यायचे. वेगाने वर आल्यावर काहीजणांना तुटक्या व उलट्या झालेल्या लाईफबोटीचे तडाखे बसायचे. तेवढ्यात लाट ओसरू लागली की त्यांचे पाय परत आत खेचले जाऊन ते तळाशी जायचे. पुन्हा ते वरती येण्याची धडपड करायचे. सुपात पाखडल्यासारखे त्या लाटा त्यांना पाण्यातल्या पाण्यात खालीवर करून किनाऱ्याकडे ढकलत होत्या. शेवटी ते सारे केव्हातरी किनाऱ्यावरती फेकले गेले. तेव्हा त्यांचे उर धपापत होते, हृदये धडधडत होती व श्वासोच्छवास जोरजोरात चालला होता.

निकोल्सनने किनाऱ्यावर जाऊन येण्याच्या तीन फेऱ्या केल्या. पहिल्या फेरीत त्याने गटांगळ्या खाणाऱ्या प्लॅन्डरलीथबाईला किनाऱ्यावर नेऊन ठेवले. ज्यावेळी ती लाईफबोट दुभंगून प्लॅन्डरलीथबाई उडाली तेव्हा ती निकोल्सनवरती जाऊन आदळली. तिला त्या धक्क्याचा मार चांगलाच लागला. निकोल्सनने ताबडतोब तिच्या दंडाला पकडून धरले. जेव्हा ते दोघे तळाशी जाऊ लागले तेव्हा निकोल्सनने नकळत तिचा दंड घट्ट पकडून धरला. म्हणून ते दोघे एकमेकांपासून विलग झाले नाहीत. तिचे वजन त्याला वाटत होते त्यापेक्षा दुप्पट होते. ती फेकली गेली तेव्हा तिच्या हातात तिची एक कॅनव्हासची प्रवासी बॅग होती. त्या बॅगेची दोन्ही हॅन्डल

तिने दोन हातांनी पकडून धरली होती. पाण्यातल्या उलथापालथीमध्ये तिचे दोन्ही हात त्या हॅन्डलमध्ये अडकून राहिले. जणू काही तिला त्या बॅगेने बेड्या घालून हालचालींना अटकाव केला होता. निकोल्सनने तिला धरले नसते तर पोहण्यासाठी तिला हात मारता आले नसते की हाताने एखादी तरंगणारी वस्तूही पकडता आली नसती. पाण्यात खालीवर होताना निकोल्सनने तिचे हात हँडलवरून दूर करायचे प्रयत्न केले. परंतु तिने त्याला विरोध केला होता. बुडणाऱ्या माणसाच्या व घाबरलेल्या माणसाच्या हातात किती बळ संचारते ते निकोल्सनला कळून चुकले. बुडणारा माणूस जे काही हाताला लागेल त्याचा आधार म्हणून घट्ट धरून ठेवतो, अगदी जिवाच्या आकांताने पकडून ठेवतो. त्याने जेव्हा तिला किनाऱ्यावरती आणून ठेवले तेव्हाही तिने त्या बॅगेला घट्ट पकडून धरले होते.

ती लाट ओसरताच निकोल्सन पुन्हा समुद्रात घुसला. व्हॅनिअर आणि कॅप्टन नंतरच्या लाटेत सापडले होते. व्हॅनिअर हा कॅप्टनला पकडून किनाऱ्यावरती येण्याची धडपड करीत होता. निकोल्सनने त्याला मदत केली व ते तिघेही सुखरूप किनाऱ्यावरती परतले. कॅप्टन फाईंडहॉर्न तशाही परिस्थितीत पाण्यात असताना "मला कुणाची मदत नको आहे. प्रत्येकाने आपापला जीव वाचवावा," असे म्हणत होता. परंतु गेल्या आठवड्यातील हाल आणि त्याला झालेली जखम यामुळे त्याच्या पायात अजिबात ताकद नव्हती. तो जिथे पडला तिथले पाणी फार खोल नव्हते. पण तेवढ्या पाण्यातही तो सहज बुडून मरण पावला असता. लाटेवरून ते तिघेही खाली पडायचे, तळाशी जायचे, धडपडत वर यायचे आणि पुन्हा मागच्या लाटेत सापडायचे. पण शेवटी त्यांना कॅप्टनला किनाऱ्यावरती सुखरूप आणण्यात यश मिळाले.

एव्हाना किनाऱ्यावरती डझनभरतरी माणसे येऊन पडली होती. कोणी लोळागोळा होऊन पडले होते, तर कोणी कपाळावर हात ठेवून बसले होते. कोणी पालथे पडून पोटातले पाणी बाहेर काढायचा प्रयत्न करीत होते. काहीजण उभे राहून आजूबाजूला पहात काहीतरी आठवायचा प्रयत्न करीत होते. त्या अंधारात धापा टाकल्याचे व कण्हण्याचे आवाज उमटत होते. निकोल्सनने ताबडतोब प्रत्येकाच्या नावाने हाक मारून हजेरी घ्यायला सुरुवात केली. पण पहिल्या नावापुढेच जाता येईना. त्याने पहिले नाव पुकारले होते, "गुद्रन. मिस् ड्राखमन! कोणी मिस् ड्राखमनला पाहिले का? कोणी पीटरला पाहिले का?" पण त्यांच्या प्रश्नांना कोणीही उत्तर दिले नाही. फक्त काहीजणांचे विव्हळणे थांबले. तो घाबरला व आकांताने म्हणाला, "अरे कोणी तरी उत्तर द्या रे. फॉर गॉडस् सेक. प्लीज आन्सर. पीटरला कोणी पाहिले का? तो लहान मुलगा दिसला का? कुणी पाहिले का?" पण तरीही उत्तर आले नाही. त्याऐवजी आलेल्या लाटेचा आवाज जवळ येत गेला. मग ओसरणाऱ्या लाटेचा

फिस्स् आवाज आला. ओसरणारी लाट मागे जाताना बरोबर काही दगडगोटे घेऊन गेली. त्यांचाही आवाज त्यात मिसळला होता.

निकोल्सन हताश झाला, खचला, थकून त्याने जमिनीवरती गुडघे टेकले. किनाऱ्यावर पडलेल्या माणसांकडे पाहू लागला. त्या अंधारात त्यांच्या वेड्यावाकड्या धूसर आकृत्या नजरेला जाणवत होत्या. त्यात कुठेही पीटरची लहान आकृती दिसत नव्हती. गुद्रनही दिसत नव्हती. याचा अर्थ ते दोघे अजूनही एकत्रच असले पाहिजेत. अन् ज्याअर्थी किनाऱ्यावरती नाहीत त्याअर्थी ते समुद्रातच असणार. तो ताडदिशी उठून उभा राहिला व समुद्राच्या दिशेने पळत सुटला. कोणीतरी वाटेत उभे होते. अंधारात तो त्या व्यक्तीला धडकला आणि खाली पडला. पण लगेच उठून तो समुद्राकडे पळत गेला. जणू काही त्याच्या अंगात वारे शिरले होते. त्याने पाण्यात उडी टाकली. परंतु समोरून आलेल्या नवीन लाटेने त्याला खाली पाडले. एखाद्या मांजरासारखा तो परत आपल्या पायावर उभा राहिला. त्याचा थकवा कुठल्याकुठे गेला होता. त्याच्या मागोमाग आणखी कोणीतरी पाण्यात उडी घातली होती. पण बेभान झालेल्या निकोल्सनच्या ते लक्षात आले नाही.

तो त्या उथळ पाण्यात लांब उड्या मारत पुढे जाऊ लागला. परंतु त्याच्या गुडघ्यावरती काहीतरी हवेतून येऊन आदळले. एवढे जोरात आदळले की त्याला बराच वेळ झिणझिण्या येत राहिल्या. त्याने पाहिले की ती बोट होती. पालथी झालेली, चिरफळ्या उडालेली व भरकटत जाणारी ती त्यांची लाईफबोट होती. एका लाटेने तिला आणून हवेत भिरकावून दिले होते. मग पुढे येणाऱ्या निकोल्सनवर ती लाईफबोट जाता जाता त्याच्या गुडघ्याला लागून पुढे जाऊन खाली पडली. ओसरणाऱ्या लाटेबरोबर ती परत समुद्राकडे ओढली गेली. तो कसाबसा उभा होता. पण आता आणखी एक लाट त्याच्याकडे चाल करून आली. त्या फेसाळणाऱ्या लाटांच्या शुभ्र पार्श्वभूमीवरती पुन्हा त्याच्याकडे येणारी लाईफबोट त्याला समजली. ती वेगाने पाण्याबरोबर आली. ती चुकवण्यासाठी त्याने हवेत एक कोलांटी उडी मारून तिला ओलांडायचा प्रयत्न केला. त्याची उडी पलीकडे पडली खरी, पण जाता जाता त्याचा खांदा पालथ्या लाईफबोटीच्या कण्याला चाटून गेला. त्याच्या कोलांटी उडीमुळे तो पाण्यावरती उलथा पडला होता, पाठीवरती आपटला होता. इतक्या जोरात आपटला होता की आपली छातीतली सारी हवा बाहेर पडल्याचा भास त्याला झाला. तो उठून उभा राहिला व तसाच पुढे जात राहिला. त्याला विलक्षण भीती वाटत होती, तो चरफडत होता. शेवटी हे असे का घडावे? या प्रश्नापाशी तो घोटाळत होता. पाण्याच्या विरोधाला न जुमानता तो पुढे पाऊल टाकत होता. त्याच्या पायात प्रत्येक वेळी वेदनेची कळ उमटत होती. पण त्याला त्याची जाणीव होत नव्हती. पण तरीही तो त्या कमरेइतक्या पाण्यात पुढे पावले

टाकीत राहिला. एक दोन पावलातच त्याला मऊ स्पर्श झाला. पाण्यातून काहीतरी आलेले होते त्याला तो अडखळला होता. तेवढ्यात एक लाट आली आणि तिने त्याला मागे ढकलून दिले. पण तरीही तो उठून उभा राहिला. आता त्याला पाण्यात कसले तरी कापड तरंगताना दिसले. त्याने वाकून ते कापड पकडले व जोर करून उचलले. ते कापड नव्हते तर एक कपडा होता आणि त्या कपड्यात कोणीतरी होते. त्याने त्या व्यक्तीला उठवून नीट आधार देऊन सरळ उभे केले. ती गुद्रन होती. तिच्या पाठीत त्याने एक दोन बुक्के मारताच तिच्या तोंडातून पोटातले पाणी बाहेर पडले.

"गुद्रन, गुद्रन!" निकोल्सन तिला हाका मारीत सुटला.

"जॉनी, ओ जॉनी!" असे म्हणून तिने त्याला पकडून धरले. ती थरथरत आहे हे त्याला त्यामुळे कळले.

"पीटर! पीटर कुठे आहे?" तो तिला घाईघाईने विचारू लागला.

"ओह्, जॉनी!" ती म्हणाली. हळूहळू ती भानावर येत गेली. स्वतःबद्दल विसरून पीटरचा विचार करू लागली.

"मला... मला बोटीचा धक्का बसला– आणि–" ती रडत रडत सांगत होती.

परंतु निकोल्सन उतावीळ झाला होता. त्याला पीटरचा ठावठिकाणा हवा होता. तिचे खांदे घट्ट धरून तिला गदागदा हलवित तो ओरडून विचारू लागला, "पीटर कुठे आहे?"

"मला माहिती नाही, माहिती नाही! मला तो सापडला नाही." मग तिने त्याला सोडून एकदम खालच्या पाण्यात बुडी मारली. ती तिथे पीटरला शोधत होती, वेडीपिशी झाली होती. त्याने पुन्हा तिला पकडून नीट उभे केले. तेवढ्यात व्हॅनिअर त्याच्या मागून उगवला. निकोल्सनच्या मागोमाग तोही किनाऱ्यावरून पाण्यात आला होता.

निकोल्सनने गुद्रनला त्याच्याकडे ढकलत म्हटले, "व्हॅनिअर, हिला ताबडतोब किनाऱ्यावरती घेऊन जा."

"मी जाणार नाही! मी जाणार नाही!" ती आकांत करीत म्हणत होती. व्हॅनिअरच्या हातून निसटू पहात होती. पण आता तिच्या अंगातले त्राण संपत आले होते. ती म्हणू लागली, "पीटर निसटला, पीटर हरवला. गेला, तो गेला!"

"व्हॅनिअर, तुम्ही ऐकले ना मी काय म्हटले ते?" निकोल्सनने आपला आवाज टीपेला नेऊन व्हॅनिअरला खडसावले. व्हॅनिअर पुटपुटत "येस सर" म्हणाला. तो अर्धवट उन्मादावस्थेत गेलेल्या गुद्रनला किनाऱ्याकडे खेचत घेऊन जाऊ लागला.

तिथल्या कमरेइतक्या पाण्यात निकोल्सन बुडी मारून पीटरचा शोध घेऊ

लागला. तो पुन्हा पुन्हा बुड्या मारीत राहिला. तळाशी जाऊन हाताने चाचपडत राहिला. पण त्याच्या हाताला केवळ समुद्रातली रेती व दगडगोटेच लागत राहिले. एकदा त्याला वाटले की, सापडले ते पोर. पण त्याच्या हाताला एक रिकामी बॅग लागली होती. त्याने ती बॅग दूर भिरकावून दिली. मग त्याने स्वत:ला आणखी पुढे झोकून दिले. पुन्हा तो बुड्या मारून शोधत राहिला. लवकरच त्याला कळले की ज्या प्रवाळ खडकावरती आपली लाईफबोट आपटून फुटली, त्याच खडकापाशी आपण आलो आहोत. एव्हाना तो खांद्याइतक्या पाण्यात आला होता. तो वेड्यासारखा त्या पोराच्या नावाने हाका मारीत सुटला. पुन्हा पुन्हा हाका मारीत राहिला. आपल्या थकलेल्या व नि:स्त्राण शरीराची पर्वा न करता तो शोध घेत राहिला. पीटर बुडाला असेल, या भयप्रद कल्पनेने त्याला उन्माद चढला होता. केव्हा तरी त्याचा उन्माद मिनिटभर थांबला असावा. मग तो विचार करू लागला. आपण शोध सुरू केल्यापासून पंधरा मिनिटांपेक्षा जास्त वेळ होऊन गेला आहे, आणि एवढ्या वेळात पाण्यात पडलेला दोन वर्षांचा पीटर जिवंत रहाणे शक्य नाही. त्याला या समुद्राने गिळून टाकले आहे, पार पचवले आहे. पण त्याच्या भावनेने लगेच बुद्धिवर मात केली व तो पुन्हा बुड्या मारून शोध घेऊ लागला. त्या फेसाळणाऱ्या लाटांना तोंड देऊन तो आपला शोध चालू ठेवत होता. त्या लाटांचा जोराने होणारा व खर्जातला 'स्विश्' असा आवाज त्याला काही सांगू पहात होता. अन् एकदम त्याला त्या आवाजामध्ये एक बारीक आवाज ऐकू आला. तो आवाज लहान मुलाच्या रडण्याचा होता. तो ताडकन स्तब्ध उभा राहिला.

पीटरचा घाबरलेला व बारीक रडण्याचा आवाज त्याला स्पष्टपणे ऐकू आला होता. त्याने नीट कान देऊन ऐकले. आवाज किनाऱ्याकडून येत होता. मग त्याने आपला शोध थांबवून किनाऱ्याकडे धाव घेतली. परंतु त्या पाण्यातून चालणे कठीण होते. चित्रपटात दाखवतात त्याप्रमाणे त्याचे पुढे जाणे मंद गतीचे होते. वेळोवेळी ओसरणारी लाट त्याच्या पायखालची रेती काढून घेऊन त्याला आत ओढू पहात होती. किनाऱ्यापासून तो अवघा पंधरा फुटांवरती होता. इतक्या जवळ असूनही आपल्याला लवकर पोचता येत नाही म्हणून तो त्या पाण्याला शिव्याशाप देऊ लागला. त्याने चिडून परत एकदा 'पीटर' म्हणून ओरडून हाक मारली. त्याच्या हाकेला यावेळी कोणीतरी प्रतिसाद दिला. खूप दुरून तो प्रतिसाद आला होता. मग मागून एक मोठी लाट खळखळत आली. तिने त्याला किनाऱ्यावरती ढकलून दिले. अवघ्या तीन सेकंदात तो किनाऱ्यावर पोचला होता. तो उठून उभा राहिला. समोरून पीटरच्या रडण्याचा आवाज त्याच्या दिशेने येत होता. हा केवळ भास आहे, भ्रम आहे असे त्याला वाटले. अंधारात एका माणसाची आकृती त्याच्याच दिशेने येत होती. त्या आकृतीच्या खांद्यावरती पीटर होता.

"तुम्ही दिसलात म्हणून बरे झाले.'' व्हॅन एफिन निकोल्सनला मलूल आवाजात म्हणत होता, ''ह्या पोराला कसलीही इजा झाली नाही. प्लीज त्याला घ्या.'' त्याने पुढे हात करून पीटरला घेत असताना व्हॅन एफिन थोडासा डोलला आणि खाली कोसळला. त्याचे तोंड किनाऱ्यावर आलेल्या लाटेच्या पाण्यात पालथे झाले होते. बेशुद्धीच्या समुद्रात शेवटी त्याने बुडी मारली होती.

■

१३

ते जंगल दमट होते. पूर्ण भिजून गेले होते. प्रत्येक ठिकाणी जमिनीवरती पाणी व चिखल झाला होता. पानापानातून पाणी गळत होते. सर्वत्र ओल चढली होती. तरीही तिथली हवा उष्ण होती, उकाड्याची होती. प्रत्येक झाडांवरती वेली चढल्या होत्या. त्यामुळे असंख्य फांद्यांमधली जागा पानांनी व वेलींनी भरून गेली होती. काही थोड्या फटी राहिल्या होत्या. आकाशाचे दर्शन झाले तर त्या फटींमधून होई. सूर्याचा प्रकाश हा फांद्या व पाने यांच्या फटीमधून गाळून खाली झिरपत होता. त्या प्रकाशाचे गुणधर्म काही चमत्कारिक असावेत. तो काही खराखुरा प्रकाश वाटत नव्हता, अशुभसूचक वाटत होता. परंतु आजूबाजूच्या झाडांच्या उंच उंच अशा हिरव्या तटबंदीला तो प्रकाश साजेसा होता. तिथे शिरल्यावर आपण चारही बाजूने कोंडले गेलो आहोत अशी भीती माणसाच्या मनात निर्माण होई.

अशा त्या जंगलातून एक वाट गेलेली होती. त्या वाटेच्या दोन्ही बाजूंना दलदल व काटेरी झुडुपे माजलेली होती, रोगट धुके पसरलेले होते. ती वाटही चालण्यासाठी योग्य नव्हती. फार तर त्या वाटेच्या जागेवरती झाडे नव्हती एवढेच म्हणता येईल. "निदान तेवढी वाट तरी या जंगलाने आपल्याला दिली" असे त्या वाटेवरून चालणारा मनात म्हणे. त्या वाटेवरून जाताना बरोबर कुऱ्हाड, कोयता, आगपेट्या न्याव्या लागत असत. त्याशिवाय पुढे सरकताच येत नसे. मधेच वाटेवरची जागा ही टणक व छान वाटे. तर ती पुढे एखाद्या वृक्षाला वळसा घालून दलदलीमध्ये शिरे. मग पुढे काही अंतर परत ती वाट दलदलीतून बाहेर निघून बऱ्यापैकी स्वरुपात पुढे जाई.

ती दलदल किती खोल असेल ते सांगता येत नव्हते. चिखल किंवा चिकट, घाणेरडे व कुबट वास मारणारे पाणी तेथे असायचे. व्हॅनिअर आणि निकोल्सन त्या जंगलातून चालले होते. दलदल आली की त्यात ते सावधगिरीने उतरायचे. कधी

कधी त्यांना कमरेइतक्या दलदलीच्या पाण्यात उतरावे लागत होते. आपल्या वाटेतील अडथळे कसे ओलांडायचे, त्यावर कशी मात करायची, हे ते आता शिकत होते. ती दलदल टाळायची असेल तर तिला वळसा घालून पुढे जाणे हे तर ओघानेच आले. परंतु अनेकदा तो मार्ग बराच लांबचा असे. पुन्हा त्या मार्गाला अन्य फाटे फुटले असतील तर आपण धरलेली दिशा चुकण्याचा संभव असे. जर दलदलीचा वळसा फार मोठा नसेल तरच ते त्यावरून जात. नाहीतर सरळ दलदलीत घुसून पुढे जात रहाणे, एवढेच त्यांच्या हाती होते. दलदलीतून बाहेर पडल्यावर मात्र बराच वेळ त्यांना आपल्या अंगाला चिकटलेले ते घाणेरडे पाणी, चिखल व जळवा हे काढून साफ करत बसावे लागे. करड्या रंगाच्या जळवा त्यांच्या पायाला घट्ट चिकटून बसत. त्या काढल्याखेरीज ते पुढे जाऊ शकत नसत. मग परत त्या वाटेवरून ते घाईघाईने जाऊ पहात. पुन्हा अवाढव्य वृक्षांजवळून व अर्धवट प्रकाशातून ते पुढे जात. ते जात असताना काही अंतरावरती चमत्कारिक आवाजही त्यांच्या मार्गाला समांतर जात असत. कुठेतरी अंधारी जागेत खसफस वाजायचे, कोणीतरी पळत गेल्याचे आवाज यायचे, विचित्र आवाज व्हायचे, सळसळ व्हायची. पण ते तिकडे दुर्लक्ष करीत चालत राहिले.

निकोल्सन हा एक हाडाचा दर्यावर्दी माणूस होता. त्याला जमिनीवरची तंत्रे, युक्त्या वगैरे कमी ठाऊक होते. त्यातून त्याला जंगलांचा अनुभव नव्हता. शिवाय हे जंगल तर विषुववृत्तीय पट्ट्यातील जंगल. घनदाट व किर्र, वृक्ष व वेली मिळून झालेले एक जाळे, शिवाय अधूनमधून जमिनीवरती सूर्यकिरण पोचलेले, असंख्य प्राणी, जळवा, पिसवा वगैरेने युक्त असलेले. येथे फक्त अनुभवी माणसानेच प्रवेश करावा. जावा बेट म्हणजे तर अशा जंगलांनी व्यापलेले. पण तरीही त्यांच्यापुढे अन्य काही पर्याय नव्हता. जेव्हा सकाळ झाली तेव्हा त्यांनी किनाऱ्यावरती आपल्या परिस्थितीचा आढावा घेतला. वाचलेल्यांची शारीरिक प्रकृती पाहिली. शेवटी त्यांना कळून चुकले की अन्न, पाणी, औषधे व निवारा याची आपल्याला निकडीची गरज आहे. इथे किनाऱ्यावरती नुसते बसून काहीही होणार नाही. मानवी वस्तीचा शोध घ्यायला हवा. मदत आणायला हवी. म्हणून निकोल्सन व व्हॅनिअर शेवटी जंगलात घुसले होते.

ते सर्वजण सुंद सामुद्रधुनीच्या आसपास कुठेतरी जावा बेटाच्या किनाऱ्यावरती उतरले होते. येथे दोन मैल रुंदीची खोल खाडी होती. या खाडीला एक दगडगोट्यांचा बनलेला अरुंद किनारा होता. पार्श्वभूमीवरती जंगल होते. लांबून ते एवढे दाट दिसत होते की त्याचा भेद करून आत घुसणे अशक्य आहे असे वाटत होते. त्या किनाऱ्यावरती जिवंतपणाचा पूर्णपणे अभाव होता. मनुष्यप्राणी तर सोडाच परंतु अन्य प्राणीही तिथे येत नव्हते. एका माडाच्या झाडाखाली सारे जण कोंडाळे करून

बसले होते. आत्ता तरी त्या किनाऱ्यावरील जिवंतपणाचे तेवढेच एक लक्षण होते. तिथून तीनशे फुटांवरती त्यांची ती लाईफबोट पालथी पडली होती. त्या लाईफबोटीला तळाला एक पंधरा फूट लांबीचे भगदाड पडले होते. ती दुरुस्त करण्यापलीकडे गेली होती. ती जर चांगल्या अवस्थेत असती तर त्यांनी किनाऱ्याकिनाऱ्याने समुद्रातून त्या बेटाभोवती पहाणी केली असती. तेव्हा आता त्यांच्यापुढे जंगल हाच एकमेव पर्याय उरला होता. पण त्या जंगलाला तोंड देण्याएवढी त्यांची शारीरिक अवस्था नव्हती.

कॅप्टन फाईंडहॉर्न हा अजूनही एक आजारी माणूस होता. त्याला चार पाच पावलेही टाकता येत नव्हती. व्हॅन एफिन हाही अशक्त झाला होता. वांत्या व ढाळ यांनी तो हैराण झाला होता. त्यातून त्याच्या मांडीला एक जखम झाली होती. त्या लहान पोराला किनाऱ्यावरती आणताना तो अनेकवार पाण्यात बुडून वर आला होता. त्याच्या पायाला एका मोठ्या शिंपल्यातला किडा जळवासारखा चिकटला होता. तो काढून टाकण्यात निकोल्सन व मॅकिनॉनला यश आले होते. शिवाय त्याच्या डोक्यावर फाईंडहॉर्नने बाटलीचा फटका मारल्याने त्याच्या कवटीला इजा झाली होती. या सर्व गोष्टींमुळे त्याची प्रतिकारशक्ती खालावून तो आजारी पडला होता, दुर्बल झाला होता. वॉल्टर आणि इव्हान्स यांच्या हातांना जखमा होऊन त्यात जंतूंचा संसर्ग झाल्याने ते हात सुजले होते. त्यांनाही वांत्या व ढाळ होत होते. मॅकिनॉनला आपला पाय वाकवता येत नव्हता. तो कडक झाला होता. विलोबी तर मुळातच अशक्त होता. बहुतेक सर्व माणसे अशीच होती. सिरान आणि त्याची दोन्ही माणसे ही फक्त आपापल्यापुरती पहात होती. त्यांच्याकडून सहकार्य मिळणे अजिबात शक्य नव्हते. म्हणून निकोल्सन आणि व्हॅनिअर हेच फक्त बऱ्यापैकी शारीरिक अवस्थेत होते.

निकोल्सनला ठाऊक होते की आपण कोणालाच प्रत्यक्ष मदत करू शकणार नाही. ती लाईफबोट तर दुरुस्तीच्या पलीकडे गेली होती. एखादा तराफा किंवा तरंगण्याचे साधन नव्याने बांधणे हेही योग्य त्या हत्याराअभावी अशक्य होते. आपल्याला आता जमिनीवरतीच रहावे लागणार आहे हे सत्य सर्वांना उमगले. जी काही धडपड करायची ती या बेटावरतीच केली पाहिजे. पण किनाऱ्यावर काहीही करता येणे शक्य नव्हते. इथे किती काळ रहाणार? तसे ते राहू लागले तर लवकरच त्यांची उपासमार होऊ लागून त्यांचे भूकबळी पडले असते. त्या जंगलातून कंदमुळे, झाडपाला वगैरे आणून ते खाऊन आपला बचाव करण्याची क्षमता त्यांच्यात उरली नव्हती. एखादा जंगली माणूस त्या परिस्थितीत जंगलात सहज तगला असता. पण तशा गोष्टींची सवय असावी लागते. ती कंदमुळे, झाडपाला वगैरे पचवण्याची शक्ती जवळ असावी लागते. अन् मुख्य म्हणजे जंगलातील

वनस्पतींची माहिती असावी लागते. चुकून विषारी वनस्पती किंवा विषारी फळे खाल्ली तर? जंतूंचा संसर्ग झाल्याने चिघळणाऱ्या जखमांवरती औषधेच लावायला हवी होती. औषधे व अन्नपाणी यांची आता आत्यंतिक निकड होती. अन् ह्या गोष्टी इथे बसून मिळणार नव्हत्या. म्हणून निकोल्सन व व्हॅनिअर जंगलात घुसले होते.

ते जंगलात घुसले खरे, पण आपल्याला किती दूर जायचे आहे, नेमका कोणता मार्ग पकडायचा आहे, हे त्यांना ठाऊक नव्हते. जावा बेटाच्या वायव्य भागात बऱ्यापैकी लोकवस्ती आहे हे निकोल्सनला ठाऊक होते. तिथे एक दोन मोठी गावेही आहेत हे त्याला आठवत होते. जर किनाऱ्या किनाऱ्याने गेलो तर मासेमारीवर जगणाऱ्या कोळी लोकांची खेडी आहेत. परंतु त्याने तो मार्ग मुद्दामच टाळला. ते लोक आपल्याला मदत न करता शत्रुत्वाने वागतील. कदाचित जंगल आणि डोंगर भागातील जपान्यांशीही ते तसेच वागण्याची शक्यता होती. आपली किनारपट्टीवरची सत्ता व स्वातंत्र्य अबाधित ठेवण्याची त्यांची प्रवृत्ती होती, स्वाभाविक कल होता. त्यामुळे त्यांना भेटण्यात अर्थ नव्हता. परंतु जंगल भागातील किंवा डोंगराळ भागातील लोकांचाही कसा काय भरवसा धरायचा? जपान्यांच्या प्रभावाखाली आल्यामुळे कशावरून ते दगा देणार नाहीत? त्यांना भेटणे म्हणजेसुद्धा एक जोखीम घेण्याजोगी बाब होती. पहाटेनंतर तासाभरातच निकोल्सनने निर्णय घेऊन आपल्या पॉईंट फॉर्टी-फाइव्ह कोल्ट पिस्तुलासह किनारा सोडला होता. ती कार्बाईन त्याने मागे मॅकिनॉनजवळ ठेवली होती. व्हॅनिअरसह त्याने जंगलात प्रयाण केले होते. आता जमिनीवरचा अध्याय सुरू झाला होता.

जंगलात शिरल्यानंतर त्यांना काही फुटांवरती ती पाऊलवाट दिसली होती. याचा अर्थ येथवर नेहमी माणसे येऊन जात असणार. त्या पाऊलवाटेला पुढे दोन फाटे फुटले होते. एक फाटा वायव्येला जात होता तर दुसरा फाटा नैऋत्येला जात होता. त्यांनी नैऋत्येचा फाटा धरला, आपोआप न कळत धरला. त्या दुसऱ्या फाट्याकडे त्यांनी पाहिलेसुद्धा नाही. काही अंतर त्या फाट्यावरती चालून गेल्यानंतर आपण हाच फाटा नकळत का निवडला यावर निकोल्सन विचार करू लागला. नैऋत्येला नेणारा फाटा म्हणजे बऱ्यापैकी दक्षिणेला नेऊन सोडणारा होता. अन् गेली बरीच वर्षे इतिहासात दक्षिण दिशा ही माणसाला सुटका व स्वातंत्र्य याकडे नेणारी होती.

दीड तास चालून त्यांनी तीन मैलांचे जंगलातील अंतर कापले. मग ते विश्रांतीसाठी थांबले. नुकतीच त्यांनी शंभर फूट व्यासाची डबक्याची जागा मोठ्या शर्थीने ओलांडली होती. तिथले पाणी हे खांद्याइतके खोल होते. आतले धोके ओलांडता ओलांडता त्या दोघांची पुरती दमछाक झाली होती. त्या डबक्यातून जाताना जरी त्यांनी हळुवार हालचाली केल्या होत्या तरी त्यांना आपली बरीच ताकद

खर्च करावी लागली होती. मुळात ते दोघे तहानलेले होते. गेला आठवडाभर अर्धपोटी व कधीकधी पूर्ण उपाशी राहून त्यांनी दिवस काढले होते. त्यामुळे त्यांच्या शरीरात फारशी ताकद उरली नव्हती. ते डबके ओलांडल्यावरती ते थकून जाणे स्वाभाविक होते. पण त्याहीपेक्षा त्या जंगलातली हवा एवढी दमट व उष्ण होती की त्यांना सतत घामाच्या धारा लागल्या होत्या. अनेकदा डोके व कपाळ यावर इतका घाम येई की तो डोळ्यातही शिरे. मग काही क्षण दिसेनासे होई.

त्यांनी जमिनीवरची एक टणक जागा बघितली व ते तिथेच बसले. निकोल्सन एका मोठ्या झाडाच्या खोडाला टेकून बसला होता. कपाळाला चिकटलेला चिखल तो डाव्या हाताने पुसून काढत होता. त्याने उजव्या हातातील आपले पिस्तूल मात्र सोडले नव्हते. व्हॅनिअरने तर जमिनीवरती आपले अंग लोटून दिले होते. आपल्या डोळ्यावर त्याने एक हात ठेवला होता. त्याची छाती धाप लागल्यामुळे खालीवर होत होती, खूप आत बाहेर होत होती आणि वेगाने होत होती.

"काय व्हॅनिअर, मजा येते आहे ना? बोटीवरच्या नोकरीत इंडोनेशियन जंगलातूनही सफर करायला मिळते आहे ना?" निकोल्सन त्याच्याशी चेष्टेच्या रुपात म्हणाला. परंतु नकळत तो अत्यंत खालच्या आवाजात बोलत होता. कारण त्याला ठाऊक होते की हे जंगल आणि इथली प्रत्येक गोष्ट आपल्याला घातक ठरू शकते. येथे सर्वत्र शत्रुत्व भरून राहिलेले आहे. इथली हवाही शत्रुत्वाने भारलेली आहे. त्यामुळे श्वास घेतानाही जपून घेतला पाहिजे.

"ब्लडी, ऑफुल!" व्हॅनिअर हळू आवाजात पुटपुटला. नंतर थोडासा विव्हळला. कुठेतरी त्याच्या दुखावलेल्या स्नायूत चमक आली असावी किंवा कळ उठली असावी. मग त्याने थोडा हसायचा प्रयत्न केला. तो म्हणाला, "त्या टारझनच्या सिनेमातून जंगलाची जी कल्पना येते ती किती चुकीची आहे. या जंगलातून पुढे सरकणे हे महाकठीण आहे. ही पाऊलवाट कुठे जाते देव जाणे. ती कधी संपणारच नाही असे वाटते. का आपण एखाद्या वर्तुळाकार पाऊलवाटेवरून तर चाललो नाही ना?"

"शक्य असेल," निकोल्सन म्हणाला, "पण ते समजायला काही मार्ग नाही. इथे धड सूर्याचे दर्शन होत नाही. ही वाट तर सारखी अशी चमत्कारिक वेडीवाकडी वळणे घेत जाते आहे की आपण या अरण्याच्या अंधारात नक्की कुठल्या दिशेला चाललो आहोत ते समजत नाही. मला तर वाटते की ही पाऊलवाट परत दुसऱ्या कोणत्या तरी समुद्रकिनाऱ्याकडे आपल्याला नेऊन सोडेल."

"खरे आहे," व्हॅनिअर एक निःश्वास टाकत म्हणाला. पण तो निराश झाला नव्हता. त्याच्या उन्हाने रापलेल्या, गालफडे वर आलेल्या आणि ओठांवर फोड उठलेल्या चेहऱ्याकडे पहाताना निकोल्सनच्या मनात आले की, गेल्या काही

दिवसात कठोर अनुभवांच्या आणि उपासमारीच्या भट्टीतून तावून, सुलाखून निघाल्यामुळे व्हॅनिअरचे एका वेगळ्याच माणसात रुपांतर झाले आहे. पूर्वी हाच पोरगेलासा तरुण कामे टाळायचा, जबाबदारी टाळायचा, एक काम करायला पाठवले की तिकडेच वेळ काढत रहायचा. तो अत्यंत बेभरवशाचा माणूस होता. नाविक जगातील कष्टमय जीवनाला तो अजिबात लायक नव्हता. पण आता त्याच्यात किती बदल झाला आहे. त्याचा आज्ञाधारकपणा वाढला आहे. प्रत्येक काम तो मन लावून करतो. टक्केटोणपे खाऊन तो टणक झाला आहे. जबाबदारीचे भान त्याला आले आहे. विश्वासपात्र झाला आहे. संकटांमुळे माणसात चांगलाही बदल होऊ शकतो. त्याच्यातले अज्ञात गुणही प्रगट होऊ लागतात.

एक दोन मिनिटे अशीच शांततेत गेली. त्या शांततेत फक्त त्यांच्या श्वासोच्छ्वासाचे आवाज आणि पानांवरून खाली गळणाऱ्या पाण्याच्या थेंबांचे आवाज ऐकू येत होते. मग एकदम निकोल्सन ताठ झाला. त्याने आपला डावा हात बाजूला पडलेल्या व्हॅनिअरला सावध करण्यासाठी लांबवला. त्याने हळूच त्याच्या खांद्याला स्पर्श केला आणि तो त्याच्याकडे बघू लागताच 'आवाज करू नकोस' याअर्थी तोंडावर बोट ठेवून त्याला खुणावले. पण व्हॅनिअरला सावध करण्याची गरज नव्हती. त्यालाही ही जाणीव झाली होती. लांबून काहीतरी आवाज येत होता. टणक मातीवर अनवाणी पावले टाकल्यासारखा तो आवाज होता. त्या आवाजापाठोपाठ कोणीतरी हलक्या आवाजात बोलण्याची गुणगुण ऐकू येऊ लागली. हळूहळू ते दोन्ही आवाज जवळ जवळ येऊ लागले. व्हॅनिअरने आपले पाय हळूच आखडते घेतले व तो सावकाश उठून उभा राहिला. निकोल्सनही एव्हाना उठून उभा राहिला होता.

ते दोघे कानोसा घेऊ लागले. ते आवाज जवळ येऊ लागले. पण त्या पाऊलवाटेवरती अजून कोणीही दिसत नव्हते. ती पाऊलवाट पुढे सरळ गेली नव्हती, एक वळण घेऊन अदृश्य झाली होती. त्या आवाजांचे उगम त्या पाऊलवाटेवरतीच होते, फक्त ते वळणापलीकडे होते. एव्हाना ते तीसएक फूट अंतरावर पलीकडे आले असावेत. नक्की कोणाचे आवाज आहेत हे कळल्याखेरीज त्यांच्यापुढे जाऊन उभे रहाण्यात शहाणपणा नव्हता. निकोल्सनने चटकन आजूबाजूला पाहिले. पण लपण्याजोगी एकही जागा तिथे कुठे नव्हती. झाडाच्या खोडामागे जाऊन लपता येण्याजोगे होते. जवळ येणाऱ्या आवाजावरून फक्त दोघेजणच येत असावेत असे वाटत होते. कदाचित ती जपानी माणसेही असू शकतील. निकोल्सनने चटकन आपल्या पिस्तुलाचा सेफ्टी कॅच दूर केला. त्या शांततेत तो आवाज त्यालाच दचकून टाकण्याइतपत मोठा वाटला. एक महिन्यापूर्वी केवळ संशयित वाटणाऱ्या माणसावर आपण पिस्तूल रोखले असते? ते झाडले असते? असा विचार त्याच्या मनात आला.

अचानक वळणापलीकडची माणसे आता पाऊलवाटेवरती आलेली दिसली. स्पष्ट दिसली. ती दोन माणसे नव्हती, तर तीन माणसे होती. अन् ती जपानी माणसे नव्हती. निकोल्सनने एक नि:श्वास सोडला. पण त्याला तरीही आश्चर्यही वाटले होते. जर जपानी माणसे नसतील तर ती स्थानिक सुमात्री माणसे असतील. म्हणजे कमीत कमी कपडे वापरणारी असतील. इथल्या भयानक गरम व दमट हवेमुळे तसलेच कपडे घालायला भाग पाडणारी हवा होती. अन् जंगलात शिरताना त्यांच्याजवळ हातात भाले असणार, फुंकून विषारी बाण सोडण्याच्या फुंकण्याही जवळ असणार. जवळ येत चाललेल्या त्या तिघांपैकी दोघांनी पायात जीन्स घातल्या होत्या व विटत चाललेल्या निळ्या रंगाचे शर्ट अंगात चढवले होते. तो तिसरा माणूस त्यांच्यामध्ये सर्वात वयस्कर होता. त्याच्या अंगावर मात्र स्थानिक कपडे होते आणि त्याने हातात चक्क एक बंदूक घेतली होती. अशा स्थानिक माणसाची निकोल्सनला अपेक्षा नव्हती. पण ती बंदूक पाहून तो घाबरला नाही. आपल्यापासून दहा फुटांवरती ते येण्याची तो वाट पाहू लागला. तेवढ्या अंतरावरती ते येताच तो चटकन त्या पाऊलवाटेवरती येऊन उभा राहिला. आपले पिस्तूल त्याने त्या बंदूकधारी माणसावरती रोखले होते.

पण तो बंदूकधारी सावध होता. त्याने चटकन आपली बंदूक वर केली. तेवढ्या त्या क्षणात त्या माणसाचे ब्राऊन डोळे निकोल्सनला दिसले. त्याची बंदूक वर येत होती. पण त्याच्या शेजारचा तो तरुण मात्र त्याहीपेक्षा झटपट हालचाली करणारा असावा. त्याने चटकन आपल्या हाताने वर येणाऱ्या बंदुकीची नळी थोपवून धरली. तो त्या वयस्कर माणसाला रागाने काहीतरी मोजक्याच पण तीव्र शब्दात बोलला. मग त्या वयस्कर माणसाने जडपणे आपली मान हलवली, दुसरीकडे पाहिले आणि आपल्या बंदुकीची नळी जमिनीकडे केली. तो आता निकोल्सनकडे पाहू लागला. त्याच्या शांत व गुळगुळीत चेहऱ्यावरती असलेल्या डोळ्यात मात्र राग उतरलेला होता.

"*बेग्रिप उ नेदरलान्डस?*" तो तरुण त्याच्या भाषेत विचारीत होता.

"डच? सॉरी. मला तुमची भाषा समजत नाही." असे म्हणून निकोल्सनने आपले खांदे 'समजत नाही' अशा अर्थी उडवले. मग व्हॅनिअरकडे पाहून तो म्हणाला, "त्याची बंदूक काढून घ्या. बाजूने जा." व्हॅनिअरने झटपट तसे केले.

निकोल्सनची भाषा ओळखून तो तरुण इंग्रजीत म्हणाला, "इंग्लिश? तुम्ही इंग्लिश बोलता?" तो तरुण सावकाश व अडखळत बोलत होता. त्याला थोडेफार इंग्रजी येत असावे. पण समजत असले तरी नीट बोलता येत नसावे. तो निकोल्सनकडे रोखून पहात होता. त्याच्या डोळ्यात कुतूहल होते, शत्रुत्व नव्हते. मग त्याचा दृष्टीक्षेप हा दोन तीन इंच वर गेला आणि तो एकदम हसला. मग तो

आपल्या बाजूच्या त्या वयस्कर माणसाशी भरभर काहीतरी बोलत गेला. मग परत निकोल्सनकडे पहात तो इंग्रजीत म्हणाला, "तुम्ही इंग्लिश माणसे आहात, असे मी माझ्या वडलांना सांगितले आहे. मला तुमची टोपी ठाऊक आहे. तुम्ही नक्कीच इंग्लिश असणार."

"ही?" निकोल्सनने आपल्या डोक्यावरील टोपीच्या बॅजला हात लावीत म्हटले.

"होय. मी सिंगापूरमध्ये रहातो," हे म्हणताना त्याने आपला हात अंदाजाने उत्तरेकडे केला होता. "गेली दोन वर्षे मी तिथे होतो. मी नेहमी बोटीवरचे इंग्लिश अधिकारी पहायचो. तुम्ही इथे का आलात?"

"आम्हाला मदत पाहिजे म्हणून आम्ही इथे आलो," निकोल्सन रोखठोकपणे म्हणाला. आधी आपण नीट दोस्ती करावी, पार्श्वभूमी तयार करावी आणि नंतर आपली मागणी त्यांच्यापुढे मांडावी असा त्याचा विचार होता. पण त्या तरुणाचे शांत व काळे डोळे पाहून त्याने आपला विचार बदलला व तो सरळ मुद्यावरती आला. तो पुढे म्हणाला, "आमची बोट बुडाली. आमच्या बरोबर बरीच जखमी आणि आजारी माणसे आहेत. आम्हाला आसरा हवा आहे, खायला हवे आहे, औषधे हवी आहेत."

"आमची बंदूक परत द्या." तो तरुण अचानक म्हणाला.

निकोल्सनने यावेळी न कचरता व्हॅनिअरला म्हटले, "ती त्यांची बंदूक त्यांना देऊन टाका."

"बंदूक द्यायची?" व्हॅनिअर म्हणाला. त्याला अजूनही त्या माणसाची भीती वाटत होती. तो म्हणाला, "पण ती माणसे जर–"

"ती बंदूक देऊन टाका." असे म्हणून निकोल्सनने आपले पिस्तूल कमरेला खोचले.

नाईलाजाने व्हॅनिअरने ती बंदूक त्या वयस्कर माणसाला देऊन टाकली. त्या माणसाने ती हिसकावून घेतली व त्यावरून आपले हात घडी करून घातले. तो आता मुद्दाम दुसरीकडे पाहू लागला. त्या तरुणाने त्याच्याकडे खेदाने पाहिले व निकोल्सनकडे पाहून एक ओशाळलेले स्मित केले.

"तुम्ही माझ्या वडलांकडे फारसे लक्ष देऊ नका," तो अडखळत म्हणत होता, "तुम्ही त्यांच्या भावना दुखावल्या आहेत. त्यांच्याकडून कोणीही बंदूक काढून घेत नसते."

"का?"

"कारण 'त्रिका' हा 'त्रिका' आहे. असे धाडस कोणीही करणार नाही." त्या तरुणाच्या बोलण्यात आपल्या बापाविषयी जिव्हाळा व अभिमान होता. पण त्याचबरोबर त्याला गंमतही वाटत होती. तो पुढे म्हणाला, "तो आमच्या खेड्याचा प्रमुख आहे."

"तुमचा प्रमुख?" निकोल्सन आता त्या गवताची टोपी घातलेल्या वयस्कर माणसाकडे वेगळाच रस घेऊन पाहू लागला. शेवटी या माणसाच्या विचारक्षमतेवरती, त्याच्या बुद्धिनुसार, त्याच्या वाटण्यानुसार आपल्या मदत देण्याबाबतीत निर्णय घेतला जाणार होता. त्यावरती आपणा साऱ्यांचे प्राण अवलंबून रहाणार होते. कदाचित तो आपल्याला मदत नाकारूही शकत होता. निकोल्सनने आता त्याच्याकडे बारकाईने पाहिले. ब्राऊन वर्ण, सुरकुत्या पडलेला चेहरा, गंभीर भाव धारण करणारा, अधिकाराची रग व रुबाब असलेला हा त्रिका एखाद्या जमातीचा किंवा वस्तीचा प्रमुख वाटत होता. त्याच्या मुलाचा चेहराही तशाच तोंडावळ्याचा होता. त्या दोघांच्या मागे जो तिसरा माणूस होता तो खूपच तरुण वाटत होता. तो बहुतेक त्रिकाचा धाकटा मुलगा असावा. त्या तिघांची कपाळे रुंद होती, डोळ्यात बुद्धीचे तेज चमकत होते, आणि त्यांचे ओठ व नाक हे पातळ व कोरून काढल्यासारखे रेखीव वाटत होते. त्यांच्यात कुठेही निग्रो वंशाचा अंशही दिसत नव्हता. ते नक्की कोणत्या मानववंशाचे असावेत याचा विचार करताना त्यांची वैशिष्ट्ये अरब वंशाकडे झुकणारी आहेत असे निकोल्सनला वाटले. ते आपल्याला मदत करतील असेही त्याला वाटले.

"मी तेलाक. त्यांचा मुलगा. थोरला मुलगा."

"अन् माझे नाव निकोल्सन. तुमच्या वडिलांना सांगा की आमची बरीच माणसे किनाऱ्यावरती आजारी होऊन पडली आहेत. इथून तीन मैलांवरती ते सारे आहेत. आपली त्यांना मदत हवी आहे. तुमचे वडील मदत देतील? प्लीज त्यांना विचारा."

मग तेलाक आपल्या वडलांकडे वळून खटखटखट अशा तीक्ष्ण शब्दात एक मिनिटभर काहीतरी बोलला. त्याचे वडील त्यावरती काहीतरी म्हणाले. मग तो निकोल्सनला म्हणाला, "आजारी माणसे किती आहेत?"

"पाच माणसे आहेत. काही स्त्रिया आहेत. पण त्यांच्यात चालण्याचे त्राण नाही. तुमचे खेडेगाव इथून किती मैल दूर आहे?"

"मैल?" तेलाक हसत म्हणत होता, "इथून दहा मिनिटात तिकडे चालत जाता येईल." मग परत तो आपल्या वडिलांशी काहीतरी बोलला. त्याच्या वडिलांनी मान डोलावली. तो बोलत असताना अनेकवार मान डोलावली. मग आपल्या धाकट्या भावाकडे वळून त्याला त्याने काही तरी सूचना दिल्या. त्या मुलाने त्या सूचना लक्षपूर्वक ऐकल्या. त्या त्याने परत म्हणून दाखवल्या असाव्यात. मग तो हसला आणि वळून चटकन आल्या दिशेने तो मागे धावला.

तेलाक म्हणत होता, "आम्ही तुम्हाला मदत करू. मी धाकट्या भावाला गावात पाठवले आहे. तो येताना दणकट माणसे आणील आणि आजारी माणसांना नेण्यासाठी तीन चार डोली घेऊन येईल."

किनाऱ्यावरती जाण्यासाठी ते सारेजण तयार झाले. मग ते वळून एका ठिकाणी जंगलात घुसले. तिथे आत शिरता येईल असे वाटत नव्हते. परंतु ते वाकून व सरपटत आत शिरले. मग ते त्या डबक्याच्या बाजूबाजूने पुढे जात राहिले. निकोल्सन आणि व्हॅनिअर त्यांच्या मागोमाग तशाच तऱ्हेने गेले. शेवटी ते मूळच्या पाऊलवाटेवरती आले. ते डबके अवघ्या दोन मिनिटात त्यांनी अशा तऱ्हेने ओलांडले. व्हॅनिअरने निकोल्सनकडे पाहिले व तो हसला.

"आपण किती वेड्यासारखे करत होतो नाही? सरळ डबक्यात शिरून पुढे जाऊ पहात होतो. पण ही किती साधी युक्ती आहे. डबक्याच्या भोवतालून रांगत गेले की जाता येते. आपण दाट झाडीमुळे तो विचार सोडून देत होतो." व्हॅनिअर म्हणाला.

"जेव्हा युक्ती समजते तेव्हा ती फार सोपी वाटते." निकोल्सन म्हणाला.

तेलाक त्याला म्हणाला, "तुमचा मित्र काय म्हणाला?"

"त्याला असे म्हणायचे की तुम्ही आमच्याबरोबर या आधी असता तर बरे झाले असते. आम्ही सरळ त्या डबक्यात उतरून कमरेइतक्या पाण्यातून चालत जाऊ पहात होतो," निकोल्सनने त्याला खुलासा केला.

तेलाकने ते सारे त्रिकाला सांगितले. त्यावरती तो काहीतरी बोलला. मग तेलाक निकोल्सनला म्हणाला, "माझे वडील म्हणत आहेत की फक्त मूर्ख माणसे व लहान मुले यांचेच पाय या जंगलात ओले होतील. तुम्हाला अशा गोष्टींची आधी कधी सवय नव्हती हे ते विसरतात," एवढे म्हणून तो हसला. नंतर तो सांगू लागला, "माझ्या वडलांना काळाचे आणि आजूबाजूच्या बदलांचे भान नाही. त्यांनी हल्लीचे शहरी जीवन कधी पाहिले नाही. ते एकदाच फक्त मोटारीत बसले होते. पण जेव्हा मोटार सुरू होऊन पुढे धावू लागली तेव्हा ते घाबरले व त्यांनी सरळ खाली उडी मारली. त्यात त्यांचा पाय जबरदस्त दुखावला."

जंगलातल्या डबक्यांच्या काठाला अगदी चिकटून झुडूपे व झाडे होती. त्यामुळे काठाने वळसा घालून जायला जागा नाही असे दिसायचे. परंतु त्याच झुडूपांखालून रांगत जाण्याचे निकोल्सनला सुचले नव्हते. त्याने त्या लोकांची युक्ती मानली. ते चालत चालत निघाले. तेलाक वाटेत गप्पा मारत होता. त्यांच्याशी मोकळेपणे बोलत होता. त्याच्या बोलण्यातून त्याची मते व्यक्त होत होती. तो आणि त्याचे वडील हे ब्रिटीशांच्या बाजूने नव्हते. तसेच ते डचांच्या बाजूनेही नव्हते की जपान्यांच्या बाजूनेही नव्हते. त्यांना फक्त इंडोनेशिया हा स्वत:चा स्वतंत्र देश मान्य होता. कोणतीही परकीय सत्ता त्यांना आपल्या भूमीवरती नको होती. युद्ध संपले की ते परकीय सत्तेशी वाटाघाटी करून आपल्या स्वातंत्र्याच्या मागण्या लावून धरणार होते. मात्र कोणत्याही परिस्थितीत ते जपान्यांशी वाटाघाटी करण्यास राजी नव्हते.

वाटाघाटी केल्याच तर त्या ब्रिटीश किंवा डच यांच्याशी होतील, असे तो म्हणत होता. जपान्यांनी सुरुवातीला त्यांच्याशी दोस्तीची आमिषे दाखवली होती. पण एकदा ते त्यांच्या देशात शिरल्यानंतर आता तिथून बाहेर पडायला तयार नव्हते. जपानी त्यांच्याकडून सहकार्य मागत होते. त्यांना ते सहकार्य करायचे नव्हते. परंतु जबरदस्तीने, धाकदपटशाने जपानी त्यांना कामे करायला भाग पाडत होते. "संगीनी व टॉमी गन रोखल्यावरती नाईलाज असतो," तेलाक म्हणाला.

निकोल्सनने त्याच्याकडे आश्चर्याने पाहिले आणि त्याला एकदम भीती वाटू लागली.

"तुमच्या गावात जपानी आहेत? इथे ते बोटीतून येऊन उतरलेत?"

"होय, येथे ते केव्हाच आले," तेलाक गंभीरपणे बोलत होता, "ते पूर्वेकडून आले. तिकडे ब्रिटीश व अमेरिकन अजून त्यांच्याशी लढत आहेत. पण त्यांचा फार काळ टिकाव लागणार नाही. जपान्यांनी आमची कित्येक गावे ताब्यात घेतली आहेत. या शंभर मैलांच्या परिसरातील बहुतेक गावे त्यांच्याकडे गेली आहेत. त्यांच्याजवळ मुख्य ठाण्यात भरपूर शिबंदी त्यांनी आणून ठेवली आहे. ते ठाणे बांटुक गावात आहे. खूप शिबंदी आहे तिथे. एक कर्नल तिथला प्रमुख आहे. कर्नल किसेकी." एवढे म्हणून तेलाकने आपले अंग शहारल्यासारखे केले. तो सांगू लागला, "कर्नल किसेकी हा माणूस नाही, जनावर आहे जनावर. जंगली जनावर आहे. पण जंगलातली जनावरेसुद्धा नाईलाज झाला तरच दुसऱ्यांना ठार करतात. पण हा किसेकी लहर लागली म्हणून एखाद्याचा हात तोडेल, किंवा एखाद्या लहान बाळाचेही अवयव तोडत बसेल. लहान मुले नाही का एखाद्या किड्याचे पाय, पंख तोडून पहातात, तसे तो करतो."

"त्या गावापासून तुमचे हे खेडे किती दूर येते?" निकोल्सनने हळूच विचारले.

"म्हणजे जिथे शिबंदी आहे त्या गावापासून?"

"होय."

"ती शिबंदी बांटुक गावात आहे. आमच्या गावापासून अवघ्या चार मैलांवरती ते गाव आहे."

"चार मैलांवरती. अन् तुम्ही आम्हाला तुमच्या खेड्यात आसरा देणार. जपान्यांच्या शिबंदीपासून चार मैलांवरती! अन् जर त्यांना कळले—"

तेलाक गंभीरपणे म्हणाला, "तुम्हाला फार काळ आमच्या जवळ रहाता येणार नाही. त्रिका म्हणतो आहे की आमच्यापाशी तुम्ही सुरक्षित रहाणार नाही. अन् आम्ही पण त्यामुळे सुरक्षित राहू शकणार नाही. आमच्या लोकात जपान्यांनी अनेक खबरे पेरले आहेत. माहिती दिली की त्यांना बक्षिस दिले जाते. शिवाय जपान्यांचे स्वतःचे हेर सगळीकडे हिंडत असतातच. जपानी तुम्हाला पकडतील, माझ्या वडलांना

धरतील, माझी आई, माझे भाऊ आणि मलाही धरून बांटुकला घेऊन जातील.''

''ओलीस म्हणून तुम्हाला ठेवतील?''

''त्याला काहीही नाव द्या. एकदा जपान्यांनी धरून नेलेली माणसे परत कधीही येत नाहीत. ते फार क्रूर आहेत. म्हणून तर आम्ही तुम्हाला मदत करतो आहोत.''

''आम्ही तुमच्या आश्रयावरती किती काळ राहू शकतो?''

यावर तेलाकने आपल्या वडिलांबरोबर थोडा विचारविनिमय केला. मग तो निकोल्सनला म्हणाला, ''जितके दिवस तुम्ही सुरक्षित राहू शकाल तितके दिवस. आम्ही तुम्हाला खायला प्यायला देऊ. झोपायला एक झोपडी देऊ. आमच्या खेड्यात एक म्हातारी आहे. ती कोणत्याही प्रकारच्या जखमा बऱ्या करते. तुमच्या माणसांच्या सर्व जखमा ती सहज बऱ्या करून दाखवेल. तुम्ही तीन दिवस आमच्याजवळ राहू शकता. पण त्यापेक्षा जास्त अजिबात नाही.''

''अन् नंतर?''

तेलाक यावरती काहीही बोलला नाही. त्याने फक्त आपले खांदे उडवले. न बोलता तो वाट दाखवत पुढे जाऊ लागला.

मॅकिनॉन त्यांना वाटेत भेटला. त्यांच्यापासून काही फुटांवरती तो होता. ज्या ठिकाणी त्यांची लाईफबोट किनाऱ्यावरती भिरकावून दिली गेली होती ते ठिकाण तिथून तीन एकशे फुटांवरती होते. तो त्यांच्याकडे अडखळत पळत येत होता. त्याचा एक पाय ताठरला होता. पण म्हणून तो अडखळत नव्हता, तर त्याच्या डोळ्यातून रक्त गळत होते व कपाळावरती मध्यभागी खोक पडली होती. त्याला हे असे कोणी केले ते निकोल्सनला एकदम लक्षात आले.

निकोल्सन त्यासाठी स्वत:वरती चरफडला. आपण त्याला सोडून जायला नको होते असे त्याला वाटले. तो चिडला, संतापला. मॅकिनॉनवरती एक मोठा दगड फेकला गेला होता. तो त्याच्या कपाळावरती बसताच तो एकदम बेशुद्ध झाला. पण लवकरच तो शुद्धीवरती आला. हळूहळू त्याच्या जाणीवा परत येत गेल्या. तरीही तो तसाच एका अंगावरती पडून राहिला होता. हे त्या सिरान व त्याच्या दोन माणसांचे कृत्य होते. सिरान जेव्हा ती कार्बाईन घेऊ लागला तेव्हा मॅकिनॉनने त्याच्या हातून ती हिसकावून घेतली. मग सिरानच्या दोन्ही माणसांनी जोरजोरात दगडफेक सुरू केली. ते दोघे दगडांचा मारा सतत करत राहिले होते. बाकीच्या साऱ्या व्यक्ती तो प्रकार हताशपणे पहात राहिल्या. कारण त्या दुर्बल होत्या. शेवटी सिरान आपली दोन माणसे व कार्बाईन घेऊन ईशान्येच्या दिशेने पळून जाण्यात यशस्वी झाला होता. कॅप्टन फाईंडहॉर्नने ती सारी हकिगत निकोल्सनला ऐकवली.

मॅकिनॉनच्या मते अजूनही सिरानचा पाठलाग करता येण्याजोगा होता. जिवंत आणि स्वतंत्र झालेल्या सिरानचा सुप्त धोका सर्वांना असल्याने त्याला पकडता आले

तर बरेच, असे निकोल्सनला वाटले. परंतु तेलाकने सिरानच्या पाठलागाची कल्पना खोडून काढली. त्याच्या मते हातात सब-मशिनगन असलेल्या माणसाला जंगलात जाऊन पकडणे म्हणजे आत्महत्त्या करण्याजोगे आहे. निकोल्सनने तिथले जंगल नुकतेच अनुभवले असल्याने त्याला तेलाकचे मत पटले.

नंतर दोन तासांनी त्रिकाच्या *कांपोन्ग* खेड्यात सारेजण जंगलातून गेले. त्रिलाकच्या माणसांनी सर्व जखमी व आजारी माणसांना सांभाळून नेले. ती स्थानिक माणसे तशी बुटकी व हडकुळी होती. परंतु आश्चर्यकारकरित्या ती चिवट होती व सहनशील होती. त्यांनी आपापल्या डोक्यावर घेतलेले सामान मुक्कामाला पोचेपर्यंत कधीही खाली ठेवले नाही की ते वाटेत जरासेही थांबले नाहीत.

तिथल्या साऱ्या वस्तीचा प्रमुख असलेला त्रिका हा दिलेला शब्द पाळणारा होता. त्याने वस्तीतल्या वृद्ध व तज्ज्ञ बायकांना गोळा केले. साऱ्या जणांच्या चिघळणाऱ्या जखमा त्यांनी स्वच्छ केल्या व त्यावरती झाडपाल्यांची मलमपट्टी केली. त्यामुळे त्यांना झोंबणाऱ्या जखमा एकदम गार वाटू लागल्या. वरती मोठमोठी पाने लावली व त्यावरती कापडी पट्ट्या बांधून टाकल्या. नंतर त्यांनी सर्वांना नीट खायला प्यायला दिले. परंतु त्यांनी जे पदार्थ खायला दिले ते विचारपूर्वक निवडले होते. त्यात कोंबडीचे शिजवलेले मांस, कासवाची अंडी, गरम भात, झिंगे मासे, उकडलेली रताळी वगैरे अत्यंत पोषक आहार होता. पण सर्वांची भूक खूप पूर्वीच मरून गेली होती. बरेच दिवस त्यांची उपासमार होत ते जगत आले होते. त्यांच्या समोर ठेवलेले अन्न हे त्यांच्या क्षुधाशांतीसाठी नव्हते, तर केवळ त्यांच्यावर अन्यायाने झालेल्या उपासमारीला सांकेतिक न्याय देण्यासाठी त्यांच्या समोर नियतीने ठेवले होते. शिवाय भूक ही त्यांची क्रमांक एकची गरज नव्हती. सर्वोच्च प्राधान्य असलेली त्यांची गरज होती ती झोपेची. ती झोप त्यांना लवकरच आली. तिथे झोपायला गाद्या नव्हत्या की गवताचे बिछाने नव्हते. झाडून स्वच्छ केलेल्या त्या झोपडीत त्रिकाच्या माणसांनी काथ्याच्या सतरंज्या अंथरल्या होत्या. पण त्या खरबरीत काथ्यासुद्धा सर्वांना स्वर्गीय शय्या वाटल्या. ते त्यावर लवंडले आणि पहाता पहाता झोपून गेले. अगदी गाढ झोपले. तळ नसलेल्या थकावटीच्या विहीरीत त्यांनी स्वत:ला झोकून दिले होते. अक्षरश: मेल्यासारखी त्यांची शरीरे क्षणात शिथील होऊन पडली.

निकोल्सन जेव्हा जागा झाला तेव्हा सूर्य केव्हाच मावळला होता व त्या जंगलातल्या खेड्यावरती रात्र अवतरली होती. ते जंगल तसे नि:स्तब्ध होते, आवाज करीत नव्हते, तशीच ती रात्रही नि:स्तब्ध व शांत होती. जंगलातली माकडे कुठेही आवाज काढीत नव्हती. रातवा पक्षी ओरडत नव्हते. जणू काही त्या जंगलात

कसलेही प्राणीजीवन नसावे असे वाटायला लावणारी ती रात्र होती. त्या झोपडीतही तेवढीच शांतता होती. पण अंधार नव्हता. दोन तेलाचे दिवे तिथे संथपणे तेवत होते.

निकोल्सन झोपेत सुरुवातीला एकदम घोरू लागला होता, निष्काळजी झाला होता. काही तास त्याने झोप काढली असावी. आता तो जागा झाला होता. पण त्याचे जागे होणे नैसर्गिक नव्हते. निद्रेच्या ताब्यात असतानाही त्याच्या शरीरात एक तीव्र कळ उमटली. ती वेदना बाहेरून त्याच्या कातडीत घुसून आत प्रवेशली होती. जागा झाला तेव्हा त्याला दिसले की आपल्या गळ्यावरती एक जपानी संगीन रोखलेली आहे.

ते संगीनीचे पात लांबलचक होते, धारदार होते व त्याला तेलपाणी केल्याने चमकत होते. त्या पात्याच्या टोकापासून मुठीपर्यंत दोन्ही बाजूंना दोन खाचा गेल्या होत्या. माणसाचे गळणारे रक्त त्यातून जाण्यासाठी त्या खाचा होत्या. काही इंचावरून पहात असल्याने त्या खाचा त्याला धातूच्या मोठ्या घळया वाटत होत्या. निकोल्सनला नीट समजत नव्हते. अर्धवट जागे झालेल्या त्याच्या मेंदूत 'येथून पुढे कत्तल व सामूहिक दफन' एवढीच दृश्ये तरळून गेली. त्याची नजर त्या चकचकीत संगीनीवरून पुढे जात रायफलीच्या नळीवरून व लाकडी दस्त्यावरून ती एका ब्राऊन रंगाच्या हातावर पोचली. तेथून आणखी पुढे जात त्याला एका हिरव्या गणवेषाचा कातडी पट्टा दिसला. शेवटी त्याला तो संगीन रोखणाऱ्याचा चेहरा दिसला. त्या चेहऱ्यावरती गणवेषाची टोपी होती. ओठ मागे घेतले जाऊन एक छद्मी हास्य तिथे फुललेले होते. त्या हास्यात स्वागत नव्हते तर तिरस्कार व दुष्टावा सांगणारी ती शिकारी प्राण्याची लालसा होती. त्या चेहऱ्यावरचे डोळे हे स्पष्टपणे रक्तपिपासू वाटत होते. हसण्यासाठी ओठ रुंदावून मागे घेतल्याने आतले दात व दातातले सुळे चमकत होते. आपले भक्ष्य पकडल्यावर हिंस्त्र पशू जसा गुरगुरत आवाज काढतो तसला आवाज फक्त त्या तोंडातून केव्हाही बाहेर येईल असे वाटत होते. संगीन रोखणाऱ्या त्या संगीनधारी व्यक्तीने परत एकदा पुढे झुकून वाकून पाहिले. त्यामुळे संगीनीचे टोक निकोल्सनच्या गळ्याच्या कातडीतून आत घुसले. त्याला एकदम मळमळू लागले. त्या मळमळीच्या लाटावर लाटा त्याच्या पोटात उठू लागल्या. झोपडीतले दिवे मंद झाले होते व त्यांच्या ज्योती फडफडत होत्या. त्याची नजरही अंधुक झाली होती.

अशीच काही सेकंदे गेली अन् त्याची दृष्टी हळूहळू नीट होऊ लागली. तो संगीनधारी हा एक जपानी अधिकारी होता. त्याच्या कमरेला एक तलवारही लटकलेली होती. मग आपली मान व डोके किंचितही न हलवता निकोल्सनने आपली नजर झोपडीत फिरवली. तेवढे करतानाही त्याला वेदना झाल्या होत्या.

त्याच्या गळ्यावरती अजूनही ती संगीन रोखलेलीच होती. त्याच्या घशात कडवट चव साठू लागली, निराशेने तो खचून जाऊ लागला. त्या झोपडीत हा एकच जपानी घुसलेला नसून अशी डझनभर जपानी माणसे असणार हे त्याने ओळखले. प्रत्येकाच्या जवळ अर्थातच रायफल असणार. त्याला दिसले की, झोपलेल्या प्रत्येक माणसावरती अशाच संगीनी रोखल्या गेल्या आहेत. ते जपानी सैनिक बोलत नव्हते, नुसते न्याहाळीत होते. ही गोष्ट निकोल्सनला चमत्कारिक वाटत होती. कदाचित त्यांना आपल्याला झोपेतच ठार करायचे असावे अशीही एक दुष्ट शंका त्याच्या मनात येऊन गेली.

परंतु तेवढ्यात तो जपानी अधिकारी खेकसून इंग्रजीत म्हणाला, "तुम्ही म्हणालात ते हेच ते इंग्लिश डुक्कर ना?"

त्याचे बोलणे व्याकरणशुद्ध होते. पण त्याला इंग्रजी बोलण्याचा सराव नसावा असे त्याच्या उच्चारावरून समजत होते. त्याने विचारले, "हाच त्यांचा पुढारी आहे ना?"

"या माणसाचे नाव निकोल्सन आहे," तेलाक म्हणाला. तो त्या जपानी अधिकाऱ्याच्या मागे असावा. तो तटस्थपणे म्हणत होता, "त्या लोकांचा हा प्रमुख आहे."

"काय रे खरे आहे का हे? बोल रे इंग्लिश डुकरा!" त्या अधिकाऱ्याने हे म्हणताना परत एकदा निकोल्सनच्या गळ्याला ढोसले. आपल्या गळ्यातून रक्त गळू लागले आहे हे निकोल्सनला जाणवले. ते रक्त त्याच्या शर्टाच्या कॉलवर पडू लागले. क्षणभर त्या प्रश्नाला नकारार्थी उत्तर देण्याची उर्मी त्याला झाली. आमचा नेता कॅप्टन फाईंडहॉर्न आहे असे खरे सांगण्याचा मोह त्याला झाला. पण अंत:प्रेरणेने त्याला सावधगिरीचा इशारा लगेच मिळाला. जो कोणी नेता असतो त्याचे जपानी अधिकारी खूप हाल करतात हे त्याच्या लक्षात आले. कॅप्टन फाईंडहॉर्न तर आजारी होता. त्याच्या छातीत एक गोळी घुसून बसली होती. तो एवढा दुर्बल होता की जपान्यांच्या एका ठोशातच तो मरण पावला असता.

"होय, मीच सर्वांचा पुढारी आहे," निकोल्सन म्हणाला. पण त्याचा आवाज त्याचा त्यालाच खूप क्षीण वाटला. त्याने त्या संगीनीकडे पाहिले. अचानक ती बाजूला उडवून देण्याची संधी कितपत आहे त्याचा अंदाज घेतला. परंतु तसे करण्यात जरी आपण यशस्वी झालो असतो तरी खोलीत बाकीचे बरेच जपानी सैनिक आहेत, हे त्याच्या ध्यानात आले. त्यांनी लगेच त्याला गोळी घातली असती. तो म्हणाला, "ती संगीन आधी दूर करा."

"अर्थात्, अर्थात! मी तरी कसे विसरलो बघा," छद्मीपणे तो जपानी अधिकारी दात विचकत म्हणाला. मग त्याने संगीन मागे घेतली व जरा मागे सरकून

निकोल्सनला एक जोरदार लाथ त्याच्या कुशीत किडनीच्या जागेच्या जरा वरती घातली. तो पुढे म्हणाला, "कॅप्टन यामाटा ॲट युवर सर्व्हिस! ॲन ऑफिसर इन हिज इम्पीरियल मॅजेस्टीज् निप्पॉनिज आर्मी!" थोडे थांबून तो निकोल्सनला म्हणाला, "जपानी अधिकाऱ्यांशी येथून पुढे जपून बोला." त्यानंतर त्याने आपला आवाज एकदम चढवत म्हटले, "अरे डुकरांनो, उठा आता. लोळत पडू नका. उभे रहा सगळेजण."

निकोल्सन हळूहळू उठून उभा रहाण्याचा प्रयत्न करू लागला. त्याच्या कुशीतून आता वेदना होऊ लागल्या होत्या. कसाबसा तो उभा राहिला. बाकीचे सारेजण तसेच हळूहळू उठण्याचा प्रयत्न करीत होते. आपली गाढ झोप झटकू पहात होते. झोपेच्या अंमलाखालून येताना त्यांच्या हालचाली मंद होत होत्या. जे जखमी होते, आजारी होते त्यांचे उठणे तर खूपच मंद होते. मग त्यांना क्रूरपणे धरून हिसका मारून उठवून उभे केले गेले आणि दरवाज्याकडे ढकलले गेले. त्यांच्या तोंडून विव्हळण्याचे व कण्हण्याचे आवाज आले तरी तिकडे दुर्लक्ष करून जपान्यांनी आपला धसमुसळेपणा कमी केला नाही. निकोल्सनने पाहिले की, गुद्रनलाही त्यांनी अशाच रितीने उठवून दाराकडे ढकलले आहे. खाली झोपलेल्या पीटरला ब्लँकेटमध्ये गुंडाळून त्याला खांद्यावर घेईपर्यंत तिला एका सैनिकाने दाराकडे ढकलले. त्या सैनिकाने तिच्या दंडाला अशा तऱ्हेने धरून हिसकावले होते की तिचा दंड निखळून त्याच्या हातात येतो काय, असे निकोल्सनला वाटते. त्यामुळे झालेल्या वेदनेमुळे तिच्या तोंडून एक किंकाळी बाहेर पडू पहात होती. पण तिने आपले ओठ दाताखाली घट्ट दाबून धरले होते. निकोल्सनलाही वेदना होत होत्या, निराशेच्या गर्तेत तो कोसळला होता. पण तरीही गुद्रनकडे पाहून त्याला नवल वाटत होते. आपल्यासारखीच हिची अवस्था झाली असूनही ती कशी काय एवढी धैर्याने वागते आहे, स्वत:ला काबूत ठेवू शकते आहे? संकटकाळातही त्या अनाथ पोराला कशी काय ती वाचवू पहाते आहे? रात्रंदिवस त्या पोराला जपून तिने प्राणापलीकडे वाचवले आहे. एवढे नि:स्वार्थी प्रेम करायला ती कुठे शिकली? तिच्याबद्दल त्याचे मन भरून आले. तिच्याबद्दल दया, ममता, करुणा, प्रेम या साऱ्या भावना त्याच्या मनात एकदम उचंबळून आल्या. आपल्याला हे असे कसे काय तिच्याबद्दल वाटते आहे, याचेही त्याला नवल वाटले. त्याच्या अशा भावना फक्त त्याच्या मृत पत्नीबद्दल होत्या. काहीही करून या पोरीला आपण नेहमी संकटातून वाचवत राहिले पाहिजे, तिच्यामधील सद्‌गुण या धकाधकीत करपून जाणार नाहीत हे पाहिले पाहिजे. तिचा परिचय हा फक्त गेल्या दहा दिवसातला आहे. पण तरीही अनेक जन्मांचा तिचा परिचय असल्यासारखे आपल्याला कसे काय वाटते आहे, हे त्याला समजेना. कदाचित गेल्या दहा दिवसातले अनुभव व यातना यातून जाताना गेली अनेक वर्षे

सुप्त अवस्थेत असलेले त्याच्यामधले दोष व गुण हे मोठ्या प्रमाणात उफाळून येऊन त्यांचा आविष्कार झाला होता. त्या दहा दिवसात त्याच्यातील सारे काही तावून सुलाखून निघाले होते. कारण संकटे व उपासमार माणसातील सारे गुण व दुर्गुण हे मोठ्या प्रमाणावर प्रगट करण्यासाठी सहाय्य करतात. त्यामुळे मूळचा माणूस कसा आहे त्याचे चित्र शेकडोपटीने मोठे होते. तीव्र यातना, अफाट कष्ट व अतीव दु:ख यांच्या भट्टीतून मॅकिनॉन व गुद्रन यांची प्रतिमा आणखी उजळून निघाली होती. तो क्षणभर गेल्या दहा दिवसांचा कठोर भूतकाळ व पुढे लोंबकळत असलेला रिकामा भविष्यकाळ विसरून गुद्रनकडे पहात राहिला होता. त्याचबरोबर त्याला आणखीही एक सत्य प्रथमच कळून चुकले. त्याला तिच्याबद्दल नुसते ममत्व, दया व करुणा वाटत नव्हती, तर आपल्याला ती मनापासून आवडू लागली आहे हेही त्याला उमगले. समुद्राच्या पाण्यासारखे तिचे निळे डोळे, मावळणाऱ्या सूर्याच्या प्रकाशात दिसणाऱ्या गुलाबाच्या फुलाच्या रंगासारख्या वर्णाचा तिचा व्रण असलेला चेहरा यांनी त्याला भुरळ घातली होती. अशी शांत स्वभावाची व चेहऱ्यावरती सावकाश हसू फुलवित नेणारी स्त्री परत आपल्याला कधीही सापडणार नाही असे त्याला प्रकर्षाने वाटू लागले. मग त्याने आपली मान सावकाश हलवली. त्याच्या चेहऱ्यावर स्मित प्रगटले. पण पुढच्याच क्षणाला त्याच्या तोंडून एक हलका चीत्कार उमटला. कारण यामाटाने त्याच्या पाठीत रायफलीचा दस्ता जोरात मारला होता. तो अडखळत दाराकडे फेकला गेला होता.

बाहेर मिट्ट काळोख होता. पण ते जपानी सैनिक आपल्याला कुठे नेत आहेत हे समजण्याइतपत अंधुक प्रकाश होता. गावातल्या चावडीकडे आपल्याला नेले जात आहे हे समजले. कारण चावडीवरती असलेल्या एका मोठ्या घरात बरेच दिवे पेटवून ठेवलेले दिसत होते. ते घर म्हणजे ग्रामपंचायतीचे सभागृह आहे हे निकोल्सनने ओळखले. त्या चौकोनी व ऐसपैस सभागृहात आणून त्यांना तेलाकने खाणे पिणे पुरवले होते. आत्ता तिथल्या उजेडाच्या पार्श्वभूमीवरती त्याला तेलाकची आकृती दिसली. तो अत्यंत स्तब्ध उभा होता. आपल्या मागे एक जपानी अधिकारी उभा आहे हे विसरून आणि आपल्यावर आणखी एक जबरदस्त प्रहार केला जाईल हेही विसरून निकोल्सन पुढे जाऊन तेलाकजवळ थांबला. त्याच्यापासून तो फूटभर अंतरावर होता. तेलाकचा जणू एका दगडात कोरीव काम करून केलेला पुतळा झाला झाला. निकोल्सन जवळ आला तरीही त्याने हालचाल केली नाही की चेहऱ्यावरती अविर्भाव दाखवले नाहीत. तो त्या अंधारात आपल्याच विचारात हरवलेला पुतळा बनला होता.

निकोल्सनने कुजबुजत्या आवाजात तेलाकला विचारले, "जपान्यांनी तुझी चांगली किंमत मोजली ना?"

सेकंदामागून सेकंद गेले, पण तेलाक काहीही बोलला नाही. आता आपल्या पाठीवरती तडाखा बसणार या अपेक्षेने निकोल्सनने आपले शरीर ताठ केले. पण त्याच्यावरती प्रहार झाला नाही. तेलाक बोलला, अगदी तोंडातल्या तोंडात पुटपुटल्यासारखा अत्यंत हळू आवाजात म्हणाला. त्यामुळे नकळत निकोल्सनने थोडे पुढे झुकून त्याच्या बोलण्याकडे आपला कान लावला.

"मिस्टर निकोल्सन, त्यांनी माझी चांगलीच किंमत मोजली," असे म्हणून तेलाक अर्धवट वळला. त्यामुळे त्याच्या शरीराची एक बाजू आतून आलेल्या उजेडात आली. त्याचा डावा गाल, मानेची डावी बाजू, डावा हात आणि छातीची वरची बाजू यावरती असंख्य चिरा होत्या. त्या चिरा संगीनीने केल्या होत्या. त्या जखमांतून अजूनही काही ठिकाणी रक्त वहात होते. काही ठिकाणी रक्त साकळले होते. त्या जखमांच्या चिरा इतक्या होत्या की कोणती चीर कुठे सुरू झाली व कुठे संपली हे कळत नव्हते. तेलाकची डावी बाजू पूर्णपणे रक्ताने माखून निघाली होती. वहाणारे रक्त हे आवाज न करता जमिनीवरती गळत होते. तो म्हणत होता, "त्यांनी चांगलीच किंमत मोजली. माझे वडील त्रिका मारले गेले. आमची काही माणसेही मारली गेलीत. कोणीतरी फितूर झाले आणि आम्ही बेसावध असताना घेरले गेलो."

निकोल्सन त्याच्याकडे पहात राहिला. तेलाकची ती भयानक अवस्था पाहून तो अक्षरश: गोठून गेला. त्याच्या मागे एक जपानी सैनिक संगीन रोखून उभा होता. त्याची संगीन तेलाकच्या पाठीपासून अवघ्या एक दोन इंचावरती होती. अशी आणखीही एक संगीन त्यांनी त्याच्यावरती रोखली होती. त्यांच्यापुढे शरणागती पत्करण्याआधी तेलाकने जपान्यांना शूरपणे तोंड दिले असले पाहिजे. तो सहजासहजी शरण गेला नसला पाहिजे हे त्याच्या अवस्थेवरून कळत होते. निकोल्सनच्या मनात तेलाकबद्दल एकदम दया व करुणा दाटून आल्या. शेवटी हे असे व्हावे याचा त्याला धक्का बसला. ज्या माणसांनी फारशी माहिती नसतानाही त्यांच्याशी काही वेळापूर्वी नि:स्वार्थीपणे दोस्ती केली होती, आपले मानले होते, त्यांची इतक्या लवकर अशी अवस्था केली जावी याचे त्याला मनापासून दु:ख वाटले. अन् आपण मात्र सरळ सरळ संशय घेऊन तेलाकला 'जपान्यांनी किती पैसे दिले?' अशा अर्थी विचारले. हे विचारणे म्हणजे त्याच्या जखमेवरती मीठ चोळण्याजोगे होते. निकोल्सनला स्वत:ची खूप लाज वाटू लागली. आपण विचारलेल्या प्रश्नांबद्दल त्याला पश्चात्ताप झाला. तेलाकशी सहानुभूतीने बोलण्याकरता त्याने आपले तोंड उघडले खरे, पण त्याच्या तोंडून शब्दच फुटेना. त्याच्या पाठीत पुन्हा एकदा रायफलीचा दस्ता बसला व त्याच्या तोंडून एक अस्फुट किंकाळी उमटली. त्यावर यामाटाच्या तोंडून उमटलेले खालच्या आवाजातले हास्यही त्या अंधारात त्याला ऐकू आले.

आता जपानी सैनिकांनी उलट्या धरलेल्या रायफली सरळ केल्या. संगीनीची

टोके कैद्यांच्या पाठीला लावून ते त्यांना पुढे ढकलू लागले. त्या सभागृहाच्या प्रवेशद्वाराचा चौकोन उजळून निघाला होता व त्यातून सर्व कैद्यांना मेंढरासारखे आत ढकलून नेले गेले. गुद्रन त्या दारातून जाण्याआधी कशाला तरी अडखळून पडली. तिच्याजवळ लहान पीटर असल्याने तिचा तोल गेला असावा. तिच्या मागच्या सैनिकाने खसकन तिचा खांदा क्रूरपणे ओढून तिला पुढे ढकलले. त्याला दाराच्या दिशेने तिला ढकलायचे असावे. पण त्याच्या धक्क्याचा नेम चुकला असावा. त्यामुळे गुद्रन व पीटर हे दोघेही दाराच्या चौकटीवरती जाऊन आदळले. चौकटीच्या कठीण लाकडावरती डोळे किंवा डोकी आपटल्याचा आवाज वीस फूट दूर असलेल्या निकोल्सनला ऐकू आला. वेदनेमुळे गुद्रन एकदम ओरडली आणि पीटर किंचाळत तार स्वरात रडू लागला. तिच्या मागून मॅकिनॉन जात होता. त्याच्या तोंडून जपान्याला उद्देशून एक शिवी बाहेर पडली. त्या जपानी सैनिकाच्या मागून त्यांचा एक स्थानिक हस्तक जात होता. त्याने पाहिले की मॅकिनॉनच्या पाठीवर तडाखा मारण्यासाठी त्या सैनिकाने आपल्या रायफलीचा दस्ता उगारला होता. त्याला थोपवण्यासाठी तो चटकन पुढे झाला. परंतु त्याच्यापेक्षाही त्या सैनिकाच्या दस्त्याचा वेग जास्त होता. अन् मॅकिनॉनला त्याचा पत्ता नव्हता...

स्थानिक ग्रामपंचायतीचे ते सभागृह तसे प्रशस्त होते. त्या सभागृहाचे आढे उंच होते. ३० फूट लांब व २० फूट रुंदीची ती जागा होती. एका बाजूला संपूर्ण रुंदी व्यापणारे एक व्यासपीठ होते. त्यावरती गावातील सारी बुजुर्ग व वृद्ध मंडळी बसत. त्याच्या मागे आणखी एक दार होते ते बाहेर उघडत होते. ती संपूर्ण रचना लाकडी होती. दाट जंगल जवळ असल्याने येथे लाकडाला तोटा नव्हता. बाकी त्या सभागृहात काहीही नव्हते. खालची जमीन ही धुमसून धुमसून पक्की व टणक बनवली होती. त्यावरती ग्रामस्थ किंवा आम जनता बसत असे. आत्ता तिथे डझनावारी तेलाचे दिवे पाजळून ठेवले होते. पकडून आणलेल्या कैद्यांना खाली जमिनीवरती एका लहान अर्धवर्तुळात दाटीवाटीने बसवले गेले. मॅकिनॉनला मात्र वेगळे काढले गेले होते. तो बाजूला बसला होता. त्याचे खांदे पडले होते. दोन्ही बाजूला पसरलेले त्याचे हात निर्जीव वाटत होते. त्याच्या पाठीवरती मोठ्या दरवाज्यातून आलेला प्रकाश पडला होता. बाकी त्याचे शरीर अंधारात गेले होते.

निकोल्सनने त्याच्याकडे दोन तीनदा दृष्टीक्षेप टाकले होते. बाकी त्याचे सारे लक्ष आपल्या पाठीमागे घुटमळणाऱ्या जपानी सैनिकाकडे होते. आता त्याचे लक्ष व्यासपीठाकडे लागले होते. तिथे काहीजण होते. ते त्यांच्या भवितव्याचा निर्णय करणार होते. आपण किती उतावीळपणा केला, सर्व बाबींचा विचार न करता नीट सावधगिरी बाळगली नाही, म्हणून तो स्वत:वरती मनातून सारखा चिडत होता.

आपल्यामुळे सर्वांचा भयानक शेवट होतो आहे म्हणून तो स्वत:ला दोष देत होता.

व्यासपीठावरती कॅप्टन यामाटा एका बुटक्या बाकावरती बसला होता. त्याच्या जवळच सिरान बसला होता. त्याने नक्कीच फितूरी करून यामाटाशी जुळवून घेतले असणार. कॅप्टन यामाटा अगदी खुषीत येऊन हसत होता. सिरानच्या तोंडात एक लठ्ठ काळा चिरुट होता. तो सारखा धूर सोडत होता व हसत होता. हसताना त्याचे दात चमकून उठत होते. एरवी त्याचा चेहरा निर्विकार असायचा. परंतु आता मात्र तो आपल्याला झालेला आनंद चेहऱ्यावरती लपवित नव्हता. मधूनच तो आपल्या तोंडातून धुराचा एक लोट निकोल्सनच्या रोखाने बेफिकिरीने सोडायचा. त्या कृतीमध्ये अपमान करण्याचा हेतू स्पष्टपणे दिसत होता. त्या हलकटाच्या गळ्याचा घोट घ्यावा अशी प्रबळ भावना निकोल्सनमध्ये उफाळत होती.

काय घडले असावे त्याचा सहज अंदाज करता येत होता. सिरानने किनाऱ्यावरून पळून जाताना उत्तर दिशा धरली होती. तसा तो त्या दिशेने काही अंतर गेलाही असेल, पण नंतर तो लपत छपत निकोल्सनच्या मार्गावरती गेला. निकोल्सन आणि व्हॅनिअर, तेलाक आणि मंडळी यांना घेऊन किनाऱ्यावरती परतताच तो सरळ तेलाकच्या खेड्यापाशी गेला. तिथे न थांबता त्या खेड्याला वळसा घालून तो आणखी पुढे गेला व चार मैलांवरील बांटुक गावी पोचला. मग त्या ठिकाणच्या जपानी ठाण्याला त्याने जागे करून सूचना दिली. ही गोष्ट इतकी उघड होती व स्वच्छ होती की त्याच्या जागी कोणीही असता तरी त्याने तेच केले असते. असे होऊ नये म्हणून आपण आधीच खबरदारी घ्यायला हवी होती. खबरदारी म्हणजे काय? तर त्या सिरानला वेळीच ठार मारायला हवे होते. त्याऐवजी आपण त्या सापाला सांभाळत बसलो, दूध पाजत बसलो. पण शेवटी तो उलटलाच. आपण नको तितका दयाळूपणा त्याच्या बाबतीत दाखवत बसलो. त्यामुळेच शेवटी आपला घात झाला. आपल्या घाताला आपणच जबाबदार आहोत. जर संधी मिळाली तर लगेच एखादे टिनचे रिकामे डबडे जसे आपण पायाने चिरडून नष्ट करतो तसे या सिरानला केले पाहिजे. पण तशी संधी येथून पुढे मिळणार नाही, कधीच नाही, हेही निकोल्सनला ठाऊक होते.

त्याने आपली नजर सिरानच्या चेहऱ्यावरून मोठ्या कष्टाने काढून घेतली आणि बाकीच्यांवरून फिरवली. गुद्रन, पीटर, प्लॅन्डरलीथबाई, फाईंडहॉर्न, विलोबी, व्हॅनिअर वगैरे सर्वजण तिथे बसले होते. दमलेली, थकलेली व आजारी पडलेली ती माणसे शांतपणे आपल्या नशिबी जे काही पुढे येईल ते स्वीकारण्याची वाट पहात होती. त्यांच्यातील विरोध नष्ट झाला होता. त्यांची शरीरे जशी गलितगात्र झाली होती, मरगळली होती, तशीच त्यांची मनेही झाली होती. ते आता कशालाच भीत नव्हते. त्या सर्वांनी निकोल्सनच्या नेतृत्वावरती विश्वास टाकला होता, पूर्ण भरवसा ठेवला

होता. हाच माणूस आपल्याला मायदेशी पोचवेल, आपल्याला आपल्या मुलाबाळात नेऊन सोडेल म्हणून ते सारेजण त्याच्या हुकमतीखाली वागत होते. पण आता मात्र त्यांची त्यांच्या घरादारांपासून कायमची ताटातूट झाली होती... त्याने परत व्यासपीठावरील कॅप्टन यामाटाकडे पाहिले. तो आता उठून उभा राहिला होता. आपला एक हात त्याने आपल्या पट्ट्यात हुकासारखा अडकवून ठेवला होता. दुसरा हात त्याने कमरेच्या तलवारीच्या मान्यावरती ठेवला होता.

"मी तुम्हा सर्वांना फार वेळ ताटकळत ठेवणार नाही." त्याचा आवाज शांत होता आणि तो स्पष्टपणे व नेमकेच बोलत होता. "दहा मिनिटात आपण बांटुकला जाण्यासाठी निघणार आहोत. तिथे तुम्हाला आमचे कमांडिंग ऑफिसर कर्नल किसेकी हे भेटतील. ते तुम्हाला भेटायला अत्यंत उत्सुक आहेत. तुम्हाला आणण्यासाठी जी अमेरिकन टॉर्पिडो बोट पाठवली होती, त्याचे नेतृत्व कर्नलसाहेबांच्या मुलानेच केले होते. ती अमेरिकन बोट आम्ही आधीच जिंकून घेतली होती." त्याच्या या सांगण्यावरती सर्व कैद्यांनी आपापसात एक नजरानजर केली. कॅप्टन यामाटाने ते पाहिले. त्याने झटकन एक श्वास आत ओढून घेतला आणि तो किंचित हसला. तो पुढे सांगत गेला. तो म्हणत होता, "तुमचे कबुलीजबाब घेतले जातील. तुम्हाला प्रश्न विचारले जातील. तुम्ही जर सहकार्य करण्याचे नाकारले तर त्याचा काहीही उपयोग होणार नाही. कॅप्टन सिरान येथे आहेत. ते सर्व घटनांना साक्षीदार आहेत. तेव्हा उगाच खोटे बोलून आपल्यावरती आफत ओढवून घेऊ नका. कर्नल किसेकी हे आपल्या मुलाच्या मृत्यूच्या दुःखामुळे अक्षरशः वेडेपिसे झाले आहेत. तेव्हा तुम्ही सर्वांनी जपून असावे."

"येथून निघायला आता फक्त दहा मिनिटे अवकाश आहे. आपल्याला फार वेळ येथे थांबता येणार नाही. पण त्याआधी एक गोष्ट उरकली पाहिजे. मग आपण येथून निघू." असे म्हणून तो हसला व समोर बसलेल्या सर्व कैद्यांवरून ओळीने नजर फिरवित गेला. तो पुढे म्हणाला, "आपण इथे वाट पहात असताना तुम्हाला एकजण भेटतील. तुम्हा सर्वांना ती व्यक्ती ठाऊक आहे. परंतु ती व्यक्ती नक्की कोण होती हे तुम्हाला कधीच कळले नाही. ती व्यक्ती आमच्या देदीप्यमान साम्राज्याची एक जवळची हितचिंतक आहे. आमचे बादशहा तर त्या व्यक्तीचे व्यक्तिशः आभार मानतील. तेव्हा आता गुप्तता पाळण्यात अर्थ नाही. सर, प्लीज उठा व इकडे या."

खाली दाटीवाटीने बसलेल्या कैद्यांमध्ये एकदम हालचाल झाली आणि त्यांच्यातील एक व्यक्ती उठून उभी राहिली. ती चालत चालत व्यासपीठाकडे गेली व कॅप्टन यामाटाशी हस्तांदोलन करून अस्खलीत जपानी भाषेत त्याच्याशी बोलू लागली. आश्चर्याने थक्क होत निकोल्सन अर्धवट उठला होता. त्याच्या चेहऱ्यावरती संपूर्ण

अविश्वास होता. पण लगेच तो जमिनीवरती धाडकन पडला. कारण मागून त्याच्या पाठीत रायफलीचा दस्ता मारला गेला होता. क्षणभर त्याच्या मानेत व खांद्यात वेदनांचे मोहोळ उठले. पण त्याने तिकडे दुर्लक्ष केले होते.

"व्हॅन एफिन! अरे बाबा, तुझ्या डोक्यात आहे तरी काय?"

"मी व्हॅन एफिन नाही. फॉन एफिन आहे. इतके दिवस एक डच माणूस म्हणून माझी भूमिका निभावून नेता नेता कंटाळून गेलो होतो," एवढे म्हणून तो हसला व निकोल्सनपुढे वाकून म्हणाला, "मिस्टर निकोल्सन, मी जर्मन प्रतिदहशतवाद खात्याचा लेफ्टनंट कर्नल ॲलेक्सीस फॉन एफिन. आय ॲम ॲट युवर सर्व्हिस."

निकोल्सनने त्याच्याकडे रोखून पाहिले. त्याला एक जबरदस्त धक्का बसला होता. एवढा की त्यामुळे त्याच्या तोंडून शब्दच फुटेना. त्या सभागृहातील प्रत्येकाचे डोळे हे व्हॅन एफिनवरती खिळून राहिले होते. तर त्यांची मने ही परिस्थिती नक्की कशी आहे याचा बोध घेत राहिली. मग त्या कैद्यांच्या मनातील गेल्या दहा दिवसातील स्मृती जाग्या झाल्या. मागचे अनुभव व क्षण आठवून ते आत्ताच्या घटनेशी ताडून पाहिले जाऊ लागले. हळूहळू त्यांना तात्पुरते उमजत गेले. आता कोणीही बोलत नव्हते. सेकंदामागून सेकंदे तशीच जात राहिली. एक मिनिट झाला, दुसरा मिनिट झाला पण आता ते सत्य उमगल्याची सर्वांना खात्री झाली होती. त्यामुळे अधिक आश्चर्य वाटेनासे झाले. कैद्यांच्या मनातील जग एकदम उलटेपालटे झाले होते. त्यांचा आता कशावरतीही विश्वास बसेनासा झाला. त्या अनिश्चिततेच्या भोवऱ्यात सापडलेल्यांना एक निश्चित गोष्ट आता ठाऊक होती ती म्हणजे कर्नल ॲलेक्सिस फॉन एफिनचे खरे व्यक्तिमत्त्व आता प्रगट झाले होते. कोणाच्याही मनात त्याबद्दल शंका उरली नाही.

शेवटी ती शांतता व्हॅन एफिननेच भंग केली. त्याने आपली मान सावकाश वळवून दाराकडे पाहिले. मग आपल्या पूर्वीच्या स्नेह्यांकडे आणि आत्ताच्या कैद्यांकडे पाहिले. त्याच्या चेहऱ्यावरती एक हास्य उमटले होते. पण त्यात विजयाची भावना नव्हती की आनंदही नव्हता. उलट ते हास्य थोडेसे करुणच वाटत होते.

आता तो बोलू लागला, "जेन्टलमेन, गेले अनेक दिवस आपण ज्या संकटातून व हालातून गेलो त्याच्या मागचे मूळ कारण जाहीर करण्याची आता वेळ आली आहे. माझ्या देशाच्या दोस्त राष्ट्राने–जपानने–आपला पाठलाग सतत का केला असेल? तुमच्यापैकी काहींना असा प्रश्न पडला असेल की जपान सरकार आपल्या पाठीमागे का हात धुवून लागले आहे? आपल्यासारख्या क्षुद्र माणसांना का एवढे महत्त्व दिले जात आहे? त्याचे कारण तुम्हाला आता समजेल."

एक जपानी सैनिक सर्व कैद्यांच्या मागून आला आणि त्याने व्हॅन एफिन व यामाटा यांच्यामध्ये एक जड बॅग आणून टाकली. सर्व कैद्यांनी ती बॅग पाहिली व

नंतर प्लॅन्डरलीथबाईकडे पाहिले. ती तिची बॅग होती. तिचे ओठ पांढरे पडले होते. तिने दु:खाने आपले डोळे अर्धवट मिटून घेतले होते. पण तिने कसलीही हालचाल केली नाही की कोणतीही भावना व्यक्त केली नाही.

मग व्हॅन एफिनने खूण करताच एका जपानी सैनिकाने त्या बॅगेचे हँडल धरले, तर दुसरे हँडल व्हॅन एफिनने धरले. त्या दोघांनी ती बॅग पार आपल्या खांद्यापर्यंत उंच धरली आणि उघडी केली. पण त्यातून खाली काहीही पडले नाही. फक्त बॅगेच्या आतील अस्तर मात्र पिशवीसारखे बाहेर लोंबू लागले. त्या अस्तराच्या पिशवीत काहीतरी जड वस्तू असावी, अशा तऱ्हेने ती लोंबकळत होती. मग व्हॅन एफिनने त्या जपानी अधिकाऱ्याकडे पाहून म्हटले, "कॅप्टन यामाटा, प्लीज."

"माय प्लेझर, कर्नल!" असे म्हणून यामाटा हसत हसत उठला, पुढे झाला आणि त्याने आपल्या म्यानातून खसकन आपली तलवार बाहेर उपसली. तेलाच्या दिव्यांच्या पिवळ्या प्रकाशात त्या तलवारीचे पाते एकदाच चमकले आणि नंतर त्या पात्याने सपकन घाव घालून बॅगेतून बाहेर लोंबणाऱ्या कॅनव्हासच्या अस्तराच्या पिशवीचा बॅगेकडचा भाग कापला. त्या पात्याने तो चिवट कॅनव्हास, जणू काही कागदाचा असल्यासारखा कापला गेला. पण त्यानंतर त्या तलवारीच्या पात्याची चमक फिकी पडेल असा एक लखलखीत धबधबा पिशवीतून बाहेर पडला. प्रकाशाचे मोठमोठे तुकडे झगझगत जमिनीवरती पडत होते. जमिनीवरती त्या तुकड्यांचा शंकूच्या आकाराचा एक ढीग झाला. तो ढीग सतत झगमगत होता. आपल्या स्वत:च्या तेजाने उजळून निघाला होता.

"प्लॅन्डरलीथबाईंची आवड ही त्यांची उच्च अभिरुची दर्शवते. त्याबद्दल त्यांना आपण मानले पाहिजे," असे म्हणून व्हॅन एफिन समाधानाने हसला आणि त्या झगमगणाऱ्या ढिगाला आपल्या बुटाच्या टोकाने स्पर्श केला. तो पुढे म्हणाला, "मिस्टर निकोल्सन, हे खडे म्हणजे हिरे आहेत हिरे! साऊथ आफ्रिका सोडली तर एवढा मोठा हिऱ्यांचा साठा हा जगातला एकमेव असेल. यांची किंमत कमीतकमी वीस लाख पौंड तरी असेल!"

■

१४

व्हॅन एफिनच्या हळू आवाजातले बोलणे हळूहळू कमी होत गेले आणि ग्राम-पंचायतीच्या सभागृहात शांतता पसरली. ती शांतता गाढ व खोल होती. प्रत्येक कैद्याच्या दृष्टीने त्याला स्वत:खेरीज बाकी कोणीही अस्तित्वात नाही असे वाटू लागले होते. त्या तिथे व्यासपीठावरील जमिनीवरती हिऱ्यांच्या खड्यांचा एक मोठा ढीग लखलखत पडला होता. फडफडणाऱ्या ज्योतींच्या प्रकाशामुळे तर त्या ढिगाचा चमचमाट वाढला होता. असे वाटत होते की यामध्ये कसला तरी जिवंतपणा आला आहे. त्यामुळेच हा ढीग हिंस्त्रपणे चमकत राहिला आहे. त्याच्याकडे पाहिल्यावरती डोळ्यावर एक झापड येऊन भोवळ आल्यासारखे वाटायचे. तो संमोहित करणारा परिणाम प्रत्येकजण अनुभवत होता. पण तरीही त्या रत्नमण्यांच्या ढिगावर एकदा खिळलेली नजर काढून घेणे अशक्य होते. जणू काही ते हिरे तुमची नजर आपल्याशी पक्की जखडून ठेवीत होते.

निकोल्सनचे डोके गरगरायला लागले होते. आश्चर्याच्या धक्क्यातून तो स्वत:ला सावरू पहात होता. पण ते केवळ अशक्य होते. तरीही तो अधूनमधून व्हॅन एफिनकडे नजर टाकीत होता. पण आश्चर्य असे की, व्हॅन एफिन जरी शेवटी शत्रूपक्षाचा निघाला तरीही त्याच्याबद्दल त्याला राग येत नव्हता, मनात कडवटपणा निर्माण होत नव्हता की शत्रुत्व वाटत नव्हते. कारण आपल्याबरोबरच तोही सर्व संकटांत सापडला होता. आपला साथीदार राहिला, प्राणावरच्या प्रसंगात त्याने नि:स्वार्थीपणे मदत केली होती. आपल्या बरोबरीने सारी दु:खे झेलली होती, भोगली होती. त्याबद्दलची स्मृती ताजी होती. ती अशी सहजासहजी थोडीच पुसली जाणार होती?

निकोल्सन म्हणत होता, "हे बोर्निओमधल्या खाणीतील हिरे असणार. त्या बेटावरील बंजरमसीन येथे *केरी डान्सर* बोट गेली होती, तेव्हा ते हिरे बोटीवरती

चढवले गेले असणार, हे नक्की. कारण दुसऱ्या कोणत्याही मार्गाने ते येथे येऊच शकणार नाहीत. मला वाटते की, अजून त्या हिऱ्यांना पैलू पाडायचे असावेत. अन् तरीही तुम्ही म्हणत आहात की त्यांची किंमत वीस लाख पौंड आहे?''

''त्यांना केवळ ढोबळ पैलू पाडले आहेत. काही खडे तर तसेच आहेत. त्यांना तेवढेही पैलू पाडलेले नाहीत. या हिऱ्यांची किंमत एवढी आहे की त्या पैशात शंभर लढाऊ विमाने आणि दोन तीन विनाशिका बोटी सहज विकत घेता येतील. युद्धकाळात एवढे युद्धसाहित्य एका पक्षाकडे असल्याने बरेच काही घडू शकते. म्हणून या हिऱ्यांना आता महत्त्व आले आहे. हे हिरे कोणत्याही श्रीमंत बाईच्या अंगठीत खडे म्हणून बसवले जाणार नाहीत. त्याचा औद्योगिक उपयोग केला जाईल. कापणाऱ्या यांत्रिक हत्यारांच्या टोकांना असे हिऱ्यांचे कण बसवतात,'' व्हॅन एफिन म्हणाला.

यावर कोणीही बोलले नाही. सगळेजण दिङ्मूढ झाले होते. त्यांनी एफिनचे शब्द ऐकले. पण त्याचा अर्थ त्यांच्या मनावरती बिंबला नाही. मग एफिन पुढे झाला. एक पाय उचलून त्याने मागे नेला. हवेतून फिरवित पुढे आणला व त्या हिऱ्यांच्या ढिगाला त्याने एक हलकीच लाथ मारली. ते सारे हिरे जमिनीवरती विखुरले गेले. काही हिरे व्यासपीठावरून खाली जमिनीवरती धबधब्यासारखे पडू लागले. जमिनीवरती सर्वत्र लखलख चंदेरी दुनिया अवतरली. त्याच्या या नाट्यमय कृतीने कॅप्टन यामाटा हाही स्तब्ध झाला. पुढे काय करावे ते त्याला सुचेना. व्हॅन एफिन म्हणाला, ''याचा काहीही उपयोग नाही. हे सारे कुचकामी आहेत! ह्या केवळ दिखाऊ गोष्टी आहेत!'' व्हॅन एफिन थोडासा चिडून, कडवटपणे व तीक्ष्णपणे बोलत होता, ''जेव्हा जगातली मोठी राष्ट्रे एकमेकांचे गळे घोटण्यासाठी धडपडत असतात, जेव्हा हजारो माणसे, लक्षावधी माणसे त्यासाठी रोज मरत असतात, तेव्हा जगातल्या एकूणएक हिऱ्यांचा साऱ्या जडजवाहिरांचा काय उपयोग असतो? इथल्या पूर्वेकडच्या सर्व बेटांवरील एकूणएक हिरे जरी मला देऊ केले तरी मी त्यासाठी एकाही माणसाचे, मग जरी तो शत्रूपक्षाचा असला तरी, आयुष्य गमावू देणार नाही. पण आधीच माझ्यामुळे अनेकांना आपले प्राण गमवावे लागले आहेत. अन् अजूनही लोकांना आणखी एका खजिन्यासाठी आपले प्राण द्यावे लागणार आहेत, असे मला दिसते आहे. हा दुसरा खजिना तर आपल्या पायाशी पडलेल्या या क्षुद्र हिऱ्यांपुढे अनमोल किंमतीचा आहे. तो मिळवण्यासाठी काही लोकांचे जीव गेले तरी बेहेत्तर. कारण तो खजिना जर नाही मिळाला तर मात्र लक्षावधी माणसांचे जीव नक्की जातील.''

''ठीक आहे तुमचे भाषण. आता तुम्ही किती महान आहात ते आम्हाला दाखवा. तेव्हा बाकीची भाषणे थांबवून सरळ मुद्यावरती या,'' निकोल्सन जोरात व

कडवटपणे म्हणाला.

"मी आत्ता तिकडेच वळत होतो," व्हॅन एफिन तेवढ्याच जोरात सांगू लागला, "मला जो म्हणायचा आहे तो खजिना याच जागेत आहे, याच खोलीत आहे आणि तो अगदी आपल्याच बरोबर आहे. तो जाहीर करण्यासाठी मी आता उगाच काही नाट्यपूर्ण कृती करणार नाही की बोलण्यात वेळ गमावणार नाही." मग त्याने आपले बोट प्लॅन्डरलीथबाईकडे रोखत म्हटले, "मिस् प्लॅन्डरलीथ, तुम्ही जरा मदत करणार का?"

तिने त्याच्याकडे पाहिले. परंतु त्याचे बोलणे तिला समजले आहे असे भाव तिच्या चेहऱ्यावर दिसत नव्हते.

मग तो बोटाने चुटक्या वाजवित, हसत हसत तिला म्हणाला, "ओऽ कमॉन नाऊ, आपला अभिनय उत्कृष्ट आहे. मी त्याला दाद देतो. पण तेवढ्यासाठी मी आता रात्रभर वाट पहायला तयार नाही."

ती यावर थंडपणे म्हणाली, "तुम्हाला काय म्हणायचे आहे ते मला नीट समजले नाही."

"असं? मी जर असे म्हणालो की, 'मला तुमच्याबद्दलची सारी माहिती ठाऊक आहे' तर मला वाटते की तुमच्या ध्यानात यायला हरकत नाही." व्हॅन एफिनच्या आवाजात खेद नव्हता की विजयाची भावना नव्हती. त्याला त्या प्रकाराचा कंटाळा आल्याचे सर्वांना जाणवत होते.

"मिस् प्लॅन्डरलीथ, तुमच्याबद्दल मला खडानखडा माहिती ठाऊक आहे," तो आता शांतपणे व एकेका शब्दावरती जोर देत ठासून बोलू लागला, "इंग्लंडमधल्या ससेक्स नावाच्या खेड्यात १८ फेब्रुवारी १९०२ रोजी एक छोटासा समारंभ झाला होता. आठवतो का तो तुम्हाला?"

"हे काय चालले आहे? तुम्ही कशाबद्दल बोलता आहात?" निकोल्सनने जरासे चिडून विचारले.

"ते त्यांना चांगलेच ठाऊक आहे. हो ना, मिस् प्लॅन्डरलीथ?" यावेळी प्रथमच व्हॅन एफिन याच्या आवाजात तिच्याबद्दल थोडीशी कणव प्रगट झाली. प्लॅन्डरलीथबाईच्या वृद्ध चेहऱ्यावरती प्रथमच मागील आठवणीत हरवून गेल्याचे भाव प्रगट झाले. तिचे खांदे आता पडले होते.

"होय!" तिने शरणागती पत्करत म्हटले आणि निकोल्सनकडे पहात पुढे म्हटले, "ते माझ्या लग्नाच्या तारखेच्या संदर्भात बोलत आहेत. त्या दिवशी माझे लग्न ब्रिगेडियर-जनरल फार्नहोम यांच्याशी झाले. आम्ही आमच्या लग्नाचा चाळीसावा वाढदिवस नुकताच लाईफबोटीवरती साजरा केला होता," एवढे म्हणून तिने हसायचा प्रयत्न केला पण तिला ते जमले नाही.

निकोल्सन तिच्याकडे पहात राहिला. तिचा तो थकलेला वृद्ध चेहरा व भकास डोळे बघत राहिला. अन् एकदम त्याला एक सत्य उमगले. तिच्याकडे बघत असताना त्याच्या काही स्मृती जाग्या झाल्या. त्या स्मृतींमुळे पूर्वी जे त्याला कोडे वाटायचे ते आता सुटले होते. बरेचसे चित्र स्वच्छ होऊ लागले होते.

पण व्हॅन एफिन आता पुन्हा बोलू लागला, "१८ फेब्रुवारी १९०२. बरोबर आहे ही तारीख?"

"होय, तुम्हाला सारे काही ठाऊक आहे," ती पुटपुटत म्हणाली. तिने हार पत्करल्याचे दिसत होते.

"मग देता ना?" असे म्हणून त्याने आपला हात तिच्यापुढे केला. थोडे थांबून तो म्हणाला, "का कॅप्टन यामाटा यांच्या माणसांना तुमची झडती घ्यायला सांगू? मग मात्र तुम्ही हरकत घेऊन नका."

"नको," असे म्हणून तिने खाऱ्या पाण्याचे डाग पडलेल्या व विटलेल्या जाकीटात आतमध्ये कुठेतरी हात घातला. थोडा वेळ ती चाचपडत राहिली आणि नंतर तिने आतून एक पट्टा बाहेर काढला व तो व्हॅन एफिनच्या पुढे केला. ती म्हणत होती, "मला वाटते की हीच ती गोष्ट तुम्हाला हवी असावी."

"थँक यू!" व्हॅन एफिन कोरडेपणे म्हणाला. जो माणूस एका अनमोल खजिन्याबद्दल बोलतो आणि तो मिळवण्याकरता धडपडतो, पण तो मिळाल्यावर मात्र त्याच्या आवाजात एवढा कोरडेपणा कसा? विजयाची व समाधानाची भावना त्याच्या आवाजातून कशी प्रगट होत नाही? शिवाय त्याचा चेहरा एवढा रुक्ष कसा? तो म्हणत होता, "हेच ते मला हवे होते."

तो पट्टा म्हणजे एक पट्ट्याच्या आकाराची लांबट पिशवी होती. व्हॅन एफिनने ती उघडली. आतून काही मजकुरांची छोटी छोटी छायाचित्रे व निगेटिव्ह फिल्मस् बाहेर पडल्या. त्याने त्या ढणढणणाऱ्या दिव्यासमोर धरून प्रत्येक गोष्ट काळजीपूर्वक तपासली. तसे करण्यात एक मिनिट गेले. तेवढ्या वेळात कोणीही बोलले नाही. कॅप्टन यामाटा ह्यालाही उत्सुकता होती. तोही काही बोलला नाही. व्हॅन एफिनने मग समाधानाने आपली मान हलवली. व ती छायाचित्रे आणि फिल्मस् पुन्हा त्या पिशवीत घालून तो पट्टा बंद केला.

"सर्व काही सुरक्षित आहे," तो हळू आवाजात म्हणाला, "खूप दिवस झाले तरीही सारी माहिती सुरक्षित राहिली आहे."

निकोल्सनने रागाने त्याला विचारले, "व्हॉट द डेव्हिल आर यू टॉकिंग? तुम्ही काय बडबडता आहात? त्यात काय होते?"

व्हॅन एफिनने तो पट्टा आपल्या कमरेला बांधला होता. त्याचे बक्कल लावता लावता तो म्हणाला, "ह्यात ना? मिस्टर निकोल्सन, मी म्हणत होतो तो हाच

खजिना. ह्यासाठीच तर सारेजण धडपडत होते, तडफडत होते. यासाठीच आपण साऱ्यांनी गेल्या काही दिवसात हालअपेष्टा सहन केल्या, संकटे ओढवून घेतली. यासाठीच तर *केरी डान्सर* आणि *विरोमा* बोटी बुडवल्या गेल्या. यासाठी तर बरीच माणसे मारली गेली आणि एवढ्यासाठी तर जर्मनी व जपान या राष्ट्रांनी तुमचे टिमोरच्या समुद्रात होणारे पलायन रोखण्याचा आटोकाट प्रयत्न केला. एवढ्यासाठीच तर कॅप्टन यामाटा हे इथे आत्ता आहेत. पण त्यांनाही आपण नक्की कशासाठी इथे आलो आहोत हे माहिती नसावे अशी मला शंका येते. पण त्यांच्या वरिष्ठांना मात्र ते चांगलेच ठाऊक आहे. हे एक–''

''सरळ मुद्यावर या!'' निकोल्सन त्याचे बोलणे तोडत म्हणाला.

''सॉरी,'' व्हॅन एफिन आपल्या पट्ट्यावर बोटाने आपटत सांगू लागला, ''ह्यामध्ये जपानकडून उत्तर ऑस्ट्रेलियावरती पुढे होणाऱ्या आक्रमणाची एकूणएक योजना तपशीलवार आहे. अर्थातच ती सांकेतिक स्वरुपात लिहिली गेली आहे. अन् जपानी भाषेतल्या ह्या संकेतांचा उलगडा करणे हे जवळजवळ अशक्य असते. परंतु ब्रिटिशांकडे लंडनमध्ये फक्त एकच माणूस असा आहे की जो आपल्या अक्कल-हुषारीने या संकेतांचा उलगडा करू शकतो. अन् आमच्या माणसांना तो माणूस ठाऊक आहे. जर कोणी ह्या सांकेतिक स्वरुपातील जपानची ही योजना पळवून लंडनला नेऊन दिली व ती त्या माणसाच्या हातात पडली तर अमेरिका व ब्रिटन या दोस्त राष्ट्रांना अक्षरशः हर्षवायू होईल.''

''माय गॉड!'' निकोल्सनला ते ऐकून चक्कर येण्याची पाळी आली. त्याला सारखे आश्चर्याचे धक्के एकामागोमाग एक बसत होते. तो पुढे म्हणाला, ''पण, ही माहिती, ही योजना कुठून मिळाली?''

व्हॅन एफिन यावरती आपली मान हलवित म्हणाला, ''ते मला ठाऊक नाही. ते जर आम्हाला ठाऊक असते तर ही माहिती चुकीच्या हातात कधीच गेली नसती... ही माहिती फार स्फोटक आहे. यामध्ये आक्रमण करण्याची तपशीलवार योजना आहे. मिस्टर निकोल्सन, त्यात किती सैन्य वापरायचे, कुठे व केव्हा ते उतरवायचे, त्याच्या जागा, तारखा वगैरे सारे काही दिलेले आहे. जर ही माहिती ब्रिटिश किंवा अमेरिकन हातात पडली तर त्यामुळे जपान युद्धाच्या आघाडीवर तीन महिने मागे फेकला जाईल. कदाचित सहा महिनेसुद्धा! महायुद्धाच्या ह्या सुरुवातीच्या काळात असा उशीर होणे म्हणजे जपानवर शरणागतीची पाळी येऊ शकते. हे त्यांना फार महागात पडेल. यावरून तुम्हाला कळेल की शत्रूकडे ही कागदपत्रे, ही महत्त्वाची लष्करी माहिती पोचण्यापूर्वी हस्तगत करण्यासाठी जपान का धडपडतो आहे, का जपानी अधिकारी बेचैन झाले आहेत. मग मला आता सांगा मिस्टर निकोल्सन, एखाद्या राष्ट्राची हारजीत ठरवणाऱ्या लष्करी गुपितापुढे त्या हिऱ्यांची

काय किंमत! ते या माहितीपुढे कवडीमोलाचे ठरतात.''

''खरे आहे,'' निकोल्सन पुटपुटत म्हणाला. त्याच्या तोंडून हे शब्द नकळत व अभावितपणे आपोआप निघाले. त्याचे मन भविष्यकाळात गेले होते.

''पण आता आमच्याकडे दोन्ही गोष्टी आहेत. ही आक्रमणाची योजना आणि हे हिरे! आता आम्हाला कोणीही अडवू शकणार नाही,'' व्हॅन एफिन म्हणाला. परंतु हे म्हणतानाही त्याच्या आवाजात त्या शब्दांना अनुरुप अशी विजयाची भावना उमटली नव्हती. त्याने आपल्या पायाने त्या हिऱ्यांच्या ढिगाला परत एकदा स्पर्श केला. तो पुढे म्हणाला, ''कदाचित या हिऱ्यांना तुच्छ लेखण्यात मी घाई केली असेन. काहीही असो, पण ते त्यांच्या परीने नक्कीच देदीप्यमान आहेत, वैशिष्ट्यपूर्ण आहेत.''

''होय.'' निकोल्सन अत्यंत क्षीण आवाजात म्हणाला. त्याच्या तोंडात आत्ताच पराजयाची कडू चव तरळू लागली होती. पण त्याने आपला चेहरा प्रयत्नपूर्वक निर्विकार केला. तो म्हणाला, ''मिस्टर एफिन, खरोखरच ही एक कमाल झाली.''

''तुम्ही त्याबद्दल कौतुक करा किंवा नका करू, मिस्टर निकोल्सन,'' कॅप्टन यामाटा म्हणाला. त्याचा आवाज थंड व कर्कश्श होता. निकोल्सन व एफिन हे भविष्यकाळातील घटनांचे वेध घेऊ पहात होते. आत्ताच्या माहितीमुळे व त्याच्या भावी परिणामांमुळे ते प्रभावित झाले होते. परंतु यामाटाच्या आवाजामुळे ते भानावर आले, वास्तव जगात आले. यामाटाने आपल्या तलवारीच्या टोकाने त्या हिऱ्यांच्या ढिगाला स्पर्श केला. ढिगातील काही हिरे खाली घरंगळले. त्यामुळे ती शुभ्र रंगाची आग एकदम काही क्षण झगमगली. कॅप्टन यामाटा पुढे म्हणाला, ''हे हिरे सुंदर आहेतच. पण त्यांचे सौंदर्य पहाण्यासाठी माणसाला डोळे हवेत.''

''म्हणजे नक्की काय म्हणायचे आहे तुम्हाला?'' निकोल्सनने विचारले. यामाटाच्या बोलण्यात त्याला काहीतरी वेगळेपणा जाणवला होता.

''याचा अर्थ असा आहे की, कर्नल किसेकी यांचा हुकूम हा फक्त हिरे ताब्यात घेऊन ते जपून जपानला पाठवावे असा आहे. पण कैद्यांना पाठवण्याबद्दल काहीही हुकूम दिला गेला नाही. त्यातून तुम्ही टॉर्पिडो बोटीत कर्नलसाहेबांच्या मुलाला ठार मारलेत. तेव्हा आता यातून काय अर्थ काढायचा ते तुम्हीच समजा.''

''मला तसा तर्क करता येतो, बरं,'' निकोल्सन यामाटाकडे रागाने बघत म्हणू लागला, ''एक फावडे, सहा फूट लांब व दोन फूट रुंद असा एक खड्डा आणि खणल्यावरती खणणाऱ्याच्या पाठीवरती गोळी झाडली जाणे! अशा या जपानी संस्कृतीबद्दल आम्ही ऐकले आहे.''

यामाटा थंडपणे हसला. तो म्हणाला, ''तुम्ही म्हणता तसे काही झटपट, सोपे व वेदनारहित असे घडणार नाही याची मी तुम्हाला ग्वाही देतो. तुम्ही म्हणता तशी

आमची रांगडी संस्कृती नाही, हे नक्की.''

''कॅप्टन यामाटा,'' व्हॅन एफिन त्याच्याकडे पहात पण आपले डोळे किंचित लहान करीत म्हणू लागला. त्याच्या निर्विकार चेहऱ्यावरती त्याचे बारीक झालेले डोळे एवढीच एक भावना व्यक्त करणारी ती खूण होती.

''येस कर्नल?'' यामाटाने विचारले.

''अंऽ, तुम्ही ते तसे करू शकणार नाही. याचे कारण हा माणूस हेर नाही. त्यामुळे खटला न भरता त्याला गोळी घालणे योग्य नाही. इतकेच काय, पण तो कोणत्याही सैन्यात किंवा अर्धलष्करी संघटनेतही नाही. तांत्रिकदृष्ट्या पाहिले तर तो एक बिनलष्करी, बिनसरकारी व बिनलढाऊ असा माणूस आहे.''

''अर्थात! अर्थात!'' यामाटा मोठ्या उपरोधाने म्हणत होता, ''पण आजमितीला कर्नल किसेकी यांच्या मुलाच्या मृत्यूला आणि चौदा खलाशांच्या आणि एका हवाई कर्मचाऱ्याच्या मृत्यूला ही माणसे जबाबदार आहेत हे कसे विसरून चालेल. त्यातून ही माणसे जर लष्करातली असती तर मग केवढा घोर परिणाम होईल याचा विचार केला की माझ्या अंगावर काटाच येतो.''

''किसेकी यांच्या मुलाच्या मृत्यूला ही माणसे जबाबदार नाहीत. वाटल्यास सिरान यांना विचारा. ते त्या प्रसंगी हजर होते.''

कॅप्टन यामाटा यावरती तटस्थपणे म्हणाला, ''त्यांना जे काही सांगायचे आहे ते कर्नल किसेकी यांना सांगतील.'' आपली तलवार म्यानात घालीत तो पुढे म्हणाला, ''आपण उगाच बडबड करत बसलो आहोत. चला, जाऊ या आता. आपला ट्रक आता इथे केव्हाही पोचेल.''

''ट्रक?'' व्हॅन एफिनने विचारले.

''होय, आम्ही ट्रकने आलो. पण त्याचा आवाज ऐकून तुमची झोपमोड होऊ नये म्हणून आम्ही तो एक मैल मागेच ठेवून आलो. मिस्टर निकोल्सन, काय बघता आहात? काय झाले आहे?'' शेवटचे वाक्य त्याने तीक्ष्णपणे म्हटले.

''काही नाही.'' निकोल्सन म्हणाला. तो उघड्या दारातून बाहेर टक लावून बघत होता. त्याच्या चेहऱ्यावरती एक उत्तेजित भावना झटकन येऊन निघून गेली. पण यामाटाच्या ते लक्षात येण्यापूर्वीच त्याने पुन्हा आपला चेहरा निर्विकार ठेवला होता. ही गोष्ट यामाटाच्या लक्षात आली नाही हे मात्र त्याने हेरले होते. निकोल्सन म्हणाला, ''अजून तो ट्रक आला नाही. तेव्हा मी व्हॅन एफिन यांना एक दोन प्रश्न विचारले तर चालेल का?''

''तुम्ही काय विचारणार आहात याची मला कल्पना नाही. पण ते प्रश्न ऐकताना मला मौज वाटेल हे नक्की. अजून एक दोन मिनिटे बाकी आहेत. तेवढ्या वेळात जे काही विचारायचे ते झटपट विचारून घ्या,'' यामाटा म्हणाला.

"थँक यू!" असे म्हणून तो व्हॅन एफिनला विचारू लागला, "प्लॅन्डरलीथबाईंना ते हिरे आणि ती लष्करी गुपिते कोणी दिली?"

"आता ते सांगून काही उपयोग आहे का?" व्हॅन एफिन कंटाळवाण्या सुरात म्हणाला. "आता ती गोष्ट ही भूतकाळात जमा झाली आहे. ती समजल्याने असा काय फरक पडणार आहे?"

"प्लीज?" निकोल्सन आग्रह धरीत म्हणाला. आपण काहीतरी बोलून वेळ काढत राहिले पाहिजे हे एकदम त्याच्या लक्षात आले. तो पुढे म्हणाला, "मी केवळ उत्सुकता म्हणून आपल्याला विचारतो आहे."

"ठीक आहे," असे म्हणून व्हॅन एफिनने त्याच्याकडे कुतूहलाने पाहिले व तो सांगू लागला, "मी सांगतो ते. त्या दोन्ही गोष्टी फार्नहोम यांच्याकडे होत्या. सर्व वेळ त्यांनी त्या स्वत:कडे बाळगल्या होत्या. तेव्हा प्लॅन्डरलीथबाईंना त्यानीच त्या दिल्या असणार हे उघड आहे. आता फार्नहोमकडे या गोष्टी कुठून आल्या ते मला ठाऊक नाही. हे हिरे मात्र त्यांना डच अधिकाऱ्यांनी बोर्निओमध्ये दिले, एवढेच मला समजले आहे."

"याचा अर्थ त्या डच अधिकाऱ्यांचा त्यांच्यावर खूप विश्वास होता, असे म्हटले पाहिजे," निकोल्सन निर्विकारपणे म्हणाला.

"होय. तसा तो होता. त्या विश्वासामागे बरीच कारणे होती. फार्नहोम ही व्यक्ती १०० टक्केच नव्हे तर १०१ टक्के विश्वास ठेवण्यालायक होती. त्यांना खूप माहिती होती, अफाट ज्ञान होते, बराच अनुभव होता. ते हुषार होते व त्यांना पूर्वेकडच्या म्हणजे बोर्निओ, जावा, सुमात्रा, बाली इत्यादी एकूणएक बेटांची माहिती होती. तिथल्या लोकांचीही माहिती होती, त्यांच्या सर्व भाषा त्यांना अवगत होत्या. त्यांना किमान चौदा आशियाई भाषा तरी येत होत्या."

"तुम्हाला त्यांच्याबद्दल बरीच माहिती दिसते आहे."

"होय. कारण माहिती गोळा करणे हे आमच्या खात्याचे कामच आहे. शिवाय आम्हाला त्यांच्यामध्ये रस होता. फार्नहोम हे आमच्या देशाचे 'शत्रू क्रमांक १' होते. आमच्या माहितीनुसार ते तुमच्या देशाच्या सिक्रेट सर्व्हिस एजन्सी या हेरखात्याचे गेली तीस वर्षे काम करीत होते."

व्हॅन एफिनच्या या बोलण्यावर एक दोन दबके आश्चर्योद्गार उमटले आणि हलक्या आवाजात खाली बसलेले लोक एकमेकांशी कुजबुजू लागले. इतकेच काय, पण उभा राहिलेला यामाटा हासुद्धा परत खाली बसला आणि पुढे वाकून उत्सुकतेने ऐकू लागला. त्याने आपल्या हाताची कोपरे गुडघ्यावरती टेकवली होती. त्याच्या रापलेल्या चेहऱ्यावरती उत्सुकता व कुतूहल प्रगट झाले होते.

"सिक्रेट सर्व्हिस!" असे आश्चर्याने म्हणून निकोल्सनने एक लांबलचक सुस्कारा

सोडला आणि हलकेच एक शीळ घातली. 'कमाल आहे' अशा अर्थी व आश्चर्य व्यक्त करण्यासाठी त्याने आपल्या कपाळावरून हात फिरवला. पाच मिनिटांपूर्वी त्याने मनामध्ये खूप तर्क केले होते. आत्ता त्याने आपल्या कपाळावरच्या हाताखालून कोणालाही दिसणार नाहीत असे आपले डोळे पटकन सर्वत्र फिरवले. केवळ क्षणार्धात त्याने ते केले. त्याने ते उघडे प्रवेशद्वार पाहून घेतले, नंतर व्हॅन एफिनकडे पाहिले. मग तो पुढे म्हणाला, ''पण प्लॅन्डरलीथबाई म्हणाल्या की त्यांनी मलायामध्ये काही वर्षांपूर्वी एका रेजिमेंटचे नेतृत्व केले होते.''

''बरोबर आहे, त्यांनी तसे केले होते,'' व्हॅन एफिन स्मित करीत म्हणत होता, ''निदान तसे वरवर दाखवले गेले होते.''

''पुढे सांगा, सांगत रहा,'' कॅप्टन फाईंडहॉर्न म्हणाला. त्याला ह्या संभाषणात खंड पडू द्यायचा नव्हता.

''तसे काही पुढे विशेष सांगण्याजोगे नाही. त्या गुप्त योजनेची माहिती बाहेर फुटल्यावरती काही तासातच ती बातमी मला आणि जपानी अधिकाऱ्यांना कळली. मग जपानी सरकारचा अधिकृत पाठिंबा घेऊन मी शोध घेऊ लागलो. फार्नहोम यांचा आम्हाला अजिबात संशय आला नाही. मुळात आमच्या संशयितांच्या यादीत ते नव्हते. त्यांनी तोपर्यंत हिरे घेऊन पलायनाची तयारी करून ठेवली होती. ती गुप्त योजना घेऊन जाण्यासाठी त्यांना ती तयारी आयतीच उपयोगी पडली. त्यामुळे त्यांचे दुहेरी हेतू साध्य होत होते. त्यांनी जाताना एखाद्या भणंग माणसाचे, किनाऱ्यावरच्या वाळूत काहीतरी लोकांच्या वस्तू शोधणाऱ्या दारुड्या गरीब माणसाचे सोंग घेतले होते. त्यामुळे त्यांच्या हालचालींकडे आपोआप दुर्लक्ष होत होते. अन् इतकेही करून जर कोणी संशय घेऊन त्याची झडती घेऊन ते हिरे त्याच्याकडे सापडले असते तर, 'ह्या फाटक्या माणसाला रस्ते, किनारे वगैरे सार्वजनिक ठिकाणे धुंडताना ते मिळाले' असा अर्थ काढला गेला असता. मग हिरे मिळाल्याच्या आनंदात या दरिद्री दारुड्या माणसाला सोडून दिले असते. अशा रितीने त्यांच्याजवळची लष्करी माहिती बचावली असती. अन् समजा, फार्नहोम नावाची व्यक्ती हिरे किंवा लष्करी गुपिते घेऊन पळून चालली आहे असे जपान्यांना कळले असते आणि ज्या जहाजावरून पळून जात आहेत ते जहाजही कळले असते तर त्यांनी ते जहाज बुडवण्याआधी दहा वेळा विचार केला असता. नाहीतर ते हिरे कायमचे हातचे जाऊन कुठेतरी समुद्रतळाशी पडले असते. तसेच, इतकेही करून जर फार्नहोम वाचले तर त्यांच्याजवळचे लष्करी गुपित ते घेऊन जातील किंवा दुसऱ्या कोणाला तरी देऊन ते पुढे पाठवू शकतील. मग कालांतराने जिथे हिरे समुद्रात पडले त्या जागेवरती जाऊन शत्रूची माणसे बुड्या मारून ते हिरे बाहेर काढू शकतील. जपान्यांनी सर्व तऱ्हेने विचार करून पाहिला. त्यांची मोठीच पंचाईत झाली होती. खरोखरीच

फार्नहोमच्या बुद्धिमत्तेची कमाल होती. फक्त बिचाऱ्याचे नशीब अतिशय खडतर होते.''

''मग अशी जर परिस्थिती होती, तर जपान्यांनी *केरी डान्सर* बोट का बुडवली?'' कॅप्टन फाईंडहॉर्नने रास्त शंका विचारली.

''याचे कारण फार्नहोम त्या बोटीवर होते हे जपान्यांना ठाऊक नव्हते. पण सिरानला हे ठाऊक होते. त्याला नेहेमीच ते ठाऊक होते. याचे कारण त्याला स्वत:ला ते हिरे लंपास करायचे होते. माझा असा अंदाज आहे की कोणीतरी अत्यंत वरिष्ठ असा डच अधिकारी फुटला होता. त्याला त्या हिऱ्यांची हाव सुटली. त्याने सिरानला सारी माहिती दिली आणि ते हिरे मिळवून आणून द्यायला सांगितले. या लुटीमध्ये सिरानचा वाटा ठरवला गेला. पण सिरानने कितीही धडपड केली तरी त्याचा हात त्या हिऱ्यांवरती पडू शकला नाही. तो कधीही ते हिरे पाहूसुद्धा शकला नाही. जपान्यांचेही तसेच झाले.''

''वाऽ! मला बदनाम करण्याचा किती हुषारीने प्रयत्न केला आहे,'' सिरान आता प्रथमच बोलत होता. त्याचा आवाज शांत व संयत होता. चेहऱ्यावरती नेहेमीप्रमाणेच कसलेही भाव नव्हते. तो एक निर्विकार व गुळगुळीत चेहरा होता. तो पुढे म्हणाला, ''ते हिरे आमचे मित्र व हितचिंतक असलेले जपानी अधिकारी यांचेकडे गेले असते असे घडवण्याचा आमचा हेतू होता. त्याची ग्वाही माझ्याबरोबर इथे असलेली माझी ही दोन्ही माणसे देतील. माझा आणि डचांचा काहीही संबंध नाही.''

व्हॅन एफिन यावरती तटस्थपणे म्हणाला, ''पण तसे सिद्ध करता येणे कठीण आहे. सिरान, बाजू बदलून आज जपान्यांना तुम्ही येऊन मिळाला आहात. विश्वासघात करून विरुद्ध पक्षाला, म्हणजे जपानी पक्षाला, येऊन मिळाल्याची काही तरी किंमत असणारच. तुमचे जपानी मालक समोर आलेल्या लांडग्याला काहीना काही तरी हाडाचा तुकडा हा टाकणारच.'' मग तो काही क्षण थांबला व परत बोलू लागला, ''आपल्या हिऱ्यांवरती कोणाचा डोळा आहे हे फार्नहोम यांना कधीच कळले नाही. किंवा त्यांना तसा संशयही अजिबात आला नाही. फक्त लाईफबोटीत काही दिवसांनी त्यांच्या ते लक्षात आले. पण फार्नहोम यांच्याशी मी पूर्वीपासून दोस्ती ठेवली होती. तिला वेळोवेळी मी खतपाणी घालत गेलो होतो. मी त्यांना वेळोवेळी मदत करत गेलो, त्यांच्याबरोबर दारूही प्यायलो. ते पाहून सिरानला वाटले की, आम्ही दोघे खरोखरीच दोस्त आहोत, अगदी जिवश्च कंठश्च मित्र आहोत. असे समजण्याची चूक अर्थातच कोणीही केली असती. म्हणून तर सिरानने मला *केरी डान्सर* बोट बुडत असताना पाण्यात ढकलून दिले नाही. ते हिरे कुठे आहेत हे मला ठाऊक आहे असा त्याचा समज होता. किंवा त्या हिऱ्यांचा ठावठिकाणा आपण

फार्नहोमकडून काढून घेऊ असेही सिरानला वाटले.''

यावर सिरान थंडपणे म्हणाला, ''ही आणखी एक चूक. मी तुम्हाला खरोखर *केरी डान्सर*वरून वाचवायला नको होते, बुडवायला हवे होते.''

''हो ना! म्हणजे मग ते सारे हिरे तुमचे एकट्याचे झाले असते ना?'' व्हॅन एफिन मागचे काही आठवण्यासाठी थोडे थांबला आणि नंतर त्या जपानी अधिकाऱ्याकडे पाहून म्हणाला, ''मला असे सांगा कॅप्टन यामाटा, अलीकडे इथल्या भागात किंवा जवळपास कुठे ब्रिटीश आरमाराच्या वेगळ्या किंवा खास हालचाली होत आल्या आहेत का?''

कॅप्टन यामाटाने त्याच्याकडे आश्चर्याने पहात म्हटले, ''पण तुम्हाला कसे ते कळले?''

व्हॅन एफिनने त्याच्या प्रश्नाकडे दुर्लक्ष करीत म्हटले, ''विशेषत: ब्रिटीश आरमाराच्या एखाद्या विनाशिकेचा संचार वाढला का? खास करून रात्री ती विनाशिका किनाऱ्याच्या जास्त जवळ येते का?''

''अगदी बरोबर!'' यामाटा आश्चर्याने थक्क होत म्हणाला. त्याने पुढे सांगितले, ''रोज रात्री 'जावा हेड' इथे किनाऱ्याजवळ ती विनाशिका येते. येथून ते ठिकाणी ऐंशी मैलांवरती आहे. मग पहाटेच्या सुमारास ती विनाशिका खुल्या समुद्रात जाऊन नाहीशी होते. आमची विमाने तिचा पाठलाग करायच्या आत ती नाहीशी होते. पण तुम्हाला कसे–''

जर्मन हेरखात्याच्या व्हॅन एफिनने त्याचे वाक्य तोडीत म्हटले, ''याचा सहज खुलासा करता येतो. *केरी डान्सर* बोटीवर ज्या दिवशी हल्ला झाला त्या दिवशी पहाटे फार्नहोम यांनी वायरलेस रूममध्ये एक तास घालवला होता. 'आपल्याला सुटकेची आशा वाटत असून जावा बेटाच्या दक्षिणेकडेच्या समुद्रातून आपण पळून जाऊ शकतो,' असा संदेश त्यांनी नक्की पाठवला असणार. कारण इंडोनेशियाच्या उत्तरेच्या समुद्रात दोस्त राष्ट्रांचे कोणतेही जहाज येऊ शकत नव्हते. तसे कोणी करणे म्हणजे आत्महत्त्या करण्यासारखे होते. म्हणून दोस्त राष्ट्रांच्या बोटी दक्षिणेकडच्या समुद्रात गस्त घालीत होत्या आणि त्या रात्रीच्या सुमारास किनाऱ्याजवळ येण्याचे धाडस करू लागल्या. माझा असा तर्क आहे की बाली बेटाजवळ दोस्त राष्ट्रांची आणखी एखादी युद्धनौका गस्त घालीत असणार. तर कॅप्टन यामाटा तुम्ही या युद्धनौकेला, या विनाशिकेला अटकाव करण्याचा प्रयत्न केला नाही?''

''क्वचितच,'' यामाटा रुक्षपणे म्हणत होता, ''आमच्या कर्नल किसेका यांच्याकडे फक्त एकच एक नौका आहे. ती वेगाने जाते खरी, पण लहान आहे. एखाद्या लाँचएवढी आहे. खरे म्हणजे ते एक फिरते वायरलेस स्टेशन आहे, असेच म्हटले पाहिजे. या भागात दळणवळण करणे फार कठीण असते.''

"अस्सं," असे म्हणून व्हॅन एफिनने निकोल्सनकडे पाहिले. तो पुढे सांगू लागला, "म्हणजे आता बाकीचे सारे काही उघड आहे. फार्नहोम शेवटी अशा निष्कर्षाला आले की ते हिरे आणि ती लष्करी गुपिते स्वत: जवळ फार काळ बाळगणे हे धोक्याचे आहे. म्हणून त्यांनी ती गुपितांची छायाचित्रे असलेला पट्टा प्लॅन्डरलीथ-बाईंजवळ *विरोमा* बोटीवरती दिला, अन् ते हिरे बेटावरती दिले. आपली बॅग रिकामी केली आणि त्यात त्यांनी सारे हातबॉम्ब भरले... या माणसाइतका दुसरा कोणी शूर असेल असे मला वाटत नाही."

यानंतर व्हॅन एफिन काही क्षण गप्प बसला. मग परत त्याने आपले बोलणे पुढे चालू केले. "या साऱ्या प्रकारात त्या मुस्लिम मौलवीचा काहीही संबंध नव्हता. फार्नहोम यांनी त्याच्याबद्दल लाईफबोटीत जे जे काही सांगितले त्या साऱ्या त्यांनी प्रसंगानुरूप मारलेल्या थापा होत्या. या प्रकरणात आपण कोणत्याही गुप्त कामगिरीवरती नाही हे दाखविण्यासाठी त्यांनी तो मौलवीच कसा हेरांची यादी घेऊन पळून जातो आहे, हे भासवले.... अन् हो, आणखीही एक गोष्ट मला इथे सांगायची आहे. इथे वायरलेस ऑपरेटर मिस्टर वॉल्टर आहेत. त्यांची मला माफी मागायची आहे." व्हॅन एफिन किंचित हसला व पुढे बोलू लागला, "त्या रात्री *विरोमा* बोटीवरती आल्यावरती एकदा फार्नहोम आपल्या केबिनमध्ये आश्चर्य करत बसला होता. मीही तसेच आश्चर्य व्यक्त करत होतो. पण मी त्यावेळी वॉल्टर यांच्या वायरलेस रूममध्ये होतो. मिस्टर वॉल्टर झोपले होते. त्यांना तशी गाढ झोप लागावी म्हणून मी काही गोष्टी नेहमी जवळ ठेवतो त्याचा उपयोग मी केला होता."

ते ऐकताच वॉल्टर त्याच्याकडे बघतच राहिला. मग त्याने निकोल्सनकडे पाहिले. दुसऱ्या दिवशी सकाळी उठल्यावरती त्याचे डोके कसे दुखत होते, चेहरा कसा पांढरा पडला होता, तो आजारी कसा भासत होता हे निकोल्सनला आठवले. वॉल्टरलाही ते आठवले. त्या कोड्याचा उलगडा झाला, याअर्थी त्याने आपली मान हलवली.

"तेव्हा म्हणून मी मिस्टर वॉल्टर यांची क्षमा मागतो. पण माझाही नाईलाज होता. मला माझ्या हेरखात्याला एक निरोप पाठवायचा होता. जरी मी तारायंत्राने निरोप पाठविण्यात वाकबगार असलो तरीही मला माझा निरोप पाठवायला बराच वेळ लागला. प्रत्येक वेळी मला बाहेरच्या बोळात कुणाची तरी पावले वाजलेली ऐकू यायची. मग माझ्या पोटात धस्स व्हायचे. भीतीने जीव जायची पाळी यायची. थोड्या वेळाने मी पुन्हा तारायंत्र सुरू करीत असे. परत पावले वाजायची. मी त्या रात्री असंख्य वेळा भीतीने अर्धमेला झालो होतो. पण काहीका असेना, माझा संपूर्ण निरोप पाठविण्यात मी यशस्वी झालो."

"बोटीने धरलेली दिशा, वेग आणि त्यावेळेचे तिचे अक्षांश रेखांश हे तुम्ही

नक्कीच कळवले असणार,'' निकोल्सन गंभीरपणे म्हणत होता, ''शिवाय ह्या तेलवाहू बोटीवरती बॉम्ब टाकू नका म्हणूनही तुम्ही तुमच्या निरोपात विनंती केली असणार. तुम्हाला फक्त बोट थांबवायची होती. हो ना?''

व्हॅन एफिन ते मान्य करीत म्हणाला, ''बरोबर आहे. पण त्याचबरोबर ते थांबविण्याचे काम अगदी परिपूर्ण असेही मला नको होते. पण तुम्ही हेही लक्षात घ्या, मी जर तो निरोप वायरलेसवरून पाठवला नसता व निरोपात बोटीवरती हिरे आहेत हे कळवले नसते, तर मग बोटीवरती बॉम्बचा भडिमार केला जाऊन संपूर्ण बोट एकाच मोठ्या स्फोटात नष्ट झाली असती. त्या स्फोटाचा धमाका आकाशात खूप उंचावर पोचला असता.''

निकोल्सर यावरती कडवटपणे म्हणाला, ''म्हणजे आमचे साऱ्यांचे प्राण तुम्ही वाचवलेत याबद्दल आम्ही तुमचे आभार मानायला हवेत. थँक यू फॉर दॅट.'' असे म्हणून तो उदास नजरेने बराच वेळ त्याच्याकडे पहात राहिला. ते क्षण खूप तणावपूर्ण होते. मग त्याने आपली नजर फिरवली. तो कुठेतरी टक लावून शून्यात पहात राहिला. त्याची ती हरवलेली नजर किंवा शून्यातली दृष्टी पकडून कोणीकडे तो पहातो आहे, याचा प्रयत्न त्या सभागृहातील कोणीही केला नाही. 'बिचारा उदास झाला आहे, दुःखी झाला आहे,' असे प्रत्येकाला वाटत होते, कैद्यांना व जपान्यांनाही.

पण तो तसे केवळ भासवत होता. त्याने मॅकिनॉनकडे आपली नजर लावली होती. मॅकिनॉन आपल्या जागेपासून हलला होता, सहा इंच हलला होता, किंवा नऊ इंचही हलला होता. तो अत्यंत शांतपणे, सावधगिरीने व काळजीपूर्वक जमिनीवरती सरकत होता. तिथे जरी प्रकाश होता, तरी अंधारा भागही होता. निरनिराळ्या ठिकाणच्या दिव्यांमुळे प्रकाशाचे तुकडे जसे विविध कोनातून पडले होते, तशाच काही काळोखाचे व अर्धछायांचेही तुकडे जमिनीवरती निर्माण झाले होते. मॅकिनॉन अत्यंत मंद गतीने एका काळोख्या जागेकडे सरकत होता. कसलाही आवाज न करता इंच इंच सरकत होता. त्याचा हलण्याचा वेग एवढा मंद होता की त्याच्याकडे कोणी पाहिले तरी तो खरोखरच हलतो आहे हे पहाणाऱ्याला पटले नसते. मधूनच वेदनेच्या कळा त्याच्या शरीरात उमटत. त्यावेळी त्याचे शरीर किंवा अवयव आचके देई. पण नंतर परत आधीची स्थिती धारण करे. फक्त त्यात किंचित फरक असे. तो फरक त्याने जाणीवपूर्वक केलेला असे. पण निकोल्सनच्या ते ध्यानात आले होते. तो फसला नव्हता. त्याने मॅकिनॉनच्या मनातला हेतू ओळखला होता. पूर्वी जिथे मॅकिनॉनचे खांदे व डोके होते त्यावरती दारातून आलेला उजेडाचा एक पट्टा पडला होता पण आता तिथे काहीही नव्हते. काळोख्या भागात मॅकिनॉनच्या डोक्याचा मागचा भाग गेल्याचे निकोल्सनला दिसले. पण निकोल्सनने आपला चेहरा होता तसाच ठेवला. एक रिकामा व भावरहित चेहरा! मग निकोल्सनने पुन्हा आपली

नजर व्हॅन एफिनवरती नेली. त्याच्याकडे तो आता कुतूहलाने पाहू लागला.

व्हॅन एफिन बोलत होता, "मिस्टर निकोल्सन, तुम्ही एव्हाना तर्क केला असेल की, फार्नहोमने *विरोमा*वरती बॉम्बहल्ले चालू असताना शेवटपर्यंत बोटीच्या स्वयंपाकघरात रहाण्याचे का पसंत केले, ते लढण्यासाठी का बाहेर आले नाहीत. याचे कारण त्यांच्याजवळ ते मौल्यवान हिरे होते. उगाच जुन्या कल्पनांनुसार धैर्य, शौर्य दाखवून त्यांना ते गमवायचे नव्हते. भलत्या ठिकाणी व भलत्या वेळी ते साहस करणारे नव्हते. मी त्यावेळी शेजारच्याच डायनिंग-सलूनमध्ये होतो. मला त्या हिऱ्यांवरून पहारा उठवायचा नव्हता. तसेच जेव्हा ती जपानी पाणबुडी आपल्याला भिडली, तेव्हा मी तिच्या कॉनिंग टॉवरच्या दिशेने गोळ्या झाडल्या खऱ्या, पण माझा नेम चुकला होता. नव्हे, मी तो मुद्दामच चुकवला होता. कारण माझ्या देशाच्या दोस्त राष्ट्राच्या माणसांवरती मी कसा हल्ला करणार? तुम्हाला आठवला असेल तो प्रसंग. माझा नेम चुकत नाही. पण त्यावेळी मी तो मुद्दामच चुकवला होता." एवढे म्हणून तो थांबला व परत काहीतरी आठवून तो पुढे बोलू लागला, "*विरोमा* बोटीवरती पहिले हल्ले होऊन गेल्यानंतर जपानी विमानांनी परत हल्ले चढवले नाहीत. त्यावेळी आपण बोट सोडत होतो. बोट सोडल्यावरतीही हल्ले झाले नाहीत. परंतु मी जेव्हा त्या सुकाणूघराच्या छपरावरती होतो तेव्हा मी माझ्या हातातल्या टॉर्चची उघडझाप करून काही सांकेतिक संदेश पाठवले. त्या पाणबुडीनेही आपली लाईफबोट बुडवली नाही. जर त्या पाणबुडीच्या कॅप्टनने तसे केले असते व मुख्य तळाला तसे कळवले असते तर त्याच्यावर सारे वरिष्ठ नाराज झाले असते, तो कोणालाच आवडेनासा झाला असता किंवा कदाचित त्याला शिक्षाही झाली असती. याचे कारण आपली लाईफबोट बुडवणे म्हणजे तिथल्या समुद्राला तो हिऱ्यांचा मौल्यवान खजिना अर्पण करण्याजोगे होते." मग पुढे तो खेदपूर्वक स्मित करीत म्हणाला, "त्या पाणबुडीला आपण शरण जावे असे मी तेव्हा एकदा तुम्हाला सुचवले होते. त्यावेळी तुम्ही माझी ही सूचना अर्थातच धुडकावून लावली होती. शत्रूला सहाय्य करणारा हा दृष्टीकोन व कृती आहे असे तुम्हाला त्यावेळी वाटत होते."

"मग नंतर आपण लाईफबोटीत असताना ते जपानी विमान आपल्यावर का गोळ्या झाडत गेले? हा हल्ला त्यांनी कसा काय केला?" निकोल्सनने आपली शंका विचारली.

"आपल्यावर त्या विमानाने का हल्ला चढवला ते मला ठाऊक नाही," व्हॅन एफिन आपले खांदे उडवित बोलू लागला, "कदाचित तो सहवैमानिक चिडला असेल. पण त्याचबरोबर आपल्याला वाचवायला तिथे पाण्यावर उतरू शकणारे जपानी विमान उडत होते, हे विसरू नका. आपली लाईफबोट बुडाली असती तर

त्यांनी हव्या त्या व्यक्तींना नक्कीच वाचवले असते.''

''हव्या त्या व्यक्तींमध्ये तुम्ही असणार होता ना?''

''होय,'' तो ते मान्य करीत म्हणाला, ''नंतर लाईफबोटीत असताना सिराननने एकदा माझ्या सामानाची रात्री चोरून झडती घेतली होती. माझ्याकडे ते हिरे असावेत असे त्याला वाटत होते. मी झोपलो नव्हतो. मी तो काय करतो आहे ते डोळे किलकिले करून पहात होतो. पण मी उठलो नाही की काहीही केले नाही. माझ्याकडे ते हिरे नाहीत याची त्याला मी मुद्दामच खात्री करू दिली. त्यामुळे नंतर माझ्या पाठीत चाकू खुपसला जाण्याची शक्यता नाहीशी झाली. पण त्यामुळे त्याने आपला मोर्चा दुसऱ्या संशयिताकडे वळवला. पण यावेळी त्याचा अंदाज चुकला. त्यामुळे तो मौलवी हकनाक मेला.'' मग त्याने सिरानकडे घृणास्पद नजरेने पाहिले व त्याला म्हटले, ''काय खरे ना सिरान? जेव्हा तुम्ही त्या मौलवीची पिशवी तपासत होता तेव्हाच नेमकी त्याला जाग आली ना?''

''तो एक दुर्दैवी अपघात होता,'' सिरान हाताने उडवून लावत म्हणाला, ''माझा चाकू निसटून त्याच्या मानेमध्ये घुसला.''

''सिरान, तुमचे म्हणणे हे कोणालाही पटण्याजोगे नाही. अन् आता तुम्ही फार काळ जगणार नाही हे लक्षात ठेवा.'' व्हॅन एफिनच्या तोंडून बाहेर पडणारी ती एक भविष्यवाणी होती, अन् त्यानेही तेवढ्याच गंभीरतेने ती उच्चारली होती. एफिन पुढे म्हणाला, ''तुम्ही जिवंत रहाणे ही एक अशुभ घटना आहे.''

सिरानच्या चेहऱ्यावरती एक हेटाळणी करणारे हास्य उमटले. तो म्हणाला, ''उफ, ही एक भुक्कड अंधश्रद्धा आहे,'' असे म्हणून तो आपले दात दाखवित रुंद हसला.

''बघू या पुढे काय होते ते,'' असे म्हणून व्हॅन एफिनने आपली नजर निकोल्सनवरती नेली. तो त्याला म्हणाला, ''मिस्टर निकोल्सन, तर हे असे आहे सारे. तुम्हाला आता साऱ्या गोष्टींचा उलगडा झाला असेल. ती टॉर्पिडो बोट जवळ आल्यावरती फार्नहोमने माझ्यावरती बाटलीने का हल्ला केला याचा तुम्ही आता तर्क करू शकता. जर तुम्हा सर्वांचे प्राण वाचवायचे असतील तर त्यांना माझ्यावरती हल्ला करणे भाग होते. ते एक अत्यंत झटपट विचार करणारे गृहस्थ होते आणि अत्यंत शूर होते.'' मग क्षणभर व्हॅन एफिन बोलायचे थांबला. तो काहीतरी मनात आठवीत असावा. नंतर प्लॅन्डरलीथ-बाईकडे वळून तो म्हणाला, ''जेव्हा तुम्ही लाईफबोटीत म्हणालात की, फार्नहोमने आपल्या बॅगेतील सर्व गोष्टी तिकडे बेटावरती काढून टाकल्या, तेव्हा माझ्या काळजाचा ठोकाच चुकला. मला वाटले की त्यांनी ते सारे हिरे तिकडे बेटावरती टाकून दिले. म्हणजे साराच खेळ संपला. पण नंतर मी विचार केला की फार्नहोम असे कधीच करणार नाही. कारण त्या

बेटावर परत कधी जाण्याची संधी त्यांना मिळणार नव्हती. तेव्हा ते सर्व हिरे तुमच्याकडेच असणार असा मी तर्क केला.'' मग त्याने तिच्याकडे दयापूर्ण नजरेने पहात सावकाश म्हटले, ''मादाम प्लॅन्डरलीथ, तुम्हीही एक अत्यंत धैर्यवान स्त्री आहात. खरे म्हणजे, तुमची लायकी त्याहीपेक्षा खूप वरची आहे.''

व्हॅन एफिन बोलायचे थांबला. त्याला जे सांगायचे होते ते बहुतेक बोलून झाले असावे. नंतर तिथे एक शांतता पसरली. बहुतेक सर्व शंकांचे निरसन झाले होते. सर्व कोडी उलगडली गेली होती. आता कुठलेही रहस्य उरले नव्हते. प्रत्येकजण व्हॅन एफिन या जर्मन हेराच्या सांगण्यावरती विचार करीत होता. कॅप्टन यामाटालाही सर्व माहिती नवीन होती. तोही आश्चर्यचकित झाला होता. सभागृहात एक जड शांतता पसरली. छोटा पीटर झोपला होता. पण तरीही तो झोपेत अधूनमधून घाबरून हमसाहमशी हुंदके देत होता. तेवढाच आवाज त्या सभागृहात होत होता. गुद्रनने त्याला आपल्या खांद्यावरती झोपवले होते व ती त्याला थोपटत होती. यामाटा जमिनीवर पडलेल्या त्या हिऱ्यांकडे टक लावून बघत होता. त्याच्या मनात विचारांचे काहूर माजले असावे. तेथून निघण्याची घाई तो करत नव्हता. सर्व कैदी हे व्हॅन एफिनच्या तोंडाकडे बघत राहिले होते. त्यांच्या चेहऱ्यावरती मधेच आश्चर्य उगवे. मग परत निर्विकारपणा उगवे. प्रत्येकाला आता पुढे काय होणार हा प्रश्न पडला होता. सर्व कैद्यांच्या मागे दहा बारा सैनिक रायफली घेऊन उभे होते. त्यांच्या हातातील रायफली तयारीत होत्या. निकोल्सनने दाराच्या दिशेने एक शेवटची नजर झटकन टाकून पाहून घेतले. त्याचा श्वास क्षणभर त्याच्या घशात अडकला व नकळत त्याने हाताच्या मुठी घट्ट आवळल्या होत्या. ते दार व बाहेर उजेड पडलेली लंबवर्तुळाकृती जागा ही पूर्णपणे रिकामी होती. मॅकिनॉन पूर्वी जिथे होता तिथेही त्याने एक दृष्टीक्षेप टाकला. त्याची जागाही रिकामी होती. याचा अर्थ तो निसटला होता, पळाला होता, गायब झाला होता. निदान एक तरी पक्षी पिंजऱ्यातून उडाला. निकोल्सन आता मनातल्या मनात मॅकिनॉनवरती भिस्त ठेवू लागला. आपल्या सुटकेसाठी तो काहीतरी करणार, नक्की करणार. म्हणजे येथून पुढे आपले वाचणे हे त्याला अनुकूल ठरेल असे ठेवले पाहिजे. यामाटाला संशय येऊ देता कामा नये.

निकोल्सनच्या लक्षात आले की व्हॅन एफिन आपल्याकडेच पहातो आहे. तो आपल्या मनाचा वेध घेऊ पहातो आहे, काहीतरी तर्क करू पहातो आहे. त्याने आपले विचार बहुधा जाणले असतील. मॅकिनॉन गेल्याचे आपल्याला जसे समजले आहे तसेच त्यालाही समजले असावे. कारण तोही अधूनमधून दाराकडे बघतो आहे. मधेच एकदा त्याने दारातून बाहेर बराच वेळ टक लावून पाहिले आणि परत निकोल्सनकडे पाहिले. निकोल्सनच्या काळजाचा ठोकाच चुकला. शेवटी याला मॅकिनॉनचे पलायन कळले तर! आपल्या मनातून एक पराभवाची थंड लहर सरसरत

जाते आहे असे निकोल्सनला जाणवले. आता जर व्हॅन एफिनने आपले तोंड उघडले तर तो यामाटाला मॅकिनॉन पळाल्याचे नक्कीच सांगणार. त्याने आपले तोंड उघडायच्या आत आपण त्याचा गळा दाबून त्याच्या नरडीचा घोट घ्यावा अशी एक जबरदस्त उबळ निकोल्सनला झाली. पण त्याने फारसे काही साध्य होणार नाही. जे आता अटळ आहे ते अघटित फार तर काही वेळ पुढे ढकलले जाईल. शिवाय व्हॅन एफिनला ठार मारणे त्याला जमणार नव्हते. व्हॅन एफिनला ठार मारण्याची संधी मिळाली तरी आपल्या हातून ते काम होणार नाही याची निकोल्सनला खात्री होती. कारण गेल्या दहा दिवसात ह्याच व्हॅन एफिनने संकटांमध्ये आपल्याला साथ दिली होती. आपल्याविरुद्ध त्याने एकही कृत्य केले नव्हते. तो एक जर्मन हेर आहे, खूप वरच्या हुद्यावरती आहे, तरीही त्याच्यात आपल्याविरुद्ध कोणतीही शत्रुत्वाची भावना नाही असे वेळोवेळी त्याला अनुभवास आले होते. शिवाय त्याने छोट्या पीटरचे प्राण वाचवले होते. जेव्हा लाईफबोट उलटली, तेव्हा त्याने शिताफीने पीटरला पकडून त्याचे डोके पाण्याबाहेर राहील असे धरले होते. त्यावेळी तो स्वत: खाली पाण्यात संपूर्णपणे बुडाला होता. त्याच्या मांडीला तो शिंपल्यातला किडा चिकटला होता व चावून त्याचे रक्त शोषत होता. परंतु तरीही त्याने पीटरला पकडून धरलेले आपले हात सोडले नाही, अगदी अनवधानानेसुद्धा! एक चिमणा जीव वाचवण्यासाठी त्याने आपला पाय कापला जाण्यासारख्या वेदना सहन करण्याचे मनातून ठामपणे ठरवले होते. म्हणूनच पीटर वाचला. त्यामुळे गुद्रनचा जीव नंतर भांड्यात पडला. अन्यथा ती वेडीपिशी झाली असती. त्याचे आपल्यावर उपकार आहेत, अनंत उपकार आहेत... व्हॅन एफिन निकोल्सनकडे पाहून स्मित करीत होता. म्हणजे तो आता नक्की काहीतरी बोलणार होता. त्याला थोपवणे हे अवघड होते व अशक्य होते.

"मिस्टर निकोल्सन, आता झकास झाले ना?" तो विचारीत होता.

निकोल्सन यावरती काहीच बोलला नाही. त्याचा प्रश्न मोघम होता, पण तो सूचक वाटत होता. मॅकिनॉनच्या पलायनाशी संबंधित असा वाटत होता. पण हे सारे आपल्या मनाचे खेळ आहेत. खरेखोटे देव जाणे, असे निकोल्सनला वाटले.

कॅप्टन यामाटाला मात्र या प्रश्नाचा अर्थ समजला नव्हता. त्याने विचारले, "कर्नल एफिन, काय झकास झाले?"

"हेच ते हो. ही हिरे मिळवण्याची योजना. प्रथमपासून शेवटपर्यंत झकास राबवली गेली," एवढे म्हणून व्हॅन एफिन हसला. पण त्याचे ते हसणे नापसंती दर्शवणार होते. ते पाहून निकोल्सनचे हृदय धडधडू लागले.

"तुम्ही कशाबद्दल बोलता आहात ते मला समजत नाही," असे यामाटा गुरगुरत म्हणाला. मग तो उठून उभा रहात म्हणाला, "चला, आता निघायची वेळ

झाली. ट्रकचा आवाज मला ऐकू येतो आहे.''

''ठीक आहे.'' असे म्हणून व्हॅन एफिनने आपला जखमी पाय ताठ केला. त्याच्या पायात स्फोटात उडालेला एक धातूचा बारीक तुकडा गेला होता. तसेच, त्या पाण्यातल्या किड्यानेही जखम केली होती. त्यामुळे त्याचा हा पाय पार कामातून गेला होता. त्याने यामाटाला विचारले, ''आपण आता कुठे जायचे? तुमच्या कर्नलसाहेबांना भेटायला? लगेच, आज रात्रीच?''

''होय, अन् तेही तासाभरात. कर्नल किसेकी हे आज रात्री इथल्या टोळीवाल्यांच्या महत्त्वाच्या प्रमुखांची भेट घेणार आहेत. आपल्या घरीच त्यांना भेटीचे निमंत्रण दिले आहे. त्यांचा मुलगा जरी मरण पावला तरी कर्तव्य त्याहून महत्त्वाचे आहे ना. कर्तव्य हे शोकाला चिरडून टाकून त्यावरती मात करते. मी 'चिरडून टाकते' असे म्हणतो 'ठार करते' असे म्हणत नाही. पण या कैद्यांना त्यांच्या समोर उभे केल्यावरती त्यांच्या दुःखी मनाला खूपच बरे वाटेल.''

ते ऐकून निकोल्सनच्या अंगावरती शहारे आले. आपली थडगी लवकरच खणली जाणार हे त्याला कुळून चुकले. यामाटाच्या स्वरातील पुढची गर्भित भविष्यवाणी ऐकल्यावरती पुढे आपल्यासाठी काय वाढून ठेवले आहे हे त्याला कळून चुकले. चीनमध्ये जपान्यांनी जे जे काही अत्याचार केले त्याच्या ऐकलेल्या सर्व कहाण्या त्याला आठवल्या. कर्नल किसेकी हा नुसता ठार मारणार नाही तर आपल्याला हाल हाल करून ठार करणार, ही गोष्ट आता स्वच्छ झाली होती. त्याबद्दल त्याला कसलाही संदेह उरला नाही, त्याला आता कसलीही सुटकेची आशा वाटेना. जरी मॅकिनॉन निसटला तरी तो करून करून काय करणार? अन् जरी त्याने काही केले तरी तो शेवटी एकटाच पडणार, घेरला जाणार व पकडला किंवा मारला जाणार. कदाचित तो त्याआधीच आत्महत्त्याही करेल...

व्हॅन एफिन आता पुन्हा बोलू लागला होता, ''आणि नंतर? म्हणजे कर्नलने या कैद्यांना पाहिल्यानंतर काय? यांना ठेवण्यासाठी काही घरे किंवा क्वार्टर्स तुमच्याकडे आहेत का?'' एफिन यामाटाला विचारीत होता.

''नंतर त्यांना रहाण्यासाठी क्वाटर्सची जरुरी पडणार नाही,'' यामाटा एक क्रूर सत्य सांगत होता. ''नंतर फक्त जमिनीत गाडणारे काही लोक लागतील, बास!''

यावर व्हॅन एफिनने गंभीर होत विचारले, ''कॅप्टन यामाटा, मी काही तुम्हाला चेष्टेने विचारले नाही की एखादा विनोद केला नाही.''

''अन् मी पण तसे चेष्टेने बोललो नाही की विनोद केला नाही,'' एवढे बोलून यामाटाने एक स्मित केले. तो अधिक काही बोलला नाही. अचानक पसरलेल्या शांततेत मग ब्रेक्स दाबल्याचा आवाज बाहेरून आला. ट्रक बाहेरच्या रिकाम्या जागेत येऊन थांबला होता. त्याचे इंजिन मात्र बंद केले नव्हते. तो घरघर आवाज

सर्वत्र आता भरून राहिला. शेवटी यमदूत सर्व कैद्यांना न्यायला आले तर!

कॅप्टन फाईंडहॉर्न आपला घसा साफ करीत यामाटाला म्हणाला, "कॅप्टन यामाटा, मी आमच्या सर्व माणसांचा नेता आहे. मी तुम्हाला युद्धकाळातील आंतरराष्ट्रीय संकेतांची आठवण करून देतो." फाईंडहॉर्नचा आवाज घोगरा येत होता. परंतु तो संथपणे आपले शब्द उच्चारीत होता. तो आवाज अजिबात कापत नव्हता. तो पुढे म्हणाला, "ब्रिटीश मर्कंटाईल मरीनमधला एक कॅप्टन म्हणून मी आपल्याला अशी मागणी करतो की—"

"चूप बसा!" यामाटा एकदम ओरडून म्हणाला. त्याचा चेहरा वेडावाकडा होऊन कुरूप वाटू लागला. मग त्याने आपला आवाज खूप खाली आणला. एवढा आणला की तो कुजबुजत्या आवाजात बोलतो आहे असे सर्वांना वाटले. पण त्याचे कुजबुजत बोलणे हे रागातल्या बोलण्यापेक्षाही अधिक भीतीदायक होते. तो म्हणत होता, "तुम्ही कसलीही मागणी करू नका. मागणी करण्याएवढी तुमची बाजू भक्कम नाही, हे लक्षात घ्या. उफ्! म्हणे आंतरराष्ट्रीय संकेत! या असल्या आंतरराष्ट्रीय संकेतांवरती मी थुंकतो. हे संकेत दुबळी माणसे, सरळ नाकासमोर जाणारी माणसे आणि लहान मुले यांनी त्यांची मागणी करावी. जे बलवान आहेत त्यांना त्यांची गरज नाही. कर्नल किसेकी यांनी तर हा शब्दप्रयोग ऐकलाही नाही. त्यांना फक्त एवढेच ठाऊक आहे की तुम्ही त्यांच्या मुलाला ठार केले आहे." असे म्हणून यामाटाने आपले अंग मुद्दाम शहारल्यासारखे केले. तो पुढे म्हणत होता, "मी या पृथ्वीवरील कोणाही माणसाला भीत नाही. पण कर्नल किसेकी यांना मात्र भितो. प्रत्येकजण कर्नल किसेकी यांना भितो. वाटल्यास तुमच्या या मित्राला विचारा. त्याने कर्नलसाहेबांबद्दल ऐकले आहे." असे म्हणून त्याने दोन सैनिकांच्यामध्ये उभ्या असलेल्या तेलाककडे बोट केले.

तेलाकची संपूर्ण डावी बाजू ही लोळागोळा झाली होती व तिथे जागोजागी रक्ताचे ओघळ गोठलेले दिसत होते. अनेक ठिकाणी जखमा उघड्या पडल्या होत्या. तो म्हणाला, "कर्नल किसेकी हा माणूस नाही, एक सैतान आहे. परमेश्वर त्याला नक्की शिक्षा करेल."

"असे म्हणतोस?" असे म्हणून यामाटाने भराभर जपानी भाषेत आपल्या माणसांना काहीतरी म्हटले. मग एका सैनिकाने आपली रायफल उलटी करून तिचा दस्ता त्याच्या तोंडावरती क्रूरपणे मारला. तेलाक हेलपाटत मागे गेला. यामाटा क्षमायाचनेच्या स्वरात म्हणत होता, "इथली स्थानिक माणसे आमचे मित्र आहेत. पण त्यांना अजून नीट समजत नाही म्हणून जरासे शिकवावे लागते. विशेषत: वरिष्ठ जपानी अधिकाऱ्यांबद्दल चारचौघात कसे बोलावे ते त्यांना कळत नाही... तर मी काय म्हणत होतो? हं, तर आमचे कर्नल किसेकी हे एकदम जबरदस्त आहेत,

भयंकर आहेत. पण सध्या त्यांचा एकुलता एक मुलगा मारला गेला आहे...'' त्याने आपला आवाज लहान लहान करीत तिथल्या शांततेत सोडून दिला.

व्हॅन एफिन त्याला विचारीत होता, ''तुमचे हे कर्नल किसेकी या कैद्यांचे काय करतील?'' त्याच्या आवाजात निर्विकारपणा होता, भावनांचा लवलेश नव्हता. तो म्हणत होता, ''कर्नलसाहेब नक्कीच बायकामुलांची आधी–''

''त्यांच्याकडे ते प्रथम वळतील आणि त्यातच बराच वेळ जाईल.'' यामाटा अशा स्वरात बोलत होता की जणू काही तो एखाद्या गार्डन पार्टीची तयारी करण्याबद्दल बोलत होता. ''कर्नल किसेकी तर अशा गोष्टी हाताळण्यातील एक्का आहेत. त्यांना ही कला चांगली अवगत झाली आहे. अन् त्यावेळी आमच्यासारख्या माणसांनाही हजर रहायला मिळत असल्याने आम्हालाही काही शिकायला मिळते. शारीरिक वेदनांपेक्षा मानसिक यातना ह्या कमी महत्त्वाच्या नाहीत, असे त्यांचे म्हणणे असते.'' कैद्यांच्या छळाच्या विषयावर यामाटा आता रस घेऊन बोलत होता व त्याला हा विषय अत्यंत प्रिय होता असे ऐकणाऱ्याच्या लक्षात येत होते. तो म्हणत होता, ''उदाहरणार्थ, त्यांचे मुख्य लक्ष हे मिस्टर निकोल्सन यांच्याकडे असणार.''

''उघडच आहे,'' एफिन पुटपुटला.

''म्हणून ते सुरुवातीला मिस्टर निकोल्सन यांच्याकडे दुर्लक्ष करणार. त्याऐवजी ते त्या लहान मुलाकडे प्रथम पहातील. पण कोणी सांगावे, कदाचित ते त्याला सोडूनही देतील. कारण खूप लहान मुले ही त्यांचे एक चमत्कारिक मर्मस्थान आहे. का ते समजत नाही,'' यामाटा शेवटचे वाक्य भुवया उंचावत म्हणाला. मग परत आपला चेहरा सरळ करीत तो पुढे म्हणाला, ''म्हणून ते प्रथम त्या चेहऱ्यावर व्रण असलेल्या मुलीकडे लक्ष देतील. सिरान यांनी सांगितले की त्या मुलीबरोबर निकोल्सन यांची विशेष दोस्ती आहे. मग तर प्रथम तिच्याकडेच ते वळणार.'' एवढे म्हणून तो गुद्रनकडे टक लावून पाहू लागला. त्याच्या चेहऱ्यावरील बदलणारे भाव पाहून निकोल्सनच्या हृदयाला अक्षरश: घरे पडत होती. ''कर्नल किसेकी हे बायकांना वेगळ्या तऱ्हेने हाताळतात, विशेषत: तरुण बायकांना. तुम्हाला ती हिरव्या बांबूच्या बिछान्यावरती झोपण्याची सजा आणि पाण्याच्या सहाय्याने केला जाणारा छळ हे ठाऊक आहे ना? या दोन्हींचा तो एक एकत्रित प्रकार ते वापरतात.''

''माझ्या कानावरती आले आहे त्याबद्दल,'' व्हॅन एफिन म्हणाला व हसला. ते हसू निर्व्याज नाही, विषारी आहे, असे निकोल्सनला वाटले. त्याला प्रथमच आता भीती वाटली व दरदरून घाम फुटला. सर्व गोष्टींचा शेवट आता एका अति अतिभयानक यातनापर्वात होणार. पराभवाचे अंतिम क्षण हे असे ठरणार होते. व्हॅन एफिनचे हसत हसत बोलणे व या विषयावरती मुद्दाम आपल्यासमोर चर्चा करणे

म्हणजे पकडलेल्या उंदराशी मांजराने खेळण्यासारखे होते. तो मुद्दाम यामाटाला उत्तेजन देऊन त्या विषयावर बोलायला लावतो आहे. याचा अर्थ एफिनचे मनही विकृत असले पाहिजे. तो म्हणत होता, ''ती सारी कृती किती बघण्याजोगी असेल ना? मला त्यावेळी हजर राहू दिले जाईल असे मी धरून चालतो. हो ना?''

''माय डियर कर्नल, तुम्ही तर आमचे एक सन्माननीय पाहुणे आहात,'' यामाटा म्हणाला.

''छान, छान. तुम्ही म्हणालात तसे मलाही त्यामुळे बरेच काही शिकायला मिळेल.'' मग यामाटाकडे चौकशी करण्याचे भाव चेहऱ्यावर आणून त्याने खाली बसलेल्या सर्व कैद्यांकडे आपला एक हात निष्काळजीपणे फिरवून विचारले, ''म्हणजे कर्नलसाहेब आपला *कृपाप्रसाद* या सर्व कैद्यांना देणार? अगदी जखमी कैद्यांनाही?''

''त्यांनी त्यांच्या मुलाचा खून केला आहे ना,'' असे त्यावरती यामाटाने निक्षून सांगितले.

''बरोबर आहे. त्यांनी त्यांच्या मुलाचा खून केला आहे,'' असे म्हणून व्हॅन एफिनने सर्व कैद्यांकडे पाहिले आणि मग आपले डोळे बारीक करून तो थंडपणे म्हणाला, ''पण यांच्यातल्या एकाने माझाही खून करायचा प्रयत्न केला होता. कर्नल किसेकी चुकून त्या माणसाला सोडून तर देणार नाही ना?''

''मला तसे काही फारसे सांगता येणार नाही. कारण त्यांच्या स्वभावाचा मला नीटसा अंदाज कधीच आला नाही. कदाचित तुमच्या त्या व्यक्तीला ते काहीही करणार नाहीत.'' यामाटा म्हणाला.

''पण त्या माणसाने माझ्या खुनाचा प्रयत्न केला होता,'' व्हॅन एफिन आता कर्कश्श आवाजात बोलत होता, ''मला त्या माणसाचा सूड घ्यायचा आहे. त्याच्या बरोबर माझा हिशेब मिटवायचा आहे. कॅप्टन यामाटा, प्लीज मला तेवढे करायची संधी आत्ता द्या. माझी एवढी विनंती तुम्ही नक्कीच मानाल. प्लीऽज!''

जमिनीवरती पडलेले सर्व हिरे गोळा करून ते पिशवीत भरण्याचे काम एक सैनिक करीत होता. यामाटा आपल्या हनुवटीवर बोटाने थोपटीत तिकडे पहात होता. तो आता काय बोलतो आहे इकडे निकोल्सनचे लक्ष लागले. त्याचे हृदय परत एकदा धडधडू लागले. यामाटाने आपली हिऱ्यांवरची नजर काढून दुसरीकडे वळवली होती. आता पुढे काय होईल याची कल्पना आपल्याखेरीज दुसऱ्या कोणालाही नसेल, असे निकोल्सनला वाटले.

यामाटा बोलू लागला, ''मला वाटते की निदान तुमची एवढी किमान मागणी तरी मान्य करायला काहीही हरकत नसावी. तुम्हा जर्मन लोकांनी आमचे एक फार मोठे काम केलेले आहे. पण कर्नलसाहेब–'' एवढे बोलून तो थांबला. परंतु

पुढच्याच क्षणाला त्याच्या चेहऱ्यावरच्या शंका पळाल्या व तो हसत म्हणाला, "होय मी तुम्हाला तशी परवानगी सहज देऊ शकतो. कारण असे पहा, तुम्ही आमच्या मित्र राष्ट्रांपैकी एक आहात आणि कर्नलच्या हुद्यावरती आहात. मला सिनीयर आहात. म्हणजे मी तुमच्याकडून आलेले हुकूम पाळायला काहीही हरकत नाही–"

"थँक यू, कॅप्टन यामाटा," व्हॅन एफिन आनंदाने म्हणाला, "तुम्हाला मी तसा हुकूम दिला आहे असे खुशाल समजा." एवढे म्हणून एफिन आपल्या एका पायावरती गर्रकन वळला व लंगडत लंगडत कैद्यांच्याकडे गेला. त्यांच्या घोळक्यात घुसला व खाली वाकून त्याने गॉर्डनचा शर्ट पुढच्या बाजूने पकडून थोडासा वळवला व त्याला झटकन वर खेचले. गॉर्डन थरथरत उभा राहिला. आपण काय केले हेच त्याला समजेना. तो थरथरत उभा राहिला. व्हॅन एफिन हिंस्त्रपणे त्याला म्हणाला, "साल्या, तुला अशी शिक्षा करण्यासाठी मी बरेच दिवस वाट पहात होतो. शेवटी सापडला की नाही माझ्या हातात? चल, पुढे हो." गॉर्डन त्याच्या पकडीतून सुटण्याची धडपड करीत होता. त्याच्या चेहऱ्यावरती मूर्तिमंत भीती उभी राहिली होती. आपण काहीही गुन्हा केला नाही, अशा अर्थाचे तो ओरडून बडबडत होता. पण ते बडबडणे नीट नव्हते. त्या सभागृहाच्या मागे एक रिकामी जागा होती. ती प्रवेशद्वाराच्या बरोबर विरुद्ध बाजूला होती. व्हॅन एफिनने त्याला खेचत खेचत तिकडे नेले व एकदम ढकलून दिले. मात्र तो ज्या जागी पडला ती जागा बरोबर प्रवेशद्वारासमोर येईल याची त्याने काळजी घेतली होती. गॉर्डन धडपडत त्या जागी भिंतीवर आपटून पडला. हातपाय पसरलेल्या अवस्थेत पडला. त्याने आपला एक हात याचनेसाठी उंचावला होता. तो नखशिखांत घामाने आणि भीतीने भिजून चिंब झाला होता.

व्हॅन एफिनने त्याच्या आकांताकडे, भीतीकडे निषेधाकडे बिलकुल लक्ष दिले नाही. गॉर्डन चटकन उठून उभा राहिला व भिंतीला पाठ लावून तो एफिनकडे बघू लागला. व्हॅन एफिन मग लंगडत व्यासपीठाकडे आला. एक जपानी सैनिक आपल्या एका हातात स्वत:ची रायफल व दुसऱ्या हातात फार्नहोमची कार्बाईन खांद्याखाली घेऊन उभा होता. मग एफिनने सहजपणे, अगदी सहजपणे, त्याच्या जवळची ती कार्बाईन एक शब्दही न बोलता काढून घेतली. एफिनने ती तपासली. आत गोळ्या भरलेल्या होत्या, ती लोडेड होती. तिचा खटका हा ऑटोमॅटिक मोडवरती आणून ठेवला व तो परत लंगडत गॉर्डनकडे गेला. गॉर्डन तिथे थरथरत उभा होता. व्हॅन आपल्याकडे येतो आहे हे पाहिल्यावर त्याच्या पायातले बळ निघून गेले व त्याने खाली मटकन बसकण मारली. भीतीने त्याचे डोळे विस्फारले गेले होते. तो एफिनकडे टक लावून पहात होता. हा जर्मन राक्षस आता आपल्याला ठार

करणार याची त्याला खात्री झाली होती. त्याच्या तोंडून मंद आवाजात विव्हळणे बाहेर पडत होते. मधेच तो थरथरत श्वास आत ओढून घ्यायचा. संपूर्ण सभागृहात फक्त तेवढाच आवाज होत होता. तिथल्या प्रत्येकाचे डोळे त्या दोघांकडे लागले होते. काहीजणांच्या डोळ्यात राग होता, तर काहीजणांच्या डोळ्यात करुणा भरली होती. तर काहींना समोर काय चालले आहे ते समजतच नव्हते. ते थंडपणे बघत होते. निकोल्सनच्या चेहऱ्यावरती कोणतेच भाव नव्हते. यामाटाचाही चेहरा तसाच होता. पण त्याची जीभ मात्र सारखी हळूहळू ओठांवरून फिरत होती. कोणीही बोलत नव्हते की जागचे हलत नव्हते. किंवा तसे काही करण्याचेही कोणाच्या मनात येत नव्हते. सर्वांच्या देखत आता एका माणसाला ठार मारले जाणार होते, त्याचा खून केला जाणार होता. परंतु कोणत्या तरी एका अज्ञात किंवा न सांगता येण्याजोग्या घटकाने या तणावपूर्ण वातावरणात कोणालाही या घटनेचा निषेध करण्यास, अडथळा आणण्यास मज्जाव केला होता. अन् मग एक तसा अडथळा आला. एखाद्या काचेवरती दगड भिरकावा तसा तो अडथळा बाहेरून आला.

ती एका जपान्याने मारलेली किंकाळी होती. अत्यंत उच्च रवात. त्याने ती मारली होती. सर्वांची तोंडे एकदम प्रवेशद्वाराकडे झाली. त्या मागोमाग कोणाचे तरी झोंबाझोंबी करण्याचे आवाज आले. मग एक ओरडणे ऐकू आले. अन् त्यानंतर एखादे कलिंगड फोडले जावे तसा आवाज ऐकू आला. त्यानंतर क्षणभर शांतता झाली. परंतु लगेच एक फर्रर्र आवाज आला. त्या मागोमाग धूर पसरू लागला आणि एकदम कुठेतरी आग लागल्याचे जाणवले. बघता बघता प्रवेशद्वाराला आग लागली. ती जुन्या लाकडाची भिंत एकदम पेटून उठली. जळणाऱ्या लाकडाचा तडतड आवाज येऊ लागला. हे सारे काही सेकंदात घडत गेले.

ते पाहून कॅप्टन यामाटा दोन पावले पुढे गेला आणि आ वासून पाहू लागला. आपल्या सैनिकांना हुकूम देण्यासाठी त्याने तोंड उघडले. पण त्या तोंडातून शब्द उमटू शकले नाहीत. कारण एफिनच्या कार्बाईनमधून निघालेल्या गोळ्यांनी त्याच्या छातीचा वेध घेतला होता. त्याची निम्मी छाती फुटून विदीर्ण झाली होती. तो धाडकन खाली मरून पडला होता. परंतु पडला तरी त्याने उघडलेले तोंड तसेच उघडे होते. ते बंद झाले नाही. व्हॅन एफिनने आपल्या हातातील कार्बाईन ऊर्फ ती सब-मशिनगन चालवल्याने ते सभागृह दणाणून निघाले होते. थाड् थाड् थाड् आवाज करीत गोळ्या सुटल्या होत्या. कॅप्टन यामाटा खाली पडल्यानंतर व्यासपीठावरील एक जपानी सैनिक गोळ्या लागून खाली मरून पडला. त्यानंतर त्याच्या शेजारचा पडला. व्हॅन एफिन प्रत्येक जपान्यावरती गोळ्या झाडत होता. त्या गोळ्या कार्बाईनमधून एका मागोमाग एकेक आपोआप निघत होत्या. फक्त एफिनला आपल्या कार्बाईनचा रोख झटपट वळवावा लागत होता. सिरानच्या चेहऱ्यावरती

एक लाल रंगाचे फूल उमलत होते. कारण एफिनने त्याच्यावरतीही आपली कार्बाईन झाडली होती. त्या कार्बाईनच्या आवाजात आगीचे आवाज बुडून गेले होते. व्यासपीठावरती खरोखरच एक नाट्य घडत होते व त्यात क्षणार्धात एक ट्रान्स्फर-सीन झाला होता. व्हॅन एफिन वाकून आपली कार्बाईन फिरवित होता. त्याचे चापावरचे बोट अद्यापही घट्ट होते, सैल पडले नव्हते. एखाद्या दगडातून कोरून काढावा असा त्याचा चेहरा फत्तराचा बनलेला दिसत होता. खाली पडलेल्या एका जपान्याने जखमी अवस्थेत आपली रायफल त्याच्यावरती झाडली. ती गोळी त्याच्या खांद्यात घुसताच तो अडखळला. पुढे तोल जाऊन गुडघ्यावरती आपटला. तेवढ्यात दुसरी गोळी आली नि त्याच्या कुशीत घुसली. पण तरीही त्याच्या दगडी चेहऱ्यावर कोणतेही भाव उमटले नाहीत. याचा अर्थ तो खूपच कठोर बनला होता. त्याने आपले चापावरचे बोट सैल केले नव्हते. ते बोट आता पांढरे पडले होते. उलट तो आपले बोट आणखी आणखी घट्ट करीत चालला होता. खाली वाकून तो सावकाश कार्बाईन फिरवित सभागृहातील एकूण एक जपान्यांना टिपून काढीत होता. निकोल्सनने ते पाहून मागच्या मागे स्वत:ला झोकून दिले. तो एका जपान्याच्या पायावर जाऊन पडला. तो सैनिक आपली टॉमी गन समोर रोखून गोळी झाडण्याच्या बेतात होता. पण निकोल्सनने त्याला धडक मारल्याने ते दोघेही खाली पडले. मग त्या दोघात झोंबाझोंबी सुरू झाली. ते एकमेकांवर मात करू पहात होते. लोळत जाताना एकदा एक तर एकदा दुसरा असे एकमेकांवरती आरूढ होत होते. निकोल्सनच्या हातात त्याची टॉमी गन केव्हा आली ते त्याचे त्यालाच समजले नाही. पण मग तो त्या टॉमी गनच्या दस्त्याने त्या जपानी सैनिकाच्या तोंडावरती एकामागून एक तडाखे लगावू लागला. शेवटी सैनिकाची धडपड संपल्यावरती तो त्याच्या अंगावरून उठला व त्याने त्या सैनिकाच्या जांघेमध्ये एक जोरदार लाथ मारली.

मग खाली वाकून त्याने त्या सैनिकाच्या गळ्याला आपल्या बोटांची घट्ट पकड करून तो त्याला उठवू पाहू लागला. त्याच वेळी वॉल्टर, इव्हान्स आणि विलोबी हे उठून उभे राहून काही जपानी सैनिकांबरोबर झोंबाझोंबी करू लागले होते. निकोल्सनच्या ते लक्षात आले. त्या अर्धवट प्रकाशित सभागृहात जे जपानी सैनिक वाचले त्यांच्याशी सरळसरळ मारामारी सुरू झाली होती. बाहेरून तिखट वास असलेला धूर आत पसरू लागला होता. आगीचा प्रकाशही वाढू लागला होता. व्हॅन एफिनच्या हातातील मशिनगनचा आवाज आता थांबला होता. आता बाहेरून कोणीतरी त्या आगीचा पडदा भेदून आतमध्ये सब-मशिनगन झाडत होते... ते प्रवेशद्वार तर आगीने संपूर्ण वेढले गेले होते. तिथून कोणी आत येणे शक्य नव्हते. तसेच येथूनही कोणी त्यातून बाहेर पडणे शक्य नव्हते. एकदम निकोल्सनला मागून एका जपान्याने धरले. त्याने आपल्या हाताचा विळखा त्याच्या गळ्याला घातला व

तो हात कोपरामधून आणखी आवळत नेऊ लागला. निकोल्सन घुसमटू लागला. तिथे आता सर्वत्र एक लाल रंगाचे धुके पसरू लागलेले त्याला दिसले. त्या धुक्यात मधेच ठिणग्या चमकून जायच्या, ज्वाला येऊन जायच्या. निकोल्सनच्या लक्षात आले की आपल्या डोक्यात खूप रक्त चढल्याने असे दिसू लागले आहे. त्याची ताकद ओसरत चालली होती. तो हळूहळू अंधाराकडे सरकत चालला होता. आपल्या मागे कोणीतरी वेदनेमुळे ओरडले आहे हे त्याला अंधुकपणे जाणवले. तो आवाज त्याला धरलेल्या त्या जपानी सैनिकाचा होता. एकदम त्याची पकड सुटली आणि निकोल्सन मोकळा झाला. मॅकिनॉनने त्याला दंडापाशी पकडून त्याला त्या प्रवेशद्वाराच्या दिशेने चालवले होते. तो कधी आत आला नि आपल्याला धरून ठेवणाऱ्या जपान्यावरती त्याने कधी हल्ला केला हे त्याला समजले नाही. पण त्या प्रवेशद्वारातून बाहेर पडण्यास आता उशीर झाला होता. निदान निकोल्सनला तरी उशीर झाला होता. छपराची पेटलेली एक तुळई धाडकन खाली पडली व ती निकोल्सनचे डोके आणि खांदा यांना एक ओझरता जळता स्पर्श करून गेली. पण ओझरता स्पर्श असला तरी थकलेल्या निकोल्सनला तो निकामी करण्यासाठी पुरेसा होता. मग पहाता पहाता चारही बाजूने अंधार त्याच्यावर चालून आला आणि त्याने निकोल्सनला आपल्या ताब्यात घेतले.

एका मिनिटाने तो शुद्धीवर आला तेव्हा त्याला कळले की आपण त्या जळत्या सभागृहातून बाहेर आलेलो असून जवळच्या एका झोपडीच्या भिंतीला टेकून बसलो आहोत. आपल्या सभोवती माणसे उभी असून काहीजण त्याच्याभोवती धावपळ करीत आहेत हे त्याला अस्पष्टपणे जाणवले. प्लॅन्डरलीथबाई त्याच्या चेहऱ्यावरची काजळी व रक्त पुसून काढत होती. समोरच्या आगीच्या ज्वाळा आता तारे नसलेल्या आकाशात तीस चाळीस फूट उंच झेपावल्या होत्या. त्या सभागृहाची एक भिंत आणि छपराचा बहुतेक भाग हा जळून नाहीसा झाला होता. उर्वरित सभागृह हे आता एखाद्या मशालीसारखे जळत हाते, विनाश पावत होते.

हळूहळू त्याची जाणीव परतली. तो धडपडत आपल्या पायावरती उठून उभा राहिला. प्लॅन्डरलीथबाईला त्याने बाजूला सारले. गोळीबारांचे आवाज थांबले होते. म्हणजे ती हातघाईची चकमक संपली हे त्याला कळून चुकले. दूरवर कुठेतरी एक ट्रक चालू करत असल्याचा आवाज त्याने ऐकला. त्याचे इंजिन चालू होत होते व बंद पडत होते. पुन्हा तसाच आवाज आला. इंजिन चालू झाले व बंद पडले. उरलेले किंवा वाचलेले जपानी बहुतेक घाबरून पळ काढत असावेत.

त्या आगीचा आवाज आता तडतडतड असा न होता, धाड धाड धाड होऊ लागला होता. तिने रौद्र रुप धारण केले होते. त्या आवाजावर वरताण करीत त्याने "मॅकिनॉन!" अशी जोरात हाक मारली, "मॅकिनॉन, कुठे आहेस तू?"

"तो त्या जळणाऱ्या घराच्या पलीकडे कुठेतरी आहे," विलोबी त्याला सांगत होता, "पण तो सुखरुप आहे."

"सगळे बाहेर पडले का? कोणी आत राहिले नाही ना? अरे सांगा ना मला पटापटा," तो जिवाच्या आकांताने ओरडून विचारू लागला.

वॉल्टर त्याच्या बाजूला येऊन उभा राहिला होता. तो चाचरत म्हणू लागला, "सर, बहुतेकजण बाहेर पडलेत असे मला वाटते. आपण जिथे बसलो होतो तिथले सर्वजण बाहेर पडलेत. मला ते ठाऊक आहे."

"थँक गॉड, थँक गॉड!" असे म्हणताना निकोल्सन मधेच एकदम थांबला, "व्हॅन एफिन बाहेर पडला का?"

यावर कोणीही बोलले नाही.

"मी काय म्हणतो ते ऐकू आले का?" तो ओरडून म्हणाला, "व्हॅन एफिन बाहेर आला का?"

पुन्हा यावरती कोणीही उत्तर दिले नाही.

त्याने गॉर्डनकडे पाहिले. त्यालाच व्हॅन एफिनने धरून व्यासपीठामागे नेले होते. तेव्हा त्याला एफिनबद्दल ठाऊक असणार. दोन पावलात तो गॉर्डनपाशी पोचला. मग त्याचे खांदे धरून ते गदागदा हलवित तो ओरडून विचारू लागला, "व्हॅन एफिन अजून आतच आहे का? तू त्याच्या जवळ होतास."

गॉर्डनने त्याच्याकडे निर्विकारपणे पाहिले. त्याच्या विस्फारलेल्या डोळ्यात अजूनही भीती दाटलेली होती. तो काहीतरी बोलण्यासाठी आपला खालचा जबडा हलवू पहात होता. त्याचे ओठ अविरतपणे थरथरत होते, वळत होते. पण त्याच्या तोंडून शब्द काही फुटत नव्हते. निकोल्सनने त्याचे खांदे सोडून दिले व त्याला एक जोराची थप्पड मारली, जोरात मारली. मग पुन्हा एकदा मारली. तो त्याच्या गालावर आपल्या तळहाताचे आणि मळहाताचे एकावर एक तडाखे लगावत गेला. गॉर्डन खाली पडू लागलेला पहाताच त्याने त्याला मारणे सोडून दिले आणि त्याला धरून ठेवले.

"गॉर्डन, मला उत्तर दे. नाहीतर मी तुला ठार मारेन. बोल, तू एफिनला आत सोडून बाहेर आलास का?"

गॉर्डनने मानेनेच जोरजोरात होकार दिला. भीतीने त्याचा चेहरा पांढरा पडला होता. पण निकोल्सनच्या थपडांमुळे तो आता हळूहळू लाल होत गेला.

"तू त्याला तिथे तसाच सोडलास? त्या आगीत तू त्याला जळून जाण्यासाठी सोडून दिलेस?"

गॉर्डन कण्हत कण्हत कसाबसा म्हणू लागला, "तो... तो मला ठार करणार होता. माझा खून पाडणार होता!"

"यू ब्लडी फूल! मूर्ख माणसा, अरे त्यानेच तुझा जीव वाचवला. त्यानेच आपल्या सर्वांचे प्राण वाचवलेत." एवढे म्हणून त्याने त्याला जोरात ढकलून दिले. तो आता तिथून निघाला. पुन्हा आगीत जाण्यासाठी निघाला. त्याला अडवणाऱ्या हातांना तो झिडकारीत गेला. सभागृहापाशी आल्यावर त्याने बेधडक त्या आगीतून, ज्वाळांच्या पडद्यातून आतमध्ये सूर मारला. आपण काय करतो आहोत याचे त्याला भान नव्हते. ते भान त्याला आतमध्ये गेल्यावरती आले.

आतल्या आगीची धग त्याच्यावरती एकदम धावून आली. तिचा अक्षरश: एक जबरदस्त तडाखा त्याला बसला. आपल्याला सर्व बाजूंनी ती धग, ती उष्णता वेढून टाकीत आहे हे त्याला जाणवले. त्याच्या शरीरामधून वेदनेची एक भली थोरली लाट येऊन गेली. आतली हवा ही नुसती नेहमीप्रमाणे तापली नव्हती तर अति तापली होती. त्यामुळे तिथे आता प्राणवायू उरला नव्हता. त्याला त्यामुळे धाप लागू लागली. आपल्या डोक्यावरचे केस तडतडू लागले आहेत, ते केव्हाही जळून खाक होणार हे त्याला कळले. ती अतितप्त हवा त्याच्या फुफ्फुसात शिरल्याने तिथे असंख्य सुया टोचल्याच्या वेदना त्याला होऊ लागल्या. त्याच्या डोळ्यात एकदम खूप पाणी सुटले. त्यामुळे त्याला पुढचे नीट दिसेना. आपण आंधळे होणार असे त्याला वाटू लागले. जर आतमध्ये अंधुक प्रकाश असता तर त्याला आपण खरोखरच आंधळे झालो आहोत, असे वाटले असते. पण त्या धगधगीत लाल ज्वाळांमुळे आतमध्ये दिवसाइतका प्रखर प्रकाश पडला होता.

व्हॅन एफिनला शोधण्यात अडचण आली नाही. तो अगदी मागच्या एका भिंतीला खेटून अंगाचे मुटकुळे करून बसला होता. त्याच्या खाकी शर्टावर आणि खाकी पँटवर सर्वत्र रक्त होते. त्याचा चेहरा राखाडी रंगाचा झाला होता. तो धापा टाकत होता, खोकत होता. त्याची फुफ्फुसे प्राणवायूसाठी आकांताने झगडत होती. पण तिथे प्राणवायूच उरला नव्हता. निकोल्सन त्याच्याकडे अडखळत अडखळत पण जितक्या वेगाने जाता येईल तेवढ्या वेगाने पळत गेला. या अशा घुसमटून जाणाऱ्या प्राणवायूरहित हवेत कोणीही फार काळ टिकणार नाही हे त्याच्या लक्षात आले. इथे फक्त काही क्षणच काढता येतील. त्याचे कपडे फाटले होते व फाटलेल्या ठिकाणी तिथल्या कडा आता जळू लागल्या होत्या. त्याच्यातली ताकद संपत चालली होती. आणि जणू काही दबा धरून त्याच्या अंगावर झेपावण्याच्या तयारीत काही ज्वाळा झुकू लागल्या होत्या. ते जळते सभागृह म्हणजे एक भट्टी झाली होती व सर्वांचे प्राण वाचवणारा व्हॅन एफिन त्या भट्टीत बसला होता, एकटा बसला होता.

व्हॅन एफिनने त्याच्याकडे धुंद नजरेने पाहिले. एव्हाना तो अर्धमेला झाला असावा असे निकोल्सनला वाटले. या अशा भट्टीत इतका वेळ हा माणूस कसा

जिवंत राहिला याचेच त्याला नवल वाटले. एफिनच्या हातात अजूनही ती कार्बाईन होती. तिच्या चापावरती अजूनही त्याचे बोट होते. कदाचित ते अडकून पडले असावे. निकोल्सनने खाली वाकून त्याचे कार्बाईनवरील हात दूर करायचे प्रयत्न केले. पण त्या हातांनी त्या कार्बाईनला मारलेली मिठी एखाद्या पोलादी पट्टीने जखडल्यासारखी झाली होती. कदाचित त्याचे हात ताठरले असल्याने तसे झाले असावे. आता ती हातांची मिठी सोडवायला वेळ नव्हता. किंवा एव्हाना कदाचित उशीरही झाला असेल. निकोल्सनच्या अंगातले बळही संपत येत चालले होते. मग त्याने उरलेसुरले बळ एकत्र करून धापा टाकत, अंगावरून घामाच्या धारा निथळू देत व्हॅन एफिनला जोर करून आपल्या हातात उचलून घेतले.

तो त्या जळत्या प्रवेशद्वाराकडे जाऊ लागला. जळणाऱ्या लाकडांचे तडतड आवाज, धगधगणाऱ्या व फडफडणाऱ्या ज्वालांचे आवाज त्याला इथे आतमध्ये बाहेरच्यापेक्षा जास्त मोठ्याने ऐकू येत होते. पावलोपावली त्याला अडथळे ओलांडावे लागत होते. एके ठिकाणी तो किंचित काळ थांबला असताना जळणाऱ्या छपराच्या जाडजूड लाकडी तुळया ह्या एकदम त्याच्या पुढ्यात खाली कोसळल्या. त्यामुळे तिथे एकदम धुरळा धूर, राख, ठिणग्या आणि ज्वाळा उसळल्या. जणू काही तिथे एकदम शोभेचे दारुकाम केले गेले होते. उडालेल्या ठिणग्यांचा तर तिथे एकदम कल्लोळ झाला होता. प्रवेशद्वारातही असाच वरचा जळता भाग कोसळल्याने तिथून बाहेर जाणे अशक्य झाले होते. निकोल्सनने आपली मान वर करून पाहिले. त्याच्या डोळ्यात कपाळावरून येणाऱ्या घामाच्या धारा घुसत होत्या. डोळ्यात पाणी तर सारखेच जमत होते. त्यामुळे त्याला नीट दिसत नव्हते. फोकसमध्ये नसल्यासारखे दृश्य वाटत होते. पण त्याला एवढे नक्की कळून चुकले की वरच्या छताचा भाग हा लोंबकळत आहे. तो जळता भाग कधीही आपल्या डोक्यावर पडू शकतो. मग तो तिथे थांबला नाही. वरती एक जाड तुळईही जळत होती. तीही कोसळू शकत होती. त्याने चार अडखळत्या पावलात त्या तुळईखालचे अंतर पार करण्याचा प्रयत्न केला. पण ती चार पावले त्याला आपण अनंतकाळापर्यंत टाकतो आहोत असे वाटले. त्याच्या अंगातील पँटनेही आता पेट घेतला. त्याच्या ज्वाळा सरसर करीत त्याच्या पायावरून वरती येऊ लागल्या. त्या भुकेल्या ज्वाळा जणू काही आपल्या हातातील व्हॅन एफिनचे शरीर खायला वर येत आहेत, असे त्याला वाटले. त्याच्या हाताला त्या ज्वाळांचे चटके बसू लागले. त्याला आपल्या नाकात मास जळाल्याचा वास येऊ लागला. ज्वाळांचे भाले व तलवारी त्याच्या पायाला टोचू लागल्या. त्याच्या अंगातले बळ आता मात्र वेगाने ओसरू लागले. त्याचे मन भरकटू लागले. त्याचे वेळेकाळाचे भान नाहीसे होऊ लागले. हातात पेलवून धरलेले एफिनचे ओझे त्याला एकदम जड वाटू लागले. तरीही तो तसाच पुढे जात राहिला.

मग त्याला एवढेच जाणवले की आपल्या दंडाला काहीजणांचे हात लागले असून ते आपल्याला बाहेरच्या रात्रीच्या थंड हवेत ओढून नेत आहेत. एकदम सभोवतालची कोंदट हवा नाहीशी झाली. त्याने एक खोल श्वास ओढून घेतला. बऱ्याच जणांनी आपले हात त्याच्यापुढे केले होते. त्यांच्या हातात व्हॅन एफिनचे ओझे ठेवणे त्याला सोपे होते. बेशुद्धीची एक लाट त्याची बराच वेळ वाट पहात होती. त्या लाटेत आणि विस्मृतीच्या दरीत स्वत:ला झोकून देणे त्याला किती सोपे झाले होते. पण त्याने तसे अजिबात केले नाही. आपले लटपटते पाय फाकवून तो ठामपणे एफिनच्या ओझ्यासह उभा राहिला, जोरजोरात बाहेरची खुली व थंड हवा फुफ्फुसात खेचत राहिला. अशी काही सेकंदे गेली आणि त्याचे मन हळूहळू ताळ्यावर येऊ लागले. त्याच्या पायातली थरथर कमी झाली, लटपटपणे थांबले. त्याच्या नजरेला आता वॉल्टर दिसला, इव्हान्स दिसला, विलोबी दिसला. त्यांनी त्याच्याभोवती कोंडाळे केले होते. पण त्याने त्यांच्याकडे दुर्लक्ष केले, त्यांना बाजूला सारून तो एफिनला घेऊन जवळच्या झोपडीत गेला.

त्या झोपडीत त्याने अत्यंत अल्लादपणे एफिनला खाली ठेवले. त्याच्या अंगाला रक्ताने भिजलेला शर्ट चिकटून बसला होता. त्या शर्टाला दोन भोकेही पडली होती. निकोल्सन त्याच्या शर्टाची बटणे काढू लागला. एफिनच्या हातातील कार्बाईन वाटेत केव्हाच गळून पडली होती. त्याला शुद्ध आली असावी. त्याने आपल्या दुबळ्या हाताने निकोल्सनचे मनगट धरले.

तो म्हणत होता, ''मिस्टर निकोल्सन, तुम्ही उगाच तुमचा वेळ वाया घालवित आहात.'' त्याचा आवाज अत्यंत हळू येत होता. त्या आवाजातून रक्ताचे बुडबुडेही बाहेर पडत होते. बाहेरच्या आगीच्या धडधडाटापुढे त्याचे बोलणे ऐकण्यासाठी त्याच्या जवळ कान न्यावा लागत होता.

निकोल्सनने त्याच्या बोलण्याकडे दुर्लक्ष करून त्याच्या अंगातला शर्ट फाडून काढला आणि तो पहातच राहिला. जर व्हॅन एफिनला जिवंत ठेवायचा असेल तर त्याच्या जखमा बांधून ठेवायला हव्या होत्या. त्याने आपला फाटका व जळका शर्ट काढला व त्याच्या पट्ट्या फाडून त्या एफिनच्या जखमांना तो गुंडाळू लागला. त्याने वर नजर करून त्याच्या चेहऱ्याकडे पाहिले. एफिनच्या पांढऱ्या पडलेल्या चेहऱ्यावरती अनेक आठ्यांचे जाळे पडले होते. पण त्याचे ओठ हसण्यासाठी प्रयत्न करीत होते. कदाचित ते उपरोधिक हसूही असेल. त्याची नजर आता धूसर होत चालली होती. तो लवकरच बेशुद्ध होणार असल्याची ती लक्षणे होती.

तो बारीक आवाजात म्हणत होता, ''मी तुम्हाला म्हणतो आहे की वेळ गमावू नका. ती लाँच-किसेकीची लाँच, ती मिळवा. त्यावरती एक वायरलेस सेट आहे. बहुतेक खूप मोठा सेट असावा... यामाटा काय म्हणाला ते तुम्ही ऐकले

आहे... वॉल्टरला त्या सेटवरून निरोप पाठवायला सांगा.'' आता त्याचा आवाज कुजबुजण्याच्या पातळीइतका खाली गेला होता. पण तरीही त्याचा जीव बोलण्यासाठी धडपडत होता. तो म्हणत होता, ''मिस्टर निकोल्सन, ताबडतोब... ताबडतोब तसे करा.'' निकोल्सनच्या मनगटाला पकडलेले त्याचे हात लुळे पडले व ते खाली पडले.

निकोल्सन म्हणत होता, ''होय, आम्ही करतो तसे. पण तुम्ही आपला जीव धोक्यात घालून आम्हाला का वाचवलेत? कशासाठी?'' निकोल्सन त्याच्याकडे खाली पहात म्हणत होता, आपली मान खेदाने हलवत होता. ''अरे बाबा, का आपल्या स्वत:च्या जिवावर उदार झालास रे? अन् तेही केवळ आमच्यासाठी?''

''ते फक्त परमेश्वरालाच ठाऊक. किंवा कदाचित मला त्याचे कारण ठाऊकही असेल.'' एवढे म्हणायला त्याला खूप प्रयास पडले. त्याचा श्वास आता जोरजोरात होऊ लागला होता. प्रत्येक शब्द उच्चारताना त्याला त्रास होत होता. तो म्हणत होता, ''संपूर्ण युद्ध म्हणजे सर्वंकष युद्ध. पण हे जे काही चालले आहे ना तो सारा रानटीपणा आहे.'' त्याने समोर जळणाऱ्या सभागृहाकडे किलकिले डोळे करून पाहिले व म्हटले, ''आज माझ्याबरोबर माझा कोणी देशबांधव असता तर त्यानेही मी जे केले तेच केले असते. मिस्टन निकोल्सन, शेवटी आपण माणसे आहोत. फक्त साधीसुधी माणसे.'' त्याने आपल्या हाताकडे पहात पुढे म्हटले, ''जर आपल्याला कापले तर आतून रक्तच बाहेर येणार ना?'' मग एकदम त्याच्या तोंडून फेसांचे बुडबुडे उद्रेक झाल्यासारखे बाहेर पडू लागले. तो खोकू लागला. ढास लागल्यासारखा खोकू लागला. त्यामुळे त्याच्या पोटाचे स्नायू आक्रसू लागले. तो आपले डोके जमिनीवरून उचलू लागला. मग एकदम त्याने मान टाकली. तो शांत झाला, स्तब्ध राहिला. निकोल्सन एकदम त्याच्या अंगावरती वाकला व त्याला निरखू लागला. व्हॅन एफिनने प्राण सोडला अशी त्याची खात्री झाली. एखादा माणूस जसे अवजड ओझे सावकाश वर उचलू पहातो तसे आपले डोळे मोठ्या मिनतवारीने तो उघडत गेला. त्याच्या डोळ्यात पाणी जमले होते. निकोल्सनकडे पाहून तो हसला.

तो म्हणत होता, ''आम्ही जर्मन लोक अशी सहजासहजी हार मानत नाही. हा काही व्हॅन एफिनचा शेवट नाही.'' मग तो थांबला. बराच वेळ थांबला. नंतर अत्यंत मंद आवाजात म्हणाला, ''युद्ध जिंकण्यासाठी फार मोठी किंमत मोजावी लागते. नेहेमीच ती किंमत द्यावी लागते. पण कधी कधी ही किंमत वाजवीपेक्षा अति मोठी असते. अन् तेवढी किंमत त्या युद्धाची नसल्याने ती देण्यातही काही अर्थ नसतो. आज आपल्याला अशीच फार मोठी किंमत मागितली गेली होती. मी ती किंमत देऊ शकलो नाही.'' बाहेर जळणाऱ्या सभागृहाच्या छतामधून फाडकन एक मोठी ज्वाला

बाहेर डोकावली. त्या ज्वालेच्या प्रकाशात एफिनचा चेहरा चमकू लागला. तो लाल भडक दिसू लागला. काही क्षणातच ती ज्वाळा खाली बसली व त्याचा चेहरा पूर्ववत पांढरा दिसू लागला. तो काहीतरी पुटपुटू लागला. किसेकीबद्दल त्याला काही सांगायचे असावे.

निकोल्सनने आपला कान त्याच्या तोंडापाशी नेला व त्याला विचारले, “काय म्हणालात तुम्ही?”

“कर्नल किसेकी,” व्हॅन एफिनचा आवाज फार दुरून येतो आहे असे निकोल्सनला वाटले. एफिनने परत एकदा हसण्याचा केविलवाणा प्रयत्न केला. पण केवळ त्याचे ओठ कसेबसे हलले. तो अडखळत सांगू लागला, “कदाचित... कदाचित आपल्या दोघात काही समान गोष्टी असाव्यात... मला वाटते की–” त्याचा आवाज एकदम बंद झाल्यासारखा निकोल्सनला वाटला. पण पुन्हा तो जीव एकवटून म्हणाला, “लहान मुलांच्या बाबतीत आपण दोघेही सारखेच हळवे आहोत, नाही का?”

निकोल्सन त्याच्याकडे खाली मान घालून बघत राहिला. बाहेर आगीमध्ये एकदम जोरात कडकडकड असा आवाज झाला. निकोल्सनने आपली मान वळवून तिकडे पाहिले. जळणाऱ्या त्या ढिगाऱ्यातून एक भली मोठी ज्वाळा बाहेर पडली. ती एवढी मोठी होती की तिच्या प्रकाशात सारे खेडे उजळून निघाले. त्या सभागृहाच्या छपराचा शेवटचा आधार गेल्याने ते कोसळले असावे. आता तिथे सभागृह नव्हते तर एक मोठा जळणारा ढिगारा उरला होता. त्याच्या ज्वाळा हळूहळू खाली बसत गेल्या. मग आजूबाजूच्या अंधारातून अनेकजण त्या ढिगाऱ्याकडे सरकू लागले. निकोल्सनने परत खाली मान घालून व्हॅन एफिनकडे पाहिले. तो काही बोलेल याची वाट पाहू लागला. पण एफिन केव्हाच बेशुद्धीच्या समुद्रात बुडाला होता.

हळूहळू का होईना, पण निकोल्सन मोठ्या कष्टाने आपल्या अंगातले बळ गोळा करीत उठू लागला. पण उठून उभा राहिल्यावरती त्याच्या पायातले बळ एकदम गेले व तो मटकन आपल्या गुडघ्यावरती बसला. एफिनकडे मोठ्या दुःखाने तो पाहू लागला. तो एकदम थकला, निराशेच्या गर्तेत खचू लागला, हातापायात वेदनांचा महाडोंब उसळला. शरीराशी आपला विरोध सोडून द्यावा आणि मनाच्या कडेवरती कुठेतरी घिरट्या घालत रहाणाऱ्या त्या बेशुद्धीच्या काळोखात स्वत:ला झोकून द्यावे अशी त्याला ऊर्मी झाली. त्या भावनेची त्याच्या मनावरती मात होत होती. त्याचे हात निर्जीव होऊन खांद्यावरून खाली लोंबकळू लागले होते. डोळे जागे होते पण पापण्यांनी त्यावरती आपले पांघरुण घातले होते. त्याच्या कानावरती कोणाच्या तरी ओरडण्याचा आवाज आला. कोणाची तरी पावले वाजत होती. ती पावले जवळ

आली. अर्धवट कातडी जळालेल्या त्याच्या दंडाला कुणीतरी धरले आणि कठोरपणे त्याला गदागदा हलवू लागले.

कोणीतरी त्याला म्हटले, “कम ऑन सर, उठा प्लीज उठा. उठून उभे रहा.” तो आवाज मॅकिनॉनचा होता आणि तो घाईघाईने बोलत होता. त्याच्या आवाजातली निकड एवढी होती की, तेवढी निकोल्सनने आजवरती कधी ऐकली नव्हती. मॅकिनॉन म्हणत होता, “सर, त्यांनी ते घेतले. त्या पिवळ्या राक्षसांनी ते घेतलेच.”

“काय? काय?” आपले जडावलेले डोके हलवित निकोल्सनने विचारले, “त्यांनी काय घेतले? ती लष्करी गुपिते? का ते हिरे? त्यांनी आता काहीही घेतले तरी–”

“ते हिरे त्या सैतानाबरोबर नरकात गेले तरी काही बिघडत नाही,” मॅकिनॉन अर्धवट हुंदके देऊन बोलत होता. पण तो जोरजोरात ओरडून बोलत होता. एवढ्या वरच्या पट्टीतला त्याचा आवाज निकोल्सनने आजवर कधी ऐकला नव्हता. मॅकिनॉनच्या डोळ्यातून अश्रू ओघळत होते. त्याने हाताच्या मुठी आवळल्या होत्या अन् तो संतापाने अक्षरश: वेडा झाला होता. तो म्हणत होता, “सर, त्यांनी नुसते हिरे नेले नाहीत. तसे नेले असते तरी परमेश्वराचे आपल्यावरती उपकार झाले असते. त्या राक्षसांनी आपली माणसे पण पळवून नेली. त्यांना ट्रकमध्ये चढवताना मी पाहिले. आपले कॅप्टन साहेब, मिस ड्राखमन आणि ते छोटे पोर यांना त्यांनी पळवून नेले.”

■

१५

रागाच्याही पलीकडे त्वेष असतो. त्वेषाने वेडेपिसे झालेल्या माणसाच्या क्रोधाला कधी लगाम घालता येत नाही. त्याच्याही पलीकडे वेडाची हद्द असते. अन् त्याच्याही पलीकडे एक थंडपणा असतो, एक बेफिकिरी, तटस्थता आलेली असते. मग जगाची पर्वा वाटेनाशी होते. एकदा माणसाने या प्रांतात पाऊल टाकले की मग तो स्वत:चा रहात नाही. त्यावेळी त्याच्या भावनांना, विचारांना आणि संवेदनांना इतरांचे मापदंड लावता येत नाहीत. अशा माणसाला भीती, धोका, संकटे, थकवा वगैरेंची जाणीव होईनाशी होते. हे शब्द त्याच्या शब्दकोशातून हद्दपार होऊन जातात. ती माणसे वेगळ्याच जगात पोचलेली असतात. ती तर्ककर्कश बनतात. त्यांची मनाची अवस्था अति उंचावली गेलेली असते. त्यावेळी त्यांची मने धोक्याला अति संवेदनाशील झालेली असतात. पण त्याचबरोबर त्या धोक्याबद्दल बेफिकीरही असतात. तसेच त्यांच्यातील क्षमाशीलता उडून जाऊन ती अत्यंत कठोर बनतात. त्या रात्री मॅकिनॉनने गुद्रन व पीटर यांच्यासह सर्वांना धरून नेल्याची बातमी देताच निकोल्सन खाडकन अशा अवस्थेला पोचला.

त्याचे मन आता एकदम स्वच्छ झाले. त्यात कोठेही कायदे व नीतीनियम यांचा गुंता राहिला नाही. त्याचे नैसर्गिक मन आता एक कठोर व्यवहारी मन बनले. त्याने सर्व शक्याशक्यतांचा विचार केला. सर्व संभाव्यता हेरल्या. शेवटी त्याने अशी एक योजना तयार केली की फक्त तीच योजना त्याला काही ना काही तरी यशाची आशा दाखवत होती. त्याला आलेला शारीरिक थकवा, मानसिक कंटाळा ह्या गोष्टी अंगावर चढवलेला एखादा अंगरखा गळून पडावा तशा गळून पडल्या. त्याला हेही कळले की आपल्यात हा एक मानसिक बदल झाला आहे, आपले मन रुपांतर पावले आहे. शरीर मात्र आहे तसेच राहिले आहे. त्यामुळे ही योजना राबवून झाल्यावरती आपल्या शरीराकडून फार मोठी किंमत दिली जाईल. पण त्यामुळे

फारसे काही बिघडत नव्हते. निदान त्याला तरी तसे वाटत होते. आपल्या अंगात जी काही शक्ती आहे त्याच्या जोरावरती आपण सारे काही निभावून नेऊ असेही त्याला वाटत होते. त्याच्या हाताला व पायाला ज्या भाजल्याचा जखमा झाल्या होत्या त्याची दखल तो दूरान्वयानेच घेत होता. त्याच्या गळ्याला संगीनीचे टोक टेकवून जी जखम केली गेली होती तिचा त्याला अजूनही त्रास होत होता. त्या जखमेचे त्याला भान होते एवढेच म्हणता येईल. आपल्या शारीरिक अवस्थेची तो केवळ बौद्धिक दखल घेत होता, अन् तीही एवढ्या बेफिकीरीने की जणू काही त्या जखमा व वेदना ह्या दुसऱ्या कोणाच्या शरीरावरच्या आहेत.

त्याची योजना अगदी साधी होती. म्हणजे आत्मघात करून घेण्याच्या दृष्टीने साधी व सोपी होती. त्या योजनेला अपयश लाभण्याची तर अत्यंत दाट शक्यता होती. परंतु त्याच्या मनामध्ये 'अपयश' हा शब्द आता शिरू शकत नव्हता. योजना बनवण्याआधी त्याने तेलाकला काही प्रश्न विचारून माहिती घेतली. तेच प्रश्न त्याने मॅकिनॉनपुढे ठेवून त्याचे मन विचारले. नंतर त्याने आपण काय करायचे आणि बाकीच्या दोघांनी काय करायचे ते ठरवले. त्याच्या योजनेत आशेला जागा होती. मॅकिनॉनने सांगितलेल्या त्याच्या हकिगतीवरती त्याच्या योजनेचा बराचसा भाग आधारीत होता.

ते लाकडी सभागृह इतक्या पटकन व जोरदाररित्या कसे काय पेटले होते? कारण वाऱ्याच्या दिशेला असलेल्या सभागृहाच्या लाकडी भिंतीवरती बाहेरून मॅकिनॉनने पेट्रोल शिंपडले होते. ती भिंत पूर्णपणे भिजवून टाकली होती. ते पेट्रोल त्याने तिथे आलेल्या जपानी ट्रकमधून काढून घेतले होते. ट्रक आल्यानंतर त्याचा ड्रायव्हर इंजिनाचे बॉनेट उघडून ट्रकपासून दहा फुटांवरती जाऊन जमिनीवरती विश्रांती घेत पडला होता. त्याचे आपल्या ट्रककडे तितकेसे लक्ष नव्हते. त्याचा फायदा घेऊन मॅकिनॉनने ट्रकच्या टाकीमधील पेट्रोल काढून घेतले होते. पण नुसते एवढे करून तो थांबला नव्हता. त्याने तो ट्रक निकामी करण्याचा प्रयत्न केला होता. ट्रकचा डिस्ट्रीब्युटर शोधायचा त्याने प्रयत्न केला. पण अंधारामुळे तो त्याला सापडेना. पण त्याला कार्ब्युरेटरकडे जाणारी पेट्रोलची नळी सापडली. शेवटी त्याने ती मऊ तांब्याची नळी वाकवून चेमटवली. ट्रकच्या इंजिनात आता अवघे कपभर पेट्रोल उरले असावे. तेवढ्या आधारावर जरी ट्रक चालला तरी तो एक मैलापेक्षा जास्त अंतर कापू शकणार नव्हता. बांटुक गाव तर चार मैलांवरती होते.

निकोल्सनने आपली योजना आखताना तेलाककडे सहकार्य मागितले. त्याने ते ताबडतोब मान्य केले. याचे कारण त्याची वडील आणि त्याच्या टोळीची माणसे जपान्यांनी ठार केली होती. त्यामुळे तो जपान्यांचा कट्टर शत्रू बनला होता. त्याला आपला सूड उगवायचा होता. निकोल्सनच्या योजनेत एक मुख्य तुकडी बनवून ती

मुख्य रस्त्याने बांटुकला पाठवायची होती. तिथे त्यांनी कर्नल किसेकीची लाँच ताब्यात घ्यायची होती. त्या तुकडीचे नेतृत्व व्हॅनिअर करणार होता. रस्ता दाखवायचे आणि ती लाँच दाखवायचे काम तेलाकची माणसे करणार होती. तसेच, लाँच ताब्यात घेण्यासाठी जर संघर्ष करावा लागला तरीही त्यासाठी तेलाकची माणसे मदत करणार होती. या तुकडीत सात माणसे ठेवायचे ठरले. तेलाकने ताबडतोब आपल्या टोळीवाल्यांना बोलावून भराभर सूचना देण्यास सुरुवात केली. त्यानंतर त्याने पाच सहाजणांना बोलावून जिथे कुठे ते जपानी सैनिक मरण पावले त्या त्या जागा शोधून त्यांची सर्व शस्त्रास्त्रे आणि दारुगोळा एकत्र करावयास सांगितले. पंधरा मिनिटात त्यांनी एक टॉमी-गन, दोन ऑटोमॅटिक रायफली आणि एक चमत्कारिक वाटणारे ऑटोमॅटिक जपानी पिस्तूल एवढी शस्त्रास्त्रे गोळा करून आणली. ही सर्व शस्त्रे पुन्हा वापरता येण्याजोगी होती. तेलाक एका जवळच्या झोपडीत शिरला व काही वेळाने परतला. त्याने दोन 'परांग' नावाची स्थानिक हत्यारे आणि दोन चमत्कारिक दिसणारे सुरे आणले. त्या सुऱ्यांची पाती दहा इंच लांबीची होती आणि त्यांचे आकार हे ज्वालेसारखे हाते. आपल्या कमरेच्या पट्ट्यात त्याने ती हत्यारे खोचून ठेवली. पाच मिनिटांनी निकोल्सन, मॅकिनॉन व तेलाक हे आपल्या मोहिमेवर निघाले.

बांटुकपर्यंतचा रस्ता जंगलातून जात होता. थोडीशी झाडी तोडून केलेला सहा फूट रुंदीचा तो रस्ता होता. 'रस्ता' म्हणण्यापेक्षा ती एक 'वाट' होती, एवढेच. ती वाट वाटेतल्या पाम ऑईल झाडांच्या मळ्यांना सारखी वळसे घालून जात होती. इतकी वळणे व वळसे दुसऱ्या कोणत्याही रस्त्याला नसतील असे निकोल्सनला वाटले. ते मळे नुसते पाम ऑईल झाडांचे नव्हते, तर त्या बरोबर तंबाखूचे मळे होते, भाताची शेते होती. अनेक शेते व मळ्यांमधून वाट काढीत तो तथाकथित रस्ता गेला होता. शिवाय घाण पाण्याची डबकी वाटेत जागोजागी होती. त्यांनाही वळसे घालून तो रस्ता गेला होता. पण तेलाकने त्यांना एका वेगळ्याच वाटेने नेले. ती वाट मळ्यात घुसून जात होती. जणू काही नाकासमोर जावे अशी ती वाट होती. त्यांना वाटेत फक्त एकदाच रस्ता ओलांडावा लागला होता आणि एकदाच एका डबक्यातून जावे लागले होते. ते तिघेहीजण आधीच जखमी झालेले होते, थकलेले होते. त्यातून झाडाझुडूपातून वाट काढताना त्यांच्या अंगाला फांद्या व काटेरी झुडुपे लागून त्रास होई. पण ते कुठेही थांबत नव्हते, वेगाने जात राहिले होते. त्यांची हृदये धडधडत होती. शरीरावर नको तितका ताण ते देत होते. त्यांचे पाय शिसासारखे जड झाले होते व त्यातून कळा उमटत होत्या. आपले पाय कधीही दगा देतील या भीतीने ते जितक्या लवकर पोचता येईल तितक्या लवकर जाण्याचा प्रयत्न करीत होते. सर्वांच्या पुढे तेलाक होता व तो सूडाने पेटून निघाला होता. त्याच्या देखत त्याच्या वडिलांच्या छातीत संगीन भोसकून जपान्यांनी त्यांना ठार केले होते. ते दृश्य

तो विसरू शकत नव्हता. म्हणून तो जीव खाऊन धावत सुटला होता. त्याच्या मागून धावणारे मॅकिनॉन व निकोल्सन यांचीही मानसिक अवस्था तशीच होती. सूडाने धगधगणाऱ्या तीन मशाली आता आपल्या लक्ष्याच्या दिशेने धावत सुटल्या होत्या.

जेव्हा त्यांना दुसऱ्यांदा तो रस्ता ओलांडावा लागला तेव्हा त्यांना तो जपानी ट्रक दिसला. तो रस्त्यातच सोडून दिलेला होता. त्यांच्यापासून पंधरा फुटांवरती तो होता. तो ट्रक सोडून दिला होता हे उघडच कळत होते. मॅकिनॉनच्या मते तो मैलभर पुढे जाऊ शकला असता. पण प्रत्यक्षात तो कितीतरी पुढे गेला होता. येथून बांटुक दोन मैलांवरती राहिले होते. बंद पडलेला ट्रक तिथेच सोडून देऊन जपान्यांनी त्या तीन कैद्यांना पायी चालवित पुढे नेले होते. पण किती वेळापूर्वी ही घटना घडली हे समजायला काही मार्ग नव्हता. निकोल्सनच्या लक्षात आले की त्या तिघांना वाचवण्याची संधी आता आणखी कमी झाली आहे. त्या तिघांनाही ते कळून चुकले होते, पण तो विचार कोणीही बोलून दाखवत नव्हते. ते तसेच वेगाने आणि भडकलेल्या माथ्याने पुढे जात राहिले.

जपान्यांनी त्यांना येथून पुढे कसे चालवत नेले असेल, याचे चित्र निकोल्सनने डोळ्यापुढे आणले. लवकर चलण्यासाठी ते जपानी सैनिक मागून बंदुकीच्या दस्त्याने प्रहार करत असतील किंवा संगीनीने टोचत असतील. तो वृद्ध व आजारी कॅप्टन अडखळत कसाबसा पुढे चालत असणार. त्याला धाप लागलेली असणार. त्याच्या छातीत अजूनही ती गोळी रुतून बसलेली आहे. बिचाऱ्याचे कसे हाल होत असतील. त्यातून त्याला पराभवाचा धक्का बसलेला आहे. आपली *विरोमा* बोट नष्ट झाली म्हणून तो खचला आहे. आपल्या जवळच्या काही माणसांना या यातनापर्वातून मृत्यू मिळाला म्हणून तो निराश झाला आहे. अन् अशा वेळी मागून टोचल्यामुळे त्याला पुढे जावे लागत आहे. गुद्रनची अवस्था तर कदाचित याहूनही भयंकर असणार. कारण तिला तर चालताना पीटरचे ओझे खांद्यावर बाळगावे लागत होते. कदाचित तिच्या हातून पीटर खाली तर पडला नसेल ना? का ती पीटरमुळे हळू चालते आहे म्हणून तिच्या खांद्यावरून त्या सैतानांनी पीटरला हिसकावून घेऊन जंगलात तर सोडून दिले नसेल ना? त्याच्या मनात असले विचार आले की सहाजिकच त्याची पावले दाणदाण पडत. तो आणखी लांब पावले टाकून लवकर जाण्याचा प्रयत्न करे. पण यामुळे त्याचा निश्चय अधिक ठाम होत जाई. बाहेरून मात्र तो शांत होता. त्याचे ध्येय ठरले होते व तो आपल्या लक्ष्याच्या दिशेने झेपावत होता.

त्या धापा टाकायला लावणाऱ्या वाटेवरती हवा मात्र थंड होती. आकाशातील तारे ढगांमुळे दिसेनासे झाले. तरीही त्या अंधारात तेलाकला आपला मार्ग सापडत होता, अगदी अचूकपणे तो पुढे सरकत होता. तो आंधळा झाला असता तरी तो सहज त्या मार्गावरून गेला असता. इतकी ती वाट त्याला सरावाने पाठ झाली होती.

आता पाऊस सुरू झाला. परंतु ते बांटुक गावाच्या सीमेजवळ पोचले होते. बांटुक हे गाव जावामधील इतर गावांसारखेच वैशिष्ट्यपूर्ण होते. फार मोठे नव्हते की फार लहान नव्हते. तिथे जुन्या व नव्या संस्कृतीचा एक चमत्कारिक संगम झाला होता. शंभर वर्षांपूर्वीचा इंडोनेशिया आणि दहा हजार मैलांवरचा हॉलंड देश यांचा मिलाफ तिथे दिसत होता. समुद्राच्या खाडीच्या किनाऱ्यावरती अनेकांनी आपल्या झोपड्या उंच बांबू रोवून त्यावरती बांधल्या होत्या. भरतीच्या वेळी समुद्राचे पाणी त्या झोपड्यांखाली घुसे. मग ते वरून खाली जाळी सोडत व त्यात भरतीबरोबर येणारे मासे पकडत. त्या खाडीत एके ठिकाणी समुद्रामध्ये एक बंधारा बांधलेला होता. त्यामुळे त्याच्या किनाऱ्याकडील बाजूचे लाटांपासून संरक्षण होई. कोळी लोकांच्या नावा, छोट्या बोटी, लाँचेस वगैरे तिथे आश्रय घेऊन थांबलेल्या असत, त्यांची तिथे गर्दी उसळलेली असे. त्या बांबूवरील झोपड्यांच्या मागे जमिनीवरती दोन तीन रांगांमध्ये लाकडी झोपड्या होत्या. गवत व नारळाच्या झावळ्या यांनी त्यांची छपरे शाकारलेली होती. तशा झोपड्या जावा बेटावरील कोणत्याही खेड्यात होत्या. त्याच्याही पलीकडे गावाच्या बाजूला बाजारपेठ होती. दुकाने, हातगाड्या, हॉटेल व मंडई तिथेच सारे काही होते. त्याच्याही पलीकडे मग घरांच्या रांगा पसरत गेल्या होत्या. बांटुक गावाचे हे एक उपनगर होते. तिथले रस्ते मोठ्या शहराच्या उपनगरातल्यासारखे फारसे रुंद नसले तरी घरे म्हणजे डच पद्धतीने बांधलेले बंगले होते. ती छोटी टुमदार घरे, जुन्या पद्धतीची वसाहतीमधील मॅन्शन्स आणि त्यापुढील आकर्षक बागा यामुळे आपण जावा बेटावर आहोत याचा माणसाला विसर पडे.

तेलाकने त्या दोघांना गावामधून जात पार शेवटी टोकाशी नेले. ते रस्त्यातून जातानाही पळत सुटल्यासारखे जात होते. उगाच लपतछपत ते गेले नाही. वेग हाच त्यांचा एक संरक्षक घटक होता. रस्त्यांवरती फारसा उजेड नव्हता. बहुतेक दुकाने बंद झाली होती. जणू काही कर्फ्यू पुकारल्यासारखी तिथली हालचाल व वाहतूक ठप्प झाली आहे असे वाटत होते. काही कॉफी शॉप्स उघडी होती व त्या शॉप्सचे चिनी मालक आपल्या पिचपिच्या डोळ्यांनी व निर्विकार चेहऱ्यांनी रस्त्यावरून पळत जाणाऱ्या त्या तीन आकृत्या दारात उभे राहून निरखीत होते.

त्या खाडीपासून सुमारे अर्धा मैल अंतरावर आल्यावरती तेलाकने त्यांना एके ठिकाणी थांबवले. वेली चढवलेल्या एका कुंपणाच्या उंच भिंतीपलीकडे त्याने बोट केले. पलीकडे एक टेकडीसारखा भाग होता.त्यांच्यापासून दीडशे फुटांवरती एक पक्का रस्ता त्या टेकडीकडे जात होता. तो रस्ता शेवटी संपत होता. ती मेंदीची भिंत उंच होती व एके ठिकाणी तिची कमान झाली होती. त्या कमानीखालच्या रिकाम्या जागेत दोन विजेचे दिवे लावलेले होते. तिथे दोन माणसे उभी होती, एकमेकांशी गप्पा मारीत होती व सिगारेटी फुंकत तोंडातून धूर सोडीत होती. इतक्या

दुरुनही त्यांच्या अंगावरती करड्या व हिरव्या रंगाचे जपानी सैन्याचे गणवेष होते हे समजत होते. त्या कमानीपासून आतमध्ये एक रस्ता गेलेला होता. त्यावरती प्रत्येक तीन फुटांवरती एकेक दिवा लावून सारा रस्ता उजळून टाकलेला होता. त्या पलीकडे एक उंच व पांढऱ्या भिंतीची इमारत होती. त्या इमारतीचा फारच थोडा भाग ते उभे होते तिथून दिसत होता. पण तिथल्या एकदोन खिडक्या मात्र लांबून कळत होत्या. कारण आतमध्ये प्रकाशाचा लखलखाट केलेला असावा.

निकोल्सन धापा टाकणाऱ्या तेलाककडे वळून म्हणाला, ''तेलाक, हेच ते घर ना?'' निघाल्यापासून आत्ता प्रथमच निकोल्सन बोलत होता.

''होय, हेच ते,'' तेलाक धापा टाकीत बोलत होता, ''बांटुकमधील सर्वात मोठे घर.''

''सहाजिकच आहे,'' असे म्हणून निकोल्सन आपल्या चेहऱ्यावरील घाम पुसण्यासाठी थोडा वेळ थांबला. त्याने आपले तळहातही कोरडे केले. ''येथूनच आपल्या माणसांना नेले जाईल ना?''

''नाही, दुसऱ्या रस्त्याने. पण शेवटी ते आत शिरतील या कमानीखालूनच. अन् आतल्या रस्त्याने सरळ त्या मॅन्शनकडे, इमारतीकडे जातील. पण अजून जर ते आले नसतील तर.''

''...अजून जर ते आले नसतील तर,'' निकोल्सन तेच वाक्य पकडून पुन्हा म्हणाला. जर त्या जपानी सैनिकांना वाजवीपेक्षा जास्त वेळ लागला असेल तर... तर त्याचा अर्थ काय काढायचा? त्यांच्या ताब्यात गुद्रनसारखी तरुण मुलगी आहे. निकोल्सनच्या मनात प्रथमच भीती व चिंता निर्माण झाली. ही भीती व चिंता जर वाढत गेली तर मात्र त्याच्या मन:स्थितीमुळे त्याची योजना त्याला नीट राबवता येणार नव्हती. पण लगेच त्याने कठोरपणे आपले विचार बाजूस सारले. तो म्हणाला, ''जर ते आले असतील तर जे साध्य करायचे आहे त्याला उशीर झाला आहे असे समजा. अन् जर ते अजून येणार असतील तर अजूनही आपल्या हातात वेळ आहे. आपण वाटल्यास दोन मिनिटे थांबून विश्रांती घेऊ. पण आपण मेल्यावर काही आत जाऊ शकत नाही. तेव्हा आत जाण्यासाठी जे काही करायचे त्यावर आत्ताच विचार करा. काय मॅकिनॉन, तुमचे काय म्हणणे आहे?''

''सर, माझे हात आता शिवशिवू लागले आहेत. आपण आत्ताच आत घुसू या.''

''जरा थांबा, आपल्याला फार वेळ थांबावे लागणार नाही.'' मग त्याने तेलाकला विचारले, ''त्या भिंतीवरती मला काहीतरी टोकदार वरती आलेले दिसते आहे. काय आहे ते?''

''भिंतीवरून कोणी येऊ नये म्हणून ते भाले लावलेले आहेत. त्यातून वीज खेळवली आहे.''

"म्हणजे आत जाण्यासाठी त्या प्रवेशद्वाराखेरीज दुसरा कोणताही पर्याय नाही. हो ना?" निकोल्सन हळू आवाजात म्हणाला.

"आणि बाहेर पडण्यासाठीसुद्धा."

नंतरच्या दोन मिनिटात कोणीही बोलत नव्हते. फक्त त्यांच्या उथळ श्वासोच्छ्वासाचा आवाज येत होता. हळूहळू दोन श्वासातील वेळेचे अंतर वाढत गेले. त्यांची धाप कमी होत गेली. सर्वांचे श्वास संथ लयीत होईपर्यंत निकोल्सनने वाट पाहिली. त्याला आपली अधीरता काबून ठेवणे जड जात होते. शेवटी त्याने आपल्या कपड्यावरील काजळी हाताने झटकली. मग तो तेलाककडे वळून म्हणाला, "या बाजूला येताना वीस पावलावर आधी आपल्याला एक भिंत लागली होती."

"होय." तेलाक मान हलवित म्हणाला.

"त्या भिंतीच्या मागे झाडे वाढलेली आहेत आणि ती झाडे अगदी भिंतीजवळ आहेत"

"होय, बघितले मी ते."

"मग तिकडे चला आधी," असे म्हणून तो हलक्या पावलाने तिथे जाऊ लागला.

ते सर्वजण त्या भिंतीपाशी पोचले. तेलाक आणि मॅकिनॉन भिंतीमागे गेले. पलीकडे फक्त झाडी होती. बाकी काहीही नव्हते. पूर्वीची ती भिंत आता उपयोगाची नव्हती. ती भिंत मॅन्शनच्या प्रवेशद्वारपासून शंभर दीडशे फुटांवरती असावी. निकोल्सन त्या भिंतीच्या पायथ्याशी निजला आणि कण्हू लागला. सुरुवातीला तो हळू आवाजात कण्हत होता. पण नंतर त्याने आवाज वाढवत नेला. काही सेकंदात त्याचा आवाज प्रवेशद्वारावरच्या एका पहारेकऱ्याला ऐकू आला व तो एकदम दचकला. तो एकदम ताठ उभा राहिला व त्याने रस्त्यावरती वाकून लांबवर आपली नजर फेकली. नंतर दुसऱ्या पहारेकऱ्यालाही निकोल्सनचे विव्हळणे ऐकू आले व तोही सावध झाला. त्या दोघांनी एकमेकांकडे पाहिले व ते आपापसात घाईघाईने विचारविनिमय करू लागले. निकोल्सनने आता आपले विव्हळणे आणखी करुण स्वरात वाढवले. मग मात्र ते दोन्ही पहारेकरी ताबडतोब धावत सुटले व रस्त्यावरती आले. हातातले टॉर्च लावून ते आवाजाच्या दिशेने पळू लागले. आपली पहाऱ्यावरची जागा सोडून ते निघाले, ही त्यांच्या नोकरीच्या दृष्टीने त्यांनी एक मोठी चूक केली. निकोल्सनने आपले विव्हळणे आणखी मोठ्याने सुरू केले. आपण पाश्चिमात्य वंशाचे आहोत हे त्या पहारेकऱ्यांना कळू नये म्हणून निकोल्सनने त्यांच्या दिशेला पाठ केली होती व आपला चेहरा हाताने लपवला होता. जवळ आलेल्या पहारेकऱ्यांच्या हातातील टॉर्चच्या प्रकाशात त्यांच्या संगीनीचे चमकणारे पाते त्याने पाहिले. आता तर त्याने मोठ्याने गळा काढला. तो जमिनीवरती अर्धवट पालथा झाला. धावत

येणाऱ्या पहारेकऱ्यांना जमिनीवरती हतबल होऊन पडलेल्या माणसाची भीती नसते. भीती असलीच तर ती चालत येणाऱ्या माणसांची. समोर जमिनीवर पडलेल्या माणसाला काय झाले म्हणून पहायला ते जवळ आले आणि नीट पहाण्यासाठी खाली वाकले. खाली वाकण्यात त्यांनी एक मोठी चूक केली होती. त्याचा परिणाम म्हणून ते मरण पावले, तात्काळ मरण पावले. भिंतीवरून मॅकिनॉन आणि तेलाक या दोघांनी त्यांच्या पाठीवरती उड्या मारल्या. हातातली शस्त्रे परजत सपासप वार करून त्या दोन्ही जपानी पहारेकऱ्यांना त्यांनी यमसदनास पाठवले. तेलाकने तर आपल्या हातातील दहा इंच पाते असलेला सुरा पार मुठीपर्यंत खुपसला होता. तर मॅकिनॉनने मानेवरती जोरदार घाव घातला होता. निकोल्सन एकदम उताणा झाला व त्याने लाथेने त्या जपानी पहारेकऱ्याच्या हातातील रायफल दूर उडवली.

निकोल्सन झटकन उठून उभा राहिला आणि त्याने मरून पडलेल्या त्या पहारेकऱ्यांकडे पाहिले. ती माणसे बुटकी होती. त्यांच्या अंगावरचे गणवेष काढून घेऊन ते आपल्या अंगावर चढवायचा त्याचा मूळचा बेत होता. दोघांनी अंगावरती गणवेष चढवून तिसऱ्याला धरून नेण्याचा देखावा तो करणार होता. हा बेत आता त्याला सोडून द्यावा लागत होता. त्यांनी त्या जपान्यांचे देह ओढत ओढत बाजूला नेऊन दिसणार नाहीत असे लपवले. मग अजिबात वेळ न गमावता ते धावत सुटले. प्रवेशद्वारापाशी आल्यावर त्यांनी पाहिले की त्या मागच्या भिंतीवरती एक पहारेकरी उगवला आहे. ते तिघेही पटकन खाली बसले आणि वाट पाहू लागले. तेलाक प्रथम ओणवा झाला आणि मॅकिनॉनने खूण करताच तसाच वेगाने रांगत रांगत दारातून आत गेला. त्यानंतर मॅकिनॉनही तसाच आत गेला. भिंतीवरती आणखी एक पहारेकरी उगवला व पहिला आत गेला.तो दुसरा पहारेकरीही दोन मिनिटांनी आत निघून जाताच निकोल्सन ओणवा होऊन धावत आत घुसला. ते तिघेही मॅन्शनच्या आवारात सुखरूप गेले.

तिथून आता मॅन्शनच्या इमारतीपर्यंत रस्ता स्वच्छ प्रकाशित होता. त्याच्या दुतर्फा उंच झाडे लावली होती. त्या झाडांच्या जादा लांब फांद्या नेहमी छाटून टाकल्या जात असाव्यात हे समजून येत होते. उजव्या बाजूच्या झाडांच्या रांगेमागून ती उंच भिंत गेलेली होती. त्यावरती ते भाले रोवलेले होते. सर्व भाल्यांना स्पर्श करून जाणाऱ्या दोन-तीन तारा आडव्या गेल्या होत्या. त्यातून उच्च दाबाची वीज खेळवलेली होती हे उघड कळत होते. डाव्या बाजूच्या झाडांच्या रांगेपलीकडे एक उतार होत गेलेली हिरवळ होती. त्याच्या चारही कडांना छोटी छोटी शोभिवंत झाडे लावलेली होती. रस्त्यावरच्या दिव्यांचा प्रकाश हिरवळीवरती पोचत होता, आणि मॅन्शनच्या इमारती-पर्यंतही पोचत होता. पण इमारतीपाशी तो खूपच क्षीण झाला होता. त्या तिघांनी रस्त्याने न जाता सरळ हिरवळीवरून जाण्याचा धोकादायक मार्ग

पत्करला. तिथे ते कोठूनही दिसू शकणार होते. पण वेळ कमी असल्याने निकोल्सनने तो धोका पत्करला होता. परंतु ते ओणवे होऊन रांगत रांगत हिरवळीच्या कडेने जाऊ लागले. शेवटी त्यांच्या पायाला जेव्हा दगडी गोटे लागले तेव्हा ते सावकाश उभे राहिले. मॅन्शनच्या समोर एक छप्पर असलेला व्हरांडा होता. तिथे ते येऊन पोचले होते.

निकोल्सनने तेलाकच्या कानापाशी तोंड नेऊन कुजबुजत म्हटले, ''पूर्वी इथे कधी आला होतास?''

''नाही,'' तेलाक हळू आवाजात म्हणाला.

''इमारतीमध्ये शिरण्यासाठी आणखी कुठे कुठे दारे असतील? त्यांनी खिडक्यांना विजेच्या तारा लावल्या नाहीत ना? कुठे काही धोक्याचा इशारा देणारी यंत्रणा बसवली असेल काय?''

निकोल्सनच्या सर्व प्रश्नांना तेलाकने मानेनेच नकार दिला.

''ठीक आहे,'' निकोल्सन कुजबुजत सांगू लागला, ''आपण सरळ पुढच्या दारातून आत जायचे. त्यांना आत्ता कोणी येतील याची कल्पना नसणार. तेव्हा दारामागे कोणीही सशस्त्र पहारेकरी नसणार. चला, सरळ त्या समोरच्या दाराने आत शिरू या. मात्र आवाज करू नका. आपल्या यजमानांना अजिबात समजता कामा नये.''

मॅकिनॉनने पुढे जाण्यासाठी एक पाऊल टाकले आणि तो एकदम खाली बसला. काय झाले ते निकोल्सनला समजले नाही. त्याने हळू आवाजात त्याला विचारले, ''काय झाले?''

''कुणीतरी येते आहे.'' मॅकिनॉन कान देऊन ऐकत होता. ''नक्कीच तो पहारेकरी असणार.''

निकोल्सननेही ऐकण्याचा प्रयत्न केला. परंतु त्याला काहीही ऐकू आले नाही. परंतु त्याचा मॅकिनॉनवरती विश्वास होता. मॅकिनॉनची नजर तीक्ष्ण होती आणि कान खूप संवेदनशील होते. जे इतरांना लांबचे दिसायचे नाही किंवा ऐकू यायचे नाही, ते त्याला पटकन समजायचे.

''तो येणारा माणूस कडेकडेने येतो आहे. मी एकटा बघतो त्याच्याकडे.'' मॅकिनॉन हलक्या आवाजात म्हणाला.

''नको. आवाज फार होतील. त्याला तसाच निघून जाऊ द्या. खाली दगडगोटे आहेत.''

जो कोणी येत होता त्याचे पाय खालच्या ओल्या गवताला घासून जात होते. मॅकिनॉनला ते समजत होते. तो म्हणाला, ''सर, अजिबात आवाज होणार नाही. तुम्ही खात्री बाळगा.''

निकोल्सन यावरती काही बोलला नाही. येणाऱ्या माणसाला आता आपला

आवाज ऐकू जाईल याची त्याला कल्पना आली. म्हणून त्याने मॅकिनॉनच्या दंडाला पकडले. त्या स्पर्शातून मॅकिनॉनला निकोल्सनची संमती समजली. एव्हाना तो माणूस आणखी जवळ आला. निकोल्सनला आता उगाचच काळजी वाटली. आजच्या रात्रीतला मॅकिनॉनचा हा चौथा बळी ठरणार होता. तो आपले काम इतक्या त्वरेने व सफाईने करे की बळीच्या तोंडून किंचितही आवाज निघत नसे. गेले तीन वर्षे आपण मॅकिनॉनला पहातो आहोत, पण त्याच्या अंगातले सर्व गुण आपल्याला कधीच समजले नाहीत.

तो माणूस त्यांच्या अंगावरून निघून पुढे गेला. ते तिघेही एका झुडुपाच्या आश्रयाने अंग चोरून लपून बसले होते. तो माणूस एका फुटावरती थांबला. त्याने समोरच्या इमारतीच्या प्रकाशित खिडक्यांकडे बघितले. त्या खिडक्यातून येणारे अनेकांच्या बोलण्याचे आवाज अत्यंत बारीक स्वरुपात ऐकू येत होते. ते ऐकण्याचा प्रयत्न तो करीत असावा. मॅकिनॉन एकदम उठला. एखाद्या सावलीसारखा आवाज न करता तो पुढे गेला आणि आपल्या दोन्ही हातांनी त्या माणसाचा गळा मागून पकडला. मॅकिनॉनच्या हाताची पकड अक्षरशः पोलादी होती. त्या पकडीतून काहीही निसटणे शक्य नव्हते. त्या माणसाला आवाज करायची संधीच मिळाली नाही. त्याच्या तोंडातून साधा हुंकारही बाहेर पडला नाही. मॅकिनॉनने काही मिनिटे आपली पकड दाबून धरली होती. शेवटी ती व्यक्ती मरण पावली आहे याची खात्री पटताच त्याने आपले हात काढून घेतले. मग एखादे भरलेले पोते खाली पडावे तसा तो माणूस खाली पडला. त्याला ओढत ओढत एका झुडुपामागे त्याले लपवून ठेवले. सारा खेळ अवघ्या साडेतीन मिनिटांचा झाला.

मग ते तिघेही पावलांचा आवाज न करता सावकाश त्या दगडगोट्यांच्या रस्त्यावरून पुढे सरकू लागले. ते आपली पावले उचलून टाकीत होते, जमिनीवरून घासून नेत नव्हते. शेवटी ते मुख्य दारापाशी पोचले. ती दोन दारे होती व ती सताड उघडी होती. ते सरळ आत शिरले. त्यांच्या हातातील शस्त्रे तयारीत होती. त्यांनी एका हॉलमध्ये प्रवेश केला होता.

तो हॉल प्रशस्त होता. मध्यभागी एक भले मोठे झुंबर लोंबकळत होते. सर्वत्र मंद प्रकाश पडेल अशी योजना केली होती. त्या हॉलचे आढे म्हणजे एक मोठा घुमट होता. भिंतींना ओक वृक्षाच्या लाकडाचे तक्ते लावलेले होते. जमीन लाकडी तक्तपोशीची होती. तिला पॉलिश केल्याने ती चमकत होती. त्यात गुंतागुंतीची एक नक्षी निर्माण होईल असे लाकडांचे तुकडे बसवले होते. हॉलमध्ये दोन्ही अंगाने दोन स्वतंत्र जिने वर चढत गेले होते. त्या जिन्यांचे लाकूड मात्र गडद रंगाचे वापरले होते. त्यालाही चकचकीत पॉलिश केले होते. ते जिने एका मोठ्या बाल्कनीला जाऊन मिळत होते. दोन्ही जिन्यांच्या पायथ्याशी भिंतीला दोन दारांचे दरवाजे होते. ते आता

बंद होते. त्याच्या पुढेही एक बंद दार होते. तिन्ही दारांना पांढरा रंग दिलेला होता. त्या हॉलला मागच्या बाजूला एक दार होते व ते आत्ता उघडे होते.

निकोल्सनने मॅकिनॉन व तेलाक यांना दोन्ही जिन्यांच्या पायथ्याशी उभे रहाण्यास सांगितले व तो त्या मागच्या उघड्या दाराकडे हलक्या पावलांनी गेला. खालची जमीन ही टणक व गार आहे हे त्याला त्याच्या कॅनव्हासच्या बुटातूनही जाणवले. त्या बुटांचे तळवे अनेक ठिकाणी फाटून जळालेले होते. व्हॅन एफिनला जळत्या सभागृहातून बाहेर आणताना त्या बुटांची अशी अवस्था होत गेली होती. त्याला त्यावेळची आठवण झाली. पण क्षणातच त्याने ती आठवण मनातून बाजूला सारली. त्याच्या हातापायाला खूप चटके बसून तिथले मांस जळाले होते. त्याही वेदना त्याने बाजूला ठेवल्या होत्या. पुढे कधीतरी जेव्हा निवांतपणा लाभेल तेव्हाच तो त्या वेदना व वेदनामय आठवणी अनुभवणार होता. पण ती वेळ आत्ता आली नव्हती.

त्या दारापाशी गेल्यावर तो शेजारच्या भिंतीला पाठ चिकटवून पुढे सरकू लागला. त्याने आपले डोके पुढे झुकवले होते. आतून काही ऐकू येते का ते त्याने पाहिले. उघड्या दारातून आतले दृश्य पहाण्याचा प्रयत्न केला. तो एक आत गेलेला बोळ होता. सुरुवातीला त्याला काहीही ऐकू आले नाही. मग अगदी हळू आवाजातले बोलणे त्याला ऐकू येऊ लागले. अधूनमधून चिनीमातीच्या भांड्यांचे आवाज होत होते. म्हणजे या बाजूला स्वयंपाकघर व नोकरांची रहाण्याची जागा होती. भांड्यांच्या आवाजावरून त्याला कळले की वरती एक मोठी मेजवानी चालली असावी. म्हणजे समोरच्या बोळातून वाढप्यांची सारखी ये-जा चालू असणार किंवा अजून मेजवानी सुरू झालेली नसेल तर लवकरच ती सुरू होईल व इथली लगबग वाढेल. निकोल्सन हळूच पुढे गेला आणि त्याने आणखी आतमध्ये पहाण्याचा प्रयत्न केला. समोरचा बोळ वीस फूट लांबीचा होता आणि तिथे अंधुक प्रकाश पडला होता. त्याच्या दोन्ही अंगांना दारे होती. ती बंद होती. फक्त शेवटचे दार उघडे होते. त्यातून एक प्रकाशाचा पांढरा चौकोन बाहेर आला होता. बोळात कोणीही नसल्याने तो बेधडक आत शिरला. एका बंद दाराच्या अंगच्या कुलूपात किल्ली राहून गेलेली होती. म्हणजे आत कोणी तरी गेलेले असणार. त्याने ती किल्ली फिरवून काढून घेतली व ती आपल्या खिशात घातली. मग तो परत हॉलमध्ये आला. आपल्या मागे त्याने ते दार हळूच लावून टाकले. घेतलेली किल्ली कुलूपात घातली व फिरवून पाहिले. ती किल्ली आतल्या सर्व दारांना चालू शकत असावी. तशीच ती याही दाराच्या अंगच्या कुलूपाला चालली. त्याने कुलूप घालून टाकले.

मग तो हॉलमध्ये आला व चालत चालत जिन्यापाशी आला. एका जिन्याच्या तोंडाशी ते तिघेहीजण जमले. मॅकिनॉनचा चेहरा गंभीर व कठोर बनला होता. त्याने आपला राग कसाबसा काबून ठेवला होता. पण त्याचा स्फोट कधी होईल ते सांगता

येत नव्हते. तिथल्या प्रकाशात तेलाक आणखी भीषण वाटू लागला. त्याच्या अंगावरती जागोजाग रक्ताच्या खपल्या धरलेल्या होत्या. त्याचा चेहरा पांढरा पडला होता. त्याच्या शरीरातील सारी ताकद खर्ची पडली होती. पण केवळ सूडाच्या भावनेमुळे तो येथवर मजल करून आला होता, अन् तसाच पुढे जाणार होता. निकोल्सनने तेलाकच्या कानात काही सूचना कुजबुजत सांगितल्या. त्याला त्या नीट कळल्या याची खात्री करून घेतली. मग तेलाक हळूच तिथून निघून उजव्या जिन्यामागे लपला.

जिन्याच्या तोंडाजवळ असलेल्या भिंतीमध्ये ती जी दोन दारे होती तिकडे निकोल्सन गेला. दारापलीकडून बोलण्याचे व हसण्याचे आवाज ऐकू येत होते. पलीकडे बरीच माणसे असावीत आणि तिथे मेजवानी चालली असावी. किंवा ती मेजवानी अजून सुरू होणार असावी. निकोल्सनने दोन्ही दारांच्यामध्ये पडलेल्या फटीला कान लावून आतले बोलणे ऐकायचा प्रयत्न केला. मग प्रत्येक दारावरती एक बोट ठेवून ते तो हळूच दाबत गेला. दार तसूतसूनं आत ढकलले जात होते. त्याने दोन्ही दारांची चाचणी घेऊन ती आतून लावली नाहीत याची खात्री करून घेतली. मग तो एकदम सरळ ताठ उभा राहिला व त्याने मॅकिनॉनला खूण केली. मॅकिनॉनने व त्याने आपापली शस्त्रे परजली आणि दोन्ही दारांच्या समोर पवित्र्यात उभे राहिले. त्यांच्या हातातील बंदुकांच्या नळ्या दाराला टेकल्या होत्या. मग एका क्षणाला दोघांनी एकदम त्या दारांवर लाथा मारल्या व ती दारे फाडकन उघडली. त्या सताड उघड्या दारातून ते दोघे आतमध्ये वादळासारखे एकदम घुसले.

ती एक लांबट आकाराची प्रशस्त खोली होती. तिचे आढे फार वरती नव्हते. याही खोलीतील भिंती लाकडी तक्त्यांनी मढवलेल्या होत्या. बाहेरच्यासारखी खालची जमीनही लाकडी तक्तपोशीची होती. भिंतींना लांबलचक खिडक्या होत्या आणि त्यावरती डासांना प्रतिबंध करणारे पडदे लावलेले होते. अगदी शेवटची जी समोरची भिंत होती तिला एक छोटीशी खिडकी होती. डाव्या बाजूच्या भिंतीला दोन दारे होती. जमिनीवरची बहुतेक जागा ही एका नालाकृती लांबट टेबलाने व्यापलेली होती. त्याला लागून चौदा खुर्च्या होत्या व त्या सर्व माणसांनी भरून गेल्या होत्या. निकोल्सन व मॅकिनॉन आत घुसले तरी काहीजणांना अजून त्याचा पत्ता नव्हता. ते आपापसात बोलत राहिले होते, हसत खिदळत होते आणि हातातील उंच पेल्यातील पेय पीत होते. पण हळूहळू एकेकजण गप्प बसत गेला. ही दोन कोण चमत्कारिक व लक्तरे अंगावर असलेली माणसे हातात बंदुका घेऊन प्रगट झाली आहेत, हे त्यांना समजेना. सर्वजण आपापल्या खुर्चीत स्तब्ध झाले. शस्त्रधाऱ्यांच्या प्रवेशामुळे आपल्याला धोका आहे हे त्यांना आता कळून चुकले होते. पण ते सारे एवढे अचानक घडले होते की त्यांना ते नीट समजायला वेळ लागला.

कर्नल किसेकी ती मेजवानी देत होता हे उघडच होते. जो माणूस आपल्या मुलाच्या मृत्यूमुळे दुःखात चूर झाला होता, तो माणूस आपल्या दुःखाची अशा तऱ्हेने विल्हेवाट लावीत होता. तो कोठे बसला आहे हे ओळखता येणे कठीण नव्हते. तो पार शेवटी मध्यभागी बसला होता. त्याच्या खुर्चीची पाठ ही इतर खुर्च्यांच्या पाठीपेक्षा खूपच उंच होती व नक्षीदार होती. तो एक बुटका व अति जाडजूड माणूस होता. त्याचा गळा अजिबात दिसत नव्हता, एवढे तिथे मांस व चरबी होती. त्याने अंगात चढवलेला गणवेष त्याच्या शरीराला घट्ट चिकटून बसला होता. त्याच्या डोक्यावरचे काळे केस हे आता पुढून पांढरे होण्यास सुरुवात झाली होती. त्याचे बारीक व फटीसारखे डोळे चेहऱ्यावरील मांसाच्या वळ्यात लपून गेल्यासारखे वाटत होते. त्याने केस बारीक कापल्याने ते उभे राहिले होते. त्यामुळे त्याचे डोके म्हणजे एक तारेचा ब्रश वाटत होता. दारु प्यायल्यामुळे त्याचा चेहरा लाल झाला होता. त्याच्या समोर टेबलावरती किती तरी रिकाम्या बाटल्या होत्या. टेबलावरचे पांढरे कापड हे जागोजागी वाईनमुळे भिजलेले होते. जेव्हा आपले डोके मागे करून डरकाळी फोडल्यासारखे तो हसू लागला तेव्हाच निकोल्सन व मॅकिनॉन यांनी आतमध्ये एकदम धाडकन प्रवेश केला होता. पण आता तो खुर्चीमध्ये पुढे वाकून बसला होता. खुर्चीचे हात त्याने घट्ट पकडले होते. त्याचे फुगीर चेहऱ्यावरील हसू हे हळूहळू विरत जाऊन तिथे अविश्वासाचा भाव उमटून गोठला होता.

कोणीच बोलत नव्हते की कोणीच हालचाल करीत नव्हते. तिथे आता टाचणी पडली तरी ऐकू येईल एवढी शांतता पसरली होती. हळूहळू सावधगिरी बाळगत मॅकिनॉन व निकोल्सन टेबलाच्या दोन्ही बाजूंनी पुढे सरकू लागले. निकोल्सन हा खिडक्यांच्या भिंतीच्या बाजूने सरकत होता. तरीही ती चौदा माणसे आपापल्या खुर्चीत स्तब्ध बसली होती. फक्त त्यांचे डोळे हे त्या दोघांच्या हातातील शस्त्रांकडे लागले होते. त्या शस्त्रांच्या नळ्या सावकाश सर्वांचा वेध घेत फिरत होत्या. निकोल्सनने टेबलाचे अर्धे अंतर पार केल्यावरती तो थांबला. मॅकिनॉनचे साऱ्या माणसांकडे लक्ष आहे की नाही हे त्याने पाहिले. तिथेच भिंतीला एक दार होते. ते त्याने ढकलले व ते सावकाश आत जात भिंतीला जाऊन थडकल्यावर तो तिथून हलला व परत टेबलापाशी पावलांचा आवाज न करता आला. ज्यावेळी ते दार भिंतीला जाऊन थडकले तेव्हा खुर्चीवरील एका अधिकाऱ्याने हळूच एक सावध हालचाल केली. त्याची पाठ निकोल्सनकडे होती. त्याचा हात पुढे असल्याने मॅकिनॉनला दिसू शकत नव्हता. त्याने आपला उजवा हात डावीकडे नेत तिथे कमरेला लटकावलेले पिस्तूल तो काढू लागला. त्या पिस्तूलाची नळी बाहेर पडलेली निकोल्सनला दिसली. मग त्याने पुढे होऊन फाडकन आपल्या हातातील ऑटोमॅटिक रायफलचा दस्ता त्याच्या डाव्या कानशीलावरती मारला. निकोल्सनचा

तडाखा एवढा जोरदार होता की त्याच्या हातातले पिस्तूल खाली गळून पडले आणि तो अधिकारी पुढे टेबलावर पडला. त्याच्या धक्क्याने तिथली वाईनची भरलेली बाटली आडवी झाली व तिच्यामधील वाईन बद् बद् आवाज करीत बाहेर सांडू लागली. तिथल्या त्या अनैसर्गिक शांततेत तो आवाज खूप मोठा वाटू लागला. अनेकांच्या नजरा त्या बाटलीकडे वळल्या. त्या रेड वाईनमुळे खालच्या पांढऱ्या टेबलक्लॉथला एक मोठा तांबडा डाग पडला व एखादे फूल उमलत जावे तसा तो डाग मोठा मोठा होत गेला. अजूनही कोणी बोलले नाही.

निकोल्सनने आपल्या मागच्या भिंतीचे ते उघडलेले दार पाहिले. आतमध्ये एक लांबलचक बोळ होता. मग त्याने फटकन ते दार लावून टाकले. त्या दाराशेजारीच आणखी एक लहान दार होते. त्याने ते उघडून आत नजर टाकली. ती एक हॅट, छत्र्या ठेवण्याची क्लोकरूम होती. सुमारे सहा चौरस फुटांची ती खोली असावी. तिला खिडक्या नव्हत्या. त्याने त्या क्लोकरूमचे दार बंद केले नाही, मुद्दामच उघडे ठेवले.

मग परत तो टेबलापाशी आला व भराभरा कोणाकडे शस्त्रे आहेत का त्याचा शोध घेऊ लागला. मॅकिनॉनही आपल्या हातातील टॉमीगन घेऊन त्याच्या बाजूच्या माणसांना तपासत पुढे सरकत होता. जेव्हा दोघांची तपासणी संपली तेव्हा जी एकूण शस्त्रे त्यांना मिळली ती संख्या आश्चर्यकारकपणे कमी होती. फक्त तीन पिस्तुले व काही चाकू एवढाच तो सारा शस्त्रसंभार होता. खाली पडलेले ते पिस्तूल निकोल्सनने घेतले तेव्हा ते चौथे पिस्तूल होते. दोन पिस्तुले मॅकिनॉने स्वत:जवळ ठेवली आणि दोन पिस्तुले निकोल्सनने आपल्या पट्ट्यात खोचून ठेवली. या खोलीतल्या संघर्षासाठी किंवा जवळून होणाऱ्या संघर्षासाठी पिस्तुले पुरेशी योग्य असतात. पण त्या दोघांच्या हातातल्या बंदुका खोलीतल्या संघर्षासाठी धोकादायक होत्या.

निकोल्सन आता टेबलाच्या शेवटच्या टोकाला पोचला होता. तिथे मध्यभागी गलेलठ्ठ कर्नल किसेकी बसला होता.

"तुम्हीच कर्नल किसेकी ना?" निकोल्सने विचारले.

तो लठ्ठ माणूस काहीही बोलला नाही. त्याने फक्त आपली मान होकारार्थी हलवली. त्याच्या चेहऱ्यावरचे आश्चर्याचे भाव आता नाहीसे झाले होते. त्याच्या निर्विकार चेहऱ्यावरील डोळे मात्र सावधगिरीने निकोल्सनचा वेध घेत होते. त्याने आता स्वत:ला सावरले होते व त्याचा मेंदू पूर्णपणे नियंत्रणाखाली परत आला होता. तो परत एक खतरनाक व धोकेबाज माणूस बनला होता. निकोल्सनच्या ते लक्षात आले होते. अशा माणसाचे पाणी आपण कमी जोखता कामा नये हे त्याच्या लक्षात आले.

निकोल्सनने त्याला दरडावून सांगितले, "तुमच्या ह्या माणसांना आपापले हात टेबलावरती उलथे ठेवायला सांगा."

"नाही. मी तसे अजिबात सांगणार नाही." असे म्हणून किसेकी आपल्या

हातांची घडी घालून स्वस्थ राहिला आणि मागे टेकून त्याने निकोल्सनकडे एक तुच्छतादर्शक कटाक्ष टाकला. तो म्हणत होता, "मी का म्हणून–" पण त्याचे वाक्य पूर्ण झाले नाही. निकोल्सनने एकदम आपल्या ऑटोमॅटिक रायफलीची नळी त्याच्या लठ्ठ गळ्याला बाजूने लावली. 'लावली' म्हणण्यापेक्षा 'खुपसली' असे म्हणावे लागेल. त्यामुळे त्याचे वाक्य बंद पडले होते.

निकोल्सन थंडपणे म्हणाला, "मी तीन अंक मोजेन. तिसऱ्या अंकाला या बंदुकीचा चाप ओढेन." परंतु किसेकी मरणे हे निकोल्सनच्या हिताचे नव्हते. थोडा वेळ वाट पाहून निकोल्सन म्हणाला, "एक... दोन...–"

"थांबा!" किसेकी ताठ होत ओरडला. तो पुढे वाकताच त्याच्या पाठीमध्ये निकोल्सनने बंदुकीची नळी क्रूरपणे दाबून धरली. किसेकी आता भराभर जपानी भाषेत बोलू लागला. ताबडतोब तिथे बसलेल्या सर्व माणसांनी आपले हात वर आणून त्यांचे पंजे उलथे करून टेबलावरती ठेवले.

निकोल्सन त्याला म्हणाला, "मी कोण आहे ते तुम्हाला ठाऊक आहे?"

"होय. तुम्ही इंग्लिश *विरोमा* बोटीवरील माणसे आहात. ती बोट एक तेलवाहू टॅन्कर होती," किसेकी इंग्रजीत म्हणाला. त्याचे इंग्रजी बरे होते. पण सराव नसल्याने त्याला सावकाश बोलावे लागत होते. तो पुढे म्हणाला, "तुम्ही मूर्ख आहात. वेडे आहात. शुद्ध वेडे आहात! इथून तुम्ही निसटू शकणारच नाही. शहाणे असाल तर मुकाट्याने शरण या. शरण आलात तर मी तुम्हाला वचन देतो की–"

"शट अप!" निकोल्सन त्याच्यावरती खेकसला. किसेकीच्या शेजारी सैन्यातला एक अधिकारी बसला होता. आणि एक उंच व भारदार मानेचा इंडोनेशियन माणूस बसला होता. त्याचा चेहरा तपकिरी रंगाचा होता. त्याने आपल्या डोक्यावरचे काळे केस अत्यंत काळजीपूर्वक मागे नेऊन भांग पाडला होता. त्याच्या अंगात करड्या रंगाचा सूट होता. निकोल्सनने किसेकीला विचारले, "ही कोण माणसे आहेत?"

"हा उजवीकडे माझा सेकंड-इन-कमांड अधिकारी व डावीकडचा बांटुकचा मेयर."

"बांटुकचा मेयर काय?" असे म्हणून निकोल्सनने त्याच्याकडे पहात म्हटले, "वा:, मेयरसाहेब जपान्यांशी तुम्ही झकास हातमिळवणी केलीत अं?"

किसेकी रागाने निकोल्सनकडे वरती पहात म्हणाला, "तुम्ही काय बोलता आहात ते मला कळत नाही. हे मेयरसाहेब ग्रेटर ईस्ट एशिया कोप्रॉस्पेरिटीचे संस्थापक-सदस्य–"

"शट अप! मी सांगितल्याखेरीज बोलू नका," असे म्हणून निकोल्सनने तिथे बसलेल्या इतरांवरून आपली नजर फिरवली. तिथे दोन तीन सैन्यातील अधिकारी होते. पाच सहाजण चिनी होते. एक अरब आणि बाकीचे स्थानिक नागरिक होते.

मग किसेकीकडे पहात तो म्हणाला, "तुम्ही, तुमचे हे सेकंड-इन-कमांड आणि मेयर इथेच थांबा. बाकीच्यांनी त्या क्लोकरूममध्ये जावे."

"सर," मॅकिनॉनने हळू आवाजात निकोल्सनला हाक मारली. तो एका मोठ्या रुंद खिडकीतून बाहेर पहात होता. तो पुढे म्हणाला, "शेवटी ते आले. रस्त्यावरून चालत इकडेच येत आहेत."

"हरी अप! चला, घाई करा," असे म्हणून निकोल्सनने पुन्हा आपली रायफलची नळी किसेकीच्या मानेत खुपसली. तो पुढे म्हणाला, "बाकीच्यांना क्लोकरूममध्ये जायला सांगा. ताबडतोब!"

"त्या छोट्या खोलीत? तिथे श्वास घ्यायलाही जागा नाही." किसेकी घाबरून म्हणाला, "ते तिथे गुदमरून मरतील."

"मग त्यांना इथे मरावे लागेल. कुठे मरायचे त्याची मी तुम्हाला संधी देतो," असे म्हणून निकोल्सनने आपल्या बंदुकीच्या नळीवरचा दाब वाढवला व चापावरती बोट ठेवले. तो पुढे म्हणाला, "पण मरायची तुमची पहिली पाळी असेल."

तीस सेकंदात ती खोली रिकामी झाली. आता तिथे फक्त निकोल्सन, मॅकिनॉन, किसेकी, त्याच्या हाताखालचा सेकंड-इन-कमांड आणि मेयर एवढी पाच माणसेच उरली. मॅकिनॉनने त्या अकरा माणसांना आत कोंबून वरून दार लावले व बाहेरून त्याचा बोल्ट सरकवला. मॅकिनॉन मग उघड्या प्रवेशद्वारापाशी गेला व बाजूला भिंतीला पाठ चिकटवून उभा राहिला. निकोल्सन त्या क्लोकरूमच्या शेजारी असलेल्या दाराकडे गेला. दार उघडून आतल्या बोळात असा काही थांबला की तिथून त्याला किसेकी व त्याची दोन्ही माणसे दिसतील आणि दरवाजा व भिंत यांच्यामधल्या फटीतून प्रवेशद्वारावरतीही लक्ष ठेवता येईल. प्रवेशद्वारातून शिरणाऱ्यांना मात्र तो दिसू शकत नव्हता. त्याने आपल्या हातातील रायफल किसेकीच्या छातीवरती नेम धरून रोखून ठेवली. आता तो सांगेल तसे कर्नल किसेकीला करावे लागणार होते किंवा तसे हुकूम सोडावे लागणार होते. कर्नल किसेकीने आत्तापर्यंत खूप वेडेपिशी झालेली, रागाने पिसाळलेली माणसे पाहिली होती. अशी माणसे त्यांना नुसता संशय आला तरी चवताळून कृती करतात. त्यामुळे निकोल्सनने आपल्याला गोळी घालू नये म्हणून तो सांगतो तसेच त्याला वागावे लागणार होते. जरा काही कमी जास्त वागले तर सरळ त्याचा एका गोळीत मृत्यू होणार होता. कर्नल किसेकी हा जेवढा क्रूर होता तेवढाच धैर्यवानही होता. पण मूर्ख नव्हता. त्याने मुकाट्याने निकोल्सनने सांगितल्याप्रमाणे तंतोतंत करायचे ठरवले.

निकोल्सनच्या कानावरती आता पीटरच्या रडण्याचा आवाज ऐकू आला. त्याच्या रडण्याच्या स्वरावरून तो खूप थकला आहे असे कळत होते. बाहेरच्या दगडगोट्यांच्या मार्गावरून सैनिकांच्या बुटांचा आवाज त्याला ऐकू आला. त्याने

आपले ओठ आवळले. किसेकीने निकोल्सनकडे पाहिले आणि तो आता आपल्याला गोळी घालणार असे त्याला वाटले. त्या अपेक्षेने त्याच्या शरीराचे सारे स्नायू ताठ झाले. मग त्याने पाहिले की निकोल्सन खुणावून त्याला शांत रहायला सांगत आहे. हॉलच्या दाराबाहेर पावले वाजू लागली. ते सारेजण दारातच थांबून राहिले. मग किसेकीने जपानी भाषेत काहीतरी हुकूम सोडल्यावरती ते सहा सैनिक आत शिरले. आपल्यापुढे ते पकडून आणलेल्या कैद्यांना पुढे ढकलीत होते.

सर्वात पुढे कॅप्टन फाईंडहॉर्न होता. त्याच्या दोन्ही बाजूला दोन सैनिक उभे होते व त्यांनी फाईंडहॉर्नच्या दंडाला धरून ठेवले होते. ते सैनिक कॅप्टनला किसेकीपुढे नेऊन उभे करताना कॅप्टनचे पाय फरफटले जात होते. त्याच्या पायात आता त्राण उरले नव्हते. तो खूप थकला होता, गलितगात्र झाला होता. त्याचा चेहरा पांढराफटक पडला होता आणि श्वासोच्छवास जलद लयीत चाललेला होता. त्याच्या चेहऱ्यावरून त्याला खूप वेदना होत आहेत हे कळून येत होते. त्या सैनिकांनी त्याच्या दंडावरचे हात काढून घेताच कॅप्टन क्षणकाल मागेपुढे हेलकावला. त्याचे लाल झालेले डोळे हे एकदम कपाळात गेले आणि तो कोलमडून पडला. गुद्रन ड्राखमन ही कॅप्टनच्या मागे उभी होती. तिने पीटरला आपल्या खांद्यावरती घेतले होते व ती त्याला थोपटीत होती. तिच्या डोक्यावरच्या काळ्या केसांचा गुंता झाला होता. तिच्या अंगातला पांढरा शर्ट मागच्या बाजूने फाटला होता. त्यातून तिची नितळ पाठ दिसत होती. त्या जपानी सैनिकांनी तिला मागून पाठीवरती जागोजागी संगीनीने टोचले असणार व तिथले रक्त बाहेर काढले असणार याची त्याला कल्पना होती. ज्या सैनिकाच्या हातात संगीन होती त्याला बाहेर जाऊन गोळी घालावी अशी निकोल्सनला एकदम ऊर्मी झाली. पण त्याने मोठ्या कष्टाने संयम केला. आता गुद्रनलाही उभे रहाणे कठीण झाले असावे. कारण तिचाही मागेपुढे तोल जात होता. तिचे पाय थरथरत होते. पण तरीही तिने आपली मान ताठ ठेवली होती.

एकदम किसेकीच्या तोंडातून जपानी भाषेत एक हुकूम उमटला. ते सैनिक त्याच्याकडे पहात राहिले. त्यांना हुकूम कळला तरी त्याचा अर्थ समजला नाही. त्यांचा गोंधळ झाला होता. ते नुसतेच किसेकीकडे पहात राहिले. मग किसेकीने पुन्हा एकदा तोच हुकूम आणखी जोरात ओरडून दिला. यावेळी त्याने टेबलावरती आपला हात पालथा करून जोरात आपटला. मग सहा सैनिकांपैकी चौघांनी आपापल्या बंदुका खाली जमिनीवरती टाकून दिल्या. उरलेले दोघे जरासा वेळ लावीत होते. त्यांचा आपल्या कानांवरती विश्वास बसत नव्हता. त्यातल्या एकाने आपल्या मित्राकडे पाहिले व त्यांच्या बंदुका जमिनीवरती पडल्या आहेत हे पाहून त्यानेही नाईलाजाने आपले शस्त्र हळूच खाली ठेवले. गुद्रनच्या मागे संगीन घेऊन जो सहावा सैनिक उभा होता त्याने अजून आपली संगीन लावलेली बंदूक खाली टाकली

नव्हती. इथे काहीतरी गोंधळ आहे, काहीतरी चुकत आहे, हे त्याला जाणवले. पण आता त्यानेही खाली वाकून आपली बंदूक खाली ठेवावयास सुरुवात केली. वाकता वाकता त्याने आजुबाजूला नजर फिरवून अंदाज घेण्याचा प्रयत्न केला. पण एकदम एखादे झाड कोसळावे तसा तो जमिनीवरती कोसळून आपटला. तेलाक हलक्या पावलाने मागून आला होता आणि त्याने आपली रायफल त्या सैनिकाच्या डोक्यात जीव एकवटून मारली होती.

पुढच्या क्षणाला निकोल्सन, मॅकिनॉन व तेलाक त्या खोलीत एकत्र जमले होते. तेलाकने त्या सहाही सैनिकांना धाक दाखवून एका कोपऱ्यात नेऊन उभे केले. मॅकिनॉनने प्रवेशद्वाराची दोन्ही दारे आपल्या मागे एक लाथ मारून बंद केली. मग तोही हातातली टॉमी गन खुर्चीत बसलेल्या तिघांवर रोखून पाहू लागला. ती सारी कृती काही कळायच्या आत फार वेगाने झाली. निकोल्सनने पुढे होऊन न लाजता गुद्रनला मिठी मारली. त्याला एकदम हायसे वाटू लागले होते. तो काहीही बोलत नव्हता. ती त्याच्या चेहऱ्यावरचा आनंद न्याहाळीत होती. अजूनही ती ताठ उभी होती व खांद्यावर घेतलेल्या पीटरला थोपटीत होती. ती निकोल्सनकडे अनिमिष नेत्रांनी पहात होती. हा चमत्कार त्याने कसा काय घडवला याचे तिला खूप आश्चर्य वाटत होते. बघता बघता ती त्याच्या अंगावरती कोसळली. आपला चेहरा तिने त्याच्या खांद्यामध्ये लपवला होता व सारखी हळू आवाजात त्याचे नाव घेत होती. मॅकिनॉन अधूनमधून त्यांच्याकडे लक्ष देऊन हसत होता. त्याच्या चेहऱ्यावरती बराच वेळ तरळत असलेला तो हिंस्त्र संताप कुठल्या कुठे पळून गेला होता. पण तरीही तो सावध होता आणि खुर्चीत बसलेल्या त्या तिघांवरून त्याची नजर ढळली नव्हती.

"जॉनी, जॉनी!" असे म्हणत गुद्रनने आपले डोके वर करून त्याच्याकडे पाहिले. तिच्या गर्द निळ्या डोळ्यात पाणी जमू लागले होते. हळूहळू एकेक करीत अनेक अश्रू बाहेर ओघळू लागले. तिला झालेला हर्ष सहन होत नसावा. ती थरथर कापू लागली होती. तिच्या अंगावरचे कपडे पावसाने ओले झाले होते. पण तिचे त्या कपड्यांकडे लक्ष नव्हते. जणू काही ती ते विसरून गेली होती. तिच्या डोळ्यात जो आनंद निकोल्सनला दिसला तसा त्याने यापूर्वी कधीही, कुठेही पाहिला नव्हता. ती म्हणत होती, "ओ जॉनी, मला वाटले की संपले आता सारे. पीटर आणि मी–" पण तिला पुढे बोलवेना. तिने पुन्हा हसून त्याच्याकडे पाहिले. "पण... पण तुम्ही इथे कसे काय येऊन पोचलात? मला... मला समजत नाही. तुम्ही कसे काय–"

तिचे बोलणे तोडून तो चेष्टेने म्हणाला, "अग मी एका खाजगी विमानाने येथे येऊन पोचलो." मग आपला एक हात हलवित तो म्हणाला, "जाऊ दे सारे. आता

काही त्रास नाही. नंतर आपण बोलू. आपल्याला घाई केली पाहिजे. मॅकिनॉन?"

"येस सर?" मॅकिनॉनने आपल्या चेहऱ्यावरचे हसू पुसत त्याच्याकडे पहात विचारले.

"या खुर्चीवरच्या आपल्या तीन मित्रांना बांधून टाका. फक्त त्यांची मनगटे मागे नेऊन बांध."

"आम्हाला बांधणार?" किसेकी पुढे वाकून टेबलावरती आपली मूठ आपटीत ओरडून म्हणाला. तो पुढे म्हणाला, "त्याची इथे काहीही गरज नाही–"

त्याचे बोलणे तोडीत निकोल्सनने मॅकिनॉनला ओरडून हुकूम केला, "जर तुम्हाला वाटले तर बेधडक त्यांना गोळ्या घाला. त्यांची आता आपल्याला काहीही गरज उरली नाही." निकोल्सनला अजूनही किसेकीचा उपयोग करून घ्यायचा होता. पण आपला हेतू त्याला कळला तर तो कदाचित चिडून काहीतरी आततायी कृती करेल, असे त्याला वाटले.

"हे आत्ता केले बघा," मॅकिनॉन पुढे होत म्हणाला. त्याने तिथले खिडक्यांवरचे पडदे ओढून काढले. त्यातून अनेक पट्ट्या फाडून घेतल्या व त्यांचा पिळा करून एक छान जाडजूड दोरी तयार केली. निकोल्सनने गुद्रनच्या कडेवरून पीटरला काढून घेतले व त्या दोघांना खुर्चीवरती बसवले. तो आता आपल्या कॅप्टनकडे वळला. त्याने खाली वाकून जमिनीवर पडलेल्या कॅप्टनचा खांदा अलगद धरून हलवला. हळूहळू कॅप्टन भानावर येत गेला आणि त्याने आपले डोळे मोठ्या कष्टाने उघडले. निकोल्सनने त्याला उचलून खुर्चीत नेऊन बसवले. फाईंडहॉर्नच्या हालचाली आता खरोखरीच वृद्ध माणसासारख्या होत होत्या. त्याने आजूबाजूला सावकाश नजर फिरवली. त्याच्या थकलेल्या मनाला हळूहळू सारे उमगत गेले.

"माय बॉय, हे सारे तुम्ही कसे काय जमवलेत? पण झक्क जमले आहे खरे." असे म्हणून त्याने निकोल्सनकडे पायापासून डोक्यापर्यंत न्याहाळले. जणू काही समोरचा माणूस खरेच निकोल्सन आहे का ते तो खात्री करून घेत होता. निकोल्सनच्या हातापायांवरती कापल्यामुळे जखमा होत्या, भाजल्यामुळे फोड आले होते. "बापरे, काय ही हातापायांची अवस्था करून घेतलीत! दिसते आहे त्यापेक्षा जास्त भयानक तुमची अवस्था असावी. आता तुम्हाला कसे वाटते आहे? काही त्रास होतो आहे का?" कॅप्टन फाईंडहॉर्न विचारीत होता.

निकोल्सन हसून म्हणाला, "कसे वाटते आहे? अगदी आनंदाच्या शिखरावर पोचल्यासारखे वाटते आहे."

"मिस्टर निकोल्सन, तुम्ही नेहमी सफाईने खोटे बोलत असता हे मला ठाऊक आहे. माझ्याबरोबरच तुम्हालाही हॉस्पिटलमध्ये दाखल व्हावे लागेल. आता यानंतर आपण कोठे जायचे?"

"दूर जायचे! अन् लवकरच जायचे. काही मिनिटातच आपण निघणार आहोत. पण त्याआधी एक दोन किरकोळ गोष्टी मला उरकल्या पाहिजेत."

"मग करा त्या," कॅप्टन मूडमध्ये येत चेष्टेने बोलू लागला होता. तो पुढे म्हणाला, "युद्धकैदी म्हणून जायला मला आवडेल. बाबा रे. आता खूप झाले. माझ्याच्याने आता काहीही सोसवत नाही. एक पाऊलसुद्धा मला पुढे टाकता येत नाही."

"त्याची काहीही जरूरी नाही, सर." असे म्हणून निकोल्सनने आपल्या पायाने तिथे एका सैनिकाच्या हातून पडलेली एक थैली सरकवली व उचलून हातात घेतली. तो म्हणाला, "आता आपल्याकडे ती कागदपत्रे आहेत, हा खजिना आहे. यामुळे आपण कुठेही जाऊ शकतो." मग किसेकीकडे पहात तो म्हणाला, "कर्नल किसेकी मी असे धरून चालतो की या हिऱ्यांवरती तुमचा फारसा जीव जडला नसावा. हो ना?"

किसेकी त्याच्याकडे पहात राहिला, रोखून पहात राहिला. त्याच्या चेहऱ्यावरती कोणतेही भाव उमटले नाहीत. पण गुद्रनने मात्र आपला श्वास रोखून ओठ घट्ट आवळून धरले. समोरची व्यक्ती कर्नल किसेकी आहे हे तिला आत्ता समजले होते. ती म्हणाली, "म्हणजे, तुम्हीच ते कर्नल किसेकी होय?" त्याच्याकडे ती बराच वेळ बघत राहिली. "कॅप्टन, यामाटा म्हणाले तसेच तुम्ही आहात. थँक गॉड. बरे झाले जॉनी, तुम्ही इथे आमच्या आधी येऊन पोचलात ते."

"कॅप्टन यामाटा!" किसेकी आपले डोळे आणखी बारीक करून बोलू लागला. त्याच्या चेहऱ्यावरील मांसाच्या वळ्यात ते डोळे जणू काही लुप्त झाले आहेत असे दिसत होते. तो विचारीत होता, "कॅप्टन यामाटा यांना काय झाले आहे?"

"तुमचे कॅप्टन यामाटा हे आपल्या पूर्वजांना भेटायला निघून गेलेत," निकोल्सन सांगत होता, "व्हॅन एफिनने त्यांना गोळ्या घातल्या."

"म्हणजे तुम्ही नक्कीच खोटे बोलत आहात. कारण व्हॅन एफिन आमच्या बाजूचा आहे, आमच्या मित्र राष्ट्राचा आहे."

"बरोबर आहे. तो तुमचा मित्र *होता,* आता नाही. वाटल्यास तुमच्या ह्या माणसांना नंतर विचारून खात्री करून घ्या." निकोल्सन कोपऱ्यात उभे केलेल्या त्या जपानी सैनिकांकडे बोट करून म्हणाला. तेलाकने आपल्या जवळच्या रायफलीच्या जोरावरती त्यांना धाकात ठेवून उभे केले होते. निकोल्सन पुढे किसेकीला म्हणाला, "यांच्यापैकी एकाला पाठवून एक स्ट्रेचर मागवून घ्या. शिवाय काही ब्लँकेटे व एक दोन टॉर्चही लागतील. अन् मी तुम्हाला पुन्हा एक सावधगिरीची सूचना देतो. जर का काही दगाबाजी केलीत, फसवाफसवी करायला गेलात, तर मी तुम्हा तिघांचे मुडदे पाडीन."

किसेकी निकोल्सनकडे क्षणभर बघत राहिला व नंतर आपल्या एका माणसाशी काहीतरी बोलला. खूप भराभर बोलला. तो माणूस तिथून निघून गेला. मग निकोल्सन पुन्हा किसेकीकडे वळला.

तो त्याला विचारीत होता, ''तुमच्या घरात एक वायरलेस सेट आहे ना? कुठे आहे तो?''

किसेकी यावरती प्रथमच हसला. आपले दात दाखवित हसला. त्याच्या दातात जागोजागी भरलेले सोने त्यातून दिसले. तो म्हणाला, ''तुमची निराशा होईल मिस्टर, ... अं?''

''निकोल्सन. बोलण्यातली औपचारिकता राहू दे. पण वायरलेस सेट कुठे आहे?''

''आमच्याकडे फक्त तोच एकमेव सेट आहे.'' असे म्हणून तो मोठ्याने हसला व त्याने आपली मान हलवली. मॅकिनॉनने चिडून त्याच्या मागे जाऊन त्याच्या मनगटावर तडाखे हाणले. तरीही तो हसत होता. त्याने दारापासच्या एका आडव्या फळीकडे पाहिले. तिथे एक छोटा रेडिओ होता. त्या रेडिओच्या संदर्भात कर्नल किसेकी 'एकमेव सेट' म्हणाला होता.

निकोल्सनने त्या रेडिओकडे एक दृष्टिक्षेप टाकला. पण त्याच्या चेहऱ्यावरचे गांभीर्य कमी झाले नाही.

निकोल्सन आता सावकाश एकेका शब्दावर जोर देत पण ठामपणे म्हणाला, ''कर्नल किसेकी, तुमचा ट्रान्समीटर कुठे आहे? दळणवळणासाठी तुम्ही कबुतरे नक्कीच वापरत नाही ना?''

''इंग्लिश विनोद. हाऽ हाऽ हा ऽ. चांगलाच गंमतीदार विनोद आहे हा,'' कर्नल किसेकी हसत हसत म्हणत होता. ''अर्थातच आमच्याकडे तुम्ही म्हणता तसा एक ट्रान्समीटर आहे, मिस्टर अंऽ, निकोल्सन. पण तो इथे नाही. सैन्याच्या बराकीत आहे.''

''त्या बराकी कुठे आहेत?''

''गावाच्या एका टोकाला आहेत.'' किसेकीच्या चेहऱ्यावरती आता मौजमजा करण्याचे भाव पसरले होते. तो स्वत:वरतीच खूष होऊन बोलत होता. तो पुढे म्हणाला, ''त्या बराकी येथून किमान एक मैलांवरती आहेत.''

''अस्सं,'' असे म्हणून निकोल्सन विचार करून पुढे म्हणाला, ''फार दूर नाही का? येथून तुमच्या मागे बंदुका रोखून एवढे अंतर पायी जायचे, नंतर त्या ट्रान्समीटरची फोडतोड करायची आणि परत तुम्हाला घेऊन इकडे यायचे, अन् तेही मारले न जाता. एवढी करण्याची ताकद आता माझ्या पायात नाही.''

''वा:! उत्तम! तुमच्यात आता मला थोडी थोडी शहाणपणाची लक्षणे दिसायला लागली आहेत, मिस्टर निकोल्सन,'' किसेकी खूष होऊन म्हणाला.

"कर्नल किसेकी, तुमचे म्हणणे मान्य करून मी माझा घात करून घेणार नाही." मग वरती पहात निकोल्सन म्हणाला, "या गावातला तोच एकमेव ट्रान्समीटर आहे असे तुम्ही म्हणालात ना?"

"होय. तुम्हाला माझा शब्द मानलाच पाहिजे. " किसेकी गर्वाने म्हणाला.

"ठीक आहे, मानतो मी तुमचा शब्द." निकोल्सनने या विषयातला आपला आग्रह सोडत म्हटले. मॅकिनॉनचे तिघांचे हात मागे बांधण्याचे काम नुकतेस संपत आले होते. त्याने उत्साहाने शेवटची गाठ जोरात बांधली, त्यामुळे तो सेकंड-इन-कमांड अधिकारी कळवळून ओरडला.

एव्हाना स्ट्रेचर, ब्लँकेटे व दोन टॉर्च आणायला गेलेला जपानी सैनिक परतला होता. त्याने सारे सामान बरोबर आणले होते. त्याने ते सामान टेबलावर ठेवले. निकोल्सनने मेयरकडे पाहिले. आपण अपमानित झालो आहोत व आपल्याला खूप राग आला आहे असे दाखवायचा तो प्रयत्न करीत होता. पण त्याला ते जमत नव्हते. त्याऐवजी त्याच्या काळ्या डोळयात घाबरण्याचे भाव मात्र स्पष्टपणे उमटले होते. त्याच्या ओठांच्या कोपऱ्यात एक सूक्ष्म थरथर जोरात सुरू झाली होती. त्याला दरदरून घाम फुटला होता. घामामुळे त्याचा सुंदर व कडक सूट फार लिबलिबीत होऊन गेला होता.

निकोल्सनने आता कर्नल किसेकीकडे पाहिले. तो त्याला विचारू लागला, "कर्नल किसेकी, मेयरसाहेब तुमचे चांगले दोस्त आहेत असे मी समजतो."

किसेकीने आपला घसा जराशा तोऱ्यात साफ केला. तो म्हणू लागला, "आमच्या अधिकारात, म्हणजे गॅरिसनचा कमांडर या अधिकारात आणि जनतेचा प्रतिनिधी म्हणून आम्ही सहाजिकच–"

निकोल्सन त्याचे बोलणे तोडत म्हणाला, "पुरे. तुम्ही मुद्यावरती येऊन बोलत नाही. मी सांगतो बाकीचे. त्यांना त्यांच्या मेयरपदाच्या कामामुळे इथे वारंवार यावे लागते." त्याने मेयरकडे पाहिले. त्याला तुच्छ लेखण्याच्या दृष्टीने पाहिले.

आणि किसेकी यालाच फसला!

"इकडे येतात?" किसेकी हसून म्हणत होता, "माय डियर निकोल्सन, हे घर त्यांचेच आहे. मी येथे एक पाहुणा म्हणून आलो आहे."

"खरे आहे हे?" निकोल्सन मेयरकडे पहात विचारीत होता, "मिस्टर मेयर, तुम्हाला इंग्रजीचे चार शब्द नक्की बोलता येत असतील."

"मी उत्तम इंग्लिश बोलू शकतो," क्षणभर त्याच्यातल्या गर्वाने भीतीवरती मात केली होती.

"उत्तम!" निकोल्सन कोरडेपणे म्हणाला, " मग आता थोडी बातचीत करायला हरकत नाही." निकोल्सनचा आवाज एकदम खाली येऊन गंभीर झाला होता. त्याने

ती ठरवून केलेली एक नाट्यपूर्ण कृती होती. मेयरच्या चेहऱ्यावरती आता भीती दिसत नव्हती. त्याने त्याला विचारले, ''या घरात कर्नल किसेकी यांनी आपला ट्रान्समीटर कुठे ठेवला आहे?''

किसेकी एकदम चमकून मेयरकडे वळून पाहू लागला. त्याच्या चेहऱ्यावरती संताप जमा झालेला होता. आपल्याला बेसावध ठेवून मेयरला विचारत गेले, याचे त्याला दुःख झाले होते, याचा राग आला होता. तो मेयरला ओरडून शिवीगाळ करीत जपानी भाषेत बोलू लागला. एकदा तर तो रागाच्या भरात पुढे वाकला होता. मॅकिनॉनने त्याचे कान पकडून एकदम मागे खेचले.

निकोल्सन दम भरल्याच्या आवाजात किसेकीला म्हणाला, ''कर्नल, उगाच मूर्खपणा करू नका. मग मूर्खाला जशी वागणूक द्यावी लागते तशी द्यायला मला भाग पाडू नका. एखाद्या लष्करी कमांडरच्या महत्त्वाच्या ठाण्यात स्वतःपासून लांब एक मैल अंतरावरती ट्रान्समीटर ठेवल्याचे कोणी कधी ऐकले आहे काय? याचा अर्थ उघड आहे. अन् तो म्हणजे 'तो ट्रान्समीटर येथेच कोठेतरी आहे.' तुमच्या तोंडून त्याचा पत्ता काढण्यासाठी तुम्ही कदाचित अख्खी रात्र घ्याल. तेव्हा तुमचा नाद सोडून आपल्या मेयरसाहेबांकडे वळायला हरकत नाही. त्यातून ते तुमच्या कोप्रॉस्पेरिटी स्फिअर संघटनेचे सभासद आहेत ना मग त्यांनी थोडासा त्याग करायला काय हरकत आहे? तेव्हा मी आता घाईत असल्याने बोला मेयर महाशय, पटापटा बोला.''

''मी काहीही बोलणार नाही,'' तो मेयर म्हणाला. पण हे बोलताना त्याला खूप कष्ट पडले होते. बळे बळे निर्धार व्यक्त करायला लागला होता. घाबरल्याने त्याचा चेहरा वाकडा झाला होता. ''तुम्ही मला बोलायला भाग पाडू शकणार नाही.''

''म्हणजे तुम्ही अजून स्वतःलाही नीट ओळखले नाही.'' मग मॅकिनॉनकडे पाहून निकोल्सन म्हणाला, ''त्यांचे हात जरासे नीट करा बरं.''

मॅकिनॉनने मेयरचे मागे बांधलेले दोन्ही हात वर उचलायला सुरुवात केली. ते जसजसे वर जाऊ लागले तसतसा तो पुढे पुढे वाकत गेला. शेवटी एक वेळ अशी आली की त्याचे डोके टेबलावर टेकले. पण मॅकिनॉन तरीही त्याचे हात वाकवत नेऊ लागला. मग मात्र तो मेयर किंचाळू लागला. त्याच्या किंचाळण्याला वेदना जशी कारणीभूत होती तशीच त्याला वाटणारी भीतीही कारणीभूत होती. मॅकिनॉनने आपली पकड जराशी सैल केली.

''मग?'' निकोल्सन विचारीत होता.

''तुम्ही काय म्हणता आहात ते मला समजत नाही.'' म्हणजे हा पठ्ठ्या समजत नसल्याचे ढोंग करतो आहे. म्हणजेच त्याला ट्रान्समीटरची जागा सांगायची नव्हती. पुढे काय करायचे ते मॅकिनॉनला सांगावे लागले नाही. त्याने त्याचे हात आणखी वर नेले, क्रूरपणे नेले. मग तो मेयर एखाद्या डुकरासारखे ओरडू लागला.

तो म्हणत होता, ''वरती. वरती आहे.'' वेदना व भीती यामुळे तो घाबरा झाला होता व त्याच्या तोंडून नीट शब्द उमटत नव्हते. तो ओरडत पुढे म्हणाला, ''वरती छपरावर आहे. पण माझे हात खाली करा. माझा हात तुम्ही मोडता आहात.''

निकोल्सनने मॅकिनॉनला खूण करून थांबायला सांगितले. तो म्हणाला, ''ठीक आहे. कर्नल किसेकी, चला आता तो ट्रान्समीटर दाखवण्यासाठी वरती–''

''ते काम माझा हा शूर सेकंड-इन-कमांड करेल,'' किसेकी म्हणाला. तो दातओठ खात होता. मेयरकडे तो असा बघत होता की भविष्यकाळात त्या दोघांची गाठ ही नक्की विचित्रपणे पडणार, असे दिसत होते.

''मला ट्रान्समीटरपर्यंत नेण्याचे काम तुमचा अधिकारी करेल किंवा तुमचे हे मित्र मेयरसाहेबही करतील. पण मला मशिनगनची आठवण येते. तुमच्या या मेयरसाहेबांसकट माझ्यावरती मशिनगन चालवून आम्हा दोघांना ठार मारण्यास तुमची माणसे कचरणार नाहीत, याची मला कल्पना आहे. म्हणून तुम्हाला बरोबर घेतले की कसा आयुष्याचा विमा उतरवल्यासारखे संरक्षण मिळते.'' निकोल्सनने आपल्या उजव्या हातातील रायफल डाव्या हातात घेतली व उजव्या हाताने कमरेचे पिस्तूल बाहेर काढले. पिस्तुलाचा सेफ्टी कॅच काढला आहे याचीही त्याने खात्री करून घेतली. तो म्हणाला, ''चला कर्नल, मी खूप घाईत आहे. कमॉन, उठा.''

ते दोघे जसे गेले तसेच पाच मिनिटात परतले.

छपराच्या ट्रान्समीटरची अवस्था आता न ओळखता येण्याजोगी झाली होती. सर्व व्हाल्व्ह फोडून टाकण्यात आले होते, तारा तोडलेल्या होत्या आणि पत्रे वगैरे सपाट गोष्टी वाकवून टाकलेल्या होत्या. जाताना आणि येताना निकोल्सनला कोणीही अडवले नाही. मघाशी मेयर जोरजोरात किंचाळत होता तरीही बाहेरून कोणीही आत आले नाही. बंद दारामुळे तो आवाज बाहेर गेला नसेल किंवा कदाचित या मॅन्शनला अशा किंकाळ्या ऐकायची सवय झाली असावी, असे निकोल्सनला वाटले.

ट्रान्समीटरचा विनाश होईपर्यंत मॅकिनॉन स्वस्थ बसला नव्हता. त्याने कॅप्टन फाईंडहॉर्नला ब्लँकेटमध्ये गुंडाळले आणि स्ट्रेचरवरती झोपवले. त्याच्या कुशीत त्या लहान पीटरला ठेवून दिले. स्ट्रेचरच्या प्रत्येक टोकापाशी एकेक जपानी सैनिक बसला होता. नीट पाहिले तर कळत होते की तसे करण्यावाचून गत्यंतर नव्हते. कारण निकोल्सनने प्रत्येकाच्या एकेक हाताचे मनगट त्या स्ट्रेचरच्या हँडलना बांधून टाकले होते. किसेकीचा सेकंड-इन-कमांड आणि मेयर या दोघांना मिळून त्याने एकत्र बांधून टाकले होते. एकाचे डावे कोपर हे दुसऱ्याच्या उजव्या कोपराशी पक्के जखडून टाकले होते. तेलाकने एका जपानी सैनिकाला रायफलीच्या दस्त्याने हाणून बेशुद्ध केले होते. तो सैनिक कधी ना कधी तरी शुद्धीवरती येणार होता. पण सहावा जपानी सैनिक कुठे दिसत नव्हता.

निकोल्सनने तिथली सारी परिस्थिती पाहून मॅकिनॉनला म्हटले, ''शाबास मॅकिनॉन, छान काम केलेत. पण आपला तो सहावा मित्र कुठे हरवला आहे? पळून गेला आहे काय?''

''नाही सर. तो हरवलाही नाही आणि पळालाही नाही. त्याला तिकडे क्लोकरूम-मध्ये कोंडून ठेवले आहे.'' किसेकी धुसफुसत होता. त्याला आता आपला पराभव पचवता येत नव्हता. तो मधेच ओरडे व धमकी देई. मधेच धुसफुसू लागे. किसेकीच्या हाताचा कोपरा मेयरच्या हाताच्या कोपऱ्याशी बांधतानाही त्याने बराच आरडाओरडा केला. पण तो तिकडे लक्ष न देता मॅकिनॉन आपले काम पूर्ण करीत होता. तो पुढे निकोल्सनला म्हणाला, ''त्या सहाव्या जपान्याला क्लोकरूममध्ये ढकलून दार बंद केले. ते दार नीट लागत नव्हते. पण मी दाबून बसवले व बाहेरून बोल्ट सरकवला.''

''झकास!'' निकोल्सन एक शेवटची नजर हॉलमध्ये फिरवीत म्हणाला. थोडे थांबून तो किसेकीला म्हणाला, ''आता फार वेळ इथे थांबण्यात अर्थ नाही. आपण निघू या आता.''

''आपण? म्हणजे तुम्ही आम्हाला इथून बाहेर नेणार? कुठे नेणार?'' किसेकी चिडून विचारीत होता. त्याने आपले पाय फाकले होते. त्याचे भले मोठे डोके खाली झुकले होते.

निकोल्सन त्याला सांगू लागला, ''तेलाकने मला सांगितले की तुमची एक खाजगी लाँच आहे. खूप छान आहे ती. अन् ती खूप वेगाने पाण्यावरती धावते. एका दमात शंभर मैल अंतर तर ती सहज कापू शकते. तेव्हा उद्या पहाटेच्या आत सुंद सामुद्रधुनीतून हिंदी महासागरात त्यामुळे आम्हाला प्रवेश करता येईल असे वाटते.''

''काय?'' किसेकी जोरात ओरडून म्हणाला. त्याचा चेहरा रागाने वेडावाकडा झाला होता. त्याचीच लाँच घेऊन पळून जाणे म्हणजे त्याच्या पराभवाच्या जखमेवरती त्याला मीठ चोळल्यासारखे वाटत होते. तो चिडून आरडाओरड करीत बोलू लागला, ''तुम्ही माझी लाँच घेऊन जाणार? इंग्लिशमन, तुम्हाला ती नेता येणार नाही, अजिबात नेता येणार नाही.'' तो थांबला. त्याच्या डोक्यात एक धक्कादायक विचार आला. त्याने एकदम पुढे झेप घेऊन जमिनीवरती अंग टाकून दिले. परंतु त्याला इतर दोघांशी जखडून ठेवलेले असल्याने तेही त्याच्याबरोबर फरफटत ओढले गेले व खाली पडले. तो रागाने पिसाट झाला होता. आपल्या पायाने तो निकोल्सनला लाथा मारू पहात होता. तो म्हणत होता, ''तुम्ही जाताना मलाही तुमच्याबरोबर नेणार? डॅम यू! हलकटांनो, मी तुमच्या बरोबर येणार नाही, मुळीच येणार नाही.''

''कर्नल किसेकी, शांत व्हा. आम्ही दुसरे काय करू शकतो?'' निकोल्सन

अत्यंत थंडपणे म्हणत होता. मग तो किसेकीच्या लाथांपासून बचाव करण्यासाठी काही पावले मागे सरकला, आपल्या रायफलच्या दस्त्याने त्याच्या शेवटच्या बरगडीच्या खाली दोन दणके दिले, चांगले जोरात दिले. किसेकी वेदनेने आणखी जोरजोरात लाथा झाडू लागला. निकोल्सन त्याला म्हणाला, "कर्नल किसेकी, तुम्हाला बरोबर घेतले की आम्हाला आमच्या सुरक्षिततेची आपोआपच हमी मिळते. तुम्हाला मागे सोडून द्यायला आम्ही काय वेडे आहोत?"

"पण मी येणार नाही. तुमच्याबरोबर बिलकुल येणार नाही. एक वेळ तुम्ही मला ठार करा. मला चालेल ते. पण मी येणार नाही. तुमच्या त्या कैद्यांच्या कॉन्सन्ट्रेशन कँपमध्ये रहायला येणार नाही. इंग्लिश लोकांचा युद्धकैदी मी होणार? नाही, नाही, नाही! कधीही नाही! प्रथम मला तुम्ही मारा, ठार करा. माझा जीव घ्या."

निकोल्सन म्हणाला, "तुम्हाला ठार करण्याची गरज नाही. आम्ही तुम्हाला बांधू, घुसमटवून टाकू किंवा एखाद्या स्ट्रेचरवरूनही घेऊन जाऊ." मग क्लोकरूमच्या दाराकडे पहात तो पुढे म्हणाला, "तिथे खूप स्वस्तातले मजूर उपलब्ध आहेत. पण त्यांना कामाला लावायचे म्हणजे जरासा गुंताच होईल, नाही का? पहा, तुम्ही कसे येता ते. ती निवड तुमच्याच हातात आहे. तुम्ही आपल्या पायाने चालत येऊ शकता. किंवा तुम्ही स्ट्रेचरवरून येऊ शकता. स्ट्रेचरवरून यायचे असेल तर तुमच्या पायात एक दोन गोळ्या उगाच झाडाव्या लागतील. त्याखेरीज तुमचा हा धिंगाणा थांबणार कसा?"

किसेकी यावरती नुसता बघत राहिला. निकोल्सनची मूक याचना करीत राहिला. पण शेवटी त्याला निवड करावी लागली. तो स्वत:च्या पायाने चालत गेला.

अखेर ती सारी यात्रा बंदराच्या दिशेने निघाली. वाटेत त्यांना कुठेही जपानी सैनिक भेटला नाही. अगदी एकही सैनिक दिसला नाही. त्या रात्री वारा पडला होता. पण पाऊस मात्र सपाटून कोसळत होता, न थांबता कोसळत होता. मग अशा वेळी कोण बाहेर पडून, त्यांना पहाणार होते? बांटुकमधले रस्ते ओसाड झाले होते. अखेर बराच काळ पाठ फिरवलेले नशीब निकोल्सन आणि मंडळींकडे वळले होते.

व्हॅनिअर, वॉल्टर, विलोबी, प्लॅन्डरलीथबाई वगैरे मंडळींची तुकडी त्यांच्या आधी केव्हाच किनाऱ्यावरती जाऊन पोचली होती. निघण्यापूर्वी खेड्यातल्या वृद्ध बायकांनी एफिनच्या फुटून विदीर्ण झालेल्या छातीवरती उपचार केले होते. त्याच्या जखमा नीट स्वच्छ करून त्यात औषधी झाडपाला ठेचून भरला होता. काठ्या व चटया यांच्या सहाय्याने केलेल्या एका गावठी स्ट्रेचरवरती त्याला चढवले. तो पडू

नये म्हणून त्याला त्या स्ट्रेचरला बांधून टाकण्यात आले होते. वाटेत कुठेही त्रास होणार नाही अशा बेताने त्यांनी त्याला धक्क्यावरती आणून सोडले होते. तिथे असलेली कर्नल किसेकी यांची लाँच ताब्यात घ्यायला त्यांना अजिबात त्रास पडला नाही. किसेकीने लाँचच्या रक्षणासाठी फक्त एकच रखवालदार ठेवला होता. त्याला त्यांनी सहज पिटाळून लावले. सर्वजण लाँचमध्ये चढून निकोल्सनची वाट पहात राहिले. त्यांच्यातला एकजण बाहेर पहारा करीत होता. तर तेलाकची माणसे धक्क्यावरती उभे राहून सर्वत्र नजर ठेवीत होती. व्हॅन एफिनला लाँचमधल्या बर्थवरती झोपवण्यात आले. चोवीस तासात जर त्याला वैद्यकीय मदत मिळाली तर तो नक्की वाचणार होता. वॉल्टर लाँचमधल्या वायरलेस सेटची जुळवाजुळव करू लागला होता. तो आता केव्हाही आपला संदेश प्रक्षेपित करू शकत होता. विलोबीने इंजिनरूमचा ताबा घेतला होता. ती अत्याधुनिक इंजिनरूम पहाताच तो आनंदाने ओरडला होता. दोन डिझेल इंजिने पाहून तर स्वारी भलतीच खूष झाली होती. गॉर्डन आणि इव्हान्स यांनी किनाऱ्यावरील किसेकीच्या स्टोअररूममधून जादा सहा डिझेलची पिपे घेऊन ती लाँचवरती चढवून मागच्या बाजूस ठेवून दिली. व्हॅनिअरने लाँचची चाचणी घेण्यासाठी ती सुरू करून तिथल्या सर्व बोटींभोवतालून फिरवून आणले. त्याच वेळी तिथे उभ्या असलेल्या लहानमोठ्या बोटींमध्ये जाऊन त्यांनी पहाणी केली. एकदोन बोटीत छोटे वायरलेस सेट सापडले. ते त्यांनी फोडून टाकले. इंजिन असलेली एकच बोट सापडली होती. तिच्या इंजिनाचा मॅग्नेटो त्यांनी नष्ट केला. आता पाठलागाची भीती उरली नाही.

ती लाँच चांगली ऐसपैस होती. चव्वेचाळीस फूट लांब आणि चौदा फूट रुंद होती. भर पावसात आणि अंधारातसुद्धा ती दिमाखात चमकत होती.

त्यांनी बरोबर रात्री दहा वाजता बंदर सोडले. त्यावेळी धक्क्यावरती तेलाक व त्याची माणसे शांतपणे उभी होती. निकोल्सनने आपल्या बरोबर चलण्यासाठी तेलाकला खूप आग्रह केला. पण तो यायला तयार नव्हता. तो सारखा म्हणत होता, ''माझी जागा इथे माझ्या माणसांमध्येच आहे.'' लाँच सुरू झाल्यावर तो व त्याची माणसे निघाली. त्या लांबलचक धक्क्यावरून जाताना त्याने मग एकदाही मागे वळून पाहिले नाही. आपण आता तेलाकला परत कधीही पहाणार नाही हे निकोल्सनला केव्हाच ठाऊक झाले होते.

त्यांनी रात्रीच्या अंधारात सावकाश धक्का सोडला व संथ गतीने ते जाऊ लागले. लाँच निघाल्यावरती स्ट्रेचरला बांधलेले ते चारही जपानी सैनिक ओरडू लागले. त्यांनी स्ट्रेचरसकट धक्क्यावरून पळायला सुरुवात केली ते सारे जीव खाऊन मदतीसाठी ओरडा करीत होते. परंतु सुरू झालेल्या लाँचच्या इंजिनाच्या आवाजात त्यांचा ओरडा विरून जात होता. बंधाऱ्याला वळसा घालून ती लाँच

खुल्या समुद्रात शांतपणे शिरली. मग विलोबीने दोन्ही इंजिनांचे ट्विन थ्रॉटल्स पूर्णपणे ओढून ठेवले. बघता बघता त्या लाँचने वेगाची कमाल मर्यादा धारण केली. जावा बेटाच्या दक्षिणेकडच्या टोकाला 'जावा हेड' असे संबोधले जाते. त्या जावा हेडच्या दिशेने ती लाँच अक्षरश: झेपावत चालली होती. तिथे पोचल्यावरती मग हिंदी महासागरात त्यांचा प्रवेश होणार होता.

रात्री अडीच वाजता *एच.एम.एस. केनमोर* या क्यू वर्गातील ब्रिटीश विनाशिकेशी अखेर त्यांची गाठ पडली.

■■■

द गोल्डन गेट

लेखक

ॲलिस्टर मॅक्लीन

अनुवाद

अशोक पाध्ये

जगातील सर्वोच्च महासत्ता म्हणजे अमेरिका देश! त्या अमेरिकेचा राष्ट्राध्यक्ष म्हणजे जगातील सर्वोच्च पदावरील व्यक्ती. अशा व्यक्तिसाठी असलेली सुरक्षा यंत्रणा किती कडक असू शकेल याची तुम्ही कल्पना करू शकता.

राष्ट्राध्यक्ष, त्यांच्याबरोबर असलेले अरब तेलसम्राट, जागतिक वृत्तसंस्थांच्या वार्ताहरांचा तांडा या साऱ्यांना एकाने हातोहात ओलीस बनवले. केवळ आपल्या अक्कलहुषारीने! पोलीस, एफबीआय, सैन्यदल, वायुदल व आरमार हे त्याच्यापुढे हतप्रभ झाले.

ओलिसांचे प्राण, राष्ट्राची प्रतिष्ठा, सॅन फ्रान्सिस्को शहराची अर्थव्यवस्था हे सर्व कोंडीत सापडले होते. चोवीस तासाच्या आत काही नाही केले तर....

तर पुढचा अनर्थ अटळ होता.

अशा वेळी वृत्तचित्रे टिपणारा एक छायाचित्रकार स्वत: ओलीस नसताना, जवळ कसलेही साधन नसताना याविरुद्ध दंड थोपटतो.

पुढे जे काही घडत गेले ते श्री. अशोक पाध्ये यांच्या बहारदार शैलीतल्या अनुवादात वाचा.

www.ingramcontent.com/pod-product-compliance
Lightning Source LLC
Chambersburg PA
CBHW031912250825
31630CB00005B/11
9788177666106